தொழிலாளர் குடும்பம்

விசேவலத் கோச்செத்தவ்
தமிழில்: ரா. கிருஷ்ணையா

பாரதி புத்தகாலயம்

THOZHILALAR KUDUMBAM (in Tamil)
V. KOCCETTAV
Translated by : **R. KRISHNAYYAH**
First Published: November, 2022

Published by
BHARATHI PUTHAKALAYAM
7, Elango Salai, Teynampet, Chennai - 600 018
Email: bharathiputhakalayam@gmail.com | www.thamizhbooks.com

தொழிலாளர் குடும்பம்
விசேவலத் கோச்செத்தவ்
தமிழில்: ரா. கிருஷ்ணய்யா
முதல் பதிப்பு: நவம்பர், 2022
வெளியீடு :

பாரதி புத்தகாலயம்

7, இளங்கோ சாலை, தேனாம்பேட்டை, சென்னை-600 018.
தொலைபேசி : 044 - 24332424, 24356935 | விற்பனை: 24332924

விற்பனை நிலையங்கள்

அருப்புக்கோட்டை: *கதவுஎண் 49 A/4 மெயின் ரோடு, தெற்கு தெரு - 9994173551*
ஈரோடு: *39: 39 ஸ்டேட் பாங்க் சாலை - 9245448353*
கரூர்: *நாரத கானசபா அருகில் (TNGEA OFFICE)- 9442706676*
காரைக்குடி : *12, 2 வது தெரு, கம்பன் மணிமண்டபம் பின்புறம் - 9443406150*
கும்பகோணம்: *352, ரயில் நிலையம் எதிரில் - 9443995061*
கோவை: *77, மசக்காளிபாளையம் ரோடு, பீளமேடு - 8903707294*
சிதம்பரம்: *22A / 18B தேரடி கடைத் தெரு, கீழவீதி அருகில் - 9994399347*
செங்கல்பட்டு: *1 D ஜி.எஸ்.டி சாலை - 044 27426964*
சேலம்: *15, வித்யாலயா சாலை சாலை | பாலம் 35, அத்வைத ஆஸ்ரமம் சாலை 0427 2335952*
தஞ்சாவூர்: *காந்திஜி வணிக வளாகம் காந்திஜி சாலை - 9655542400*
திண்டுக்கல்: *பேருந்து நிலையம் - 9942331105, 9976053719*
திருச்சி: *வெண்மணி இல்லம், கரூர் புறவழிச்சாலை - 9994289492*
திருநெல்வேலி: *25A, ராஜேந்திரநகர் - 9442149981*
திருப்பூர்: *447, அவினாசி சாலை - 9486105018*
திருவண்ணாமலை: *முத்தம்மாள் நகர்*
திருவல்லிக்கேணி: *48, தேரடி தெரு - 9444428358*
திருவாரூர்: *35, நேதாஜி சாலை - 9442540543*
நாகர்கோவில்: *699 கே.பி.ரோடு R.V.புரம் - 9443450111*
நெய்வேலி: *பேருந்து நிலையம் அருகில், - 9443659147*
பழனி: *பேருந்து நிலையம் அருகில் - 7010760693*
பாண்டிச்சேரி : *கிழக்கு கடற்கரைச்சாலை, இலாசுப்பேட்டை, 9486102777*
பெரம்பூர்: *52, கூக்ஸ் ரோடு - 9444373716*
மதுரை: *37A, பெரியார் பேருந்து நிலையம் - 045 22324674 & சர்வோதயா மெயின்ரோடு*
வடபழனி: *பேருந்து நிலையம் எதிரில் அடையார் ஆனந்தபவன் மாடியில் - 9444476967*
விருதுநகர்: *131, கச்சேரி சாலை - 0456 2245300*
வேலூர்: *பேஸ் III, சத்துவாச்சாரி - 9442553893*

அச்சு : கிளிக்டோ, சென்னை - 18.

1

1

மே முதல் நாள் மாலை. மாஸ்கோவின் மே தினப் பீரங்கி முழக்கம் ஒலிபெருக்கிகளில் அதிர்ந்துவிட்டு அப்பொழுதுதான் ஓய்ந்திருக்கும் - வட்டாரக் காவல் துறை மேலாளர் எகோரவ் துப்பாக்கிக் குண்டுகளின் சப்தம் ஒலிக்கக் கேட்டார்.

பற்ற வைத்துக் கணப்பொழுதுகூட ஆகாத சிகரெட்டைக் கீழே எறிந்து குதிகாலால் நசுக்கினார். இடுப்பிலே தொங்கிய கைத்துப்பாக்கித் தோலுறையைச் சரிசெய்து கொண்டு, துப்பாக்கிச் சப்தம் கேட்ட திசையிலே சந்தில் நடந்தார். இசைப்பெட்டிகளும் கித்தார்களும் முழங்கிய இசை திறந்த சன்னல்கள் வழியே வெளியே கேட்டது. நடனமாடியோர் உசுப்பிவிட்ட காற்றில் சன்னல்களின் பின்னல் திரைச் சீலைகள் விம்மிப் புடைத்தெழுந்தன. விழாநாளை முன்னிட்டு அப்பழுக்கின்றிச் சுத்தம் செய்யப்பட்டிருந்த தரைகளிலே தாளம் தவறாது தட்டிய பாதங்களின் ஓசையில் அந்தச் சிறிய மர வீடுகளின் சுவர்கள் அதிர்ந்தன.

ஆடுவோம், ஆடுவோம், ஆசைதீர ஆடுவோம்.

தாளந்தட்டித் தரைப்பலகை தாளும் வரை ஆடுவோம்.

வேறொரு சமயமாய் இருந்தால் நத்தாலியா வசீலியெவ்னாவைப் பார்ப்பதற்காக மேலாளர் எகோரவ் மலர்ப் பாத்திகள் நிறைந்த அவளுடைய சிறிய வெளிமுற்றத்தினுள் திரும்பியிருப்பார்.

வீட்டின் வெளிவாயிலில் பளிச்சிடும் நிறமுடைய மிதியடியில் பூட்சுகளைக் கவனமாய்த் தட்டித் தேய்த்துவிட்டு, பழங்காலப் பாணியிலிருந்த கதவு மணியின் பிடியை இழுத்திருப்பார்.

ஆனால் துப்பாக்கி சுடும் சப்தம் தொடர்ந்து கேட்டது... எகோரவின் நடை ஓட்டமாகியது. கைத்துப்பாக்கியைத் தோலுறைமீது ஒரு கை தயாராய் இருக்க, விரைவில் அவர் நங்கூரத் தெருவை வந்தடைந்தார்.

19ஆம் எண் வீட்டைச் சுற்றிலுமிருந்த வேலியடைப்பினுள் முதிய நெட்டிலிங்க மரங்கள், லிலாச் செடிகளின் அந்தி நேரக் கருநிழலில் கூட்டமாய்ப் பலரும் கூடியிருந்தனர். சந்தேகம் எழுப்பக் கூடியதாய் எதையும் அங்கு காண முடியவில்லை. ஜுர்பின் வீட்டுக்கு வந்த நண்பர்களும் பக்கத்து வீட்டுக்காரர்களும் வெதுவெதுப்பாய் இருந்ததால் வெளி முற்றத்தில் கூடியிருக்கிறார்கள் என்பதாய் எகோரவ் நினைத்தார்.

மேலாளர் இவ்வீட்டைக் கடந்து செல்லும் நேரத்தில் கூட்டத்தினரின் தலைக்கு மேலே இரு சுடரொளிகள் பளிச்சிட்டன; திரும்பவும் இரட்டைக் குழல் துப்பாக்கியின் வெடியோசை கிளர்ந்தெழுந்தது.

வேலிக் கதவைத் திறந்து கொண்டு எகோரவ் உள்ளே ஓடினார்.

“நண்பர்களே, நண்பர்களே!” என்று கூவியபடிக் கூட்டத்தினுள் சென்று, “இங்கே என்ன நடக்கிறது?” என்று கேட்டார்.

“ஒன்றுமில்லை, மற்றொரு ஜுர்பினது வரவைக் கொண்டாடுகிறோம்!” என்று விளங்காத முறையில் கூட்டத்தினரில் ஒருவர் பதிலளித்தார்.

“யார் அது? எங்கிருந்து வந்திருக்கிறார்?” வெடிமருந்தின் விறுவிறுப்பான நெடியில் எகோரவ் மூக்கைச் சுளித்துக் கொண்டார். வீட்டின் தலைவரான இலியா ஜுர்பின் கையில் ஓர் இரட்டைக் குழல் துப்பாக்கியை வைத்துக் கொண்டு கூட்டத்தினரிடையே நிற்பதைக் கண்டார்.

“வாங்க குஸ்மிச்! வணக்கம்!” என்று மகிழ்ச்சி பொங்கும் குரலில் இலியா மத்வேயெவிச் அவரை வரவேற்றார். “சட்டத்தை மீறி நாங்கள் ஏதோ செய்வதாய் நினைக்க வேண்டாம். 21 வெடிகளை முழங்கி நாடு வரவேற்பு அளிக்கிறது. தொழிலாளி ஒருவன் பிறந்திருக்கிறான்! தெரிகிறதா உங்களுக்கு?”

அவர் மேலாளரின் எதிரே வந்து துப்பாக்கியைத் தரையிலே ஊன்றி இடது கையை அதன்மீது வைத்துச் சாய்ந்து கொண்டு வலது கையால் அடர்ந்த புருவத்தின் முடிகளை இழுத்துவிட்டுக் கொண்டார்.

“சிறுசுகள் எனக்கு ஒரு பேரனை வழங்கியிருக்கிறார்கள், குஸ்மிச்! அதுதான் கொண்டாடுகிறோம்!..”

இலியா மத்வேயெவிச்சின் கண்கள் பளிச்சிட்டன. தெரு விளக்கின் ஒளி அவற்றில் பிரகாசித்தது. மனநிறைவைக் காட்டிய அவருடைய குறுநகையை அந்த அந்தி இருட்டிலும் தெளிவாய்க் காண முடிந்தது. மகிழ்ச்சிப் பூரிப்பால் திளைத்த அவரால் “தெரிகிறதா உங்களுக்கு?” “அதுதான் கொண்டாடுகிறோம்!” இவற்றுக்கு மேல் அதிகம் பேச முடியவில்லை.

இந்த அரும்பெரும் நிகழ்ச்சி மே தினத்தன்று நடைபெறுமென அவர் எதிர்பார்க்கவில்லை. ஆனால் எப்பொழுது நடைபெற்றால் என்ன? இலியா மத்வேயெவிச்சுக்கு இது பேரானந்தத்துக்குரிய மாபெரும் நிகழ்ச்சியாகவே இருந்திருக்கும்.

இந்தக் குடும்பக் கொண்டாட்டம் இவ்வளவு சிறப்புடையதாகியதற்கு அது மேதின விழாவுடன் இணைந்துவிட்டதல்ல காரணம். ஒரு வாரத்துக்கு முன்புதான் மருத்துவனையில் வயது முதிர்ந்த டாக்டர், துன்யாஷாவுக்குப் பிறக்கும் குழந்தை பெரிதாயிராது, பெண் குழந்தையாகவே இருக்குமென்ற தமது அபிப்பிராயத்தைத் திரும்பவும் கூறி ஊர்ஜிதம் செய்திருந்தார். ஆனால் துன்யாஷா ஆண் மகவைப் பெற்றுவிட்டாள். நன்றாய்க் கழுக்கு முழுக்கென இருந்ததாய் மருத்துவமனையில் கூறினர். இரட்டைக் குழல் துப்பாக்கி என்ன_ இலியா மத்வேயெவிச்சிடம் ஒரு பீரங்கி இருந்திருக்குமானால் ஆனந்தமாய் அதை இழுத்து வைத்து வெடி முழக்கம் செய்திருப்பாரே!

ஆனந்தப்பட வேண்டிய நிகழ்ச்சி அல்லவா? ஆண் பிள்ளைகள் _ குடும்பத்தின் எல்லாப் பிள்ளைகளும் ஆண் பிள்ளைகள். வாட்டசாட்டமானவர்கள், கட்டுறுதி கொண்டவர்கள். கண்ணுக்கு அழகாய் இல்லாவிட்டால்தான் என்ன? கவலையில்லை. எல்லோரும் பாட்டனாரைப் போல் இருக்கிறார்கள்_ அகன்ற நெற்றி, கண்களிலே பளிச்சிடும் கனல்...

“என்ன குஸ்மிச்! தெரிகிறதா உங்களுக்கு?'' என்று அவர் திரும்பவும் கூறி, எகோரவின் கையைப் பிடித்துப் படிகளின்மீது அழைத்துச் சென்றார். சிறுவர்கள் பேனாக் கத்தியால் வெட்டி எழுத்துக்கள் பதித்திருந்த முகப்பு வாயில் தூணில் சாய்ந்து, இன்னமும் கைகளால் காதுகளை அழுத்திப் பொத்திக் கொண்டு அகஃப்யா கார்ப்பவ்னா நின்று கொண்டிருந்தாள்.

ஏதோ சிந்தித்தபடி அகஃப்யா கார்ப்பவ்னா எல்லோருடைய தலைகளுக்கும் அப்பால் தொலைவில் பார்த்துக் கொண்டிருந்தாள். அவளுடைய இன்பப் பூரிப்பு இலியா மத்வேயெவிச்சுடையதைப் போன்றதல்ல, வேறுவிதமாய் இருந்தது.

இவ்வன்னையைத் தீண்டும் துணிவின்றிக் காலம் ஒதுங்கிச் சென்று விட்டதோ என்று தோன்றியது. ஆண்டுகள் ஓடி மறைந்தன; இலியா மத்வேயெவிச்சுடன் அவள் வாழ்க்கை தொடங்கி முப்பது ஆண்டுகளுக்கு மேலாகிவிட்டன. இலியாவுக்கு உடல் கனத்து நடையின் விறுவிறுப்பு தளர்ந்துவிட்டது; தலை நரைக்கத் தொடங்கியதுடன், சில நேரங்களில் அவர் தமது இனிய சுபாவத்தையும் இழக்க ஆரம்பித்துவிட்டார். ஆனால் இவ்வன்னை எப்பொழுதும் போல சுறுசுறுப்புடனும் கட்டுக்குலையாத மெலிவுடனும் சிறு பெண்ணைப் போல் துருதுருவென்றிருந்தாள். தெருவிலோ, கடைகளிலோ, எதிர்ப் பக்கத்திலிருந்து அவளுடைய முகத்தைப் பார்க்காதவர்கள், இப்பொழுதுங்கூட அவள் இளம் பெண்ணென்றே நினைத்துக் கொள்வார்கள். குழந்தைகள்பால் அவளுக்கிருந்த மனோபாவம் நெடுங் காலத்துக்கு முன்பு தலைச்சன் பிறந்த போது எப்படியே இருந்ததோ, அதே போலத்தான் இன்றும் இருந்து வந்தது. மகிழ்ச்சிப் பூரிப்புடன் பீதியும் கலந்திருந்தது. இந்தக் குழந்தைகளே இப்படித்தான்! எந்நேரமும் தொண்டைக் கட்டு, அல்லது காதில் ஏதாவது கோளாறு இருந்து கொண்டுதான் இருக்கும். வாயில் ஆணியையும் பொத்தானையும் போட்டுக் கொள்வார்கள்; கணப் பொழுது கண்ணை வேறு பக்கம் திருப்பினால் போதும், அப்படியே விழுங்கிவிடுவார்கள். படியிலே விழுவார்கள். முற்றத்திலே வாத்து கொத்தி விடும், இல்லையேல் பக்கத்து வீட்டு ஆடு முட்டிவிடும். யாவற்றையும் முன்கூட்டியே ஆலோசித்து எதையும் மறக்காமல் அவ்வப்பொழுது ஆவண செய்தாக வேண்டும். பிள்ளையை வளர்த்து ஆளாக்குவது இலேசுபட்ட காரியமல்ல! நான்கு மகன்களையும் ஒரு மகளையும் வளர்த்த அவள் இதை நன்கு

அறிவாள்! ஆம், அவளுடைய கணவருக்குத் தமது குடும்பத்தில் மற்றொரு பேரன் பிறந்துவிட்டான் என்கிற பெருமை, அதனால் இன்பப் பூரிப்பு, மற்றொரு குழந்தையை வளர்த்து ஆளாக்க வேண்டுமே என்ற கவலையையும் தன்னுள் கொண்டிருந்தது.

தனது சிந்தனைகளில் மூழ்கியிருந்த அகஃப்யா கார்ப்பவ்னா, தலை குனிந்து வணக்கம் தெரிவித்தபடி படிகளில் ஏறி வந்த எகோரவைக் கவனிக்கவில்லை. இலியாவின் வலிமை வாய்ந்த கரம் தன் தோள்மீது தட்டி, வீட்டுக்குள் வரும்படி வற்புறுத்திய பிறகே விழித்துக் கொண்டாள். உடனே அகஃப்யா கார்ப்பவ்னா பரபரப்புடன் வேலை செய்ய முற்பட்டாள். அவசர அவசரமாய் மேஜையைச் சரிசெய்து விருந்தினர்களை உட்காருமாறு அழைத்தாள். ஜூர்பின் வீட்டு வெளிமுற்றத்தில் "வெடி முழக்க வரவேற்பில்" கலந்து கொண்டோர் அனைவரும் உள்ளே அழைத்துச் செல்லப்பட்டனர்.

இலியா மத்வேயெவிச் ஒரு கிளாஸ் வோத்கா கொண்டு வந்து எகோரவிடம் கொடுத்தார்.

"வேண்டாம், இலியா மத்வேயெவிச்! என்னை வற்புறுத்தாதீர்கள்! எனக்கு இது வேலை நேரம், உங்களுக்கு தெரியும்."

"அப்படீன்னா ஒயின் சாப்பிடுங்கள். கட்டாயம் எதாவது சாப்பிட வேண்டும். தொழிலாளி பிறந்திருக்கிறான்! நீங்கள் வாழ்த்துத் தெரிவிக்க வேண்டாமா?"

"ஆம், அவசியம்தான் _ வாழ்த்துத் தெரிவிக்கிறேன்!"

எகோரவ் தயங்கியவாறு கிளாசைக் காலி செய்துவிட்டு, "இது போதும், பிற்பாடு வருகிறேன், அதுதான் நல்லது" என்று சொல்லி, ஏக்கத்துடன் பானக் குடுவையைப் பார்த்தபடி வெளியே சென்றார்.

ஜூர்பின் குடும்பத்தாரின் விருந்தினர்கள் மேஜையைச் சுற்றிலும் அமர்ந்து கொண்டனர். சாப்பிட்டதையும் மதுவருந்தியதையும்விடப் பேச்சுத்தான் பலமாயிருந்தது.

"இலியா, இதைக் கேள்" என்றார், போர்மன் அலெக்ஸந்தர் அலெக்சாந்தரவிச் பஸ்மானோவ். அவர் இலியா மத்வேயெவிச்சின் முதுபெரும் நண்பர். கூர்மையான முகவாயை முன்னால் துருத்திக் கொண்டுதான் பேசுவார், இல்லையேல் தலையைச் சாய்த்துக்

கொண்டு மூக்குக்கண்ணாடிக்கு மேலே பார்ப்பார். “தொழிலாளி பிறந்துவிட்டான் என்கிறாயே, அவன் விஞ்ஞானியாகவோ, அரசுத் துறையாளனாகவோ ஆக மாட்டான் என்று என்ன நிச்சயம்?”

“ஆகட்டுமே, அதனால் என்ன? முக்கியமானது என்னவென்றால் தொழிலாளி வர்க்கம்தான் பிரதானம்!” என்று சொல்லி இலியா மத்வேயெவிச் புதராய் மண்டிய தமது புருவத்தின் முடிகளை இழுத்துவிட்டுக் கொண்டார். “நீ கப்பல் கட்டுகிறவன். நாங்கள் ஒவ்வொருவரும் உன்னைப் போல் கப்பல் கட்டுவதில் கைதேர்ந்தவர்களாய் இருந்தால்...”

“போதும், போதும், இலியா, அதெல்லாம் வேண்டாம்!” அலெக்சாந்தர் அலெக்சாந்தரவிச் ஆட்சேபித்தாலுங்கூட உண்மையில் அவருக்குப் பரம திருப்திதான். ஏற்கனவே நிறைய கோடுகளாய் இருந்த அவருடைய முகம் பூராவும் எண்ணற்ற சுருக்கங்கள் படர்ந்து விட்டன.

“உனக்குத் தெரிந்ததுதான்” என்று தொடர்ந்து பேசினார் இலியா மத்வேயெவிச். “ஆம், உனக்குத் தெரிந்ததுதான்... கப்பலில் எது பிரதானம்? அடியுடல்தான்! கப்பலின் மிதப்பு ஆற்றல், சரக்கு ஏற்றிச் செல்லும் கொள்திறன், வேகம் முதலான யாவற்றுக்கும் ஆதாரம் இந்த அடியுடல்தான். அந்தக் காலத்தில் நாம் படித்தோமே, நினைவிருக்கிறதா? அடியொன்றும் மேற்கட்டுமானமொன்றும் இருக்கின்றன.”

“ ‘அடி’ அல்ல, ‘அடிப்படை’ என்றுதான் படித்திருப்பீர்கள்” என்று இலியா மத்வேயெவிச்சின் கடைசி மகனான அலெக்சேய் அவரைத் திருத்தினான். எல்லா மகன்களிலும் அவன்தான் ஜூர்பின்களுக்குரிய சாயல் அதிகம் இல்லாதவன். அடர்த்தியான கரும்பழுப்பு முடிகளுடன் உயரமாகவும் வாட்டசாட்டமாகவும் இருந்தான். இருபத்திரண்டாவது வயதிலேயே புதர்போல் மண்டிவிட்ட அவனுடைய புருவங்கள் மட்டும் அவன் தந்தையையும் பாட்டனாரையும் நினைவூட்டுவதாய் இருந்தன.

“சரி, அடிப்படையாகவே இருக்கட்டும்” என்று இலியா மத்வேயெவிச், அலெக்சேயின் பக்கம் திரும்பாமலே ஒத்துக்கொண்டார். “விஞ்ஞான வழியிலிருந்து வழுவாமலே பேசுவோம். ஆம், அடியுடல்தான் அடிப்படை, ஏனையவை யாவும் மேற்கட்டுமானமே ஆகும். சமுதாயத்தின் மக்களுக்கும்

இதுவேதான் உண்மை... தொழிலாளி வர்க்கம்தான் அடிப்படை, ஏனைய பகுதிகள் யாவும் மேற்கட்டுமானமே ஆகும்.''

“அப்பா, நீங்கள் குழப்படி செய்கிறீர்கள்'' என்று அலெக்சேய் மீண்டும் குறுக்கிட்டான். “முதலாவதாக, வர்க்கம் எதுவும் அடிப்படையாக முடியாது. இரண்டாவதாக, வெவ்வேறான இரு விஷயங்களைப் பற்றிப் பேசுகிறீர்கள் _ ஒரு பக்கம் சமூக உறவுகள், மறு பக்கம் கப்பல் கட்டுமானம்...''

“அப்படிச் சொல்லு! நன்றாய் இருக்கிறது, சொல்லு!'' இம்முறை இலியா மத்வேயெவிச் தன் மகன் பக்கம் திரும்பி மூக்குக்கண்ணாடியை சரி செய்து கொண்டார். அலெக்சாந்தர் அலெக்சாந்தரவிச்சும் தமது மூக்குக் கண்ணாடியைச் சரிசெய்து முகவாயை முன்னால் துருத்திக் கொண்டு, “நன்றாய் இருக்கிறது, சொல்லு கேட்கிறோம்'' என்றார்.

“எனக்கு நேரமில்லை'' என்றான் அலெக்சேய். “ஒன்பது அடிக்கப் பதினைந்து நிமிடம்தான் இருக்கிறது _ நான் முன்பே புறப்பட்டிருக்க வேண்டும்.'' தனது ‘காப்டன்’ குல்லாவை ஆடைப் பெட்டியிலிருந்து எடுத்துக் கொண்டு அவன் வெளியே சென்றான்.

“இலியா மத்வேயெவிச், அவன் சொல்வது சரிதான் _ இரு வேறு விஷயங்களை நீ சேர்த்துக் குழப்படி செய்கிறாய்'' என்று தரசோவ் கூறினார். ஊடுபுழைகளை மையப்படுத்துவதில் கப்பல் கட்டும் தளத்தின் சிறந்த நிபுணர்களில் ஒருவர் அவர். “இயந்திரமில்லாத அடியுடல் வெறுங் கூடே அன்றி, கப்பலாகிவிட்டது.''

“முதன்முதல் கடலில் சென்றவர்கள் இது போன்ற கூட்டில்தானே சென்றனர்!'' இலியா மத்வேயெவிச் சாசரிலிருந்து கோப்பையைத் தனியே எடுத்து அதில் தேக்கரண்டியை நேரே நிற்கவைத்துக் காட்டினார். “பாய் மரத்தை அமைத்ததும் அது கடலில் செல்லுமே.''

“பாய்மரம் ஒன்று வேண்டியிருக்கிறது, பாரேன்!'' என்று தரசோவ் விடாமல் வாதாடினார். “இந்தப் பாய்மரம்தான் இதன் இயந்திரம்!''

“உன்னுடன் வாதாடிப் பயனில்லை!'' என்று இலியா மத்வேயெவிச் கையை வீசிக் காட்டினார். “ஓட்டைக் கப்பலின்

அடியுடலை எடுத்து எந்த இயந்திரத்தை வேண்டுமானாலும் அதில் பொருத்து, அதைக் கடலில் விட்டு நீ பயணம் செய்வதைப் பார்ப்போம்! என்னுடைய வாதத்தின் அடிநிலைகளைத் தகர்க்க முயன்று பயனில்லை. தொழிலாளி வர்க்கம்தான்''_ அழுத்தம் திருத்தமாய்க் கூறினார் _''உலகில் வாழ்க்கைக் கப்பலுடைய அடியுடல். சர்வதேச அளவில் இதை வலியுறுத்துகிறேன்... தெள்ளத் தெளிவாய்த் தெரியும் உண்மை இது. என்னுடைய வாதத்தில் குற்றம் காண முயன்று பயனில்லை. தொழிலாளி வர்க்கம் தனக்கு எந்தப் பாய்மரத்தையும் அமைத்துக் கொள்ளும், எந்த இயந்திரத்தையும், எந்த சூட்சுமத்தையும் நிறுவிக் கொள்ளும்... இதைத்தான் சொல்கிறேன், எப்பொழுதுமே சொல்லி வந்திருக்கிறேன், என்றைக்கும் இதையேதான் சொல்வேன். நானே இதைச் செய்து பார்த்திருக்கிறேன், நன்றாய்த் தெரியும் எனக்கு. மறுக்க முடியாத உண்மை இது!''

“அப்பா, இன்று உங்களுக்கு என்னமோ ஆகிவிட்டது, தெரியவில்லை'' என்றான், இலியாவின் மூத்த மகனான விக்தர். “வினோதமான வாதத்தைத் துவக்கியிருக்கிறீர்கள்.''

“இதில் வினோதம் என்ன இருக்கிறது? தெள்ளத் தெளிவான உண்மை!''

“இல்லை, இல்லை. தொழிலாளி வர்க்கத்துடன்கூட விவசாயிகள் இருக்கிறார்கள், பிறகு அறிவுத் துறையினர் இருக்கிறார்கள். இவர்கள் இல்லாமல் என்ன செய்வீர்கள்?''

“தொழிலாளி வர்க்கம் விவசாயிகளுக்குத் தலைமை தாங்குகிறது, சொந்த அறிவுத் துறையினரை, சொந்த விஞ்ஞானிகளை, அரசுத் துறையினரை உருவாக்கிக் கொள்கிறது. அது மிகப் பெரிய சக்தியாகும். புரிகிறதா?''

“புரிகிறது. ஆனால் அந்தோன் எழுதிய கடிதத்தை நீங்கள் மறந்து விடுகிறீர்கள்.''

“யார் மறந்தது? நான் ஒன்றும் மறந்துவிடவில்லை. எப்படித்தான் அவர்கள் கப்பல் கட்டும் துறையை புனரமைப்பு செய்தாலும், முதுபெரும் தொழிலாளர்களாகிய எங்களுடைய உதவியில்லாமல் அவர்களால் ஒன்றும் சாதித்துவிட முடியாது. இல்லை, விக்தர், நாங்களின்றி அவர்களால் எதுவும் செய்ய முடியாது. பியோத்தர் தித்தோவைப் பற்றிக் கேள்விப்பட்டிருக்கிறாயா?''

“கேள்விப்பட்டிருக்கிறேன்.”

“என்ன கேள்விப்பட்டிருக்கிறாய்? அந்த ஆள் கிராமப் பள்ளிக்கூடப் படிப்பைக்கூட முடிக்காதவர், தெரியுமா உனக்கு? போர்க் கப்பலுக்குத் திட்டம் புனைவதற்கான போட்டியில் என்ன நடைபெற்றது தெரியுமா? கேள் இதை. மலையளவு குவிந்துவிட்ட புனைவரைகளைக் கப்பற் படைத் தலைமையகத்துக்கு எடுத்து வந்து பரிசீலனை செய்தனர்... ‘வெல்லற்கரியது’ என்ற போர்க்கப்பலுக்கு முதற் பரிசு, ‘கிரெம்ளின்’ என்ற போர்க்கப்பலுக்கு இரண்டாம் பரிசு என்று தீர்மானித்தனர். பிறகு ‘வெல்லற்கரியது’ என்று குறிக்கப்பட்ட உறையைப் பிரித்துப் பார்த்தனர் _ இதன் திட்டப் புனைவரையாளர் யார் தெரியுமா?.. தித்தோவ்! பியோத்தர் தித்தோவ். இன்னோர் உறையைப் பிரித்துப் பார்த்தனர். ‘கிரெம்ளின்’ அதன் புனைவரையாளரும் தித்தோவ்தான். யார் இந்த தித்தோவ்? ரியாசானைச் சேர்ந்த இளைஞர், நெவ்ஸ்கி கப்பல் கட்டும் துறையின் தொழிலாளி. தொழிலாளி வர்க்கம் என்னவெல்லாம் செய்யவல்லது பார்! அக்காலத்தின் தலைமையான விஞ்ஞானிகள் எல்லோரும் இந்தத் தித்தோவுக்குத் தலை வணங்கிப் பாராட்டு தெரிவித்தனர், ஆம் உண்மையில் நடந்தது இது.”

“அதெல்லாம் சரிதான் அப்பா! ஆனால் அது நடந்தது அறுபது ஆண்டுகளுக்கு முன்பு. அந்தக் காலத்தில் ரியசான் இளைஞன் யாரும் பொறியாளராவதே மிகப் பெரிய காரியம், அரிதிலும் அரிதான ஒன்று. ஆனால் தித்தோவ் நிறையப் படித்தார், அவருக்குத் தலை வணங்கிப் பாராட்டு தெரிவித்தனரென்று சொல்கிறீர்களே, தலைமையான அதே விஞ்ஞானிகளிடமிருந்து கற்றறிந்து கொண்டார்.”

“இயற்கையான திறன் அவரிடமிருந்தது, அனுபவமும் இருந்தது! அது இயற்கையின் வரப்பிரசாதம்!”

“திறன்தான், திறன்! நம்முடைய அந்தோன் பொறியாளராக விரும்பியபோது அவன் திறனை நம்பியிருக்கவில்லை, புத்தகங்களை வைத்துக் கொண்டு அரும்பாடு பட்டுப் படித்தான்.”

“நம்முடைய அந்தோன் ஒரு தித்தோவாவதற்கு இன்னும் எவ்வளவோ முன்னேறியாக வேண்டும்.”

"அவன் ஏதோ கடிதம் எழுதியிருந்ததாய்ச் சொன்னானே, அது என்ன?'' என்று கேட்டார் அலெக்சாந்தர் அலெக்சாந்தரவிச். "அதை எங்களுக்குச் சொல்லாமல் வைத்திருந்தால், உங்களுடைய பேச்சை நாங்கள் புரிந்து கொள்வது எப்படி?..''

"அவன் என்ன எழுதுகிறான் என்றால்...'' உப்பிலிட்ட குடைக்காளானை முட்கரண்டியால் குத்தியெடுத்து இலியா மத்வேயெவிச் அதை மென்று அசைபோடத் தொடங்கி, அந்தோனின் கடிதத்தில் தமக்கு அக்கறை இல்லாதது போலக் காட்டிக் கொள்ள முயன்றார்.

"நமது கப்பல் கட்டும் துறையைத் திருத்தியமைப்பதற்காகத் தான் ஒரு திட்டம் வகுத்திருப்பதாய் அந்தோன் எழுதுகிறான்'' என்று வித்தர் தன் தந்தையின் சார்பில் பதிலளித்தான். "பேராசிரியர் பெலோவின் மேற்பார்வையில் வகுத்ததாய் எழுதுகிறான்.''

"பெலோவா?'' என்று கேட்டு அலெக்சாந்தர் அலெக்சாந்தரவிச் மூக்குக் கண்ணாடியை மூக்குத் தண்டின்மேல் சமநிலையில் வைத்துச் சரிசெய்து கொண்டார். "பெலோவ் பெரிய கெட்டிக்காரர், சந்தேகமில்லை!'' என்றார் அவர். "லெனின்கிராடில் நான் அவரைப் பல தடவை சந்தித்திருக்கிறேன். கப்பல் கட்டும் துறையில் எதையெல்லாம் திருத்தியமைக்கப் போகிறோம் என்று அந்தோன் எழுதுகிறான்?''

"யாவற்றையும்தான்'' என்று இலியா மத்வேயெவிச் வெடுக்கெனப் பதிலளித்தார். "வரிசை முறை உற்பத்திக்கு ஏற்பாடு செய்யப் போகிறோம் என்று எழுதுகிறான்.''

"அப்படீன்னா, இன்று நீ வெடி முழங்கி வரவேற்றது பேரனை மட்டுமல்லவென்று சொல்'' எனக் கூறி, தரசோவ் காலியாகிவிட்ட கிளாஸ்களை நிரப்புவதற்காக ஒயின் பாட்டிலின் பக்கம் கையை நீட்டினார்.

"அது எளிதில் முடியும் வேலையல்லவே'' என்றார் அலெக்சாந்தர் அலெக்சாந்தரவிச். "நம்முடைய கப்பல் கட்டும் தளம் பழமையானது. அதைப் புனரமைத்துத் திருத்தியமைக்க மூன்று ஐந்தாண்டுத் திட்டங்கள் வேண்டியிருக்கும்.''

யாரும் இதை ஆமோதித்துப் பேசவுமில்லை, ஆட்சேபிக்கவுமில்லை. ஆலோசனை செய்தபடி எல்லோரும் மௌனமாய் இருந்தனர். ஆலோசிக்க வேண்டியவை நிறைய

இருந்தன. மே தினத்துக்கு முந்திய நாள் கிடைத்த அந்தோனின் வாழ்த்துக் கடிதத்திலிருந்த செய்தி இங்கு கூடியிருந்தோர் எல்லோரது வாழ்க்கையிலும் நிச்சயம் மாற்றத்தை உண்டாக்கவே செய்யும். இலியா மத்வேயெவிச் துவக்கி வைத்த வாக்குவாதத்தை அவர்கள் மறந்துவிட்டனர். அது எப்படி ஆரம்பமாயிற்று என்பதுகூட இப்பொழுது யாருக்கும் நினைவிலில்லை. அகஃப்யா கார்ப்பவ்னாவைத் தவிர வேறு யாரும் இப்பொழுது துன்யாஷாவைப் பற்றி நினைக்கவில்லை. புதிய மனிதன் ஒருவனை உலகிலே தோன்றச் செய்வதிலுள்ள வேதனை முடிவுற்று, அவள் பிள்ளைப்பேறு மருத்துவப் பிரிவில் அயர்ந்து தூங்கிக் கொண்டிருந்தாள். இலியா மத்வேயெவிச்சின் மகன்களில் ஒருவனும் இப்பொழுது இளம் தந்தையாகிவிட்டவனுமான கோஸ்தியாவைப் பற்றியும் தற்போது அவர்கள் நினைக்கவில்லை. துன்யாஷாவைப் போலவே ஏறத்தாழ அதே அளவுக்கு அன்று அவனும் தன்னை வாட்டி வதைத்துக் கொண்டபின், இப்பொழுது மருத்துவமனையின் முன்னறையில் சோபாவில் அமர்ந்து தூங்கி விழுந்து கொண்டிருந்தான்.

“இது போன்ற ஒரு திட்டத்தை வகுத்திட அவர்களுக்கு எப்பொழுது நேரம் கிடைத்தது?'' என்று தமக்குத் தாமே கேட்டுக் கொள்வது போல அலெக்சாந்தர் அலெக்சாந்தரவிச் வினவினார். “ஒன்று, இரண்டு, மூன்று _ கடலில் செல்கிறது கப்பல் என்பார்களே, அதைப் போலல்லவா இருக்கிறது?''

“ஒன்று, இரண்டு, மூன்றுதான்'' என்று இலியா மத்வேயெவிச் அவரைக் கேலி செய்தார். “இரண்டாண்டுகளுக்கு மேல் வேலை செய்து அவர்கள் இத்திட்டத்தைத் தயாரித்தனர்.''

“அப்படியா? யாருக்கும் தெரியாதே...''

“தெரிய வேண்டியவர்களுக்குத் தெரிந்துதான் இருந்தது. இது இரகசியமாய் வைக்கப்பட்டிருந்ததென்று அந்தோன் எழுதுகிறான். அரசாங்க விவகாரம். இப்பொழுது அதை எல்லோருக்கும் தெரிவிக்க வேண்டிய காலம் வந்து விட்டது.''

“சரி, இனி செய்ய வேண்டியது என்ன?... இது எப்படிச் செய்து முடிக்கப்படும்?... வரிசை முறை உற்பத்தி ஏற்பாடு _ இது பொத்தம் பொதுவானது. நமது கப்பல் கட்டும் துறையைப் பொறுத்தவரை இதன் பொருள் என்ன?'' என்று கேட்டார் அலெக்சாந்தர் அலெக்சாந்தரவிச். “புதிய ஆலைகளில் அமைந்த

ஏற்பாடு போன்றதாய் இருக்குமானால், நம்முன்னே பிரம்மாண்டமான வேலைகள் இருக்குமே! சில ஆலைப் பிரிவுகளை அடியோடு மாற்ற வேண்டியிருக்கும், புதிதாய்ப் பலவும் கட்ட வேண்டியிருக்கும்...''

“ஆம், இவற்றையெல்லாம்தான் செய்தாக வேண்டும்.'' மேஜையின்மேல் விக்தர் செய்தியேட்டை விரித்து வைத்தான். அதில் அவர்கள் சிவப்புப் பென்சிலால் வரையத் தொடங்கினர்: சில ஆலைப் பிரிவுகள் பிரித்தெடுக்கப்பட்டுப் புனரமைக்கப்பட்டன; கப்பல் கட்டும் துறையின் முழுப் பரப்புமே புதிய திட்டத்திற்கு ஏற்பத் திருத்தப்பட்டது.

ஆனால் இந்தப் புனரமைப்பு வெறும் கட்டிடங்களையும் இயந்திரங்களையும் சாதனங்களையும் பற்றியது மட்டும்தானா? கப்பல் கட்டும் துறையைத் திருத்தியமைப்பதற்கான அந்தோனின் திட்டம் தம்மில் ஒவ்வொருவருக்கும் அளித்திடப் போவது என்னவென்பதை இலியா மத்வேயெவிச்சோ, அலெக்சாந்தர் அலெக்சாந்தரவிச்சோ, ஜூர்பின் வீட்டில் அன்று மாலை கூடியிருந்தோரில் வேறு எவருமோ ஊகித்தாரில்லை.

2

வேலிக் கதவைக் கடந்து வெளியே வந்த அலெக்சேய் சற்று நேரம் நின்று, எவ்வழியில் சென்றால் சீக்கிரமாய் கலாச்சார மன்றத்துக்குப் போய்ச் சேரலாமென்று ஆலோசித்தான்.

யுத்தத்துக்கு நெடுங்காலத்துக்கு முன்பே வெர்யாழ்க்கா ஆற்றுக்கு அப்பால் ஒரு குன்றின்மீது கட்டப்பட்ட மன்றம் அது. பிறகு சிறிது காலத்துக்கெல்லாம் குன்றைச் சுற்றிலும் மிதமான சரிவுகளில் குறுக்கிலும் நெடுக்கிலும் நேர் சாலைகள் போட்டு, புதிய குடியிருப்புகளுக்கான பல பெரிய கட்டிடத் தொகுப்புகளுக்கு அடித்தளங்கள் அமைத்துச் சுவர்கள் எழுப்பத் தொடங்கினர். கட்டிட நிர்மாணம் மும்முரமடைந்த நேரத்தில் யுத்தம் குறுக்கிட்டதால், கட்டிடக் கலைஞர்களுடைய திட்டம் நிறைவேற்றப்படாமல் தடைப்பட்டுவிட்டது. “பழைய குடியேற்றம்'' என்பதாய் அழைக்கப்பட்ட வட்டாரம் இந்தத் திட்டத்தின்படி ஊர்ப் படத்திலிருந்தே மறைந்து, அதிலிருந்து ஒன்றரைக் கிலோமீட்டர் தொலைவில் எழில்மிக்க புதிய வட்டாரங்கள் உதித்தெழுந்து கப்பல் கட்டும் துறையை நகருடன் இணைத்திட ஏற்பாடாகியிருந்தது. கற்கூளங்கள் நிரம்பிவிட்ட

அடித்தளக் குழிகளில் நீர் தேங்கி அவற்றைச் சகதிக் குழிகளாக்கியிருந்தது. குட்டைகளில் மண்டிவிடும் வாள்போன்ற கருக்கு முனைகளைக் கொண்ட கோரைகள் வளர்ந்திருந்தன. வசந்தம் பிறந்ததும் இவற்றில் தவளைக் குஞ்சுகள் தோன்றிக் கும்மாளமடித்தன.

யுத்தம் முடிவுற்று ஓராண்டான பிறகுதான் திரும்பவும் குன்றின்மீது வேலைகள் தொடங்கின. பழைய குடியேற்ற வட்டாரத்தில் வீடுகள் கோடரிகளால் தகர்க்கப்பட்டன. அவற்றில் குடியிருந்தோர் வெர்யாழ்க்கா ஆற்றுக்கு அப்பால் கட்டப் பெற்ற புதிய இல்லங்களுக்குக் குடி சென்றனர். பழைய குடியேற்றத்தில் ஒருகாலத்தில் கப்பலோட்டித் தெரு என்பதாய் ஒன்று இருந்தது. இப்பொழுது அது அங்கில்லை, ஆற்றின் அக்கரைக்குச் சென்றுவிட்டது. பாய்மரத் தெரு என்பதாகவும் ஒன்று இருந்தது _ அதுவும் அதன் எல்லா வீடுகளுடன் "இடம் பெயர்ந்து" சென்றுவிட்டது. நங்கூரத் தெருவுங்கூட நீளம் குறைந்து வெகுவாய்க் குறுகிவிட்டது.

"புதிய குடியேற்றம்" என்று பெயர் பெற்றுவிட்ட புதிய வட்டாரங்களின் இரவு நேரக் காட்சி ஆற்றைக் கடந்து சென்ற அலெக்சேயின் கண்ணெதிரே தெரிந்தது. இந்தப் புதிய குடியேற்றம் ஒரு தனிக் குடியேற்றம் அல்லது சிற்றூராய் இருந்த நிலை பல ஆண்டுகளுக்கு முன்பே மாறி ஒரு பெரிய நகரின் ஆற்றங்கரைப் பகுதியின் தொலைப் பிரிவாய் மாறிவிட்டது. அங்கிருந்த வீடுகளின் பிரகாச விளக்குகள் கண்சிமிட்டிப் பளிச்சிட்டன. இந்த வீடுகள் இருளில் மெல்ல நகரும் பெரிய கப்பல்களைப் போலத் தோன்றின.

ஒளிச் சுடர்களாலான மாலை சூடியது போலக் குன்றை வளையமிட்டிருந்த இந்த விளக்குகளை அலெக்சேய் கவனித்தான். மன்றத்தின் முகப்பு வாயிலைச் சுற்றித் தெரிய வேண்டிய மங்கலான ஒளிர்வு எங்கே என்று அவன் ஆராய்ந்தான். அந்த வெண்ணிறக் கோளம் ஒன்றின் அடியில் இன்னும் பத்தே நிமிடங்களில் காத்யா வந்து சேர்ந்துவிடுவாள்.

அவன் விரைந்து சென்றாக வேண்டும். அலெக்சேய் வேகமாய் நடந்தான்; வெர்யாழ்க்கா ஆற்றங்கரையிலே மண்டியிருந்த துடைப்பப் புதர்களின் குறுக்கே ஓட்டமும் நடையுமாய் விரைந்து சென்றான். புதர்களுக்கிடையே சேறாய் இருந்தது, அவன்

காலுக்கடியில் அது சதசதத்தது. வேறொரு சந்தர்ப்பமாயிருந்தால் அலெக்சேய் தனது புதிய பூட்சையும் மென்னிற சூட்டையும் இப்படிப் பொருட்படுத்தாது நடந்திருக்க மாட்டான். துடைப்பப் புதர்களின் தளிர்கள் அவனுடைய சூட்டில் பட்டு பொசபொசப்பான வெள்ளை இழைகள் கொண்டு நீள் கோடுகளிட்டன. ஆனால் கால தாமதமாகிவிட்டது. அவனுக்கிருந்த அவசரத்தில் பூட்சையும் சூட்டையும் பற்றிக் கவலைப்பட முடியுமா?

ஆம், சொன்ன நேரத்தில் போய்ச் சேராமல் அவன் தாமதம்தான் செய்துவிட்டான். கட்டைக் குட்டையான அவளுடைய சிறு உருவத்தை அளவுக்கு மீறிக் குண்டாய்த் தோன்றச் செய்த நீள்கோட்டு அணிந்து விளக்குக்கு அடியில், அந்த நனைந்த நடைபாதையில் பரிதாபமாய்த் தனியே நின்றுகொண்டிருந்தாள், காத்யா. அவளுடைய குல்லாய்க்கு அடியிலிருந்து வெளியே தெரிந்த சுருள்முடிகள் பொன்னெனப் பளிச்சிட்டன. கம்பிவலை மூடிய மன்ற நோட்டீஸ் பலகையில் இருந்த சுவரொட்டியை வெறிக்கப் பார்த்தபடி வேறு எதையோ நினைத்தவளாய் அவள் நின்று கொண்டிருந்தாள்.

பரபரப்பாலும் ஓடோடி வந்ததாலும் மேல் மூச்சு வாங்க அலெக்சேய் அவள் எதிரே வந்து நின்றான்.

"காத்யா... நீ என்னை மன்னிக்க வேண்டும்... எங்கள் குடும்பத்துக்குப் பேரப்பிள்ளை பிறந்திருக்கிறான்."

காத்யாவின் முகத்திலே களை வீசிற்று, அவள் கண்கள் நீலமாய் ஒளிர்ந்தன, அவள் உதடுகள் தளதளப்புடன் செக்கச் சிவந்திருந்தன. இத்தகைய கண்களும் உதடுகளும் இன்பப் புன்னகை பூப்பதற்கென்றே அமைந்தவை. ஆனால் இப்பொழுது அவை புன்னகை புரியவில்லை.

"வாழ்த்துக்கள்!" என்றாள், அலட்சியம் தொனிக்கும் குரலில். தாமதித்து வந்து சேர்ந்த அலெக்சேயிடம் பேசுவதற்கு இந்த அலட்சியக் குரல்தான் பொருத்தமெனக் கருதினாள். அவள் சரியாக ஒன்பது மணிக்கெல்லாம் அங்கு வந்து சேர்ந்துவிட்டாள். ஏன், இரண்டொரு நிமிடம் முன்னதாகவே கூட வந்துவிட்டாள்; அந்நிமிடங்களில் அவள் மின்மாற்றிப் பெட்டிக்குப் பின்னால் மறைந்து நின்று காத்துக் கொண்டிருந்தாள்.

மன்றத்தின் உடுப்பறையில் அவள் தனது கோட்டையும் குல்லாவையும் கழற்றிக் கொடுத்துவிட்டு, கூந்தலைத் தடவி

ஒழுங்கு செய்து, கோடு போட்ட குட்டையான ஆடையின் மடிப்புகளை சரிசெய்து கொண்டபோது அலெக்சேய் வெட்கத்துடன் ஒரு பக்கமாய் ஒதுங்கி நின்றான். கோட்டைக் கழற்றத்தான் அவளுக்கு உதவியிருக்க வேண்டும், அதை உடுப்பறை ஊழியரிடம் கொடுத்து உலோக வில்லையைத் தானே வாங்கிப் பத்திரமாய் வைத்திருக்க வேண்டும் என்பது அவனுக்குத் தெரிந்ததுதான், ஆனால் பதட்டமின்றிப் பாங்குடன் இதைச் செய்யும் வகை அவனுக்குத் தெரியவில்லை. எதையும் பதட்டமின்றிச் செய்யும் வகை அறியாதவனாய் நின்று கொண்டிருந்தான். என்ன செய்வதென்று விளங்காமல் கைக்குட்டையை வெளியே எடுத்தும், பிறகு அதை உள்ளே வைத்தும், ஏற்கனவே நன்கு சீவப்பட்டிருந்த தன் முடிகளைச் சீவிக் கொண்டும் நின்றான்.

அலெக்சேயின் கூச்சத்துக்கும் அமைதியின்மைக்கும் மற்றொரு காரணமும் இருந்தது. காத்யாவை நடனமாட வரும்படி அழைத்தபின் திடீரென அவனுக்கு அவளுடன் சேர்ந்து தன்னால் நடனமாட முடியுமா என்பது குறித்தே சந்தேகம் ஏற்பட்டுவிட்டது. இதுவரை அவன் கோஸ்த்யாவின் மனைவி துன்யாஷாவையும், அவனுடைய மற்றோர் அண்ணனின் மனைவி லிதியாவையும் தவிர்த்து வேறு யாருடனும் நடனமாடியதில்லை. அவர்கள் இருவரும் அவனுக்கு வால்ட்ஸ், கிக்கோவினே நடனங்கள் கற்றுக் கொடுத்து வந்தனர். அவன் தாளம் தவறிவிட்டால் அல்லது காத்யாவின் பாதத்தை மிதிக்க நேர்ந்தால் என்ன செய்வது? அவளை நடனமாட அழைக்கும் இந்தப் பைத்தியக்கார எண்ணம் எப்படி அவன் மனத்தில் உதித்தது? அந்திப் பொழுது கதகதப்பாகவும் அமைதியாகவும் இருந்தது, இருவருமாய் உலாவச் சென்றிருக்கலாமே? ஆனால் அவளிடம் போய், "காத்யா, என்னுடன் உலாவ வாயேன்" என்று அவனால் கூறியிருக்க முடியுமா? அதற்குப் பதில் அவளிடம் தன் கையிலிருந்த நுழைவுச் சீட்டுகளைக் காட்டினான், காரியம் சுலபமாய் முடிவுற்றது. என்ன சொல்கிறான் என்று விளங்காமலே வாய்க்குள் ஏதோ முணுமுணுத்துக் கொண்டானாயினும், நுழைவுச் சீட்டுகள் அவன் சொல்ல விரும்பியதை அவளுக்குத் தெரியப்படுத்தி விட்டன.

காத்யா சிறிதும் அவசரமின்றி _ ஏற்கனவே கால தாமதமாகிவிட்டபடியால் அவசரப்பட்டு என்ன பயன்? _ கண்ணாடியின்முன் பெண்கள் வழக்கமாய்ச் செய்வதை எல்லாம் செய்யலானாள். தடவிவிட்டுக் கொள்ளத் தேவையில்லாத தங்க நிறப் புருவங்களை

ஈர விரலால் தடவிவிட்டுக் கொள்வதும் அடங்கலாய் யாவற்றையும் செய்தாள். பிறகு தனது ஆடைகளை இழுத்துவிட்டுக் கொண்டாள்; பெல்ட்டை நேராக்கிக் கொண்டாள்; பிறகு முன்பு போலவே பரபரப்பு சிறிதும் இல்லாதவளாய் அலட்சியமாய் அலெக்சேயின் பக்கம் திரும்பினாள்.

மன்றத்தின் மண்டபத்தினுள் இசை பெருக்கெடுத்தோடியது. பாதி திறந்திருந்த கதவு வழியே கைகள், தோள்கள், முழங்கைகள், முதுகுகள், சிவந்த முகங்கள் இவற்றின் பறந்தோடும் காட்சிகள் தெரிந்தன; பவுடர், சென்ட் இவற்றின் வாசனை காற்றிலே மிதந்தது.

"இடைவேளை வரையில் நாம் காத்திருக்க வேண்டும். எங்காவது போய் உட்காருவோம்'' என்றாள் காத்யா.

இருவரும் முன்கூடத்துக்குச் சென்றனர். மன்றக் கையேட்டில் அது "குளிர்காலத் தோட்டம்'' என்பதாய்க் குறிக்கப்பட்டிருந்தது. ஆனால் தோட்டத்தைக் குறிக்கக்கூடியதாய் அங்கே இருந்ததெல்லாம் பச்சைத் தொட்டிகளிலே நின்ற தூசி படிந்த இரு செயற்கை ஈச்சை மரங்களும், நீரின்றி அடியில் சிகரெட்டுத் துண்டுகளும் மிட்டாய்க் காகிதங்களும் நிறையக் கிடந்த ஒரு பெரிய மீன் தொட்டியும்தான். காத்யா தனது ஆடை கசங்கிவிடாதபடிக் கவனமாய்ச் சோபாவின் முனையில் உட்கார்ந்தாள். அவளுக்குப் பக்கத்தில் சற்று இடைவெளிவிட்டு அலெக்சேய் உட்கார்ந்து கொண்டான்.

"உனக்கு இவ்வளவு வயதாயிருக்கும் என்று நான் நினைக்கவே இல்லை. அதற்குள்ளாகவே பேரப்பிள்ளை பிறந்து விட்டதாய்ச் சொல்கிறாய், வேடிக்கைதான்!'' என்றாள் அவள்.

கோபங்கொண்டவளாய் நடித்து அவள் அலுத்துப் போய்விட்டாள். அவள் உதடுகளிலும் கண்களிலும் இப்பொழுது புன்சிரிப்பு தவழ்ந்தது.

அலெக்சேய்க்கும் முகம் மலர்ந்துவிட்டது.

"இல்லை, என்னுடைய அண்ணனின் மகன் அவன். எனக்கு மருமகன்.''

"அலெக்சேய் மாமா, மருமகப் பிள்ளைகள் உனக்குப் பல பேர் உண்டா?''

"ஒரே ஒருவன்தான் இருக்கிறான்.''

"வீட்டிலே சிறு பிள்ளைகள் இருந்தால் தொந்தரவாய் இருக்குமல்லவா?"

"தொந்தரவாய்த்தான் இருக்கும்" என்று அலெக்சேய் ஒத்துக் கொண்டான். இதைச் சொல்லிவிட்டு என்ன காரணத்துக்காகவோ தெரியவில்லை, கழுத்துக் கச்சையை இழுத்துவிட்டுக் கொண்டான்.

விஷயம் இல்லாமல் உரையாடுவது கடினம்தான். ஆனால் துரதிர்ஷ்டவசமாய் முதலாவது சந்திப்பில் நடைபெறும் முதலாவது உரையாடலின்போது பேச விஷயம் இருப்பதில்லை. காத்யா இந்த இக்கட்டான நிலைமையிலிருந்து வெளிப்பட வழி செய்தாள்.

"குழந்தைகள் இருப்பது எனக்குப் பிடிக்காது" என்று அவள் பேச்சைத் தொடர்ந்தாள். "எப்படியும் நான் அவசரப்பட்டு மணம் புரிந்து கொள்ளப் போவதில்லை. நான் படிக்க வேண்டும். இவ்வாண்டு இலையுதிர் காலத்தில் என்னால் பல்கலைக்கழகத்தில் சேர முடியாமற் போய்விட்டது. பத்தாவது படிவம் படித்து முடித்துப் பரீட்சையில் தேறிப் பட்டம் பெற்றேன்; சரியாய் அந்நேரமாய்ப் பார்த்து என் அம்மா உடல் நலமின்றிப் படுத்துவிட்டார்."

"நல்லதுதான்!" அலெக்சேய் தன் மனத்துள் கூறிக் கொண்டான். காத்யா பல்கலைக்கழகத்தில் சேர்ந்திருந்தால் அவளை அவன் தெரிந்துகொள்ள முடியாமற் போயிருக்குமே.

"பள்ளிக்கூடத்தில் நான் வரையக் கற்றுக் கொண்டது என் அதிர்ஷ்டம்தான்" என்றாள் காத்யா. "இல்லையேல் என்பாடு கஷ்டமாய்ப் போயிருந்திருக்கும். திட்டப்படம் வரையத் தெரிந்திருப்பதும் தக்கதோர் தகுதியாய் அமைந்தது. ஆனால் இது சுவையான வேலை இல்லை."

"சுவையான வேலை இல்லையா?"

"ஆம், நாள் பூராவும் வரைய வேண்டியிருக்கிறது. சலித்துப் போய்விடுகிறது. உன்னுடைய வேலை இத்தகையதல்ல!"

அலெக்சேயை முதன்முதலாய் இலையுதிர் காலத்தில் தான் பார்க்க நேர்ந்த அந்த நாள் காத்யாவுக்கு நினைவு வந்தது. நீலநிற வேலை உடுப்பு அணிந்து முகமெல்லாம் பசையும் தூசியுமாய்க் கனல் பறக்கும் கண்களோடு தூர ஒதுங்கி நிற்கும் சுபாவம் கொண்டவனாய் அவன் தலைமைக் கட்டமைப்பாளர் கொர்னேய் பாவ்லவிச்சின் பின்னால் அவளுடைய மேஜையருகே வந்து

நின்றான். தலைமைக் கட்டமைப்பாளர் அவளிடம் "திராவ்னிக்கோவா! நீ வரைவதற்கு இதோ ஓர் உருவரை இருக்கிறது. இந்த சூட்சுமத்துக்குத் தயவு செய்து அமைப்புத் திட்டப் படங்கள் வரைந்து கொடு. இளைஞனுக்கு நாம் உதவியாக வேண்டும்'' என்றார்.

இதைச் சொல்லிவிட்டு கொர்னேய் பாவ்லவிச் போய் விட்டார். அந்த "இளைஞனை'' தனக்கு என்ன வேண்டுமென்று விவரமாய் விளக்கிச் சொன்னான். ஆனால் அதற்கு முன்பே காத்யா அந்தப் புனைவரையைப் புரிந்து கொண்டுவிட்டாள்.

திட்டப் படங்களும் பிறகு அந்த சூட்சுமமுங்கூடத் தயாரிக்கப்பட்டு நெடுநாட்கள் ஆகிவிட்டன. ஆனால் அன்று முதலாய் வாரத்துக்கு ஒரு தரம், அல்லது குறைந்தது பதினைந்து நாட்களுக்கு ஒரு தரமாவது அலெக்சேய் திட்ட வரைபட அலுவலகத்துக்குத் தவறாமல் வந்து செல்வது வழக்கமாகிவிட்டது. ரிவெட் தொழிலாளி ஜூர்பினைத் தனது மேஜைக்கு வரச் செய்தது திட்டப் படங்களிலிருந்த கோளாறல்ல என்பதைக் காத்யா உணர்ந்து கொண்டாள். என்றாலும் அவன் கேட்டபடி அவள் அந்தப் படங்களில் யாவற்றையும் திருத்திக் கொடுத்து வந்தாள். அவன் வேண்டுமென்றே முகத்தைக் கடுகடுப்பாக்கிக் கொண்டு, பென்சிலையோ கண்ணாடி போன்ற மூலைமட்டத்தையோ பிடித்து வேலை செய்த அவள் கையைக் கவனமாய்ப் பார்த்துக் கொண்டு நின்றான். பிறகு நேற்று, திடீரென்று நடனத்துக்கான நுழைவுச் சீட்டுகளை எடுத்து வந்தான். தன் அழைப்பை அவள் ஏற்க மறுத்து விடுவாளோ என்று அவன் அஞ்சினான். ஆனால் காத்யாவுக்கு மறுக்கும் எண்ணமே எழவில்லை, அழைப்பை உடனே ஏற்றுக் கொண்டுவிட்டாள். அவள் வாழ்விலே அதுவே நடனத்துக்கான முதல் அழைப்பு! இருவரும் சந்திக்க ஒத்துக் கொண்ட அந்த விளக்கின் அடியில் அவன் நேரத்தில் வரத் தவறியதும், ஏனோ தெரியவில்லை அவள் பொறுக்க முடியாதபடித் துன்பமடைந்தாள். காலங் கடந்து மண்டபத்துக்கு வந்த கடைசி ஜோடிகளும் அவளைக் கடந்து முகப்பு வாயிலை நோக்கி விரைந்தனர். அங்கேயே அவள் காத்துக் கொண்டு நின்றாள். வீட்டுக்குத் திரும்புவதற்கு அவள் கால்கள் மறுத்தன. அவள் அங்கிருந்து சென்றதும் அலெக்சேய் வந்து சேர்ந்தால் என்னாவது?

"ஆமாம், அல்யோஷா, உன்னுடைய வேலை இத்தகையதல்ல, சுவையானது'' என்று அவள் திரும்பவும் கூறினாள்.

“ரிவெட் செய்வதில் சுவையானது என்ன இருக்கிறது? நாள் முழுதும் ஓயாமல் தட்டிக் கொண்டிருக்கிறேன்.”

“இருந்தாலும் அது சோர்வூட்டும் திட்ட வரைபட வேலையைக் காட்டிலும் சுவையானதுதான். ஆனால் என்னால் ரிவெட் தொழிலாளியாக முடியாது. நான் வரலாற்றியலாளராக விரும்புகிறேன். அம்மாவுக்கு உடம்பு தேவலையானதும் மாஸ்கோவுக்கோ லெனின்கிராதுக்கோ போய்ப் பல்கலைக்கழகத்தில் சேர்ந்துவிடுவேன். அல்யோஷா, உனக்கு வரலாறு பிடிக்குமா?”

“ஓ, பிடிக்குமே” என்று அவ்வளவாய் அழுத்தமில்லாமல் அலெக்சேய் பதிலளித்தான். “ஆனால் உண்மையைச் சொல்வதெனில், நான் பின்தங்கிவிட்டேன்... எனக்கு அதிகம் தெரியாது. படிக்க நேரமில்லை.”

இது நியாயமே என்கிற தோரணையில் காத்யா தலையை ஆட்டினாள்.

அவளுடைய பேச்சு சுலபமாகி முன்னிலும் தங்குதடையின்றிச் சரளமாய் ஓடத் தொடங்கிற்று. காத்யா தனது ஆடையின் மடிப்புகளைச் சரிசெய்வதில் செலுத்திய கவனம் மேலும் மேலும் குறைந்து வந்தது. அலெக்சேய் நிமிடத்துக்கு ஒரு தரம் கைக்குட்டையை வெளியே எடுப்பதையும், கழுத்துக் கச்சையை இழுத்துவிட்டுக் கொள்வதையும் நிறுத்தினான். இருவரும் தம்மையும் தத்தமது வாழ்க்கையையும் பற்றிக் கூறுவதில் முனைந்ததோடு, மற்றவர் கூறியதையும் கருத்துடன் கேட்க முற்பட்டனர்.

இடைவேளையைக் குறித்த மணியோசையை அவர்கள் கேட்கவில்லை; அறிமுகமானவர்கள் முன்கூடத்தினுள் வந்ததும் காத்யாவையோ அலெக்சேயையோ பார்த்து முகமன் கூறியதையும் கவனிக்கவில்லை. மீண்டும் மண்டபத்தில் இசை கிளர்ந்தெழக் கேட்டதும் இருவருக்கும் சிரிப்பு வந்துவிட்டது.

“அட பாவமே! மறுபடியும் தாமதமாகிவிட்டதே!” என்றாள் காத்யா.

இனி நடனமாட வேண்டிய அவசியமில்லை! வெளியே போய் உலாவலாம் என்றான் அலெக்சேய். இப்பொழுது அவன் சிறிதும் தயக்கமின்றி காத்யாவுக்கு அவளுடைய கோட்டை வாங்கிக் கொடுத்தான். ஆனால் அவள் கரத்தைப் பிடித்துக் கொள்ள

வேண்டிய தருணம் வந்ததும் துணிச்சல் அவனை விட்டகன்றுவிட்டது.

இருவருமாய்த் தெருக்களிலே நடந்தனர்; பாலத்தின் மீது நின்று கீழே கரிய நீரினுள் உற்றுப் பார்த்தனர்; நகரின் சுற்றுவட்டாரங்களைச் சுற்றிச் சென்றனர். மௌனத்திலே பிறந்த சம்மதத்தின் பேரில் அதிக ஜன நெருக்கமில்லாத நீண்ட சாலையிலே நடக்கலாயினர். ஓயாமல் பேசியவாறு தொடர்ந்து நடந்து கொண்டே இருந்தனர். சிலருக்கு அந்த மே மாத அந்தி நேர வானம் கனத்த மழை மேகங்கள் மூடி இருள் சூழ்ந்த வானமாய் இருந்திருக்கலாம் _ ஆனால் அலெக்சேய்க்கு அவ்வாறு இருக்கவில்லை.

ஜூர்பின் குடும்பத்தில் புதிய குழந்தை பிறந்ததற்குப் பலத்த வெடிமுழக்க வரவேற்பு அளிக்கப்பட்டுங்கூட, இச்செய்தி சேர வேண்டிய நேரத்தில் போய்ச் சேராத ஜூர்பின்கள் இருவர் இருந்தனர். இலியா மத்வேயெவிச்சின் வெடி முழக்கம் அதிர்ந்து கொண்டிருந்தபோது, இவர்கள் இருவரும் பழைய குடியேற்றத்தின் தொலைக் கோடியில் ஒரு சிறு வீட்டில் 'டிராப்ட்' விளையாடிக் கொண்டிருந்தார்கள்.

ஒருவர் இலியா மத்வேயெவிச்சின் தம்பி; அவருக்குப் பின் சரியாக ஓராண்டு கழித்துப் பிறந்தவர். இவர் அப்படியே இலியா மத்வேயெவிச்சை உரித்து வைத்த மாதிரி இருந்ததால், கப்பல் கட்டும் துறையில் பலரும் இவர்களில் யார் எவர் என்று புரியாமல் குழப்படி செய்து கொள்வது வழக்கமாயிருந்தது. வசீலிய் மத்வேயெவிச்சும் வழூக்கையாகி வந்தார்; அவரும் தமது புருவங்களைச் சும்மா விடுவதில்லை; தடித்துப் பருத்த அவருடைய குட்டைக் கழுத்திலும் அண்ணனின் கழுத்தில் எப்படியோ அதேபோல ரெடி_மேட் சட்டைகளின் காலர்களை இழுத்துச் சேர்த்துப் பொத்தான் போட முடிவதில்லை.

மற்றொரு ஜூர்பின் கண்கள்வரை உயர்ந்துவளர்ந்த அடர்த்தியான தாடி கொண்டவர். முன்னொரு காலத்தில் கன்னங்கரேலென்று இருந்த அதன் முடிகளில் சில கொத்துகள், இன்னமும் கறுப்பு மறையாமல் ஆங்காங்கே தோற்றமளித்தன. எந்நேரமும் அந்தத் தாடி சரிப்படுத்த முடியாதபடிச் சிக்குண்டுதான் இருக்கும். அவர் வலுமிக்க தசைகளையுடைய முதுபெரும் சிங்கம் போன்றவர்; வாழ்க்கையின் அறிவும் விவேகமும் நிரம்பப் பெற்றிருந்தார். இவர்தான் ஜூர்பின்களின் மூதாளர், குடும்பத்தின் தலைவர்,

ஜுர்பின் சகோதரர்களின் தந்தை, மத்வேய் தரோபியெவிச் ஜுர்பின் _ "கிழவர் மத்வேய்."

ஞாயிறு விடுமுறையிலும் விழாநாட்களிலும் இவர் வசீலிய் மத்வேயெவிச்சைப் பார்த்துவிட்டு வருவதற்காகப் புறப்பட்டுவிடுவார்; இரவு நெடுநேரம் வரை வீட்டிலே இருப்பார். உலகில் நடைபெறுவதைத் தெரிந்துகொள்வதே இவருடைய இந்தப் பயணங்களின் நோக்கம் என்பதாய்க் கூறப்பட்டு வந்தது. வசீலிய் ஆலைத் தொழிற்சங்கக் குழுவின் உறுப்பினர்; அந்த உயர்நிலையிலிருந்து அவர் யாவற்றையும் பார்த்துத் தெரிந்து கொள்ளும் வாய்ப்புடையவர். ஆனால் இந்தப் பயணங்களுக்கு இரகசியமான மற்றொரு நோக்கமும் இருந்தது _ அதுதான் அவற்றின் தலைமையான நோக்கம்; பல ஆண்டுகளாய்த் தக்க பெயரிட்டுக் குறிக்கப்படாதிருந்த நோக்கம். கிழவரிடம் அவர் குடும்பத்தார் எவ்வளவுதான் அன்போடு நடந்து கொண்டாலும், எவ்வளவுதான் அவரைக் கவனித்துக் கொண்டாலும், கிழவரின் சபலங்களும் உடற் கோளாறுகளும் எப்படியும் அவர்களுக்கு நச்சரிப்பாகவே இருந்தன; வார முடிவுக்குள் இந்தத் தொல்லை அவர்களுக்குப் போதும் போதுமென்றாகிவிடும் _ வாழ்க்கையில் தமக்குள்ள அனுபவத்தின் வாயிலாய்க் கிழவர் மத்வேய் இதனை நன்கு உணர்ந்திருந்தார். இலியாவுக்கும் அகஃப்யாவுக்கும் பேரன்களுக்கும் அவர்களுடைய மனைவிகளுக்கும் ஓய்வு கொடுக்க விரும்பிய அவர், அங்கே வீட்டிலேயே தாம் தெரிந்து கொண்டுவிடக் கூடிய செய்திகளையும் விளக்கங்களையும் பெறும் பொருட்டு வசீலியின் இல்லத்துக்குப் போய் வருவது வழக்கமாகிவிட்டது.

வசீலியின் இல்லத்தில் எல்லோரும் தாத்தாவைப் பார்த்ததும் மகிழ்ச்சியடைவார்கள். எழுபத்தெட்டாவது வயதிலுங்கூட அவர், சுற்றிலுமுள்ளோரைப் பாடாய்ப் படுததும் கிழவர்களைப் போன்றவராகி விடவில்லை. தொணதொணவென்று குறை சொல்வதிலும் "உபதேசம்" செய்வதிலும் மத்வேய் தாத்தாவுக்கும் தனி ஆர்வம் உண்டுதான் _ ஆனால் அதனால் என்ன? அதிசயமான கதைகள் ஆயிரக்கணக்கில் சொல்லக் கூடியவர் அவர். வசீலியின் மனைவி மரியா கவ்ரீலவ்னா அவ்வளவாய் இனிய சுபாவமுடையவளல்ல, கடுகடுப்பாய் இருப்பவள். அவளுங்கூட அவர் கதை சொல்லத் தொடங்கியதும் உணர்ச்சிப் பரவசமுற்றுவிடுவாள்.

மெய்யாகவே அது வியக்கத்தக்கதுதான் _ ஆண்டுகள் உருண்டோடின, ஆனால் ஒரு முறை சொன்ன கதையைத் தாத்தா திரும்பவும் சொல்லக் கேட்பது அரிதினும் அரிது. இந்தக் கதைகளில் சில அவருடைய சொந்தக் கற்பனைதானே என்று யாராவது கேட்டால், “கதை சொல்வதில் உன்னையும் என்னையும் காட்டிலும் வாழ்க்கை தேர்ந்த திறமைசாலி'' என்று கிழவர் மத்வேய் பதிலளிப்பார்.

கிழவர் மத்வேயை அடிக்கடி தொழிற் பள்ளிக்கு வரும்படி அழைப்பார்கள். பழங்காலத்தில் உழைப்பாளியின் கடினவாழ்க்கை குறித்து அங்குள்ள பையன்களுக்குச் சொல்ல அவரிடம் விஷயம் நிறைய இருந்தது. அந்தப் பையன்களிடம் சென்று அவர் திவேர் மாவட்டத்தில் எங்கோ ஒரு மூலையிலிருந்த குடிசை வீடுகளாலான அந்தச் சிறிய கிராமத்தையும் தமது தந்தை தரோபியையும் பற்றிச் சொல்வார். தந்தைக்கு அவர் பதினோராவது குழந்தை; ஆகவே வேண்டாத பிறவியாக, வீட்டில் ஏற்கனவே இருந்தவை போதாதென்று புதிதாய் வந்த சுமையாய்ப் பிறந்தவர். அவர் தாய் இறந்து போனதையும், தாயை அடக்கம் செய்து கடைசிப் பாள மண்ணைப் போட்டு மூடி நிமிருவதற்குள் தந்தை அவரை வேலை பயிலும் ஊழியனாய் நகருக்கு அனுப்பப் போவதாய் அறிவித்ததையும் அந்தப் பையன்களுக்கு எடுத்துரைப்பார்.

வேலை பயிலும் ஊழியனாய் அவர் உழைத்த அந்தக் காலம் மறக்க முடியாதது. “வித்தகர் ஆட்டோ பிஸ்மார்க்''கின் _ நுழைவாயிலுக்கு மேலிருந்த நசுங்கிப்போன பெயர்ப் பலகை அப்படித்தான் அறிவித்தது _ தகரவேலைத் தொழிலகம் அமைந்திருந்த அந்த நிலவறையில் அவர் மூன்று ஆண்டுகளைக் கழித்தார். இடுக்கியில் வைத்து அறுத்துச் சாவிகள் தயாரிக்கவும், கெட்டில்கள், தகர சமொவார்கள், சமையல் பாத்திரங்கள் முதலானவற்றைப் பற்றவைத்து ஒட்டிச் சரிசெய்யவும் கற்றுக்கொண்டார். இந்த வேலை அவருக்கு மிகவும் பிடித்திருந்தது என்றாலும்கூடத் தம்மால் இனி சிறுபையனாய் வாழ முடியவில்லையே என்று ஏங்கிக் கொண்டிருந்தார். பதின்மூன்று வயதானபின் மத்வேயிடமிருந்து இந்த ஏக்கம் மறைந்துவிட்டது.

ஒருநாள் தேவாலயப் பாதிரியார் ஒரு வினோதவகைப் பொறியைக் கொண்டு வந்தார் - வில்மாடம் போலமைந்த வெண்கலக் கூண்டு அது. உள்ளே குறுக்குக் கம்பியினுள் தேன்சிட்டின் பருமனுள்ள சிறு குருவி ஒன்று பளபளப்பான

செவ்விறகுகளில் சிங்காரிக்கப்பட்டு உட்கார்ந்திருந்தது. கூண்டின் அடியில் பாதிரியார் ஒரு சாவியைத் திருப்பியதும் அந்தச் சிறு குருவி இறகுகள் படபடக்க உயிருள்ள குருவி போலக் கீச்சிட்டுவிட்டு நின்றது.

“இதற்குமேல் இக்குருவி இயங்காது நின்று விடுகிறது'' என்று முறையிட்டார் பாதிரியார். “பழுதாகிவிட்டது. முன்பெல்லாம் அப்படியே கானரிக் குருவி மாதிரி எவ்வளவு நன்றாய்ப் பாட்டிசைத்தது, தெரியுமா? ஸ்திரெப்பெதோவிலுள்ள சீமாட்டி மரியா பெலிக்சோவ்னா வழங்கிய அன்பளிப்பு, விலைமதிப்பற்றது! இது பழுது செய்ய முடியாதபடி வீணாகி விட்டால், இதைவிட எனக்கு ஒரு பெரிய துன்பம் எதுவும் இருக்க முடியாது. ஆட்டோ கார்லோவிச், நீங்கள்தான் இதனைச் சரிசெய்து தர வேண்டும். என்றென்றும் உங்களுக்குக் கடமைப்பட்டவனாய் இருப்பேன்.''

வித்தகரும் அவருடைய சிறந்த ஊழியரான இவான்குசேவும் தொடர்ந்து எட்டு நாட்களுக்கு அந்தக் கூண்டை வைத்துக் கொண்டு காலையிலிருந்து இரவு வரை வேலை செய்தனர். அந்நாட்கள் எல்லாம் சிறுவர் மத்வேய் தனது பிஞ்சு மனத்தைக் கொள்ளை கொண்டுவிட்ட அந்தச் சிறு குருவியைப் பற்றியே எந்நேரமும் நினைத்துக் கொண்டிருந்தார். அதைச் செய்தது ஒரு மனிதன்தானா? மெய்யாகவே அந்த ஆள் தேர்ந்த கலைஞனாகவே இருக்க வேண்டும்! அபாரத் தேர்ச்சி படைத்த தங்கக் கரங்கள் கொண்ட தொழிற் கலைஞர்கள் உலகில் இருந்தது பற்றி அவர் கேட்டிருந்தார். சிவப்பு இறகுகளையுடைய அந்த அதிசயக் குருவியை மெய்யாகவே தங்கக் கரங்கள் கொண்ட ஒருவரால்தான் படைத்திருக்க முடியும்.

ஒன்பதாம் நாளன்று வித்தகர் வேலை முடிவுற்ற சாமான்கள் வழக்கமாய் வைக்கப்பட்ட அந்த மேஜையின்மீது இந்தக் கூண்டைக் கிடாசிவிட்டு ஒரே மூச்சில் எல்லோரையும் ஏசினார்; பிறகு பெஞ்சுகளிலிருந்த யாவும் ஆடியதிர்ந்து தடதடக்கும்படிப் படீரெனக் கதவை மூடிவிட்டு வெளியே நடந்தார். அவருக்கு ஏன் இந்தக் கோபமென்று இவான் குசேவ் விளக்கமாய்ச் சொன்னார் :

“குருவி பாடவில்லை, இதனால் பணத்தை இழக்க நேரிடுகிறதே என்று கிழவர் ஆட்டோ ஆத்திரப்படவில்லை, தொழிலகத்தின் பெயர் கெட்டுப் போகிறதென்று ஆத்திரப்படுகிறார்.''

அந்தக் குருவியை அக்கக்காய்ப் பிரித்துப் பரிசீலனை செய்து பாட்டிசைக்கும் அதன் அதிசயத் திறனின் இரகசியத்தைக் கண்டுபிடிக்க வேண்டுமென்ற அடங்காத ஆவலால் மத்வேய் பீடிக்கப்பட்டார்.

அவருடைய அதிர்ஷ்டம் _ பிற்பாடு அவருக்கு இது துரதிர்ஷ்டமாகி விட்டது _ பாதிரியார் பல நாட்களுக்கு அந்தக் கடைப் பக்கம் வரவில்லை, வேலை முடிவுற்ற சமையல் பாத்திரங்களுடனும் சமொவார்களுடனும்கூட அந்தக் கூண்டும் அங்கேயே இருந்துவந்தது. தினமும் இரவில் தொழிற்கூட ஊழியர்கள் தூங்கியதும், மத்வேய் யாருக்கும் தெரியாமல் சன்னல் வழியே தொழிற்கூடத்தினுள் நுழைந்து மெழுகுவத்தியை ஏற்றி வைத்துக் கொண்டு அக்கு வேறு ஆணி வேறாய் அதைக் கழற்றிப் பிரித்துக் குருவியின் சூட்சுமத்தை ஆராய்ந்தார்.

இரவுகளில் தூங்காமல் இவ்வாறு கண்விழித்து வேலைசெய்ததன் விளைவுகள் அவரிடம் தெரியலாயின. குடிகாரனைப் போல் தட்டுத் தடுமாறி நடந்தார், வேலை மேஜை மீது தூங்கி விழ ஆரம்பித்தார். இன்னும் ஓர் இரவு வேலை செய்தால் போதும், குருவியின் இரகசியத்தைத் தெரிந்து கொண்டு விடலாம் என்று அவர் நினைத்துக்கொண்டிருந்தார். ஆனால் அதற்குள் பாதிரியார் அங்கு வந்து குருவிக்கூண்டை எடுத்துச் சென்றுவிட்டார். அதற்கு அடுத்த நாள் பாதிரியார் திரும்பிவந்து, குருவி அடியோடு பாழாக்கப்பட்டுவிட்டதென்று வித்தகரிடம் ஏகக் கூச்சல் போட்டார். கைத்தொழிலாளர்களில் ஒருவன் மத்வேய் அந்தக் கூண்டை வைத்துக் கொண்டு வேலை செய்ததைத் தான் பார்த்ததாய்ச் சொல்லவே, உடனே வேலையைவிட்டு ஓடும்படிச் சிறுவர் மத்வேய்க்கு உத்தரவு கிடைத்தது. எங்கே ஓடுவது? வேறு எங்கே? வீட்டுக்குத்தான், தந்தையிடம்தான் ஓட வேண்டும். அறுபது வெர்ஸ்டுகள் நடந்தே சென்றாக வேண்டும். மத்வேய் புறப்பட்டார், ஆனால் கடக்கவேண்டிய தொலைவில் காற்பகுதிகூடப் போயிருக்க மாட்டார் _ வழியில் ஒரு கிராமத்தில் சுருண்டு விழுந்துவிட்டார். அன்பு உள்ளங் கொண்ட வயது முதிர்ந்த ஒரு விதவையின் குடிசையில் தொடர்ந்து மூன்று வாரங்களுக்குப் படுத்த படுக்கையாய்க் கிடந்தார். காய்ச்சல் என்று கூறினார்கள்.

காய்ச்சலுக்குப் பிறகு எழுந்து நடமாடத் தொடங்கியதும், ஆட்டோ பிஸ்மார்க்கின் நாற்றம் பிடித்த தொழிற்கூடத்திலிருந்து தனது கரங்களிலும் தலையிலும் மிகப் பெரும் சம்பத்தைத் தான்

கொண்டு வந்திருந்ததை முதன்முதலாய் உணரலானார். அவரைப் பேணிக் காத்த அந்தக் கிழவியின் குடிசையிலிருந்த பூட்டுகளைப் பழுதுபார்த்துச் சரிசெய்தார். பிறகு உடம்பு கொஞ்சம் தேறியதும் கிழவியின் அக்கம்பக்கத்துக் குடிசைகளிலிருந்து பலரும் அவரிடம் வந்தனர் - அவர் செய்வதற்கு அவர்களிடமும் பல வகையான ரிப்பேர் வேலைகள் இருந்தன. மத்வேய் வீடுவீடாகவும் பிற்பாடு கிராமம் கிராமமாகவும் சென்றார். சிறிது சிறிதாய்ப் பழங்காலத்து வேலைக் கருவிகளைச் சேகரித்துக் கான்வஸ் பையில் வைத்துக் கொண்டு ஆங்காங்கே சென்று ஈயம் பூசுதல், பற்ற வைத்து ஒட்டுதல், சாணை பிடித்தல் முதலான வேலைகள் செய்து வந்தார். தன் தந்தையிடமும் சகோதரர்களிடமும் திரும்பிச் செல்ல வேண்டுமென்ற விருப்பமே இல்லாதவராகிவிட்டார். தன்னையறியாமலே மத்வேய் ஜுர்பின் ஒரு தொழிலாளியாகி விட்டார்; தன் கரங்களையே, சுத்தியல் அடிபட்டும் அமிலம் பட்டும் காய்த்துப் போன அந்தக் கரங்களையே, செல்வமாய்க் கொண்ட பாட்டாளியாகி விட்டார்.

அவ்வாண்டுகளில் அத்தகைய கரங்களுக்கு எங்கும் கிராக்கி இருந்தது. ருஷ்யப் பிரபுக் குலத்தோர் தொழில் துறையினர் முன்பும், வர்த்தகத் துறையினர் முன்பும் நிற்க முடியாமல் பின்வாங்கிச் சென்று கொண்டிருந்தனர்; கிராமத் தொழிற்கூடங்கள் ஆலைகளுக்கு இடமளித்து மறைந்து வந்தன. ஆகவே மத்வேய் செயின்ட் பீட்டர்ஸ்பர்க் வந்து சேர்ந்ததும் கப்பல் கட்டும் துறை ஒன்றில் உடனே அவரைப் பிட்டர் தொழிலாளியாக வேலைக்கு எடுத்துக் கொண்டு விட்டனர். ஆனால் ஒரே வேலையில் அவரால் நெடுநாட்களுக்கு நிலைத்திருக்க முடியவில்லை. அந்த ஜெர்மன் கம்மியரின் தொழிற்கூடத்துக்குப் பிற்பாடு சுதந்திர வாழ்வாய்த் தோன்றிய ஊர் ஊராய்த் திரியும் நாடோடி வாழ்க்கை அவருக்கு மிகவும் பழக்கப்பட்டதாகிவிட்டது. ஆலை ஆலையாக, தொழிலகம் தொழிலகமாக வேலை மாறிச் சென்று, என்னதென்று தமக்கே தெரியாத ஏதோ ஒன்றை எந்நேரமும் தேடியலைந்தார். ஒரு வேலைத் துறையிலிருந்து இன்னொன்றுக்கு மாறிச் சென்ற வண்ணமிருந்தார். கடைசல் இயந்திரத்தில் வேலை செய்யக் கற்றுக் கொண்டார்; கொதிகலன் தயாரிக்கவும், உலோகம் உருக்கவும் தெரிந்துகொண்டார். பிறகு கப்பலில் பயர்மேனாக வேலை பெற்று கடற் பயணம் சென்று போர்னியோ, சிங்கப்பூர், இந்தியா, ஜப்பான், தென் அமெரிக்கா என்று வெளிநாடுகளுக்கெல்லாம போய்வந்தார்.

இருபதாவது வயதில் அவர் சேனையில் சேர்க்கப்பட்டு போலந்தில் லொம்ஸாவில் நிறுத்தப்பட்டிருந்த குதிரைப் படைக்கு அனுப்பப்பட்டார். கம்மியர் தொழில் தெரிந்தவராதலால் படைப்பிரிவின் படைக்கல வினைஞருக்கு உதவியாயிருப்பதே அவர் வேலையாகிறது. படைக்கலக் கொட்டில் வேலை அவருக்கு மிகப் பொருத்தமாயிருந்தது. ஓரிரண்டு ஆண்டுகளில் படைக்கல வினைஞராகிவிடும்படி அவர் இவ்வேலையில் அத்தனை ஈடுபாடு காட்டினார். மேலாளர்கள் பார்வையிட வரும்போதெல்லாம் படைப்பிரிவின் துப்பாக்கிகளும் பீரங்கிகளும் குறை காண முடியாத சிறந்த நிலையில் இருக்கும். படைத் தலைவர் மட்டற்ற மகிழ்ச்சியடைவார்; மத்வேய்க்கு ஊக்கமளிக்கச் சிறிதும் அவர் தயங்கமாட்டார்; பெரும்பாலும் மத்வேய் விரும்பியபடியே யாவும் நடைபெற அனுமதித்து வந்தார்.வேறு யாராய் இருந்தாலும் பெருஞ் சிக்கலில் மாட்டிக் கொள்ள நேர்ந்திருக்கும் ஒரு சம்பவம் நடைபெற்றபோது, மத்வேய் ஜுர்பின் அதிக சங்கடமின்றிச் சமாளித்துச் சிக்கலிலிருந்து வெளிவர முடிந்தது.

கிழவர் அவருடைய வாழ்வின் இந்தக் கட்டத்தைப் பற்றி இளம் தொழிற் பள்ளி மாணவர்களிடம் சொல்லவில்லை. அந்த விவகாரங்களை அவர்களிடம் சொல்ல முடியுமா? லொம்ஸாவில் இருக்கையில் அவருக்குப் போலிஷ் மங்கை ஒருத்தியிடம் பரிச்சயம் ஏற்பட்டது. அவ்வூர் தச்சுத் தொழிலாளியின் மகள் அவள். ஜத்ஸியா லுசின்ஸ்கா என்று பெயர். குதிரைப் படைவீரர் கட்டுறுதி வாய்ந்தவர், கரிய புருவங்களையுடைய பெரிய கண்கள் கொண்ட இளைஞர். அந்தப் போலிஷ் மங்கை கொடி போன்றவள், மென் முடிகளும் நீல விழிகளும் கொண்டவள். இருவரும் காதல் கொண்டனர் _ ஒருவரின்றி ஒருவரால் வாழ முடியாதவர்களாயினர். சிக்கலை இன்னும் கடுமையாக்கும் முறையில் அந்தத் தச்சுத் தொழிலாளி லுசின்ஸ்கி தன் மகளை உள்ளூரில் பள்ளியாசிரியராயிருந்த பான் ஸ்கிரிப்காவுக்கு மணம் முடிப்பதாய் மணவுறுதி செய்து கொடுத்தார். ஆனால் மத்வேய் பணிந்துவிடவில்லை. தொழிலாளர் வாழ்க்கை அவருக்கு நிறைய கற்றுத் தந்திருந்தது : வாழ்க்கையே ஒரு போராட்டம்தான், வாயைப் பிளந்து கொண்டு சும்மா நிற்போரை அது மூலையில் உட்கார வைத்து விடும்; ஆனால் தயக்கமின்றி எதிர்த்து நின்று முழு வலிவையும் காட்டுவோர் வெற்றியாளராய் மேல்நிலை பெறுவர்.

பான் ஸ்கிரிப்காவுக்கும் ஐத்ஸியாவுக்கும் மணம் நடைபெறவிருந்த நாளன்று வெண்பனி பெய்து கொண்டிருந்த காலை நேரத்தில் திருமணக் கோஷ்டியாரைக் கோயிலுக்கு அழைத்துச் செல்ல லுசின்ஸ்கி வீட்டின் வாயில் முகப்பிலே சறுக்கு வண்டிகள் வரிசையாய் வந்து நின்றன. அதே நேரத்தில் குதிரைப்படையைச் சேர்ந்த முக்குதிரைச் சறுக்கு வண்டி ஒன்று மிக வேகமாய்க் கொல்லைப்புறத்தில் வந்து நின்றது. மண உடுப்புகள் உடுத்தி மணமகளுக்குரிய முகத்திரையும் ஜிகினாவால் அழகு செய்யப்பட்ட வெண்ணிற சிலிப்பரும் அணிந்து மணக் கோலத்திலிருந்த ஐத்ஸியா அப்படியே படிகளில் இறங்கி ஓடிக் கொல்லைப்புறத்திலே நின்ற வண்டியில் ஏறிக் கொண்டாள். குதிரைகள் வெண்பனிப் புயலில் மறைந்து காட்டுச் சாலைகளிலே பறந்தோடின.

வீட்டிலிருந்தவர்கள் என்ன நடந்ததென்பதை உணர்வதற்குள் மணமகள் கிளர்ந்தெழுந்து வீசிய வெண்பனியிலே மாயமாய் மறைந்துவிட்டாள். இப்படிச் சிலரும் அப்படிச் சிலருமாய் சறுக்கு வண்டிகளில் விரைந்து சென்று தேடினர்; ஆங்காங்கே கண்ணை மூடிக் கொண்டு துப்பாக்கிகளையும் கைத்துப்பாக்கிகளையும் சுட்டுப் பார்த்தனர்.

ஆனால் படைக் குதிரைகள் எங்கும் நிற்காமல் வேகமாய் ஓடின. ஐத்ஸியாவையும் ஆட்டுத் தோல் கோட்டணிந்த மத்வேயையும் அவருடைய இரு படைத் துணைவர்களையும் நாற்பது வெர்ஸ்டுக்கு அப்பால் ஒரு கிராமத்துக்குக் கொண்டு போய்ச் சேர்த்தன. அங்கே பாதிரியார் ஒருவர் அவருடைய நண்பகல் உறக்கத்திலிருந்து அவசரமாய் எழுப்பப்பட்டார். மிரண்ட நிலையில் அவர் மணச் சடங்குகளை முடித்தார்.

இந்தச் சம்பவம் அந்தச் சுற்றுவட்டாரம் அனைத்தையுமே பரபரப்படையச் செய்தது. படைப் பிரிவின் தளபதியான முதுபெரும் குதிரைப் படை வாள் வீரர், சாதாரண படையாள் இராணுவச் சேவைக் காலத்தில் மணம் புரிந்து கொள்வது கடுங் குற்றமென்றும், இந்தக் கடுங் குற்றத்தை மத்வேய் புரிந்து விட்டாரென்றும் கருதினார். அவர் செய்த ஏனையவை யாவும் துடுக்குச் செயல்களேயன்றிக் குற்றமல்ல என்று எண்ணினார்.

“ஜுர்பின், நீ நடந்து கொண்டுள்ள விதத்தைப் பார்த்தால், மேன்மை தாங்கிய அரசி மரீயா பியோதரவ்னாவின் மெய்க்காவலர் படையைச் சேர்ந்தவனாய் அல்லவா நினைத்துக் கொண்டிருப்பதாய்த்

தோன்றுகிறது?'' என்றார் அவர். “பாவி, என்ன காரியம் செய்துவிட்டாய்! போலந்திலேயே அழகானவளாய்ப் பார்த்தல்லவா தூக்கிக் கொண்டு ஓடிவிட்டாய்? அரசிளங் குமரி மாதிரி எழில் நங்கையாய் இருக்கிறாளே! நண்பனே, உனக்கு ஐந்து நாட்கள் சிறை தண்டனை அளிக்கிறேன்.''

எப்படியோ விவகாரம் இதற்குமேல் கடுமையாகாதபடி அமுக்கப்பட்டு விட்டது. மத்வேய் படையாள் கொட்டடிகளை விட்டகன்று வெளியே சொந்தக் குடித்தனம் நடத்தும் பொருட்டு சார்ஜண்ட் பதவிக்கு உயர்த்தப்பட்டார். இத்துடன் இந்த விவகாரம் முடிவடையலாயிற்று. இல்லை, பெண்ணின் பெற்றோர்கள் தமது மகளைச் சபித்து அவளை நிராகரித்ததோடு முடிவடையலாயிற்று.

ஆனால் பெற்றோர்களுடைய சாபத்தைக் கண்டு ஐத்ஸியாவோ மத்வேயோ கலக்கமடையவில்லை. தையல் வேலையில் ஐத்ஸியா கைதேர்ந்தவள் என்பது தெரியலாயிற்று. படைப் பிரிவின் சீமாட்டிகளுக்கு அவள் ஆடைகள் தைத்துத் தந்தாள். வார்சாவின் பெயர்பெற்ற நவீன ஆடை தயாரிப்பாளர்களைக் காட்டிலும் ஐத்ஸியா சிறப்பாய் ஆடைகள் தைப்பதாய் இந்தச் சீமாட்டிகள் அவளைப் போற்றினர். அந்நாட்களில் ஜூர்பின் தம்பதிகள் குறை ஏதுமின்றி வசதியாகவே வாழ்க்கை நடத்தினர்.

புதிய நூற்றாண்டு பிறப்பதற்கு இரண்டொரு ஆண்டுகளுக்கு முன்பு ஐத்ஸியாவுக்கு மகன் இலியா பிறந்தான்; பிறகு ஓராண்டில் இரண்டாவது மகன் வசீலிய் பிறந்தான். ருஷ்ய _ ஜப்பானிய யுத்தத்தின் தொடக்கத்தில் மூன்றாவது மகனைப் பெற்றெடுத்தாள். அதே ஆண்டில் மத்வேய் குடும்பத்தின் வாழ்வில் ஒரு கடுந் திருப்பத்தை உண்டாக்கிய விபத்தும் ஏற்பட்டது. துப்பாக்கிச் சோதனை அரங்கில் மத்வேயின் கைகளில் இருந்த துப்பாக்கி வெடித்துவிட்டது. அங்கிருந்து அவரைத் தூக்கிவந்த படையாட்கள் தமது படைக்கல வினைஞர் செத்துவிட்டார் என்றே நினைத்தனர். நெற்றிப் பொட்டுக்கு அருகே பட்ட காயத்திலிருந்து இரத்தம் பீறிட்டு வழிந்தது. ஐத்ஸியா மருத்துவமனைக்கு ஓடோடி வந்தாள். இராணுவ சர்ஜன் அவளுடைய கணவர் பிழைக்கமாட்டார், அப்படியே பிழைத்தாலும் வாழ்வெல்லாம் இயலாதவராகவே இருக்க வேண்டி வருமென்று அவளிடம் சொன்னார்.

பிறகு சிறிது காலத்துக்கெல்லாம் படைப்பிரிவு போலந்திலிருந்து திருப்பி யழைக்கப்பட்டது. மத்வேய் சேனையிலிருந்து

விலக்கப்பட்டார். அவர் சாகவில்லை, ஆனாலும் மாதக் கணக்காய் அரைக் குருடாகவும் அரைச் செவிடாகவும் படுத்த படுக்கையாய்க் கிடந்தார். இராணுவ சர்ஜன் சொன்னது சரியாகிவிடுமென்றே ஐத்ஸியா நினைத்தாள் _ மத்வேய் இயலாதவராய்ப் படுத்துக் கிடந்தார். ஆனால் அவள் தன் கணவரை உயிருக்கு உயிராய் நேசித்தாள், எந்நிலையிலும் அவரை விட்டுப் பிரிய நினைக்கவில்லை. குடும்பத்தைப் பாதுகாக்க இப்பொழுது அவள் இரு மடங்கு கடுமையாய் உழைக்க வேண்டியிருந்தது. ஆடை தயாரிப்பாளராக வேலை செய்ய முடியவில்லை என்றால், சாதாரண சாக்குகளைத் தைத்துப் பிழைப்பு நடத்துவதெனத் தீர்மானித்தாள். விரல்கள் வீங்கிவிட்ட நிலையிலும் பகலென்றும் இரவென்றும் பாராமல் வேலை செய்தாள். இரவிலே குழந்தைகள் தூங்கியதும், மத்வேயின் படுக்கையருகே உட்கார்ந்து அவருடைய போலிஷ் பாட்டுகள் பாடினாள், பழங்காலத்துக் கிராமியக் கதைகள் கூறினாள். மெய்மறந்து அப்படியே அவர் தூங்கிவிடுவார்.

கடைசிப் பையன் இறந்துவிட்டான். ஐத்ஸியா தானே அவனை எடுத்துச் சென்று அடக்கம் செய்தாள். ஏனையோரையும் மத்வேயையும் பாதுகாக்கத் தொடர்ந்து ஓயாமல் வேலை செய்தாள்.

இரண்டரை ஆண்டுகளுக்கு, மத்வேய் படுக்கையை விட்டெழும் வரையில், இப்படி அவள் உயிரை விட்டு உழைத்து வந்தாள். பிறகு அவர் அவளையும் குழந்தைகளையும் அழைத்துக்கொண்டு செண்ட் பீட்டர்ஸ்பர்க் சென்றார். அங்கே கொந்தளிப்பு மூண்டு வந்தது. "கறுப்புப் பட்டியல்கள்", அரசியல் கைதிகளாய்க் கடத்தப்படுதல், கதவடைப்புகள், வேலையில்லாத் திண்டாட்டம் ஆகிய கொடுமைகள் தலைவிரித்தாடிய காலம் அது. மிகவும் கஷ்டப்பட்டு மத்வேய் ஆழ்கடல் செல்லும் கப்பல் ஒன்றில் பயர்மன் வேலை பெற்றார். அவர் கடல் கடந்து சென்றுவிடும் காலங்களில் மனைவியும் குழந்தைகளும் துறைமுகத்துக்கு அருகே கொட்டடிகளில் வறுமையிலே வதைந்தனர்.

மனைவியும் குழந்தைகளும் துன்புறுவதைக் கண்ட மத்வேய் மனம் ஒடிந்து தற்கொலை செய்து கொண்டுவிடலாம் என்று நினைக்கும் அளவுக்குச் சென்றுவிட்டார். ஆனால் மனைவியிடம் அவருக்கு இருந்த அளவிலாப் பாசம் அவரைக் காப்பாற்றியது. கடற் பயணங்களிலிருந்து திரும்பியதும் மத்வேய் வீட்டுக்கு ஓடி, குழந்தைகளை முத்தமிடுமுன் தமது ஐத்ஸியாவைச் சிறு

பிள்ளையைத் தூக்குவது போலக் கைகளில் தூக்கிக் கொண்டுவிடுவார்.

ஐத்ஸியாவுக்குக் கிட்டத்தட்ட முப்பது வயதாகியது, அப்படியும் அவளுடைய அழகு குலைந்துவிடவில்லை. அதற்குப் பதில் கடினமான இந்த ஆண்டுகளில் அவள் அழகு அதன் முழுமையான பொலிவை அடைந்ததாய்த் தோன்றியது. மிகக் கடின உழைப்பால் கருத்தற்றவர்களாகிவிட்ட முரட்டுத் துறைமுகத் தொழிலாளர்களுங்கூட பயர்மன் ஜுர்பினது மனைவியின் முன்னால் நல்லபடியாய் நடந்து கொள்ள முயன்றனர். தட்டுத் தடுமாறியபடி, ஆனால் மெய்யன்புடன் அவர்கள் 'நயமான' சொற்களாய்ப் பார்த்துத் தமது பேச்சில் எடுத்தாள்வது வழக்கம். இச்சொற்களை அவர்களுடைய வாயிலிருந்து கேட்பது வினோதமாகவே இருக்கும்.

எண்ணிலடங்காத முறை துவைத்துச் சுத்தம் செய்யப்பட்டுக் கிழிசல்கள் தைக்கப்பட்ட அந்த ஆடைகளிலே ஐத்ஸியாவைப் பார்க்கும் போதெல்லாம் தமது உள்ளத்து அரசி இந்நிலையிலா வாழ்வதென்று மத்வேய் மனம் புழுங்குவார். வெளிநாட்டுத் துறைமுகங்களிலே அவர் "கூத்தடிக்க"வில்லை; ஏனையோரைப் போலக் குடித்துவிட்டு ஆடவோ, சீட்டாடவோ இல்லை. பயர்மனுக்குக் கிடைத்த சம்பளத்தை ஒரு கொப்பெக்குகூட வீணாக்காது மிச்சப்படுத்தி, மலிவான ஆபரணங்களும் அணிமணிகளும் வீட்டுக்கு வாங்கி வருவார். ஒரு தரம் அவர் பெருமுயற்சி செய்து பட்டத்து அரசிக்குப் பொருத்தமான ஒன்றை _ பெரிய காஷ்மீர் சால்வையை _ பம்பாயிலிருந்து வாங்கி வந்தார். ஐத்ஸியாவின் ஆடைகளிலிருந்த எல்லாக் குறைபாடுகளையும் அந்தச் சால்வை மூடி மறைத்துவிட்டது. அது அவளுக்கு மிகவும் பிடித்திருந்தது, கிடைத்தற்கரிய பொக்கிஷமாய் அதைப் போற்றிவந்தாள்.

1914 ஆகஸ்டில் மத்வேய் கடற்படையில் மாலுமியாய்ச் சேர்க்கப்பட்டார். இருமுறை அவருடைய கப்பல் ஜெர்மன் டார்ப்பீடோக்களுக்குப் பலியாயிற்று. இரு முறையும் சாவு தம்மை நெருங்காதபடி அத்தனை வைராக்கியத்துடன் போராடி உயிர் தப்பினார். பால்டிக் அலைகளிடையே அவர் உயிருக்காகப் போராடியபோது ஐத்ஸியாதான் கலங்கரை விளக்கமாய் அமைந்து கவர்ந்திழுத்து அவரைக் கரையேற வைத்தாள். அவருடைய தோழர்கள் அவரைத் தமது தலைமறைவுக் குழுவிலே சேரச்

செய்து, பாட்டாளியான மத்வேய் ஜூர்பின் நல்வாழ்வு பெறும் வழி குறித்து இக்குழுக்களிலே விவாதித்த காலங்களிலும் அவர் தமது ஜத்ஸியாவைத்தான் நினைத்துக் கொண்டிருந்தார்; அவளுக்குச் சிறந்த வாழ்வு கிட்ட வேண்டுமென்றுதான் கனவு கண்டு வந்தார். வசதியாய் வாழ்ந்த பள்ளி ஆசிரியர் அவளுக்கு அளிக்கவிருந்த சுகபோக வாழ்வை உதறித் தள்ளிவிட்டு, பதினேழு வயதான மங்கையாய் இருந்த ஜத்ஸியா அன்று பெற்றோர்களால் சபிக்கப்பெற்று, பிறந்த வீட்டைத் துறந்து, சாதாரண ருஷ்யப் படையாளாய் இருந்த தம்மிடம் முழு நம்பிக்கையோடு வந்து உள்ளத்தின் அன்பு அனைத்தையும் சொரிந்ததையும், பல ஆண்டுகளாய்த் தம் படுக்கையருகே அமர்ந்து தம்மைப் பராமரித்ததையும் நாற்பது வயதுக்கு மேலாகியுங்கூட இன்னமும் அவரால் மறக்க முடியவில்லை. அன்பு நிறைந்த அவளுடைய தாலாட்டுகள் இன்னமும் அவர் காதில் ஒலித்து அவரை நெக்குருகச் செய்தன.

“அரோரா” போர்க்கப்பலின் பீரங்கிகள் முழங்கின. மத்வேய் ஜூர்பின் நிக்கலயேவ் பாலத்தருகே இறங்கிய படைக் குழுவில் ஒருவராய்ப் போராடினார்; துப்பாக்கிகளும் ரிவால்வர்களும் பொழிந்த குண்டு மழையிலே புகுந்து, அரண்மனையின் சலவைக் கல் படிகளிலே நிலை கொண்டிருந்த வெறிபிடித்த எதிர்ப்புரட்சி ஆபீசர்களைத் தாக்கி அங்கிருந்து விரட்டியடித்தார்; லாரியின் மட்கார்டிலே ஒட்டிக் கொண்டு பெட்ரொகிராத் தெருக்களிலே பகைவர்களை விரட்டிச் சென்றார். புரட்சிகர ருஷ்யாவின் மூலைமுடுக்கெல்லாம் பொங்கியெழுந்த மாபெரும் வாழ்வுடன், விலக்கின்றிப் பாட்டாளி வர்க்கத்தார் அனைவருக்குமுரிய இந்த வாழ்வுடன், அவருடைய ஜத்ஸியாவும் அவர் உள்ளத்திலே சிறிதுசிறிதாய் ஒன்றுகலப்பதைக் கண்டார். அவரை அறியாமலே இந்நிகழ்ச்சிப் போக்கு ஆரம்பித்துவிட்டது. கடற்படைப் பிரிவினருடன் அவரும் வட திசையிலும் வோல்கா ஆற்றிலும் சென்று போராடினார், பிறகு பெத்ரொகிராதுக்குத் திரும்பி வந்தார்.

கடலோரப் பகுதியில் ஒரானியன்பாமுக்கு அப்பால் காடுகளிலே அவர் தமது புதல்வர்களை _ இலியாவையும் வசீலியையும் _ சந்தித்தார். அவருடைய குல்லாயில் பொறிக்கப்பட்டிருந்த அதே எழுத்துக்கள்தான் _ “பால்டிக் கடற்படை” _ அவருடைய புதல்வர்கள் இருவரின் குல்லாய்களிலும் காணப்பட்டன. பகைவர்கள் வசமிருந்த கோட்டைகள் பிடிபட்டதும் ஜூர்பின்கள் ஒன்றாய்ச் சேர்ந்து வீட்டுக்குத் திரும்பினர்.

ஜத்ஸியா டைபஸ் காய்ச்சல் கண்டு சாகும் நிலையில் படுத்திருந்தாள். அவர்களால் அவள் உயிரைக் காப்பாற்ற முடியவில்லை. அவர்கள் போராடி வென்ற புது வாழ்வைச் சுவைக்காமலே அவள் இறந்துவிட்டாள்.

சவப்பெட்டிக்குப் பலகைகள் கிடைக்கவில்லை. மெலிந்து குச்சு போலாகிவிட்ட தமது மனைவியின் குளிரிட்டுப்போன உடலில் மத்வேய் அந்தக் காஷ்மீர் சால்வையைச் சுற்றி அவளைக் கடைசி முறையாய்த் தமது கரங்களிலே தூக்கிச் சென்றார். இலியாவையோ வசீலியையோ நம்பாமல் தாமே தனியே அவளை இடுகாட்டுக்குத் தூக்கிச் சென்றார்.

மண்ணிட்டு மூடியதும் அங்கேயே உட்கார்ந்து அழுதார். கலங்கரை விளக்கம் அணைந்துவிட்டது, அவருக்கு யாவும் இருண்டுவிட்டன.

அவர் புதல்வர்களும் அழுதார்கள். ஆனால் அவளை அவர் நேசித்தது போல அவர்களால் அவளை நேசித்திருக்க முடியாது. உரிய காலத்தில் அவர்களும் தங்களுடைய கலங்கரை விளக்கங்களைப் பெறுவர், ஆனால் மத்வேயினுடையது மறைந்துவிட்டது, என்றென்றுக்குமாய் அணைந்து போய்விட்டது.

மத்வேயின் சோகமும் தனிமையும், உலகிலிருந்து தக்க காலத்திலேயே அகற்றப்படாது இருந்தோர் மீதான, சலவைக் கல் படிகளிலிருந்து விரட்டியடிக்கப்பட்டுத் தகர்த்தொழிக்கப்பட வேண்டியவர்கள் மீதான ஆத்திரமும் ஆவேசமுமாய் மாறும் அளவுக்கு அப்படி உக்கிரமடைந்தன.

இடுகாட்டிலிருந்து எழுந்து பலத்த ஓசையுடன் அடியெடுத்து வைத்து வீறுநடை போட்டார். மண்டித் தழைத்த புருவங்களுக்கு அடியில் அவர் கண்களிலிருந்து சோகமும் வெறுப்பும் கனன்றன. தோன்பாஸ், கருங்கடலின் கரைகள், கிரிமியா இவ்வாறு ஓயாமல் அவர் நடைபோட்டுச் சென்றார். அவருடைய புதல்வர்களும் இதேபோல பல இடங்களுக்கும் சென்றனர். திரும்பவும் எல்லோரும் பெத்ரோகிராதில் சந்தித்தனர். இம்முறை அவர் புதல்வர்கள் தனியாட்களாய் வரவில்லை. பல இடங்களிலும் போரிட்டுவிட்டுத் திரும்பிய இலியா, இவனோவோவிலிருந்து நெசவுத் தொழிலாளியான அகஃப்யா காஃப்பவ்னா என்றொரு நங்கையை அழைத்து வந்தார்; வசீலிய் தன்னுடன் மாக்கா

என்பவளை, பணக்கார தம்போவ் விவசாயியின் மகளான மரீயா கவ்ரீலவ்னாவை அழைத்து வந்தார். இவ்விரு இளம் மருமகள்களிடத்தும் மத்வேய் இருவேறு மனப் போக்குகள் கொண்டிருந்தார். ''வர்த்தகரின் மகளை'' _ மாக்காவை அவர் தம் மனத்துள் இப்படித்தான் ஆதியிலிருந்தே உருவகப்படுத்தி வைத்திருந்தார் _ மறக்க முடியாத தமது ஐத்ஸியாவுடன் ஒப்பிடுகையில் இவள் எம்மட்டு என்று கேள்வி கேட்கும் பாவனையுடன் உற்று நோக்குவார். இவளிடம் வசீலிய் எதைக் கண்டு விட்டான்? ஆனால் அகஃப்யா அவர் இதயத்தைக் கவர்ந்துவிட்டாள். ஆம், ஐத்ஸியாவை நினைவுபடுத்திய ஏதோ ஒன்று _ சொற்ப அளவிலேதான் என்றாலும் _ அகஃப்யாவிடம் இருந்தது. இம்மருமகள் குதூகலமும் நேசபாவமும் மிக்கவள், அன்பு உள்ளம் கொண்டவள்.

போர்கள் முடிவுற்றுத் திரும்பிய ஜூர்பின் குடும்பத்தார் எல்லோரும் கட்சியின் அறைகூவலுக்கு இணங்கி பெத்ரோகிராதை விட்டு நெடுந்தொலைவுக்கு அப்பால் லாதா ஆற்றின் கரையிலே கப்பல் கட்டும் துறை ஒன்றைப் புனரமைக்கச் சென்றனர். மத்வேய் தரோபியேவிச் நங்கூரத் தெருவில் இலியாவுடனும் அகஃப்யாவுடனும் தங்கினார். மரிக்காவைத் தந்தைக்குப் பிடிக்காதென்பதை உணர்ந்திருந்த வசீலிய் தனியே வசிக்கலானார். ஆனால் நாளாவட்டத்தில் மரிக்காவுக்குத் தொழிலாளி வர்க்கக் குடும்பச் சூழ்நிலை பழகிவிட்டது; வசீலியுடன்கூட வாழ்ந்ததன் விளைவாய் அவளுடைய மனப்பாங்கும் இயல்புகளும் மாறலாயின. சிறுகச் சிறுக மத்வேயும் அவளுடன் சகஜமாய்ப் பழக முற்பட்டார். விடுமுறை நாள்தோறும் அவளையும் வசீலியையும் பார்த்துவிட்டு வருவதற்காக இப்பொழுது அவர் தவறாமல் புறப்பட்டுச் சென்றார். பன்னிரண்டு ஆண்டுகளுக்கு முன்பு ஒருபோதும் அவர் இதைச் செய்திருக்கமாட்டார். இருப்பினும், வசீலியின் மனைவி பால் அவருக்கிருந்த போக்கு எப்படியோ ''அவள் பழக்கப்பட்டுவிட்டாள்'' என்று சொல்லத் தக்க அளவிலேதான் இருந்தது. உண்மையில் அவருக்குப் பிடித்த மருமகள் அகஃப்யா கார்ப்பவ்னா மட்டும்தான். அகஃப்யாவையும் இலியாவையும் பார்க்கையில் சில சமயங்களில் கிழவர் சிந்தனையிலே ஆழ்ந்தவராய் அப்படியே உட்கார்ந்திருப்பார். பிறகு அன்று பகற்பொழுது முழுதும் சோகமே உருவானவராய்த்

தோற்றமளிப்பார். இரவு நேரம் வரும் வரை, தமது ஜத்ஸியாவைக் கனவிலே பார்த்திடும் வரை இதே சோக நிலையிலேதான் இருப்பார். நெடுங்காலத்துக்கு முன்பு வெண்பனி பெய்த அன்று காலையில் ஓடோடி வந்து குதிரைப் படைப்பிரிவின் சறுக்கு வண்டியிலே ஏறிக் கொண்டபோது அவள் அணிந்திருந்த வெண்ணிற மண உடுப்புகளிலேதான் எப்பொழுதும் அவளை அவர் பார்த்தார்.

௨

1

காலையில் ஜூர்பின்கள் வேலைக்குப் புறப்படத் தயாராகும்போது இரைச்சலும் சந்தடியும் மிகுந்து வீடு அமர்க்களமாகிவிடும். எல்லோரும் மேல் தளம் வரும்படிக் கப்பலில் உத்தரவிடப்பட்டது போலாகிவிடும்.

கிழவர் மத்வேயும் அகஃப்யா கார்ப்பவ்னாவும்தான் யாவருக்கும் முதலாய் மேல் தளம் வருவார்கள். கிழவர்களுக்குத் தூக்கம் வராது _ தாத்தா முதலில் எழுந்து வர இதுவே காரணம். அகஃப்யா கார்ப்பவ்னா அதிகாலையில் எழுந்து விடுவதற்கு அவளுக்குள்ள வீட்டு வேலைகளே காரணம். அவள் குறிப்பிட்டு வந்ததுபோல "வேலைக் குழாம்" அனைத்துக்கும் அவள்தான் காலை உணவு தயாரிக்க வேண்டியிருந்தது.

இந்த "வேலைக்குழாம்" சிறியதல்ல. உள்நாட்டுப் போர் முடிவுற்று லாதா ஆற்றின் கரைக்கு வந்த மத்வேய் தரோபியெவிச்சும், அவர் புதல்வர் இலியாவும், மருமகள் அகஃப்யாவும் ஒரு வயதான அவர்களது மூத்த குழந்தை விக்தரும் நங்கூரத் தெருவில் 19ஆம் எண் வீட்டில் குடியேறினர். அவர்களைப் போல் மேலும் மூன்று குடும்பங்கள் அந்த வீட்டில் வசித்து வந்தன.

வரிசையாய்க் குழந்தைகள் பிறந்து வளர்ந்து பெரியவர்களாகி மணம் புரிந்து கொள்ளவே, சிறிது சிறிதாய் வீடு முழுதுமே

ஜூர்பின்களுடைய கைக்கு மாறிவிட்டது. அவர்கள் அதைப் புனரமைத்து வேண்டிய சாமான்களை வாங்கிப் போட்டு, கச்சிதமான மூன்று குடித்தனப் பகுதிகளாக்கினர். அகஃப்யா கார்ப்பவ்னாவின் இளம் மருமகள்கள் தங்கள் விருப்பப்படி இல்லற வாழ்க்கையை அமைத்துக் கொள்ள வசதி அளிப்பதே வீட்டை இவ்விதம் மூன்று குடித்தனப் பகுதிகளாய்ப் பிரித்ததன் நோக்கம். ஆனால் நடைமுறையில் ஜூர்பின்கள் எல்லோரும் ஒரே குடும்பமாய்த்தான் வாழ்ந்தனர். அகஃப்யா கார்ப்பவ்னா குடும்பத்தின் பொது நிர்வாகத்துக்குப் பொறுப்பேற்று யாவற்றையும் கவனித்துக் கொண்டாள்.

காலையில் எழுந்ததும் கிழவர் மத்வேய் விறகு உடைத்துக் கணப்படுப்பைப் பற்ற வைத்து அடுப்பின் திறந்த கதவுக்கு அருகே அமைந்த

பெஞ்சில் உட்காருவார். வரிசை வரிசையாய் அடுக்கப்பட்டிருந்த சமையல் பாத்திரங்களிடையே செய்வாள். இது ஜூர்பின்களுடைய வீட்டில் காணக்கூடிய அமைதியான ஒரு சந்தர்ப்பம். இது அதிக நேரம் நீடிக்காது...

முதலில் மேஜையின்முன் வந்தமர்வது இலியாவாகத்தான். இருக்கும். அவரைத் தொடர்ந்து கோஸ்த்யாவும் துன்யாஷாவும், வித்தரும் லிதியாவும், பிறகு உயர்நிலைப் பள்ளியில் இறுதி வகுப்பு மாணவியான தோன்யாவும் வந்து சேர்வார்கள். அலெக்சேய்தான் கடைசியாய் வருவான். குளிர் காலமாயினும் அவன் நேரே வெளிமுற்றத்துக்கு ஓடி அங்கே கிடைமட்ட பாரில் உடற்பயிற்சி செய்வான். கோடையாயிருந்ததால் தலையில் தண்ணீரைக் கொட்டிக் கொண்டுதான் வருவான். இதற்கென மரக் கொட்டிலில் உத்திரத்திலிருந்து நீர் நிரம்பிய தொட்டி ஒன்று தொங்கும் _ நெம்புகோலின் கயிற்றை ஓர் இழுப்பு இழுத்ததும் தொட்டி கவிழ்ந்து அவன் தலையிலே தண்ணீர் கொட்டும்.

“வேலைக் குழாமைச்” சேர்ந்த ஏனையோர் எல்லோரும் மேஜையைச் சுற்றிலும் வந்தமரும் நேரத்தில் இலியா சாப்பிட்டு முடித்துவிட்டு அங்கிருந்து எழுவார். காம்பிலிருந்து குல்லாவை எடுத்துக் கொண்டு இன்னும் துளிக்கூட நரைக்காத அகஃப்யா கார்ப்பவ்னாவின் மென் கூந்தலை சாவதானமாய் ஒருமுறை தடவிக் கொடுத்துவிட்டுப் புறப்படுவார். ஆண்டாண்டும் நாள் தவறாமல் அகஃப்யா வேலிக் கதவுவரை பின்னால் சென்று,

கணவர் தெரு மூலையைக் கடக்கும்வரை அவரைப் பார்த்துக்கொண்டு அங்கேயே நிற்பது வழக்கம்.

ஒரு நிமிடம்கூட மாற்றமின்றித் தினமும் அதே நேரத்தில் இலியா மத்வேயெவிச் புறப்பட்டுச் செல்வார். ஒரு நிமிடம் கூட மாற்றமின்றி அவர் வடத்தெருவிலே அந்த நீல வீட்டை வந்தடையும் நேரத்தில் போர்மேன் பஸ்மானோவ் இறுக்கிப் பிடிக்கும் கோட்டின் பொத்தான்களை இழுத்துப் போட்டுக் கொண்டு படிகளிலே இறங்கி வருவார்.

"வணக்கம், இலியா மத்வேயெவிச்"

"வணக்கம், அலெக்சாந்தர் அலெக்சாந்தரவிச்!"

அலெக்சாந்தர் அலெக்சாந்தரவிச் பல ஆண்டுகளாய் இலியா மத்வேயெவிச்சின் வலது கரமாய் இருந்துள்ளவர். கப்பல் கட்டும் துறையில் இலியா மத்வேயெவிச் கட்டுமானப் பிரிவுக்குப் பொறுப்பாய் இருந்தார், அலெக்சாந்தர் அலெக்சாந்தரவிச் கோத்திணைப்புப் போர்மேனாய் இருந்தார். "பிறவியிலேயே" கப்பல் கட்டும் தொழிலாளி. அவர் தந்தை புகழ் பெற்ற "அரோரா" போர்க்கப்பலைக் கட்ட உதவியவர்; ருஷ்ய_ ஜப்பானியப் போரில் பசிபிக் கடற் படையின் போர்க் கப்பல்களை அமைத்திட்டவர். திசுஷிமா ஜலசந்தியில் நடைபெற்ற போரைப் பற்றிய செய்தி செயின்ட் பீட்டர்ஸ்பர்க் வந்து சேர்ந்த அக்காலத்தில்தான் அலெக்சாந்தர் அலெக்சாந்தரவிச்சின் தொழிலாளி வாழ்க்கை ஆரம்பமாயிற்று. அவருக்குப் பதினான்கு வயதானபோது அவர் தந்தை அவரைக் கப்பல் கட்டும் துறைக்கு அழைத்துச் சென்றார். பிறகு இருபத்தைந்து ஆண்டுகளில் அவர் போர்மேனாகினார். மரம் ஏற்றிச் செல்லும் "சாக்கோ", "வான்செட்டி" கப்பல்களும், பிரயாணிக் கப்பல்களான "அத்ஜாரியா"வும் "அப்ஹாசியா"வும், பால்டிக் கடற்படையின் அதிவேக குருயிசர்களும், பல பிரயாணிக் கப்பல்களும் சரக்குக் கப்பல்களும் போர்க் கப்பல்களும் அவற்றின் உடலிலும் காப்புக் கவசங்களிலும் அலெக்சாந்தா அலெக்சாந்தரவிச்சின் கைவன்மை பளிச்சிடக் கடலில் செல்லத் தொடங்கின.

இலியா மத்வேயெவிச்சும் அலெக்சாந்தர் அலெக்சாந்தரவிச்சும் உள்நாட்டுப் போரின்போது ஜாரித்சினில் ஒருவரையொருவர் தெரிந்து கொண்டனர். போர்க் களத்திலே இருவரும் நண்பர்களாயினர். பிற்பாடு இலியா மத்வேயெவிச் தமது பழைய நண்பரை லெனின்கிராடிலிருந்து தம்முடன் வடக்கே லாதா

ஆற்றுக்கு வரும்படி அழைத்து வந்தார். அதன்பின் கழிந்த பதினாறு ஆண்டுகளில் அவர்கள் இணைபிரியாதவர்களாகிவிட்டனர். ஒவ்வொரு வேலைநாளிலும் இருவரும் வடத் தெருவில் சந்தித்துக் கட்டுமானத் துறைக்குப் பக்கத்தில் அமைந்த அவர்களுடைய சிறிய அலுவலகத்துக்கு ஒன்றாய்ச் சேர்ந்து நடந்து செல்வார்கள், கட்டுமஸ்தான உருவமும் விரிந்த தோள்களும் கொண்ட இலியா குறுகலான இரட்டை மார்பு ஜாக்கெட்டுதான் எப்பொழுதும் போட்டிருப்பார். கோடையில் பளபளப்பான கடற்படைப் பொத்தான்களுடன் நீல நிறமாயிருக்கும், குளிர் காலத்தில் ரோமக் காலருடன் கனத்ததாயிருக்கும். மெலிந்து நெட்டையாய் இருந்த அலெக்சாந்தர் அலெக்சாந்தரவிச்சின் உடுப்பு எப்பொழுதும் இறுக்கிப் பிடித்துக் கொண்டு குறுகலாய் இருந்ததால், நெட்டைக் குச்சியான அவர் உருவத்தை அது மேலும் நெட்டையாய்த் தோன்றச் செய்தது. "பேய்க் காற்று" என்பதாய் அவர் சபித்த குளிர் காற்று ஜாக்கெட் கைக்குள்ளும் முதுகுக்குள்ளும் புகுவதைச் சகிக்க முடியாமல், இப்படி இறுக்கிப் பிடிக்கும் உடுப்பு உடுத்திக் கொள்வார்.

தமது முதுபெரும் நண்பர் காற்றைக் கடிந்து கொள்வதைக் கேட்டு இலியா மத்வேயெவிச் சிரிப்பார்.

"அப்படியானால், கட்டுமானப் பிரிவை விட்டு வெளியேறிவிடு! அலுவலக வேலையாய்த் தேடிப் பிடித்துக் கொள் அல்லது உனக்குக் கண்ணாடிக் கூடு ஒன்று அமைத்துக் கொள்!"

"இந்தப் பேய்க் காற்று தாங்க முடியாமல் ஒருநாள் நம்முடைய கட்டுமானங்கள்மீது கண்ணாடிக் கூடு ஒன்றை அமைத்துவிடுவார்கள் பாரேன்!"

முக்கியமாய் இலையுதிர் காலத்திலும், குளிர் காலத்திலும் கட்டுமானங்களில் இந்தக் காற்றிலிருந்து தப்பவே முடியாது. அலெக்சாந்தா அலெக்சாந்தரவிச் அப்பொழுது இந்தப் "பேய்க் காற்றை" ஓயாமல் சபித்துக் கொண்டிருப்பார்.

குடாவின் கரையோரங்களில் கப்பல் கட்டும் துறைக்கு அப்பால் மணல் மேடுகளும் பைன் மரங்களும் நிறைய இருந்தன. தொழிலாளர் குடியிருப்புகளுக்கு இவை கடற்காற்றுகளின் ஆவேசத் தாக்குதலிலிருந்து பாதுகாப்பு அளித்தன. ஆனால் லாதா ஆற்றின் வழியே இந்தக் காற்றுகள் குளிர்காலத்திலும் இலையுதிர்க் காலத்திலும் மிகக் கடுமையாய்க் கிளர்ந்தெழுந்து வீசின.

கட்டுமானங்களிலும் துறைகளிலும் கப்பல்களுக்கான இறுதி வேலைகளில் ஈடுபட்டிருந்தோர் இந்தக் காற்றுகளால் படாத பாடு பட்டனர். சேர்க்கைக் கண்ணாடி போன்ற ஒளிபுகும் உடையாத கெட்டிப் பொருளாலான கவசக் கூடு அலெக்சாந்தர் அலெக்சாந்தரவிச்சின் அபிப்ராயத்தில் இங்கு இன்றியமையாததாய் இருந்தது.

கட்டுமானங்களின் தலைவரும் போர்மனும் அவர்களுடைய அலுவலகத்துக்குப் போய்ச் சேரும் நேரத்தில் ஏனைய ஜுர்பின்கள் மேஜையை விட்டு எழுவார்கள். கோட் ஸ்டாண்டைச் சுற்றிச் சிறிது நேரம் ரகளை நடைபெறும். மாயமாய் மறைந்துவிட்ட குல்லாய்கள், ஸ்கார்ப்கள், ஜாக்கெட்டுகள், மழைக் கோட்டுகள் ஆகியவற்றைத் தேடிப்பிடித்ததும் கும்பலாய்த் தெருவை வந்தடைவார்கள். இங்கே அவர்களுடைய ஒற்றுமை குலைந்துவிடும். தோன்யா வேகமாய் வெர்யாழ்க்கா ஆற்றுக்கு அப்பால் தனது பள்ளிக்கூடத்தை நோக்கி நடப்பாள். அனேகமாய் வித்தரும் உடன்வர மெல்ல நடந்துசெல்லும் கிழவர் மத்வேயை அலெக்சேயும் கோஸ்த்யாவும் துன்யாஷாவும் விரைவில் தாண்டிக்கொண்டு சென்றுவிடுவார்கள்.

இலியா மத்வேயெவிச்சை வழியனுப்புவதற்கு மட்டும்தான் அகஃப்யா கார்ப்பவ்னா வேலிக் கதவு வரை செல்வாள். ஏனையோரை வாயில் முகப்பிலே இருந்தபடிக் கையை ஆட்டி வழியனுப்பிவிட்டு, காலியாகி வெறிச்சென்றாகிவிட்ட வீட்டுக்குள் திரும்பிவிடுவாள். உள்ளே அவளுக்கு வேலைகள் நிறைய இருக்கும். ஆறு மணிக்கெல்லாம் எல்லோரும் திரும்பி வந்துவிடுவார்கள்_ அதற்குள் மாலைச் சாப்பாடு தயாராய் இருக்க வேண்டும். விதம்விதமான பல நாக்குகளுக்கும் உகந்த சாப்பாடாய்த் தயார் செய்தாக வேண்டும். அவர்கள் திரும்புவதற்குள் அறைகளைச் சுத்தம் செய்து, ஜுர்பின்களுடைய வீடு பெயர் பெற்றிருந்த அப்பழுக்கற்ற ஒழுங்கு நிலையைப் பெறச் செய்தாக வேண்டும். தவிரவும், ஒவ்வோர் ஆண்டும் அகஃப்யா காஃப்பவ்னா காய்கறித் தோட்டம் போடுவது வழக்கம், இதற்கு நிறைய வேலை செய்ய வேண்டியிருந்தது. ஆடவர்களுக்குப் பாத்திகளைக் கொத்திவிடுவதற்கு மேல் உடம்பு வளையாது. மருமகள்களைக் களையெடுக்கச் செய்வதே பெரிய காரியமாயிருக்கும். இதை அவர்கள் செய்த அழகே அழகு! அவர்களுடைய உதவியை

நாடாமலே இவ்வேலையைத் தானே செய்வதுதான் நல்லதென அகஃப்யா கார்ப்பவ்னா நினைப்பாள்.

எல்லா வேலைகளையும் அகஃப்யா கார்ப்பவ்னா எப்பொழுதும் தானே செய்ய வேண்டியிருக்காது. லிதியாவும் துன்யாஷாவும் அவர்களுடைய ஓய்வு நாட்களில் வீட்டில் அவளுக்கு உதவியாய் வேலை செய்வார்கள்.

மூத்த மகன் வித்தான் மனைவியான லிதியா அமைதியானவள். ஓய்வு நேரத்தில் பெரும் பகுதியைப் புத்தகம் படிப்பதிலே செலவிட்டு வந்தாள். அறையில் ஒரு மூலையிலோ, மலர்ப் பாத்திகளிடையே பெஞ்சிலோ புத்தகத்தைக் கையில் வைத்துக்கொண்டு உட்கார்ந்துவிடுவாள். பிறகு சுற்றிலும் என்ன நடக்கிறது என்பது அவளுக்குத் தெரியாது.

வித்தருடன் லிதியா இன்பமாய் வாழ்வில்லை என்பதாய் அகஃப்யா கார்ப்பவ்னாவுக்கு உள்ளுக்குள் சந்தேகம் இருந்து வந்தது. லிதியா சிறு பெண்ணாய் இருக்கையிலே இருவரும் மணம் முடித்துக் கொண்டுவிட்டனர். சுண்டெலி போல பயந்த சுபாவத்துடன் அவள் புக்ககம் வந்து சேர்ந்தாள். ஆரம்பத்தில் எல்லாமே அவளுக்கு அச்சம் தருவனவாய் இருந்தன, எல்லோருமே அவளைப் பீதியடையச் செய்வோராய் இருந்தனர். அகஃப்யாவிடத்தும், இலியா மத்வேயெவிச்சின் முணுமுணுப்புகள், அவருடைய தடித்த புருவங்கள், கிழவர் மத்வேயின் பெருந் தாடி, ஜுர்பின்களுடைய வீட்டின் கண்டிப்பான விதிகள் ஆகிய இவை யாவற்றிடத்தும் அவள் அச்சம் கொண்டிருந்தாள். அகஃப்யா கார்ப்பவ்னா தனது மகனின் இளம் மனைவியின் உணர்ச்சிகளைப் புரிந்துகொள்ள முயன்று பார்த்தாள். ஆம், இலியாவின் தந்தை மத்வேய் தரோபியெவிச்சிடம் அகஃப்யாவுக்குங்கூட முன்பு ஓரளவு பயமாய்த்தான் இருந்தது. ஆனால் இலியாவின் அன்பு இருக்கும் வரை ஏனைய எதுவும் ஒரு பொருட்டாகுமா? லிதியாவுக்கும் அன்பு குறைவின்றிக் கிடைத்ததென்றே சொல்ல வேண்டும்: வித்தர் பார்வையை வேறு எப்பக்கமும் திருப்ப முடியாமல் அவளையே வைத்த கண் வாங்காமல் பார்த்துக் கொண்டிருந்தான். வீட்டில் எல்லோரும் அவளிடம் அளவிலா அக்கறையுடன்தான் நடந்து கொண்டனர். அந்தக் காலத்தில் அவர்களுடைய கண்டிப்பான சிக்கன விதிகளையெல்லாம் மீறி அவளுக்குக் கவர்ச்சியான துணிமணிகள் எவ்வளவோ வாங்கித் தந்தனர். அவள் அவர்களுடைய வீட்டுக்கு வந்த முதலாவது மருமகள் ஆயிற்றே!

முதலாவது பேரனை அளித்திடப் போகிறவள் ஆயிற்றே! லிதியாவுக்குக் குறைவின்றி அன்பு கிடைத்தது_சந்தேகமில்லை. ஆனால் இது அவளுக்கு எந்த நன்மையும் செய்ததாய்த் தெரியவில்லை. காலப்போக்கில் இலியா மத்வேயெவிச்சின் புனிதமான ஆழ்ந்த அன்பு அகஃப்யாவுக்குப் பெருமிதமும் பலமும் தன்னிடத்தும் வருங்காலத்திடத்தும் நம்பிக்கையும் அளித்தன. ஆனால் லிதியாவின் நிலை என்ன? ஆண்டுகள் உருண்டோடின, அப்படியும் அவள் புது பலம் எதுவும் பெறக் காணோம். அவளிடம் பேச முயன்றால் என்ன செய்கிறாள், தெரியுமா? தலையை எதிர்ப்பக்ம் திருப்பிக் கொள்கிறாள். கொஞ்சம் எச்சரிக்கை தவறி எதாவது சொல்லிவிட்டால் போதும், உடனே அழத் தொடங்கி விடுகிறாள்.

கோஸ்த்யாவின் மனைவியான துன்யாஷா முற்றிலும் வேறு விதமானவள். கடந்த ஆண்டுக்கு முந்திய வசந்தத்தில் இந்த இளம் பெண் கும்மாளமாய்க் கூச்சலிட்டபடி ஜுர்பின்களுடைய வீட்டுக்கு வந்து சேர்ந்தாள். வந்ததும் தாத்தா மத்வேய், இலியா மத்வேயெவிச், தோன்யா, அலெக்சேய் இவர்கள் எல்லோருக்கும் மிகவும் நெருக்கமானவளாகிவிட்டாள். சப்பை மூக்கும் பச்சைக் கண்களுமுடையவள், கலகலப்பும் உற்சாகமும் கொண்டவள். எல்லோருடைய உள்ளத்தையும் கொள்ளை கொண்டுவிட்டாள். அவளுக்குப் பல பாட்டுகள் தெரியும், தாத்தாவுடன் சேர்ந்து ஆனந்தமாய்ப் பாடுவாள்.

லிதியா கப்பல் கட்டும் துறையின் மருத்துவக் கூடத்தில் குமாஸ்தா வேலை செய்து வந்தாள். ஆனால் துன்யாஷா இவ்வாறின்றி நல்ல ஆடவர் வேலையாகப் பார்த்துத் தனக்குத் தேர்ந்தெடுத்துக் கொண்டாள்: தகட்டுப்பாள உரு வரையும் வேலையைச் செய்து வந்தாள். தாத்தாவிடமிருந்து அவள் இவ்வேலையைக் கற்றுக்கொண்டாள். அவள் இவ்வேலையைத் தேர்ந்தெடுத்துக் கொண்டதற்கு கோஸ்த்யா ஆட்சேபிக்க முயலவே இல்லை. அவள் வழியிலே அவள் போகட்டுமென்று இருந்துவிட்டான்.

அகஃப்யா கார்ப்பவ்னாவுக்கு மூன்றாவது மருமகள் ஒருத்தி இருந்தாள்_அவள் பெயர் வேரா. இரண்டாவது மகனான அந்தோன்தான் அவள் கணவன். கோடையில் விடுமுறையின்போது அவள் தன் கணவனுடன் இரண்டொரு வாரத்துக்குக் குடியேற்றத்துக்கு வருவது வழக்கம். அந்தோன் ஒருவன்

மட்டும்தான் ஜுர்பின் குடும்பத்தை விட்டு வெளியே சென்று வேலை செய்தவன். லெனின்கிராடில் கப்பல் கட்டும் தொழிற் கல்லூரியில் பொறியாளர் படிப்பை முடித்தபின் சொந்த ஊரிலுள்ள கப்பல் கட்டும் துறைக்குத் திரும்பாமல் வெளியிடத்திலேயே தங்கிவிட்டான்.

அந்தோன் முதன்முதல் வேராவைச் சந்தித்தது ஓதெஸ்ஸா நால். தேசபக்த யுத்தத்தின்போது அவனுக்கு ஏற்பட்ட கடுமையான காயங்களுக்காக ஓதெஸ்ஸாவில் மண்குளிர்ச் சிகிச்சை பெற்று வந்தான்.

வேராவின் கதை சோகமானது. மாஸ்கோவில் மிதியடி ரப்பர் மேலுறை ஆலை ஒன்றில் வேலை செய்கையில் அவள் அமெச்சூர் நாடகக் குழுவில் சேர்ந்து நடிப்புக் கலையில் அபாரத் திறனை வெளிப்படுத்தினாள். அனைத்து சோவியத் அமெச்சூர் கலைவிழா ஒன்றில் ''புயல்'' நாடகத்தில் கத்தெரினாவின் பாத்திரத்தை ஏற்று நடித்த நடிப்புக்காக அவளுக்கு முதற் பரிசு கிடைத்தது. பிறகு பெயர் பெற்ற நாடக மன்றம் ஒன்றில் சேர்ந்து கொள்ளும்படி அவளுக்கு அழைப்பு வந்தது. அவளுடைய வாழ்க்கையின் மகிழ்ச்சி மிக்க அந்நேரத்தில் அவள் கண்பார்வை மங்கத் தொடங்கிற்று. ஓதெஸ்ஸாவில் பேராசிரியர் பிலாத்தவின் புகழ் பெற்ற கண்நோய் மருத்துவக்கூடத்திற்குச் சென்று சிகிச்சை பெறும்படி டாக்டர்கள் அவளுக்கு ஆலோசனை கூறினர்.

தெருவிலே போகும்போது அவள் கறுப்புக் கண்ணாடி போட்டுக் கொள்வது வழக்கம். அந்திப் பொழுது நெருங்கும் நேரத்தில்தான் அவள் ஓட்டலைவிட்டு வெளியே செல்வாள். ஒருநாள் அந்தி நேரத்தில் நகரின் விளக்குகள் ஏதோ கோளாறினால் அணைந்துவிட்டன. அவளுக்குக் கார் இருளாய்த் தோன்றிய அந்த இருட்டில் வீதியின் கைப்பிடிக் கம்பித் தடுப்பின் துணையுடன் தட்டுத் தடுமாறிச் சென்றபோது எதிரே யாரோ ஒருவர்மீது மோதிக் கொண்டாள்.

ஒருவருக்கொருவர் மன்னிப்புக் கூறிக் கொண்டு பிரிந்து சென்றனர். ஆனால் பிறர் உதவியின்றித் தன் ஓட்டலுக்குத் திரும்புவது கடினமென்று உணர்ந்த வேரா தயக்கத்துடன் ''தோழரே'' என்று கூப்பிட்டாள். ''தோழரே!..'' அந்த ஆள் திரும்பி அவளிடம் வந்ததும், இப்படி அவருக்குத் தொந்தரவு கொடுக்கக்கூடாதென்று திடீரெனத் தோன்றவே ''மன்னிக்க

வேண்டும், தவறிப் போய்க் கூப்பிட்டுவிட்டேன்'' என்றாள் வேரா. ஆனால் அவளுடைய தடுமாறும் நடையிலிருந்தும் கறுப்புக் கண்ணாடிகளிலிருந்தும் அவள் நிலையை ஊகித்துக் கொண்டுவிட்ட அந்தோன், அவளுடைய ஓட்டலுக்கு அவள் போய்ச் சேரும்வரை அவளைவிட்டு விலகவில்லை.

இவ்வாறுதான் அந்தோன் ஜூர்பினும் வேரா பராபினாவும் சந்தித்தனர். வேடிக்கையாகவே என்றாலும், ஓரளவு மனப் புழுக்கத்துடனே இருவரும் தங்களுடைய உடற் குறைபாடு என்பதாய்க் கூறிக் கொண்ட அவர்களது நிலையால் தொடக்கத்தில் ஒருவரையொருவர் நாடி வந்தனர். ஆனால் பிற்பாடு தங்களிடையே பொது நாட்டங்களும் இயல்புகளும் நிறைய இருப்பதைக் கண்டபின் இருவரும் மெய்யான காதலால் இணைக்கப்படலாயினர்.

வேரா நாடக மன்றத்தை விட்டு விலக வேண்டியதாயிற்று. நாடக மேடைக்கு வேண்டிய அளவுக்கு விஞ்ஞானத்தால் அவளுடைய கண் பார்வையைச் சரிப்படுத்த அக்காலத்தில் இயலவில்லை. ஆகவே லாதா ஆற்றின் கரையிலே ஜூர்பின்களது வீட்டுக்கு அவள் வந்தபோது, பார்வை மங்கிய கண்களைத் துருத்திக் கொண்டு பார்த்து அந்தோனின் உறவினர்களைக் கலக்கமுறச் செய்யக்கூடாதென்று எந்நேரமும் கறுப்புக் கண்ணாடி போட்டிருந்தாள். ஜூர்பின் குடும்பத்தார் அவளுடைய எளிய, இனிய சுபாவத்தால் கவரப்பட்டுவிட்டனர். குறிப்பாய் இலியா மத்வேயெவிச்சுக்கும் அகஃப்யா கார்ப்பவ்னாவுக்கும் அவளை ரொம்பப் பிடித்திருந்தது. அந்தோனிடம் அவளுக்கிருந்த அளவிலாப் பாசத்தை இலியா மத்வேயெவிச்சும் அகஃப்யா கார்ப்பவ்னாவும் உடனே கண்டுகொண்டனர்.

வேரா அவர்களிடம் வந்து தங்கும்போது லிதியாவுங்கூட மிகுந்த உற்சாகமடைந்துவிடுவாள். மணிக்கணக்காய் அவள் வேராவின் அருகே உட்கார்ந்து நாடக மன்ற வாழ்க்கை குறித்தும் ஊர் ஊராய்ச் சுற்றுவது குறித்தும் நடிகைக்குள்ள வேலைகள் குறித்தும் கேள்விமேல் கேள்வி கேட்பாள். நடிகையாய் இருப்பது சிரமமில்லாத மேம்போக்கான வேலை என்பதாய் லிதியா நினைத்தாள். “நீ நினைப்பது சரியல்ல'' என்று பொறுமையாய் வேரா அவளுக்கு விளக்கிக் கூறுவாள். “நாடகத் துறை மிகவும் கடினமானது, வாட்டி வதைக்கக் கூடியது. அதாவது உண்மையில் அதில் ஈடுபாடு கொண்டு உழைப்போருக்கு மிகமிகச் சிரமமானது.''

இவர்களுடைய உரையாடலைக் கேட்கும் அகஃப்யா கார்ப்பவ்னா முடிவில் சலிப்புற்றுப் போய் வேராவைத் தனியே கூப்பிட்டு "அவளுடன் பேசிப் பயனில்லை_ பேசியது போதும், என்னுடைய தயிர்க் கேக்கு எப்படி இருக்கிறதென்று சாப்பிட்டுப் பார், சற்று முன்புதான் அடுப்பிலிருந்து எடுத்தேன், வந்து சாப்பிட்டுப் பார்'' என்று காதுக்குள் கூறுவாள்.

2

தொழிலாளர் குடும்பங்கள் பலவும் தமக்கென "வம்ச வழித்'' தொழில் ஒன்றைப் பின்பற்றுவதைக் காணலாம் : தந்தை கடைசல் தொழிலாளி _ பிள்ளைகளும் அதே போலக் கடைசல் தொழிலாளர்கள்; தந்தை உலைத் தொழிலாளி _ பிள்ளைகளும் உலைத் தொழிலாளர்கள்; தந்தை தச்சுத் தொழிலாளி _ பிள்ளைகளும் தச்சுத் தொழிலாளர்கள். இந்த வம்சவழி சில சந்தர்ப்பங்களில் தந்தையுடன் நிற்காமல், தாத்தா வரையிலும், ஏன் கொள்ளுத் தாத்தா வரையிலுங்கூடச் செல்வதுண்டு.

ஜுர்பின்களைப் பொருத்த வரை இது போன்ற "வம்ச வழி'' அவர்களுக்குக் கிடையாது; இன்னும் விளக்கமாய்ச் சொல்வதெனில், எந்தவொரு தொழிலின் குறுகிய வரம்புகளுக்குள் அடைபட்டு விடாமல், கப்பல் கட்டும் தொழிலில் அடங்கிய அனேகமாய் எல்லாப் பிரிவுகளிலுமே அவர்கள் ஈடுபட்டிருந்தனர். தகட்டுப்பாள உருவரையாளர்கள், வார்ப்பு அச்சுத் தயாரிப்பாளர்கள், கப்பல் பிட்டர்கள், ரிவெட்டர்கள், வெல்டர்கள் _ இவ்வாறு கப்பல் கட்டுவதற்குத் தேவையான எல்லாப் பிரதான தொழில்களைச் சேர்ந்தோரும் ஜுர்பின் குடும்பத்தில் இருந்தனர். இந்தக் கப்பல் கட்டும் துறைக்கு வரும் பத்திரிகையாளர்களிடம் டைரக்டர் இவ்வாறு சொல்வது வழக்கம்: "நேரே ஜுர்பின்களைச் சந்தித்துப் பேசுங்கள். அவர்கள் ஒரு கப்பலையே கட்டிமையக்கக் கூடியவர்கள். சொந்தத் தொழில்நுட்ப வித்தகரையும்கூட அவர்கள் பெற்றிருக்கிறார்கள்.'' அந்தோன்தான் டைரக்டர் குறிப்பிட்ட அந்தத் தொழில்நுட்ப வித்தகர்.

அலெக்சேயும் பரவலான இந்த "வம்ச வழியிலேதான்'' நடை போட்டான்.

யுத்தத்தின் உச்ச கட்டத்தில் இலியா மத்வேயெவிச்சின் கடைசி மகன் பள்ளியில் ஆறாம் படிவத்தில் படித்தபோது, வேலைக்கு ஆட்கள் இல்லாமல் கப்பல் கட்டும் துறையில் நெருக்கடி

நிலைமை ஏற்பட்டது. சமாதான காலத்தில் நடைபெறுவது போலவே வேலைகள் தொடர்ந்து நடைபெறுவது அவசியமாயிருந்தது. "அலெக்சேய்" என்று ஒருநாள் தந்தை அவனைக் கேட்டார் : "நீ பள்ளிக்கூடத்தை விட்டு விலகி வேலை ஏற்பது பற்றி என்ன சொல்கிறாய்? படிப்பு குறித்து உன் நிலை என்ன? தொடர்ந்து படிப்பதில் மெய்யான நாட்டம் கொண்டிருக்கிறாயா? அல்லது அவ்வளவாக இல்லையா?"

பள்ளிக்குச் சென்று படிப்பதில் தனக்கு நாட்டமுண்டா இல்லையா என்பது பற்றி அலெக்சேய் சிந்தித்துப் பார்த்ததே இல்லை. எல்லாப் பையன்களையும் போல அவனும் பள்ளிக்கூடம் சென்று படித்து வந்தான். தந்தையின் கேள்வியால் வியப்புற்றுப் பேசாமல் இருந்தான். அலெக்சேயின் மௌனத்துக்கு என்ன அர்த்தம் என்று விளங்காமல் அவன் தந்தை தொடர்ந்து பேசினார்: "நீ படிக்க வேண்டியதில்லை என்று நினைத்து நான் இதைச் சொல்லவில்லை. எங்களுக்கு உதவும் பொருட்டுக் கப்பல் கட்டும் துறையில் தற்காலிகமாய் நீ வேலை செய்யலாமென்று நினைத்தேன். கெட்டிக்காரனாய் இருந்தால் பிற்பாடு படிப்பை முடித்துப் பட்டம் பெறலாம்."

இந்த உரையாடலின்போது தந்தை வேண்டுமென்றே செய்ததுபோல ஒரு சிறிய வட்ட மேஜையின்மீது உட்கார்ந்து கொண்டார். ஓராண்டுக்கு முன்பு அலெக்சேய் தன் தந்தையின் பிறந்த நாள் அன்பளிப்பாய்ப் பள்ளிக்கூடத் தொழிலகத்தில் செய்த மேஜை அது. மேஜையின் கால்கள் நுனி நோக்கிச் சிறுத்துச் செல்லும்படி நேர்த்தியாய்க் கடையப்பட்டிருந்தன. அதன் மேற்பலகைகள் ஆஷ், மேப்பிள், கரீலிய பிர்ச் மரங்களிலிருந்து தயாரிக்கப்பட்டவை. மேஜை வீட்டுக்குக் கொண்டு வரப்பட்டபோது, தச்சு வேலையில் கைதேர்ந்த வித்தருங்கூட அலெக்சேயின் வேலைத்திறனை மெச்சிக் கொண்டான்.

"தேர்ச்சி மிக்க கரங்களைப் பெற்றிருக்கிறாய்" என்று விரலால் மேஜையைத் தட்டியபடி அலெக்சேயின் தந்தை கூறினார். "எந்த வேலைத் துறையை நீ தேர்ந்தெடுத்துக் கொள்ளப் போகிறாய் _ தச்சு வேலையையா அல்லது வேறு எதையாவதா? இது பற்றிச் சிந்திக்க வேண்டும்."

தனது வாழ்வில் ஏற்படக் கூடிய மாற்றத்தை நினைத்து உணர்ச்சி வயப்பட்டுவிட்ட அலெக்சேய் பேசாமல் மௌனமாயிருந்தான்.

பதினேழு வயது வரையில்தான் பள்ளிப் பாடங்கள் எழுதிக் கொண்டும் கணக்குகள் போட்டுக் கொண்டும் இருக்க வேண்டுமென்றுதான் இவ்வளவு காலமாய் அவன் நினைத்துவந்தான். பிறகு இப்பொழுது... ஆம், இது பற்றி அவன் நினைத்ததே இல்லை. இன்னும் அவன் பையனாகவே இருந்தான், அவனுடைய நாட்டங்களும் பையனுக்குரியனவாகவே இருந்தன. திடீரென இப்பொழுது தொழிலாளியாவதற்கான சந்தர்ப்பம் அவனுக்குக் கிடைத்தது _ வித்தரையும் கோஸ்த்யாவையும் போல, வசீலிய் மாமாவைப் போல, மத்வேய் தாத்தாவைப் போல அவனும் ஒரு தொழிலாளியாகிவிடலாம் என்பது தெரிந்தது. எண்ணெய்க் கறை படிந்த வேலை உடுப்புகளில் அவனும் கப்பல் கட்டும் துறைக்குப் போவான். மாதம் இருமுறை சம்பளம் பெறுவான் _ வீட்டில் சாப்பிடும்போது கப்பல் கட்டும் துறையின் விவகாரங்கள் குறித்து நடைபெறும் விவாதத்தில் ஏனையோருடன் சரிசமத்துவமாய் அவனும் பங்கெடுத்துக் கொள்வான். ஜெர்மன் வினைச் சொற்களை மனப்பாடம் செய்வதையும் கடினமான இரசாயனச் சூத்திரங்களைக் கற்பதையும் காட்டிலும் இவை யாவும் மிகவும் கலவையாய் இருக்கும்.

பேச்சு வளர்ந்தால் தந்தையின் மனம் மாறிவிடுமோ என்று நினைத்து “உலோக வேலைதான் எனக்குப் பிடித்த வேலை. மரவேலையில் அவ்வளவாய் எனக்கு நாட்டமில்லை'' என்று பதிலளித்தான்.

“அப்படீன்னா உலோக வேலையில் சேர்ந்து கொள், உனக்குரிய வேலையை நீதான் தீர்மானித்துக் கொள்ள வேண்டும்'' என்று தந்தை உற்சாகமாய்ப் பதிலளித்தார்.

இவ்வாறு அலெக்சேய் கப்பல் கட்டும் துறைக்குச் சென்று முதுபெரும் தொழிலாளர்களிடம் வேலை பயிலத் தொடங்கினான். முதலில் கடைசல் வேலை பயில முயற்சி செய்தான். ஆனால் சிறிது காலத்துக்கெல்லாம் கப்பல் கோத்திணைப்பு வேலைதான், குறிப்பாய் ரிவெட் போடும் வேலைதான் அவனை அதிகமாய்க் கவர்ந்திழுத்தது. வசீலிய் மாமாவின் மேற்பார்வையில் அவன் காற்றியல் சம்மட்டியை இயக்கக் கற்றுக் கொண்டான். ஆரம்பத்தில் மெதுவாகவும் எச்சரிக்கையோடும் ரிவெட் செய்தான். அவனுடைய ரிவெட்டுகளின் தலை வழவழப்பாகவும் அழகாய் வட்டமாயும் இருந்தன.

“உங்கள் பையன் நல்ல நிபுணனாகி வருகிறான்'' என்று வயது முதிர்ந்த ரிவெட்டர்கள் இலியா மத்வேயெவிச்சைச் சந்திக்கையில் சொல்வார்கள்.

முதன்முதல் அவனுக்குக் கிடைத்த சம்பளத்தில் ஒரு கொப்பெக் கூடச் செலவுசெய்யாமல் வீட்டுக்குக் கொண்டுவந்து தாயிடம் கொடுத்தான். அகஃப்யா கார்ப்பவ்னா பத்து ரூபிள் நோட்டுகளாய் இருந்த அந்தப் பொட்டலத்தை இலியா மத்வேயெவிச் வேலையிலிருந்து வந்ததும் அவருக்கு முன்னால் மேஜைமீது வைத்தாள். தாயின் கண்களில் பெருமிதமும் கண்ணீரும் ததும்பின. இலியா மத்வேயெவிச் பணத்தை எண்ணிப் பார்த்தார். புருவத்தை நெளித்தபடி “சரி, அலெக்சேய்! இப்பொழுது நீ எங்கள் எல்லோரையும் போல மூலதனத்துக்குக் குழி தோண்டுபவனாகிவிட்டாய். உலகின் வேந்தர்களில் ஒருவனாகிவிட்டாய்'' என்றார்.

மறுநாள் வேலை முடிந்ததும் தொழிலாளர் பண்ட வழங்கு துறையில் கூப்பன் ஒன்று வாங்கிக் கொண்டு வீட்டுக்குத் திரும்பிய இலியா மத்வேயெவிச் ஒரு பெரிய கடைக்கு அலெக்சேயை அழைத்துச்சென்று, முதன்முதலாய் அவனுக்குக் கிடைத்த சம்பளத்தைக் கொண்டு வாங்குவதாய்ப் பாவனை செய்து, அந்தக் கடையிலிருந்த மிகச் சிறந்த செர்ஜ் சூட்டை வாங்கித் தந்தார். “வேந்தனானவன் வேந்தனைப் போல உடை உடுத்திக் கொள்ள வேண்டும், தெரியுதா?''

புகழ் ஏணியில் அலெக்சேய் மிக வேகமாய் மேலே ஏறிச் சென்றான். புகைப்படங்களிலிருந்து மட்டுமே அவன் அறிந்திருந்த பாட்டி ஐத்ஸியாவின் சாயல் அவன் முகத்தில் தெரிந்தது. ஆனால் இயல்புகளில் அவன் தாத்தாவின் வழியில் வந்தவனாய் இருந்தான், சிறுவயதில் தாத்தா எப்படி இருந்தாரோ அதேபோல _ சிந்தனை மிக்கவனாய், அதிகம் பேசாதவனாய், அழுத்தமான ஆள் என்பார்களே அது போல _ இருந்தான். முதுபெரும் ரிவெட்டர்கள் பத்து இருபது ஆண்டுகள் பாடுபட்டுப் பெற்ற தேர்ச்சியை அவன் ஐந்தே ஆண்டுகளில் பெற்று விட்டான். ஆறு மாதங்களுக்கு முன்பு கட்டுமானப் பிரிவில் ஒரு புரட்சியையே ஏற்படுத்தி விட்டான். காற்றியல் சம்மட்டியில் சோதனைகள் நடத்தி அதன் கியரைத் துரிதமாய் இயங்க வைத்து, தனது ரிவெட் வேலைக் குழுவின் ஒழுங்கமைப்பிலும் மாற்றங்களைப் புகுத்தினான். இதன்

விளைவாய் அவன் குழுவினர் உற்பத்தியளவுகளைப் பன்மடங்கு மிஞ்சிச் சென்றனர்.

அவனுடைய புகைப்படங்கள் கப்பல் கட்டும் துறையிலும் நகரிலும் சிறப்பாளர் பலகைகளிலே வைக்கப்பட்டன; கப்பல் கட்டும் தொழிலாளர் பத்திரிகைகளிலும் பிராந்தியப் பத்திரிகைகளிலும் பட இதழ்களிலும் வெளியிடப்பட்டன. அவனைப் பற்றிக் கட்டுரைகள் எழுதப்பட்டன, ஒலிபரப்புகள் செய்யப்பட்டன. விழாக் கூட்டங்களில் இனி அவன் மேடைக் குழுவினரில் சேர்க்கப்படுவான். இளைஞனின் தலை கிறுகிறுக்கத் தொடங்கிற்று. திரும்பவும் படிக்க வேண்டும், அந்தோனைப் பின்தொடர்ந்து தானும் கல்லூரியில் சேர வேண்டுமென்று இதுவரை நினைத்து வந்தான். ஆனால் இப்பொழுது இந்த எண்ணம் அவனிடமிருந்து மறையலாயிற்று. புத்தகப் படிப்பு இல்லாமலே கப்பல் கட்டும்துறையில் தன் தாத்தாவாலோ, தந்தையாலோ, சிற்றப்பனாலோ, முதலில் அவன் காற்றியல் ரிவெட் வேலை பழகிக் கொண்ட அந்த முதுபெரும் தொழிலாளர்களாலோ அவர்களுடைய வாழ்நாளில் அடைய முடியாத ஒரு நிலையை அடைந்துவிட்டோம் என்னும் எண்ணம் அவனிடம் மேலோங்கி வந்தது.

ஆனால் காத்யாவின் முன்னால் வந்ததும் அலெக்சேய் கலக்கமடைந்து விடுவான். உருவரையாளராய் வேலை செய்த அந்த யுவதியிடம் வந்ததும் அவனுடைய தன்னுறுதியும் நம்பிக்கையும் காற்றாய் மறைந்துவிடும்; உள்ளத்தைப் பறிகொடுத்தவிட்ட இளைஞனின் உண்மை சொரூபத்தில் தோற்றமளிப்பான். தன்னைப் பற்றி வெளியிடப்பட்ட எல்லாப் புகைப்படங்களையும், "புகழ் பெற்ற முன்னோடியின் வேலையிடத்திலிருந்து" எழுதப்பட்ட எல்லாப் பத்திரிகைக் கட்டுரைகளையும், ஒலிபரப்புகளையும் காத்யாவின் வாயிலிருந்து வரக்கூடிய ஒரேயொரு சொல்லுக்காக, அவளுடைய கையின் பரிசத்துக்காக மாற்றிக் கொள்ளத் தயாராயிருந்தாள்.

மன்றத்திலே அந்த மேதின மாலைக்குப் பிறகு இருவரும் மீண்டும் இரண்டொரு தடவை சந்தித்தனர். ஒருநாள் காண்டீனில் காத்யாவைப் பார்த்த அலெக்சேய் தைரியத்தை வரவழைத்துக் கொண்டு அன்று மாலை இருவருமாய் உலாவப் போகலாமென்று அவளை அழைத்தான். தன் அழைப்பை அவள் மறுத்துவிடுவாள்

என்று நினைத்து ஏக்கத்துடன் அவளுடைய பதிலுக்காகக் காத்திருந்தான். ஆனால் காத்யா வருவதாய்ச் சொன்னாள்.

லாதா ஆறு குடாவிலே விழும் இடத்துக்கு அருகே கரையோரத்தில் இருந்த தட்டைக் குன்றுகளிலே இருவரும் நடந்தனர். அலெக்சேய் இந்த இடத்துக்கு எத்தனையோ முறை வந்தவன்தான். ஆயினும் அவன் நன்கு அறிந்த அந்த நிலத் தோற்றம் அன்று மாலை தோன்றியது போல என்றுமே அவனுக்கு அவ்வளவு அழகாய்த் தோன்றியதில்லை. காத்யா திடீரென நடையை நிறுத்திவிட்டு அவன் கையைப் பற்றிக் கொண்டாள்.

“அதோ பார்! அலெக்சேய், அதோ பாரேன்!..”

அவன் திரும்பிப் பார்த்தான். செக்கச் சிவந்த பெரிய உருண்டைகளாய் இருந்த கதிரவன் குடாவினுள் மூழ்கி மறைந்து கொண்டிருந்தான். நெருப்புத் திரவம் போலிருந்தது கடல்நீர். மர ஆலை ஒன்றின் புகைக்கூண்டிலிருந்து எழுந்த புகை செஞ்ஜோதியென ஒளிர்ந்தது. அவர்களைச் சுற்றிலும் நின்ற உயரமான பைன் மரங்கள் நெருப்பு முடிகள் தரித்திருந்தன. அந்தி இருட்டில் பூமியின் நெருப்புத் தோற்றம் பீதியூட்டுவதாகவே இருந்தது.

“இங்கே பாரேன்!” என்றாள் காத்யா, மறுபடியும்.

கதிரவனிடமிருந்து திரும்பி எதிர்ப்பக்கம் பார்த்தான் அலெக்சேய். அவர்களுடைய காலடியிலிருந்து நீண்ட இரு நிழல்கள் குன்றின் ஓரத்துக்குச் சென்று, பிறகு திடுதிப்பென ஈர மணலில் சரிந்து மீன்பிடிக்கும் கருநிறப் படகுகள் கரையிலே கவிழ்ந்துகிடந்த இடத்துக்குப் போய்ச் சேர்ந்தன. அங்கிருந்து வீசிய காற்றிலே தார், மீன்கள் இவற்றின் வீச்சம் மிதந்து வந்தது.

காத்யா சுட்டிக்காட்டிய ஒவ்வொரு திசையிலும் அலெக்சேய் முன்னிலும் எழில்மிக்கதொரு காட்சி தன் கண்ணெதிரே விரிந்திருக்கக் கண்டான். இயற்கையின் இந்த எழிற்கோலங்களுக்கிடையே அவன் மௌனமாயிருக்க விரும்பினான். ஆனால் பழம்பெரும் நண்பர்களாய் இருப்போர் இருவரால் தான் பேசாமல் மௌனமாயிருக்க முடியும். காத்யாவுக்கும் அலெக்சேய்க்குமிடையே நிலவிய உறவின் தன்மை இன்னமும் தெளிவு பெறாமலே இருந்தது. இந்நிலைமையில் விடப்பட்ட இளைஞனும் பெண்ணும் பேச வேண்டும், பேசிக் கொண்டே இருக்க வேண்டும் - வேறு வழி இல்லை.

"உயிர் எப்படித் தோன்றிற்று என்பது பற்றி முன்பு நான் மிகவும் சுவையான புத்தகம் ஒன்று படித்தேன்'' என்றாள் காத்யா. "இந்தப் பைன் மரங்கள் அந்தப் புத்தகம் கூறிய வரலாற்றுக்கு முற்பட்ட காடுகளை ஒத்தவையாய் இருக்கின்றன. காட்டுத் தீக்களின்போது மரங்களின் பிசின் மண்ணில் சொட்டிற்று. பிறகு இந்நிலப் பகுதியைக் கடல் கொண்டுவிட்டது. கோடானுகோடி ஆண்டுகளில் இந்தப் பிசின் துளிகள் அம்பர் கற்களாய் மாறின.

"கோடானுகோடி ஆண்டுகளிலா?''

"ஆம், அம்பர் கற்களின் வயது குறைந்தது மூன்று கோடி ஆண்டாவது இருக்குமே.''

"உண்மைதானா? வேடிக்கைப் பேச்சா?'' காத்யா குறிப்பிட்ட அந்த வயதைக் கேட்டு அலெக்சேய் துணுக்குற்றுவிட்டான்.

"வேடிக்கையல்ல, உண்மையாகத்தான் சொல்கிறேன். அம்மாவிடம் சில அம்பர் முத்துக்கள் இருக்கின்றன. அவற்றில் ஒன்றை வெளிச்சத்தில் வைத்துப் பார்த்தால், உள்ளே ஒரு சின்னஞ் சிறு ஈ இருப்பது தெரியும். அதைப் பார்க்கும்போது நான் பிரமித்துப் போய் விடுவேன், விந்தையாய் இருக்கும்: மூன்று கோடி ஆண்டுகளுக்கு முன்பு உயிருடன் இருந்த ஈ அது. அக்காலத்திய மிருகமான இச்சியோசரசைக் கடித்த ஈயாக இருந்தாலும் இருக்கும், நம்மால் நினைத்துக் கூடப் பார்க்க முடியாத பலவற்றையும் கண்ணுற்றதாய் இருக்கும்.''

"மூன்று கோடி ஆண்டுகளா?'' அலெக்சேயின் கற்பனைக்கும் மீறிய காலமல்லவா அது? அவனுடைய இருபத்திரண்டு ஆண்டுகளைச் சக்தி வாய்ந்த பெருக்காடிகொண்டும் பார்க்கமுடியாத அத்தனை சிறு பொடியாக்கிவிடுகிறதே அது!

"அந்த ஈயைப் பார்க்கும்போதெல்லாம் என் மனத்துள் ஒரு கேள்வி எழும்'' என்று காத்யா தொடர்ந்து கூறினாள். "மனிதனுடைய குறுகிய கால வாழ்வு வீணாகாதவாறு வாழ்வது எப்படி? இதற்கு எனக்குப் பதில் தெரியவில்லை. ஏனெனில் எது வீண், எது வீணல்ல என்று எனக்குப் புரியவில்லை. அலெக்சேய், உனக்குத் தெரிகிறதா?''

அலெக்சேய் நடையை நிறுத்திக்கொண்டு சிகரெட்டை எடுத்துப் பற்ற வைத்தான்.

"எனக்கும் தெரியவில்லை'' என்று ஒத்துக் கொண்டான். "புகழ் மிக்கவராவதே இதற்குரிய வழி என்பதாய்த் தோன்றுகிறது, அப்பொழுது மக்கள் நம்மை மறவாது நினைவில் கொண்டிருப்பார்கள் அல்லவா?''

"புகழ் மிக்கவராவது என்பதன் பொருள் என்ன?'' அவனுடைய முகத்தை உற்றுப் பார்த்தபடி காத்யா அவன் எதிரே நின்றாள். "எபேகஸ் நகரில் தியானா ஆலயத்தை எரித்த கெரோஸ்திராத்தஸ் இருந்தார்; மூன்றாம் ரிச்சர்டை ஒத்த பயங்கரக் கொலைகார அரசர்கள் இருந்தார்கள்; ஹிட்லர் இருந்தான், எத்தனையோ ஆலயங்களைப் பொசுக்கினான், மக்களை உலைகளிலிட்டு எரித்தான். பேய்த்தனமான இவர்களை மனிதகுலம் நினைவில் வைத்திருக்கவே செய்யும். இவர்களையும் புகழ் பெற்றவர்கள் என்றா சொல்வது?''

"சரித்திரம் உனக்குத் தெரிந்திருக்கிறது, சந்தேகமில்லை'' என்று அவனைப் பார்த்து அலெக்சேய் பொறாமைப்பட்டுக் கொண்டான். "இத்தகையோரின் 'புகழை' நான் குறிப்பிடவில்லை. நான் வேறுவிதமான புகழை... தமது கரங்களைக் கொண்டு, தமது உழைப்பைக் கொண்டு அருஞ்செயல்கள் புரிவோரின் புகழையே குறிப்பிட்டேன்.''

"அலெக்சேய், நீ புகழ் பெற விரும்புகிறாயா?'' என்று கேட்டாள் காத்யா.

தான் ஏற்கனவே புகழ் பெற்றிருப்பதாய் அலெக்சேய் கருதினான். அவளுடைய கேள்வி அவன் மனதைத் தைப்பதாயிருந்தது: காத்யாவுக்குத் தெரியாதா, என்ன? அல்லது தெரிந்தும் அதைப் புகழ்ந்தான் என்று அவள் ஒத்துக் கொள்ள விரும்பவில்லையா?

பேசாமல் பிர் தோப்பு வழியே நடந்து, மரங்கள் இல்லாத இடைவெளியை வந்தடைந்தனர். வெட்டப்பட்ட அடி மரங்களுக்கிடையே தன்னந்தனியே இளம் ஆஷ்பெரி மரம் ஒன்று வளர்ந்து இறகுபோன்ற இலைகளை விரித்துக்கொண்டு நின்றது. அலெக்சேய் அதைப் பிடித்து ஆட்டினான், மழைத்துளிகள் இருவர்மீதும் சொடசொடவென விழுந்தன. காத்யா ஓவென்று கத்தினாள். அலெக்சேய் பலமாய்ச் சிரித்தான்.

எதிர்பாராத இந்தப் பூநீர்க் குளியல் அவர்களுடைய மனநிலையை மாற்றிவிட்டது. புகழையும் காலத்தையும் பற்றிக் கவலைப்பட இதுவா நேரம்? _ காத்யாவைக் கட்டியணைத்துக் கொள்ளவல்லவா விரும்பினான். அவளுடைய பொன்னிறக் கூந்தலை வருடிவிட்டு முத்தமிடவல்லவா விரும்பினான்?.. தன் கைகளால் அவளைத் தூக்கித் தலைக்குமேல் உயர்த்தி ஆட்டி எங்கேனும் சுமந்து செல்ல வேண்டுமென்றல்லவா நினைத்தான்?..

"காத்யா..." அதற்குமேல் தன் வாயிலிருந்து என்ன வரப்போகிறதென்று அறியாமலே ஆரம்பித்தான்.

ஆனால் அதற்குமேல் ஒன்றும் சொல்லப்படவில்லை. நிற்காமல் இருவரும் நடந்து கொண்டே இருந்தனர். வழி தவறி எங்கோ நடந்தனர். இருள் அடர்ந்து வந்தது, வானம் கறுத்துவிட்டது, தோப்பின்மீது இரவு கவிழ்ந்து கொண்டுவிட்டது.

"எனக்குப் பயமாயிருக்கு" என்றாள் காத்யா.

"ஓநாய்கள் வருமென்றா?"

"யாவும் குறித்துதான்."

"என்னுடன் இருக்கும்போது பயப்பட வேண்டியதில்லை, காத்யா..."

"என்னவாம், சொல்லேன்."

"ஒன்றுமில்லை. உனக்கு விளங்காது."

"சொன்னால் விளங்கும்."

"நீ புரிந்து கொள்ள விரும்பாதபோது, அதைப் பற்றிச் சொல்வானேன்?"

முட்டிவரை இருவர் கால்களும் நனைந்துவிட்டன, ஆனால் அலெக்சேய் அதைக் கவனிக்கவில்லை. மார்பு அளவுத் தண்ணீர் நின்றாலுங்கூடக் குளிரைக் கவனியாமலே அவன் அலைந்து திரிந்திருப்பானே.

சுற்றிவளைத்துக் கொண்டு இருவரும் நெடுஞ்சாலையில் வந்து ஏறினர். புதிய குடியேற்றத்தின் விளக்குகள் தொலைவிலே தெரிந்தன. இனி அவன் காத்யாவை அவளுடைய வீட்டுக்கு அழைத்துச் செல்வான், விடை பெற்றுக் கொள்கையில் காத்யா அவனிடம் தன் கையை நீட்டுவாள் _ அவ்வளவுதான், யாவும்

முடிவுற்றுவிடும், அதிக காலமாய் அவன் சொல்லவிரும்பிய அச்சொற்களைச் சொல்லாமலே திரும்பவும் அவளிடம் விடை பெற்றுச் செல்வான். அவன் உள்ளம் குமுறி எழுந்தது.

"காத்யா!" சற்றுக் கடுப்புடனே திடீரெனக் கூறினான். "என்னைப் பார்த்து உனக்குச் சிரிக்கத் தோன்றுகிறது அல்லவா? அசடு என்று நினைக்கிறாய்... சரித்திரம், பூமி இவை பற்றி எல்லாம் ஒன்றும் தெரியாதவன் என்று நினைக்கிறாய்... இல்லையா?"

"அலெக்சேய், நீ அப்படி நினைக்கலாமா? அது சரியல்ல!" அலெக்சேய் உள்ளம் குமுறுவதைக் காத்யா உணர்ந்து கொண்டுவிட்டாள். அவன் மனம் புண்படும்படியாகவா பேசிவிட்டோம் என்று கலங்கினாள். "நான் மட்டும் என்ன? அதிகம் தெரிந்தவளல்லவே. நான் அப்படி நினைத்துப் பேசவில்லையே... அலெக்சேய்!"

இருவரும் உணர்ச்சி வயப்பட்டுவிட்டனர். காத்யாவைக் கட்டித் தழுவிக் கொள்ள நினைத்து அலெக்சேய் அவளிடம் நெருங்கினான். ரிவெட் சம்மட்டி முழு அழுத்தத்தில் அவன நெஞ்சிலே தாக்குவது போல அவன் இதயம் படபடத்துத் துடித்தது. ஆனால் டிராலிபஸ் ஒன்று இரைச்சல் போட்டுக் கொண்டு அவர்களைக் கடந்து சென்றது, கணப் பொழுதுக்கு அவர்கள் அதன் வெளிச்சத்தால் மூழ்கடிக்கப்பட்டனர். துணுக்குற்று ஒருவரிடமிருந்து ஒருவர் விலகிச் சென்றனர்.

இதன்பின் அலெக்சேய்க்குத் தைரியம் திரும்பவில்லை.

௩

1

ஸீனாவை டைரக்டர் ஒரு நாற்காலியில் உட்கார வைத்துவிட்டு, தம்மை மன்னிக்க வேண்டும், அவசரக் கடிதம் ஒன்றின் கடைசி வரிகள் சிலவற்றை எழுதி முடித்துவிட்டு வருவதாய்ச் சொன்னார்.

வில்லமைவுடைய அந்த நாற்காலி தணிவாய் இருந்தது. டைரக்டரின் மேஜை மீதிருந்த பளிங்காலும் வெண்கலத்தாலுமான கரிய மசிக்கூட்டின் உயரத்தைக்கூட ஸீனாவின் முகவாய் எட்டுவதாயில்லை. தலையை மேலே நிமிர்ந்து டைரக்டரைப் பார்க்க வேண்டியிருந்த அந்தத் தணிவான நிலை அவளுக்குச் சங்கடமாயிருந்தது. அவள் விரும்பிய காரமான முறையில் பேசுவதற்கு ஏற்ற நிலையல்ல அது.

டைரக்டர் அவசர அவசரமாய் எழுதினார். காகிதத்தில் ஓடிய அவர் பேனாவின் அசைவுக்கு இசைவாய் அவர் கன்னத்திலிருந்த தழும்பு ஒன்று துள்ளித் துடித்தது. இத்தழும்பை ஸீனா வியப்பும் ஓரளவு கோபக் கனலும் கலந்த பார்வையால் பரிசீலித்தாள். உலகில் அவள் பலவற்றை இதே பார்வை கொண்டுதான் பரிசீலித்து வந்தாள். மாபெரும் கருத்துக்களுக்கும் சாதனைகளுக்குமுரிய காலத்திலே வாழ்கிறோம், ஆனால் பலவும் இது போன்ற காலத்தின் தன்மைக்கு உகந்தபடி நடந்தேறவில்லை என்று நினைத்தாள்; அவளுடைய இந்தப் பார்வைக்கு இதுவேதான்

காரணம். வாழ்க்கையானது ஸீனாவுக்குப் போதுமான வேகத்தில் ஓடவில்லை. காலம் விரயமாவதை அவளால் சகிக்க முடிவதில்லை. எந்நேரமும் அவள் தலைதெறிக்கப் பறந்தோடும் சுபாவமுடையவள். அவளுடைய நடையுங்கூடத் தலை தெறிக்கும் படியாகத்தான் இருந்தது. கல்லூரியில் படிக்கையில் அவளுடைய சக மாணவ மாணவியர் "ஸீனா மணம் புரிந்து கொள்ளாமலேதான் இருக்க நேரும், பாரேன்'' என்று கேலி செய்வார்கள். "ஓட்டப் பந்தய வீரனைத் தவிர வேறு யாராலும் அவளுடன் நடந்து அவளைச் சம்மதம் தருமாறு கேட்க முடியாது'' என்பார்கள்.

"அவ்வளவுதான்'' என்று சொல்லி மேஜையிலிருந்த மணியை டைரக்டர் தட்டினார். "தோழர் இவனோவா, இனி நான் உனக்கு ஆக வேண்டியதைக் கவனிக்கத் தயார்'' என்றார்.

உள்ளே வந்த செயலாளரிடம் தாம் எழுதிய தாள்களைக் கொடுத்துவிட்டு, புகைக்குழாயில் புகையிலையை நிரப்பிப் பற்ற வைத்தார்.

"கப்பல் கட்டும் துறையைச் சுற்றிப் பார்த்துவிட்டாய் அல்லவா?''

ஸீனாவுக்குக் கூச்சல் போட வேண்டும் போலிருந்தது: எதையும் பார்த்தாகவில்லை. மூன்று நாட்களாய் ஒன்றும் செய்யாமல் காத்துக் கொண்டு கிடக்கிறேன். இந்த நுழைவுச் சீட்டை வைத்துக் கொண்டு மூன்று நாட்களாய் இங்கே வந்து போனதுதான் மிச்சம். ஆனால் கூச்சல் போடாமல் தன்னைக் கட்டுப்படுத்திக் கொண்டு அமைதியாய்ப் பதிலளித்தாள்:

"இன்னும் பார்த்தாகவில்லை. யாரும் என்னை அதற்கு அனுமதிக்கவில்லை.''

"அது என்னுடைய குற்றம், தோழர் இவனோவா! என்னை நீ மன்னிக்க வேண்டும். ஓயாத மாநாடுகளால் நாங்கள் அலைக்கழிக்கப்பட்டு வந்தோம். வெல்டிங் செய்யப்பட்ட அடிவுடலைக் கொண்ட ஒரு பெரிய கப்பலைக் கட்டும் வேலையை எங்களுக்கு அளித்திருக்கிறார்கள். இப்பொழுது நான் இதைப் பற்றித்தான் அமைச்சருக்குக் கடிதம் எழுதினேன். எங்களுக்கு இது முற்றிலும் புதிய வேலை இல்லைதான்; ஆனால் வழக்கமான வேலையும் அல்ல. இதனால் ஏராளமான பிரச்சினைகள் எழுந்துள்ளன. உதாரணமாய் எந்த வகை உருக்கை உபயோகிப்பது...''

ஸீனாவைப் பார்த்துவிட்டு அவர் மனத்துள் நினைக்கலானார் : பெண்ணே, நீ கப்பல் கட்டும் தொழிலுக்குச் செல்ல உன் பெற்றோர்கள் எப்படிச் சம்மதித்தார்கள்? பெண்களுக்குச் சிறிதும் ஒத்துவராத கடினமான தொழில் ஆயிற்றே! இங்கு நீ என்ன பாடுபட வேண்டியிருக்கும், தெரியுமா உனக்கு?

இங்கு அவள் என்ன பாடுபட வேண்டியிருக்குமென்றோ, டைரக்டர் தம் மனத்துள் என்னவெல்லாம் நினைத்தார் என்றோ ஸீனாவுக்குத் தெரியாதுதான்.

“அந்தக் கப்பலில் எனக்கு வேலை கொடுங்கள்” என்றாள் அவள். “நான் கப்பல் அடிவுடல் நிபுணர்.”

டைரக்டருடைய புகைக்குழாய் கர்ரூர் என்று இழுத்தது _ புகைக்குழாய்களில் இது அடிக்கடி நிகழ்வதுதான். புகையிலைச் சாம்பலைத் தட்டிவிட்டு டைரக்டர் ஒரு கம்பியை எடுத்துக் குழாயைச் சுத்தம் செய்யத் தொடங்கினார். அது விரைவில் முடியும் காரியமல்ல.

ஸீனாவால் பொறுக்க முடியவில்லை.

“என்னை மறந்துவிட்டீர்களா, என்ன?”

“இல்லை, மறக்கவில்லை.”

ஏனையவற்றை டைரக்டர் வாய்விட்டுச் சொல்லவில்லை, மனத்துள் நினைத்துக்கொண்டார். இந்தப் பெண்ணைக் கப்பல்கட்டும் துறைக்கு அனுப்பி வைத்து அமைச்சகம் இப்படி ஓர் இக்கட்டான பணியை அல்லவா நம் தலையிலே கட்டிவிட்டது. வழக்கமான அதே கதைதான்: சிறு பெண்ணுக்குரிய ஆர்வக் கற்பனையும், தன் பலத்தை உணர்ந்து அதற்கேற்ற வேலைத் துறையைத் தேர்ந்தெடுக்கும் ஆற்றலின்மையும்தான் இவளை இங்கு வரச் செய்தன. கப்பல் அடியுடல் நிபுணராமே! கறுப்பு ரிப்பனும் சடையும் கொண்ட இவளைப் போன்ற உருட்டை விழிப் பெண்ணால் அடியுடல் கட்டுமான அரங்கத்தில் வேலைசெய்ய முடியுமா? அனுபவமிக்க கப்பல் கட்டும் தொழிலாளர்கள் பலரும் வரிசையாய் டைரக்டருடைய மனக் கண்முன் தெரிந்தனர். பஸ்மானோவ், தாத்தாவும் தந்தையரும் தனயருமான மூன்று தலைமுறைகளைச் சேர்ந்த ஜுர்பின்கள் முதலான பலரும் இவ்வரிசையிலே இருந்தனர். காற்றிலே அடிபட்டுப் பதப்பட்ட அவர்களுடைய முகங்களும், பழுப்பேறிய

கரடுமுரடான அவர்களுடைய கரங்களும், ஊசி ஊசியாய்ப் பனி உறைந்துவிட்ட அவர்களுடைய மீசைகளும், தூள்ப்பனி படிந்த அவர்களுடைய புருவங்களும் அவர் கண்ணெதிரே தெரிந்தன. "தோழர் இவனோவாவை" இவர்களுடைய வரிசையில் வைத்து அவரால் பார்க்க முடியவில்லை. அவளைக் கட்டுமான அரங்கத்தின் சாரங்களிலே நின்று வேலை செய்யச் சொல்வதற்கு அவர் மனம் ஒப்பவில்லை _ இலையுதிர் காலத்திலே கப்பலின் கடுங் குளிர் அறைகளிலே காற்று ஓயாமல் ஊளையிடும்; குளிர் காலத்திலே உருக்குங்கூடக் குளிர் தாள முடியாமல் கரகரக்கும். டைரக்டர் இவான் ஸ்தெபானவிச் செர்கேயெவ் இவளையொத்த இரு இளம் பெண்களின் _ தலையில் கறுப்பு ரிப்பன்களுடன் பூங்கொடிகள் போலிருந்த இரு பெண்களின் _ தந்தை ஆயிற்றே!

"இல்லை, நான் மறந்துவிடவில்லை" என்று திரும்பவும் கூறினார். "உன்னை என்ன வேலை செய்யச் சொல்வது? _ அதுதான் விளங்கவில்லை எனக்கு."

"என்னை என்ன வேலை செய்யச் சொல்வதென்று அமைச்சகத்தின் சிபாரிசில் குறிக்கப்பட்டிருக்கிறதே."

"அப்படியா?" இவான் ஸ்தெபானவிச் திரும்பவும் புகைக்குழாயைப் பற்ற வைக்க முற்பட்டார். "இந்தச் சிபாரிசில் கையெழுத்திட்டவர் உன்னை நேரில் பார்த்தாரா? உன்னுடன் பேசினாரா? _ அதைச் சொல்லு."

"உங்கள் பேச்சு எனக்குப் புரியவில்லை!" ஸீனா எழுந்துவிட்டாள். உட்கார்ந்துகொண்டு அவளால் இந்த உரையாடலை நடத்திச்செல்ல முடியவில்லை.

இவான் ஸ்தெபானவிச்சும் மேஜையை விட்டு எழுந்து விட்டார். தரையிலே விரித்திருந்த கம்பளத்தின்மேல் பலமாய் அடிகளை வைத்துக் கதவுவரை நடந்துவிட்டுத் திரும்பி வந்தார்.

"உனக்கு இந்தச் சிபாரிசைக் கொடுத்த அமைச்சக ஊழியர் துறையாளருக்கு உன்னைப் பற்றி என்ன தெரியும்?" டைரக்டர் சற்றுக் கடுமையான குரலில் அவளைக் கேட்டார். "உன்னைப் பற்றி அவர் மனத்திலுள்ள நினைப்பு என்ன? ஒன்றுமில்லை. உன்னுடைய பட்டத்தை அவர் நன்கு பரிசீலித்திருப்பார் _ சந்தேகமில்லை. நீ ஒரு பொறியாளர் என்பதாய் உன்னுடைய பட்டத்தில் குறிக்கப்பட்டிருப்பது மெய்தான். ஆனால் கப்பல்

கட்டும் துறையில் அக்காலத்தில் ரிவெட்டர்களாகவும் பிட்டர்களாகவும் வேலையிலமர்ந்து முதியவர்களாகிவிட்டவர்கள் நாங்கள் உன்னிடம் நாங்கள் பார்ப்பது பட்டத்தை மட்டுமல்ல; சடை பின்னி ரிப்பன் வைத்திருக்கும் இளம் பெண்ணைப் பார்க்கிறோம்...''

ஸீனாவின் முகத்திலும் கழுத்திலும் இரத்தம் குபீரெனப் பாய்ந்தது. அவசர அவசரமாய் அவள் ரிப்பனை அவிழ்த்தெடுத்தாள்.

''இதுதான் காரணமெனில்...''

''ரிப்பனல்ல என் மனத்தில் இருப்பது. நான் உன்னைக் குறை சொல்ல விரும்பவில்லை. இல்லவே இல்லை. வாழ்க்கையை நீ அதிகம் அறியாதவளாய்த் தோன்றுகிறாய். நீ தேர்ந்தெடுத்துக் கொண்டுள்ள தொழிலைப் பற்றி, முக்கியமாய் இத்தொழிலுக்குரிய வேலை நிலைமைகளைப் பற்றிச் சிறிதும் அறியாதவள் என்றே நினைக்கிறேன். செய்முறைப் பயிற்சி பெற்றிருக்கிறாய் என்பது எனக்குத் தெரியும். ஆனால் இந்தச் செய்முறைப் பயிற்சி ஆண்டின் மிகச் சிறந்த பருவமான கோடையிலே நடைபெறும் பயிற்சி. உண்மையில் இதுவரை நீ பொறுப்பு ஏற்கவேண்டியிருக்கவில்லை. உன் வேலைக்குரிய உத்தரவு கையெழுத்திடப்படுமுன், உன்னுடைய எதிர்காலங் குறித்து நீ ஆழ்ந்த ஆலோசனை செய்தாக வேண்டும்.''

''ஏற்கனவே நிறைய ஆலோசனை செய்திருக்கிறேன்.''

''திரும்பவும் ஆலோசித்துப் பார். கப்பல்கட்டும் துறையைச் சுற்றிப் பார்; கப்பலைக் கட்டுவதிலுள்ள எல்லா வேலைகளையும் நேரில் பார்த்துத் தெரிந்து கொள். வேறோர் அரங்கம் உனக்குப் பிடித்ததாய் இருந்தாலும் இருக்கலாம்...''

''எங்களுடைய செய்முறைப் பயிற்சியின்போது கப்பல்கட்டும் துறைகள் பலவற்றை நான் சுற்றிப் பார்த்திருக்கிறேன்'' என்று ஸீனா அவரை இடைமறித்துக் கூறினாள். ''நான் வேலை செய்ய விரும்புவது கட்டுமான அரங்கத்தில்தான், வேறு எங்குமல்ல. என்னைத் திருப்பி அனுப்பிவிடலாமென நினைக்காதீர்கள். நான் திரும்பிப் போகப் போவதில்லை.''

கையிலிருந்த பட்டு ரிப்பனை அவள் முறுக்கிக் கொண்டிருந்தாள். இவான் ஸ்தெபானவிச் உள்ளுக்குள் சிரித்தவாறு தொண்டையைக் கனைத்துக் கொண்டார். மணியை மறுபடியும் தட்டினார். ஸீனாவின் உதடுகள் அதிர்ந்தாடின. பற்களில் பித்தளை

வளையங்களைப் பற்றிக் கொண்டு வில்போல் வளைந்திருந்த சிங்கப் பதுமைகளைக் கொண்ட ஆசனத்தில் விழுந்து கோபமும் ஏமாற்றமும் தாங்காமல் கதறி அழ வேண்டும் போலிருந்தது அவளுக்கு. பெரு முயற்சி செய்து அவள் இவ்வுணர்ச்சியை அடக்கிக்கொண்டாள். இதுபோல மானக்கேடான முறையில் அவளுடைய வாழ்நாளில் யாருமே அவளை நடத்தியதில்லை. பெற்றோர்களின்றி அனாதைக் குழந்தைகளின் இல்லத்தில் வளர்வது எளிதாய் இருக்கவில்லைதான், கல்லூரி வாழ்க்கையின் இடர்ப்பாடுகள் அவற்றின் முத்திரையைப் பதித்ததும் உண்மைதான். ஆனால் இப்பொழுது அவள் பொறியாளராகிவிட்டாள், பட்டம் பெற்றுவிட்டாள், சிறந்த சிபாரிசுகளும் கிடைத்திருந்தன, சுயேச்சையாய் வாழ வேண்டியவளாகி விட்டாள் _ இந்நிலையில் அவள் வாழ்க்கையில் தலையிட, அவளைப் பார்த்துச் சிரிக்க, சிறு குழந்தையைப் போல அவளை நடத்த யாருக்கும் உரிமையில்லை.

செயலாளர் உள்ளே வந்ததும் தொழில்நுட்பத் தகவல் பிரிவிலிருந்து பொறியாளர் ஸ்கோபெலெவைக் கூப்பிடும்படி இவான் ஸ்தெபானவிச் சொன்னார்.

“ஸீனாயிதா பாவ்லவ்னா. அடுத்தபடியாகச் செய்ய வேண்டியது இதுதான்...'' என்றார். “பொறியாளர் ஸ்கோபெலெவ் கப்பல் கட்டும் துறை முழுதும் உன்னை அழைத்துச் சென்று எல்லாத் தொழிலரங்கங்களையும், பிரிவுகளையும், பண்டக சாலைகளையும் காட்டுவார். நான் ஏற்கனவே சொன்னபடி, நீ எங்கே வேலை செய்யலாம் என்பது குறித்து இன்னும் ஒரேயொரு தரம் ஆலோசனை செய்து பார்.''

★★★

அடுத்தபடியாக டைரக்டர் அறையினுள் வந்தவர் கரிய மீசையும் சோகச் சாயலும் கொண்ட உயரமான மனிதர்.

“ஹலோ டைரக்டர்!'' என்று சொல்லிவிட்டு நாற்காலியில் அவர் தொப்பென விழுந்தார்.

“திரும்பவும் சிக்கலான ஒரு விவகாரம்'' என்றார்.

இவான் ஸ்தெபானவிச் சிரித்த முகத்துடன் கோர்புனோவைப் பார்த்தார். சோகத் தோற்றமுடைய ஆஜானுபாகு போன்ற இவரிடம் டைரக்டர் அலாதிப் பிரியம் கொண்டவர். கப்பல் கட்டும் துறையைச் சேர்ந்தவர்கள் எல்லோருக்கும் மிகப் பிடித்தவர்

இவர். ஆகவே அவர்கள் ஆண்டு தவறாமல் கப்பல் கட்டும் துறையின் தொழிற்சங்கக் குழுவுக்கு இவரையே தலைவராய்த் தேர்ந்தெடுத்து வந்தனர்.

“இப்பொழுது என்ன சிக்கல் வந்திருக்கிறது?” என்று இவான் ஸ்தெபானவிச் கேட்டார்.

“கிழவர் மத்வேய்” என்று வழக்கமான அவரது சோகக் குரலில் கோர்புனேவ் பதிலளித்தார்.

“அப்படி என்ன செய்துவிட்டார் அவர்?”

“உருவரை வரையும் வேலையில் கிழவர் குளறுபடி செய்வதாய்ப் புகார் செய்கிறார்கள்.”

“அவருக்குப் பென்ஷன் பெற வேண்டிய காலம் வந்துவிட்டது. ஓய்வு பெற முழு உரிமையுடையவர்.”

“அவ்வளவு சுலபமான காரியமா, என்ன?” பொறுமையிழந்தவராய் கோர்புனோவ் முழங்காலில் தட்டிக் கொண்டார். “பென்ஷன் அளிப்பதா? நான் கவலைப்படுவது அதுவல்லவே. அவருக்கு ஏற்கனவே பென்ஷன் கிடைத்து வருகிறது. நான் சொல்ல விரும்புவது வேறொன்று : அவரை நாம் பேணிக் காக்க வேண்டும் என்கிறேன்.”

“இத்தகையோரை அரசாங்கம் பேணிக் காக்கிறது.”

“அரசாங்கமா? நீங்களும் நானும் யாராம்? _ நாம் எல்லோரும்தானே அரசாங்கம்?”

“அது தத்துவார்த்த விவகாரம்.”

“இல்லை, அது நடைமுறை விவகாரம்! அவர் அதிக காலமாய் வேலை செய்து வருகிறார், அறுபத்தாறு ஆண்டுகளாய் வேலை செய்து வருகிறார். வீட்டுக்குப் போய் கணப்படுப்பு அருகே உட்கார்ந்துகொள்ளும்படி அவரிடம் சொல்கிறீர்கள்! அவரை மனமுடையச் செய்வதற்கு இதைத் தவிர வேறு ஒன்றும் வேண்டியதில்லை! அரசாங்கம் இதுகுறித்து என்ன செய்ய முடியும்? இதுபோன்ற ஒரு விவகாரத்துக்குத் தக்கபடி தீர்வு காண அரசாங்கம் நம்மைத்தான் நம்பியிருக்கிறது. இன்று தொழிற்சங்கக் குழுவில் வசீலிய் மத்வேயெவிச்சும் நானும் இதுபற்றிப் பேசிக்கொண்டிருந்தோம். கிழவரை வேலையின்றி இருக்கச் சொல்ல முடியாதெனச் சொல்கிறார் அவர். உருவரை வரையும்

வேலையில் அவரை விட்டுவைப்பதும் சாத்தியமல்ல. முன்பு போல அவர் அவ்வளவு சூட்டிக்கையாய் இல்லை, களைப்புற்றுவிடுகிறார். இங்கு அவர் உதவியாய் இருப்பதைக் காட்டிலும் அதிகமாய் இடையூறாகவே இருக்கிறார்.''

“என்ன செய்யலாமென்று ஆலோசனை செய்து பார்ப்போம்.''

“ஆம், ஆலோசித்தாக வேண்டும்.''

இருவரும் சிறிது நேரம் மௌனமாயிருந்தனர். புகைத்து முடித்தாகிவிட்ட புகைக்குழாயை இவான் ஸ்தெபானவிச் உறிஞ்சிக் காற்றை இழுத்தார். டைரக்டருக்குப் பின்னால் சன்னல் மேடையில் கண்ணாடிக் கூட்டினுள் இருந்த பனிக்கட்டி உடைக்கும் கப்பலின் மாதிரியமைப்பை கோர்புனோவ் சோகமுடன் உற்றுப் பார்த்தார்.

“அவரைக் காவலாளராக்கினால் என்ன?'' என்றார் இவான் ஸ்தெபானவிச், பாதி தமக்குள்ளும் பாதி கோர்புனோவிடமும் பேசும் தோரணையில்.

“தாம் அவமதிக்கப்படுவதாக அல்லவா கருதுவார்'' பனிக்கட்டி உடைக்கும் கப்பலின் மாதிரியைப் பார்த்தபடி கோர்புனோவ் பதிலளித்தார். “உங்களுக்குப் பின்னால் இருக்கும் கப்பலைத் திரும்பிப் பாருங்கள்... அதற்கு உருவரைகள் வரைந்தவர் யார் தெரியும் அல்லவா?''

“பெரும் பிரச்சினையாய் அல்லவா இருககும் போலிருக்கிறது. இதைப் பற்றி மத்வேய் என்ன சொல்கிறார்?''

“அவர் ஒன்றும் சொல்லவில்லை. யார் அவரிடம் போய் கேட்பது?''

கிழவர் மத்வேயை என்ன செய்வதென்று டைரக்டராலும் தொழிற்சங்கக் குழுவின் தலைவராலும் முடிவு செய்ய இயலவில்லை.

கோர்புனோவ் விடைபெற்றுக் கொண்டார். இவான் ஸ்தெபானவிச் நெடுநேரம் தமது அறையில் உட்கார்ந்திருந்தார். வாழ்க்கையையும் உருவரை வரையும் கிழவரையும் தம்மையும் மற்றும் பலரையும் பற்றிச் சிந்தித்தபடி உட்கார்ந்திருந்தார்.

மத்வேய் ஜூர்பின் அவருடைய மகன்களோடும் மருமகள்களோடும் பெத்ரோகிராதிலிருந்து வந்து சேர்ந்தபோது, இவான் ஸ்தெபானவிச் இருபது வயதான பிட்டராய் வேலை

செய்து வந்தார். அதற்குச் சிறிது காலத்துக்கு முன்புதான் நிறுவப்பட்ட கப்பல்கட்டும் துறையின் காம்சமால் குழுவின் செயலாளராய் இருந்தார். ஆண்டுகள் பறந்தோடின. தொழிலரங்கங்களிலும் கட்டுமானப் பிரிவிலும் வேலை செய்தவர்களில் பல மாற்றங்கள் ஏற்பட்டன. இவ்வாண்டுகளில் இவான் ஸ்தெபானவிச் தொழிலாளர் பள்ளியிலும் கல்லூரியிலும் படித்து முடித்துவிட்டுத் திட்டமிடும் நிறுவனங்கள் பலவற்றில் வேலை செய்தார். மக்கள் கமிசாரகத்திலுங்கூட வேலை செய்தார். திருமணம் செய்துகொண்டு இரு மகள்களின் தந்தையானார். தலை நரைத்துப்போய் யுத்தத்தின் போது லாதாவுக்குத் திரும்பினார் _ இம்முறை டைரக்டராய் வந்தார். அப்பொழுதும் கிழவர் மத்வேய் முன்புபோல உருவரை வரையும் அதே வேலையைத்தான் தொடர்ந்து செய்து வந்தார். இவான் ஸ்தெபானவிச்சினுடைய கப்பல் கட்டும் துறையின் உயிர் வரலாறாய்த் திகழ்ந்தவர் கிழவர் மத்வேய். அவரின்றிக் கப்பல் கட்டும் துறையை நினைப்பதே சாத்தியமல்ல. ஆனால் என்ன செய்வது? பழையன கழிவதும் புதியன புகுவதும் வாழ்வின் விதி ஆயிற்றே. பின்னிய சடையும் பொறியாளர் பட்டமும் உடைத்தவளான அந்த இளம்பெண் கப்பல் கட்டும் துறைக்கு வந்த அதே நாளன்று கிழவர் மத்வேயை என்ன செய்வதென்ற பிரச்சினையும் எழுந்துவிட்டதே _ விதியின் வினோத விளையாட்டல்லவா இது? இவான் ஸ்தெபானவிச் செர்கேயெவை என்ன செய்வதென்ற பிரச்சினை வேறொருவர் முன்பு எழும் நாளும் அதிகத் தொலைவில் இல்லை. ஸ்தெபானவிச் கிழவரானதும், வேலையில் அவரும் தவறிழைக்கலாம் அல்லவா?

அவருடைய மாணவர் காலத்திய பழைய நண்பர் ஒருவர் அண்மையில் அவருக்கு எழுதிய கடிதம் இப்பொழுது அவர் நினைவுக்கு வந்தது. அந்த நண்பர் எழுதியிருந்ததாவது : "...நிகிதா செத்லெத்ஸ்கிய் இறந்துவிட்டார். இருதயக் கோளாறு. ஆம், வெடிகள் மேலும்மேலும் நெருங்கி வந்து விழுகின்றன...'' அப்படித்தான் இருக்கிறது. அன்று தொழிலாளர் பள்ளிக்கு இவான் ஸ்தெபானவிச் யாருடன் சேர்ந்து சென்றாரோ அந்த கர்யூக்கின் சுமார் இரண்டு ஆண்டுகளுக்கு முன்பு மரணமடைந்தார். இப்பொழுது நிகிதா செத்லெத்ஸ்கியும் மறைந்துவிட்டார். இவான் ஸ்தெபானவிச்சுக்கும் அவருக்கும் ஒரே வயது. ஆம், வெடிகள் மேலும்மேலும் நெருங்கி வந்து விழுகின்றன.

பீரங்கிகள் கடுமையாய்க் குண்டுகளைப் பொழியும்போது அடித்து மோதிக் கொண்டு முன்னால் செல்வது ஒன்றேதான் மீளும் வழி என்று காலாட் படைப் பயிற்சிக் கைப்புத்தகம் படையாளுக்குப் போதிக்கிறது. முன்னால் செல்ல வேண்டுமே ஒழிய வேறு எத்திசையிலுமல்ல. நம்மைச் சூழ்ந்து நெருங்கிவரும் “வளையத்தைப்” பற்றி நினைக்கலாகாது. நிற்கவே கூடாது, மேலும் மேலும் தொடர்ந்து முன்னால் போய்க் கொண்டிருக்க வேண்டும். கிழவர் மத்வேயின் பிரச்சினைக்குத் தீர்வு காண்பது சுலபமல்ல; கோர்புனோவ் கூறியது நூற்றுக்கு நூறு உண்மையேயாகும். ஏனெனில் கிழவர் ஜூர்பின் வேலையை விட்டு ஓய்வு பெறுவது கொலைகாரக் குண்டு மழையிலே முன்னே ஓடாமல் நிற்பதற்கே ஒப்பானது. மற்றொரு பெரிய உண்மையையும் மறக்கலாகாது. போராடி முன்னே செல்வது இளந் தலைமுறையினருக்குச் சிறந்த கல்வியாய் இருக்கும். துவக்கிவிடப்பட்ட பணியைத் தொடர்ந்து நடத்திச் செல்லப் போகிறவர்கள் இந்த இளந் தலைமுறையினரே. “ஸீனாயிதா பாவ்லவ்னா, நாம் இருவரும் நண்பர்களாகி விடுவோம், சந்தேகம் வேண்டாம்” என்று இவான் ஸ்தெபானவிச் நினைத்துக் கொண்டார்.

ஸீனா மறந்து சென்றுவிட்ட கறுப்பு ரிப்பன் நாற்காலியில் கிடந்ததைக் கண்ணுற்றார். அதை எடுத்துக் கவனமாய்ச் சுருக்கங்களைச் சரிசெய்து மடித்துத் தமது மேஜை டிராவுக்குள் வைத்தார்.

2

ஸீனாவும் ஸ்கோபெலெவும் கப்பற் கட்டும் துறையைச் சுற்றிவந்த “பயணத்தின்” இரண்டாவது நாள் அது. டைரக்டருடைய உத்தரவைச் சிறிதும் பிசகாது ஸ்கோபெலெவ் அப்படியே நிறைவேற்றுவதாகவே தோன்றியது. கடமை உணர்வோடு அவன் ஸீனாவை ஒவ்வொரு பிரிவாய் அழைத்துச் சென்று காட்டினான். யாவற்றையும் விளக்கிக் கூறினான். ஸ்கோபெலெவ் அல்லாமல் வேறு யாராவது இதைச் செய்திருந்தால், தன்னை அழைத்துச் சென்று விவரமாய் யாவற்றையும் விளக்கியதற்காக ஸீனா ஆழ்ந்த நன்றி தெரிவித்திருப்பாள். ஆனால் ஸ்கோபெலெவ் விளக்கிச் சொன்ன முறை அவளுக்கு ஆத்திரத்தையே உண்டாக்கியது.

“இதுதான் உருவரைத் தளக்கூடம்'' நிர்வாகக் கட்டிடத்தின் மாடியில் ஒரு பெரிய கூடத்தினுள் நுழைந்ததும் ஸ்கோபெலெவ் ஆடம்பரமாய் அறிவித்தான். “நீளம் இருநூற்றுப் பத்து மீட்டர். அகலம் சுமார் அறுபது மீட்டர். கூரை கண்ணாடியாலானது. பிரகாச விளக்குகள் உள்ளன. மரக் கட்டைகளால் அமைந்த தரை. இடுக்களின்றி மக்கிட்டு நிரப்பி வழவழப்பாக்கப்பட்டு வண்ணம் பூசப்பட்டிருக்கிறது. கால்பந்து ஆடலாம் போலிருக்கிறது அல்லவா? அல்லது சறுக்கு உருளைகளில் சறுக்கி விளையாட வேண்டுமெனத் தோன்றுகிறது அல்லவா? ஆனால் இது விளையாட்டு இடமல்ல, யாரும் இங்கு விளையாடுவதில்லை. கப்பல் கட்டும் துறையிலே அதிசிரேஷ்டமான இடம் இது. திட்டப் படங்களில் வரையப்பட்டிருக்கும் கப்பல் அடியுட;லின் ஒவ்வொரு பகுதியும் அதன் மெய்யளவுகளில் இந்தத் தரையில் வரையப்படுகிறது. எப்படி வரைகிறார்கள்? கப்பல் கட்டும் கல்லூரியிலே நீ படித்திருந்தால், உனக்குத் தெரிந்திருக்கும்.''

ஸீனா மௌனமாய் ஸ்கோபெலெவின் பேச்சைக் கேட்டுக் கொண்டு நின்றாள். வாய் திறந்து ஒரு கேள்விகூடக் கேட்கவில்லை. கல்லூரியில் மூன்றாம் ஆண்டு முதலாய் அவள் அறிந்திருந்தவற்றை ஸ்கோபெலெவ் விளக்கிக் கூறிக் கொண்டிருந்தான்.

வரை மேஜைகள்மீது உருவரை வரையும் வேலையை விவரம் அறியாத சிறுமிக்குச் சொல்வதுபோல விஸ்தாரமாய் அவன் விளக்கிக் கூற முற்பட்டான்.

“கோட்டோ பாவாடையோ தைப்பதற்குத் துணி வெட்டுமுன் என்ன செய்கிறார்கள் தெரியுமா?'' பல தொழிலாளர்கள் ஒன்றுசேர்ந்து சம்மட்டிகளை இயக்கி மையத் துளைகள் இட்டுக் கொண்டிருந்ததால், பலத்த குரலில் அவன் ஸீனாவின் காதுக்குள் கூறினான். “வெட்ட வேண்டிய துணியில் முதலில் சுண்ணக் கட்டி கொண்டு வரைந்து கொள்கிறார்கள். அதே போல...''

“அதே போல'' இங்கு என்ன செய்கிறார்கள் என்பது பற்றிய அவனுடைய விளக்கத்தை ஸீனா காது கொடுத்துக் கேட்கவில்லை, கேட்க விரும்பவுமில்லை. வெள்ளைச் சட்டையும் நீலக் காற்சட்டையும் அணிந்து, தலையில் கண்ணுக்கினிய வண்ணத் துணியைக் கட்டிச் சடைகளுடன் சேர்த்துக் கொண்டையிட்டிருந்த இளம் பெண் ஒருத்தியை அவள் வைத்த கண் வாங்காமல் பார்த்துக்கொண்டு நின்றாள். இந்த இளம்பெண் கொடி போலத் துவளும் மெல்லிய உருவமுடையவள். அவள் அணிந்திருந்த

ஆடவர் உடுப்புகள் கவர்ச்சிமிக்க அவளுடைய எழிலுருவை மேலும் எடுப்பாய்த் தெரியச் செய்தன. உருக்குத் தகட்டின் மீது உட்கார்ந்து ரிவெட்டுகள் போட வேண்டிய இடங்களில் வட்டங்கள் வரைந்து கொண்டிருந்த நரைத்துப் போன பரட்டைத் தலைக் கிழவர் ஒருவரின் பக்கத்தில் அந்தப் பெண் குனிந்து நின்று வேலை செய்தாள். கிழவர் ஏதோ குளறுபடி செய்துவிட்டார் என்பது தெரிந்தது. ஏனெனில் சுண்ணக் கட்டியை வைத்திருந்த கிழவரின் கையை அந்தப் பெண் பிடித்துக் கொண்டு, பள்ளி ஆசிரியர் பின்தங்கிவிட்ட மாணவனுக்குச் சொல்லித் தருவது போல, தகட்டின்மீது வரைந்து காட்டினாள். இருவரது கைகளாலும் வரையப்பட்ட அந்தக் கோட்டை உற்று நோக்கியபடிக் கிழவர் ஒரு நிமிடம் சிந்தனை செய்துவிட்டு, ஆமோதிக்கும் முறையில் பரட்டைத் தலையை ஆட்டினார்.

இந்தக் கிழவர் மாணவராகவோ, பயிற்சியாளராகவோ இருப்பாரென நினைப்பதற்கில்லை. தள்ளாத முதிய வயதிலே உருவரைக் கலை பயிலுகிறாரெனக் கொள்வது எப்படி? பிறகு என்ன செய்கிறார்? முதியவருக்குப் பதிலாய் யுவதியல்லவா தலைமைப் பங்கு ஆற்றுவதாய்த் தெரிகிறது? தாத்தாவுக்குப் பதில் பேத்தியல்லவா ஆசானாய்ச் செயல்படுகிறாள்? _ இருவரையும் ஸீனா ஏற்கனவே தாத்தாவாகவும் பேத்தியாகவுமே மனத்துள் நினைத்துக்கொண்டுவிட்டாள். இந்த வினோத இணைப்புக்குக் காரணம் என்ன?

இதுகுறித்து ஸீனா கேட்டுத் தெரிந்துகொள்ள ஆசைப்பட்டாள். ஆனால் ஸ்கோபெலெவுடன் பேச அவளுக்கு விருப்பமில்லை. மனிதர்கள் இடையிலான உறவுகள்குறித்துத் தொழில்நுட்பத் தகவல் பிரிவின் இந்த உதவாக்கரைத் தலைவனுக்கு என்ன தெரிந்திருக்கப் போகிறது?

இந்த விபரீதக் காட்சியிலிருந்து பார்வையைத் திருப்ப முடியாதவளாய், ஸீனா அவர்களையே பார்த்துக்கொண்டிருந்தாள். இதற்கிடையில் “தாத்தாவும்” “பேத்தியும்” வேலையை முடித்தனர். தாத்தா விலகிச் சென்று கட்டை குட்டையான தமது புகைக்குழாயைப் பற்ற வைத்துப் புகைபிடித்தார்; பேத்தி சுண்ணக் கட்டியை எடுத்து உருக்குத் தகட்டில் “தலைப்பகுதி”, “பின்பகுதி”, “மூட்டிணைப்புக்காக இழைக்கவும்”, “வளைக்க வேண்டிய முகம்” என்பன போன்ற வேலைக் குறிப்புகளை எழுதத் தொடங்கினாள். தகட்டு உருவரையாளர்களின் பெயர்களும் இதில்

எழுதப்படுமென்பது ஸீனாவுக்குத் தெரியும். இவர்களுடைய பெயர்களைத் தெரிந்து கொள்ளலாமென்று அவள் காத்திருந்தாள். ஆனால் ஸ்கோபெலெவ் அவசரப்படவே இருவரும் அவ்விடத்தை விட்டு நகர்ந்தனர்...

தவறிப்போய்க் கப்பல் அடியுடல் நிபுணர் பட்டம் ஸீனாவுக்கு அளிக்கப்பட்டுவிடவில்லை. கல்லூரியில் இரண்டாவது ஆண்டு படிக்கையில் கருங்கடலின் கரையில் கப்பல் கட்டும் துறைக்குச் சென்று அவள் செய்முறைப் பயிற்சி பெறத் தொடங்கியபோதே கட்டுமான அரங்கத்தின் வேலைகளில் தனி ஆர்வம் ஏற்பட்டு இவ்வேலைகளில் தனித் தேர்ச்சி பெற முற்பட்டாள். பதினெட்டு வயதாகியிருந்த அவள் அங்கே கட்டுமான அரங்கத்தில் தொழிற் பள்ளி ஒன்றின் இளைஞர்களுடன் சேர்ந்து வேலை செய்தாள். உருக்குத் தகடுகளை இணைத்துத் திருகுகளிட்டு முடுக்கினாள், ரிவெட்டுகளைப் பழுக்கக் காய்ச்சுவதற்கான இடம்பெயரும் உலையின்மீது நின்று வேலை செய்தாள், ரிவெட்டுகள் போடக் கற்றுக்கொண்டாள். ஆரம்பத்தில் காற்றியல் சம்மட்டியை இயக்கி வேலை செய்தபின் ஸீனாவின் கைகள் அதிர்ந்து நடுங்கியதையும், கரண்டியால் தட்டிலிருந்து அவள் எடுத்த சூப் கீழே சிதறியதையும், கரண்டியை ஆடாமல் பிடித்துக் கொள்ள முடியாமல் அது அவளுடைய பற்களில் பட்டுப் படபடத்துக் கொண்டதையும் கண்டு ஏனைய மாணவர்கள் சிரிப்பது வழக்கம். ஆனால் ஒரு மாதத்துக்கெல்லாம் ஸீனா பல்வேறு பொறியியல் தொழிற்பட்டறைகளும் உருவரைத் தளக் கூடமும்தான் தங்களுக்கேற்றவையென அங்கே சென்று செய்முறைப் பயிற்சி பெற்ற தனது சக மாணவர்களைப் பார்த்துக் கேலியாய்ச் சிரிப்பது வழக்கமாகிவிட்டது. ஸீனாவின் கரங்கள் விரைவில் வலுவும் உறுதியும் மிக்கனவாயின. “நேசமுடன்” அவள் கைகுலுக்கியபோதெல்லாம், இளைஞர்கள் அவளுடைய வலுவான பிடி தாங்காமல் துள்ளிக் குதிக்க நேர்ந்தது. மூக்குக் கண்ணாடி போட்டுக்கொண்டு சோகத் தோற்றமளித்த பரட்டை முடி இளைஞன் சென்யா கார்ப்பவ் “ஓ ஸீனா! இந்தப் பலசாலி வேலையை என்னிடம் காட்டாதே! காட்டினால் இனி எந்நாளும் உன்னுடன் கைகுலுக்க மாட்டேன்!” என்று பலக்கக் கத்தினான்.

ஒரே கூச்சலும் வேலைப் பரபரப்புமாய் இருந்த கட்டுமான அரங்கம் ஸீனாவுக்கு மிகவும் பிடித்துவிட்டது. சொந்த வீட்டிலே இருப்பது போன்ற சல்லாப உணர்வோடு _ தாய் தந்தையின்றி,

தனக்கெனத் தனி இல்லமின்றி வளர்ந்தவள் குறித்து இந்த உவமையைக் கையாளலாமெனில் _ இங்கே அவள் வேலை செய்ய முடிந்தது. தொடர்ந்து இரண்டு நாட்களாய் ஸ்கோபெலெவ் “தையல் கலையுடன்'' ஒப்பிட்டுக் கூறிய விளக்கங்களைக் கேட்டு அவளுக்குக் காது புளித்துப் போய்விட்டது. இப்பொழுது அவன் காற்றியல் சம்மட்டியைத் தையல் இயந்திரமாகவும், ரிவெட்டைத் துணியில் போடப்பட்ட தையலாகவும் வியாக்கியனம் செய்ய முற்பட்டதும் அவளால் பொறுக்க முடியவில்லை.

“போதும், போதும்!'' என்று அவள் ஸ்கோபெலெவ் பக்கம் திரும்பி வெடுக்கெனக் கூறினாள். “நான் ஏதோ தையற்காரி என்பதாய் நினைத்து என்னிடம் பேச வேண்டாம், நிறுத்துங்கள்!'' இரண்டு நாட்களுக்கு முன்பு டைரக்டருடைய அறையிலே ஆனது போல அவள் முகமும் கழுத்தும் செக்கச் சிவந்துவிட்டன.

“எந்த வகையில் தையற்காரி ஒரு பொறியாளரைவிடக் குறைந்தவளென்று கேட்கிறேன்.''

“குறைந்தவள் என்பதாய் நான் சொல்லவில்லை. ஆனால் தையல்காரியாவதற்கு ஆறு ஆண்டுகள் பொறியியல் பயில வேண்டியதில்லை.''

“எல்லாம் எவ்வளவு தூரம் பயிலுகிறாய், என்னென்ன கற்றுக் கொள்கிறாய் என்பதைப் பொறுத்திருக்கிறது.'' ஸ்கோபெலெவ் வேறு பக்கம் திரும்பி, தலையிலே சிறியதொரு பளு தூக்கி பொருத்தப்பட்டிருந்த கப்பல் கட்டும் பிரம்மாண்டப் பளு தூக்கியைக் கருத்தின்றிப் பார்த்துக் கொண்டு நின்றான்.

இருவருக்கும் இடையே இருந்த கடுப்பு பகிரங்கமாகவே வெளிப்பட ஆரம்பித்துவிட்டது.

ஒருவரையொருவர் எரித்துவிடுவது போலப் பார்த்துக்கொண்டனர். ஸ்கோபெலெவ் கண்களைச் சுளித்துக்கொண்டு பார்த்தான். ஸீனாவின் கண்கள் அகன்று விரிந்து கோபக் கனலை வீசின; முகம் சிவந்துவிட்டது; ஆத்திரம் தாங்காமல் அவளுக்கு மேல்மூச்சு வாங்கிற்று.

“எனக்கு உன் உதவி தேவையில்லை, நானே சுற்றிப் பார்த்துக் கொள்கிறேன்!'' என்று சொல்லிவிட்டு, தனது திறந்த கோட்டு காற்றிலே விம்மிப் புடைத்துப் பறக்க, மரப்பாதையிலே ஏறிச் சாரங்களை நோக்கி ஓடினாள்.

நீலக் கோட்டும் தட்டைக் குல்லாயும் அணிந்து விரல்களால் ஒரு புருவத்தின் முடிகளை முறுக்கிவிட்டுக் கொண்டிருந்த வாட்டசாட்டமான ஒருவர், தம்மை நோக்கி ஓடிவந்த பெண்ணை உற்றுப் பார்த்து ஏதோ சிந்தனை செய்தவாறு உச்சிமேடையிலே நின்றுகொண்டிருந்தார். ஸீனா ஓடிவந்த வேகத்தில் அவருடன் மோதிக் கொள்ளப் பார்த்தாள்.

"என்ன இவ்வளவு அவசரம்?" கைகளை விரித்துக்கொண்டு அவர் வழி மறைத்து நின்றார். "தத்துக்கிளியே, எங்கிருந்து பாய்ந்து இங்கே வருகிறாய்!"

வேடிக்கை என்னவெனில் "தத்துக்கிளி" என்று அழைத்தது ஸீனாவுக்குச் சிறிதும் கோபமூட்டுவதாய் இல்லை. கோபப்படுவதற்குப் பதிலாய், அவள் இதயம் திடீரென நெகிழ்ந்துவிட்டது. அந்தச் சொல்லிலும் அதை அவர் உச்சரித்த முறையிலும் அவளுக்கு உற்சாகமும் மகிழ்ச்சியும் அளித்த ஏதோ ஒன்று தொனித்தது.

"நான் தத்துக்கிளியல்ல, பொறியாளர்." கடந்தசில நாட்களில் அவள் அனுபவிக்க வேண்டியிருந்த இத்தனை உள்ளக் குமுறலுக்கும் ஏமாற்றத்துக்கும் பிறகு, முதன்முதலாய் ஸீனா சிரித்துக்கொண்டாள். "வணக்கம்! இந்த அரங்கத்தின் தலைவரைப் பார்க்க விரும்புகிறேன்."

"தோழர் பொறியாளரே, வணக்கம்! அரங்கத்தின் தலைவர் இதோ எதிரே நிற்கிறேன். பெயர் ஜுர்பின் _ இலியா மத்வேயெவிச் ஜுர்பின். உனக்கு என்னிடம் ஆக வேண்டியது என்ன?"

3

ஸீனா எது நடந்துவிடுமோ என்று பயந்து நடுங்கினாளோ அதுவே நடந்துவிட்டது.

நடைபாதையையொத்த இருள் படர்ந்த நீளமான குறுகிய ஓர் அறையினுள் நீளமான குறுகிய மேஜையின் எதிரே அவள் உட்கார்ந்திருந்தாள். மேஜையின் இரு பக்கங்களிலும் சோபையற்ற கறுப்பு மெழுகுத் துணியிட்டு மூடித் தைக்கப் பெற்ற நாற்காலிகள் இருந்தன. மசிக் கறைகள் நிறைய இருந்த முரட்டுக் கம்பளி விரிப்பு போடப்பட்ட அந்த மேஜையில் திட்ட வரைபடத் தொகுப்புகளையுடைய தடித்த புத்தகங்கள் பலவும் கிடந்தன. கண்ணாடி அலமாரிகளில் பல்வேறு வகையான காற்றியல்

சம்மட்டிகளும் மூட்டிணைப்புக் கருவிகளும் உளிகளும் மின்சாரத் துளைக் கருவிகளும் வெல்டிங் கருவிகளும் கப்பல் கட்டும் துறைக்கு வேண்டிய ஏனைய பல வேலைக் கருவிகளும் வரிசையாய்க் காட்சியில் இருந்தன. சுற்றிலும் சுவர்களில் தொங்கிய ஓட்டுப் பலகைகளில் இதே கருவிகளின் தனித்தனிப் பாகங்கள் வைக்கப்பட்டிருந்தன.

இந்தக் காட்சிப் பொருள்களையும் அவற்றின் பக்கத்தில் காட்டப்பட்டிருந்த படங்களையும் ஸீனா உற்றுநோக்கினாள். இப்படங்கள் வண்ணக் கம்பங்களாலும் குழந்தைகள் விளையாடும் கண்கவர் பந்துகளின் தட்டை உருவரைகளாலுமான கிராதி அடைப்புகளாய்த் தோன்றின. இவற்றைப் பார்த்தபடி வேறு எதையோ பற்றி நினைத்தவாறு ஸீனா அமர்ந்திருந்தாள். அவளுடைய விரலின் நகம் மேஜையிலிருந்த படத் தொகுப்புகள் ஒன்றின் மேல் அட்டையில் காயந்து போய் ஒட்டிக் கொண்டிருந்த பிசினைச் சுரண்டியெடுக்க முயன்றது. சில மணி நேரத்துக்கு முன்பு அவள் டைரக்டரிடம் திரும்பவும் உரையாடிவிட்டு வந்திருந்தாள். இந்தச் சங்கடமான, கசப்பான உரையாடலின் விளைவாய் ஊழியர் உத்தரவு எண் 100 கையெழுத்திடப்பட்டது. இந்த எண் ஸீனாவின் நினைவிலே ஆழப் பதிந்துவிட்டது; அதன் கன்னங்கள் சாலை போடும் நீராவி எஞ்சினின் உருளைகளைப் போல அவளுடைய இதயத்தின்மீது உருண்டோடி, கட்டுமான அரங்கத்திலிருக்கையில் அவள் நெஞ்சிலே மலர்ந்திருந்த ஆர்வத்தையும் களிப்பையும் நசுக்கிவிட்டன.

இலியா மத்வேயெவிச் கப்பலின் அடியாழத்திலே, கண்ணாடிபோல் தெளிவாயிருந்த பிசின் துளிகள் கெட்டியாகி முத்துமுத்தாய்த் திரண்டிருந்த புது மணம் கொண்ட பைன் மர அடியுடல் கட்டைகளுக்கிடையே ஸீனாவை அழைத்துச் சென்றிருந்தார். இருவருமாய்ச் சேர்ந்து மேல்தளத்துக்கு ஏறினர். சரக்குக் கிடங்குகளின் இரும்பு அறைகளுக்குள்ளும் இஞ்சின் அறைகளுக்குள்ளும் குறுகலான ஊடச்சுக் குழாய்களுக்குள்ளும் இறங்கினர். இவை எல்லாம் அவள் ஏற்கனவே நன்கு அறிந்தவைதான். ஆயினும் கல்லூரியில் அவளுடைய பயிற்சியும் கல்லூரியின் மேற்பார்வையும் முடிவுற்று அவளுடைய சுயேச்சையான பணி துவங்கிவிட்டதால், இப்பொழுது இவை அவளுக்கு புதியனவாய் விளங்கின. ஆம், அவளுடைய சுயேச்சையான பணி தொடங்கிவிட்டது! அவள் கண்களில் பட்ட

யாவற்றையும் பற்றி ஸீனா கேள்விகள் கேட்டாள். இலியா மத்வேயெவிச்சின் பதில்கள் விளக்கமாகவும் தெளிவாகவும் இருந்தன. மேல்நிலையிலிருந்து பேசி ஸீனாவை அவர் அவமதிக்கவில்லை. கப்பல் கட்டுவதென முடிவெடுத்துவிட்ட இந்தப் பெண்ணை அவர் வியப்பும் ஆர்வமுமிக்க பார்வையால் இடையிடையே பார்த்துக்கொண்டார். அவளுடைய கேள்விகளில் சில அறிவுக் கூர்மையும் விவர ஞானமுமுடையனவாய் இருப்பதைக் கண்டு முதுபெரும் அந்தக் கப்பல்கட்டும் தொழிலாளர் வியப்புற்றுவிட்டார். 'தத்துக்கிளி' விஷயம் அறிந்ததாகவே இருந்தது!

"இதை என்னென்பது!" நடையை நிறுத்தி சிகரெட்டைப் பற்ற வைத்தவர் வியந்து கொண்டார். அவர் குரலில் ஓரளவு ஏமாற்றமும் தொனித்தது. "நாங்கள் ஓயாமல் வேலை செய்கிறோம், அனுபவம் பெறுகிறோம். ஆனால் வேறோர் இடத்தில் இந்த அனுபவம் அனைத்தையும் திரட்டிச் சேர்த்து இளைஞர்களுக்குத் தயார் நிலையிலே அளித்துவிடுகிறார்கள் _ உன்னைப் போன்றவர்களைப் பயிற்றுவித்து அனுப்பி விடுகிறார்கள்! நாங்கள் தலைநரைத்த முதியவர்கள், கட்டுமான அரங்கத்திலே அரை நூற்றாண்டைக் கழித்தவர்கள், ஆயினும் எங்களுக்கு எவ்வகையிலும் சப்பையில்லாத நிபுணர்களை ஐந்தாறு ஆண்டுப் பயிற்சியின் மூலம் தயார் செய்துவிடுகிறார்கள்!"

"அதெல்லாம் இல்லை, இலியா மத்வேயெவிச்." என்று ஸீனா காரசாரமாய் மறுத்துப் பேசினாள். "எவ்வகையிலும் சப்பையில்லாதவர்கள்" என்று சொல்லாதீர்கள். நூறாயிரம் மடங்கு பின்னிலையிலே இருக்கிறோம் நாங்கள்! இங்கு நான் வந்தபோது, யாவும் கல்லூரியில் எங்களுக்குக் கற்றுக் கொடுத்தபடியேதான் இருக்குமென்று நினைத்தேன். ஆனால் உங்களுடன் இங்கு சுற்றிப் பார்க்கையில் எனக்குப் பீதியாயிருக்கிறது. கற்றுத் தெரிந்து கொள்ளவேண்டியது ஏராளம் இருக்கிறது. என்னால் ரிவெட்டும், மூட்டிணைப்பும் செய்ய முடியும்; மூட்டுவாய்களை வெல்டு செய்யவும்கூட முடியும். ஆனால் முழு அடியுடலின் கட்டுமானம் எனக்குக் கொஞ்சமும் பிடிபடவில்லை."

"விரைவில் பிடிபட்டுவிடும்!" என்று இலியா மத்வேயெவிச் அவளுக்கு ஊக்கமூட்டினார். "என்னைக் கட்டுமான அரங்கத்தின் தலைவனாக்கிய போது _ அது நடந்து பதினைந்து, பதினாறு

ஆண்டுகள் ஆகியிருக்கும்! _ எனக்கும் பீதியாய்த்தான் இருந்தது. என்னால் ரிவெட்டும் மூட்டிணைப்பும் செய்ய முடிந்தது...''

ஸீனா வாய்விட்டுச் சிரித்துவிட்டாள்.

“பதினைந்து ஆண்டுகளா? நன்றாய் இருக்கிறதே! அத்தனைக் காலம் என்னால் காத்திருக்க முடியாது!''

“வேறு எப்படி நீ இதைச் செய்யப் போகிறாயாம்? இல்லை, வேறு வழி இல்லை. பள்ளிக்கூட அறையிலிருந்து நேரே தாவித் தேர்ச்சி மிக்க தொழில் விற்பன்னராகவோ விஞ்ஞானியாகவோ மாறிவிட எல்லோருக்கும் ஆசையாய்த்தான் இருக்கும். ஆனால் தோழர் பொறியாளரே, வாழ்க்கை அதற்கு இடந் தருவதில்லை. தொழில் விற்பன்னராவதற்கு முதிர்ச்சி அவசியம். மிகப் பல ஆண்டுகள் அனுபவம் பெற்றாலன்றி முதிர்ச்சி நிலை சாத்தியமல்ல...''

மாலைச் சங்கு ஊதியதும் மகிழ்ச்சியும் உணர்ச்சிப் பரபரப்பும் மிக்கவளாய் ஸீனா டைரக்டர் அறைக்குள் ஓடினாள்.

“இவான் ஸ்தெபானவிச்! கப்பல் கட்டும் துறை முழுவதையும் சுற்றிப் பார்த்தேன், திரும்பவும் ஆலோசனை செய்தேன். நான் கட்டுமான அரங்கத்தில்தான் வேலை செய்யப் போகிறேன், வேறு எங்குமல்ல!''

...அதன்பின் ஆரம்பமான உரையாடல் அவளை நீண்ட மேஜையையுடைய வசதி குறைவான, இருள் சூழ்ந்த, நடைபாதை போன்ற இந்த அறையிலே கொண்டுவந்து இருத்திவிட்டது. இவான் ஸ்தெபானவிச் நெடுநேரம் பேசினார், மறுக்க முடியாத முறையில் பேசினார். கப்பல் கட்டும் துறைக்கு முன் முயற்சியும் விறுவிறுப்புமுடைய இளம் பொறியாளர் தேவைப்படுகிறார் _ ஆனால் நிபுணர்கள் நிறைய இருக்கும் கட்டுமான அரங்கத்தில் அல்ல, கப்பல் கட்டும் துறையின் நிர்வாகம் மிகுந்த முக்கியத்துவம் அளித்திடும் தொழில்நுட்பத் தகவல் பிரிவில்தான் இவர் தேவைப்படுகிறார் என்று கூறினார். புதிய வேலைமுறைகள் திட்டமிடப்பட்டிருப்பதால் தொழில் நுட்பத் தகவல்பிரிவு மிகவும் முக்கியமானதென்று நிர்வாகம் கருதுகிறது என்றார்.

“ஸீனாயிதா பாவ்லவ்னா, வயது முதிர்ந்த தொழிலாளி என்ற முறையில் நான் இதை உனக்குக் கூறுகிறேன். தொழில் நுட்பத் தகவல்களை அறிவதில் நீ முன்னிலையில் இருக்கவேண்டுமென்று

கூறுகிறேன். கப்பல் கட்டும் தொழில் பற்றிய புத்தம் புதிய எல்லா விவரங்களையும் _ கப்பல் கோத்தமைப்பு வேலைகள்பற்றி மட்டுமல்லாது வார்ப்பட, கொல்லுப் பட்டறை வேலைகள், குளிர்நிலை உலோக வேலைகள், பெரிய அளவிலும் சிறிய அளவிலுமான இயந்திரமயமாக்கப்பட்ட வேலைகள் ஆகிய யாவும் பற்றிய எல்லாப் புதிய விவரங்களையும் _ நீ விரல் நுனியில் வைத்திருக்க வேண்டும். ஒளிவுமறைவின்றி உன்னிடம் உண்மையைக் கூறுகிறேன், கேள்: ஸ்கோபெலெவ் எங்களுக்குத் திருப்திகரமாய் வேலை செய்யவில்லை. தொழில்நுட்பத் தகவல் பிரிவை நீ ஓர் உலுக்கு உலுக்கி விட வேண்டும், அதை விழித்தெழச் செய்தாக வேண்டும். உன்னால் நிச்சயம் இதைச் செய்ய முடியுமென்று நினைக்கிறேன். போதிய அனுபவம் இல்லாத குறையை நீ உன்னிடம் நிறைய இருக்கும் ஆற்றலையும் துடிப்பையும் கொண்டு ஈடுகட்டிக் கொண்டுவிடுவாய்.''

ஸீனாவின் தகர்ந்துவிட்ட கனவுகளுக்குச் சமாதி கட்டுவது போல இருந்தது டைரக்டரின் இந்தப் பேச்சு. இருப்பினும் அவர் பேச்சு அவளுக்குப் பெருமித உணர்வை ஊட்டிற்று; இப்பொழுது அவர் அவளை மெய்யான பொறியாளராக மதித்துப் பேசினார். பொறுப்பு வாய்ந்த பணியினை அவளிடம் ஒப்படைக்க முன்வந்தார். இன்னமும் அவள் தலையை ஆட்டி ஆட்சேபித்தாள் என்றாலும், இவான் ஸ்தெபானவிச்சின் வாதங்கள் நியாயமானவையே என்பதை அவளால் மறுக்க முடியவில்லை. தொழில்நுட்பத் தகவல் பிரிவில் அவள் ஸ்கோபெலெவுடன் சிறிது காலத்துக்காவது வேலை செய்தாக வேண்டுமென்பதை உணர்ந்து கொண்டாள்.

ஆனால் ‘‘சிறிது காலத்துக்குங்கூட'' அவளால் தனது கனவைக் கைவிட முடியவில்லை. நீளமான மேஜை முன்னால் உட்கார்ந்து காட்சிப் பொருள்கள் இருந்த அலமாரிகளையும் பலகைகளையும் பார்த்தபடி, படத்தொகுப்பின் மேல் அட்டையிலிருந்து அகல மறுத்த காய்ந்துபோன பிசினை நகத்தால் சுரண்டிக் கொண்டிருந்தாள். அறையில் மேலும் கீழுமாய் நடந்தவாறு ஸ்கோபெலெவ் கூறியவை அவள் காதில் விழுந்ததாய்த் தெரியவில்லை.

‘‘மனிதனை விதி எவ்வளவு கோணல்மாணலான பாதைகளிலே இழுத்துச் செல்கிறது பார்! என்றென்றுமே இது என்னை வியப்புறவே செய்துள்ளது. இனியும் வியப்புறவே செய்யும்'' என்று அவன் ஏளனக் குரலில் கூறிக் கொண்டிருந்தான். ‘‘நேற்று

நீ என்னிடம் இறுமாப்புடன் அறிவித்தாய்: நான் தேவையில்லை, நீயே சுற்றிப் பார்த்துக் கொள்வதாய்க் கூறினாய். அது நடந்தது நேற்று. ஆனால் இன்று நிலைமை தலைகீழாக மாறிவிட்டது. நீ நான் இருப்பதைப் பொறுத்துக் கொள்வதோடு, நான் சொல்கிறபடியும் கேட்டாக வேண்டும். நான் உன் தலைவன், நீ எனக்குக் கீழ்ப்படிந்து நடக்க வேண்டியவள். இதை நீ புரிந்து கொண்டாய் அல்லவா?''

ஸீனா மெல்லத் தலையை உயர்த்தி நிதானமாய் ஸ்கோபெலெவைப் பரிசீலித்தாள். அவளுடைய அசங்காத பார்வையிலிருந்து தப்பும் பொருட்டு ஸ்கோபெலெவ் மேஜையின் முன்னால் உட்கார்ந்து டிராவுகளை இழுத்து எதையோ தேடத் தொடங்கினான்.

4

1

பாலத்தின் உத்திரக் கூட்டுக்குள் ரயில் மெல்ல ஊர்ந்து சென்றது. பிரயாணிகள் தங்கள் பெட்டிகளை நெடு நேரத்துக்கு முன்பே கீழே எடுத்து வைத்துவிட்டு, தொப்பிகளைப் போட்டுக் கொண்டு, சன்னல்களின் முன்னால் நின்று வேடிக்கை பார்த்தனர். மாலைக் கதிரவனின் ஒளியில் கீழே ஆறு நெருப்பு போலத் தகதகத்தது. பளிச்சிட்டு மின்னிய நீர்ப் பரப்பின்மீது கற்கள் நிரப்பப்பட்டிருந்த இரு பெரிய தெப்பங்களை நீரோட்டத்துக்கு எதிராய் இழுத்துக் கொண்டு இழுவைக் கப்பல் ஒன்று புகை விட்டுச் சென்றது. எதிர்கரையை நோக்கி ரயிலை விரட்டி வருவது போல் ஒரு வெண்ணிற விசைப் படகு விரைந்து வந்தது.

"அதோ தெரிகிறது நம்முடைய நகர்!'' அந்தோன் தலையை ஆட்டி எதிர்கரையைக் காட்டி அறிவித்தான்.

அந்தோனுடன் சேர்ந்து பிரயாணம் செய்தவர் வேகமாய்த் திரும்பி எதிர் கரையைப் பார்த்தார். எடுப்பாய் அவர் நெற்றிக்குமேல் நிமிர்ந்துநின்ற நரைமுடிக் கொத்து ஆடிக்குலுங்கிற்று; அவர் முகத்திலே சிந்தனையின் சாயல் படிந்தது. ஆற்றுக்கு அப்பால் ஒரு பெரிய ஊர் இருப்பது தெரிந்தது. வெண்ணிறக் கட்டிடங்களும் மரத் தொகுதிகளும் ஆலைப் புகையும் தெரிந்தன. ஐம்பது ஆண்டுகளில் இதுபோல எத்தனை முறை அவர்தான் அறியாத

ஊர்களையும் நகர்களையும் சென்றடைந்திருந்தார்! வோல்காவிலிருந்து தெரியும் ஸ்டாலின்கிராத், தோன் ஆற்றின் தென்கரையிலிருந்து கண்முன் எழும் ரஸ்தோவ், தினீப்பரின் இடதுகரையில் வெள்ளக் காடாயுள்ள புல்வெளிகளிலிருந்து கண்ணுக்குத் தெரியும் கீயெவ், ஓப் ஆற்றின் அக்கரையிலிருந்து தோன்றும் நொவோ சிபிர்ஸ்க் முதலான பல காட்சிகளும் அவர் நினைவுக்கு வந்தன. எத்தனையோ முறை அவருக்கு இந்த அனுபவம் ஏற்பட்டது _ ரயிலின் சன்னலிலிருந்தோ கப்பலின் மேல் தளத்திலிருந்தோ இத்தகைய காட்சி கண்ணெதிரே தெரிந்த ஒவ்வொரு சந்தர்ப்பத்திலும் ஜுகோவ் பரபரப்படைந்து விடுவார். தாம் அறியாத இந்தப் புதிய நகர்களில் அவர் உல்லாசப் பயணியாக வந்திறங்கியவரல்ல _ எப்பொழுதும் வேலையை முன்னிட்டே, கட்சி தமக்கு அளித்த பணியை முன்னிட்டே வந்திறங்கியவர்.

"மிஹாயீல் வசீலியெவிச்!" திறந்திருந்த அறைக் கதவின் பக்கம் திரும்பி ஜுகோவ் உரக்கக் கூப்பிட்டார். "இதோ வந்து சேர்ந்துவிட்டோம்!" என்றார்.

"அதற்குள்ளாகவா?! இதோ ஒரே வினாடியில் வந்துவிடுகிறேன்" என்று கூறியபடி மீனவரின் பழுப்பேறிய முகமும் ஒற்றை நாடிச் சரீரமுமுடைய ஒருவர் அவசர அவசரமாய் குறிப்பேடுகளையும் உரைகளையும் அள்ளிக் கைப்பெட்டியினுள் திணித்தார்.

அந்தோன் ஜுர்பினும் மத்தியக் கமிட்டி அனுப்பியிருந்த கட்சி அமைப்பாளர் ஜுகோவும் பேராசிரியர் பெலோவும் மாஸ்கோவிலிருந்து லாதாவுக்கு ரயிலில் வந்து சேர்வதற்கு வேண்டியிருந்த முழு நேரத்தையும் _ ஏறத்தாழ இரு பகல்களையும் இரு இரவுகளையும் _ இந்தக் குறிப்புகளையும் உரைகளையும் குறித்து விவாதிப்பதிலே செலவிட்டிருந்தனர். ஏனைய அறைகளில் பயணிகள் சீட்டாடினர், டாமீனோ விளையாடினர், பாட்டுகள் பாடினர், விடுமுறைக்காக வீட்டுக்குத் திரும்பிக் கொண்டிருந்த கரிய விழிகளையுடைய ஒரு மாணவியின் பிறந்த நாளுங்கூடக் கொண்டாடினர். ஆனால் நான்காம் எண் அறையிலிருந்த இவர்கள் குறிப்புகளையும் வரைபடங்களையும் பரிசீலிப்பதிலேதான் முழு நேரமும் கண்ணும் கருத்துமாயிருந்தனர்.

கட்சி மத்தியக் கமிட்டியிலிருந்து நேரே அமைச்சகத்துக்குச் சென்ற ஜுகோவ் அங்கே பெலோவையும் ஜுர்பினையும் சந்தித்தார். மத்தியக் கமிட்டி செயலாளர் அவரிடம் கூறியிருந்தது

கணீரென இன்னமும் அவர் காதில் ஒலித்துக் கொண்டிருந்தது : "கப்பல் கட்டும் துறையின் ஊழியர்கள் ஆற்ற வேண்டிய மிகப் பெரும் பணியினை நீங்கள் நன்கு உணர்கிறீர்கள் என்று நினைக்கிறேன்.'' செயலாளர் கூறியதைத் திரும்ப அமைச்சரும் வலியுறுத்தினார். "முதலில் இத்தோழர்களை உங்களுக்கு அறிமுகம் செய்து வைக்கிறேன்... கப்பல் கட்டும் துறை மிக முக்கியமான ஒரு பெரிய வேலையைச் செய்து முடிக்க வேண்டியுள்ளது; அதற்குத் துணைபுரிவதே உங்கள் பணியாகும்'' என்று ஜுகோவிடம் அமைச்சர் கூறினார்.

எல்லோருமாய்ச் சேர்ந்து ரயிலில் பயணம் செய்தனர். வருகிற வழி பூராவும் பேராசிரியர் பெலோவும் அந்தோனும் கப்பல் கட்டும் துறையின் புனரமைப்புக்கான திட்டங்களை ஜுகோவுக்கு விளக்கிக் கூறினர். எப்பொழுதாவது இரண்டொரு நிமிடங்களுக்குத்தான் அவர்களுடைய கண்கள் இந்தக் குறிப்புகள், படங்களிலிருந்து திரும்பி, சன்னலுக்கு வெளியே பார்த்தன. எதிர்த்திசையிலே சரக்கு வண்டிகள் தடதடத்துக் கொண்டு ஓடின. எல்லா நிலையங்களிலும் ஒதுக்குப்பாதைகளிலும் வரிசைவரிசையாய்ச் சென்னிறச் சரக்குவண்டிகளும் பெட்டிகளும் நின்றுகொண்டிருந்தன. "வோல்கா_தோன்'', "குய்பிஷேவ் நீர்மின் நிர்மாண அரங்கு'', "கஹோவ்கா''... என்பதாய் அவற்றில் பெயர்கள் குறிக்கப்பட்டிருந்தன. எல்லாம் பழைய பெயர்கள்தான் என்றாலும், இப்பொழுது புதிய தொனியில் ஒலித்தன. வோல்காவுக்கும் தோனுக்குமிடையே இப்பொழுது வெப்ப ஸ்தெப்பி வெளி பிரித்து நிற்கவில்லை; வெட்டுக் கோடுதான் இரண்டுக்குமிடையே இருந்தது. இரு ஆறுகளும் இப்பொழுது வெட்டுக் கோட்டினால் இணைக்கப்பட்டிருந்தன. வருங்காலத்தில் இங்கு தோன்றவிருந்த சில்வாயையும் சிம்லியான்ஸ்கயா கடலையும் நிர்மாண ஊழியர்களது பெரும் படையின் பிரம்மாண்ட உழைப்பையும் குறித்த வெட்டுக் கோடு அது. இந்தப் பெரும் படைக்கு வரிசை வரிசையாய் ரயில்கள் மரங்களையும் இயந்திரப் பகுதிகள் அடங்கிய பெரும் பெரும் கூடுகளையும் வட பிரதேசத்துக் கருங்கல் கப்பியையும் சிமெண்டையும் எடுத்துச் சென்றன.

"கஹோவ்கா'' என்ற பெயர்க் குறிப்பை ஜுகோவ் நெடுநேரம் உற்று நோக்கினார். குண்டுகளின் பயங்கர ஓலத்திலே மூழ்கிய நகராய்ப் பாட்டிலே சித்தரிக்கப்பட்ட கஹோவ்கா அவர் மனக்

கண்முன் எழுந்தது. சரக்கு வண்டித் தொடர் ஒன்றின் பக்கத்தில் அவர்களுடைய ரயில் நின்றது. இடுப்பு வரை உடுப்புகளைக் களைந்துவிட்டு, வெயிலில் காய்ந்து கொண்டு, சரக்குப் பெட்டி ஒன்றில் குவிக்கப்பட்டிருந்த பலகை அடுக்குகளுக்குமேல் உட்கார்ந்திருந்த ஓர் இளைஞனை ஜுகோவ் கூப்பிட்டார்.

“தோழனே, எங்கே? கஹோவ்காவுக்கா?”

“ஆம்” என்றான் இளைஞன்.

“நெடுந் தொலைவிலிருந்தா வருகிறாய்?”

“அர்ஹாங்கெல்ஸ்கிலிருந்து வருகிறேன். அங்குள்ள எங்கள் ஆலை சரக்குகளைக் கவனித்துக் கொள்வதற்காக எங்களை அனுப்பிற்று. சிறந்த வேலைகளுக்கான பரிசாய் எங்களுக்கு இந்த வாய்ப்பு அளிக்கப்பட்டது. எல்லோரும் போக வேண்டுமென விரும்பினர், நாங்கள் நால்வர் தேர்ந்தெடுக்கப்பட்டோம்... திரும்பி வராமல் அங்கேயே வேலை செய்யலாமென்று முடிவு செய்துவிடுவோமோ என்று ஆலைக் குழுவினர் கவலைப்பட்டனர். ஆம், வாழ்க்கை அப்படிக் கவர்ந்திழுக்கிறதே!”

ஆம், வாழ்க்கை அப்படித்தான் கவர்ந்திழுத்தது. என்றுமே காணப்பட்டிராத கவர்ச்சி மிக்க வாழ்க்கை அது! இவர்களுங்கூட இந்த வாழ்க்கைக்காகத்தான் லாடாவை நோக்கிச் சென்றனர்.

“அங்கே என்ன செய்கிறீர்கள்?” என்று கேட்டுக் கொண்டு கையில் ஒரு புட்டி தாது நீருடன் பெலோவ் அறையினுள் நுழைந்தார். “சன்னலுக்கு வெளியே என்ன பார்க்கிறீர்கள்? கூட்டுப் பண்ணை மின் நிலையமா? அல்லது சோலை வீதியா?... அல்லது புதிய ரயில் இஞ்சினா? நல்லவேளை நான் கவிஞனல்ல... கவிஞனாயிருந்தால் என்ன நேருமோ, யாருக்குத் தெரியும்? தொண்டைக் கட்டு, மார்ச் சளி, காய்ச்சல் என்று எந்நேரமும் நான் அல்லல்படும்படி நேர்ந்திருக்கும்... ஏனென்றால் எந்தக் கவிஞனாலும் இந்நாட்களில் ரயில் சன்னலுக்கு வெளியே தலையை நீட்டிப் பார்க்காமல் உட்கார்ந்திருக்க முடியாது. கடந்த இரு ஆண்டுகளாய் நான் நிறைய பயணம் போய் வந்திருக்கிறேன்; வடக்கு, தெற்கு, கிழக்கு, மேற்கு என்று சுற்றியிருக்கிறேன்... மெய்யாகவே தலை சுற்றுகிறது. எல்லாமே அப்படி மாற்றமடைந்து வருகின்றன. மாறுபவை கிராமங்கள் மட்டுமல்ல, மக்களுங்கூட மாறிக்கொண்டிருக்கின்றனர்.”

"கேட்டாயா?!" என்று ஜுகோவ் சிரித்துக் கொண்டார். "தான் கவிஞனல்ல என்று மறுப்பதற்காகக் கவிஞனைப் போலப் பேசுகிறார் பார்!"

"கவிதைக்கும் எனக்கும் வெகு தூரம்!" பெலோவ் தமது மூக்குக் கண்ணாடியைக் கழற்றி ஆசனத்தில் எறிந்தார். அவருடைய மூக்குத் தண்டில் சிவப்புத் தழும்பு தெரிந்தது. கிட்டத்துப் பார்வை கொண்ட அவர் கண்கள் சுளித்துக்கொண்டு பார்த்தன. "என்னை உப்புச் சப்பில்லாத கிழவன் என்பதாய் என் நண்பர்கள் சொல்வது வழக்கம். புள்ளிவிவரங்கள்தான் எனக்கு ஏற்றவை, கவிதைகள் எனக்கு வேண்டாம். இதைக் கொஞ்சம் பாருங்கள்!.. திரும்பவும் கண்ணாடியைப் போட்டுக் கொண்டு மாறிமாறி ஜுகோவையும் அந்தோனையும் பார்த்தார். "வானொலியில் நீங்கள் கேட்டீர்களே, ஒரு பாட்டு _ ஞாபகமிருக்கிறதா? 'இடக் கரை, வலக்கரை _ முதல் நிலை பெறப் போவது யார்?' என்று ஸ்டாலின்கிராத் நிர்மாணத் திட்டத்தைப் பற்றிய அந்தப் பாட்டு கேள்விப் போட்டது. அந்தச் சொல்லடுக்குடன் இதை ஒத்திட்டுப் பாருங்கள்!" செய்தியேட்டைப் பிரித்து "வோல்காவில் இன்று" என்றொரு கட்டுரைத் தலைப்பை விரலால் சுட்டிக்காட்டினார்.

அதை ஒரு கட்டுரை என்பதாய்ச் சொல்வதற்கில்லை. ஸ்டாலின்கிராத் நீர்மின் திட்டத்தை நிர்மாணத் தலைவர் அளித்த பேட்டி அது _ ஒரே புள்ளிவிவரங்களாய் இருந்தன. பெலோவ் அவற்றைப் படித்துக் காட்ட முற்பட்டார். படித்துக் காட்டினார் என்பதற்குப் பதில், ஒப்பற்ற கவிதைகளாய்ப் பாவித்துப் பாடிக் காட்டினார் என்பதுதான் பொருத்தமாய் இருக்கும். "இவற்றின் உட்பொருள் என்ன? புள்ளிக்கணக்கா? வலக் கரையிலும் இடக் கரையிலும் வேலை செய்யும் ஆக்க ஊழியர்களா? எதுகை மோனையால் நமது சகாப்தத்தின் அகத்தினைச் சித்தரித்துவிட முடியாது. புள்ளிவிவரக் கவிதைக்குரிய, பிரம்மாண்ட அளவிலான பணிகளுக்குரிய கவிதையின் சகாப்தம் இது. மேலும் ஓர் உதாரணம் தருகிறேன். என்னுடைய கைப் பெட்டியில் செய்தியேட்டுத் துண்டு ஒன்று வைத்திருக்கிறேன். இதோ இருக்கிறது! கடந்த ஆண்டில் தேசப் பொருளாதாரத் திட்டம் நிறைவேற்றப்பட்டது குறித்துக் கூறும் மத்தியப் புள்ளிவிவரக் குழுவின் அறிக்கை இது. சற்று இதைப் பார்வையிடுவோம்."

கன இயந்திரத் தொழில், டிராக்டர் கட்டுமானம், வனத் துறை ஆகிய இவை எட்டிய உற்பத்தியளவுப் புள்ளிகளையும், இந்தப்

புள்ளிகளில் பொதிந்துள்ளவற்றையும் பெலோவ் விவாதிக்கத் தொடங்கினார். தொடர் உற்பத்திக்கான ஓடும் தட்டுகள், மின்சார டிராக்டர்கள், உற்பத்தியை மேம்படுத்தவும் துரிதமாக்கவும் தொழிலாளர்கள் கூறிய ஆலோசனைகள் இவை குறித்தும், வேலைக் குழுக்களின் தேசப் போட்டிகள் குறித்தும், ஆலைத் தொழிலாளர்களுக்கும் விஞ்ஞானிகளுக்கும் இடையிலான ஒத்துழைப்பு குறித்தும், ஒரு கோடியிலிருந்து எதிர்கோடி வரை நாடெங்கிலும் பேரலையென ஆர்த்தெழுந்து வீசும் ஆக்க உழைப்பு, ஆர்வம் குறித்தும் அவர் எடுத்துரைத்தார்.

“மிஹாயீல் வசீலியெவிச், நீங்கள் என்னைத் திணற வைக்கிறீர்கள்'' என்று வேடிக்கை பாதியும் மெய்யான திகைப்பு பாதியுமாய் அந்தோன் கூறினான். “சில நேரங்களில் நான் கவிதை எழுதுவதுண்டு என்பதை மறைக்காமல் ஒத்துக் கொண்டு விடுகிறேன்.''

“அந்தோன் இலியிச், மெய்யாகவா?'' பெலோவ் வியப்பும் கலக்கமும் அடைந்து அந்தோனைப் பார்த்தார்.

“ஆம், இரண்டொரு கவிதைகளைப் படித்துக் காட்டட்டுமா?''

கப்பல் கட்டுமான அரங்கத்தில் குளிர்காலத்தையும், இயந்திரத் துப்பாக்கியிற்கு ஒப்பிடத்தக்க விசைச் சம்மட்டியை வைத்து வேலை செய்த ரிவெட் தொழிலாளரையும், பென்ஷனுடன் ஓய்வு பெற்றுங்கூடக் கப்பல் கட்டும் துறைக்கு நாள் தவறாமல் வந்து வாயிலருகே பெஞ்சின்மீது உட்கார்ந்து கொண்ட வயது முதிர்ந்த தொழில் விற்பன்னரையும் பற்றிய சிறு கவிதைகள் சிலவற்றை அந்தோன் படித்துக் காட்டினான். எளிய கவிதைகள்: அவை கூறியவை யாவும் பெலோவ் நன்கு அறிந்தவையே _ நன்கு அறிந்தவை மட்டுமல்ல, ஆர்வமுடன் அவர் நேசித்தவை.

“அந்தோன் இலியிச், இவை அனேகமாய்ப் புள்ளி விவரங்கள் போலல்லவா ஒலிக்கின்றன!'' என்று அவர் தம் தோல்வியை ஏற்றுக்கொள்ளும் பாவனையுடன் ஒத்துக் கொண்டார்.

ஜுகோவ் பலமாய்ச் சிரித்தார். அவருடைய சிரிப்பின் காரணத்தை உடனே உணர்ந்து கொண்ட பெலோவ் உள்ளம் குறுகுறுக்க அவசரமாய் விளக்கம் கூற முற்பட்டார்:

“எழிலும் சுவையும் இல்லாதவை என்ற பொருளில் புள்ளிவிவரங்கள் போல் ஒலிப்பதாய் நான் கூறவில்லை _

இல்லவே இல்லை! துல்லியமாகவும் மெய்யாகவே கவிதை நயமுடையனவாயும் இருக்கின்றன என்பதைக் குறிக்கவே அவ்வாறு சொன்னேன்...''

இந்த வாக்குவாதங்களுக்கு இனி இடமில்லை. ஊர் வந்துவிட்டது. ஜுகோவுக்கு அது புதிய ஊர். ரயில் புதிய பாலம் ஒன்றைக் கடந்து கொண்டிருந்தது. அந்தோன் தொலைவிலே தெரிந்ததைச் சுட்டிக் காட்டினான்.

“அதுதான் கப்பல் கட்டும் துறை. அதோ புகைக் கூண்டுகள் இருப்பது தெரிகிறதா?.. நகரின் சுற்றுவட்டாரத்தில், குடாவின் ஓரத்தில் இருக்கிறது.''

புகைக்கூண்டுகளிலிருந்து மெல்ல புகை வந்து கொண்டிருந்தது. அவற்றைச் சுற்றிலும் பளுதூக்கிகளும் பாய்மரங்களும் பளிச்சொளிக் கோபுரங்களும் சாரக்கட்டுமானங்களைப் போல் தொலைவிலே தெரிந்தன.

2

“பள்ளிக்கூடக் குழுவின் முடிவுப்படி அந்தோனினா ஜுர்பினா பத்தாவது வகுப்புக்குத் தேர்வு பெறுகிறான்'' என்னும் சான்றிதழ் தோன்யாவுக்கு வந்துசேர்ந்த நாள்தான் அவளுடைய பதினேழாவது பிறந்த நாள்.

“சரிதான், ரொம்பப் பெரியவளாகிவிட்டாய் அல்லவா?'' வேலை முடிந்து வீட்டுக்குத் திரும்பிய அலெக்சேய் வேலிக் கதவருகே தங்கையைக் கண்டதும், அவளிடம் சற்றுக் கடுப்பாய்ப் பேசினான். “இனி விரைவில் ஓடிச்சென்று மணம் புரிந்து கொள்வாய், இல்லையா?...

“உன்னைப் போல் ஒருவன் கிடைக்கும்வரை நான் மணம் புரிந்து கொள்ளப் போவதில்லை''. “தோன்யா அவனைக் கட்டித் தழுவிக்கொள்ள முயன்றாள். ஆனால் அலெக்சேய் அவள் கையில் அகப்படவில்லை.

“என்னை முன்மாதிரியாகவா கொண்டுவிட்டாய்?''

“ஆம், நீதானே எல்லோரையும்விட கெட்டிக்காரன், கண்ணுக்கினியவன், சிறப்பு மிக்கவன்!''

“அப்படியா நினைக்கிறாய்?_அசட்டுப் பெண்ணே!'' என்று அலெக்சேய் இளித்துக்கொண்டான். “அப்படீன்னா இந்தா, இதை

எடுத்துக் கொள்...'' கையிலே அவன் எடுத்துவந்திருந்த பொட்டலத்தை அவளிடம் கொடுத்தான்.

“என்ன இது?''

“திறந்து பார், தெரியும்.''

பெஞ்சை நோக்கி ஓடினாள் தோன்யா. அலெக்சேயும் பின்னால் சென்று, அவள் அவசர அவசரமாய்ப் பொட்டலத்தைப் பிரிப்பதை ஓரக் கண்ணால் பார்த்தபடி அவள் பக்கத்தில் உட்கார்ந்தான்.

அலெக்சேய்க்கும் தோன்யாவுக்கும் ஒரு தனிவகை நெருக்கம் இருந்து வந்தது. தோன்யா சிறியவளாய் இருந்தபோது மணிக்கணக்காய் அலெக்சேய் அவளுடன் விளையாடுவது வழக்கம். அவளை உப்பு மூட்டை தூக்கிச் செல்வான், கயிற்றைச் சுழற்றி அவளைத் தாவியாடச் சொல்வான், அவளுடன் ஐந்துகல் ஆடுவான், அவள் சில் ஆடுவதற்குச் சதுரங்கள் வரைந்து தருவான். பத்து வயதானதும் தோன்யா அலெக்சேயின் உதவியுடன் பனிச் சறுக்கு கற்றுக்கொண்டாள்; பதினைந்து வயதானதும் தந்தையின் துப்பாக்கியைச் சுடவும், கன்னிகள் வைக்கவும், மீன்வலைகள் வீசவும், கிடைச் சட்டங்களில் உடற்பயிற்சிகள் செய்யவும், தாவுக் குதிரை விளையாடவும் பழகிக் கொண்டாள்.

ஆனால் தன் தங்கைமீது தனக்கிருந்த பற்றுதலை வெளிக்காட்டிக் கொள்வதில் அலெக்சேய் கடுஞ் செட்டாகவே இருந்து வந்தான். அவளுடைய பிறந்த நாளுக்காக அவன் அன்பளிப்பு வாங்கிவந்தது இதுவே முதல் முறையாகும்.

பொட்டலத்தை அவிழ்த்தவள் “அசட்டு அண்ணனே!'' என்று வெடுக்கெனப் பாய்ந்து அவன் கழுத்தைக் கட்டிக்கொண்டாள். இம்முறை அவள் கையில் அகப்படாது அவனால் தப்ப முடியவில்லை. சிறு பையனைப் போல அந்த முத்தத்தைத் துடைத்து அகற்றிவிட விரும்பி, தன் கன்னத்தில் தோன்யாவின் உதடுகள்பட்ட இடத்தைத் துடைத்துவிட்டுக் கொண்டான்.

அன்றுமுதலாய் தோன்யாவின் வாழ்க்கையில் மாற்றங்கள் ஏற்படத் தொடங்கின. அலெக்சேயின் அன்பளிப்பான நீலப் பட்டு உறையிட்ட அழகான பெரிய சென்ட் பெட்டியை தனது இழுப்பறைப் பெட்டியின் மேல் காலத்தால் கருகிய ரோஜா மலர்களும் துளிர்களும் செதுக்கப்பட்ட சட்டத்தில் அமைந்த முகக் கண்ணாடியின் முன்னால் வைத்ததும் தோன்யாவுக்குத் தான்

பெரியவளாகிவிட்டோம் என்ற உணர்வு உண்டாயிற்று. செண்ட் புட்டிகளையும் வண்ணப் பவுடர் டப்பாக்களையும் கொண்ட இது போன்ற ஒப்பனைப் பெட்டிகளை லிதியாவிடமும் துன்யாஷாவிடமும் அவள் பாஈத்திருந்தாள்_ஆனால் அவை இவளுடையதைப் போல் அவ்வளவு அழகாய் இல்லை! தோன்யா தான் பெரிய மனுஷியாவிட்டதாய் நினைத்தாள்.

“அந்தோனினா இலியினிச்னா ஜுர்பினா!'' என்று கண்ணாடியில் தெரிந்த தனது உருவத்தைப் பார்த்துக் கூறிக் கொண்டாள். “நீ வாழ்க்கையில் அடியெடுத்து வைக்கிறாய்! நற்பேறு பெற்று இன்புற வேண்டும் நீ!''

“மகளே, நானும் சேர்ந்து வாழ்த்துகிறேன்! எல்லா இன்பமும் பெறுவாய் நீ!''

திடுக்குற்று விட்ட தோன்யா திரும்பிப் பார்த்தாள். கம்பளப் பூட்சுகளில் ஓசையின்றி உள்ளே வந்த மத்வேய் தாத்தா அவளுக்குப் பின்னால் நின்று கொண்டிருந்தார். வெட்கமடைந்துவிட்ட அவள் தன் முகத்தை அவருடைய முரட்டு ஜாக்கெட்டில் புதைத்துக் கொண்டாள். கப்பல்களுக்குரிய இரும்பு, பிசின், செவ்வீயம் இவற்றின் வீச்சம் அதில் வீசிற்று. கிழவர் மத்வேய் தோன்யாவின் தலையில் முத்தமிட்டு அவளுடைய தோள்களைத் தடவிக் கொடுத்தார்.

“எத்தனையோ பேருக்கு இன்பம் கிட்டாமற் போய்விட்டது. உரிய பங்கு பெறத் தவறியவர்கள் பலரும் உண்டு.''

தாத்தா அவருடைய படுக்கை இருந்த ஒதுக்குப்புறத்துக்குச் சென்று, வண்ண விரிப்பின் மூலையை மேலே எடுத்துப் போட்டுவிட்டு மண்டியிட்டு உட்கார்ந்து, கனத்த இரும்புப் பட்டை பொருத்தப்பட்டிருந்த பச்சை நிற மாலுமிப் பெட்டியைப் படுக்கைக்கு அடியிலிருந்து வெளியே இழுத்தார்.

அது பழங் காலத்துப் பெட்டி; கிழவர் மத்வேயுடன் கூடத் தொலைதூர நாடுகளுக்கெல்லாம் கடற் பயணம் போய் வந்தது.

அதனுள் இருந்தவை தோன்யாவின் கண்களில் படாதபடி அவருடைய குனிந்த முதுகு மறைத்துக்கொண்டது. பெட்டியினுள் துழாவிக் கிழவர் மத்வேய் நேர்த்தியான கோரையால் பின்னப்பட்ட சதுரக் கூடைப் பெட்டி ஒன்றை வெளியே எடுத்து மௌனமாய்ச் சிறிது நேரம் அதைப் பார்த்துவிட்டு, தோன்யாவிடம் கொடுத்தார்.

நீலமும் இளஞ்சிவப்பும் கலந்த சங்கு மாலை அதனுள் இருந்தது. போர்ட்செயிதின் கடைத்தெருவில் மத்வேய் ஜூர்பின் அதை வாங்கி ஏறத்தாழ அரை நூற்றாண்டு கழிந்துவிட்டதென்றாலும், தென்திசைக் கடல்களின் ஆழங்களிலே பிறந்த அதன் எழில் வண்ணங்கள் சிறிதும் மங்காதிருந்தன.

அரங்கள் போல் கரடுமுரடாயிருந்த முடிச்சேறிய விரல்களால் கிழவர் மத்வேய் அந்தச் சங்கு மாலையைத் தோன்யாவின் கழுத்தில் போட்டு, அதன் சின்னஞ்சிறு பித்தளைக் கொக்கியை மாட்டினார்.

“அசல் ஜிப்ஸி மாதிரி ஆகிவிட்டேன்!'' என்று கண்ணாடியில் தன் உருவத்தைப் பார்த்த தோன்யா வியந்து கொண்டாள். பாட்டனாரைக் கட்டித் தழுவிக் கொண்டு, “பாட்டி போட்டிருந்த மாலையா?'' என்று அவருடைய காதுக்குள் கேட்டாள்.

கிழவர் மத்வேய் படுக்கையில் உட்கார்ந்து, தமது இதயத்து அரசியின் உடைமைகளில் தன்னிடம் எஞ்சியிருந்தவை யாவற்றையும் கொண்ட அந்த மூடிய மாலுமிப் பெட்டியினுடன் தனது பெரிய முரட்டுப் பாதங்களை அணைத்து வைத்துக் கொண்டு உதடுகளைச் சப்புக் கொட்டினார்; ஆனால் தோன்யாவின் கேள்விக்குப் பதில் சொல்லவில்லை.

கோடை நெருங்கிக் கொண்டிருந்தது. பகற்பொழுது கதிரவன் ஒளியுடன் கதகதப்பாய் இருந்தான்_வெளியே போய்ச் சுற்றுவதற்கு இதமான பருவநிலை. ஆனால் வயது வந்த தோன்யாவுக்கு ஓய்வுநேரத்தை எப்படிச் செலவிடுவதென்று தெரியவில்லை.

ஒருநாள் தோன்யா நகருக்குப் புறப்பட்டுச் சென்றாள், பொருட்காட்சிச் சாலைகளும் நாடக மன்றங்களும் கடைகளும் நிறைய இருந்த நகர் அவளுக்கு மிக்க பிடித்த இடமாகும். கால் ஓயும்வரை மணிக் கணக்காய் அங்கே சுற்றியலையலாம்.

ஞாயிற்றுக் கிழமையாதலால் அவளுக்குத் தெரிந்தவர்கள் பலரும டிராலி பஸ்ஸில் இருந்தனர். முன்புறத்தில் நத்தாலியா வசீலியெவ்னா. அகலமான தனது பாவாடையை விரித்துப் போட்டு அந்த இருக்கை தனக்கே உரியதென்ற பாவனையோடு அமர்ந்திருந்தாள். நத்தாலியா வசீலியெவ்னா தோன்யாவிற்குச் சின்னம்மா உறவு வேண்டும், அகஃப்யா கார்ப்பவ்னாவின் ஒன்றுவிட்ட சகோதரி அவள். தோன்யாவின் பெற்றோர்கள்

அவளை இருபது ஆண்டுகளுக்கு முன்பு இவனோபவோபிலிருந்து இங்கு தங்களுடன் அழைத்து வந்துவிட்டனர். நத்தாலியா வசீலியெவ்னா மென்னிறக் கூந்தலுடன் தளதளப்பாய் இருந்தாள். இனிப்பு ஓயின் என்றால் அவளுக்கு உயிர்தான். சோகமான பாட்டுகளை மனமுருக உச்சக் குரலில் பாடுவாள். யுத்தத்தில் கணவரை இழந்ததும் கப்பல் கட்டும் துறையில் வேலை ஏற்றாள். ஒவ்வொரு வேலையாய் மாறிச் சென்று முடிவில் பளுதூக்கி இயந்திரம் இயக்கக் கற்றுக் கொண்டாள். இப்பொழுது அவள் கப்பல் கட்டும் துறையிலே சக்திமிக்க பளுதூக்கி இயந்திரத்தை இயக்கி வந்தாள்.

நத்தாலியா வசீலியெவ்னா தன் பக்கத்தில் அமர்ந்திருந்த ஒரு பெண்ணுடன் பேசிக்கொண்டிருந்தாள். தோன்யா அந்தப் பெண் யாரென்று முதலில் கவனிக்கவில்லை. சின்னம்மாளின் கச்சிதமான கொண்டையும் தூய வெண்ணிறச் சட்டை நழுவித் தணிந்து வெளியே தெரிந்த வழவழப்பான இளஞ்சிவப்புக் கழுத்தையும் மட்டுமே பார்த்தபடி, இன்னமும் அழகு குலையாத நத்தாலியா சின்னம்மா ஏன் திரும்பவும் மணம் புரிந்து கொள்ளவில்லை என்று சிந்தித்துக்கொண்டிருந்தாள்.

டிராலிபஸ்ஸில் இருந்த எல்லோருமே பேசிச் சிரித்துக் கொண்டும் வாக்குவாதம் செய்து கொண்டுமிருந்தனர். சின்னம்மாளும் எல்லோரையும் போலப் பலக்கச் சிரித்துக்கொண்டிருந்தாள். இடையிடையே தன் பக்கத்திலிருந்த பெண்ணிடம் குனிந்து அவள் காதுக்குள் ஏதோ கூறினாள். பஸ் நின்ற இடங்கள் ஒன்றில் அலெக்சேய் உள்ளே ஏறி வந்தான். தோன்யா அவனைக் கூப்பிட வாயெடுத்தாள். அதற்குள் அவன் வேகமாய் முன்புறத்துக்குச் சென்று நத்தாலியா சின்னம்மாளுக்குப் பின்பக்கத்தில் உட்கார்ந்துவிட்டான். சின்னம்மாள் பேசிக்கொண்டிருந்த பெண் யார் என்பதை தோன்யா அப்பொழுதுதான் அடையாளம் கண்டுகொண்டாள். அவள் வேறு யாருமல்ல, காத்யாதான்.

அலெக்சேய் வந்ததைக் காத்யா கவனிக்கவில்லை. பின்பக்கத்து இருக்கையில் உட்கார்ந்திருந்த அலெக்சேய் வைத்த கண் வாங்காமல் அவளையே பார்த்துக் கொண்டிருந்தான். “இது என்ன வெட்கக் கேடு!'' என்று தோன்யா நினைத்துக் கொண்டாள். “அலெக்சேய், வெட்கமாயில்லையா உனக்கு?'' என்று வேதனைப்பட்டுக் கொண்டாள்.

ஆனால் அலெக்சேய் சிறிதும் வெட்கப்படுவதாய்த் தெரியவில்லை. நகரின் மையப் பகுதியிலே டிராலிபஸ் நின்றதும் காத்யாவைப் பின்தொடர்ந்து அவனும் கீழே இறங்கி தெருவிலே அவளுடன் சேர்ந்து கொண்டான். பிறகு இருவருமாய்ச் சேர்ந்து நடந்தனர்.

தோன்யாவுக்குக் கோபம் பொத்துக்கொண்டு வந்தது. நேரே கடைகளை நோக்கி நடந்தாள். சுற்றிப் பார்த்தாளே ஒழிய அவள் அங்கே எதுவும் வாங்கவில்லை. ஏனெனில் இலியா மத்வேயெவிச்சும் அகஃப்யா கார்ப்பவ்னாவும் கண்டிப்பான விதி வகுத்திருந்தனர்: குழந்தைகள் பெரியவர்களாகிச் சொந்தமாய்ச் சம்பாதிக்கத் தொடங்கும் வரை அவர்களுக்கு வேண்டியவற்றைப் பெற்றோர்கள்தான் வாங்கித் தர வேண்டும்; பெற்றோர்கள் வாங்கித் தராதவை எவையும் அவர்களுக்கு வேண்டியதில்லை.

கடைகளைச் சுற்றிப் பார்த்த பிறகு தோன்யா ஒரு பூங்காவுக்குள் சென்று_பூநீர்ச் சுனைக்கு அருகே குளுமையான ஓரிடத்தில் உட்கார்ந்தாள். வீட்டிலிருந்து கொண்டு வந்திருந்த ரொட்டியிலிருந்து பிட்டுப் புறாக்களுக்குத் தீனி போட்டாள். அச்சமின்றி அந்தப் புறாக்கள் அவள் காலடியிலே கூடிக் கொத்தித் தின்றன. ஆனால் அவற்றால் அதிகம் தின்ன முடியவில்லை, பெரும் பகுதி ரொட்டித் தூளைச் சிட்டுக் குருவிகள் எடுத்துக் கொண்டுவிட்டன. கோபமுற்ற அவள் காலை ஆட்டிக் குருவிகளை விரட்டினாள். ஆனால் புறாக்களைத்தான் அவள் கலவரமடையச் செய்தாள். சிறகுகளை வீசிக் காற்றெழுப்பி அவை பறந்தோடின.

கோடை பருவச் சிற்றுண்டிசாலையின் பட்டைக் கோடுகளிட்ட கூடாரத்துக்குள் உயரமான மேஜைக்கெதிரே சுழல் ஆசனத்தில் ஏறி உட்கார்ந்துகொண்டு தோன்யா அவளுககு மிகவும் பிடித்த ஸ்டிராபெரி ஐஸ் கிரீம் வாங்கிச் சாப்பிட முற்பட்டாள்.

"ஏற்கனவே நாம் அறிமுகமானவர்கள் இல்லையா?'' அமைதியான ஒரு குரல் அவளைக் கேட்டது.

அவளைப் போலவே ஐஸ்கிரீம் சாப்பிட்டுக்கொண்டு இகார் செர்வென்கோவ் அவள் பக்கத்தில் உடகார்ந்திருந்தான்.

தோன்யாவுக்கு அவனை நன்றாய்த் தெரியும். இரண்டு ஆண்டுகளுக்கு முன்பு பள்ளிச் சிறுவர்களுக்கான வட்டாரக் கணிதப் போட்டியில் அவளுக்கு ஆறாவது நிலைதான் கிடைத்தது,

ஆனால் இகார் முதல் நிலை பெற்றுவிட்டான். அதைக் கண்டு எல்லோரும் தோள்களைக் குலுக்கிக் கொண்டு "இதில் ஆச்சாயம் என்ன, அவன் தந்தை புகழ் பெற்ற பேராசிரியர் ஆயிற்றே'' என்று சொன்னார்கள்.

"இப்பொழுதும் நீ கணிதத்தில் ஈடுபாடு கொண்டிருக்கிறாயா?'' இகார் தனது ஐஸ் கிரீம் கோப்பையைத் தள்ளி வைத்துவிட்டு தோன்யாவின் பக்கம் திரும்பினான்.

"எனக்குத் தெரியவில்லை'' என்றாள் தோன்யா. "முன்பு போட்டி நடைபெற்றபோது நான் ஏழாவது வகுப்பில் இருந்தேன். அப்பொழுது நான் முதல் தர மதிப்பெண்கள்தான் வாங்குவது வழக்கம். ஆனால் இப்பொழுது... சில சமயங்களில் "சுமாருக்கு'' மேல் கிடைப்பதில்லை. நீ எப்படி இருக்கிறாய்?''

"நான் பள்ளிப் படிப்பை முடித்துவிட்டேன்.''

"பல்கலைக் கழகத்தில் சேரப் போகிறாயா?''

"ஆமாம்...ஆனால்'' இகாரின் பதில் தெளிவாய் இல்லை. அவன் தலையைக் கவிழ்த்துக் கொண்டபோது அடர்த்தியான காய முடியல் நடு வாகு எடுத்துச் சீவியிருந்ததைத் தோன்யா கவனித்தாள்.

எஞ்சிய பொழுதை இருவரும் சேர்ந்து கழித்தனர். இகார் பல்கலைக் கழகத்தில் சேர விரும்பவில்லை, அதற்குப் பதில் கப்பல் கட்டும் துறைக்குச் சென்று அங்கு உருவரை வரையும் கூடத்தில் வேலை ஏற்றுக் கொண்டுவிட்டான் என்பது அவளுக்குத் தெரிய வந்தது. ஏற்கனவே அவன் மத்வேய் தாத்தாவையும் துன்யாஷாவையும் அங்கே சந்தித்ததையும், சிறப்பாளர் சுவர்ப் பலகையில் அலெக்சேயைப் பற்றிப் படித்ததையும் கூறினான்.

"அதெப்படி நீ இவ்வாறு செய்யலாம்?'' என்று தோன்யா கோபமும் வியப்பும் தொனிக்கக் கேட்டாள். "தொடர்ந்து மேலே படிக்காமல் இப்படிச் செய்யலாமா?... நல்ல ஆற்றலுடையவன் நீ! இப்படியா செய்வது?...''

"என்னுடைய ஆற்றல் எனக்கே தெரியவில்லை, அதனால்தான் இந்தக் குழப்பம் எல்லாம். இன்னும் நான் ஒரு முடிவுக்கு வந்தாகவில்லை. நான் ஏன் கணிதவியலாளனாக வேண்டும்? உப்புச் சப்பில்லாத அறிவியலாளனாக வேண்டும்?''

“உப்புச் சப்பில்லாதவன் என்று ஏன் சொல்கிறாய்? உன் தந்தை அப்படியா இருக்கிறார்? எல்லோரும் அவரை பெரிய விஞ்ஞானி என்றல்லவா போற்றிப் புகழ்கிறார்கள்.”

“ஆம், எல்லோரும் அப்பாவைச் சுட்டிக் காட்டித்தான் என்னைக் கடிந்து கொள்கிறார்கள். ஆனால் இதற்கும் அப்பாவுக்கும் என்ன சம்பந்தம்?” அவனுடைய ஆழமான கருவிழிகளால் இகார் போகமாய்த் தோன்யாவை உற்று நோக்கினான். அவனுடைய அகன்ற நெற்றி அவன் விழிகளின் ஆழத்தை மேலும் எடுப்பாய்த் தெரியச் செய்தது. “அப்பா அவருக்குரிய பாதையைத் தேடிக் கொண்டார், நான் எனக்குரியதைத் தேடிக்கொள்ளப் போகிறேன். பண்டைய சீனத்தைப் பற்றி நீ படித்திருக்கிறாயா?

“இது என்ன கேள்வி! வேடிக்கையாய் இருக்கிறதே!”

அவசரமாய் இகார் தொடர்ந்து பேசினான்:

“பண்டைய சீனத்தில் குழந்தை பிறந்து சில மாதங்களுக்கெல்லாம் ஒரு சோதனை நடத்துவது வழக்கம். ஒரு தட்டில் பல வகைக் கருவிகள், ஆயுதங்கள் முதலானவற்றின் சிறு மாதிரிகளை வைத்து அதைக் குழந்தை¬யின் முன்னால் வைப்பார்கள். குழந்தை தட்டிலுள்ளவற்றைச் சற்றுநேரம் பார்த்துவிட்டு ஏதேனும் ஒன்றைக் கையில் எடுக்கும். அவ்வளவுதான்_ குழந்தையின் எதிர்காலம் தீர்மானமாகிவிட்டது! அவன் எடுத்தது விளையாட்டுக் கலப்பையானால், அவன் நிலத்திலே வேலை செய்தாக வேண்டும். சுத்தியலானால், அவன் கொல்லனாகிவிட வேண்டும். கத்தியானால் படையாளாகிவிட வேண்டும். அவன் தனக்குத் “தேடிக் கொண்ட” தொழிலை அன்று முதலாய் அவனுக்குக் கற்றுத் தரத் தொடங்குவார்கள். இது என்ன நல்ல ஏற்பாடுதானா? இல்லவே இல்லை. நெடுங்காலம் பயின்று அவன் தேர்ச்சிவாய்ந்த வினைஞனாகி விடலாம்தான், ஏன் உயர் சிறப்புடையவனாகவும்கூட ஆகிவிடலாம்தான். ஆனால் அவனுக்குள்ள இயற்கையான ஆற்றல் புறக்கணிக்கப்பட்டுவிடுகிறது அல்லவா? நீ கணிதவியலாளனாக வேண்டும் என்று என்னிடம் சொல்கிறார்களே அது பண்டைய சீனர்களின் ஏற்பாட்டைப் போன்றதாகத்தானே இருக்கிறது. சிறு குழந்தையாய் இருக்கையில் நான் என் தந்தையின் பென்சிலைக் கையிலே எடுத்து விட்«ன் போலும்...”

“இகார், நீ கணிதவியலாளனாகத்தான் ஆக வேண்டுமென்பது இல்லையே. எத்தனையோ கல்லூரிகள் உள்ளன. இவை

பலவற்றில் உனக்கு ஏற்றதை நீ தேர்ந்தெடுத்துக் கொள்ளலாமே'' என்று தோன்யா அவன் வாதத்துக்கு மறுப்புரைத்தாள்.

"நான்தான் சொன்னேனே; எதைத் தேர்ந்தெடுத்துக் கொள்வதென்று எனக்கு விளங்கவில்லை என்று. இன்னும் நான் ஒரு முடிவுக்கு வந்தாகவில்லை. கட்டிட வேலையில் இறங்குவதாய் வைத்துக் கொள்வோம். பிறகு இத்துறை எனக்கு ஏற்றதல்ல என்று தெரிந்ததும், அப்பாவின் உதவியுடன் சுரங்கத் தொழிலுக்கும், பிறகு அங்கிருந்து மாறி திரைப்படப் பொறியியலுக்கும் செல்லலாமா?''

"இகார், நீ குழம்பிப் போய்விட்டாய்.''

"இல்லை. பல்கலைக்கழகக் கைப்புத்தகங்களை நாள் முழுதும் புரட்டிக் கொண்டிருப்பவர்கள்தான் குழம்பிப் போனவர்கள்.''

தோன்யா அவனுடன் வாதம் புரிந்தாள், அவன் கூறியதை மறுத்துப் பேசினாள்_இருப்பினும் அவளுக்கு அவனைப் பிடித்துவிட்டது.

"இந்த விவாதம் இன்னும் முடிவுறவில்லை. நீ எங்கள் வீட்டுக்கு வர வேண்டும். பழைய குடியேற்றம், நங்கூரத் தெரு, எண் 19.'' என்று டிராலிபஸ்ஸுக்காக இருவரும் காத்திருக்கையில் தோன்யா அவனிடம் சொன்னாள்.

"நிச்சயம் வருகிறேன்'' என்று அவன் உறுதியான குரலில் பதிலளித்தான்.

டிராலிபஸ்ஸில் ஏறுவதற்காகத் தோன்யா அடியெடுத்து வைத்த நேரத்தில் "தோன்யா!'' என்று யாரோ உரக்கக் கூப்பிடுவது அவள் காதில் விழுந்தது. அவள் திரும்பிப் பார்த்தாள். ஒரு பெரிய கறுப்புநிற கார் நடைபாதையின் ஓரத்தில் நின்றுகொண்டிருந்தது. அதன் திறந்த கதவு வழியே எட்டிப் பார்த்துச் சிரித்தபடி அந்தோன் அவளை வரும்படிக் கையை ஆட்டிக் கூப்பிட்டதைக் கண்டாள்.

இகாரை மறந்துவிட்டு "அந்தோன்'' என்று கூவியபடி அந்தக் காரிடம் ஓடினாள். "இன்னும் ஒரு வாரம் கழித்து நீ வரப் போகிறாய் என்றல்லவா நினைத்திருந்தோம். எதிர்பாராத ஆனந்தமாய் இருக்கிறதே!''

"என் தங்கை'' என்று சொல்லி, உபரி ஆசனங்களில் ஒன்றைத் தோன்யாவுக்கு இழுத்துவிட்டு "தோன்யா, ஏறி உட்காரு!'' என்றான் அந்தோன்.

“அவளும் கப்பல் கட்டும் தொழிலாளியாகிவிட்டாளென்று சொல்லாதே'' என்றார், ஜுர்பின்களுடைய “குடும்ப வழி'' குறித்து ஏற்கனவே கேட்டிருந்த ஜுகோவ்.

டிரைவருக்குப் பக்கத்தில் இவான் ஸ்தெபானவிச் உட்கார்ந்திருந்தார். பின்பக்கம் திரும்பி,

“விரைவில் ஆகிவிடுவாள்!'' என்றார்.

தோன்யா சிரித்துக் கொண்டாள். கப்பல் கட்டும் துறையின் டைரக்டர் ஏன் இப்படிச் சொன்னாரென்று அவளுக்குத் தெரியும். கப்பல் கடலில் செலுத்தப்படுவதற்குத் தயார் செய்யப்பட்ட போது சில நாட்கள் இலியா மத்வேயெவிச்சுக்கு வீட்டுக்கு வரவே நேரமில்லாமற் போய்விடும். அப்பொழுது தோன்யா கப்பல் கட்டும் துறையின் வெளிவாயிலுக்கு ஓடிச்சென்று, அகஃப்யா கார்ப்பவ்னா அவளிடம் கொடுத்தனுப்பிய சாப்பாட்டுப் பொட்டலத்தைக் கையில் வைத்துக்கொண்டு பொறுமையுடன் காத்து நிற்பாள். ஆறு, ஏழு ஆண்டுகளுக்குமுன்பு முதன்முதலாய் அவள் துறையினுள் செல்வதற்கு அனுமதித்தார்கள். அதன்பின் அவள் அடிக்கடி உள்ளே செல்வது வழக்கமாகிவிட்டது. சிறிய பொட்டலத்தை எடுத்துச் சென்று கட்டுமான அரங்கைச் சுற்றிலுமிருந்த எல்லாப் பொந்துகளிலும் எட்டிப்பார்ப்பாள். அப்பாவிடம் சாப்பாட்டுப் பொட்டலத்தைக் கொடுத்துவிட்டு விடைபெற்றுக் கொண்டு, வீட்டுக்குத் திரும்புகிறவளைப் போல அங்கிருந்து புறப்படுவாள். வீட்டுக்குத் திரும்புவதற்குப் பதிலாய் அங்கும் இங்கும் அலைந்து கிடங்குகளில் இரும்புச் சட்டங்கள், உருக்குப் பகுதிகள், சிமெண்டுப் பீப்பாய்களுக்கிடையே ஏறுவாள், தொழிற்கூடங்களுக்குள்ளும் கொதிகலன் கூடத்துக்குள்ளும் எட்டிப் பார்ப்பாள். ஒரு தரம் இவான் ஸ்தெபானவிச்சின் அலுவலறைக்குள்ளும் புகுந்து வந்துவிட்டாள்.

“யார் நீ'' என்று இவான் ஸ்தெபானவிச் வியப்புற்று அவளை விசாரித்தார்.

“நானா? நான்தான் தோன்யா, இலிய மத்வேயெவிச்சின் மகள்.''

“அப்படியா சேதி!''

இவான் ஸ்தெபானவிச் நினைத்தது தவறு, தான் கப்பல்கள் கட்டப் போவதில்லை என்று தோன்யா இப்பொழுது அவரிடம்

கூற விரும்பினாள். ஆனால் அந்தோனுக்கு அடுத்தாற்போல் உட்கார்ந்த கிழவர் அவளை முந்திக் கொண்டுவிட்டார்:

"சிறு பெண்ணுக்குக் கப்பல்கட்டும் தொழில் இன்றுங்கூடக் கடின வேலையாகவே இருந்து வருகிறது. வருங்காலத்தில் கப்பல் கட்டும் துறைகளில் வேலைகள் எளிதாக்கப்பட்டு, மிட்டாய் ஆலையின் வேலைகளைப் போல இலகுவாக்கப்பட்டு விடும்'' என்றார் அவர்.

"ஆம், கப்பல்களைத் தயாரித்து செலபேன் சருகில் சுற்றித் தருவார்கள்!'' இவான் ஸ்தெபானவிச் வாய்விட்டுச் சிரித்துவிட்டு, கைக்குட்டையை வெளியே இழுத்துப் புருவத்தைத் துடைத்துக்கொண்டார். "அதற்கு இன்னும் அதிக காலம் பிடிக்கும்'' என்றார்.

பிறகு தோன்யாவை மறந்துவிட்டு அவர்கள் கப்பல் கட்டும் துறையின் தொழிற்கூடங்களுக்குப் புதிய திட்டங்கள் வகுத்து அவற்றைப் புனரமைப்பது குறித்துப் பேச முற்பட்டனர்.

கப்பல் கட்டும் துறையின் புதிய கட்சி அமைப்பாளரான ஜுகோவையும் பேராசிரியர் பெலோவையும் இப்பொழுது தான் ரயில்நிலையத்தில் இவான் ஸ்தெபானவிச் முதன்முதலாய்ச் சந்தித்திருந்தார். புள்ளி விவரங்களில் மோகங்கொண்ட பேராசிரியர் பெலோவ் சன்னலுக்கு வெளியே பார்வை செலுத்தாது டைரக்டருடைய விசாலமான முதுகை உற்று நோக்கியவாறு காரில் அமர்ந்திருந்தார். ஜுகோவ் உரையாடலின் வேகம் குன்றிவிடாதபடித் தொடர்ந்து பேசியதோடு சன்னலுக்கு வெளியே தெரிந்தவற்றையும் கவனித்துக் கொண்டு வந்தார். கட்டப் பெற்று வந்த கட்டிடங்களையும் இரு மருங்கிலும் வரிசையாய் மரங்களையுடைய சாலைகளையும் புல்தரைகளையும் அவர் கண்கள் குறித்துக்கொண்டு வந்தன. லாதா ஆற்றின் ஓரமாய்ச் சென்ற அந்தச் சாலை முடிவின்றி நீண்டு நேர் கோடு போலச் சென்றது. தொடர்ந்து இந்தச் சாலையில் செல்லச் செல்ல கடல் மேலும் மேலும் அருகாமையில் வந்ததை அவர்களால் உணர முடிந்தது. கடற்பருந்துகள் காருக்கு மேல் தணிந்து வந்து வட்டமிட்டன; வீரிட்ட காற்றிலே அவற்றின் பரவலான மெல்லிய இறக்கைகள் படபடத்தன. அடையாய்க் கரி படிந்து கரைக்கு அருகே நின்ற சரக்குக் கப்பல்களிலிருந்து வெளிவந்த புகை மேக மூட்டமெனச் சாலையின் குறுக்கே தவழ்ந்து சென்றது. கண்தெரியாத பனிமூட்டத்தில் செல்வது

போலக் கார் அவ்வப்பொழுது இந்தப் புகையிலே மூழ்கி மறைந்தது. கப்பல் கட்டும் துறையின் விரிதிரைத் தோற்றம் எதிர்த்திசையிலே தெரிந்தது. ரயில் சன்னலிலிருந்து ஏற்கனவே அவர்கள் இதனைக் கண்ணுற்றிருந்தனர். நகரின் மேற்கு வரம்பாயிருந்த கடல் முனை முழுதும் இத்துறை வியாபித்திருந்தது போலத் தோன்றியது. எங்கும் தொழிற்கூடங்களின் உருட்டைக் கூரைகளும் கூர்முகக் கூரைகளும் நெடுநெட்டையாய் நின்ற புகைபோக்கிகளும் எண்ணற்ற பாய்மரங்களும் பளுதூக்கி இயந்திரக் கரங்களும் சங்கிலிகளும் வடங்களுமாய்க் காட்சியளித்தன. கூரைகளின் கண்ணாடிகளில் வெயில் பளிச்சிட்டது. தகதகக்கும் சூரியக் கதிர்கள் பாய்மரங்களிலும் பளுதூக்கி இயந்திரங்களிலும் பட்டு மின்னி அவற்றை மெல்ல நகரச் செய்வது போலத் தோன்றின. கப்பல்களில் கொடிகள் படபடத்துப் பறந்தன. நகரில் அமைந்த ஒரு தனிநகராய் விளங்கிய இந்தக் கப்பல் கட்டும் துறையுங்கூடப் பார்ப்பதற்கு ஒரு கப்பல் போலவே இருந்தது. விளங்காத விந்தையாய் மெல்ல நகர்ந்து, ஜுகோவை எதிர்கொண்டழைப்பதற்காகக் கம்பீரமாய் முன்னே மிதந்து வருவது போலத் தோன்றியது.

3

ஜூர்பின்களுடைய வீட்டில் மாலைப் பொழுதில் எப்பொழுதுமே கூட்டமும் சப்தமும் மிகுதியாகவே இருக்கும். இக்குடும்பத்தார் எண்ணற்ற இழைகளால் கப்பல் கட்டும் துறையுடனும் குடியேற்றத்துடனும் இணைக்கப்பட்டிருந்தனர். ஆகவே நங்கூரத் தெரு, 19ஆம் எண் வீட்டுக்குப் பலரும் வந்து போய்க் கொண்டிருந்தனர்.

அந்தோன் வந்து சேர்ந்ததும் வீடு முன்னிலும் ஏகக் கூட்டமும் சப்தமுமாகிவிட்டது. வந்தவர்கள் அந்தோனைப் பார்த்துப் பேசவும் கப்பல் கட்டும் துறையில் நடைபெறவிருந்த புனரமைப்பு வேலைகள் பற்றிய சூடான கடைசிச் செய்திகளைத் தெரிந்துகொள்ளவும் விரும்பிய அந்தோனின் பழைய நண்பர்கள் மட்டுமல்ல, இதன்முன் அவன் பார்த்தறியாத பலரும் வந்து சென்றனர். ஜூர்பின்களுடைய இல்லம் இந்நாட்களில் மெய்யாகவே ஒரு பொது மன்றமாய் மாறிவிட்டது.

தமது மகன் இத்தனை பேருடைய கவனத்தையும் ஈர்ப்பது கண்டு இலியா மத்வேயெவிச் அளவிலாப் பெருமிதமடைந்தார்.

கப்பல் கட்டும் தொழிலில் வேலை ஒழுங்கமைப்பு பற்றிய புதிய கோட்பாடுகளை அந்தோன் அங்கு வந்தோருக்கு விளக்கிச் சொல்வதைக் கேட்கையில், “மகனே, உன்மீது நான் அத்தனை நம்பிக்கை வைத்ததில் தவறில்லை!'' என்று நினைத்துக் கொள்வார். அந்தோனின் குறிக்கோள் உறுதிக்காகவும் வைராக்கியத்துக்காகவும் இலியா மத்வேயெவிச் அவனைத் தம் மனத்துள் மெச்சிப் புகழ்ந்து கொண்டார். கப்பல் கட்டும் துறையில் அந்தோன் வேலைக் குழுத் தலைவனாய் இருந்த காலத்தில் அவனுடைய வேலைக் குழுவை எல்லோரும் “புதியன பேணும் குழு'' என்பதாய் அழைப்பது வழக்கம். குறிப்பிட்ட ஒரு வேலை கிடைத்ததும் அந்தோனின் வேலைக் குழு தயாரிப்புகள் செய்வதில் ஏனைய குழுக்களைக் காட்டிலும் அதிக காலம் செலவிடும். அப்பொழுது பிட்டர்களின் ஏனைய வேலைக் குழுக்கள்அதைத் தாண்டி முன்னேறிச் சென்றுவிடும். ஆனால் அதன்பின் நிலைமை அடியோடு மாறிவிடும். பொருள்களும் தயார் உறுப்புகளும் வழங்குவோரால் சில நேரங்களில் சமாளிக்க முடியாமற் போய்விடும். அதிவேக கதியில் அந்தோனின் வேலைக் குழு செயற்படத் தொடங்கும். அதுபோன்ற நேரங்களில் இப்பொருள்களுக்காக அந்தோனும், அவன் தந்தையைப் போலவே மிகக் கடுமையாய்க் கோரிக்கை எழுப்புவான். முடிவில் எல்லோருக்கும் முன்னதாய் அந்தோனின் வேலைக் குழு வேலைகளைச் செய்து முடித்துவிடும்.

யுத்தம் தொடங்கியதும் ஆரம்ப மாதங்களிலேயே அந்தோன் போர்முனைக்குப் போய்விட்டான். மாஸ்கோவுக்கு அருகே நடைபெற்ற போரில் அவன் ஒரு காலை இழக்க நேர்ந்தது. ஆஸ்பத்திரியிலிருந்து வீட்டுக்குத் திரும்பியதும் மனமொடிந்து போய்விட்டான். காலை இழந்தவன் தனக்கு மிகவும் பிடித்தமான கப்பல் பிட்டர் தொழிலையும் இழக்க வேண்டியவனானான். செயற்கைக் காலைக் கொண்டு கப்பலின் குறுகலான அறைகளுக்கு ஏறவோ, ஒரு தட்டிலிருந்து குறுகிய இடுக்கு வழியே இன்னொரு தட்டுக்குத் தாவவோ, பனி படர்ந்து இறுகி வழவழப்பாகிவிட்ட சாரங்களிலே மேலே செல்லவோ முடியாதே. பல நாட்களுக்கு வீட்டில் இதுபற்றி விவாதித்தனர். முடிவில் குடும்பப் பஞ்சாயத்து அந்தோன் படிக்க வேண்டுமென _ பொறியியல் படிக்க வேண்டுமென _ தீர்மானித்தது.

இத்துறையிலே அந்தோன் தனது முழு சக்தியையும் ஈடுபடுத்தினான். மாலையில் முதியோர் வகுப்புகளுக்குச்

சென்றான். பகற் பொழுதில் ஆசிரியர்கள் அவன் வீட்டுக்கு வந்து சொல்லிக் கொடுத்தனர். ஒன்றரை ஆண்டில் அந்தோன் பள்ளி இறுதித் தேர்வில் வெற்றி பெற்றான். பிறகு லெனின் கிராத் சென்று கப்பல்கட்டும் கல்லூரியில் சேர்ந்தான்.

கல்லூரியில் அவன் எளிதில் சிறந்து விளங்க முடிந்தது. கப்பல் கட்டும் தொழிலின் செய்முறை விவகாரங்கள் ஏற்கனவே அவன் அறிந்திருந்தவையே. செய்முறை அறிவு, தத்துவார்த்த அறிவு இரண்டின் சேர்க்கை ஏனைய பல மாணவர்களுக்கு இல்லாத தனிச் சிறப்பை அவனுக்கு அளித்தது. ஆகவே அந்தோன் பட்டத்துக்குரிய தனது ஆய்வுரையைச் சமர்ப்பித்ததும், அவன் விஞ்ஞான ஆராய்ச்சி நிலையத்துக்காகத் தேர்ந்தெடுக்கப்பட்டுவிட்டான். இப்பொழுது அவன் கப்பல் கட்டும் தலைமையான தொழில்நுட்ப வித்தகர்களில் ஒருவனாய்த் திகழ்ந்தான்.

அந்தோன் களிப்பும் கலகலப்பும் மிக்கவன். அவன் கதை சொல்லத் தொடங்கியதும் வீட்டில் எல்லோரும் அவனைச் சுற்றிலும் கூடிவிடுவர். தோன்யாவுங்கூட அவன் பேசுவதைக் கேட்கும்போது தனது சொந்த விவகாரங்களை மறந்துவிடுவாள். அவன் சொல்வதில் பலவும் அவளுக்குப் புரியாதென்றாலும் கேட்டுக்கொண்டு உட்கார்ந்திருப்பாள். அந்தோன் வந்து சேர்ந்த நாளன்று அவள் நங்கூரத் தெருவுக்கு வருமாறு அழைத்திருந்த இகாரையுங்கூட இந்நேரங்களில் மறந்துவிடுவாள்.

இருந்தாற் போலிருந்து இகார் நங்கூரத் தெருவுக்கு வந்தான்.

அது வெப்பமும் புழுக்கமுமாய் இருந்த ஞாயிற்றுக்கிழமை. தூக்கணாங் குருவிகள் தரையருகே தணிந்து பறந்தன. காதைத் துளைக்கும்படி அவை எழுப்பிய கூச்சல் திறந்த சன்னல்கள் வழியே அறைக்குள் புகுநது அதிர்ந்தது. புயலடிக்கப் போகிறது, தாத்தா இன்று வசீலிய் வீட்டுக்குப் போகக் கூடாது, எல்லோரும் வீட்டிலே தங்கிவிடுவதுதான் நல்லது என்று காலை முழுதும் அகஃப்யா கார்ப்பவ்னா திரும்பத் திரும்பக் கூறிக் கொண்டிருந்தாள். ஆனால் மத்வேய் தாத்தா அதைக் கேட்காமலே புறப்பட்டுச் சென்றார். அதே போல வித்தரும் மன்றத்தில் நடைபெற்ற முன்னணித் தொழிலாளர் கூட்டத்துக்குப் போய்விட்டான். அலெக்சேய் எங்கே சென்றானோ, யாருக்கும் தெரியாது. துன்யாஷா கைக்குழந்தையைத் தூக்கிக் கொண்டு கோஸ்த்யாவுடன் மணல் மேடுகளுக்குப் போய்விட்டாள்.

அவர்களுடன் தோன்யாவும் போக விரும்பினாள். ஆனால் லிதியா அவளை விடவில்லை; கோடைப் பந்தலுக்கு அவளைத் தன்னுடன் அழைத்துச் சென்றாள். கம்புகளையும் கட்டைகளையும் சேர்த்து நீண்ட காலத்துக்கு முன்பு இலியா மத்வேயெவிச் கட்டியமைத்த அந்தப் பந்தல் கடகடத்து ஆடிற்று. காட்டுத் திராட்சைக் கொடி அடர்த்தியாய் அதன்மேல் படர்ந்து கெட்டியாய் அதைப் பிடித்திருந்ததால்தான் பந்தல் சாய்ந்து விழாமல் நின்று கொண்டிருந்தது. இந்தக் கோடைப் பந்தலில் குளுமையாய் இருந்தது; ஓரளவு மாயச் சூழ்நிலையும் அங்கே நிலவிற்று. திராட்சைக் கொடிகளுடைய தளிர்களின் இடுக்குகள் மூலம் வீட்டறையின் சன்னலிலிருந்து சிகரெட்டுப் புகை மிதந்து வந்ததைக் காண முடிந்தது. இலியாமத்வேயெவிச், அலெக்சாந்தர் அலெக்சாந்தரவிச், அந்தோன் இம்மூவரும் அறையில் ஏதோ சில கணக்குகளையும் வரைபடங்களையும் வைத்துக்கொண்டு விவாதித்துக் கொண்டிருந்தனர்.

“தோன்யா, நீ அதிர்ஷ்டசாலி” என்று கோடைப் பந்தலில் லிதியா கூறிக் கொண்டிருந்தாள். அடர்த்தியான சடையை இழுத்து மார்பின்மீது போட்டு அதன் நுனியால் தன் முகத்தை வருடிவிட்டுக் கொண்டு அவள் பேசினாள். “நீ இளையவள். ஆனால் என்னைப் பார். எனக்கு இனி என்ன இருக்கிறது? எதுவும் இல்லை. முப்பது வயதாகப் போகிறது. ஆம், முப்பது வயது! உட்கார்ந்திருக்கிறேன், ஏதோ நடைபெறப் போகிறதென்று காத்துக் கொண்டிருக்கிறேன். அது என்னவென்று எனக்கே தெரியாது.... விக்தர்.... அவனுண்டு, அவன் வேலையுண்டென்று இருக்கிறான். என்னைவிட மரக் கட்டையே அவனுக்குச் சுவையானதாய்த் தோன்றுகிறதென்று நினைக்கிறேன். இந்தப் பலகைகளையும் கட்டைகளையும் வைத்துக் கொண்டு உயிரை விடுகிறான். வஜ்ஜிரப் பசையும் சிராத் தூளுமாய் எந்நேரமும் காட்சியளிக்கிறான். தன்னைச் சுற்றி என்ன நடைபெறுகிறது என்பதைக் கவனிக்காமலே இருக்கிறான். எனக்குத்தான் ஏதோ கிறுக்கு என்பதாய் எல்லோரும் நினைக்கிறார்கள், ஆனால் அவனுக்குத்தான் கிறுக்கு என்று நான் நினைக்கிறேன். இதைக் கேளேன்! நடு இரவில் திடுதிப்பென்று எழுந்து ஓடி விளக்கைப் போட்டுக் கொண்டு ஏதோ வரையத் தொடங்குகிறான். காலையில் அது என்னவென்று போய்ப் பார்க்கிறேன். முட்சக்கரங்கள் வரிசையாய் வரையப்பட்டிருக்கின்றன. எதற்காக? அவன் மரவேலைத் தொழிலாளி. இராப் பகலாய் அதே

நினைப்பு. நாங்கள் இருவரும் காத வழி விலகிச் சென்றுவிட்டோம். கல்யாணமாகியும் கணவனில்லாதவளாக வாழ்கிறேன். தோன்யா, அதுதான் உண்மை. இது போல் என்னால் தொடர்ந்து வாழ முடியாது. நான் என்ன செய்யலாம்?'' லிதியா கெட்டியாய்த் தோன்யாவின் மணிக் கையைப் பிடித்துக்கொண்டு அவள் காதுக்குள் குசுகுசுவென்று பேசினாள், "நீ சொல்லேன், நான் என்ன செய்யலாம்? இம்மாதிரியே போனால் பயங்கரமானது ஏதேனும் நடைபெற்றுவிடும். வேறொருவன் என் கவனத்தை ஈர்க்க முயலுகிறான்...''

"லிதியா அண்ணி! இம்மாதிரி எல்லாம் பேசலாமா?'' தோன்யா அவளிடமிருந்து நகர முயன்றாள். அவளுக்குப் பயமாயிருந்தது. ஓடிவிட முயன்றாள், ஆனால் லிதியா திரும்பவும் அவளைத் தன்னருகே பெஞ்சில் உட்கார வைத்தாள்.

"உன் குடும்பத்தில் யாருக்கும் என்னைப் பிடிக்கவில்லை... உன் குடும்பம் என்று சொல்கிறேன். பன்னிரண்டு ஆண்டுகளாய் உங்களுடன் வாழ்ந்தவள் இப்படிச் சொல்கிறேன்.''

"லிதியா அண்ணி! தொழிற்கூடங்களில் எதிலும் போய் வேலை செய்தால் என்ன? மருத்துவக் கூடத்தில் மேஜைமுன்னால் உட்கார்ந்திருந்தால் சலிப்பாய்த்தான் இருக்கும். நீயும் கப்பல் கட்டும் துறையிலே வேலை செய்து பாரேன். அங்கே நிறைய பேர் வேலை செய்கிறார்கள்...''

"கப்பல் கட்டும் துறைதான்! அப்படியே அது மண்ணுக்குள் புதைந்துவிட்டால் தேவலை போலிருக்கிறது எனக்கு! ஜுர்பின்களாகிய உங்கள் எல்லோருக்குமே கப்பல் கட்டும் துறையைத் தவிர உலகில் வேறு எதுவுமே இல்லை.''

"தோன்_யா!...'' வீட்டுப் படிகளிலிருந்து அகஃப்யா கார்ப்பவ்னா கூப்பிட்டாள்.

"இதோ வந்துவிட்டேன், அம்மா!'' என்று கூவியபடி தோன்யா கோடைப் பந்தலிருந்து ஓடினாள்.

"வா சீக்கிரம்! உன்னுடைய இளைஞன் அரை மணி நேரமாய் உனக்காக இங்கே காத்திருக்கிறான்.''

வீட்டுப் படிகள் அருகே இகார் நின்றுகொண்டிருந்தான். தோன்யாவின் இளைஞன் என்று அழைக்கப்பட்டதைக் கேட்டு

அவன் சிறிதும் கலக்கமடையாமல் முன்னேவந்து அவள் கையைப் பிடித்துக் குலுக்கினான்.

"அரை மணி நேரம் ஒன்றுமில்லை, அரை நிமிடம்தான் இருக்கும்'' என்றான்.

தோன்யாவின் இதயம் ஆனந்த நடனமாடியது. இதயம் மட்டுமல்ல_இகார் வந்ததைக் கண்டு அவளுக்கு ஏற்பட்ட பூரிப்பை அவளுடைய கண்களும் வெளிப்படுத்திக் காட்டின. அவள் தனது உணர்ச்சிகளை மூடிமறைக்க எத்தனிக்கவே இல்லை. அலெக்சேயால் "ஆண் மகனைப் போல் நடந்து கொள்ள''க் கற்றுத் தரப்பட்டிருந்த அவள் நாணிக் கோணிக் கொள்ள விரும்பவில்லை. லிதியாவை அவள் அப்பொழுதே மறந்துவிட்டாள்.

5

1

ஸ்கோபெலெவின் மிரட்டல் வெறும் வாய்ச் சவடாலே என்பது வெளிச்சமாகியது. தொழில் நுட்பத் தகவல் பிரிவில் ஸீனா அவனுடன் அதிக நேரம் இருந்து அவதிப்பட நேரவுமில்லை, அவன் சொற்படி நடக்கும்படி ஆகவுமில்லை, காலையிலே அவன் தகவல் பிரிவு அறைக்குள் வருவான். ஒரு சிகரெட்டைப் பற்ற வைத்துப் புகைப்பான், மேஜையைப் பூட்டிக் கொண்டு கிளம்பிவிடுவான்_அவ்வளவுதான், எஞ்சிய பொழுதுக்கு ஆளைக் காணவே முடியாது.

அலுவலகத்தைக் கூட்டிப் பெருக்கிச் சுத்தம் செய்த கிழவி லீசா ஒரு நாள் ஸீனாவிடம், "நீ ஏனம்மா எந்நேரமும் இந்த இரட்டு அறையிலே அடைந்து கிடக்கிறே? வெளியே போய்க் கொஞ்சம் காலாறச் சுற்றிவிட்டு வரக் கூடாதா? என்று கேட்டாள்.

"காலாறச் சுற்றுவதற்காக நான் இங்கு வரவில்லை. வேலை செய்ய வந்திருக்கிறேன்.'' அப்பொழுதுதான் தபாலில் வந்த ஒரு பத்திரிக்கையின் ஏடுகளைப் புரட்டியபடி ஸீனா பதிலளித்தாள்.

"அது சரிதான்!'' துடைப்பப்கோலை ஊன்றிக்கொண்டு ஸீனாவுக்கு எதிரே நின்றாள் லீசா. "எல்லோரும் பேலை செய்ய வேண்டும்தான். அனால் தலைமை அதிகாரி இல்லாமல் தனியே

வேலை செய்வது எப்படி? உன்னுடைய தலைமை அதிகாரி எவ்சேய் கன்ஸ்தான்தினோவிச் கவலையின்றிச் சுற்றிக் கொண்டிருக்கிறான். சிற்றுண்டிச் சாலைக்குப் போய் எதாவது வாங்கிக் குடிக்கவும், மருத்துவக் கூடத்துக்குச் செல்லவும், பதிவகத்திலே குமாஸ்தாப் பெண்ணைப் பார்த்துக் கண்ணடிக்கவும்தான் அவனுக்கு நேரம் சரியாயிருக்கு...''

மனம் சோர்ந்து போயிருந்த போதிலும் ஸீனாவுக்கு இதைக் கேட்டதும் சிரிப்பு தாங்க முடியவில்லை. அசடு வழியும் ஆந்தைக் கண்களையுடைய ஸ்கோபெலெவ் யாரையும் பார்த்துக் கண்ணடிப்பதை நினைத்ததும் அவளுக்குச் சிரிப்புதான் வந்தது...

தகவல் வேண்டுமென்று தொழில்நுட்பத் தகவல் பிரிவின் பக்கம் யாரும் தலைகாட்டவில்லையே என்று அவளுக்கு ஆச்சரியமாயிருந்தது. இந்த வரைபடத் தொகுப்புகளும் பத்திரிக்கைகளிலிருந்து கத்தரித்துச் சேகரிக்கப்பட்ட இந்தக் கட்டுகளும் எதற்காகவாம்? கப்பல் கட்டும் துறையில் தொழில் நுட்பத் தரங்கள் இந்தத் தொகுப்புகளிலும் கட்டுகளிலுமுள்ள விவரங்களுக்கு ஏற்ப அமைந்துள்ளனவா? பொறியாளர்கள், தொழிலாளர்களின் தொழில்நுட்பத் தேவைகளை இந்தத் தொழில்நுட்பப் பிரிவு பூர்த்தி செய்கிறதா?

எவ்வகையான தகவல் தேவைப்படுகிறதென்று தெரிந்து கொள்வதற்காக ஸீனா தொழிலகங்களுக்குச் சென்று விசாரித்தாள். "நிதானமாய்ச் சிந்தித்துப் பார்த்துத்தான் சொல்ல முடியும்'', "அவகாசம் வேண்டும்'' என்பதாய்த் தொழிலகத் தலைவர்களும் பொறியாளர்களும் போர்மன்களும் பதிலளித்தனர். அவகாசம் வேண்டுமென்பது மட்டுமல்ல; இங்குள்ள பிரச்சினை, தொழில்நுட்பத் தகவல் பிரிவில் இவர்களுக்கு நம்பிக்கை இல்லை, தங்களுக்கு இப்பிரிவால் நன்மை உண்டென இவர்கள் நினைக்கவில்லை என்பதை ஸீனா கண்டாள். தொழில்நுட்பத் தகவல் பிரிவு என்பதாய் ஒன்று இருப்பதுகூடப் பலருக்கும் தெரியவில்லை. ஒரு சோதனை நடத்திப் பார்க்கலாமென்று அவள், தன் எதிரே வந்தவர்களிடம் தொழில்நுட்பத் தகவல் பிரிவுக்கு எப்படிப் போவதென்று கேட்டாள். நான்கு பேர் திகைப்புடன் தோளை உலுக்கியவாறு நடந்தனர். ஒரேயொருவர் மட்டும் "நிச்சயமாய்த் தெரியாது, பிரதான கட்டிடத்தில்தான் இருக்குமென நினைக்கிறேன்'' என்றார்.

இந்த நிலைமை இப்படியே நீடிக்க இடந்து தரலாகாது. ஸீனா ஒரு கேள்விப்பட்டியல் தயாரித்து எல்லாத் தொழிலகங்களுக்கும் பிரிவுகளுக்கும் அனுப்பிவைத்தாள்: தோழர்களே, உங்கள் தேவைகள் யாவை? தகவல் வேண்டுவோர் எங்களிடம் வாருங்கள், கோரிக்கை எழுப்புங்கள். உங்களுக்கு வேண்டிய விவரத்தைப் பற்றிய வெளியீடுகளை நாங்கள் தருவித்துக் கொடுக்கிறோம், எந்தக் கல்லூரிக்கு வேண்டுமானாலும் எழுதிக் கேட்கிறோம், தேவைப்பட்டால் நிபுணர்களை அனுப்பித் தகவல்களைத் தெரிந்துவரச் சொல்கிறோம்.

இந்தக் கேள்விப் பட்டியலுங்கூடப் பயனளிப்பதாயில்லை.

"தோழர் ஸ்கோபெலெவ், நம்முடைய தகவல் பிரிவை மூடிவிட வேண்டும்'' என்று ஒருநாள் அவள் தன் தலைமை அதிகாரியிடம் கூறினாள்.

"சரி, மூடிவிடேன்'' என்று அவன் அலட்சியமாய்ச் சொல்லிவிட்டு, தொப்பியை மாட்டிக் கொண்டு கதவை நோக்கி நடந்தான்_எஞ்சிய பொழுதில் வழக்கம்போல் கண்காணாமல் மறைந்துவிடுவதற்காக.

ஆனால் ஸீனா வழிமறித்து நின்றாள். ஸ்கோபெலெவ் பணிவுடன் தொப்பியை உயர்த்தினான்.

"ஸீனாயிதா பாவ்லவ்னா, உனக்கு என்னிடம் ஆக வேண்டியது என்ன?''

"எனக்கு உன்னிடம் ஆக வேண்டியது ஒன்றுமில்லை! எந்நேரமும் சுற்றித் திரிவது சரியல்ல, வேலை செய்வது நமது கடமையாகும்.''

"ஆம், அலுவலக வேலைக்காரியின் பேச்சைக் கேட்டால், சுற்றித் திரிவதாகவே தோன்றும்'' என்று ஸ்கோபெலெவ் போலி உருக்கத்துடன் பேசினார். "ஆனால் உண்மையில் நான் சுற்றித் திரியவில்லை, காலம் வரட்டுமென்று காத்திருக்கிறேன். மூடிமறைக்காமல் சொல்கிறேன் கேள். ஆவேசமாய் வேலை செய்ய வேண்டுமென்றுதான் ஏழாண்டுகளுக்கு முன்பு நானும் உன்னைப் போலவே இங்கு வந்து சேர்ந்தேன். ஏதேனும் ஒரு தொழிலகத்தில் அவர்கள் என்னை வேலைக்கு அமர்த்தியிருநதால் போர்மன் அல்லது ஷிப்ட் பொறியாளராய் வளர்ந்திருப்பேன். ஆனால் உன்னைச் செய்திருக்கிறார்களே, அதேபோல என்னை

இந்தத் தகவல் பிரிவிலே தள்ளிவிட்டார்கள். உன்னைப் போலவே அன்று நானும் கேள்விப்பட்டியல்கள் அனுப்பியவன்தான். ஆனால் இங்கு வருவோருக்கு வீடுமோட்சமில்லை, நம்பிக்கையை விட்டொழி! இதை நான் தெளிவாய்த் தெரிந்து கொண்டேன். ஒரேயொரு நம்பிக்கைதான் இப்பொழுது என்னிடம் எஞ்சியுள்ளது_ தகவல் தேடி வருவோர் யாருமில்லை என்று நம்முடைய சிறு பிரிவை நம் தலைவர்கள் இழுத்து மூடிவிடுவார்கள் என்ற ஒரே நம்பிக்கையுடன்தான் காத்திருக்கிறேன். இந்தப் பிரிவு மூடப்பட்டதும் எனக்கு என் கல்லூரிப் பட்டத்துக்கு ஏற்ற வேலை கிடைக்கும்_அதாவது கோத்திணைப்புத் துறையிலே இயந்திரமயமாக்க நிபுணனாய் வேலை செய்வேன். இன்னும் கேள்வி ஏதாவது உண்டா?''

“உண்டு. டைரக்டரிடம் இதைச் சொன்னாயா? தகவல் பிரிவு குறித்த இந்த அபிப்பிராயத்தை அவருக்குத் தெரிவித்தாயா?''

“அந்த அளவுக்கு டைரக்டருடன் எனக்கு நெருக்கம் இல்லை. ஆனால் ஏனைய பலருக்கும் என் அபிப்பிராயம் தெரியும்.''

திரும்பவும் தொப்பியை உயர்த்திக் காட்டியபடி ஓரமாய் நடந்து ஸீனாவைக் கடந்து, கதவை நோக்கிச் சொன்றான் ஸ்கோபெலெவ்.

மறுபடியும் டைரக்டரிடம் ஓடி, தகவல் பிரிவின் இந்தப் பயனற்ற வேலைக்கு_ இல்லை, வேலையற்ற நிலைக்கு _ எப்படியேனும் முடிவு கட்டிவிட வேண்டுமென்று ஸீனா விரும்பினாள். ஆனால் இதைவிடக் கூர்மையான ஒரு புதிய விருப்பம் அவளை ஆட்கொண்டது _ ஸ்கோபெலெவுக்குச் சரியான “பாடம் கற்பிக்க வேண்டும்'' என்று ஆசைப்பட்டாள். அது எப்படி என்பது அவளுக்குத் தெரியவில்லை _ ஆனால் எப்படியும் “பாடம் கற்பிப்பது'' என்று திட முடிவு செய்து கொண்டாள்.

பிறகு ஒரு நாள் அவள் மகிழ்வுறும் வண்ணம் ஓர் இளைஞன் தகவல் தேடி தகவல் பிரிவுக்குள் வந்தான். அவள் இங்கு வேலைக்கு வந்தபின் நீண்ட இந்தப் பத்து நாட்களில் அவர்களை நாடிவந்த முதல் ஆள் அவன்.

தன்னை அறிமுகம் செய்து கொள்ளாமலே மேஜைக்கு எதிரே உட்கார்ந்து கொண்டான். வாட்டசாட்டமானவன் _ நாற்காலி கிரீச்சிட்டது. அவனுடைய ஜாக்கெட்டின் தோள்கள், முடிகள், பூட்சுகள், மடக்கிவிடப்பட்ட கால்சட்டை_ யாவற்றிலும் மரச்

சிராய்த் தூள் ஒட்டிக் கொண்டிருந்ததை ஸீனா கவனித்தாள். “தகவல் பிரிவுத் தலைவருடன் பேச விரும்புகிறேன்.”

“தலைவர் தற்போது இங்கு இல்லை. நானும் பட்டம் பெற்ற பொறியாளர்தான். என்ன வேண்டும்?”

“பொறியாளரா?” அவன் மூக்குத் தண்டைச் சொறிந்துவிட்டுக் கொண்டான். தன்னிடமும் தனது வயது, தனது பொறியாளர் பட்டம் இவற்றினிடமும் அவனுக்கு இருந்த சந்தேகம் இச்செயலில் வெளிப்பட்டதாய் அவள் நினைத்தாள். உடனே அவளுக்கு ஏற்பட்ட பதைபதைப்பில் மேஜையிலிருந்து ஒரு காகிதத்தைக் கீழே தள்ளிவிட்டாள். தரையிலே ஒட்டிக் கொண்டுவிட்டது போல அது கைக்கு வர மறுத்தது. அவளுடைய விரல் நகத்துக்குள் ஒரு சிலாம்பு ஏறிவிட்டது. சிறு பிள்ளையைப் போல விரலை வாயில் வைத்துச் சப்பினாள். அபூர்வமாய்த் தகவல் பிரிவைத் தேடி வந்த ஆளுக்கு இது நல்ல வரவேற்புதான்! என்று அவள் தன்னைத் தானே மனத்துள் கடிந்து கொண்டாள்.

ஆனால் வந்தவன் சிரித்துக்கொண்டு காகிதத்தை எடுத்துக் கொடுத்தான்.

“சரி, விரலில் என்ன ஆயிற்று, காட்டு பார்ப்போம்” என்று சொல்லி ஸீனாவின் விரல்களைத் தனது வலுமிக்க கையில் பிடித்துக்கொண்டு பரிசீலித்தான். “ஒன்றுமில்லை, ஒரு கணத்தில் வெளியே எடுத்துவிடலாம்” என்றான்.

ஜாக்கெட் காலரிலிருந்த ஊசியை எடுத்துத் தீக்குச்சி நெருப்பில் காட்டிச் சுத்தமாக்கினாள். சிலாம்பு எடுக்கப்பட்டுவிட்டது.

“ஒருவரையொருவர் அறிந்து கொண்டுவிட்டோம். என் பெயர் ஜுர்பின்.” இளைஞன் திரும்பவும் சிரித்துக் கொண்டான.

“ஜுர்பினா? கப்பல் கட்டும் துறையில் எத்தனை ஜுர்பின்கள்தான் இருக்கிறார்கள்? நான் இங்கு வந்து அதிக நாளாகவில்லை. அதற்குள் கட்டுமான அரங்கத்தின் தலைவரான ஜுர்பினையும் ரிவெட் தொழிலாளியான மற்றொரு ஜுர்பினையும் தெரிந்து கொண்டேன்.”

“இன்னும் பல ஜுர்பின்களை இங்கு நீ சந்திப்பாய். நான் மாதிரிப்படிவம் தயாரிக்கும் ஜுர்பின். உன்னுடைய கேள்விப் பட்டியல் எங்கள் பிரிவுக்குக் கிடைத்தது. அதனால்தான் இங்கு வந்திருக்கிறேன். தச்சு வேலையை இயந்திரமயமாக்குவது பற்றி

எனக்குச் சில புத்தகங்கள் வேண்டும். புத்தகங்கள் மட்டுமல்ல... முழு விவரமும் வேண்டியிருக்கிறது. எனக்கு ஓர் எண்ணம் உதித்திருக்கிறது... விளக்கமாய்ச் சொல்கிறேன் கேள். தச்சு வேலைகள் பற்றித் தெரியுமா உனக்கு? அதிகம் தெரியாதா? பரவாயில்லை, என் எண்ணத்தை எளிதில் புரிந்து கொண்டுவிடலாம். மண்பாண்டத் தொழிலைப் போலத் தச்சுத் தொழிலும் மிகப் பழைமையானது. தச்சுத் தொழிலாளர்களாகிய நாங்கள் மகா பீட்டர் உபயோகித்த அதே கருவிகளை வைத்துக் கொண்டுதான் இன்றும் வேலை செய்கிறோம். இழைப்புளிகள், குறி வரைச் சட்டம், நகவுளி, வில் வாள் முதலான அதே கருவிகள்தான் உபயோகிக்கப்படுகின்றன... ஓரளவு முன்னேற்றம் இல்லாமற் போய்விடவில்லை. இப்பொழுது மின்சார இழைப்புளிகளை உபயோகிக்கிறோம், வட்ட வாள்கள் கொண்டு அறுக்கிறோம். அறுத்தல் அல்லது இழைத்தல் போன்ற தனித்தனி வேலைகளை இயந்திரமயமாக்குதல் அவ்வளவு கடினமல்ல. ஆனால் மாதிரிப் படிவத் தயாரிப்பாளர் மாறி மாறிப் பலவகைத் தச்சு வேலைகளையும் செய்ய வேண்டியிருக்கிறது. இங்கே கொஞ்சம் அறுக்க வேண்டும், அங்கே இழைக்க வேண்டும், இதைத் தோண்டியாக வேண்டும், அதைத் தேய்த்தாக வேண்டும். கையால் இவற்றைச் செய்வது சங்கடமானது, அதிக நேரமும் செலவும் ஆகிவிடுகிறது. அனேகமாய் எல்லா விதமான தச்சு வேலைகளையும் செய்யக் கூடிய ஒரு சிறு இயந்திரத்தை அமைக்க விரும்புகிறேன். இதுதான் என் எண்ணம், படிப்படியாய் இதற்குரிய திட்டம் தெளிவாகி வருகிறது. இத்துறையில் நாடெங்கும் ஏற்கனவே செய்யப்பட்டிருப்பவை பற்றிய விவரங்கள் எனக்கு வேண்டும். ஏற்கனவே கண்டுபிடிக்கப்பட்டு விட்டவற்றை _ சாமோவரையும் மிதிவண்டியையும் _ மீண்டும் கண்டுபிடித்துக் கொண்டிருக்க விரும்பவில்லை நான்!''

ஸீனா கருத்துடன் காது கொடுத்துக் கேட்டாள். இந்த ஆளுக்கு உதவ வேண்டுமென்று அடங்காத ஆவல் கொண்டாள். கப்பல் கட்டும் துறையின் வாழ்விலே இதன்மூலம் தானும் பங்கு கொள்ளலாமென்று மனம் மகிழ்ந்தாள்.

''உனக்கு இந்த எண்ணம் தோன்றி அதிக காலமாகிறதா?'' என்று கேட்டாள்.

''நிச்சயமாய்ச் சொல்வதற்கில்லை. அதிக காலமாய் இதுபற்றி நான் சிந்தித்ததுண்டு. விசைக்கருவிகள் கொண்டு நாங்கள் வேலை

செய்யத் தொடங்கிய காலம் முதலாய்ச் சிந்தித்து வந்திருக்கிறேன். இந்தக் கருவிகள் யாவற்றையும் ஒரே இயந்திரமாய் இணைக்க முடிந்தால் எவ்வளவு நன்றாயிருக்குமென்று நினைத்தேன்... ஆனால் அண்மையில்தான் இது பற்றித் தக்க முறையில் முயற்சிகள் மேற்கொள்ளத் தொடங்கினேன். நாங்கள் திக்குமுக்காட வேண்டியதாகிவிட்டது. மாதிரிப் படிவங்களுக்கான ஆர்டர்கள் குவிந்து வருகின்றன, சமாளிக்க முடியவில்லை. அதிகாரபூர்வமாய் ஒன்றும் சொல்லப்படவில்லைதான். ஆனால் புதிய மாதிரிப் படிவங்களுக்கான தேவை மிகுதியாகிவருகிறது. புது வகைக் கப்பலைக் கட்ட ஏற்பாடாகி வருவதாய்த் தெரிகிறது. 'அவசரம்' 'விரைவில் முடியுங்கள்' என்று எந்நேரமும் வற்புறுத்துகிறார்கள். என்ன நடக்கப் போகிறதென்பது தெளிவாய்ப் புலப்படுகிறது. என் தம்பி அந்தோன் வந்திருக்கிறான், இது பற்றி எங்களிடம் சொல்லி வருகிறான். பிரமாதமான திட்டங்கள் வகுத்திருக்கிறார்கள்...''

தன்னால் முடிந்தது அனைத்தையும் செய்வதாய் ஸீனா வாக்குறுதி அளித்தாள். அன்றைய தினமே அவள் சுமார் மூன்று டஜன் கடிதங்கள் எழுதினாள். அனைத்து யூனியன் அரசியல் விஞ்ஞான அறிவுக் கழகம், பல நகர்களிலுமுள்ள தொழில்நுட்பக் கழகங்கள், அவளுக்குத் தெரிந்த பெரிய ஆலைகளின் டைரக்டர்கள், கல்லூரிகள், திட்டம்புனை அலுவலகங்கள் இவ்வாறு பலவற்றுக்கும் கடிதங்கள் எழுதினாள். மறுநாள் புத்தகங்களையும் பத்திரிகைகளையும் செய்தி அறிக்கைகளையும் புரட்டிப் பக்கம்பக்கமாய், வரிவரியாயப் பரிசீலித்துத் தச்சு வேலைகளை இயந்திர மயமாக்குவதுடன் சம்பந்தப்பட்ட எல்லா விவரங்களையும் சேகரித்தாள்.

மாதிரிப் படிவத் தொழிலகத்தில் ஆர்டர்கள் குவிந்து செல்வதன் காரணம் அவளுக்கும் தெரிந்ததுதான். கப்பல் கட்டும் துறை திருத்தியமைக்கப்படப் போவது குறித்தும், பெரும் பிரிவுக் கோத்திணைப்புக்கு மாறிச் செல்லப் போவது குறித்தும், லாதாவில் புதுவகைக் கப்பல் கட்டப்படப் போவது குறித்தும் சிறிதுகாலமாய்ப் பொறியியல் ஊழியர்களிடையே வதந்திகள் அடிபட்டு வந்தன. புதுவகைக் கப்பல் கட்டுவதற்குப் புதிய மாதிரிப் படிவங்கள் நிறையத் தேவைப்படும்தான்.

ஸீனா எழுதிய கடிதங்களுக்கு வரைவில் பதில்கள் வரலாயின. இந்தப் பதில்களுடன் தட்டெழுத்து அடிக்கப்பட்டும் சைக்ளோ செய்யப்பட்டும் அனுப்பப்பட்டிருந்த விவரங்களும், ஆலை

ஆராய்ச்சியாளர்கள் வகுத்தளித்த ஆலோசனைகளின் பிரதிகளும், தடித்தடித் தொகுதிகளும், சிறு துண்டுப் பிரசுரங்களும் முன்னணித் தொழிலாளர் செய்தி அறிக்கைகளும் வந்து சேர்ந்தன. விக்தர் இலியிச்சுக்கு_மாதிரிப் படிவத் தயாரிப்பாளர் ஜுர்பினை இப்படி முதற் பெயரைச் சொல்லி அழைக்கும் அளவுக்கு ஸீனா ஏற்கனவே அவனுடன் நெருங்கிப் பழகத் தொடங்கிவிட்டாள்_வேண்டிய விவரங்கள் இவ்வாறு குவியலாயின. புதிதாய் வரும் கடிதக் கட்டுகளை எடுத்துக் கொண்டு அவ்வப்பொழுது ஸீனா மாதிரிப் படிவத் தொழிலகத்துக்கு விரைந்தோடுவாள்.

விக்தர் அவற்றைப் படித்துப் பார்த்துவிட்டு ''பயனுள்ள தகவல்கள்!'' என்பான். "ஸீனாயிதா பாவ்லவ்னா, நீயும் நானும் வீண் வேலையில் ஈடுபட வேண்டியிருக்காது. ஏற்கனவே கண்டுபிடிக்கப்பட்டவற்றைத் திரும்பவும் கண்டுபிடித்து நேரத்தை விரயமாக்க வேண்டியிருக்காது.''

"நீயும் நானும்'' என்று அவன் கூறியது ஸீனாவுக்கு எந்தச் சன்மானத்தையும் நன்றியையும்விடச் சிறப்புடையதாய்த் தோன்றியது. இயற்கையாகவே பரபரப்பும் துடிப்பும் மிக்கவளாய் ஆர்வமுடன் வேலை செய்யும் சுபாவமுடையவளான அவள் இப்பொழுது மேலும் மும்மரமாய்ச் செயல்பட முற்பட்டாள். ஸ்கோபெலெவுங்கூடக் கருத்து செலுத்தத் தொடங்கும் வண்ணம் செயல்கள் சூடுபிடிக்கலாயின. ஒருநாள் காலை ஸ்கோபெலெவ் சிகரெட்டைப் புகைத்து முடித்ததும் வழக்கம்போல் வெளியே கிளம்பாமல் தகவல் பிரிவில் தங்கி, ஸீனாவின் தெளிவான கையெழுத்தில் "வி.இ.ஜுர்பினுக்காக'' என்று குறிக்கப்பட்டிருந்த கனத்த கட்டைப் பிரித்து அதில் இருந்தவற்றை நெடுநேரம் படித்துக் கொண்டு உட்கார்ந்திருந்தான்.

"சிக்கனச் சீரமைப்பு, கண்டுபிடிப்புகள்.... இவையல்லவா நான் ஈடுபட்டிருக்க வேண்டிய வேலைகள். அதற்குப் பதில் உன்னுடன்கூட இங்கே கிடந்து வதைகிறேன்'' என்றான்.

கப்பல் கட்டும் துறையினுடைய செய்தியேட்டின் அடுத்த இதழில் ஸ்கோபெலெவின் அறிக்கை ஒன்று வெளிவந்திருந்ததை ஸீனா படித்தாள். தொழில்நுட்பத் தகவல் பிரிவு கப்பல் கட்டும் துறையின் முன்னணித் தொழிலாளருக்கும் புதுமுறை கண்போருக்கும் உதவி வருகிறது என்று அவன் எழுதியிருந்தான். விக்தர் ஜுர்பினை உதாரணமாய்க் குறிப்பிட்டு, சோவியத் நாட்டின் மூலைமுடுக்குகளிலிருந்தெல்லாம் "தகவல் பிரிவின் ஊழியர்கள்''

ஜூர்பினுக்கு வேண்டிய விவரங்களைச் சேகரித்து வந்ததாய் எழுதினான்.

ஸ்கோபெலெவின் செயல் ஸீனாவைத் துணுக்குறச் செய்துவிட்டது. செய்தியேட்டை எடுத்துக் கொண்டு விக்தரிடம் ஓடினாள்.

“விக்தர் இலியிச்! இந்த ஸ்கோபெலேவ் எப்பேர்பட்ட சந்தர்ப்பவாதி என்பதைப் பார்! துளியளவும் வேலை செய்யாத ஆள், யாவற்றையும் தானே செய்தது போல எழுதுவதைப் பார்!”

ஆனால் ஸீனாவுக்கும் ஸ்கோபெலெவுக்கும் இடையே எழுந்த சச்சரவின் முழு விவரத்தையும் அறியாத விக்தர், வேறு காரணங்களுக்காக இந்த அறிக்கையைக் கண்டித்தான்.

“காலத்துக்கு முன்னதாகவே தம்பட்டமடிப்பது சரியல்ல” என்றான் அவன். “நம்மால் எதுவும் செய்ய முடியாமற் போனால் என்னாவது? முட்டாள்களாக அல்லவா தோற்றமளிப்போம்.”

ஸ்கோபெலெவின் அறிக்கை வெளியானபின் மேலும் பல தொழிலாளர்கள் தகவல் பிரிவைத் தேடிவந்து அவளைச் சந்தித்தனர். ஸீனாவுக்கு இது விளங்காத விபரீதமாகவே தோன்றியது. சிலர் எதிர்நிலைக் கோணங்களில் இழைக்கும் கடைசல் கருவிகளைப் பற்றிய புதிய விவரங்கள் வேண்டுமென்றனர். வேறு சிலர் சுழல் உருளை அலகுகளைக் கோத்திணைப்பது பற்றிய விவரங்கள் தேவை என்றனர். மற்றும் சிலர் கப்பல் கட்டும் துறையின் இந்தப் “புதிய” தகவல் பிரிவைப் பார்த்துவிட்டுச் செல்லலாமென வந்தனர். மின்சார வெல்டிங் வேலைகள் குறித்து சில தகவல்கள் வேண்டுமென்று தலைமைப் பொறியாளரே கேட்டு அனுப்பியிருந்தார். பிறகு ஸீனா திட முடிவுக்கு வந்து, துணிவுடன் செயல்பட்டாள். தொழில் நுட்பத் தகவல்கள் சம்பந்தமான வேலைகள் குறித்துத் தனது எண்ணங்களை எடுத்துரைத்து இரண்டு நாட்கள் உட்கார்ந்து ஒரு நீண்ட கட்டுரை எழுதினாள். அதில் அவள் ஸ்கோபெலெவுக்கும் “தகவல் பிரிவை நிறுவிவிட்டுப் பிற்பாடு அதனை மறந்தே விட்ட” நிர்வாகத்துக்கும் சரியானபடிச் சூடு கொடுக்கத் தவறவில்லை.

அவளுடைய கட்டுரை உடனே வெளியிடபபட்டதும் ஸீனாவுக்குத் தன் கண்களையே நம்ப முடியவில்லை. ஸீனா கூற விரும்பிய முக்கிய விவரங்களில் எவற்றையும் விடாமல்

கட்டுரையின் நீளத்தை ஐந்தில் ஒரு பங்காய்ச் சுருக்கியிருந்த ஆசிரியர்களின் திறமையை அவள் வியந்து போற்றினாள்.

2

“தனித்தனியான இந்தப் பாகங்கள் இணைந்து பொருந்தாவிடில் என்ன செய்வது? எல்லாம் குளறுபடியாய் முடிந்துவிட்டால் என்னாவது?”

கையிலிருந்த பென்சிலைப் போட்டுவிட்டுட ஸீனா முதுகு வலி தீர நிமிர்ந்து நின்றாள். வரைபடப் பலகையிலே குனிந்து மூன்று மணி நேரமாய்த் தொடர்ந்து வேலை செய்தால் எப்படி? வரைபடம் தயாரிப்பதைக் காட்டிலும் அலுப்புத் தட்டக் கூடிய வேலை வேறு எதுவும் இருக்க முடியாது. இதைக் காட்டிலும் துயரம் தரும் வேலை ஒன்றைக் குறிப்பிட வேண்டுமானால், ஸீனா வளர்ந்த அந்த அனாதைக் குழந்தைகளின் இல்லத்தில் அவளுடைய தோழிகள் அத்தனை ஊக்கத்துடன் கைக்குட்டையில் பூ பின்னியதைத்தான் குறிப்பிட வேண்டும். இது போன்ற ஒரு வேலையை மேற்கொள்ள இதன்முன் ஒருபோதும் ஸீனா சம்மதித்திருக்க மாட்டாள்.

“இணைந்து பொருந்தாமற் போவது எப்படி?”

விக்தர் உட்காராமலே வரைபடத்துக்கு முன்னே நின்ற நிலையிலே நேரத்தைச் செலவிட்டு வந்த நான்காவது மாலைப்பொழுது அது. நாக்கின் நுனி வெளியே தெரிய, பரபரப்படைந்த சிறுவனைப் போல அவன் ஸீனாவின் பென்சிலினுடைய ஒவ்வோர் அசைவையும் கண் கொட்டாது பார்த்துக் கொண்டிருந்தான். அவள் வரைந்த படங்கள் வேண்டாத கோடு ஒன்றுகூட இல்லாமல் தெளிவாகவும் திடமாகவும் இருந்தன_ திட்டம்புனை நிபுணர்கள் மாதிரிப் படிவத் தயாரிப்பாளர்களுக்குக் கொண்டுவந்து கொடுக்கும் படங்களைப் போல அவ்வளவு சுத்தமாய் இருந்தன.

“நிச்சயம் இணைந்து பொருந்தும். அப்படி இணையாமற் போனால் மாதிரிப் படிவத்தில் சிறு திருத்தங்கள் செய்து சரிப்படுத்திவிடலாம். பாகங்களை முதலில் மரத்தில்தானே செய்து பொருத்தப் போகிறோம்.”

அதே அறையில் ஓர் ஆசனத்தில் லிதியா அமர்ந்திருந்தாள். திருமண அன்பளிப்பாய் அவள் மாமி தந்திருந்த நீலக்

கல்மோதிரத்தை நீண்ட மெல்லிய விரலிலிருந்து கழற்றி எடுத்துக் கொண்டும் பிறகு திரும்பவும் போட்டுக் கொண்டுமிருந்த அவள், வித்தர் வீட்டுக்கு அழைத்து வந்திருந்த அந்தப் பூங்கொடியாளை மௌனமாய்ப் பார்த்துப் பொறாமைப் பட்டுக் கொண்டாள். எப்படித் துள்ளிக் குதித்து வித்தர் அந்தப் பெண்ணின் ஒவ்வொரு சிறு விருப்பத்தையும் நிறைவேற்றினான்! அவளுடைய வரைபடப் பேனாவைத் துடைக்கத் துணியா வேண்டும்? _ உடனே ஆவேசமாய்த் தன் கைக்குட்டையைக் கிழித்துக் கொடுத்தான். தண்ணீர் வேண்டுமா?_சமையலறைக்கு ஓடி ஒரு கூஜா நிறையக் கொண்டு வந்தான். மென்னிறக் விழிகளையுடைய அந்தப் பெண் மேஜையிலே அங்குமிங்கும் கைநீட்டி வேலை செய்கையில் வரைகோலையோ, ரப்பரையோ கீழே போட்டுவிட்டாளா? _ கீழே விழு முன்பே அவன் பாய்ந்து அதைப் பிடித்துக் கொண்டான். வித்தரே, பதினாறு வயதாகியிருந்த இன்னோர் இளம் பெண்ணிடமும் முன்னொரு காலத்தில் நீ இதே போலத்தானே கண்ணும் கருத்துமுடையவனாய் நடந்து கொண்டாய்? அவள் நடந்துசென்ற தரையையே போற்றிப் புகழ்ந்தாயே! வாழ்க்கை அப்பொழுது எவ்வளவு இனிமையாய் இருந்தது!

ஆண்டுகள் ஓடி மறைந்ததும் யாவும் மாறிவிட்டனவே, காரணம் என்ன? எப்படி அது? பதினாறு வயதுப் பெண்ணாய் இருந்தவள் முப்பது வயதானவளாகி விட்டாள் என்பது மட்டும்தானா காரணம்? வித்தரே, நீ உன்னுடைய ஆர்வக் கனலை இழக்காமல்தானே இருக்கிறாய்: இந்தப் பூங்கொடியைக் கண்டதும் எப்படி அது மூண்டெழுந்து சுடர்விடுகிறது, பார். பென்சில்கள், வரைகோல்கள்.... இவையொத்த அற்ப விஷயங்களிலிருந்துதானே பதினான்கு ஆண்டுகளுக்கு முன்பு அந்த இன்னொரு பெண்ணுடனும் யாவும் ஆரம்பித்தன_ அவள் ஒரு குழியைத் தாண்டுவதற்கு உதவி செய்தாய். தாண்டியதும் உடனே அவள் தன் கையை உன்னிடமிருந்து எடுத்துக் கொள்ளவில்லை.... கணப் பொழுது தாமதம் செய்துவிட்டாள்_ அதுதானே தொடக்கம். சரி வித்தரே, நடக்கட்டும், உன் தலை கிறுகிறுக்கட்டும்_அது உன் விவகாரம். காதலைக் கட்டாயப்படுத்த முடியாது. கட்டாயம் காரணமாய்க் கிடைக்கும் காதல் யாருக்கு வேண்டும்?

வித்தருடைய மனைவியை அலைக்கழித்த சிந்தனைகள் ஸீனாவுக்குத் தெரிந்திருந்தால் ஜுர்பின்களுடைய வீட்டுக்கு அவள் வந்திருக்க மாட்டாள். முழு உருவைப் பெற்றுவிட்ட கருத்தைக்

காகிதத்திலே குறித்துத் திட்டப் படங்களைத் தயாரிக்க வேண்டிய தருணம் வந்ததும், அவளும் விக்தரும் எங்கே போய் இவ்வேலையைச் செய்யலாமென்று ஆலோசனை செய்தனர். தொழில்நுட்பத் தகவல் பிரிவிலா? அங்கே இருண்டிருந்தது, வசதியாய் இல்லை. எப்படியும் வேலை நேரத்துக்குப் பிறகு அங்கே தங்கி வேலை செய்வது நல்லதல்ல. ஸீனாவின் இடத்துக்குப் போகலாமா? புதிதாய்க் கட்டப்பெற்று வந்த கட்டடம் ஒன்றில் அவளுக்கு அறை தருவதாய் வாக்களித்திருந்தார்கள். அதற்காக அவள் காத்திருந்தாள். இதற்கிடையில் விடுதியிலேயே வசித்து வந்தாள்.

ஆகவே விக்தர் அவளைத் தன் வீட்டுக்கு அழைத்து வந்தான்.

கால் நூற்றாண்டாய் ஒரே வீட்டில் வசித்து வந்தவர்கள் ஜுர்பின்கள். இவர்களுடைய வீட்டில் பழைய இசைப் பெட்டியிலிருந்து புகைப்படக் காமிரா, விசைப்பொறி மிதிவண்டி வரை எது வேண்டுமானாலும் உடனே தேடி எடுத்து வந்து விடலாம். விக்தரும் ஸீனாவும் வரைபடப் பலகை ஒன்றையும் வரைபடக் கருவிப் பெட்டி ஒன்றையும் தேடிப் பிடித்தனர்.

எல்லோரையும் தெரிந்து கொள்வதற்கும் அகஃப்யா கார்ப்பவ்னாவின் கேக்குகளைச் சுவைப்பதற்கும் தேநீர் அருந்துவதற்கும் முதலாவது மாலைப் பொழுது சரியாகிவிட்டது. பெயர்பெற்ற இக்குடும்பத்தார் எல்லோரும் மேஜையைச் சுற்றிலும் இருக்கக் கண்டாள் ஸீனா. உருவரை வரையும் கூடத்தில் அன்று அவளுடைய கவனத்தைக் கவர்ந்த கிழவர் மத்வேயையும் துன்யாஷாவையும் அடையாளம் கண்டுகொண்டாள். இலியா மத்வேயெவிச்சையும் உடனே தெரிந்துகொண்டு, "தத்துக்கிளியைப்" பற்றி அவருக்கு நினைவூட்டினாள். மின்சார வெல்டர் கோஸ்த்யாவையும், விருந்தினர்களை வரவேற்பதில் இணையற்ற அகஃப்யா கார்ப்பவ்னாவையும், லிதியாவையும், தோன்யாவையும், மற்றும் "பேராசிரியர்" என்பதாய் இப்பொழுது குடும்பத்தாரால் வேடிக்கையாய் அழைக்கப்பட்டுவந்த அந்தோனையும் சந்தித்தாள். துன்யாஷா தயக்கமின்றித் தன் குழந்தை அலெக்சாந்தர் கன்ஸ்தான்தினோவிச்சையுங்கூட ஸீனாவின் கையில் கொடுத்தாள். தாயின் கரங்களை விட்டகன்றதும் அலெக்சாந்தர் கன்ஸ்தான்தினோவிச் காது செவிடுபட அலறினான். ஸீனா தனக்கேற்பட்ட குழப்பத்தில் அவனைக் கீழே போட்டுவிடப் பார்த்தாள். ஏந்திப் பிடிக்க அத்தனைக் கரங்கள் சுற்றிலும்

காத்திருக்கையில் அவன் கீழே விழுந்திருக்க முடியாதென்றாலும், ஸீனா மிரண்டு போய்விட்டாள். இனி ஒருபோதும் பிறத்தியார் குழந்தையைத் தூக்குவதில்லை என்று மனத்துள் சங்கற்பம் செய்து கொண்டாள்.

அவளுடைய பெற்றோர்களைப் பற்றி அவளிடம் விசாரித்தனர். இஞ்சின் டிரைவரான அவள் தந்தையைப் பற்றியும், நெசவுத் தொழிலாளியான அவள் தாயைப் பற்றியும் கேட்டனர். அவள் தாய் நெசவுத் தொழிலாளி என்பது தெரிந்ததும் அகஃப்யா கார்ப்பவ்னாவால் முன்பு தானும் ஒரு நெசவாலையில் வேலை செய்தவளே என்பதைக் குறிப்பிடாமல் இருக்க முடியவில்லை. ஸீனாவின் பெற்றோர்கள் இறக்க நேர்ந்ததன் காரணம் என்னவென்று கேட்டனர். அனாதைகளின் இல்லத்தில் அவள் வாழ்க்கை குறித்தும், கல்லூரியில் அவள் படிப்பு, வருங்காலத் திட்டங்கள் குறித்தும் அவளிடம் விசாரித்தனர்.

தேநீர் அருந்தியதும் அகஃப்யா கார்ப்பவ்னா மேஜையிலிருந்து எழுந்து ஸீனாவிடம் சென்று அவளைக் கட்டித் தழுவிக் கொண்டாள். ஆசையும் நேசமும் அதிகம் தேவையான அனாதையாகவே கருதி அவளை முத்தமிட்டு ஒரு சொட்டுக் கண்ணீரும் விட்டாள்.

“அடிக்கடி இங்கே எங்களிடம் நீ வர வேண்டும். உனக்கு நாங்கள் பழக்கமில்லாதவர்கள்தான், இருந்தாலும் தனித்திருப்பதைவிட இங்கு வந்து போய்க் கொண்டிருப்பதுதான் நல்லது. தனித்திருப்போருக்கு இவ்வுலகம் இதமான இடமல்ல.’’

“பெண்டிர் பேச்சு இது, நீ இதைக் காதில் போட்டுக் கொள்ளாதே’’ என்று இலியா மத்வேயெவிச் வழக்கம் போல் வேடிக்கையாய் பேசினார். “பெண்ணின் பேச்சைக் கேட்டால் அழுகைதான் வரும். தண்ணீர் குழாயைத் திறந்து விடுவதென்றால் அவர்களுக்கு ரொம்பப் பிடிக்கும். வேலையில் இறங்கு, அயராது நட _ அதுதான் நான் சொல்வது. பிறகு குளிர் தெரியாது. வேலையை ஆரம்பித்துவிட்டால், குளிர் பறந்தோடிவிடும், பின்புறத்திலிருந்து ஆவி கிளம்பத் தொடங்கிவிடும்.

“என்ன பேச்சு இது!.. இளம் பெண்கள் முன்னால் பேசுகிற பேச்சா?’’ என்று அகஃப்யா கார்ப்பவ்னா தலையை ஆட்டி ஆட்சேபித்தாள்.

“சீமாட்டிகளே, வேறு வழியில்லை. கப்பல் கட்டலாம் அல்லது அருமையாய்ப் பேசக் கற்றுக் கொள்ளலாம். எங்கள் தொழில் கடுமையானது.”

ஸீனாவும் விக்தரும் வேலையை ஆரம்பித்தனர். முதல் சில மாலைகளுக்குப் பிற்பாடு வீட்டுக்கு வராமல் கப்பல் துறையிலே இருந்துவிட்ட அந்தோன் ஒருவனைத் தவிர ஏனைய எல்லோரும் தொடக்கத்தில் அவர்களைச் சுற்றிலும் கூடியிருந்தனர். பிற்பாடு லிதியா மட்டும் அவர்களுடன் இருந்து மௌனமாய்ப் பார்த்துக்கொண்டிருந்தாள். வெற்றிகள் கிட்டும்போது அவர்கள் ஒருவரையொருவர் முதுகிலே தட்டிக் கொண்டு மகிழ்ந்ததையும், தோல்வியடைந்தபோது அவ்வளவு சிறிய இயந்திரத்தில் சங்கிலி வாளைப் பொருத்துவதிலுள்ள சிரமங்கள்குறித்தும், வெட்டுக் கருவியை இணைத்தால் பார்ப்பதற்கு எவ்வளவு அசிங்கமாகிவிடும் என்பதுகுறித்தும், உராய்வுச் சக்கரத்தைப் பொருத்துவதானால் மோட்டாரின் வேகம் குறித்தும் விவாதித்துக் கொண்டதையும் பார்த்தபடி அவள் உட்கார்ந்திருந்தாள்.

மோட்டார் வேகத்தைப் பற்றிய பிரச்சினைதான் அவர்களைத் திக்குமுக்காடச் செய்தது. திட்டமிடப்பட்ட இயந்திரத்தின் பல்வேறு பாகங்களும் இணைந்து பொருந்துமா என்பது இப்பொழுது அவர்களுக்குக் கவலையாயில்லை _ மாதிரி அமைப்பு தயாரித்து இதற்குத் தீர்வு கண்டுவிடலாம். வெவ்வேறான மிகப் பல வகை வேலைகளையும் செய்வதற்கு ஏற்ற மோட்டாரின் வேகம்தான் சிக்கலான பிரச்சினையாய் இருந்தது. மிகவும் பொருத்தமான மோட்டாரைப் பொருத்துவதானால், அது நிமிடத்துக்கு மூவாயிரம் சுற்றுகள் வேகமுடையதாயிருக்கும். ஆனால் இந்த வேகம் சங்கிலி வாளுக்கோ, உராய்வுச் சக்கரத்துக்கோ மிதமிஞ்சியதாகிவிடும்.

எதிர்பாராத இடத்திலிருந்து உதவி வந்தது. தலைமை இயந்திர நிர்மாணியுடன் ஸீனா இந்த மோட்டாரைப் பற்றித் தொலைபேசியில் பேசியதை ஸ்கோபெலெவ் கேட்டுக் கொண்டிருந்தான்.

“ஸீனாயிதா பாவ்லவ்னா, உயர் அதிகாரிகளைப் போய்த் தொந்தரவு செய்வானேன்? அவர்கள் இல்லாமல் நாமே தீர்வு கண்டு கொள்ள முடியாதா? ஜுர்பின் திட்டத்தில் என்னையும் சேர்த்துக் கொள்ளேன். பழைய பாத அணியைவிட மேம்பட்டவனாய் என்னை நீ கருதாமலிருக்கலாம். ஆனால் கல்லூரியிலே ஆறு ஆண்டுகள் படித்துக் கோத்திணைப்பு வேலைகளை

இயந்திரமயமாக்குவதில் தனித் தேர்ச்சி பெற்ற இந்த எல்சேய் ஸ்கோபெலெவ் இத்துறை குறித்து எப்படியும் சிறிதளவேனும் தெரிந்து கொண்டிருப்பான் என்று ஏன் நினைக்க மாட்டேன்கிறாய்?''

“எவ்சேய் கன்ஸ்தான்தினோவிச்! தயவு செய்து நீயும் வாயேன்! ஜூர்பினுக்கு மகிழ்ச்சியாகவே இருக்கும்.''

ஸ்கோபெலெவ் தன் வேலையில் தலையிடுவதுபற்றி விக்தர் எந்த அளவுக்கு மகிழ்ச்சியடைவான் என்பது அவளுக்குச் சந்தேகமாய்த்தான் இருந்தது. அவளுக்கும் எந்தவித மகிழ்ச்சியும் ஏற்பட்டுவிடவில்லை. ஆனால் அவ்வளவு பரிதாபகரமான குரலில் ஸ்கோபெலெவ் அவளை வேண்டியதை மறுக்க அவளுக்கு மனத் திடம் இல்லாமற் போய்விட்டது.

3

ஸ்கோபெலெவ் தனது மேஜையினுள் துழாவிப் பழைய குறிப்புகளையும் பிறவற்றையும் எடுத்து அடுக்கிக் கொண்டிருந்தான். ஸீனா தனது நோட்டுப் புத்தகத்தில் ஒரு பக்கம் பூராவும் எழுதி முடித்து அதற்குச் சுத்தமான பிரதி ஒன்றை எழுதிக் கொண்டிருந்தாள். அடுத்த இரு வாரங்களுக்கான அவளுடைய வேலைகளின் திட்டம் அது. கப்பல் துறைச் செய்தியேட்டின் ஆசிரியர்களுக்கு அவள் வாக்களித்திருந்த கட்டுரையை எழுதவோ, அண்மையில் அவள் துவக்கிய கப்பல் துறை முன்னணித் தொழிலாளர் செய்தி அறிக்கை, தொழிலகங்களின் தொழில்நுட்பத் தகவல் அறிவிப்புகள் முதலான பலவற்றுக்குமான வேலைகளையோ, அவள் ஏற்பாடு செய்ய வேண்டுமென்று நினைத்துக் கொண்டிருந்த விளக்க உரைகளையோ சொற்பொழிவுகளையோ அவள் மறந்துவிடக் கூடாது. தக்க திட்டம் ஒன்று இல்லாமல் இத்தனை வேலைகளையும் சமாளிக்க முடியாது; பல வேலைகளை மறக்க நேரிடும், அல்லது யாவற்றையும் போட்டுக் குழப்பிக் கொள்ளும்படி ஆகும்.

குட்டையாய் ஓரளவு மெலிந்து சுறுசுறுப்பு மிக்கவராய்த் தோன்றிய ஒருவர் அவசரமாய் அறைக்குள் வந்தார். அவர் கட்சி அமைப்பாளரான ஜுகோவ் என்பதை ஸீனா உடனே தெரிந்து கொண்டுவிட்டாள்.

“தோழர்களே, வணக்கம்!'' என்றார் ஜுகோவ். “புகழ்மிக்க, உங்களுடைய தகவல் பிரிவைப் பார்ப்பதற்காக வந்திருக்கிறேன். இங்கே நடைபெறும் வேலைகள் என்ன?''

சுவரில் இருந்த பலகைகளையும் படங்களையும் பார்த்தபடி அறையைச் சுற்றி நடந்தார், பத்திரிகைகளிலிருந்து கத்தரித்துச் சேகரிக்கப்பட்டிருந்த வற்றின் தொகுதிகளைப் புரட்டிப் பார்த்தார். பிறகு மேஜை எதிரே உட்கார்ந்து இரு பொறியாளர்களையும் சற்றுக் கடுமையாகவே உற்று நோக்கினார். திடீரென்று அவர் வந்துவிட்டதைக் கண்டு இருவரும் கலக்கமுற்றிருந்தனர்.

"ஏன் இந்த சோகத் தோற்றம்?'' என்று கேட்டார். "நான் தணிக்கையாளரல்லவே. தற்போது நீங்கள் செய்து வரும் வேலைகள் என்ன? ஜுர்பினுக்கு உதவுகிறீர்கள், வேறு என்ன செய்கிறீர்கள்? உங்கள் திட்டங்கள் என்ன? உங்களுக்குத் தடையாய்க் குறுக்கே நிற்பவர்கள் யார்? பொறியாளருக்குப் பொறியாளராய் மனம்விட்டுப் பேசுவோம். கட்சி உறுப்பினர்களா?''

ஸ்கோபெலெவ் மௌனமாயிருந்தான்.

"நான் காம்சொமால் உறுப்பினள்'' என்று ஸீனா பதிலளித்தாள்.

"நல்லது. தனித் திட்டங்கள் இல்லை என்றா சொல்கிறீர்கள். அது மோசமானது. கப்பல் கட்டும் துறையின் பிரதான பணி என்ன தெரியுமா உங்களுக்கு?''

"தெரியும். விரைவாகவும் சிறப்பாகவும் சிக்கனமாகவும் கப்பல்கள் கட்டுதல்'' என்றாள் ஸீனா.

"அது பொதுப்படையான பதில்!'' ஜுகோவின் முகத்தில் இளநகை தோன்றி மறைந்தது. "நாம் செய்பவை எல்லாமே சிறப்பாகவும் விரைவாகவும்தான் செய்யப்பட வேண்டும். புதிய கோத்திணைப்பு முறைக்கு மாறிச் செல்வதுதான் இன்று கப்பல் கட்டும் துறையின் முன்னுள்ள பிரதான பணி. வெல்டிங் வேலையின் ஒவ்வொரு பிரிவிலும் பாண்டித்தியம் பெறுவது இதற்கு அவசியம். தானியங்கி முறை, பகுதியளவு தானியங்கி முறை... இவ்வாறு பல வகையான வெல்டிங் வேலைகளிலும் தக்க தேர்ச்சி பெற்றாக வேண்டும். இது பற்றி நீங்கள் கேட்டிருக்கிறீர்களா? ரிவெட் செய்வது மட்டுமல்ல, கையால் வெல்ட் செய்வதுங்கூடக் கப்பல் கட்டும் துறையில் கடந்த காலத்துக்கு உரியனவாகி வருகின்றன. வருங்கால விவகாரங்களுக்காக நீங்கள் என்ன செய்துள்ளீர்கள்?''

ஜுகோவின் கேள்விகள் ஸீனாவையும் ஸ்கோபெலெவையும் திடுக்கிடச் செய்தன. அவர்களைக் காட்டிலும் வயதில் அவர் மிகவும் மூத்தவர். அவர்கள் கேட்டுக்கூட இருந்திராத மிகப்

பலவும் குறித்து அறிந்தவர், கட்சி மத்தியக் கமிட்டியால் இங்கு அனுப்பப்பட்டவர். இரவில் தமது அலுவலறையிலிருந்து நேரே கிரெம்ளினுடன் தொலைபேசியில் பேசக் கூடியவர். ஜுகோவின் முன்னால் அவர்கள் இருவரும் சிறு பிள்ளைகளைப் போன்றவர்களாகி அவருடைய கேள்விகளுக்கு என்ன பதில் சொல்வது என்று புரியாமல் முகம் சிவந்துபோய் உட்கார்ந்திருந்தனர். அவர் குறிப்பிட்ட வேலைகளில் எதையும் தகவல் பிரிவு செய்து வரவில்லை. இப்பொழுதுதான் அது ஏதோ ஓரளவு செயல்படத் தொடங்கியிருந்தது.

ஸ்கோபெலெவ் மிரண்டு போய்விட்டான். ஸீனாவுக்கு உள்ளுக்குள் சற்று பதைபதைப்பு ஏற்படலாயிற்று.

“ஜுர்பினுடனான வேலையில் நாங்கள் கொஞ்சம் அளவு மீறி ஆர்வமடைந்துவிட்டோம்...'' என்று அவள் ஆரம்பித்தாள்.

“அதில் ஒன்றும் தவறில்லை'' என்று ஜுகோவ் இடைமறித்தார். “சிறந்த இயந்திரத்தை அவன் உருவாக்கப் போகிறான். தோழர்களே, அது மட்டுமல்ல; ஜுர்பினுடைய இயந்திரத்துக்குப் பிரமாதமான எதிர்காலம் உண்டு. மாதிரிப் படிவத் தயாரிப்புக்கு மட்டுமின்றி மரம் பயன்படுத்தப்படும் எல்லாத் துறைகளிலுமே அது மிகவும் உபயோகமானது. அது உழைப்பை எளிதாக்கிச் செலவுகளைக் குறையச் செய்து உழைப்பின் உற்பத்தி ஆற்றலை உயர்த்தும். ஆனால் ஒன்று'' என்று கண நேரம் சிந்தனை செய்துவிட்டுத் திரும்பவும் பேசினார்: “அதன் பாகங்களில் சிலவற்றை உருக்குக்குப் பதிலாய் அலுமினியத்தில் செய்வது நல்லது. ஆம், ஜுர்பினுடைய இயந்திரத்தில் உங்களைப் போலவே நானும் மிகுந்த ஆர்வம் கொண்டுள்ளேன். ஆனால் ஜுர்பினுக்கு நீங்கள் அளித்துவரும் உதவி, தொழில்நுட்பத் தகவல் பிரிவுக்குரிய ஒரே பணியாகிவிடக் கூடாது. தொழில்நுட்பத் தகவல்கள் சம்பந்தமாய் நீங்கள் செய்யும் வேலை என்ன? கூரைமீது நின்று கூச்சல் போட வேண்டியதில்லைதான். ஆனால், தோழர்களே... கப்பல் கட்டுவதில் கையாளப்படும் புதிய முறைகளைக் கப்பல் துறையின் ஊழியர்கள் எல்லோரும் தெரிந்து கொள்ளும்படிச் செய்தாகவேண்டும். அந்த அறிவை வழங்குவது உங்கள் கடமையாகும். நீங்கள் இதற்குரிய திட்டத்தை வகுக்கவில்லை என்றால், இப்பொழுதே எல்லோருமாய்ச் சேர்ந்து இது சம்பந்தமான யாவற்றையும் பரிசீலித்துப் பிரதான அம்சங்களை வரையறுப்போம்.''

திட்டத்தை அவர்கள் வகுத்திட்ட போது சிறந்த கப்பல் கட்டும் துறைகளுக்கு ஸ்கோபெலெவ் சென்று சுற்றிப் பார்த்துத் தானியங்கி மின்சார வெல்டிங் வேலைகள் குறித்து ஆங்காங்கே கிடைக்கக்கூடிய தகவல்களைச் சேகரித்து வர வேண்டுமென்ற ஓர் எண்ணம் அவர்களுக்கு உண்டாயிற்று. இதுபற்றி டைரக்டருடன் பேசுவதாய் ஜுகோவ் வாக்களித்தார்.

கட்சி அமைப்பாளர் விடைபெற்றுக் கொண்டு புறப்பட்டபோது ஸீனாவுக்கு அவர் தொடக்கத்தில் தோன்றியதுபோல அவ்வளவு பயங்கரமானவராய்த் தோன்றவில்லை.

ஜுகோவ் புறப்பட்டபோது, விக்தருடைய இயந்திரத்தின் சில பாகங்கள் உருக்குக்குப் பதிலாய் அலுமினியத்தில் செய்யப்படுவது நல்லதெனக் கருத என்ன காரணம் என்று ஸீனா அவரை விசாரித்தாள்.

“காரணம் எளியதே'' என்றார் அவர். “இந்தக் கடைசல் இயந்திரத்துக்குச் சிறந்த எதிர்காலம் உண்டென்பதை ஏற்கனவே நான் உங்களிடம் சொன்னேன். அது எவ்வளவுக்கு எவ்வளவு எடை குறைவாயிருக்கிறதோ, அவ்வளவுக்கு அவ்வளவு அதன் எதிர்காலமும் சிறப்பாய் இருக்கும். அதன் எடை 20 அல்லது 25 கிலோகிராமுக்கு மேல் இருக்கக்கூடாது, சாதாரணக் கைப்பெட்டியில் பிரித்தடுக்கி எடுத்துச் செல்லக் கூடியதாய் இருக்க வேண்டும். தச்சுத் தொழிலகத்தில் நிலையாய்ப் பொருத்தப்பட்ட இயந்திரமாய் இல்லாது, கையிலே இடத்துக்கு இடம் எடுத்துச் செல்லக்கூடியதாய் இருத்தல் வேண்டும். தச்சுத் தொழிலாளி அதைக் கப்பலுக்குள்ளோ, மாஸ்கோ கட்டிடம் ஒன்றின் பதின்மூன்றாம் மாடிக்கோ, கூட்டுப் பண்ணையில் வயல் வேலை முகாமுக்கோ தன்னுடன் எடுத்துச்சென்று வேலை செய்வதற்கு ஏற்றதாய் அமைய வேண்டும்.''

ஜுகோவுக்கு ஐம்பது வயதுக்கு மேலாகிவிட்டது. நரைத்துக் கம்பிக் கம்பியாய் நின்ற எடுப்பான கிராப்பு முடியையும் எந்நேரமும் கவனமும் கருத்தும் மிக்கதாய்த் தோன்றிய கூர்மையான கரிய கண்களையும் தவிர்த்து அவருடைய தோற்றத்தில் குறிப்பிடத்தக்கது எதுவுமில்லை. ஜுகோவின் கண்களுடைய குறுகுறுப்பு அவர் சிறு பிள்ளையாய் இருந்த காலம் முதலாகவே அவருக்குரிய ஒரு சிறப்பாய் அமைந்ததாகும். அவர் தந்தை முதலாம் உலகப் போர் தொடங்கியதும் 1914 ஆகஸ்டில்

உயிரிழந்துவிட்டார். சிறுவனாயிருந்த ஜூகோவ் உடனே பஹ்முத்துக்கு அருகே ஓர் உப்புச் சுரங்கத்தில் வேலை செய்யச் சென்றார்.

சுரங்கத்தில் அவர் இழுவையாளராய் வேலை செய்தார். அவர் தாய் சுரங்க அலுவலகத்தில் வேலைக்காரியாய் இருந்தாள். இருவரும் பஹ்முத்தில் வசித்து வந்தனர். பொழுது புலர்ந்ததும் எழுந்து பல மைல் நடந்து இருவருமாய்ச் சேர்ந்து சுரங்கத்துக்குச் செல்வார்கள். பிறகு இருவருமாய்ச் சேர்ந்தே வீட்டுக்குத் திரும்புவார்கள். இழுவை வேலை பதினான்கு வயதான ஜூகோவின் உயிரை வாட்டுவதாய் இருந்தது. வேலை முடிந்ததும் ஓய்ந்து ஒடுங்கிவிடுவார்; சிறு பிள்ளைகளின் விளையாட்டுகளில் பங்கு கொள்ள சக்தி இருக்காது. குத்தினிக்கோவில் கெண்டை, சுறா மீன்கள் பிடிக்கச் செல்வதையும் நிறுத்திக் கொண்டார்.

அக்டோபர் எழுச்சி பெத்ரோகிராதிலும் மாஸ்கோவிலும் நடைபெற்றது. புரட்சிப் பேரலை ருஷ்யாவெங்கும் கிளர்ந்தெழுந்து வீசிற்று. ஜெர்மன் சேனைகள் உக்ரைனுக்குள் புகுந்து தோன்பாசை நெருங்கி வந்து கொண்டிருந்தன. சுரங்கத் தொழிலாளர்கள் தங்களை இராணுவப் படைப் பிரிவுகளாய் ஒழுங்கமைத்துக் கொண்டு, பகைவனை எதிர்த்துக் கிளம்பினர். அவர்களுடைய தலைவனின் பெயர் அர்த்தெம் செர்கேயெவ். “ஒழுங்கமையாது குலைந்துநிற்கும் மக்கள்திரளைக் காணச் சகியாதவன் நான்” என்று தோழர் அர்த்தெம் ஒரு கூட்டத்தில் பேசியதை ஜூகோவ் கேட்டார். இதன் பொருள் என்னவென்று அவருக்குத் தெளிவாய் விளங்கவில்லைதான். ஆயினும் உடனே தொழிலாளர்களின் படைப் பிரிவு ஒன்றில் சேர்ந்து கொண்டார். சுரங்கத் தொழிலாளர்கள் ஜெர்மன் படைத் தலைமைக்கு இறுதி எச்சரிக்கை அளித்தனர்: ஜெர்மன் படையாட்கள் தோன்பாசில் நுழைந்தால் துப்பாக்கி ஏந்தி வெஞ்சமர் புரிவோம் என்றனர். ஜெர்மன் படைகள் உள்ளே நுழையவில்லை.

பிறகு உள்நாட்டுப் போர் ஆரம்பமாயிற்று. ஜூகோவ் உக்ரைனிலும் குபான், வோல்கா ஆறுகளின் கரைகளிலும் போராடினார். காம்சொமாலிலும், பிற்பாடு கம்யூனிஸ்டுக் கட்சியிலும் உறுப்பினரானார். முடிவில் மாஸ்கோவில் அவர் படைவிலக்கம் செய்யப்பட்டார். கட்சி அவரை ஓர் ஆலைக்கு அனுப்பி அங்கு காம்சொமால் குழுவின் செயலாளராய் வேலை செய்யச் சொல்லிற்று. தொழிலாளர் மாலை நேரப் பள்ளியிலும்

அதன்பின் கல்லூரியிலும் படித்தார். அவர் பொறியாளர் பட்டம் பெற்றதுதான் தாமதம், உடனே திரும்பவும் கட்சி அவரைப் பணிபுரிய அழைத்துவிட்டது. ஒரு நிர்மாணத் தளத்தில் வேலை முடிந்ததும் இன்னொன்றுக்குச் சென்றார். கட்சி அனுப்பி வைத்த எல்லா இடங்களுக்கும் போய்ப் பணியாற்றினார். தேசபக்த யுத்தம் தொடங்குமுன் தென்திசையில் கப்பல் கட்டும் துறை ஒன்றில் கட்சிக் குழுவின் செயலாளராய்ப் பணிபுரிந்து வந்தார். பிறகு துப்பாக்கிப் படைப் பிரிவு ஒன்றின் கமிசாராய்ப் போர்முனைக்குச் சென்றார். யுத்தம் முடிவுற்றதும் கட்சியின் மத்தியக் கமிட்டியின் ஊழியர் குழாமில் சேர்க்கப்பட்டு விட்டார்.

புதிய வேலை இடத்துக்கு வந்ததும் முதல் வேலையாய் அங்குள்ளவர்களை நன்கு தெரிந்து கொள்ள முற்படுவார்.

அவர் லாதாவுக்கு வந்ததும், கப்பல் கட்டும் துறையின் தொழிலகங்களிலும் கட்டுமான அரங்கத்திலும் வேலை செய்த தொழிலாளாகளும் போர்மன்களும் அவரைக் கவர்ந்து கொண்டுவிட்டனர். இன்னும் இங்கு பலருக்கும் அவரை நேரில் தெரியாது. கடலுடன் தொடர்புள்ள பெரும்பாலானவர்களைப் போல் நீலவரி ஜாக்கெட்டும் கொடுமுடிக் குல்லாயும் அணிந்து, அங்குமிங்கும் போய்க் கொண்டிருந்தார். யாரும் அவரைப் பற்றி கவலைப்பட்டுக் கொள்ளவில்லை_ கப்பல்கள் பழுது பார்க்கப்படும் துறைகளில் மாலுமிகள் பலரும் அங்குமிங்கும் சுற்றிக் கொண்டுதான் இருப்பார்கள். ஆகவே தான் எதிரே இருப்பதால் யாரும் சங்கடப்பட நேருமென்ற அச்சம் சிறிதும் இல்லாமல், வேலைக் குழுவினரின் வேலைகளை அவர் எவ்வளவு நேரம் வேண்டுமானால பார்த்துக் கொண்டிருக்க முடிந்தது. அடிக்கடி அவர் இவான் ஸ்தெபானவிச்சுடன் சென்று சுற்றிப் பார்த்தார். பழைய குடியேற்றத்தை நேரில் கண்டு தெரிந்து கொள்ள வேண்டுமெனத் தீர்மானித்ததும், இன்னும் அதிகமாய் கோர்புனோவுடன் சென்று சுற்றத் தொடங்கினார். பழைய குடியேற்றத்தில் இருந்த ஒவ்வொரு வீட்டையும் ஒவ்வோர் ஆளையும் கோர்புனோவ் நன்கு அறிந்தவர்.

கோர்புனோவும் அவருமாய்ப் போய்ப் பார்க்காத இடமே இல்லை. குழந்தை விடுதிகள், குழந்தைப் பள்ளிகள், தையற் கடைகள் முதலான பல இடங்களுக்கும் சென்று பார்வையிட்டனர். கப்பல் துறையின் மன்றத்தில் சுமார் இரண்டு மணி நேரம் இருந்தனர்.

முடிவில் கோர்புனோவ் நீலப் படுக்கைக்குச் சென்று மீன் பிடிக்கலாமென்று ஜுகோவை அழைத்தார். “அங்கும் சென்றுவிட்டால் எங்கள் வாழ்க்கையின் எல்லாக் கூறுகளையும் கண்டு தெரிந்து கொண்டவர் ஆகிவிடுவீர்கள்.”

கப்பல் துறை ஊழியர்கள் மீன் பிடிப்பதற்கு வசதியான இடங்கள் பலவும் இருந்தன. சிலர்_ முக்கியமாய் இளைஞர்கள்_ வெர்யாழ்க்கா ஆற்றின் கற்பாலத்தின்மீது உட்கார்ந்து வெள்ளிமீன் பிடிப்பார்கள். வேறு சிலர் லாதாவின் ஒதுக்குப்புறங்களில் இருந்த பழைய அலைதாங்கிகளின் உளுத்துப்போன மரக் கட்டைகளின் மீது குதிரை சவாரி செய்வது போல உட்கார்ந்து கொள்வார்கள். இந்தக் கட்டைகளுக்கு அடியில் பெரிய பெர்ச் மீன்கள் இருந்தன. மற்றும் சிலர் படகில் லாதாவைக் கடந்து மர அறுப்பு ஆலைகளுக்கு அருகே தெப்பங்களிலிருந்து வலைகளை வீசுவார்கள். இன்னும் சிலர் குடாவினுள் நெடுந் தூரம் படகுகளில் செல்வர்.

மஞ்சள் படுகை எனப்படுவது மீன் பிடிப்போருக்கு வெற்றி அதிகம் அளிக்காத இடமாய்க் கருதப்பட்டது. ஆனால் வேடிக்கை என்னவெனில், மீன் பிடிப்பதில் ஆர்வமிக்கவர்கள் பலரையும் ஏனைய இடங்களைவிட இந்த மஞ்சள் படுகைதான் அதிகம் கவர்ந்திழுத்தது.

மஞ்சள் படுகை ஏறத்தாழ ஒரு கிலோமீட்டர் நீளமும், சுமார் ஐந்நூறு மீட்டர் அகலமுமுடையது. அதன் கரைகள் சுவர்கள் போலச் செங்குத்தாய்த் தண்ணீருக்குள் சென்றன. ஒரு காலத்தில் _ வயதான கிழவர்களைத் தவிர ஏனையோர் அறியாத காலத்தில் _ இங்கு ஒரு மண் சுரங்கக் குழி இருந்தது. முதல் உலகப் போருக்கு முன்பே இது கவனியாது கைவிடப்பட்டுவிட்டது. காலப் போக்கில் கரைகளின் உயரத்துக்கு நீர் நிரம்பி இது ஆழமான ஓர் ஏரியாகிவிட்டது. இதைச் சுற்றிலும் தகர்ந்து போன மணல்வாரிகள், மற்றும் பல பொறிகளின் துருப்பிடித்த பகுதிகள் மணலில் புதைந்து கிடந்தன.

இங்கு கெண்டைகள் எப்படி வந்து சேர்ந்தனவோ, யாருக்கும் தெரியாது. பல ஆண்டுகளாய் இம்மீன்கள் நீலப் படுகையில் இருந்து வந்தன. பெரிய கெண்டைகள் எப்பொழுதாவதுதான் அரிதாய்ப் பிடிபடும் _ மூன்றாண்டுக்கு ஒரு முறை ஒன்று அகப்படும். சாதாரண சிறு கெண்டைகளும்கூட இங்கு தூண்டியில்

சுலபத்தில் அகப்பட்டு விடுவதில்லை. மஞ்சள் படுகைக்கு மீன் பிடிக்க வருவோர் _ சிலர் மீன் மட்டுமின்றித் தூண்டியுங்கூட இல்லாதவர்களாய்த் திரும்பி வருவர். ஆயினும் இதன் பிறகும், அடுத்த சனிக்கிழமையன்று, துரதிர்ஷ்டம் பிடித்த அதே இடத்துக்குத் தவறாமல் மறுபடியும் வந்துவிடுவார்கள். கப்பல்துறையின் பிரதம கட்டுமானியான கொர்னேய் பாவ்லவிச் தவறாமல் மஞ்சள் படுகைக்கு வந்து செல்வோரை _ இவர்களில் அவரும் அடங்கியவர்தான் - "கெண்டை பக்தர்கள்'' என்று வேடிக்கையாய்க் குறிப்பிடுவார்.

'கெண்டையைப் பிடித்தேன்' என்னும் இந்தச் சிறப்புக்கு உரியோராகும் பொருட்டு இந்தக் கெண்டை பக்தர்கள் என்னென்ன புது வழி எல்லாம் கண்டுபிடித்துக் கையாண்டனர் தெரியுமா? தூண்டில் முள்ளில் வைப்பதற்குப் புதுவகைத் தீனிகள் கண்டுபிடிப்பார்கள். இவற்றைத் தயாரிக்கும் முறையை தங்களது நெருங்கிய நண்பர்களுக்குங்கூடக் கூறாமல் இரகசியமாய் வைத்துக் கொள்வார்கள். கேப்பை, ஓட்ஸ், அரிசிக் கஞ்சிகளைச் சுண்டக் காய்ச்சிக் கெட்டியாக்கி மேலே மாவு தூவி சூரியகாந்தி எண்ணெயிலும் கடலை எண்ணெயிலும் வறுத்தெடுப்பார்கள். தடிதடிப் புழுக்களாய் வளர்த்து எடுத்துச் செல்வார்கள். சிலர் பிடில் கம்பிகளைப் போலக் கெட்டியான நூலை உபயோகித்துப் பார்த்தனர். இன்னும் எத்தனையோ தந்திரங்களைக் கையாண்டனர். ஆனால் கெண்டைகள் இவர்களைக் காட்டிலும் தந்திரசாலிகளாய் இருந்தன. ஏரியின் நடு மையத்தில் துள்ளிக் குதித்து விளையாடுமே தவிர, இவர்களுடைய தூண்டில் முள்ளின் பக்கம் வருவதே இல்லை.

யுத்தம் முடிவுற்றதும் முதலாவது கோடையில் உள்ளூர் பாத அணி தயாரிப்பாளர் கூட்டுறவு ஒன்றின் தலைவன் இந்த ஏரியின் கெண்டைகளையும் "கெண்டை பக்தர்களையும்'' ஒரு கை பார்த்துவிடுவதென்று முடிவு செய்தான். இந்தத் துணிச்சல்காரத் தலைவன் ஒரு நாள் மாலை தனது கூட்டுறவுக் குழுவினர் சிலரை அழைத்துக் கொண்டு, ஒரு படகுடனும் மீன் பிடிக்கும் வலையுடனும் லாரியிலோ ஏரிக் கரையில் வந்து இறங்கினான்.

ஏரிக் கரையிலிருந்த மீன் பிடிப்பாளர்களின் ஆத்திரக் கூச்சல்களுக்கிடையே அவன் தனது வலையை விரித்தான். ஏரியில் ஒரு பாதிக்கு அது விரிந்து சென்றதும் கரைகளில் பிரமிக்கத்தக்க நிசப்தம் குடிகொண்டுவிட்டது. இனி அவ்வளவுதான், உயிருக்கு

உயிரான தங்கள் கெண்டைகளை இழக்க வேண்டியதுதான் என்று நினைத்து ஏங்கியவாறு 'கெண்டை பக்தர்கள்' கரையிலே நின்று பார்த்துக் கொண்டிருந்தனர்.

விரிக்கப்பட்ட வலை கொடிய முறையில் நீருக்குள் துழாவிச் சென்றது. பிறகு அதன் முனைகள் சேர்த்து இழுக்கப்பட்டன. திடீரென நிசப்தத்தைக் கலைத்துக் கொண்டு நீரிலிருந்து பலத்த சலசலப்பு எழுந்தது. மிதப்புகளின் வளையத்துக்குள்ளிலிருந்து ஒரு பெரிய மீன் வெளியே தாவிக் குதித்தது. அதைத் தொடர்ந்து இரண்டாவது மீன் ஒன்று தாவிற்று, பிறகு மூன்றாவது.... இவ்வாறு ஏரியிலே பெருங் கொந்தளிப்பு எழுந்துவிட்டது. நீர் கொப்புளித்து நொங்கும் நுரையுமாய்த் தோற்றமளித்தது. கெண்டைகள் வலைக்குள்ளிலிருந்து வெளியே தாவித் தப்பித்துச் சென்றன. சாமர்த்தியமிக்க தாத்தாக் கெண்டையைப் பின்தொடர்ந்து சிறு மீன்களும் மிதப்புகளுக்கு மேல் துள்ளிப் பாய்ந்தன.

ஏரியில் நடைபெற்ற அந்தப் போரின் முடிவு தீர்மானிக்கப்பட்ட அத்தருணங்களில் கிளர்ந்தெழுந்த வெற்றி முழக்கத்தை என்னென்பது! மஞ்சள் படுகையின் நாற்புறமும் சூழ்ந்து நின்ற பைன் மரங்கள் இதன் முன் என்றுமே கேட்டிராத முழக்கம் அது. சாதாரணமாய் ஏரிக் கரையில் எல்லோரும் சப்தமின்றி நுனி விரல்களில் நடந்து, முணுமுணுக்கும் குரலில் மெல்லப் பேசிக் கொள்வது வழக்கம். ஆனால் இப்பொழுது கிழவர் மத்வேயுங்கூட _ அந்நாட்களில் அவர் இலியா மத்வேயெவிச்சுடன் தவறாமல் ஏரிக்கு வந்து மீன்பிடிப்பது வழக்கம் _ பலத்த குரலில் முழக்கமிட்டுக் கெண்டைகளுக்கு உற்சாகமூட்டினார், பாத அணித் தயாரிப்பாளர்களைப் பார்த்துக் கேலிக் கூச்சல் எழுப்பினார். இவர்களால் தமது பிரம்மாண்ட வலையில் இருபது முப்பது கெண்டைகளுக்கு மேல் பிடிக்க முடியவில்லை. தோல்வியுற்றவர்கள் வெட்கித் தலைகுனிந்தபடி விரைவில் அங்கிருந்து நகருக்குப் புறப்பட்டனர்.

வாராவாரம் சனிக்கிழமை தோறும் அதே ஆட்கள் தான் மஞ்சள் படுகைக்கு மீன் பிடிக்க வருவார்கள். நெடுங்காலமாய்க் கப்பல் துறையில் கூட்டாய் வேலை செய்தும், ஏரியில் சேர்ந்து மீன் பிடித்தும் ஒருவரை யொருவர் இவர்கள் நன்கு அறிந்தவர்கள். பல சந்தர்ப்பங்களில் இரவு முழுதுமே ஏரிக்கரையிலே தங்கிவிடுவார்கள். கரையிலிருந்து சிறிது தொலைவில் கணப்புத் தீ மூட்டுவார்கள். அங்கேயே இரவு உணவும் பிறகு காலை உணவும் அருந்துவார்கள்.

ஏரி இவ்வாறு திறநதவெளி மன்றமாகவும், சுவரோ கூரையோ இல்லாத விடுமுறை ஓய்வு விடுதியாகவும் இவர்களுக்குப் பயன்பட்டு வந்தது.

மஞ்சள் படுகை சுமார் ஆறு கிலோமீட்டர் தொலைவில் இருந்தது. ஜுகோவும் கோர்புனோவும் மெல்ல நடந்து சென்றனர். "கெண்டை பக்தர்களில்" பெருவாரியானோர் ஏற்கனவே அங்கே சென்று தூண்டில் மிதப்புகளை நீரில் போட்டுவிட்டு ஏரியைச் சுற்றிலும் சிதறிக் கிடக்கும் கற்களென நினைக்கும்படிப் பேச்சு மூச்சின்றி அசையாமல் அமர்ந்திருக்கையில், இவர்கள் இருவரும் அங்கே போய்ச் சேர்ந்தனர். கொசுக்களை விரட்டுவதற்காகத் தொலைவில் ஓரிடத்தில் புகைந்து கொண்டிருந்த நெருப்பைச் சுற்றி பத்துப் பன்னிரண்டு பேர் கூடியிருந்தனர். அவர்களும் இவர்களைப் போல நேரம் கழித்து ஏரிக்கு வந்தவர்களாகவே இருக்க வேண்டும். எதையோ பற்றி இப்பொழுது காரசாரமாய் வாக்குவாதம் புரிந்து கொண்டிருந்தனர். ஜுகோவும் கோர்புனோவும் அவர்களிடம் நெருங்கிச் சென்றனர். வந்தவர்களைக் கண்டு கொள்ளாமலே அவர்கள் பேசிக் கொண்டிருந்தனர்.

"அது கேலிக்குரிய விவகாரமல்ல" என்று எலும்பும் தோலுமாயிருந்த உயரமான முதியவர் ஒருவர் பேசிக்கொண்டிருந்தார்.

"அவர்தான் போர்மன் அலெக்சாந்தர் அலெக்சாந்தரவிச் பஸ்மானோவ்" என்று கோர்புனோவ் ஜுகோவின் காதுக்குள் கூறினார். ஜுகோவ் தலையை ஆட்டிக்கொண்டார். அலெக்சாந்தர் அலெக்சாந்தரவிச்சையும் அவர் தலைவர் இலியா மத்வேயெவிச்சையும் ஜுகோவுக்கு ஏற்கனவே தெரியும்.

"அது கேலிக்குரிய விவகாரமல்ல" என்று திரும்பவும் அலெக்சாந்தர் அலெக்சாந்தரவிச் அடித்துப் பேசினார்.

"சரி, அலெக்சாந்தர் மாமா, ஆரோக்கிய இடத்துக்குச் சென்று விடுமுறையைக் கழிப்பதற்குப் பதிலாய், புல் அறுத்து வைக்கோல் தயாரிக்கவும், உருளைக் கிழங்கு தோண்டவும் சம்மதிப்பீர்களா?" நடுத்தர வயதுடைய ஒருவன் இவ்வாறு கேட்டுவிட்டுச் சிரித்தான். அவனுடைய மார்பு முழுதும் பச்சை குத்தியிருந்தது, திறந்த சட்டை வழியே வெளியே தெரிந்தது.

அவர்கள் எதைப் பற்றி வாக்குவாதம் செய்கிறார்கள் என்பதை கோர்புனோவ் ஊகித்துக் கொண்டுவிட்டார்.

“கப்பல் துறையின் பொறியாளர்களில் ஒருவன் விடுமுறையைக் கழிப்பதற்காக ஆரோக்கிய இடத்துக்குப் புறப்பட்டான். ஆனால் அவன் அந்த இடத்துக்குப் போய்ச் சேரவில்லை. நடுவழியில் கூட்டுறவு மீன்பண்ணை ஒன்றில் ரயிலிலிருந்து இறங்கினான். விடுமுறை பூராவையும் அந்தப் பண்ணையிலே கழித்துவிட்டுத் திரும்பினான்’’ என்று அவர் ஜுகோவின் காதுக்குள் கூறினார்.

“இதெல்லாம் அபத்தப் பேச்சு!’’ அலெக்சாந்தர் அலெக்சாந்தரவிச் முன்னிலும் பலமாய்க் கூச்சலிட்டார். “இவையெல்லாம் திட்டமிட்டுச் செய்யப்படும் செயல்கள் அல்ல, அந்தந்த ஆளின் ஆன்ம நிலையைப் பொறுத்துள்ள செயல்கள்.’’

“ஆன்ம நிலையாமே! கருத்து முதல்வாதியைப் போலல்லவா பேசுகிறீர்கள்’’ என்றான் பச்சை குத்திய மார்புடையவன். “அறிவுதான் பிரதானம், ஆன்மா அல்ல, நீங்கள் பேசுவது மாயாவாதம்!’’

“வெறும் அறிவால் தீங்கே ஏற்படும்... ஆன்மா அதனைச் சரியான பாதையிலே செலுத்தாவிடில் கேடுதான் விளையும். இதற்குப் பதில் சொல் நீ: ஆன்மா உள்ளவன் எவனும் உண்ணிகளைக் கொண்டு பிளேக்கைப் பரப்ப முயலுவானா? அவ்வாறு செய்ய நினைக்கும் கசடனுக்கு ஆன்மா இருக்க முடியாது, அறிவுமட்டும்தான் இருக்கும்.... அதுபோன்ற அறிவு எனக்கு வேண்டியதில்லை, அது நாசமாய்ப் போக....’’

“போதும், பேசியது போதும்’’ என்று இடைமறித்தார் இலியா மத்வேயெவிச். “இந்த வாக்குவாதத்தை நீங்கள் பிற்பாடு முடித்துக் கொள்ளலாம். நேரம் வீணாகிறது.’’ ஜுகோவைக் கவனித்ததும் அவருக்கு வந்தனம் தெரிவித்தார். எல்லோருமாய்ப் போய்த் தக்க இடமாய்த் தேடிக்கொள்ளலாம் என்று கூப்பிட்டார்.

அவர்கள் ஏரியைச் சுற்றிக் கொண்டு எதிர் கரைக்குச் சென்றனர். உணர்ச்சி மேலிட்டுப் பரபரப்படைந்திருந்த கிழவரை இலியா மத்வேயெவிச் கையைப் பிடித்து அழைத்துச் சென்றார். ஆனால் அலெக்சாந்தர் அலெக்சாந்தரவிச் கையை அவரிடமிருந்து இழுத்துக் கொள்ள முயன்றார்.

தூண்டிலை நீரில் போட்டதும் ஜுகோவுக்குத் தமது பிள்ளைப் பருவமும் பஹ்முத்துக்கு அருகிலிருந்த குட்டையும் நினைவுக்கு வந்தன. ஆயினும் அவர் பார்வை கட்டுமான அரங்கத்தின்

தலைவரிடமும், போர்மனிடமும்தான் படிந்திருந்தது. இருவரும் அவசரப்படாமல் மெல்லத் தங்களுடைய தூண்டில் நூல்களைத் தளர்த்தி விட்டுக் கொண்டு அமரிக்கையாய்த் தூண்டில்களை நீரில் போட்டனர். அஸ்தமனச் சூரியன் வீழ்த்திய சென்னிழல்கள் பைன் மரங்களிடையே அடர்ந்து கறுத்து வந்தன. காட்டின் கரிய பரப்பில் அந்தி ஒளி பளிச்சிட்ட ஏரி வெளிர் நீல மாய உலகைக் காட்டும் சாளரம் போலத் தோன்றியது. நீரிலே தெரிந்த வானத்தின் பிம்பத்தில் அந்தி நிழல்களின் வண்ணம் சிறிது கலந்திருந்தது. நீரிலே பிரதிபலித்த நீலத்தில் பளபளப்பான மிதப்புகள் அன்னங்கள் போல் மிதந்து கொண்டிருந்தன.

ஜுகோவ் தமது மிதப்புகளின் அசைவிலே முழுக் கவனம் செலுத்தியபடி அமர்ந்திருந்தார். திரும்பவும் சிறு பிள்ளையாகி, தாம் பிறந்து வளர்ந்த தோன்பாசில் அந்தக் குட்டையின் கரையிலே அமர்ந்திருப்பதுபோல அவருக்குத் தோன்றிற்று. பத்துப் பன்னிரெண்டு சிறு கெண்டைகளைத் தன் அம்மாவிடம் கொண்டு போய்க் கொடுப்பதற்காக எந்தக் கணத்திலும் தாவி எழுந்து வீட்டுக்கு ஓடத் தயாராயிருந்த அந்தச் சிறுவனின் நிலையிலே மெய்மறந்து இருந்தார்.

"இலியா!" திடுக்குற்று அழைக்கும் குரல் அவர் காதில் விழுந்தது. "என்னுடைய நான்காவது தூண்டில் கம்பு எங்கே போயிற்று? நான்கு தூண்டில்கள் அல்லவா போட்டேன்."

"அதோ இருக்கிறதே.... இடப்பக்கம் திரும்பிப் பார்.... மிதந்து கொண்டிருக்கிறதே, தெரிகிறதா?" கரையிலிருந்து சுமார் பதினைந்து கஜ தூரத்தில் தானாகவே நகர்ந்து செல்வது போல நகர்ந்து கொண்டிருந்த ஒரு மூங்கில் கம்பை இலியா மத்வேயெவிச்சின் அமைதி கணப் பொழுதுக்கு மேல் நீடிக்கவில்லை. அடுத்த கணமே அவரும் அலெக்சாந்தர் அலெக்சாந்தரவிச்சும் ஒருங்கே சேர்ந்து கூச்சலிட்டனர்:

"செலிவனோவ்! செலிவனோவ்!"

"கெண்டை பக்தர்கள்" காற்றூதும் தொழிலாளி செலிவனோவைக் கூச்சலிட்டுக் கூப்பிட்டால், அதன் பொருள் என்னவென்பது பல ஆண்டுகளாகவே எல்லோருக்கும் தெரிந்ததுதான். மார்பிலே நங்கூரங்களும் உயிர்க் காப்பு மிதவைகளும் பச்சை குத்தியிருந்த அந்த செலிவனோவ் வருவதற்குள் பத்து பதினைந்து மீன்பிடியாளர்கள் அவ்விடத்தில் கூடிவிட்டனர்.

“பெரியதாய் இருக்கும் போல் தெரிகிறதே! நீர்மூழ்கிக் கப்பல் மாதிரியல்லவா போகிறது....”

“அலெக்சாந்தர், விழிப்புடன் இருக்காமல் இப்படி மோசம் போகலாமா?”

“செலிவனோவுக்குத் திரும்பவும் அதிஷ்டம் அடிக்கிறது....”

முதுகில் ரப்பர் படகைச் சுமந்து கொண்டு செலிவனோவ் வந்து சேர்ந்தான். காற்று நன்றாய் அடிக்கப்பட்டிருக்கிறதா என்று பூட்ஸ் காலால் தட்டிப் பார்த்துவிட்டு, அந்த விறைப்பான ரப்பர் படகை நீரில் இறக்கிவிட்டான். அதனுள் ஏறிக்கொண்டு குட்டைத் துடுப்பை இயக்கி, அலெக்சாந்தர் அலெக்சாந்தரவிச்சின் தூண்டில் கம்பு துள்ளித் துடித்துக் கொண்டிருந்த இடத்துக்குப் போய்ச் சேர்ந்தான்.

ஏற்கனவே இருட்டிவிட்டது. ஏரியின் நடுவிலே செலிவனோவ் என்ன செய்தான் என்பது கரையிலிருந்தோருக்குத் தெரியவில்லை என்றாலும், எளிதில் அவர்கள் அதை ஊகித்துக் கொண்டுவிட்டனர். அனேகமாய் எல்லோருமே கரையிலிருந்தபடி அவனுக்கு ஆலோசனைகள் கூற முற்பட்டனர். அவர்களுடைய கூச்சல்கள் ஏரியின் நீர்ப் பரப்பிலே ஒலித்து எதிரொலித்தன.

சுமார் நாற்பது நிமிடங்களுக்குப் பிற்பாடு செலிவனோவ் திரும்பி வந்து களைத்து ஓய்ந்துவிட்ட ஒரு பெரிய மீனைக் கரையிலே கிடாசினான். தடித்த மரக் கட்டை போல் பருத்துக் கொழுத்திருந்த அந்த மீன் ஏறத்தாழ இரண்டரை அடி நீளமிருந்தது; எடையில் பத்து கிலோ இருந்திருக்கும். அலெக்சாந்தர் அலெக்சாந்தரவிச் இதுபோன்ற ஒரு கெண்டையைப் பிடித்தறியாதவர். மீனுக்குப் பக்கத்தில் மண்டியிட்டு உட்கார்ந்து ஆசை தீர உற்றுநோக்கினார். அதன் துடுப்புகளை இழுத்துப் பார்த்தார்; விரல் நகத்தால் அதன் செவுள்களைச் சுண்டிவிட்டார். மீன் வாலை அடித்துக் கொண்டதும், எங்கே நீருக்குள் அது தப்பி ஓடிவிடுமோ என்று அஞ்சிய அவர் துள்ளியெழுந்து அதன்மீது தாவுவதற்குத் தயாராய் நின்றார்.

இவ்வளவு பெரிய மீன் கிடைத்தது குறித்துக் கரையிலிருந்த எல்லோருக்குமே பரபரப்பாய்த்தான் இருந்தது. செலிவனோவ் ஒருவன் மட்டும்தான் இதில் சிறிதும் சம்பந்தப் படாதவன் போல அமைதியாய் இருந்தான். “மீட்கப்பட்ட தூண்டில் அதன்

உடைமையாளனுக்கு, அதிலிருந்து எடுக்கப்படும் மீன் தூண்டிலை மீட்பவனுக்கு'' என்பது மஞ்சள் படுகையின் எழுதாச் சட்டமாய் நெடுங்காலமாய் அனுசரிக்கப்பட்டு வந்திருக்கையில், அவன் அமைதி இழுக்கத் தேவையில்லையே. சனிக்கிழமை தோறும் செலிவனோவ் தூண்டில் இல்லாமல் படகை எடுத்துக் கொண்டு ஏரிக்குச் செல்வான், ஞாயிற்றுக்கிழமை தோறும் மீனுடன் வீட்டுக்குத் திரும்புவான். மீன் பிடிப்போர் பொழுது விடியப்போகும் தருவாயில் ஓய்ந்துபோய் கண்ணயர்ந்து தலையை முழங்கால்களுக்கிடையே கவிழ்த்துக் கொள்ளும் தருணத்தில் கெண்டைகள் நூலோடு சில தூண்டில்களையும் இழுத்துச் சென்றுவிடும். ஆகவே செலிவனோவ் ஏன் அமைதி இழக்க வேண்டும்? அவன் மீன் பிடிப்பதில்லை, இருந்தாலும் மீன்மட்டும் கிடைக்காமல் போவதில்லையே - சட்டம் ஒரு நாளும் மீறப்படுவதில்லையே.

ஆனால் இம்முறை பெருங் கண்டனக் கூச்சல் எழுந்து விட்டது.

“இதுபோன்ற ஒரு மீனை எடுத்துக்கொள்ள உனக்கு உரிமை இல்லை!'' கொல்லுப் பட்டறைத் தொழிலாளி ரிழோவ் தனது அகன்ற மார்பை முன்னால் காட்டிக்கொண்டு செலிவனோவுக்கு எதிரே வந்து நின்றான்.

“இந்த ஏரியிலே தள்ளி உன்னை மூழ்கடிக்க வேண்டும்!'' சாதாரணமாய் மிகவும் சாந்தமாய் இருக்கக் கூடிய காவலாளரான கிழவர் கோல்யா கோரொஹோவ் இப்பொழுது கடுங்கோபங் கொண்டவராய்க் கூச்சலிட்டார்.

“இதை செலிவனோவிடம் கொடுக்கவா போகிறீர்கள்? அலெக்சாந்தர் அலெக்சாந்தரவிச், வேண்டாம், கொடுக்காதீர்கள்!'' என்றான், கெண்டை மீன் பிடிப்பதில் இணையற்றவனான பபாஷ்கின்.

அலெக்சாந்தர் அலெக்சாந்தரவிச் வாய் பேசாமல் தூண்டில் நூலை இழுத்துச் சுற்றினார். “வெறும் அறிவுக்கு'' மட்டும் உகந்த காரியத்தை அவர் தம் வாழ்நாளில் இதுவரை செய்ததே இல்லை. ஆத்மா இல்லாத அறிவு வெறுக்கத்தக்கது. இந்த அரிய கெண்டையை ஒருபோதும் அவர் செலிவனோவிடமிருந்து எடுத்துக் கொள்ளக் கூடாது. இதைச் செய்ய வேண்டுமென்பதே அறிவுடைமை என்பதாய்க் கருதப்படினும் அவர் இதைச் செய்யப் போவதில்லை.

ஜுகோவ் அவசரமாய்க் கோர்புனோவைக் கலந்தாலோசித்தார்.

“தோழர்களே!” என்று அலெக்சாந்தர் அலெக்சாந்தரவிச்சின் கையைப் பிடித்துக் கொண்டு பேசத் தொடங்கினார். “இங்கு நீங்கள் ஒரு மோசமான பழக்கத்தை ஏற்படுத்தியிருக்கிறீர்கள். இது நல்ல பழக்கமே என்பதாய் பஸ்மானோவ் நினைப்பது முற்றிலும் தவறாகும். இடருக்குள்ளான தோழருக்கு உதவிவிட்டு, அதற்குக் கட்டணம் கேட்பது சரியா? சரியல்ல! இந்தப் பழக்கத்துக்கு இத்தருணம் முதலாய் முடிவு கட்ட வேண்டுமெனக் கூறுகிறேன். அடுத்த சனிக்கிழமை இங்கு எல்லோருக்கும் உதவியாய் ஒரு ரப்பர் படகு இருக்க வேண்டும். கப்பல் கட்டும் துறையின் தொழிற் சங்கம் இதனை அளித்திட முடியும். தோழர் கோர்புனோவ், நான் சொல்வது சரிதானே?”

“ஆம், படகு ஒன்று வாங்கிவிடுவோம்” என்று கோர்புனோவ் அறிவித்தார். “இது வரை ஏன் நீங்கள் படகு வேண்டுமென்று கேட்காமல் இருந்தீர்கள்?” என்றார்.

ஜுகோவ் திரும்பவும் தூண்டில் போடவில்லை. கணப்புத் தீயிடம் போய் அமர்ந்தார். ஓய்வெடுத்துக் கொள்வதற்காகவும் புகை பிடிப்பதற்காகவும் ஜுகோவுடன் பேசுவதற்காகவும் பலர் அங்கே வந்தனர். பொழுது விடியும்வரை பேச்சு ஓயவில்லை.

பலரும் வற்புறுத்திய பிறகே அலெக்சாந்தர் அலெக்சாந்தரவிச் தமது கெண்டையை எடுத்துச் செல்ல சம்மதித்தார். அதுவும் செலிவனோவ் நிறுவியிருந்த ஏகபோகத்தை ஒழித்திடுவதென்று மீன்பிடிப்பவர்கள் எல்லோரும் முடிவெடுத்த பிறகுதான் அவர் இதற்குச் சம்மதித்தார்.

4

காத்யா பத்திரிகை மாளிகையிலிருந்து வெளியே வந்தாள். நகரின் மையத்திலிருந்த புத்தகக் கடையின் மாடிக் கட்டிடம் அப்படித்தான் அழைக்கப்பட்டது. புகழ்பெற்ற சோவியத் வரலாற்று ஆசிரியர் ஒருவர் டிசம்பர் எழுச்சியில் பங்கு கொண்டவர்களைப் பற்றி எழுதிய புத்தகத்தைப் பழைய புத்தகப் பிரிவில் வாங்கிக்கொண்டு காத்யா வெளியே வந்தாள். கடந்த ஆண்டில் இந்த வரலாற்று ஆசிரியர் லாதாவுக்கு வந்திருந்தார்; இசை மண்டபத்தில் அவர் விரிவுரை நிகழ்த்திவிட்டுச் சென்றார். மூன்றாவது வரிசையில் அமர்ந்திருந்த காத்யா, அவருடைய

பேச்சை ஆவலுடன் கேட்டாள். அவர் பேசி முடித்ததும் அவரிடம் சென்று ஆலோசனை கேட்பதென்று தீர்மானம் செய்திருந்தாள். மிகப் பல வரலாற்றுச் சகாப்தங்களிலும் நாடுகளிலும் கருத்துச் செலுத்தித் தன் ஆற்றலைச் சிதறடிக்கக் கூடாதென நினைத்த அவள், தன் படிப்பு குறித்து அவரிடம் ஆலோசனை கேட்பதென்று முடிவு செய்திருந்தாள். ஆனால் பேச்சு முடிவடைந்ததும் அவளுடைய மன உறுதி திடீரெனத் தளர்ந்துவிட்டது. கலவரம் அடைந்துவிட்டதை அவள் வருத்தத்துடன் ஒத்துக்கொள்ள வேண்டியதாயிற்று. அந்த வரலாற்று ஆசிரியர் எழுதியிருந்த எல்லாப் புத்தகங்களின் பெயர்களையும் சொல்லும்படி ஒரு கேள்வி எழுதி அனுப்புவதோடு நின்றுவிட்டாள்.

பேச்சாளரின் மேஜையில் கேள்விகள் குவிந்து கிடந்தன. இவற்றிடையே தன் கேள்வி காணாமற் போய்விடும், அதற்குப் பதில் கிடைக்கப் போவதில்லை என்றுதான் காத்யா நினைத்துக் கொண்டிருந்தாள். ஆனால் அவளுடைய கேள்விக்கு அவர் பதில் அளித்தார். அவர் கூறிய பத்துப் பதினைந்து தலைப்புகளை அவசரமாய் காத்யா தன் நோட்டுப் புத்தகத்தில் குறித்துக் கொண்டாள். இந்தப் புத்தகங்களை வாங்கிச் சேர்ப்பதற்காக ஓராண்டாய்ப் பொறுமையுடன் புத்தகக்கடைகளில் தேடிக் கொண்டிருந்தாள். டிசம்பரிஸ்டுகளைப் பற்றிய ஒரு புத்தகம் மட்டும்தான் அகப்படவில்லை. தனக்கு இப்புத்தகம் வேண்டுமென்று பத்திரிகை மாளிகையில் எழுதி வைக்கலாமென்று நல்லவேளை அவளுக்கு ஓர் எண்ணம் தோன்றியது. இந்தப் புத்தகம் வந்திருப்பதாய் நேற்று அவளுக்குப் பழைய புத்தகப் பிரிவிலிருந்து அஞ்சல் அட்டை வந்திருந்தது.

காத்யா பூங்காவினுள் சென்று ஒரு மூலையில் மல்லிகைச் செடிகளிடையே மறைந்திருந்த பெஞ்சில் உட்கார்ந்தாள்.

இருட்டாகி வந்தது. மரங்களுக்கு அடியில் நிழல்கள் கறுத்துச் சென்றன. படிப்பது கடினமாயிருந்தது. காத்யாவுக்குக் கண்கள் பூத்துப் போயின. ஆயினும் அவளுக்கு அந்தப் புத்தகத்தை மூட மனமில்லை. அதில் மெய்மறந்து ஊன்றிவிட்ட அவள் பக்கத்துப் பெஞ்சில் இருவர் வந்து அமர்ந்ததைக் கவனிக்கவில்லை. தான் நன்கு அறிந்த குரலைக் கேட்ட பிற்பாடுதான் தலையை நிமிர்த்துப் பார்த்தாள். அருகில் லிதியா இவானவ்னாவும், மன்றத்தின் மானேஜர் வெனியமின் செமியோனவிச்சும் அமர்ந்திருப்பதைக் கண்டாள்.

வெனியாமின் செமியோனவிச்சின் முகபாவனை உருக்கமும் கனவு மயக்கமும் கலந்ததாய் இருந்தது. அவர் கூறினார்:

"இந்தக் காலத்தில அற்ப விஷயங்களில் நாம் நமது ஆற்றல்களை விரயமாக்கக் கூடாதுதான். லிதியா இவானவ்னா, நீ சொல்வது எனக்குப் புரிகிறது. முழுமையான வாழ்க்கை வாழ விரும்புவதாய் நீ சொல்வதன் பொருள் எனக்கு விளங்குகிறது. குறுகலான ஒரு துறையில் தனித் தேர்ச்சி பெறுவோரின் வாழ்க்கை பொருளற்றதாகி விடுகிறது. உன்னைச் சுற்றிலும் இருப்போர் மதிப்பிற்குரியவர்கள்தான்; அவர்களை நாம் எல்லோரும் போற்றுகிறோம் என்பது மெய்தான் என்றாலும், அவர்கள் மிகவும் குறுகலான ஒரு துறையிலே தேர்ச்சி பெற்றுத் தம்மை இருத்திக் கொண்டவர்கள். இத்தகையோர் மத்தியில் நீ வாழ வேண்டியிருப்பதால்தான், வாழ்க்கை உனக்கு மன நிறைவு அளிப்பதாய் இல்லை. இந்நிலைமையில் நீ என்ன செய்ய முடியும்?"

"அது எனக்குத் தெரிந்தால் எவ்வளவோ நன்றாயிருக்குமே" என்று சடையின் நுனியால் முகத்தை வருடிவிட்டவாறு கவலை தோய்ந்த குரலில் அவள் சொன்னாள்.

தற்செயலாய்க் காத்யாவின் பக்கம் திரும்பிப் பார்த்தவள். உடனே அவளை அடையாளம் தெரிந்து கொண்டு பேச்சை நிறுத்தினாள். காத்யா அவளுக்கு வந்தனம் தெரிவித்தாள்.

"காத்யா! இங்கே நீ என்ன செய்கிறாய்?" என்றாள் லிதியா. இந்த இக்கட்டான நிலையிலிருந்து தப்பும் வழி தெரியாமல் அவள் திணறினாள். காத்யா அலெக்சேயை மணம் முடித்துக் கொள்ளப் போகிறவள். நிச்சயம் யாவற்றையும் அவனிடம் கூறிவிடுவாள். தன் குடும்பத்துக்குத் தெரிந்துபோய்விடும், சங்கடமான விளைவுகள் ஏற்படும். "இங்கே வந்து எங்களுடன் உட்கார்!" என்று லிதியா அவளை அழைத்தாள். "உங்களுக்கு ஒருவரையொருவர் தெரியுமா? காத்யா திராவ்னிக்கோவா _ வெனியாமின் செமியோனவிச்" என்று அறிமுகம் செய்து வைத்தாள்.

வெனியாமின் செமியோனவிச் எழுந்துநின்று காத்யாவை வரவேற்று, ஆர்வமுடன் அவள் கையைப் பிடித்துக் குலுக்கினார்.

"இதன்முன் நாம் சந்தித்ததில்லை என்று நினைக்கிறேன்."

"இல்லை, ஆனால் உங்களை எனக்குத் தெரியும்'' என்று சொல்லி, காதயா பெஞ்சில் உட்கார்ந்தாள். "மன்றத்திலே உங்களைப் பார்த்திருக்கிறேன்.''

வெனியாமின் செமியோனவிச் சிரித்துக் கொண்டார். நீண்ட காலம் பழகிய நண்பரைப் போலச் சிறிதும் தயக்கமின்றிக் கையை நீட்டி அவளிடமிருந்த புத்தகத்தை எடுத்துப் பிரித்துப் பார்த்தார்.

"ஓ, இந்த ஆசிரியர் எனக்குத் தெரிந்தவர்தான். ஒரு காலத்தில் நாங்கள் இருவரும் அடிக்கடி சந்திப்பது வழக்கம். இப்பொழுது உட்கார்ந்திருக்கிறோமே இது போல அவருடன் உட்கார்ந்திருந்தது நினைவுக்கு வருகிறது. அவருடைய புத்தகங்களில் ஒன்றில் கையொப்பமிட்டு எனக்குத் தந்தார்.''

"அப்படியா!'' என்று காத்யா வியந்துகொண்டாள்.

"ஆம், இதே புத்தகத்தின் பிரதியைத்தான் அன்று எனக்குத் தந்தார்.''

ஒருபுறம் ஆனந்தமும் மறுபுறம் பொறாமையும் கொண்டவளாய்க் காத்யா, வைத்த கண் வாங்காமல் வெனியாமின் செமியோனவிச்சைப் பார்த்தாள். இவர்தான் பெயர்பெற்ற அந்த வரலாற்று ஆசிரியர் என்பதுபோலப் பூரிப்புடன் உற்றுநோக்கினாள். இதற்கிடையில் லிதியா தனக்கு எப்படி வெனியாமின் செமியோனவிச்சைத் தெரியவந்தது என்பதைக் காத்யாவுக்கு எவ்விதம் விளக்கலாமென்று ஆலோசித்துக் கொண்டிருந்தாள். முடிவில் ஏதோ தற்செயலாய் அவரைச் சந்திக்க நேர்ந்ததாய்ப் பாவனை செய்து, விளக்கங்கள் கூறாமலே நிலைமையைச் சமாளிப்பதெனத் தீர்மானம் செய்து கொண்டாள்.

"காத்யா வரலாற்று ஆய்வாளராய்ப் பெயரெடுக்கப் போகிறவள்; அத்துடன் என்னுடைய மைத்துனியும் ஆகிவிடுவாளெனத் தெரிகிறது'' என்றாள்.

காத்யாவுக்கு முகம் சிவந்துவிட்டது. இதைப் போய் இச்சந்தர்ப்பத்தில் சொல்வானேன்? யாருக்கு வேண்டும் இந்தத் தகவல்? தவிரவும் அவ்வளவு முடிவாய் இதற்குள் சொல்ல முடியுமா? அவசர அவசரமாய்க் காத்யா வரலாற்று விவகாரங்கள் குறித்து விவாதிக்க முற்பட்டாள். ரிலேயெவ், பெஸ்துழேவ் குறித்தும், 19ஆம் நூற்றாண்டின் தொடக்கத்தில் ருஷ்யாவின் நிலை குறித்தும் விரிவாய்ப் பேசினாள். வெனியாமின் செமியோனவிச்

காத்யாவின் முகத்தையும் கண்களையும் கைகளையும் கவனித்தபடி அவள் பேச்சைக் கேட்டுக் கொண்டிருந்தார். பிறகு அவர் பேசத் தொடங்கினார். காத்யாவைக் கவரும் வண்ணம் அவ்வளவு சுவையாய்ப் பேசினார். டிசம்பரிஸ்டுகளைப் பற்றிய புத்தகத்தின் ஆசிரியருடன் அவர் நண்பராய் நெருங்கிப் பழகியவர்தான் என்று காத்யாவுக்கு முழு நம்பிக்கை உண்டாகிவிட்டது. அந்த ஆசிரியரைப் போல அவ்வளவு நன்றாய் வெனியாமின் செமியோனவிச்சுக்கும் அந்தப் புத்தகத்தைப் பற்றித் தெரிந்திருந்தது. அவர் ஓயாமல் பேசிக் கொண்டிருந்தார். வரலாறு பற்றி அவருக்கு நிறைய தெரிந்திருந்தது. அவருடன் ஒப்பிடுகையில், தனக்கு அதிகம் தெரியாது என்று காத்யா நினைத்தாள்.

மரங்களுக்கு அடியில் அந்தி இருள் அடர்ந்து வந்தது. லிதியா வீட்டுக்குப் போக வேண்டுமென்றாள். எல்லோரும் எழுந்தபோது அவள் காத்யாவின் காதுக்குள் மெல்லச் சொன்னாள்: "இன்றைய பொழுது போவதே தெரியாமல் போய்விட்டது. கடை கடையாய் அலைந்தேன், பிறகு வேனியாமின் செமியோனவிச்சைச் சந்திக்க நேர்ந்தது. வீடு வரை வருவதாய்ச் சொன்னார். சுவையானவர், இல்லையா?"

"ஆம், எவ்வளவு நேரம் வேண்டுமென்றாலும் அலுக்காமல் அவர் பேச்சைக் கேட்கலாம்" என்று காத்யாவும் கிசுகிசுக்கும் குரலில், லிதியாவின் காதுக்குள் கூறினாள்.

கப்பல் துறைக்கு அருகே அவர்கள் டிராலிபஸ்ஸிலிருந்து இறங்கியதும், காத்யா ஏனைய இருவரிடமிருந்தும் விடை பெற்றுக் கொண்டு, வேகமாய் வீட்டுக்குத் திரும்ப விரும்பினாள். ஆனால் அவள் வியப்புறும் வண்ணம் வெனியாமின் செமியோனவிச், லிதியாவிடம் விடை பெற்றுக் கொண்டு, அவளுடன் சென்றார். வாய் பேசாமல் நடந்து வந்தார்.

"நீங்களும் வரலாற்று ஆய்வாளர்தானே?" என்று மௌனத்தைக் கலைக்கும் பொருட்டு காத்யா வினவினாள்.

"வரலாற்று ஆய்வாளரா?" கனவிலிருந்து விழித்துக்கொண்டவரைப் போலத் தோன்றினார், வெனியாமின் செமியோனவிச். "இல்லை, புத்தார்வக் கருத்தினரின் நசிந்துவரும் தொகுதியைச் சேர்ந்தவன் நான். அந்தப் புத்தகத்தின் ஆசிரியரை எனக்குத் தெரியுமா என்று கேட்டாய். எனக்குத் தெரியாதவர் யாரும் உண்டா? நான் சந்திக்காதவர் யாருமே இல்லை!

அலெக்சேய் மக்ஸீமவிச் கோர்க்கிய், அலெக்சேய் நிக்கலாயெவிச் தல்ஸ்தோய், மயாகோவ்ஸ்கிய்...''

வரிசையாய்ப் பல பெயர்களை அவர் குறிப்பிட்டார். இந்தப் பெயர்களைக் கேட்டதுமே காத்யா மகிழ்ச்சியால் புல்லரிக்கப்பட்டு விட்டாள்.

“ஒருநாள் அலெக்சேய் நிக்கலாயெவிச் தல்ஸ்தோய்... அது யுத்தத்துக்கு முன்பு தெத்ஸ்கொயே செலோவில் நடந்தது... என்னுடைய கதைகளில் ஒன்றைப் படித்துவிட்டு ஓரத்தில் குறிப்புகள் எழுதிக் கொண்டிருந்தபோது...''

காத்யா திகைத்துப் போய்விட்டாள். கப்பல் துறையிலே நம்முடன் சேர்ந்து எவ்வளவு பெரிய மனிதர் வேலை செய்து கொண்டிருக்கிறார்! ஆளைப் பார்க்கையில் யாரும் அவர் இவ்வளவு பெரியவர் என்று நினைக்கவே மாட்டார். அவர் எப்படிப்பட்டவர் என்பது இங்கு யாருக்கும் தெரிந்திருக்காது. என்னுடன் மட்டும்தான் மனம் விட்டுப் பேச முடிகிறது என்று அவர் சொல்லவில்லையா? ஆனால் அது எப்படி? அசட்டுச் சிறுமி, இவளுக்குப் புரியாது என்று நினைக்கவில்லையா அவர்? ஒருவேளை வரலாற்றில் எனக்குள்ள ஈடுபாட்டைக் கண்டு அதனால் கவரப்பட்டு என்னுடன் மனம்விட்டுப் பேசுகிறாரா?

காத்யாவின் வீட்டுக்கு அருகே வந்துவிட்டனர்; ஆனால் வெனியாமின் செமியோனவிச்சிடம் விடை பெற்றுக் கொள்ள அவள் விரும்பவில்லை. வீட்டுக்குள் போகாமல், தொடர்ந்து அவர் பேச்சைக் கேட்கவும் கேள்விகள் கேட்டுக் கொண்டிருக்கவுமே விரும்பினாள்.

அவர்கள் விடைபெற்றுக் கொண்டபோது வெனியாமின் செமியோனவிச் கூறினார் :

“நீ வருத்தமாயிருக்கும் நேரங்களில் மன்றத்துக்கு வந்து என்னைப் பார். என் புத்தகங்களைக் காட்டுகிறேன். சிலவற்றை உனக்குப் படித்துக் காட்ட விரும்புகிறேன். ஆனால் வருத்தமான மனநிலையில் இருக்கும்போதுதான் வர வேண்டும், அது ஓர் அவசிய நிபந்தனை. உல்லாசப் பேச்சுக்கு நான் ஏற்றவனல்ல. காத்யா, நான் வயதானவன்.''

மூக்குக் கண்ணாடியை அவர் கழற்றினார். கண்களைச் சுற்றிலும் தெரிந்த சிறு சுருக்கங்கள் அவற்றை அன்பும் சோகமும் ததும்புவனவாய்த் தோன்றச் செய்தன. வெனியாமின் செமியோனவிச்சின் நிலையை நினைத்துக் காத்யா மனம் உருகினாள்.

5

கப்பல்துறைக்கு அரசாங்கம் அளித்திருந்த புதிய பணி பற்றிய தகவல்களுடன் டைரக்டர் இவான் ஸ்தெபானவிச் அப்பொழுதுதான் மாஸ்கோவிலிருந்து திரும்பி வந்திருந்தார். கப்பல் துறையில் வதந்திகளாகவும் பேச்சுகளாகவும் இருந்தவை இனி, வெறும் வதந்திகளாகவும் பேச்சுகளாகவும் இல்லாமல் உறுதிப்பட்டுவிடும்...

சாப்பாட்டு இடைவேளையின்போது தொழிலாளர்கள் அலுவலகங்களில் கூடிவிட்டனர்; எதிரே சென்ற பொறியாளர்களை இடைமறித்து நின்று விசாரித்தனர்; கட்சி அமைப்பாளர்களையும் போர்மன்களையும் சூழ்ந்து கொண்டுவிட்டனர். இலியா மத்வேயெவிச்சையும் அவர்கள் சும்மாவிடவில்லை.

"டைரக்டரைப் பார்த்துப் பேசினீர்களா?"

"ஆம்."

"அப்படீன்னா, எங்களுக்கும் அவற்றைச் சொல்லுங்கள்!" துறையின் சிறிய அலுவலகத்தில் கூடிவிட்ட வேலைக் குழுத் தலைவர்கள் அவரைக் கேட்டனர். ஒரே இரைச்சலாகிவிட்டது.

"உங்களுக்கு என்ன தெரிய வேண்டும்?" என்று இலியா மத்வேயெவிச் கடிந்து கொண்டார். "ஒவ்வொருவருக்கும் தனித் தனியே விளக்கம் கூறுவது சாத்தியமல்ல. கப்பல் துறையில் ஆயிரக்கணக்கானோர் வேலை செய்கிறோம். கூட்டத்தில் யாவும் கூறப்படும். சிறிதுநேரம் பொறுமையாய் இருங்கள், கூட்டத்துக்கு இன்னும் நான்கு மணி நேரம்தான் இருக்கிறது."

"சுருக்கமாய்க் கொஞ்சம் சொல்லுங்களேன்..."

"சுருக்கமாய்ச் சொன்னால், நம் எல்லோருக்கும் வேலை நிறைய இருக்கிறது. டைரக்டர் எல்லா விவரங்களையும் உங்களுக்குச் சொல்வார். சங்கு ஊதியதும் _ அடிக்கப்பல் தொழிற்கூடத்தில் நடைபெறப் போகும் கூட்டத்தில் சொல்வார்."

இலியா மத்வேயெவிச் வியர்த்துவிட்ட தமது முகத்தைக் கைக்குட்டையால் துடைத்துக் கொண்டார் _ அலுவலகத்தில் புழுக்கம் அதிகமாகி வந்தது. பிறகு குறும்பாய் வாய்க்குள் சிரித்துக் கொண்டார்.

"பிடிவாதக்காரராய்த் தெரிகிறதே!" தணிந்து தொங்கி செம்பட்டை மீசையையுடைய வயதான ரிவெட்டர் தொழிலாளி

ஒருவர் கூறினார். "அரசாங்கம் மக்களுக்கு ஒரு முக்கிய பணியை வகுத்துள்ளது, இவர் இதை வெளியே சொல்லாமல் மூடி வைத்துக் கொள்ள முயலுகிறார். சரி, நீங்கள் கூட்டத்துக்காக காத்திருங்கள்! நான் கட்சித் தலைமையகத்துக்குப் போய்க் கேட்டுத் தெரிந்து கொள்கிறேன்!''

இரும்புக் கதவைப் படீரென அடித்து மூடிவிட்டு அவர் வெளியே சென்றார். ஆனால் கட்சித் தலைமையகம் வரை அவர் போக வேண்டியிருக்கவில்லை. துறையிலே ஒரு கூட்டம் சுற்றிலும் நிற்க, அலெக்சாந்தர் அலெக்சாந்தரவிச், பொறுமையுடன் திரும்பத் திரும்ப அதே விஷயத்தை எல்லோருக்கும் கூறிக் கொண்டிருந்தார். புதிதாய் அங்கு வந்த ஒவ்வொருவருக்கும் திரும்பவும் தொடக்கத்திலிருந்து சொல்லிக் கொண்டிருந்தார். ஒரு மணிக்கு முன்பு இலியா மத்வேயெவிச்சிடமிருந்து தான் தெரிந்து கொண்டதை அப்படியே திருப்பிக் கூறிக் கொண்டிருந்தார்.

சங்கு ஊதியதும், கப்பல்கட்டும் தொழிலாளர்கள் ஆயிரக்கணக்கில் அடிக்கப்பல் தொழிற்கூடத்தில் கூடிவிட்டனர். இவான் ஸ்தெபானவிச்சும், கட்சி அமைப்பாளர் ஜுகோவும், கப்பல் துறை தொழிற்சங்கக் குழுவின் தலைவர் கோர்புனோவும், தலைமைப் பொறியாளர்களும் சுருள் படிக்கட்டின் மேடையிலே ஏறி நின்றனர். இது கூட்ட மேடையாகி விட்டது. மேடையிலிருந்தோரிடையே அந்தோன் ஜுர்பினும் காணப்பட்டான்.

இரைச்சல் அடங்கச் சிறிது நேரமாயிற்று. மேடையைச் சுற்றிலுமிருந்த கைப்பிடிக் கம்பியைப் பிடித்துக்கொண்டு இவான் ஸ்தெபானவிச் மௌனமாய்க் காத்து நின்றார்.

"தோழர்களே!'' என்று தொடங்கினார். "அமைதியான இந்த லாதா ஆற்றில் விரைவில் மாபெரும் நிகழ்ச்சிகள் நடந்தேறப் போகின்றன. நம் நாட்டுக்கு, அதிக அளவிலும், இன்னும் சிறப்பான தரத்திலும் கப்பல்கள் தேவைப்படுகின்றன. இந்த மாபெரும் பணியில் நாம் இதுகாறும் செய்துள்ளதை விட பன்மடங்கு கூடுதலான பங்காற்றியாக வேண்டும். கப்பல்களின் உற்பத்தியை நாம் வருகிற சில ஆண்டுகளில் மும்மடங்காக்க வேண்டும். ஆம், மும்மடங்காக்க வேண்டும்!''

நூறு டன் காற்றியல் சம்மட்டி முன்பு இங்கு இயங்கியபோது, இந்த மேடை எப்படி ஆடிக் குலுங்கிற்றோ, அதேபோல இப்பொழுது ஆர்வ முழக்கத்தால் ஆடிக் குலுங்கிற்று.

தொழிற்கூடங்களைத் திருத்தியமைப்பது குறித்தும் புனரமைப்பது குறித்தும், இப்பெரும் பணியை நிறைவேற்றத் தேவையான புதிய வேலை முறைகள் குறித்தும் இவான் ஸ்தெபானவிச் பேசினார்.

பிறகு அந்தோன் சொற்பொழிவாற்றினான்.

“இவான் ஸ்தெபானவிச் சொன்னது நூற்றுக்கு நூறு உண்மை” என்றான். சற்றுத் தணிவான குரலில்தான் பேசினான். ஆயினும் ஒலியியல் அமைப்பில் இந்தத் தொழிற்கூடம் எந்த இசை மண்டபத்துக்கும் ஒப்பான சிறப்புடையதாய் இருந்ததால், கூடத்தின் கடைகோடியிலுங்கூட அந்தோனின் சொற்கள் நன்றாய்க் காதில் விழுந்தன. “அவர் சொன்னது முற்றிலும் சரியே. இக்காலத்தில் போரில் வெற்றி பெற வேண்டுமாயின், படையாட்களுக்கு நம்மால் முடிந்த முழு அளவுக்கு நவீன படைத் தளவாடங்கள் கொடுத்தாக வேண்டும்; எல்லா வகையான படைக் கலன்களுக்கிடையிலும் நெருங்கிய ஒத்துழைப்புக்கு ஏற்பாடு செய்தாக வேண்டும்; ஒழுங்கான முறையில் தலைமை தாங்கிப் போர் நடத்தியாக வேண்டும். இவற்றைத் தொழிலாளர்களுடைய மொழியில் சொல்கிறேன் கேளுங்கள்...”

அந்தோனின் பேச்சை யாவரும் கவனமாய்க் கேட்டனர். பத்தாண்டுக்கு முன்பு அந்தோன் ஜூர்பின் கையில் ஒரு ஸ்பானருடன் கட்டுமான அரங்கத்தில் ஓடிக் கொண்டிருந்தான்; கப்பல் துறைக் காற்பந்தாட்டக் குழுவில் வலப்புற வெளி ஆட்டக்காரனாய் விளையாடி வந்தான்; கப்பல் துறைச் செய்தியேட்டில் நகைச்சுவைக் கவிதைகள் எழுதினான்; நாடக நிகழ்ச்சிகளில் முதல்தர குணச் சித்திர நடிப்பில் சிறந்து விளங்கினான். போதனை அளித்துத் திருத்தப்பட வேண்டிய பிற்பட்ட நிலையாளர்களின் குணச் சித்திரத்தை நாடக நிகழ்ச்சிகளின்போது திறம்பட நடித்துக் காட்டினான். பத்து ஆண்டுகளில் ஆள் எப்படி மாறிவிட்டான்! எவ்வளவு நன்றாய்ப் பேசுகிறான்! அவன் கூறிய ஒவ்வொன்றும் பசுமரத்து ஆணி போல எல்லோர் மனத்திலும் பதிந்தது. அங்கு கூடியிருந்தோரில் மிகப் பலரும் சிறிது காலத்துக்கு முன்பு போர் முனைகளில் படையாட்களாகவும், சார்ஜண்டுகளாகவும், காப்டன்களாகவும், மேஜர்களாகவும், ஏன் லெப்டினண்ட் கர்னல்களாகவுங்கூடப் போராடியவர்கள் ஆயிற்றே _ போருடனான ஒப்பீடு அவர்களுடைய மனத்தில் ஆழப் பதியாமல் இருக்குமா?

"... இதனை நமது தொழிலாளர் மொழியில் சுலபமாய்ப் பெயர்த்துச் சொல்லலாம்'' என்று அந்தோன் தொடர்ந்து பேசினான். "முதலில் செய்ய வேண்டியது _ உற்பத்தி வேலைகளை அதிக அளவுக்கு இயந்திரமயமாக்குதல். இரண்டாவதாக _ உற்பத்தி வேலைகளின் ஒழுங்கமைப்பு. மூன்றாவதாக _ முழுநிறைத் தொழில்நுட்பப் பயிற்சி... நாம் கம்யூனிசப் பாதையில் நடைபோடுகிறோம்... அரியதோர் சகாப்தத்தினுள் நுழைகிறோம். தொழிலாளர் இனி பொறியாளராகவும் தொழில்நுட்ப வல்லுனராகவும் உயர்ந்து, சிறந்த இயந்திரங்களைக் கட்டுப்பாடு செய்து இயக்கப் போகும் சகாப்தம் இது. ஏற்கனவே அவர் வியத்தகு இயந்திரங்களைக் கட்டுப்பாடு செய்கிறார். பெரிய தொழிற் கட்டுமான இடங்களில், நடமாடும் எக்ஸ்கவேட்டரை இயக்கும் ஒருவர், மண்வெட்டும் ஆயிரம் தொழிலாளர்கள் செய்யும் வேலைகளைச் செய்து விடுகிறார். இதுபோன்ற உழைப்புத் திறனைக் கப்பல் கட்டும் தொழிலிலும் நாம் பெற்றாக வேண்டும்.''

கையொலி முழக்கமும் வாழ்த்தொலியும் அதிர அந்தோன் பேசி முடித்தான். மேடையிலிருந்து கீழே இறங்க அடி வைத்தபோது, மேலே ஏறிவந்த தன் தந்தையுடன் முட்டிக் கொண்டான். அந்தோனின் தந்தையைப் பேசச் சொல்லி கோர்புனோவ் அவரை மேடைக்கு அழைத்திருநதார்.

"நமக்கு நிறைய கப்பல்கள் தேவை _ அதில் சந்தேகமில்லை.'' இலியா மத்வேயெவிச் தொண்டையைக் கனைத்துக்கொண்டு அரை நிமிடம் ஆலோசித்துவிட்டு, பழுதுபார்க்கப் படுவதற்காகக் கப்பல் துறைக்கு வந்திருந்த கடல் கப்பலின் காப்டனான பவேல் இவானவிச் சலவியோவைத் தம்மருகே வரும்படிக் கூப்பிட்டார். புகைக் குழாயிலிருந்து இழுத்துப் புகையை விட்டபடி அந்தக் காப்டன் அவர் அருகே வந்து நின்றார். "இதோ இருக்கிறார், பவேல் இவானவிச், இவர் என்ன சொல்கிறார் தெரியுமா...'' இலியா மத்வேயெவிச் தலையைத் திருப்பி சலவியோவைப் பார்த்தார்; சலவியோவ் 'ஆம்' என்று தலையை ஆட்டிக்கொண்டார். "முப்பது ஆண்டுகளாய்க் கடல்களில் கப்பல் ஓட்டிச் செல்பவர் இவர். என்ன சொல்கிறார் தெரியுமா? இன்றைய தேவைகளுக்கு வேண்டிய அளவில் நம்மிடம் கப்பல்கள் இல்லை என்கிறார்.'' சலவியோவ் திரும்பவும் தலையை ஆட்டிக்கொண்டார். "சோவியத் மக்களாகிய நம் முன்னுள்ள கடமை என்ன? நாம் நம்மைப்பற்றி

மட்டும் நினைத்தால் போதாது. தாயை நாடும் பிள்ளைகளைப் போலப் பிற நாடுகளின் மக்கள் நம்மை நாடுகின்றனர். அவர்களுக்கு நம்முடைய உதவி வேண்டியிருக்கிறது. நமது விவசாயம் கண்டு வரும் வளர்ச்சியைப் பாருங்கள். நமது நிலத்திலிருந்து நாம் பிரம்மாண்ட அளவில் தானியம் அறுவடை செய்கிறோம். நமது விஞ்ஞானிகளும் கூட்டுப்பண்ணை விவசாயிகளும் இன்னும் பெரிய அளவில் கண்டுமுதல் கிடைக்கப் போகிறது என்கிறார்கள். கோதுமைக் கண்டுமுதலை மட்டும் எடுத்துக் கொள்ளுங்களேன். இவ்வளவையும் நம்மால் உண்டுவிட முடியுமென்றா நினைக்கிறீர்கள்? இல்லை, பிற நாடுகளின் மக்களுக்கு மேலும் அதிக அளவில் இதை நாம் கப்பல்களில் அனுப்பி வைப்போம். துப்பாக்கிகளல்ல, குண்டுகளல்ல, உணவை அனுப்புவோம். ஆம், தோழர்களே, உணவுதான் அனுப்பப் போகிறோம்!

“இதற்கு நமக்கு வாணிபக் கப்பல்கள் நிறைய வேண்டும். உலகிலேயே சிறந்த வாணிபக் கப்பல்களாய் இருக்கக் கூடியவை நம்மிடம் நிறைய இருந்தாக வேண்டும். இவற்றை நாம் துரிதமாய் மட்டுமின்றி, திறம்படவும் கட்டியாக வேண்டும். திறம்படக் கட்ட முடியுமா? முடியும். பவேல் இவானவிச்சுக்குத் தெரியும் இது... அவர் ‘கடற்பருந்து’ கப்பலை இருபத்து மூன்று ஆண்டுகளாய் ஓட்டி வருகிறார். இது பெரிய கப்பலல்ல... ஐயாயிரம் டன்தான் இதன் எடை. ஆனால் இந்தக் கப்பல் எத்தனைப் புயல்களைச் சமாளித்திருக்கிறது! எத்தனை கடல்களில் பயணம் போய் வந்துள்ளது. ‘கடற்பருந்து’ கப்பல் குறித்து பவேல் இவானவிச் குறை சொல்ல முடியுமா?”

‘இல்லை’ என்று சலவியோவ் கையை ஆட்டி ஜாடை காட்டினார்.

“ஒரு குறையும் சொல்ல முடியாது என்கிறார். ‘கடற்பருந்து’ கப்பலைக் கட்டியவர்கள் யார்? நாம்தான். நமது கப்பல் துறையில் கட்டப்பெற்ற முதலாவது கப்பல் அது. இதைக் கட்டுவதற்கு நமக்கு நீண்ட காலம் தேவைப்பட்டது. சுமார் முப்பது மாதம் ஆயிற்று. ஆனால் இதன்பின் கால் நூற்றாண்டு கழிந்திருக்கிறது. நாமும் மாறிவிட்டோம், கப்பல் கட்டும் துறைகளும் மாறிவிட்டன. இன்று நாம் கட்டும் கப்பல்கள் மிகப் பெரியவை, மிக வேகமாய்ச் செல்பவை. ஆயினும் இது போதாது, நாம் இன்னும் வேகமாய்க் கப்பல்களைக் கட்ட வேண்டும். கட்சி வேண்டுவது போல, நாம்

காலச் செலவை வெகுவாய்க் குறைக்கப் போகிறோம். ஆனால் தரங் குறைந்து விடாமல் இதைச் செய்யப் போகிறோம். யுத்தம் முடிவுற்றுச் சிறிது காலத்தில் கப்பல் கட்டும் தொழிற்சங்கப் பிரதிநிதிகளாய் இங்கு நம்மிடம் வந்திருந்த அமெரிக்கர்களை உங்களுக்கு நினைவு இருக்கிறதா? நம்மில் யாரோ ஒருவர் _ அலெக்சாந்தர் அலெக்சாந்தரவிச் என்ற நினைக்கிறேன் _ அந்த அமெரிக்கர்களில் ஒருவரைப் பார்த்துக் கேட்டார்: 'கெய்சர் கப்பல் துறை'யில் ஆறே வாரங்களில் 'லிபர்ட்டி' கப்பலை நம்பவில்லை; கட்டுவதற்கு இன்னும் அதிக காலம் பிடித்த வேறொரு கப்பல்தான் நம்புதற்குரியதாய் இருக்கிறது பாருங்கள்! இதுபோன்ற நிலைமை நமக்கு வேண்டாம்.'' இவ்வாறு கூறிவிட்டு இலியா மத்வேயெவிச் கைப்பிடிக் கம்பியைத் தட்டினார். சலவியோவும் இதேபோலத் தட்டினார். பிறகு இருவரும் மேடையிலிருந்து கீழே இறங்கினர்.

ரிவெட்டர்கள், வெல்டர்கள், ரிக்கர்கள், கடைசல் தொழிலாளர்கள், இயந்திரவியலாளர்கள் முதலானோரின் கூட்டத்திற்குள் அவர்கள் திரும்பியபோது, வாழ்த்தொலி அக்கூடமெங்கும் தொடர்ந்து ஒலித்துக் கொண்டிருந்தது. சலவியோவுக்கு வியர்த்து வழிந்தது. வாணிபக் கப்பல்கள் நாட்டுக்கு நிறைய வேண்டியிருப்பதை எடுத்துரைத்து அவர்தான் சொற்பொழிவாற்றினார், இலியா மத்வேயெவிச்சல்ல என்று தோன்றும் வண்ணம் தொப்பியை எடுத்து விசிறிக் கொண்டார். ஒரு விதத்தில் அதுவும் உண்மைதான்; இலியா மத்வேயெவிச் கூறிய ஒவ்வொரு சொல்லையும் வயதான அந்தக் காப்டன் தம் மனத்துள் திருப்பிச் சொல்லியபடி தானே மேடையில் நின்றார்.

கூட்டம் முடிவடைந்தது. தொழிலாளர்கள் சிறு கோஷ்டிகளாய்ப் பிரிந்து சென்றனர். சிலர் கடற் சாலையிலே சென்றனர், ஏனையோர் தொழிலகங்களுக்குப் போனார்கள். மாலை ஷிப்டுக்காகச் சங்கு ஊதிற்று. அடிக்கப்பல் தொழிற்கூடத்தில் சம்மட்டி திரும்பவும் இயங்கத் தொடங்கி யாவற்றையும் அதிரச் செய்தது; சிறிய ரயில் இஞ்சின் ஊதிற்று; மரக் கிடங்கில் வட்டவாள் இரையத் தொடங்கிற்று.

அன்று அந்தி பூராவும் கப்பல் துறையின் சப்தங்களுக்கிடையிலும், வீட்டின் அமைதிக்கிடையிலும், மாஸ்கோவிருந்து டைரக்டர் கொண்டு வந்திருந்த செய்தி குறித்து மக்கள் விவாதித்துக் கொண்டிருந்தனர்.

6

1

இந்தப் பகுதிகளுக்கு வழக்கமான கோடை மழை ஆகஸ்டு மாதம் முதற்பாதி வரை ஓயவில்லை. பிறகு வாதாவில் புயலும் மேக மூட்டமும் இல்லாத இதமான நாட்கள் ஆரம்பமாயின.

கப்பல் கட்டும் தொழிலாளர்கள் தமது ஓய்வுநேரத்தையும் ஞாயிறு விடுமுறையையும் பல வழிகளில் கழித்தனர். மீன் பிடிக்கச் சென்றனர் _ இந்தப் பருவத்தில் மீன்கள் நிறையப் பிடிக்க முடிந்தது. காடுகளுக்குப் போய் வந்தார்கள் _ பெர்ரிப் பழங்களும் குடைக் காளான்களும் வேண்டிய மட்டும் கிடைத்தன. தமது காய்கறித் தோட்டங்களில் வேலை செய்தனர் _ முட்டைக்கோசைச் சுற்றிலும் மண்ணை வெட்டிவிட்டனர். வெள்ளரிக் காய் பறித்தனர். அகஃப்யா கார்ப்பவ்னா கருமுந்திரி ஜாம் செய்தாள். குடைக் காளான்களில் ஒரு பகுதியை ஊறுகாய் போட்டாள், எஞ்சியவற்றைச் சரங்களாய்க் கோர்த்து வத்தலாக்கினாள். கோஸ்த்யாவும் துன்யாஷாவும், சில நேரங்களில் இலியா மத்வேயெவிச்சும்கூட, கூடை கூடையாய்க் குடைக் காளான்கள் பொறுக்கி வீட்டுக்குக் கொண்டுவந்தனர். முற்றம் முழுதும், மரக் கொட்டிலின் கூரை முனைகளிலும், வாயில் முகப்பிலும், துணி காயும் கொடிகளிலும் சரம் சரமாய்க் காளான்கள் தொங்கின.

அலெக்சேய் மணம் முடித்துக் கொள்ளப் போகிறான் என்பது இப்பருவத்தில் தெரிய வந்தது. அகஃப்யா கார்ப்பவ்னாவுக்கு அவன் இதை நேரில் சொன்னான். அகஃப்யா கார்ப்பவ்னா இதனை இலியா மத்வேயெவிச்சுக்கும் துன்யாஷாவுக்கும் கூறினாள். இலியா மத்வேயெவிச், குடும்பத்தில் ஏற்படப் போகும் மாறுதலை அலெக்சாந்தர் அலெக்சாந்தரவிச்சுக்கு அறிவித்தார்; துன்யாஷா தோன்யாவிடம் சொன்னாள்.

அலெக்சேய் வேலை முடிந்து வீட்டுக்கு வரட்டுமென்று காத்திருந்த தோன்யாவுக்குப் பொறுக்க முடியவில்லை; துடியாய்த் துடித்துக் கொண்டிருந்தாள்.

"அலெக்சேய் இது உண்மைதானா?" _ அவன் வீட்டுப் படிகளில் ஏறியதுமே ஓடிச் சென்று கேட்டாள்.

"'இது' என்று எதைச் சொல்கிறாய் என்பதைப் பொறுத்திருக்கிறது."

"காத்யாவை நீ கல்யாணம் பண்ணிக் கொள்ளப் போவது மெய்தானா?"

"பண்ணிக் கொள்ளக் கூடாதா?"

"அலெக்சேய்..."

தோன்யாவுக்குத் தொண்டை அடைத்துவிட்டது. அலெக்சேயின் இந்த அசட்டு முடிவால் அவளுக்கு உண்டான வேதனை சொல்லும் தரமற்றது. இது அலெக்சேய் செய்த முடிவாய் இருக்கவே இருக்காது, எல்லாம் அந்தக் கொழுத்த குள்ளநரி காத்யாவின் வேலையாய்த்தான் இருக்கும். தான் நேரே காத்யாவிடம் சென்று சொல்லிவிடுவதென்று தோன்யா தீர்மானித்தாள். அவளைப் போன்ற அசடு இங்கு தேவையில்லை, அசடுகளை இந்தக் குடும்பம் வரவேற்காது, யாரும் அவள் முகத்தில் விழிக்க விரும்பவில்லை, ஆகவே அவள் ஒதுங்கிவிடுவதுதான் நல்லதென்று சொல்லிவிட்டு வரவேண்டுமென நினைத்தாள்.

ஆனால் தோன்யா அப்படி எதுவும் செய்யவில்லை. நிகழ்ச்சிகள் அவற்றின் போக்கிலே சென்றன. அகஃப்யா கார்ப்பவ்னா என்ன செய்வதென்று புரியாமல் அறை அறையாய்ப் போய்ச் சுற்றினாள். சுவர்களைப் பெயர்த்து வைக்க முடியாதே. ஆனால் சுவர்களைப்

பெயர்த்திடாமல், அலெக்சேய்க்கும் அவன் அழைத்து வரப்போகிறவளுக்கும் தனி இடம் ஒதுக்குவது எப்படி? குடும்பம் எவ்வளவு பெரிதாகிவிட்டது! விக்தரும் லிதியாவும் தற்போது இருந்துவரும் இரு அறைகளும் அவர்களுக்கு வேண்டாமா? அவசியம் வேண்டும்தான். கோஸ்த்யாவையும் துன்யாஷாவையும் நெருக்கியடித்துக் கொண்டு இருக்கச் சொல்வதும் சரியல்ல. தோன்யாவையும் வேறு இடத்துக்கு மாற்றுவது சாத்தியமல்ல. இலியா மத்வேயெவிச்சையும் தன்னையும் பொறுத்தவரை, தங்களுக்கும் ஏதாவது ஓரிடம் வேண்டாமா? வேறு இடம் கிடைத்தாலும்கூட, இலியா மத்வேயெவிச்சை அவருடைய பழைய படுக்கை அறையிலிருந்து கிளப்ப முடியாதே; பூகம்பம் வந்தாலுங்கூட அவர் அங்கிருந்து அசைய மாட்டாரே. அலெக்சேயும் தாத்தாவும் படுத்துக் கொள்ளும் முன்னறையைத்தான் ஒதுக்க முடியுமா? தாத்தாவை மரக் கொட்டில் அல்லது மச்சறையிலா படுக்கச் சொல்ல முடியும்? எப்படிப் பார்த்தாலும் வழி இல்லையே!

“இலியா ஆற்றுக்கு அக்கரை குடிபெயர்ந்து போய் விடுவோம் _ அதுதான் நல்லதென நினைக்கிறேன்'' என்று அகஃப்யா கார்ப்பவ்னா தன் கணவரிடம் சொன்னாள். “நமக்கு அங்கே ஒரு புதிய குடித்தனப் பகுதி தருவதாய் நெடுங்காலமாய்ச் சொல்லி வருகிறார்கள்.''

“அகஃப்யா, தும்பை விட்டுவிட்டு வாலைப் பிடிக்கிறாய் நீ'' என்றார், இலியா மத்வேயெவிச். “நீ கவலைப்பட வேண்டியது குடித்தனப் பகுதியல்ல; மணம் முடித்துக் கொள்ளப் போகிறவர்களைப் பற்றி முதலில் சிந்தித்துப் பார்க்க வேண்டும். அவளும் அலெக்சேயும் எப்படிப்பட்டவர்கள், பொருத்தமானவர்கள்தானா? பிள்ளையைப் பெற்றவளான நீதான் இதைக் கண்டுபிடிக்க வேண்டும்.''

“நான் கண்டுபிடிப்பதற்கு என்ன இருக்கிறது? காத்யா நல்லவள், கெட்டிக்காரப் பெண். அவளுடைய தாய் பள்ளிக்கூட ஆசிரியை. மார்கரித்தா ஸ்தெபானாவ்னா நம்முடைய குழந்தைகள் எல்லோருக்கும் பாடம் சொல்லிக் கொடுத்தவள்.''

“திரும்பவும் தப்பான வழியிலே போகப்பார்க்கிறாய்! காத்யாவையும் அவள் தாயையும் எனக்குத் தெரியும். நான் சொல்வது அலெக்சேயைப் பற்றி. அவன் நிலை என்ன?''

"நீதான் தகப்பன். அவன் நிலையை நீதான் கவனித்து ஆவண செய்ய வேண்டும்."

"அகஃப்யா, நீட்டி வளைத்துப் பேச வேண்டாம், நேரடியாகச் சொல்!"

"நான் என்ன செய்ய வேண்டுமென்கிறாய்? விளங்கவில்லையே எனக்கு."

"எல்லா உண்மைகளையும் கண்டறிந்து சொல்லவேண்டும். இதைத்தான் நீ செய்ய வேண்டுமென்று சொல்கிறேன். இந்த விவகாரங்களை ஆராய எனக்கு நேரம் இல்லை. நீதான் ஆராய வேண்டும், மெய்யான விவகாரமா, அல்லது வெற்றுவேட்டா? குடும்பத்தில் பிற்பாடு பூசல் ஏற்படக் கூடாது பார்..."

"அதனால்தான் பிரிந்து செல்லாமலே எல்லோரும் ஒரே குடித்தனமாய்ச் சேர்ந்து வாழலாம் என்கிறேன். பூசல் எதுவும் ஏற்படாமல் இருக்கும் பொருட்டுத்தான் சொல்கிறேன்."

"அது முடியாத காரியம்" என்றார் இலியா மத்வேயெவிச். "நம்முடைய குடும்பத்தைப் போன்ற ஒரு பெரும் பட்டாளத்தை ஒரே குடித்தனப் பகுதியில் இருக்கச் செய்வது சாத்தியமல்ல, ஒரு முழு மாடியே நமக்கு வேண்டியிருக்கும். குடிபெயர்ந்து செல்ல முயற்சி செய்து பாரேன், ஆளுக்கு ஓரிடமாய்ப் பிரிய வேண்டியதாகிவிடும். கீழ்த்தளத்தில் சிலரும், ஐந்தாவது அடுக்கில் சிலருமாய் வசிக்க வேண்டி வரும். ஏன், வெவ்வேறு கட்டடங்களில் குடியிருக்கும்படி நேர்ந்தாலும் நேரலாம்."

"என்ன செய்யலாம், நீதான் சொல்லேன். வேடிக்கை விவகாரமல்லவே இது."

"வேடிக்கை விவகாரமல்ல. ஆகவே இதுபற்றி கருத்துடன் விவாதிக்க வேண்டியது அவசியம். நான் சொல்வது இதுதான்: அவன் தனியே ஆற்றுக்கு அக்கரையிலே போய் குடியிருக்கட்டும். அங்கே ஒரு குடித்தனப் பகுதி தரும்படிக் கேட்போம். அவன் முன்னணித் தொழிலாளி _ நிச்சயம் அவனுக்குக் குடித்தனப் பகுதி தருவார்கள்."

"நம்ம பிள்ளையையே நாம் வீட்டை விட்டு விரட்டுவதா?.."

எவ்வளவுதான் விட்டுக்கொடுக்காமலும் உறுதியாகவும் இருந்தாலும், இலியா மத்வேயெவிச்சால் அவருடைய மனைவிக்குப்

பதில் சொல்ல முடியவில்லை. ஒருவரை ஒருவர் பார்த்தபடி உட்கார்ந்திருந்தனர். இருவரும் முப்பது ஆண்டுகளாய் ஜுர்பின்கள் தழைத்துப் பெருகியதைக் கண்டு ஆனந்தப்பட்டு வந்தார்கள்; விடாப்பிடியாய் எல்லாப் புதல்வர்களையும் இதுவரையில் தம்முடனேயே வைத்துக் கொண்டு இருந்தவர்கள்.

“அகஃப்யா, வாழ்க்கை இப்படித்தான்.” தமது உள்ளத்து உணர்ச்சிகளை வெளிக்காட்டாதிருக்கும் பொருட்டு வேண்டுமென்றே கடுமையாய்ப் பேசினார். “பெற்றவர்களின் கடமை தம் குழந்தைகளை வளர்த்து ஆளாக்கிச் சரியான பாதையிலே விடுவது. பிறகு அவர்களேதான் அந்தப் பாதையில் நடைபோட்டு முன்னேறியாக வேண்டும். வேறு வழி இல்லை, வேறு எந்த வழியும் சரியானதுமல்ல. குழந்தைகள் பெரியவர்களான பிறகும் பெற்றோர்களுடன் ஒட்டிக்கொண்டு இருப்பார்களானால், வாழ்க்கை நிலைகுலைந்து போக வேண்டியதுதான்.”

“அப்படி ஒன்றுமில்லை நம் நிலைமை. நம்மை ஒட்டிக் கொண்டு சுற்றுவது யார்? விக்தரா? அந்தோனா? கோஸ்த்யாவா?”

“சரி, அப்படி இல்லை என்றால் விட்டுவிடு, பேச வேண்டாம்!” தாம் சொன்னது தமக்கே திருப்தியாயில்லை என்பது இலியா மத்வேயெவிச்சுக்குத் தெரிந்தது; அவருக்கு கோபம் கோபமாய் வந்தது.

அலெக்சேய் தனிக் குடித்தனம் வைத்துக் கொள்ளட்டும் என்று தந்தை கூறியது, அவன் காதுக்கு எட்டிற்று. பெற்றோர்களுக்கு ஏற்பட்டது போல இது குறித்து அவனுக்குச் சஞ்சலமோ தயக்கமோ ஏற்படவில்லை. அலெக்சேய் தனக்கென இல்லம் அமைத்துக் கொள்வது _ பெற்றோருடன் அதே வீட்டிலா அல்லது தனிக் குடித்தனத்திலா _ என்பது பெரிய பிரச்சினையல்ல. அவனைப் பொறுத்தவரை தனிக் குடித்தனமாய் இருப்பதே நல்லதென நினைத்தான். பெற்றோர்களுக்கும் பிள்ளைகளுக்கும் விருப்பங்கள் வேறுவேறாகவே இருக்கும். பிள்ளைகள் எப்பொழுதுமே தம்மை விட்டுப் பிரியாது தம்முடனே இருப்பதற்குப் பெற்றோர்கள் எதுவும் செய்யத் தயாராயிருக்கிறார்கள். ஆனால் பிள்ளைகள் தமது சொந்தப் பாதையிலே செல்லத்தான் விரும்புகிறார்கள். ஆனால் ஜுர்பின்கள் பிறந்த வீட்டைவிட்டுப் பிரிந்து செல்வதில்லை என்று ஒரு மரபை உண்டாக்கிக் கொண்டுவிட்டார்கள். வீட்டில் எல்லோருக்கும் இடம் இருக்கவே செய்தது. யாரும் வேறொருவர்

பாதையிலே குறுக்கிட்டதில்லை. மீறப்படாத இந்த மரபை மீறிக் குடும்பத்தைவிட்டுப் பிரிந்து தனியே செல்ல வேண்டுமென்று அலெக்சேய் தானாக ஒருநாளும் நினைத்திருக்க மாட்டான். சின்னஞ்சிறு மூலையாய் இருந்தாலும் காத்யாவுடன் வாழ்க்கை அவனுக்குச் சொர்க்கமாய்த்தான் இருந்திருக்கும்.

தனிக் குடித்தனம் வைத்துக் கொள்வதென்று அவன் முதலில் நினைக்கவே இல்லை. அவன் தந்தைதான் இக்கருத்தை வெளியிட்டார். இவ்வாறு வெளியிடப்பட்டதும் அது அலெக்சேயின் மனதில் பதிந்துவிட்டது. தனக்குக் குடித்தனப் பகுதி கிடைக்குமென்று அவன் நம்பவில்லை. கப்பல் துறையிடமிருந்து ஓர் அறை கிடைக்குமாயின், அவன் தன்னை அதிர்ஷ்டசாலியாகவே கருதுவான். ஆனால் இம்முயற்சியைத் தொடங்குவது எப்படி? வசீலிய் சித்தப்பாவிடம் ஆலோசனை கேட்பதென்று முடிவு செய்தான். அவர் கப்பல் துறையின் தொழிற்சங்கக் குழு உறுப்பினர், அவருக்கு இந்த விவகாரங்கள் தெரிந்திருக்கும்.

“கிடைக்கலாம், சந்தர்ப்பம் இருக்கிறது'' என்றார் வசீலிய் மத்வேயெவிச். “தற்போது நாங்கள் இரண்டு புதிய குடியிருப்புக் கட்டிடத் தொகுதிகளுக்கு ஆட்கள் தேர்ந்தெடுத்துக் குடிவைத்து வருகிறோம். அவற்றை நீ பார்த்திருக்கிறாயா? _ மன்றத்துக்கு எதிரே இருக்கின்றன. மனு எழுதிப் போடு. நீ தகுதியுடையவன்தான் என்று நினைத்தால், நிச்சயம் உனக்கு ஒரு குடித்தனப் பகுதி தருவோம்; அப்படி நினைக்கவில்லையானால் தரமாட்டோம் _ அவ்வளவுதான். நீ என்ன நினைத்தாய்? புதிதாய் மணம் முடித்துக் கொள்பவன் ஒவ்வொருவனுக்கும் உடனே ஒரு குடித்தனப் பகுதியைத் தட்டில் வைத்துக் கொடுக்க எங்களிடம் தயாராய் வீடுகள் இருக்கின்றன என்றா நினைத்தாய்? ஆம், சோஷலிச சமுதாயத்தில் மணமகன் மதிப்புக்குரியவன்தான். நல்ல மணமகனை எல்லோரும் மதிக்கிறோம் என்பது மெய்தான். ஆனால் நல்ல மணமகனாய் இருக்கவேண்டுமே. மணமகனே, வேலை அரங்கில் நீ எத்தகையவன் என்பதைக் கப்பல்துறைத் தொழிற்சங்கக் குழு மதிப்பீடு செய்யட்டும். ஆனால் அலெக்சேய், உன்னிடம் மறைக்காமல் சொல்கிறேன், அண்மையில் நீ மாற்றுக் குறைந்தவனாகிவிட்டாய். திருமணம் நடைபெறப் போகிறதென்ற பரபரப்பு உன்னைத் தடுமாற செய்துவிட்டதா, என்ன? சிறப்பாளர் பலகையிலிருந்து உன் பெயரை எடுத்துவிடலாமா என்றுகூடப் பேச்சு எழுந்தது.''

“என் வேலையில் அப்படி என்ன குறையாம்?”

“இளைஞன் ஜுர்பின் இருநூறு சதவீதமாவது கூடுதலாய்ச் சாதனை காண்பது வழக்கம். ஆனால் இப்போது நாங்கள் காண்பது என்ன? நூற்று எண்பது, நூற்று நாற்பது...”

“அப்படியானால் அழுத்தமூட்டும் ஆலையைப் பழுது பார்த்துச் சரி செய்யுங்கள். என் சம்மட்டிக்கு அது போதிய அழுத்தம் தர மாட்டேன்கிறது.”

“உனக்கு ரிவெட் செய்யக் கற்றுத் தந்தது யார்?”

“யார் கற்றுத்தந்தது, நீங்கள்தான்! ஏன் கேட்கிறீர்கள்?”

“அழுவதற்குமா நான் கற்றுத் தந்தேன்?”

“நான் ஒன்றும் அழவில்லை.”

“கொஞ்ச காலம் போகட்டும், அழத்தான் போகிறாய்!” வசீலிய் மத்வேயெவிச் கெட்டியாய்ப் பிடித்து இறுக்கிய காலரின் பொத்தான்களில் ஒன்றைக் கழற்றிவிட்டுக் கொண்டார். “ரிவெட்டுக்குப் பதிலாய் வெல்டிங் செய்து கப்பல்கள் கட்டப் போகிறோம். அப்பொழுது நீ என்ன செய்யப் போகிறாயாம்?”

இருவரும் சிந்தனையில் ஆழ்ந்துவிட்டனர். வாழ்க்கை எப்படியெல்லாம் முன்னேறிவிட்டது. மாற்றங்கள் ஏற்பட்டிருப்பது வேலைமுறைகளில் மட்டுமல்ல, முழு முழுத் தொழில்களே காலாவதியாகிவிட்டன. அல்லது அடையாளம் தெரியாதபடி மாறிப் போய்விட்டன. தகட்டு ஆலைக்கூடத்தில் கொல்லுப் பட்டறையாளரை எடுத்துக் கொள்ளலாம். இப்பொழுது அவரைக் கொல்லுப் பட்டறையாளர் என்று யாராவது சொல்வார்களா? முந்திய காலத்துக் கொல்லுப் பட்டறையாளர்களை வசீலிய் மத்வேயெவிச் நினைத்துப் பார்த்தார். அகன்று விரிந்த உறுதியான மார்பு, இரும்புக் குறடு போன்ற கரங்கள், சம்மட்டியை உயர்த்தி அடித்தார்களானால் சுவர்கள் அதிர்ந்தாடும். ஆனால் இப்பொழுது எப்படி ஆகிவிட்டார்கள்? கொல்லுப் பட்டறையாளர்கள் இன்று ஏனைய எல்லோரையும் ஒத்த சாதாரண உருவமுடையவர்களாகிவிட்டனர்; காலர், டை எல்லாம் அணிந்து கொள்கிறார்கள். அக்காலத்திய சம்மட்டியைக் கொடுத்துப் பாருங்கள், அதை வைத்துக் கொண்டு என்ன செய்வதென்று தெரியாமல் விழிப்பார்கள். கொல்லுப் பட்டறையாளர் இன்று

நீராவி அல்லது காற்றியல் சம்மட்டியை இயக்கி வேலை செய்யத் தொடங்கிவிட்டார். எல்லாத் தொழில்களிலும் இதேபோன்ற மாற்றங்கள் ஏற்பட்டுவிட்டன. தொழிலாளியின் உடல் வலுவுக்கான தேவை மேலும் மேலும் குறைந்து செல்கிறது. அவருடைய மூளைக்கு வேலைகள் கூடுதலாகிச் செல்கின்றன.

“ஆம் அலெக்சேய், ரிவெட் தொழிலாளர்களாகிய நீயும் நானும் வேண்டாதோராகிவிடுவோம்.”

“இதையெல்லாம் நம்பாதீர்கள்!”

“அசடே, என்ன நடக்கப் போகிறதென்று தெரியவில்லை உனக்கு. நம்முடைய வேலைத்தளம் இன்னும் ஐந்து அல்லது பத்து ஆண்டுகளில் எப்படி மாறிவிடப் போகிறது என்று நினைத்துப் பார்க்காமலே பேசுகிறாய் நீ.”

“அதை நினைத்துப் பார்க்க வேண்டியதில்லையே. தெளிவாகத்தான் தெரிகிறதே. அடியோடு மாறப்போகிறது. அதில் ஆச்சரியப்படுவதற்கு என்ன இருக்கிறது?”

“உனக்கு இது ஆச்சரியமாய் இருக்காதா? புதிய இயந்திரங்களில் பழக்கப்பட்டவன் நீ. வேறு எதையும் நீ பார்த்திராதவன். நான் அப்படியல்ல. காற்றியல் சம்மட்டிகள் இப்பொழுது வந்தவை, நான் சிறுவனாய் இருந்தபோது வெறுங்கையால் வேலை செய்து நாங்கள் ரிவெட் போடுவோம். அடிக்கப்பல் தகடுகளைக்கூடக் கைக்கருவிகளைக் கொண்டு தான் அன்று நாங்கள் வளைப்பது வழக்கம். துளையிடுதல், இணைப்பு மூட்டுக்களை நீர்க்காப்புடையதாக்குவது _ இவ்வேலைகளுங்கூடக் கையாலேதான் செய்யப்பட்டன. தொழில் நுட்ப முன்னேற்றம் எவ்வளவுதான் ஏற்படட்டுமே, உனக்கு ஒன்றும் ஆச்சரியமாய் இருக்காது என்கிறாய். ஆனால் வயதானவர்களாகிய நாங்கள் இந்த முன்னேற்றத்தில் நமது வளர்ச்சிக்கான பாதை முழுதும் அடங்கியிருக்கக் காண்கிறோம்...”

இந்தப் பேச்சில் அலெக்சேய்க்கு நாட்டமில்லை. அவன் பிற விவகாரங்கள் குறித்து கவலைப்பட்டுக் கொண்டிருந்தான். தனது கல்யாணத்தைப் பற்றிக் காலத்துக்கு முன்னதாகவே அம்மாவிடம் சொல்லிவிட்டோமோ, அவசரப்பட்டு விட்டோமோ என்று அவன் ஆலோசித்துக் கொண்டிருந்தான். அவனும் காத்யாவும் கல்யாணத்தைப் பற்றி இன்னும் பேச்சே எடுக்கவில்லை.

அவனுடன் அவள் உலாவ வருவதும், மாலைப்பொழுதுகளை அவனுடன் கழிப்பதும் மெய்தான். ஆனால் உள்ளத்து உணர்ச்சிகளைக் குறித்து ஜாடையாய் அவன் குறிப்பிட்டதும், அவள் புரிந்து கொள்ளாதவளைப் போலப் பாவனை செய்கிறாளே, எல்லாப் பெண்களையும் போல அவளும் தந்திரம் செய்கிறாளா, என்ன? எப்படியும் பேசவேண்டிய தருணம் வந்துவிட்டது, யாவற்றை அவளிடம் தெளிவாய்ச் சொல்லிவிட வேண்டும். ஆனால் மனதிலுள்ளதை வெளியே சொல்வது அவ்வளவு சங்கடமாய் இருக்கிறதே! இருக்கட்டும், அவனுக்கு ஓர் அறை கிடைத்ததும் உடனே அவளிடம் போய் யாவற்றையும் சொல்லிட வேண்டும். ஆம், அதுவே அவனுடைய திடமுடிவு. உடனே அறைக்காக மனு எழுதிப் போடுவதுதான் இப்பொழுது அவன் செய்தாக வேண்டிய வேலை.

அவனுடைய மனுவைப் படித்துப் பார்த்துவிட்டு, கப்பல்துறை தொழிற்சங்கக் குழுவின் தலைவர் கோர்புனோவ் அவனிடம் கூறினார்:

“இளைஞனே, உன்னைப் பார்த்தால் மணமகனைப் போலத் தெரியவில்லையே. பரீட்சை எழுதப் போகிறவன் மாதிரியல்லவா இருக்கிறாய். வாயைக் கெட்டியாய் மூடிக்கொண்டு ‘உர்’ என்று இருக்கிறாயே. இப்படி இருந்தால் மணப்பெண் பயந்து ஓடிவிடுவாள்! சரி, பார்க்கலாம், எங்களால் ஆனதைச் செய்கிறோம். வியாழனன்று இங்கு வா.”

வியாழனன்று கப்பல் துறை தொழிற்சங்கக் குழுவினர் அலெக்சேயின் உற்பத்தி அளவு குறைய நேர்ந்துவிட்டது குறித்து கேள்விகள் எழுப்பினர். திடுமென அவன் பின்னோக்கிச் செல்லக் காரணம் என்ன? ஏதேனும் உதவி வேண்டியிருக்கிறதா? வேண்டியிருந்தால், அவர்கள் தங்களால் இயன்றது அனைத்தையும் செய்வார்கள்.

“தோழர்களே, அவனுக்கு வேண்டியது உதவியல்ல.” அலெக்சேயின் மனுவை இவான் ஸ்தெபானவிச் கையில் எடுத்துக் காட்டினார். “எல்லாம் இதில் எழுதப்பட்டிருக்கிறது. இளைஞன் மணம் முடித்துக் கொள்ளப் போகிறான். முன்பு இதுபோன்ற நிலைமையில் நான் என்னுடைய பட்டப் படிப்பில் குளறுபடி செய்துவிட்டேனே, ஜுர்பின் அப்படி ஒன்றும் குளறுபடி செய்துவிடவில்லை, சற்று பின்னடைந்திருக்கிறான். அவனுக்குத்

தக்க வாழ்க்கைநிலை கிடைக்கும்படிச் செய்வோம், நிச்சயம் திரும்பவும் முன்னிலைக்கு வந்துவிடுவான், இல்லையா ஜூர்பின்?''

அலெக்சேய் உடனே பதில் எதுவும் சொல்லவில்லை. குனிந்த தலை நிமிராது உட்கார்ந்து, கையிலிருந்த குல்லாயை நெரித்துக் கொண்டிருந்தான். அவனுடைய பொன்னிற முன்முடிகள் நெற்றியிலும் கண்களிலும் சரிந்து விழுந்திருந்தன. "நடப்பது நடக்கட்டும், இவர்கள் கொடுக்க விரும்பவில்லை என்றால், கொடுக்க வேண்டாம்'' என்று கோபமாய் மனத்துள் சொல்லிக் கொண்டான். தான் கேட்டதைக் கொடுக்க அவர்கள் மறுத்துவிட வேண்டுமென்றுகூட விரும்பினான். பிறகு தான் யாருக்கும் கடமைப்பட்டிருக்க வேண்டியிராது, தானே சொந்தமாய் ஏதாவது ஏற்பாடு செய்து கொண்டுவிடலாம். குடியிருக்க இடம் ஒதுக்குவதற்கு இவ்வளவு தடபுடல் பண்ணுகிறார்களே! பிற்பாடு, ஏதேனும் தவறு நேர்ந்துவிட்டால், முணுமுணுக்க ஆரம்பித்துவிடுவார்கள்; உனக்கு என்னவெல்லாம் செய்தோம், நேரத்தில் உதவினோம், ஆனால் நீ என்னடாவென்றால்... என்பார்கள்.

தலையை உயர்த்தி இவான் ஸ்தெபானவிச்சைப் பார்த்தான். அவர் அவனுடைய பதிலுக்காகச் சிரித்த முகத்துடன் காத்திருந்தார். அவரைப் பார்த்து உறுதியான குரலில் சொன்னான் :

"தோழர் டைரக்டர், நான் வேலைசெய்வது அறைகள் கிடைக்கும் என்பதற்காக அல்ல.''

இவான் ஸ்தெபானவிச் திடுக்குற்று, "அப்படியே ஜூர்பின் மாதிரியே பேசுகிறான்'' என்று சொல்லி கைகளை விரித்துக் காட்டினார்.

"இதோ பார்...'' என்று கோர்புனோவ் பேச ஆரம்பித்தார். "பிறகு நீ எதற்காக வேலை செய்கிறாயாம்? உனக்கு அறைகள் வேண்டாம் என்கிறாய். சம்பளமும் வேண்டியதில்லை, சும்மாவே வேலை செய்கிறேன் என்றுகூடச் சொல்வாய் போலிருக்கிறதே! எவ்வளவு தயாள உள்ளம்! நீ வசிக்க ஓர் அறை கொடுப்பதற்காக நாங்கள் ஒரு பெரும் புரட்சியே செய்ய வேண்டியிருந்தது. துப்பாக்கிகளைப் பக்கத்திலே வைத்துக் கொண்டு வெறுந் தரையில் படுத்து உறங்க வேண்டியிருந்தது. ஆனால் நீ யாவற்றையும்

வேண்டாமென்று உதறித் தள்ளுகிறாய்... பெரிய மனிதனாகிவிட்டாய் அல்லவா?''

“நான் ஒன்றும் பெரிய மனிதனாகிவிடவில்லை. நான் ஒரு தொழிலாளி.'' அலெக்சேய் எழுந்து நேரே கதவை நோக்கி நடந்தான். “நான் அறைகளுக்காக வேலை செய்யவில்லை. பெரும் பெரும் வீடுகளை எழுப்ப வேலை செய்கிறேன். இதைப் பற்றி முப்பது ஆண்டுகளுக்குப் பிறகு யாரிடமும் போய் நான் பெருமையடித்துக் கொள்ளப்போவதும் இல்லை.''

“முதலில் நீ வளர்ந்து முழு ஆளாகு!'' என்று கோர்புனோவ் இரைந்தார். ஆனால் அது அலெக்சேயின் காதில் விழவில்லை, அவன் படிக்கட்டில் இறங்கிவிட்டான்.

அன்று மாலை காத்யா அவள் சொன்னபடி அவனைச் சந்திக்க வரவில்லை. இருட்டில் ஒன்றரை மணி நேரம் அலெக்சேய் வீணில் காத்திருந்தான். பிறகு அவளுடைய வீட்டுக்கு நடந்து சென்றான். சன்னல்வழியே வெளிச்சம் தெரிந்தது. ஒருவேளை காத்யாவுக்கு உடம்பு சரியில்லையா? நேற்று அவள் நடந்துகொண்டது ஒரு மாதிரியாய்த்தான் இருந்தது. அவள் நினைப்பு எங்கோ இருந்தது; ஊக்கமின்றிப் பதிலளித்தாள். ஏதோ நடக்கப் போவதாய் எதிர்பார்ப்பவளைப் போலத் திரும்பித் திரும்பிப் பார்த்துக் கொண்டிருந்தாள். உடல் நலமில்லாதவளாகத் தோன்றினாள்.

ஆம், காத்யாவுக்கு உடம்பு சரியில்லாமல்தான் இருக்கும். உள்ளே போய் அவள் படுக்கையருகே இருந்து பேசிவிட்டு வரவேண்டும்.

இரண்டாவது அடுக்குக்கு ஏறிச் சென்று கதவு மணியை அழுத்தினான். மார்கரித்தா ஸ்தெபானவ்னா கதவைத் திறந்தாள்.

“காத்யா வீட்டில் இருக்கிறாளா?'' என்று கேட்டான் அலெக்சேய்.

“காத்யாவா?'' மார்கரித்தா ஸ்தெபானவ்னா வியப்புடன் அவனைப் பார்த்தாள். “அவள் எப்படி வீட்டில் இருப்பாள்? நீங்கள் இருவரும் நாடகம் பார்க்கப் போகவில்லையா?''

“நாடகம் பார்க்கவா?'' இப்பொழுது அலெக்சேய் வியப்புற்றுவிட்டான். “என்ன நாடகம்?''

"அப்படீன்னா என்னிடம் அவள் பொய் சொல்லியிருக்கிறாள்'' என்றாள் மார்கரித்தா ஸ்தெபானவ்னா. "உன்னுடன் நாடகம் பார்க்கப் போவதாக அல்லவா சொன்னாள். வினோதமாய் இருக்கிறதே!''

அலெக்சேய் தெருவை வந்தடைந்தான். எங்காவது உட்கார்ந்து ஓய்வெடுத்துக் கொள்ள வேண்டும் போலத் தோன்றிற்று; அவன் கால்கள் நடக்க மறுத்தன. ஆனால் அவன் உட்காரவில்லை. காத்யாவின் வீட்டுக்கு வெளியே நடைபாதையில் இப்படியும் அப்படியுமாய் நடந்து கொண்டிருந்தான். அவள் எங்கிருந்து எந்நேரம் கழித்து வந்தாலும் வரட்டும், காத்திருந்து அவளைச் சந்தித்துவிட்டுத்தான் வீட்டுக்குப் போவதென்று தீர்மானம் செய்து கொண்டான்.

ஆனால் முடியவில்லை. இரவு பன்னிரண்டு மணிக்கு மேல் வீட்டுக்குத் திரும்பியவன் பீதியுற்றவனாய் ஆத்திரம் நெஞ்சை அடைக்க அப்படியே படுக்கையில் சாய்ந்துவிட்டான். காலை ஆறு மணிக்கெல்லாம் தாத்தா எழுந்தபோது அவனும் எழுந்துவிட்டான். காலை உண்டிக்குக்கூடக் காத்திராமல் கப்பல் துறைக்குப் புறப்பட்டான்.

"இவ்வளவு சீக்கிரம் வந்திருக்கிறாயே, என்ன விஷயம்?'' என்று கேட்டார் காவலாளரான கிழவர் கொரஹோவ். "புதிய சாதனை எதற்காவது திட்டமிட்டிருக்கிறாயா?''

அலெக்சேய் பேசாமல் தலையை ஆட்டிக் கொண்டான். கிழவர் கொரஹோவின் கேள்வி முன்பு மார்ச் மாதத்தில் ஒருநாள் காலை நடைபெற்றதை அவனுக்கு நினைவூட்டிற்று. அவனுக்கு வேலைக் குழுவின் எல்லா உறுப்பினர்களும் கப்பல் தளத்தில் கூடி எட்டு மணி நேரம் தொடர்ச்சியாய் வேலை செய்வதற்கு வேண்டிய எல்லாத் தயாரிப்புகளையும் செய்தனர். அனுபவம் மிகுந்த ரிவெட்டர்களும் வியந்து மூக்கு மேல் விரல் வைக்கும் வண்ணம் பிரம்மிக்கத்தக்க அளவிலான வேலைகளை மாலைக்குள் செய்து முடித்தனர். 180 ரிவெட்டுகளுக்குப் பதிலாய் ஆயிரத்துக்கும் அதிகமானவற்றைப் போட்டுவிட்டனர். அவர்களுக்குரிய பங்கைக் காட்டிலும் ஐந்நூற்று ஐம்பது சதவீதம் கூடுதலாய்ப் போட்டு முடித்தனர்.

புதிய சாதனைகளைக் காணும் மனநிலையில் இல்லை அலெக்சேய். மேல் தளத்துக்குச் சென்றான். அவனுடைய காலடி

அங்கு நிலவிய அமைதியில் எதிரொலித்தது. அருகாமையில் நிறுத்தப்பட்டிருந்த நிலக்கரித் தெப்பங்கள் சிலவற்றிலிருந்து இலேசான சலசலப்பு கேட்டது. கணீரென்று ஒலித்த ஓசைகள் நீருக்கு மேல் நெடுந் தொலைவுக்கு எடுத்துச் செல்லப்பட்டன. காகம் ஒன்று கரைந்தது. நடமாடும் பளுதூக்கியின் உச்சியில் அது அலகுகளை விரியத் திறந்து, முதுகை வளைத்துக் கொண்டு உட்கார்ந்திருந்தது. கீழே கிடந்த கொட்டையை அவன் குனிந்து எடுத்தான். ஆனால் காகம் பறந்தோடிவிட்டது. அலெக்சேய் அந்தக் கொட்டையைக் கப்பலுக்கு வெளியே நீரில் எறிந்தான். அங்கே நீந்திக் கொண்டிருந்த வெண்ணிறமீன் அரண்டு ஓடிற்று.

அவன் சோர்ந்துபோயிருந்தான். குளிரில் மெய்சிலிர்த்தது. கப்பல் துறைக்குள் ஏன் வந்தோம் என்று வருத்தப்பட்டுக் கொண்டான் _ வெளியே பாலத்திலேயே காத்திருந்து காத்யாவைச் சந்தித்தால் நன்றாயிருக்குமே என்று நினைத்தான். இந்த எண்ணம் ஏன் அவனுக்கு முன்பே தோன்றவில்லை? நேரமாகிவிட்டது, இனி ஒன்றும் செய்வதற்கில்லை. அவன் சிற்றன்னை நத்தாலியா விம்மிப் புடைத்த வேலை உடுப்புகளில் பளுதூக்கியின் இரும்பு ஏணியிலே கரடியைப் போல மேலே ஏறிச் சென்றாள். காரின் கதவு படீரென மூடப்பட்டது காதில் விழுந்தது. காரில் வந்தவர் தலைமைக் கட்டுமானி கொர்னேய் பாவ்லவிச். அதோ அங்கே மரங்களுக்கு அடியில் அவன் தந்தையும் அலெக்சாந்தர் அலெக்சாந்தரவிச்சும் நடந்து வந்தனர்; இப்பொழுது இருவரும் எதிரெதிரே நின்று முறைத்துக் கொண்டனர்.

சங்கொலி கொஞ்சம்கொஞ்சமாய் உச்ச ஸ்தாயியிக்கு உயர்ந்து சென்றது. முழு மூச்சுடன் சங்கு ஊதத் தொடங்கியதும் அலெக்சேய் அவன் வேலை இடத்துக்குச் சென்றான். வழக்கம்போல் அமைதியாகவும் சீரான ஒழுங்குடனும் வேலை செய்தான். ஆனால் முன்பு ஸீனாவை வியப்புறச் செய்த தட்டுத் தடங்கலற்ற இலாவகமான அங்க இயக்கம் இப்பொழுது அவனுடைய அசைவுகளில் காணப்படவில்லை. அவனுடைய கைகளுக்கும் அவன் சம்மட்டிக்கும் இடையில் முன்பு நிலவிய இசைவும் ஒற்றுமையும் இப்பொழுது அவ்வளவாய்த் தென்படவில்லை. அலெக்சேயின் மனம் அவன் வேலையில் இல்லை, காத்யாவைப் பற்றிய நினைப்பு அவன் மனத்துள் ஏனைய யாவற்றையும் பின்னுக்குத் தள்ளிவிட்டது. சாப்பாட்டு இடைநேரம் வந்தது;

அவனுடைய வேலைக் குழு அதன் நான்கு மணிநேர அளவைக் கூட முழுமையாய் நிறைவேற்றியாகவில்லை.

அலெக்சேய் வரைபட அலுவலகத்துக்கு ஓடினான். காலியாயிருந்த அறையில் சன்னல் ஓரத்தில் உட்கார்ந்து எங்கோ பார்த்துக்கொண்டு தன் முன்னால் காகிதத்தின்மீது இருந்த சான்ட்விச்சுகளை எடுத்துக் கொண்டிருந்தாள், காத்யா.

"காத்யா!"

அவளுக்குத் தூக்கிவாரிப் போட்டது.

"என்னைத் திடுக்கிடச் செய்துவிட்டாயே!"

"காத்யா, ஏன் நீ வரவில்லை?"

சாண்ட்விச்சுகளைக் காகிதத்தில் மடித்தபடி, அலெக்சேயின் பக்கம் திரும்பாமலே காத்யா பதிலளித்தாள் :

"என்னுடைய பள்ளிக்கூடத் தோழி நீனா பபோச்கினாவுக்கு உடம்பு சரியாயில்லை. அவள் இப்போது நகரின் எதிர்கோடியில் வடக்குச் சாலையில் வசிக்கிறாள். அவளுடைய பெற்றோர் விடுமுறைக்காக வெளியூர் போய்விட்டார்கள், தனியே இருக்கிறாள். எனக்கு அவள் கடிதம் அனுப்பியிருந்தாள், அதனால் அவளுக்கு உதவுவதற்காகப் போயிருந்தேன்."

"ஆனால் நீ நாடகம் பார்க்கப் போனதாக அல்லவா உன் அம்மா சொன்னார்கள்."

"நாடகமா?"

"ஆம், அதுவும் என்னுடன் போகப் போவதாகச் சொன்னாயாமே."

"ஓ... அம்மாவிடம் சும்மா அப்படிச் சொல்லியிருந்தேன், கவலைப்படக் கூடாதே என்று."

நாடகம் பார்க்கச் செல்வதாய்ச் சொன்னதற்குக் காரணம் இதுதானா?

"சரி, இன்று சந்தித்துப் பேசுவோம், என்ன சொல்கிறாய்?"

இன்னும் பொட்டலத்தை வைத்துத் தடுமாறிக் கொண்டிருந்தாள் அவள். "இன்று வேண்டாம்" என்றாள். "இன்றைக்கும் நான் நீனாவிடம் போக வேண்டும். அவளுக்குத் தொண்டைச் சதை

அழற்சி, பெரிதாய் வீங்கியிருக்கிறது. நூற்றிரண்டு டிகிரி காய்ச்சல் அடிக்கிறது.''

"இருவருமாய்ச் சேர்ந்து போவோம்.''

"வேண்டாம்! உனக்கும் தொத்திக் கொண்டுவிடும், வேண்டாம். நாளைக்குச் சந்திக்கலாம், வேலை முடிந்ததும் நேரே வந்துவிடுகிறேன்.''

"சரி, முக்கியமான ஒன்றை நாம் பேசியாக வேண்டும்.''

"அதற்கென்ன, பேசலாம்'' காத்யா தலையைக் கவிழ்த்துக் கொண்டாள்.

அலெக்சேய் அங்கிருந்து வெளியே ஓடி வந்தான். நேரே கோர்புனோவுடன் மோதிக்கொண்டான்.

"சேமப் பிரிவின் துணை டைரக்டரைப் போய்ப் பார். உனக்கு அவர் தகவலைச் சொல்வார்'' என்றார் கோர்புனோவ்.

"அப்படியா, எனக்கு அறை அளிப்பதெனத் தீர்மானித்து விட்டார்களா?''

"தீர்மானித்துவிட்டனர்.''

"உங்களுக்கு என் நன்றி!'' தொழிற்சங்கக் குழுவின் தலைவருடைய கையைப் பிடித்து அவன் பலமாய்க் குலுக்கினான். "எந்நாளும் நான் இதை மறவேன்.''

"மறக்க மாட்டாய்தான்.'' கண்களில் அனல் பறக்க கோர்புனோவ் அவனை உற்று நோக்கினார். "இனிமேல் உன் நாக்கு நீண்டுவிடாமல் பார்த்துக் கொள். பெரியவனாகியபின் வைத்துக் கொள்ளலாம், இப்போ வேண்டாம்... தாமதம் செய்யாமல் உடனே அந்த வீட்டுக்குக் குடி போய்விடு. காலம் கடத்தாதே. குடித்தனப் பகுதி வேண்டுமென்று காத்திருப்போர் ஏராளமானோர் இருக்கிறார்கள்.''

சாப்பாட்டு இடைநேரத்துக்குப் பிற்பாடு அலெக்சேயின் சம்மட்டி அலறிப் புடைத்துக் கொண்டு இயங்கிற்று. ரிவெட் காய்ச்சும் பெண்ணும், ரிவெட்டர் உதவியாளனும் தமது வேலைக் குழுத் தலைவனுடைய கடும் வேகத்தைச் சமாளிக்க முடியாமல் திணறினர். யாவும் இப்பொழுது மாறிவிட்டன. தொழிற்சங்கக் குழுவினர் அவனைக் கூப்பிட்டு வைத்துக் கொண்டு கேள்வி கேட்டதுகூட இப்பொழுது அவனுக்கு அவமதிப்பாய்த்

தோன்றவில்லை. மொத்தத்தில் அவர்கள் சொன்னது தவறு அல்ல. அலெக்சேயின் வேலைக்குழு சிறிதுகாலமாய்ச் சிறந்து விளங்கவில்லைதான். அவனை அறியாமலே அவன் வாய் மெல்லப் பாட்டிசைத்தது : "குளிரும் தொலைகடல்களுக்கு அப்பால்..."

2

அலெக்சேய் புதிய வீட்டுக்குக் குடி போனான். அறையல்ல, குடித்தனப் பகுதியே கொடுத்திருந்தார்கள். வசதியான இரு சிறு அறைகள், குளியல் அறை, அடுப்பங்கரை, சுவர்களில் ஆங்காங்கே பல அலமாரிகள், மாடங்கள் _ இவ்வளவும் அடங்கிய அருமையான குடித்தனப் பகுதி.

"எல்லாம் டைரக்டருடைய சிபாரிசின் பேரில் நடந்திருக்கிறது" என்று வசீலிய் மத்வேயெவிச் விளக்கினார். " 'இளைஞன் தன்னைப் பற்றி ரொம்ப உயர்வாய் நினைக்கிறான் என்பது மெய்தான். ஆனால் மிகச் சிறந்த தொழிலாளி அவன். சிறந்த தொழிலாளியுடன் ஒப்பிடுகையில் ஒரு குடித்தனப் பகுதி எம்மாத்திரம்? ஏன், என்னால் முடியுமானால் அவனுக்கு ஒரு மாளிகையேகூடக் கொடுப்பேனே!' என்று டைரக்டர் கூறினார். உன்னை எப்படியெல்லாம் புகழ்கிறார்கள் பார்! நீ இதற்கேற்ப நடந்துகொள்ள வேண்டும்."

ஜுர்பின் குடும்பத்தின் எல்லாப் பெண்களும் _ தோன்யா ஒருத்தியைத் தவிர்த்து _ அலெக்சேய் புதிய வீட்டுக்குக் குடி போவதற்கான வேலைகளில் பங்கெடுத்துக் கொண்டனர். தோன்யாவுக்கு வருத்தம் தாள முடியவில்லை; அலெக்சேய் தனியே போகிறான், அவனை அவளால் தடுக்க முடியாது. அகஃப்யா கார்ப்பவ்னா அவளுக்கே உரிய முறையில் ஓடியாடி வேலை செய்தாள். வால்னட் உடுப்பு அலமாரி, சோபா, மேஜைகளில் ஒன்று, மெத்தை நாற்காலி, பழைய மர நாற்காலிகள் சில _ இவை எல்லாம் வீட்டில் இடத்தை அடைத்துக்கொண்டிருப்பதாய்த் திடீரென முடிவுசெய்து, லாரியில் ஏற்றி அலெக்சேயின் புதிய வீட்டுக்கு அனுப்பிவிட வேண்டும் என்றாள். அலெக்சேயைக் குடியிருப்புப் பராமரிப்பாளரிடம் சென்று சாவிகளை வாங்கி வருமாறு அனுப்பினாள். பிறகு குடித்தனப் பகுதியை நேரில் சென்று பார்த்துவிட்டு வர வேண்டுமென்று அவனுடன் கூடத் தானும் புறப்பட்டாள். அந்தக்

குடித்தனப் பகுதி அகஃப்யா கார்ப்பவ்னாவுக்கு மிகவும் பிடித்திருந்தது. நன்றாய் வெளிச்சமாகவும் காற்றோட்டமாகவும் இருந்தது. கப்பல் துறை லாரி விரியத் திறந்தவெளிக் கதவுகள் வழியே பின்பக்கமாய் நகர்ந்து தோட்டத்தினுள் சென்று, பின்புறப் பலகையை டிரைவர் படீரெனக் கீழே சாய்த்ததும், அகஃப்யா கார்ப்பவ்னா தன் மகனிடம் “நீ ஒன்றும் அப்படி அக்கரைச் சீமைக்கு விலகி வந்துவிட வில்லை, எங்களுக்கு அருகாமையில்தான் இருக்கப் போகிறாய். பாலத்தைக் கடந்து வந்தால் போதும், எங்களிடம் வந்துவிடுவாய்'' என்றாள். அலெக்சேய்க்குத் தைரியம் சொல்வதுபோலப் பேசினாள்; உண்மையில் தனக்குத் தானே தைரியம் சொல்லிக் கொண்டாள். இனி அலெக்சேய் இரவில் வீட்டுக்குத் திரும்ப மாட்டான். முன்னறையில் அவன் வழக்கமாய்ப் படுக்கும் இடத்துக்குச் சென்று பக்கத்தில் மத்வேய் தாத்தா இருப்பதைக் கவனியாமலே தான் மெல்ல அழ வேண்டியிருக்கும் என்னும் நினைப்பு மனத்தில் எழ முடியாதபடி அவள் வேலைக் களேபரத்தில் மூழ்கியிருந்தாள்.

ஆம், அலெக்சேய் அவனுடைய புதிய குடித்தனப் பகுதிக்குக் குடி சென்றுவிட்டான். ஆனால் அவன் வாழ்க்கையில் இதனால் மாற்றமா ஏற்பட்டது? காத்யா வரவில்லை. திரும்பத் திரும்ப அவனுக்குக் குறிப்புகள் எழுதி அனுப்பிக் கொண்டிருந்தாள். அவளுடைய தோழிக்கு இன்னும் உடம்பு சரியாகவில்லை, தான் போய் உதவி செய்தாக வேண்டும் என்று தெரிவித்துக்கொண்டிருந்தாள். சாப்பாட்டு இடைவேளையில் முன்பு போல அவள் சாண்ட்விச்சுகளை வைத்துக்கொண்டு சன்னலுக்கு எதிரே உட்காருவதில்லை. அந்த ஒரு மணி நேரத்துக்கு இருக்கும் இடம் தெரியாமல் எங்கோ மறைந்துவிடுவாள். அது மட்டுமல்ல, மாலையில் அவள் நகருக்குச் செல்வதும் இல்லை. வேலை முடிந்ததும் அலெக்சேய் நேரே டிராலிபஸ் நிற்கும் இடத்துக்குச் சென்று பல மணி நேரம் அங்கே காத்திருந்து பார்த்து இதைத் தெரிந்து கொண்டான். வீட்டிற்குப் போயிருப்பாளோ? அவளுடைய இல்லத்துக்குச் சென்று கதவு மணியை அவன் அழுத்தியதும் மார்கரித்தா ஸ்தெபானவ்னா கதவைத் திறந்து சோகம் தோய்ந்த பார்வையுடன் அவனைப் பார்த்தாள்.

காத்யா வேண்டுமென்றே தன் கண்ணில் படாமல் ஒளிந்து கொண்டிருக்கிறாளா? எதற்காக? இந்தக் கேள்வியை அலெக்சேய் ஆயிரம் தரம் கேட்டுப் பார்த்திருப்பான். நல்லவேளை நங்கூரத்

தெருவில் இல்லாமல் தனியே வந்தோம் என்று மகிழ்ந்துகொண்டான். தனது மனநிலையை யாருக்கும் தெரியாமல் மூடிமறைக்க வேண்டியதில்லை; அந்தோனுடைய தமாஷ் பேச்சுக்குப் பதில்சொல்ல வேண்டிய அவசியமில்லை; என்ன ஆயிற்று என்று அம்மாவுக்கு விளக்கிச்சொல்ல வேண்டியதில்லை; உடல் நலமுடன்தான் இருக்கிறேன் என்பதைப் புரியவைப்பதற்கு முயல வேண்டியதில்லை; தோன்யாவின் நச்சரிக்கும் பார்வையிலிருந்து முகத்தைத் திருப்பிக்கொள்ளத் தேவையில்லை; இன்பத்தின் மாயத்தன்மை குறித்து லிதியா சூசகமாய்க் கூறுவதற்கு வெடுக்கெனப் பதில் சொல்லவும் வேண்டாம். அதேபோதில் இந்தப் பயங்கரக் குழப்பத்திலிருந்து வெளிவரத் தனக்கு உதவக் கூடியவர்கள், காத்யா ஏன் தன் கண்ணில் படாமல் இருந்துவருகிறாள் என்பதைச் சொல்லக்கூடியவர்கள், யாராவது வரமாட்டார்களா என்று அவன் ஏங்கிக்கொண்டிருந்தான்.

அவனுடைய தாத்தா செய்தது போல அவனும் செய்யலாம்தான். ஆனால் பாட்டி அவரைக் காதலித்ததும் அதற்காக எந்தத் தியாகமும் செய்யத் தயாராயிருந்ததும் சந்தேகத்துக்கு இடமின்றித் தாத்தாவுக்குத் தெரிந்திருந்தது. அலெக்சேயால் காத்யாவின் உள்ளத்தைப் பற்றி நிச்சயமாய்ச் சொல்ல முடியுமா? தன்னைப் பற்றி, தனது உள்ளத்தைப் பற்றி மட்டும்தான் அவனால் சொல்ல முடியும்.

தன் உள்ளத்து உணர்ச்சிகளைப் பற்றி அவன் தனக்குத் தானே பேசிக் கொண்டான். புத்தக அலமாரியில் அவனுக்கு எதிரே காத்யாவின் புகைப்படம் இருந்தது. அவன் நன்கு அறிந்த அந்த முகத்தையும், அவளுடைய கள்ளங் கபடமற்ற கண்களையும் நெடுநேரம் உற்றுப்பார்த்தான். அறையில் அப்படியும் இப்படியும் சற்று நேரம் நடந்தபின், வானொலிப் பெட்டியிடம் சென்று மாஸ்கோ ஒலிபரப்புக்குத் திருப்பினான். கணப் பொழுதுக்கு ‘கர்முர்’ என்று சப்தம் கேட்டது; பிறகு ஒரு பெண்ணின் குரல் ஒலித்தது.

“*அநியாய உலகம்!*” என்று ஒலிபெருக்கியின் மஞ்சள் திரைக்குப் பின்னாலிருந்து அந்தக் குரல் உணர்ச்சிகரமாய்க் கூறிற்று. “*மனித குலம் இரக்கமற்றது! நீங்கள் எனக்கு இட்டுள்ள விலங்குகள் என்னை ஒடுக்குகின்றன. சுதந்திரம் வேண்டும் எனக்கு! ஆம், சுதந்திரம்! தெரிகிறதா?*”

“பணிந்து நட, ஆணவத்தை விட்டொழி!'' என்றது இன்னொரு குரல், கபடம் நிறைந்து கரகரத்த கிழட்டுக் குரல்.

அந்தப் பழைய நாடகத்தின் வசனத்தை அலெக்சேய் கவனமாய்க் கேட்டான். ஏன் அது அபப்டி அவன் கவனத்தைக் கவர்ந்ததென்று அவனுக்குப் புரியவில்லை. எதையோ மறந்துவிட்டு, அதை நினைவுக்குக் கொண்டு வர முயன்று தோல்வியுறுவது போன்ற ஓர் உணர்வு அவனுக்கு உண்டாயிற்று.

அன்று இரவு அலெக்சேய் நங்கூரத் தெரு வீட்டில் இருந்திருந்தால், அவன் நெஞ்சைக் குறுகுறுத்த அந்த வினோத உணர்ச்சிக்குக் காரணம் என்னவென்று அவன் மண்டையை உடைத்துக் கொள்ள வேண்டியிருந்திருக்காது, எளிதில் விளங்கியிருக்கும்.

ஜுர்பின்களும் அன்று இரவு இன்னும் படுக்கச் செல்லவில்லை. வானொலியைக் கேட்டுக்கொண்டிருந்தனர்.

அன்று காலை மாஸ்கோவிலிருந்து தந்தி கிடைத்ததும் அந்தோன் அதைச் சட்டைப் பைக்குள் வைத்துவிட்டு, இரவு பன்னிரண்டு மணி ஐந்து நிமிடத்துக்கு வானொலியில் சுவையான நிகழ்ச்சி ஒன்று ஒலிபரப்பப்படுமென்று அறிவித்தான். மகிழ்ச்சி பொங்கும் நிலையில் அவன் கப்பல் துறைக்குப் புறப்பட்டுச் சென்றான். மாலையில் வீட்டுக்குத் திரும்பியதும், வானொலிப் பெட்டியை அலெக்சேய் தனது புதிய வீட்டுக்கு எடுத்துச் சென்றுவிட்டானே என்று முணுமுணுத்துக் கொண்டான். சாப்பாட்டு அறையிலிருந்த பழைய பெட்டியை எடுத்துப் பழுது பார்த்துச் சோதனை செய்தான். பதினொன்றரை மணியானதும் அதைச் சுற்றி அரை வட்ட வடிவில் நாற்காலிகளை இழுத்துப் போட்டான். ஜுர்பின் குடும்பத்தார் எல்லோரும் கடைசிச் செய்திகளைக் கேட்டனர். மத்வேய் தாத்தா வழக்கம்போல் ஒவ்வொரு செய்திக்கும் தமது கருத்துரையை அளித்துக் கொண்டிருந்தார்.

“அந்த நீக்ரோ இளைஞர்களை நான் பார்த்திருக்கிறேன். திண் தோள்கள் கொண்டவர்கள். முஷ்டி ஒவ்வொன்றும் எட்டு கிலோ இருக்கும். அவர்கள் ஏன் இந்த அவமானத்துக்குப் பணிந்து நடக்க வேண்டுமென்று எனக்குத் தெரியவில்லை. நிறம் கறுப்பு என்றால், வாயைத் திறக்கக்கூடாதாமே, பாட்டுப் பாடக் கூடாதாமே...''

கிழவர் மத்வேயின் பேச்சில் யாரும் குறுக்கிடவில்லை. செஞ்சதுக்கத்தில் கார்களின் இரைச்சலையும், மணி ஓசையையும்,

தேசிய கீதத்தின் உருக்கமான நாதத்தையும் அவர்கள் கேட்டுக்கொண்டிருந்தனர்.

கணப்பொழுதுக்கு நிசப்தம் நிலவிற்று. ஒலிபெருக்கியிலிருந்து முறையான சலசலப்பு ஒலித்தது _ காலத்தின் ஓட்டத்தைக் குறித்த சலசலப்பு. சோவியத் நாட்டின் பெரும்பரப்புகளிலே, நகர்களிலும் கிராமங்களிலும், காடுகளிலும் புல்வெளிகளிலும், வோல்கா நிர்மாண அரங்கிலும், யூரலின் உலோக உலைகளிலும், கிரெம்ளினிலும், லாதாவிலும், பழைய குடியிருப்பின் வீடுகளிலும் வேகமாய் ஓடிக் கொண்டிருந்தது, காலம்.

அந்தோன் மேலும்மேலும் பரபரப்படைந்து வந்தான். அவனுடைய செயற்கைக் கால் கிரீச்சிட அறையில் மேலும் கீழும் நடந்தான்.

பன்னிரண்டு மணி அடித்து ஐந்து நிமிடத்துக்கெல்லாம் "வானொலி நாடக" நிகழ்ச்சி ஆரம்பமாயிற்று. நிகழ்ச்சியை அறிவித்த பெண், நாடகத்தின் பெயரைச் சொல்லிவிட்டு நடிப்போரின் பெயர்களை வாசித்தாள்.

"ஓ, நம்முடைய வீரா!" _ 'பராபினா' என்ற பெயரைக் கேட்டதும் அகஃப்யா கார்ப்பவ்னா வியந்து கூவினாள். "நீ ஏன் அந்தோன் எங்களுக்கு அப்பவே சொல்லவில்லை?"

துன்யாஷாவும் லிதியாவும் ஒலிபெருக்கியைப் பார்த்தபடி அசையாமல் உட்கார்ந்திருந்தனர். கிழவர் மத்வேய் தலையைக் கைமீது சாய்த்துக் கொண்டு தாடியைத் தடவிவிட்டுக் கொண்டார். இரவு சாப்பாட்டுக்குப்பின் எடுக்காமல் விட்டுப்போன கத்தியின் கைப்பிடியால் கோஸ்த்யா மேஜை விரிப்பின் மேல் வரிசையாய் எட்டு எட்டாய் வரைந்து கொண்டிருந்தான். கோஸ்த்யாவினுடைய கையின் இந்த ஓயாத அசைவால் கவனம் கலைக்கப்பட்டு, வித்தர் அந்தக் கையை உற்றுப் பார்த்துக் கொண்டிருந்தான். அகஃப்யா கார்ப்பவ்னாவுக்குப் பின்னால் நின்று கொண்டிருந்த அந்தோன், வீராவின் ஒவ்வொரு பேச்சுக்கும் ஒரு முறை தன் தாயின் தோளைத் தட்டினான்... அம்மா, இதைக் கேளேன்!.. அந்தோனையே கண்கொட்டாமல் பார்த்துக் கொண்டிருந்த தோன்யா, அவன் சிரித்தபோது சேர்ந்து சிரித்தாள்; அவன் கடுகடுத்தபோது தானும் கடுகடுத்துக் கொண்டாள்; அவனுடைய இன்பத்தில் அவளும் பங்கெடுத்துக் கொண்டாள். இலியா மத்வேயெவிச் கைகளைக்

கோத்து வயிற்றின்மேல் வைத்துக் கொண்டு கண்களை மூடியபடி உட்கார்ந்திருந்தார்.

"சமத்துப் பெண்!" என்றார், ஒலிபரப்பு முடிவுற்றதும். அவர் உணர்ச்சி வயப்பட்டு விட்டதை எல்லோரும் காண முடிந்தது. "நாளைக்கு அவளுக்குத் தந்தி அனுப்பு. நாம் எல்லோரும் கேட்டோம் என்று சொல்" என்றார். பிறகு எழுந்து நின்றபடி "நம்முடைய வாழ்த்துக்களைத் தெரிவி!" என்று கூறினார்.

"நிலைமை உங்களுக்குத் தெரியாததல்ல" என்று அந்தோன் மன்னிப்புக் கோரும் தோரணையில் பேசினான். "ஊக்கமாய்த் தான் ஈடுபடக் கூடிய வேலை இல்லாமல் அவள் தன்னைத்தானே வருத்திக் கொண்டிருந்தாள். பார்க்க எனக்குச் சகிக்க முடியவில்லை. இப்பொழுது அவள் தனக்குரிய வேலையைத் தேடிக் கொண்டுவிட்டாள் என்பதாய்த் தெரிகிறது. வானொலியில் இதுவே அவளுடைய முதலாவது நிகழ்ச்சி."

"அவள் செய்தது சரிதான். பத்து லட்சம் பேராவது இப்பொழுது அவளுடைய பேச்சைக் கேட்டிருப்பார்கள்."

"மெய்தான்" என்று கிழவர் மத்வேய் தலையை நிமிர்த்துக் கொண்டார். "ஆம், அவள் சுதந்திரம் வென்றுகொண்டுவிட்டாள், பணிந்து விடவில்லை."

7

1

கண்ணாடி முன்னால் நின்று இலியா மத்வேயெவிச் டையைக் கட்டிக் கொண்டிருந்தார், அந்த வண்ணப் பின்னல் துணி, பட்டு நூலுக்குப் பதிலாய் உருக்குப் பட்டையால் ஆனதுபோல, அவருடைய விரல்களுக்குக் கீழ்ப்படியப் பிடிவாதமாய் மறுத்துவந்தது. பார்க்கச் சகியாத கோணல் முடிச்சாய் முறுக்கிக் கொண்டுவிட்டது.

பருவத்துக்கு ஏற்ப இலியா மத்வேயெவிச் ஜாக்கெட்டுக்கு அடியில் கொளகொளப்பான ருஷ்ய ஜிப்பாவோ, தடித்த நீல ஸ்வெட்டரோதான் போட்டுக் கொள்வது வழக்கம். இந்த சூட்டைத் தைத்துத் தரச் சொன்னது தவறாகிவிட்டது... அவருடைய புதிய சூட்டில் இலியா மத்வேயெவிச் பார்ப்பதற்கு நேர்த்தியாகவும் வயதில் சற்று இளையவராகவும் தோன்றியது மெய்தான். ஆனால் இவ்வளவு நல்ல கோட்டுடன் ஜிப்பாவையோ, ஸ்வெட்டரையோ போட்டுக்கொள்ளலாமா? அகஃப்யாவும் தோன்யாவும் ஒரே குரலில் கூறினர்: டை கட்டிக் கொள்ளாமல் நாடகம் பார்க்கப் போகக் கூடாது, ஆறு மாதத்துக்கு ஒரு தரம் அபூர்வமாய்க் கிளம்புகிறீர்கள், பார்ப்பதற்கு நல்ல மாதிரியாய் உடைகள் உடுத்திக்கொள்ள வேண்டும் என்றனர்.

கண்ணாடி இருந்த இழுப்பறை, அலமாரிக்கு முன்னால் நின்று பலமாய்க் காலைத் தட்டினார், டையை இப்படியும் அப்படியுமாய்ச்

சுற்றி முடிந்து இழுத்துப் பார்த்தார். சமையல் அறையில் தோன்யா தன் சகாவிடம் சொன்னது அவர் காதில் விழுந்தது : “வால்யா, இன்று என்னால் வர முடியாது. அப்பா அம்மாவுடன் நான் ‘பாஸ்ட்’ நாடகம் பார்க்கப் போகிறேன். மாஸ்கோவிலிருந்து வந்திருக்கும் நாடகக் குழுவினர் நடிக்கின்றனர்.’’

“அந்தோனினா!’’ என்று அவர் கத்தினார்.

“இதோ வந்துவிட்டேன், அப்பா!’’ படுக்கை அறைக் கதவருகே வந்து நின்றாள் தோன்யா.

“இதை எப்படிக் கட்டித் தொலைக்கிறது _ கட்டிக் காட்டேன்! எங்கும் போக முடியுமென்று நான் நினைக்கவில்லை.’’

“ஏன், என்ன ஆயிற்று? சுலபமாய்க் கட்டலாமே. இம்மாதிரி ஆரம்பிக்க வேண்டும்... பிறகு வலதுபக்கம் கொண்டு வந்து மறுபடியும் இடதுபக்கம்... கடைசியில் இதனுள் விட்டு இழுக்க வேண்டும்.’’

“வலது பக்கம், இடதுபக்கம் _ நீ சொல்லாமலே அது எனக்கு விளங்குகிறது. அதன் பிறகு ‘இதனுள் விட்டு இழு’ என்கிறாயே, எதனுள்?

இலியா மத்வேயெவிச் திரும்பவும் முடிச்சை அவிழ்த்து டையை வேகமாய் வெளியே இழுத்தார். அவருடைய குண்டுக் கழுத்தில் இரத்த நாளங்கள் விம்மிப் புடைத்தெழுந்தன. முத்துப் பொத்தான்களில் ஒன்று படீரெனத் தெறித்து ஓடிற்று.

“நீயும் அம்மாவுமாய்ப் போய்ப் பார்த்துவிட்டு வாங்க! மெபிஸ்டபெலிசைப் பார்க்கவேண்டியது அத்தியாவசியம்தான்!’’ இலியா மத்வேயெவிச்சின் புருவங்கள் மேலே உயர்ந்து சென்றன. “சைத்தானைப் பற்றிக் கூறும் இசை நாடகம் _ அதைப் போய்ப் பார்க்க வேண்டுமாம்!’’

“அப்பா! ஒப்பற்ற காவியமாயிற்றே! கயெத்தே எழுதியது. மாபெரும் கவிஞர் அவர்!’’

“மாபெரும் கவிஞர்தான். அப்பாவைவிட அதிகம் தெரிந்தவள் என்ற நினைப்பா? நான் பின்தங்கியவனாகிவிட்டேன் என்கிறாயா?’’ இலியா மத்வேயெவிச் உறுமினார்.

“அதெல்லாம் இல்லை அப்பா!’’ என்று தோன்யா மிகவும் பலமாய்த் தலையை ஆட்டியபடிச் சொன்னாள். “எனக்குத்

தெரிந்ததை யாரும் மிகச் சுலபமாய்ப் படித்துத் தெரிந்து கொண்டு விடலாம். அவை எல்லாம் பள்ளிக்கூடப் பாடப் புத்தகங்களில் அடங்கியதுதான். ஆனால் உங்களுக்குத் தெரிந்தது அப்படிப்பட்டதல்ல! நீங்கள் அறிந்ததைத் தெரிந்து கொள்ள நான் நூறாண்டு வாழ்ந்தால்தான் முடியும்!''

''சரிதான், கெட்டிக்காரப் பெண்ணே, வா இப்படி! திரும்பவும் காட்டு: இடது பக்கம் கொண்டுவந்த பிறகு என்ன செய்யணும்? பொத்தானைப் பிற்பாடு தைத்துக் கொள்ளலாம்.''

துன்யாஷா உள்ளே வந்தாள். ஒரு பெரிய மஞ்சள் நிறப் பூசணியை சன்னல் மேடையில் வைத்து விட்டு, சிரிப்பு மின்னிய கண்களால் இலியா மத்வேயெவிச்சையும் அவருடைய சுட்டையும் பூட்சுகளையும் டையையும் பார்த்தாள்.

“புத்தாடை உடுத்திக் கொள்கிறீர்களா?'' என்று வினவினாள். “முக்கிய விருந்தினர் ஒருவர் நம்மைப் பார்க்க வந்திருக்கிறார். காய்கறித் தோட்டத்தில் இருக்கிறார்.''

“விருந்தினரா? யார் அது?''

“வெளியே போய்ப் பாருங்கள் தெரியும். கோபங்கொண்ட புலி மாதிரி நிற்கிறவரிடம் நான் ஒன்றும் சொல்லமாட்டேன்.''

இலியா மத்வேயெவிச் காய்கறித் தோட்டத்துக்குள் சென்றதும், பேராசிரியர் பெலோவ் நிற்பதைப் பார்த்தார். வியக்கத்தக்கவாறு கிழவர் அப்படியே அலெக்சாந்தர் அலெக்சாந்தரவிச்சைப் போல இருந்தார்_அதே ஒல்லி உருவம், நரைத்த முடி, வாதம் புரிவதில் அதே ஈடுபாடு. பூசணிக்காய் ஒன்றை அவர் பரிசீலித்துக் கொண்டிருந்தார். கோடையில் தோன்யா அதன்மேல் தனது பெயரைக் கீறிவிட்டிருந்தாள். இப்பொழுது அதில் தோன்யாவின் பெயர் பிரம்மாண்டமாய்ப் பருத்து விட்டது.

“என் தங்கை தன்னைப் பிரபலப்படுத்திக் கொண்டு விட்டாள்'' என்று சிரித்தபடி அந்தோன் விளக்கிச் சொல்லிக் கொண்டிருந்தான்.

பன்றிக்குட்டி போலப் பழுத்த மேனியுடைய அந்தப் பூசணியைத் தமது பூட்சு முனையால் மெல்லத் தட்டிப் பார்த்த பெலோவ், “அறுபது ராத்தல் இருக்கும் போலத் தெரிகிறது'' என்றார். பிறகு இலியா மத்வேயெவிச்சைப் பார்த்துவிட்டுத் தொப்பியை உயர்த்தி வந்தனம் தெரிவித்து, “என்ன சேதி, எப்படி

இருக்கிறீர்கள்? உங்களுடைய காய்கறித் தோட்டத்தின் விந்தைகளைப் பரிசீலித்துக் கொண்டிருக்கிறேன்'' என்றார்.

முற்றத்தில் கடற்காற்று வீசிக்கொண்டிருந்தது. புல்வெளிகளிலிருந்து அது சல்லாப் பஞ்சைக் கொண்டு வந்து பரப்பிற்று. விருந்தினரை இலியா மத்வேயெவிச் வீட்டுக்குள் அழைத்துச் சென்றார். அந்தோன் வெளியே அகஃப்யா காஃப்பவ்னாவுடன் தங்கி விட்டான். கிழவர் மத்வேயின் சாய்வு நாற்காலியில் பெலோவ் அமர்ந்து கொண்டார். இது அவருக்குச் சுகமாய் இருந்தது. நீண்ட பயணத்துக்குப் பிற்பாடு ஓய்வெடுத்துக் கொள்பவரைப் போல் அப்பாடாவென்று சாய்ந்து உட்கார்ந்து கொண்டார்.

“நான் ஊருக்குத் திரும்புகிறேன், சொல்லிவிட்டுப் போகலாமென்று வந்தேன்'' என்றார். “திரும்பவும் லாதாவுக்கு வருவேன். தற்போது நான் இங்கு தேவைப்படவில்லை. அந்தோன் இலியிச் எங்கள் கல்லூரியின் பிரதிநிதியாய் இங்கே கப்பல் துறையில் இருப்பான். இலியா மத்வேயெவிச், ஆற்றல் படைத்த பொறியாளனை நீங்கள் வளர்த்தெடுத்திருக்கிறீர்கள், உண்மை இது, வெறும் புகழ்ச்சியல்ல.''

இலியா மத்வேயெவிச் இருமிக் கொண்டார். பெலோவ் மெச்சிக் கொண்டவனைப் பார்க்க விரும்புகிறவரைப் போல சன்னலுக்கு அப்பால் உற்று நோக்கினார்.

“போதிய வயதாகாத இளைஞன் அவன்.''

“நாடு அனைத்துமே இளையதுதானே. அது ஒன்றும் கவலைக்குரியதல்ல.''

“நாடு வேறு, மனிதன் வேறு. இங்கு நாம் பேசுவது மனிதனைப் பற்றி. மனிதன் முதிர்ச்சியடைந்தாக வேண்டும்.''

“முதிர்ச்சியடைவது என்று எதைச் சொல்கிறீர்கள்?'' என்று பெலோவ் வெடுக்கெனக் கேட்டார். “அவன் ஒன்றும் பூசணிக்காயல்லவே. மனிதனின் முதிர்ச்சியை அவனுடைய வயதைக் கொண்டு மட்டும் அளக்க முற்படுவது சரியல்ல.''

“எல்லாம் சந்தர்ப்பத்தைப் பொறுத்திருக்கிறது.'' இலியா மத்வேயெவிச் முகத்தைச் சுளித்துக் கொண்டார். அவருடைய விரல்கள் மேஜையில் மெல்லத் தாளம் போடத் தொடங்கின.

"அனுபவம் என்று ஒன்று இல்லையா? வயது ஆக ஆகத்தானா மனிதன் அனுபவம் பெற முடிகிறது?''

"அனுபவமா?... ஆம், அனுபவம் மதிக்கப்பட வேண்டியதுதான். ஆனால் ஒருவன் தேர்ந்த நிபுணனாக வேண்டுமானால், அனுபவம் மட்டும் இருந்தால் போதாது_ முக்கியமாய் இந்தக் காலத்தில் போதவே போதாது. தத்துவார்த்த அறிவு நிரம்பப் பெற்றிருப்பது அவசியம். சிறிது காலத்துக்கு முன்பு மாஸ்கோவில் நான் தானியங்கி ஆலை ஒன்றுக்குப் போயிருந்தேன். ஒரு பெரிய ஆலை, ஆனால் தொழிலாளர்கள் இரண்டு, மூன்று பேர்தான். கார்களுக்கு வேண்டிய பிஸ்டன்களை அந்த ஆலை உற்பத்திச் செய்கிறது. தயாரான பிஸ்டன்களைப் பெட்டிகளில் வைத்துக் கட்டுவது வரையில் எல்லா வேலைகளையும் தானியங்கி முறையில் இயந்திரங்களே செய்து விடுகின்றன. அந்த ஆலையை அமைத்தவர்களுக்கு என்ன அனுபவம் இருந்திருக்க முடியும்? அதுபோன்ற ஓர் ஆலை இதன்முன் இருந்ததில்லை, ஆகவே அனுபவம் பெறுவது எப்படி? உலகின் முதலாவது தானியங்கி ஆலை கட்டப்பட்டது அனுபவத்தால் அல்ல; தத்துவார்த்த அறிவின் அடிப்படையிலான ஆக்க வழிப்பட்ட கற்பனையால்தான் கட்டப்பட்டது. முதலில் அதை மனதில் கற்பனை செய்து உருவாக்க வேண்டியிருந்தது. இதற்கு ஆயிரம், ஆயிரம் இலக்கங்களைக் கொண்டு மிகச் சிக்கலான கணக்குகள் போட வேண்டியிருந்தது. இதற்குத் தத்துவம் தேவைப்பட்டது. ஆம், தத்துவம்!''

இலியா மத்வேயெவிச்சின் முகச் சுளிப்பு இன்னும் கடுமையாகியது.

"நீங்கள் உதாரணங்களைக் கூற முற்பட்டால், என்னாலும் சில உதாரணங்கள் சொல்ல முடியும். கப்பல் கட்டும் தொழிலில் முன்பு ஒருவர் இருந்தார்... அவருக்குத் தத்துவம் தெரியாது, ஏனெனில் கிராமப் பள்ளிப் படிப்பைக்கூட முடிக்காதவர் அவர். ஆனால் அவர் ஒப்பற்ற பொறியாளராய்ப் பெயர் பெற்றார். தித்தோவைப் பற்றி நீங்கள் கேள்விப்பட்டிருப்பீர்கள்.''

"பியோத்தர் அகிந்தினோவிச்சா?'' பெலோவ் குறும்பாய் இலியா மத்வேயெவிச்சை உற்றுப் பார்த்தார். பிறகு மூக்குக் கண்ணாடியை நெற்றியிலே உயர்த்தி விட்டுக் கொண்டு கண்களைச் சுளித்துக் கொண்டார். "மெய்தான். அவர் அற்புதமான செய்முறைப்

பொறியாளர். பிறவிச் சாமர்த்தியம் எல்லாம். ஆனால், இலியா மத்வேயெவிச், அவருடைய வளர்ச்சிப் பாதை மிகக் கடினமானது. நீண்ட நெடிய பாதை. இந்தக் காலத்தில் அது போன்ற பாதையில் செல்லத் தேவையில்லை. 'மகனே, கற்றறிந்து கொள், அதிவேகமாய் ஓடிவிடும் வாழ்க்கையின் அனுபவத்தை விஞ்ஞானம் நமக்குச் சுருக்கித் தந்துவிடுகிறது' என்று நூறாண்டுகளுக்கு முன்பு மாபெரும் ருஷ்யக் கவிஞர் ஒருவர் சொன்னார். பிற்பாடு நான், தித்தோவைப் பற்றி சுவையான தகவல் ஒன்றைக் கூறுகிறேன். ஆனால் தத்துவத்தின் முக்கியத்துவத்தைப் பற்றி அல்லவா கூற விரும்பினேன்.... சில நாட்களுக்கு முன்பு நான் திடுக்கிட வேண்டியதாகிவிட்டது. சிறு வயதில் எனக்குப் பழக்கமான நண்பர் ஒருவர் இங்கே உங்கள் நகரில் வசிக்கிறார். நாங்கள் இருவரும் அக்காலத்தில் ஒன்றாய்ப் படித்து வந்தோம். இப்பொழுது அவர் கணிதப் பேராசிரியராய் இருக்கிறார். அவருடைய மகன் உயர்நிலைப் பள்ளியில் படித்து முடித்துவிட்டு, உங்கள் கப்பல் துறையில் சாதாரணத் தொழிலாளியாய் வேலைக்கு அமர்ந்திருக்கிறானாம். எப்படி இருக்கிறது கதை? இந்த அநியாயம் போதாதென்று, அவன் தந்தை "நான் என்ன செய்வது? சிறுவன்தான் அவனுக்குரிய பாதையைத் தேர்ந்தெடுத்துக் கொள்ள வேண்டும். அவன் வாழ்க்கையை அவன்தானே வகுத்துக் கொள்ள வேண்டும். என்பதாய்ப் பேசுகிறார். நான் தந்தையாய் இருந்தால் அந்தச் சிறுவனைச் சும்மா விட்டிருக்க மாட்டேன், நல்லா வெளுத்திருப்பேன்! நமது பிள்ளைகளுடைய செயல்களுக்கு வழிகாட்ட வேண்டியது தந்தையராகிய நம்முடைய பொறுப்பு அல்லவா?''

"மன்னிக்க வேண்டும்'' என்று இலியா மத்வேயெவிச் உறுதியான குரலில் பெலோவை இடைமறித்தார். "இளைஞன் கொஞ்சம் வேலைப் பழக்கம் பெறுவதில் தவறு ஒன்றுமில்லையே.''

"தவறில்லையா? பத்து ஆண்டுகள் பள்ளியில் படித்து முடித்தவன், இப்படிப் போய் அற்ப வேலையில் ஈடுபடலாமா? இன்னும் ஐந்து, ஆறு ஆண்டுகளில் முதல் தரப் பொறியாளனாக வேண்டியவன் இப்படிச் செய்யலாமா? போக்கிரிப் பயல், ஆண்டுகளை வீணாக்குகிறான். அவனுக்காக மக்களுடைய பணத்தை அரசாங்கம் செலவிடுகிறது, ஆனால் அவன் என்ன செய்கிறான்....''

“நீங்கள் சொல்வதைப் பார்த்தால் ஆற்றல் இல்லாதவன்தான் தொழிலாளியாகிறான் என்றாகிறது.”

“நான் அப்படிச் சொல்லவில்லை. நான் சொன்னதிலிருந்து நீங்கள் இப்படி ஒரு முடிவுக்கு வருவது வேடிக்கைதான்.”

“ஆனால் நீங்கள் அப்படித்தானே சொன்னீர்கள். சரி. அது எதுவானாலும், நான் சொல்லத் தொடங்கியதைச் சொல்லிவிடுகிறேன்.... உங்கள் கருத்து சிறிதும் பொருத்தமாயில்லை. செய்தி ஏடுகளைப் படிக்கிறீர்கள் அல்லவா? ஸ்டாலின் பரிசு பெற்றவர்களின் விவரங்கள் வசந்தத்தில் செய்தி ஏடுகளில் வெளிவந்ததைப் படித்தீர்களா? அதிவேகக் கடைசல் தொழிலாளர்கள், அளவைக் கருவித் தயாரிப்பாளர்கள், அந்த வெல்டர்.... இவர்கள் எல்லோரும் அற்ப வேலையில் ஈடுபடுகிறவர்களா, என்ன?” இலியா மத்வேயெவிச் புருவத்தை நெளித்துக் கொண்டார். “இவர்கள் எல்லோரும் புதிய இயந்திரங்களையும், புதிய கருவிகளையும், புதிய வேலை முறைகளையும் உருவாக்குகிறவர்கள்.”

“நான் சொன்னது சரி என்பதைத்தான் இவர்கள் நிரூபிக்கிறார்கள்!” என்றார் பெலோவ். “இவர்கள் சாதாரணத் தொழிலாளர்களாய் இல்லை, பொறியாளர்களாகவும் தொழில்நுட்ப வல்லுநர்களாகவும் மாறிவிட்டனர் என்பதைத்தான் நீங்கள் கூறிய உதாரணங்கள் காட்டுகின்றன.”

“நேரடியாகவே இவர்கள் பொறியாளர்களாகவும் தொழில்நுட்ப வல்லுநர்களாகவும் ஆகிவிட வேண்டுமென்று ஏன் சொல்கிறீர்கள்! தொழிலாளர்களாய்ச் சிறிது காலம் வேலை செய்தால் என்னவாம்?” இலியா மத்வேயெவிச்சுக்குக் கோபம் இன்னும் தணியவில்லை. “ இந்தக் கைகளைப் பாருங்கள்!” வெட்டுகளும் தழும்புகளும் நிறைந்திருந்த தமது பெரிய உள்ளங் கைகளைக் காட்டினார். “இந்தக் கைகளால் நான் பன்னிரண்டு கப்பல்கள் வரை கட்ட உதவியுள்ளேன். சிறு கப்பல்களைச் சேர்க்காமல் சொல்கிறேன். உங்களுக்கு நான் சொல்ல விரும்புவது இதுதான்: தொழிலாளியான நான் பொறியாளர்களிடம் போகவில்லை, பொறியாளர்கள் தான் தொழிலாளியான என்னிடம் ஆலோசனை கேட்க வருகிறார்கள்.”

பெலோவ் இருமிக்கொண்டார். கைக்குள் அவர் இருமியது எக்காரணத்தாலோ, இலியா மத்வேயெவிச்சுக்கு அது தன்னைக் கேலி செய்வதற்கெனச் செய்யப்பட்ட காரியமாய்ப் பட்டது. ‘நான்

கூறியதை நம்பவில்லை என்பதாய்க் காட்டிக் கொள்கிறார் இம்மனிதர்' என்று நினைத்தார். இருமுவதற்குப் பதிலாய் "தோழர் ஜூர்பின், உங்களுடைய பேச்சு தற்புகழ்ச்சியாய்த் தோன்றவில்லையா?'' என்று அவர் கேட்டது போல நினைத்தார். உடனே இலியா மத்வேயெவிச்சுக்கு ஆத்திரம் பொத்துக் கொண்டு வந்தது. தன்மீதும் பெலோவ்மீதும், இழுப்பறை அலமாரியிலே தொங்கிய அந்த அசட்டு டை, நாடகம் பார்க்கப் போகலாம் என்று கூறிய அகஃப்யா கார்ப்பவ்னா, தோன்யா_ யாவரின் மீதும், எல்லாவற்றின்மீதும் அவர் ஆத்திரம் கொண்டுவிட்டார். அவர்கள் நாடகம் பார்க்கலாம் என்று கூறியிராவிட்டால், கண்ணாடிக்கு முன்னால் அவர் ஏறத்தாழ ஒரு மணி நேரம் நிற்க வேண்டி வந்திருக்காது. அதற்குப் பதில் அவர் அலெக்சாநதர் அலெக்சாந்தரவிச்சிடம் சென்றிருக்கலாம், இந்தப் பேராசிரியருடன் இங்கே உட்கார்ந்து கழுதையின் பின்காலால் உதைபட்டது மாதிரி வேதனைப்பட வேண்டியதில்லை.

"அர்த்தமற்ற அசட்டுப் பேச்சு!'' என்று கோபம் பொங்கும் குரலில் சொன்னார் அவர். "அந்த இளைஞன் தொழிலாளியாக விரும்புகிறான் என்றால், அதில் அவனுக்கு ஈடுபாடு இருக்கிறது என்று அர்த்தம்; உலகில் தொழிலாளி வர்க்கத்துக்குள்ள இடத்தைப் புரிந்திருக்கிறான் என்று அர்த்தம். தொழிலாளி வர்க்கம் எத்தகையது? ஏனைய எல்லா வக்கங்களுக்கும் தலைமையில் இருக்கிறது அது. முடியாத காரியம் அதற்கு எதுவுமில்லை. உலகிலே அதுதான் ஆகப் பெரிய சக்தி. தோழர் பேராசிரியர், உங்கள் நண்பரின் மகன் தகாததைச் செய்கிறான், பின்னோக்கிச் செல்கிறான் என்றெல்லாம் நீங்கள் அச்சப்படுகிறீர்கள். வேண்டாம் இந்த அச்சம். தொழிலாளி வர்க்கக் குடும்பத்தினுள் அவனுக்கு எந்தக் கெடுதலும் வராது, அவனை இவ்வர்க்கம் தக்க ஆளாக்கிவிடும், பிற்பாடு உங்களையும் என்னையும் ஏனைய எல்லோரையும் வியப்புறச் செய்யும் வித்தகனாய் வளர்ச்சியடைவான். அந்தோன் ஆற்றல் படைத்தவன் என்று சொல்கிறீர்கள். ஆனால் அவன் எப்படித் தொடங்கினான், முதலில் கப்பல் துறையில் சாதாரண தொழிலாளியாய் இருந்தவன்தான். இதனால் அவனுக்குக் கேடா நேர்ந்தது? இல்லை!''

"இலியா மத்வேயெவிச், நீங்கள் சொல்வதை என்னால் ஏற்றுக் கொள்ள முடியவில்லை. உயாநிலைப் பள்ளியில் படித்து முடித்தவன் மேலே படிக்காமல் இருப்பது மிகப் பெரும் தவறு.

எல்லோருமாய்ச் சேர்ந்து தவறிழைக்கிறீர்கள், நீங்கள் எல்லோரும்_ முக்கியமாய் நீங்களும், என் நண்பர் செர்வென்கோவும், அவர் மகனும்.''

"செர்வென்கோவ?'' என்று வியப்புடன் கேட்டார் இலியா மத்வேயெவிச். "அப்படியானால் நீங்கள் சொன்னது இகாரைப் பற்றியா?''

"உங்களுக்கு அவனைத் தெரியுமா?''

"நன்றாய்த் தெரியுமே! கெட்டிக்கார இளைஞன் ஆயிற்றே அவன்.''

மெல்ல நொண்டியபடி அந்தோன் உள்ளே வந்தான். எதையும் பாராத கண்களால் இலியா மத்வேயெவிச்சும் பெலோவும் அவனை நோக்கினர்_இருவரும் அவரவரது சிந்தனையிலே ஆழ்ந்திருநதனர். இருவரில் எவரும் விட்டுக் கொடுக்க விரும்பாத அந்த வாக்குவாதம் அத்துடன் நிறுத்தப்பட்டது. இலியா மத்வேயெவிச் வெளியே வேலிக் கதவு வரை சென்று பெலோவை வழியனுப்பி வைத்தார். பிறகு வீட்டுக்குள் திரும்பியதும் தித்தோவைப் பற்றித் தமக்கு ஏதோ சொல்லப் போவதாய்க் கூறிய பெலோவ் சொல்லாமலே சென்றுவிட்டார் என்பது அவருக்கு நினைவு வந்தது. கோபமாய் அவர் இரையத் தொடங்கினார்.

பூசணிக் காய்களைத் தவறான இடத்தில் கொண்டு வந்து வைத்திருந்தனர், சாப்பாட்டுக்கு நேரம் ஆகிவிட்டது, அவருடைய பூட்சுகள் காலைக் கடித்தன, இனி அவர் ஒன்றும் நாடகம் பார்க்கப் போவதில்லை என்றெல்லாம் முணுமுணுத்தார். யாரும் மறுத்துப் பேசவில்லை. அப்பாவுடன் வாதம் புரியக் கூடாது என்பது எல்லோருக்கும் தெரியும்_வாதாடினால் அவர் மேலும் அதிகமாய் ரகளை செய்யவே முற்படுவார். அவர் போகிற வழியிலே போகட்டுமென்று கொஞ்ச நேரம் காத்திருப்பதுதான் சிறந்த வழி.

அதையேதான் அவர்கள் செய்தனர். இலியா மத்வேயெவிச் ஒரு பூசணியின்மேல் ஓங்கிக் குத்தினார். பூட்சுகளைக் கழற்றி சோபாவுக்கு அடியில் வீசினார். காலுறைகளுடன் அமர்ந்து யாரையும் பார்க்காமலே பலமாய் உறுமியபடிச் சாப்பிட்டு முடித்தார். பிறகே எழுந்து தமது அறைக்குள் சென்று கதவைத் தாளிட்டுக் கொண்டார். தோன்யா சோகமாய் இடையிடையே சுவர்க் கடிகாரத்தைப் பார்த்துக் கொண்டாள்.

ஏழு மணி அடித்ததும், இலியா மத்வேயெவிச் வெளியே வநதார். பூட்சுகள்_பெரிய பூட்சுகள் _ அணிந்திருந்தார், டையைக் கட்டியிருந்தார், பிழையின்றி நன்றாகவே கட்டியிருந்தார், முடிகளை சீவி ஒதுக்கியிருந்தார், செண்டும்கூடப் போட்டிருந்தார்.

“உம், இன்னும் எவ்வளவு நேரம் நான் காத்திருப்பது? புறப்படுங்கள்!'' என்றார் அடித்தொண்டையால்.

அவர் ஒன்றும் காத்திருக்கவேண்டியிருக்கவில்லை. அகஃப்யா கார்ப்பவ்னாவும் தோன்யாவும் ஏற்கனவே தயாராகிவிட்டனர். குடும்பத் தலைவரை ஆட்டிக் குலுக்கிய புயல் இப்படித்தான் முடிவுறுமென்று நன்றாய் அறிந்து அவர்கள் தயாராயிருந்தனர். இலியா மத்வேயெவிச் திடுதிப்பென்று புறப்பட்டு வந்துவிடுவார், அப்பொழுது தாங்கள் தயாராயில்லை என்றால், திரும்பவும் புயல் புதிய மூர்க்கத்தோடு மூண்டு சூறாவளிக் காற்றாகிவிடும். அதன்பின் நாடகத்தைப் பற்றிப் பேச்சுமூச்சு காட்ட முடியாதென்று அவர்களுக்குத் தெரியும்.

குடும்பமென்னும் கப்பலின் பாதையில் எத்தனை பாறைகள் நீருக்கடியில் மறைந்திருக்கின்றன; அவற்றில் மோதிவிடாதபடிச் செல்ல எவ்வளவு விழிப்புடன் இருந்தாக வேண்டும்! அச்சம் தருவனவாய் இல்லாவிட்டாலும் அவை மிகவும் அபாயகரமானவை. இந்தக் கப்பலின் மாலுமிக் குழுவினர் சமர்த்தர்களாய் இருக்க வேண்டும், ஒவ்வோர் உறுப்பினரும் கப்பலோட்டும் கலையில் தேர்ந்தவராயிருத்தல் அவசியம்.

2

லாதாவில் இப்பொழுது ஆரம்பமான பருவம் அலெக்சாந்தர் அலெக்சாந்தரவிச்சுக்குக் கொஞ்சமும் பிடிக்காத பருவம்_ மழையும் காற்றும் குளிரும் மந்தாரமுமாய் இருந்தது அது. இலையுதிர் காலத்தில் அவர் தமது மேல்கோட்டின் மேல் அகலமான இராணுவ பெல்ட்டை இழுத்து மாட்டிக் கொண்டு, முரட்டுக் கித்தான் மழை அங்கியைப் போட்டுக் கொள்வார். அந்த அங்கியுடன் இணைந்த தலைக் கவிகை அவர் முதுகில் தொங்கி மழைத் துளிகளைச் சேகரித்துக் கொண்டிருக்கும். வயது முதிர்ந்த அந்த போர்மனுக்குக் குளிரில் உடலெல்லாம் நடுங்கும், முக்கி முனகிக் கொண்டிருப்பார். அலுவலகத்தினுள் கணப்படுப்புக்கு எதிரே இருக்க வேண்டுமென்று ஆசைப்படுவார், ஆயினும் அவர் வெறுத்த அந்தக் குளிர் காற்றையும் பொருட்படுத்தாது. வேலை

நேரம் முழுவதையும் வெளியே கட்டுமான அரங்கத்திலேதான் கழிப்பார்.

கப்பல் துறையின் கடைசல் தொழிலாளர்கள், ரிவெட்டர்கள், வெல்டர்கள், காவலாளர்கள், பொறியாளர்கள்_எல்லோரையுமே இந்தக் காற்று வருத்திற்று. தலைமைக் கட்டுமானி கொர்னேய் பாவ்லவிச் கட்டுமான அரங்குக்கு வந்ததும், "மனிதனைப் பாடாய்ப் படுத்தி வைக்கிறது இந்தக் காற்று" என்று முறையிடுவார். "என் காதுகள் கணகணக்கின்றன. நிலை தடுமாறி நிற்க முடியாமல் தவிக்கிறேன். குடிகாரன் மாதிரி ஆடுகிறேன்."

கிழவர் மத்வேயை என்ன செய்வதென்று கேள்வி இந்தப் பருவத்தில் மீண்டும் எழுந்தது. இனி அவரை உருவரைப் பிரிவில் விட்டுவைக்கக் கூடாது. தன்யாஷா இரு ஆட்களின் வேலைகளைச் செய்ய வேண்டியிருந்தது_அவளுடையதுடன் கிழவர் மத்வேயின் வேலையையும் சேர்த்துச் செய்ய வேண்டியிருந்தது. மறுபடியும் கப்பல் துறைத் தொழிற்சங்கக் குழுவின் தலைவர், டைரக்டருடைய அறைக்கு வந்து, சாய்வு நாற்காலியில் அமர்ந்து, சிகரெட் டப்பாவை எடுத்து, அதன் மீது சிகரெட்டைத் தட்டத் தொடங்கினார்.

"சரி, கிழவரை என்ன செய்வது? நீங்கள் ஒரு முடிவு செய்தாக வேண்டும்."

இவான் ஸ்தெபானவிச் பதில் சொல்லவில்லை. புகைக்குழாயை வாயில் வைத்து இழுத்தபடி, அறையின் மூலையிலிருந்த பெரிய அலமாரி போன்ற கடிகாரத்தின் ஊசலி ஆடிக்கொண்டிருந்ததைக் கவனித்தார். "முடிவு_செய்", "முடிவு_செய்" என்று அது கூறிக்கொண்டிருந்தது. கிழவர் மத்வேய்க்கு ஓரளவேனும் ஏற்றதாய்க் கருதக் கூடிய எல்லா வேலைகளையும் மனத்துள் நினைத்துப் பார்த்தார். காவலாளர், வாயிலர், பயர்மன்....பயர்மன்! கப்பல் துறையின் "நடமாடும் வரலாறு" போன்றவரைத் தமது இறுதிக் காலத்தைக் கொதிகலன் களத்திலே கழிக்கச் சொல்வது எப்படி? புகழ்மிக்க ஜுர்பின் வம்சத்தின் மூலவருக்கு இவ்வேலைகள் ஏற்றவை அல்ல. எதுதான் அவருக்கு ஏற்ற வேலை? திடுமென அவருக்கு ஒரு யோசனை தோன்றிற்று. அருமையான யோசனை_ அவருக்கு ஏற்பட்ட மகிழ்ச்சியில் புகைக்குழாயை மேஜைமீது போட்டுவிட்டு வாய்விட்டுச் சிரித்தார்.

“கோர்புனோவ்! கண்டுபிடித்துவிட்டேன்! இங்கே டைரக்டர் வேலையறையில் இரவுநேரப் பொறுப்பாளராய் அவரை அமர்த்திவிடலாம். பொறுப்பான வேலை என்பதை அவருக்கு எடுத்துரைப்போம். இரகசியப் பத்திரங்கள் வைக்கப்பட்டிருக்கும் இரும்பு அலமாரி, நேரே மாஸ்கோவுடன் இணைக்கப்பட்ட நெடுந்தொலைவுத் தொலைபேசி முதலான பலவற்றையும் சொல்வோம். இதுபோன்ற வேலையை வேறு யாரிடத்தும் ஒப்படைக்க முடியாது என்போம். ஆனால் உண்மையில் இங்கு அவருக்கு வேலை ஒன்றும் இருக்காது. கதகதப்பான அறையில் கிழவர் இரவு பத்து மணியிலிருந்து காலை பத்து மணி வரையிலும், அதற்கு மேலும்கூட நிம்மதியாய்ப் படுத்தத் தூங்கலாம். பிரச்சனைக்கு நல்ல தீர்வு கிடைத்து விடும். என்ன சொல்கிறீர்கள்?”

இந்த யோசனை கோர்புனோவுக்கும் மட்டிலா மகிழ்ச்சியளித்தது.

பிறகு சில நாட்களுக்கெல்லாம் அந்திப் பொழுதின் முடிவில் கிழவர் மத்வேய் டைரக்டருடைய அறைக்கு வந்தார்.

“வணக்கம், இவான் ஸ்தெபானவிச்” என்று கூறியபடி அவர் கிழவருக்குரிய எச்சரிக்கையுடன் சாய்வு நாற்காலியில் மெல்ல அமர்ந்தார். “இன்னும் இங்கே இருக்கிறீர்களா? நான் என் வேலைக்காக வந்திருக்கிறேன்.”

“மத்வேய் தரோபியெவிச், எப்படி இருக்கிறீர்கள்?” என்று இவான் ஸ்தெபானவிச் கேட்டார். “எனக்குத் துணையாய் என்னுடன் கொஞ்சம் தேநீர் சாப்பிடுங்கள்...”

“தேநீரா? அதற்கென்ன, சாப்பிடலாம். தேநீர் எல்லோரும் சாப்பிடக் கூடியது, வோத்கா போன்றதல்ல... நான் இப்போதெல்லாம் வோத்கா அதிகம் குடிப்பதில்லை. நல்லபடியாகத்தான் இருக்கிறேன். இங்கு நான் செய்ய வேண்டிய வேலை என்ன, சொல்லுங்கள். நான் கவனித்துக்கொள்ள வேண்டியது என்ன?”

இரகசியப் பத்திரங்கள் இங்கே இரும்பு அலமாரியில் நிறைய இருப்பது பற்றி இவான் ஸ்தெபானவிச் பேசத் தொடங்கினார். உண்மையில் அதனுள் ஒரு காலிக் கைப்பெட்டியும் முக்கியத்துவமில்லாத சில பைல் கட்டுகளும்தான் இருந்தன. ஆனால் இவான் ஸ்தெபானவிச் அந்த இரும்பு அலமாரியைத்

திறந்து, தான் சொன்னது உண்மையே என்று நம்பவைப்பதற்காக இந்தக் கட்டுகளைக் கிழவர் மத்வேயிடம் காட்டினார். பிறகு நேரே மாஸ்கோவுடன் இணைக்கப்பட்ட தொலைபேசியைச் சுட்டிக் காட்டினார். இதன் மணி அடித்ததும் உடனே கிழவர் மத்வேய் மாஸ்கோவிலுள்ள அமைச்சகத்துக்குப் பதிலளித்தாக வேண்டும். இரவில் மாஸ்கோவிலிருந்து யாரும் கூப்பிடமாட்டார்கள், அப்படியே கூப்பிட்டாலும் சாதாரணமாய்த் தமது குடித்தனப் பகுதியுடன்தான் இணைப்பு அளிக்கப்படும் என்பது இவான் ஸ்தெபானவிச்சுக்குத் தெரியும். ஆனால் இதை அவர் கிழவர் மத்வேயிடம் சொல்லவில்லை.

யாவற்றையும் கிழவர் மத்வேய் கவனமாய்க் கேட்டுக் கொண்டார். ஆனால் மனத்துள் அவர் நினைத்துக் கொண்டது வேறு: 'ரொம்பக் கெட்டிக்காரராய்ப் பேசுவதாய் எண்ணிக்கொண்டிருக்கிறீர்கள், இல்லையா? காவலாளன் வேலையைக் கொடுத்து, ஏதோ அமைச்சராக்கப்பட்டதாய் என்னை நினைக்கச் செய்ய முயலுகிறீர்களே. வேடிக்கை செய்யத்தானே விரும்புகிறீர்கள்? செய்யுங்கள், நான் பொருட்படுத்தவில்லை.' கிழவர் மத்வேய் அவருடைய ஒண்டிய தோள்களில் வாழ்க்கையின் அனுபவத்தை நிறையச் சுமந்தவர். இந்த அத்தைப் பாட்டிக் கதைகளைச் சொல்லி அவரை ஏமாற்றிவிட முடியாது. தமது உழைப்புக் காலம் முடிவுற்றுவிட்டது, இனி காவலாளனாகவே இருக்க முடியும் என்பதை அவர் உணர்ந்தே இருந்தார். என்ன செய்வது? நாள் தோறும் தமது வேலையை துன்யாஷா திருத்திச் சரி செய்ய வேண்டியிருந்தது. அவள் மீது இச்சுமையைத் தொடர்ந்து சுமத்திச் செல்லக் கூடாது. வீட்டுக்குச் சென்று எஞ்சிய காலத்தைப் பெண்களிடையே கழிக்க வேண்டி ஏற்படாமல், கப்பல் துறையிலேயே தொடர்ந்து வேலை செய்யச் சொல்லியிருக்கிறார்களே, அது நல்லதுதானே.

“மத்வேய் தரோபியெவிச், இங்கு ஆறு மாதம் இருந்து பாருங்கள், டைரக்டர் வேலை எப்படிப்பட்டது என்பதைத் தெரிந்துகொள்வீர்கள்'' என்றார். இவான் ஸ்தெபானவிச். சிற்றுண்டி சாலையிலிருந்து ஒரு பெண் கொண்டு வந்து வைத்த தேநீரை இருவரும் கரண்டியால் கலக்கிக் கொண்டனர். “டைரக்டர் வேலை கடினமானது. சொன்னால் நம்பமாட்டீர்கள். ஆனால் எத்தனை தரம் சங்கடத்தில் சிக்க வேண்டியிருக்கிறது. தெரியுமா? அதுவும்

சிறிதும் எதிர்பாராத விதமாய் அகப்பட்டுக் கொண்டு தவிக்க நேர்கிறது.''

"நான் கேள்விப்பட்டேன். கட்சி மாநாட்டில் உங்கள்மீது சரமாரியாய்க் கணைகள் தொடுக்கப்பட்டது பற்றிச் சொன்னார்கள்'' என்று கிழவர் மத்வேய் பதிலளித்தார்.

"நேற்றுதானே? ஆம், பாருங்களேன்! ஓயாமல் வேலை செய்கிறேன், ஆனால் மாநாடு வர வேண்டியதுதான் தாமதம், எல்லோருமாய்ச் சேர்ந்து டைரக்டரைப் பிய்த்தெடுத்து விடுகிறார்கள்.''

"இவான் ஸ்தெபானவிச், நீங்கள் நினைப்பது சரியல்ல. அவர்கள் உங்களைப் பிய்த்தெடுக்கவில்லை, உங்களுக்குச் சில முக்கிய விவரங்களைத் தெரியப்படுத்துகிறார்கள். ஏனென்றால் நீங்கள் எல்லோருக்கும் நல்லவராய் நடந்துகொள்ள முயலுகிறீர்கள். அது முடியாது என்பது உங்களுக்கும் தெரிந்ததுதான். நீங்கள் உங்கள் வேலைக்குத்தான் நல்லவராய் நடந்துகொள்ள வேண்டும்.''

"நீங்களும் என்னை விமர்சிக்க ஆரம்பித்துவிட்டீர்களா?''

"செய்யக் கூடாதா? டைரக்டராய் இருப்பவரையும் கூடச் சில நேரங்களில் விமர்சிக்கத்தான் வேண்டும். மக்கள் தான் உங்களை டைரக்டராக்கினார்கள், மக்கள் உங்களை விமர்ச்சிக்கவும் செய்வார்கள்தான். விமர்சிக்காவிடில், நாங்கள் இடங்கொடுத்துக் கெடுத்தவர்களாகிவிடுவோம். இடங்கொடுக்கும் இந்த மனப்பான்மை குறித்து நம்முடைய தலைவர்கள் என்ன சொல்கிறார்கள்? இது சிரத்தையின்மையைக் குறிக்கிறது என்கிறார்கள். கடந்த குளிர்காலத்தில் ஒரு கூட்டத்தில் பேசுகையில் நீங்கள் சொன்னது என் நினைவில் இருக்கிறது. சிறப்புக்குரிய நமது ஆசான்களிடமிருந்து நாம் கற்றறிய வேண்டும், எப்படி வாழ்வது, எப்படிச் செயலாற்றுவது, எப்படி நடந்துகொள்வது என்று கற்றறிய வேண்டும் என்றீர்கள்.''

கிழவர் மத்வேய் மனநிறைவுடன் தேநீரைச் சுவைத்துச் சப்புக் கொட்டினார். "நன்றாய் இருக்கிறது. தக்க முறையில் தயாரிக்கப்பட்ட தேநீர்!'' என்றார்.

"பேசுவது சுலபம்.... ஆனால் நமது ஆசான்களிடமிருந்து முதலில் நீங்கள் கற்றறிந்து கொள்கிறீர்களா?'' என்று அவர் தொடர்ந்து பேசினார். "முதலாவதாக, நீங்கள் கண்டிப்புடன்

இருப்பதில்லை. இரண்டாவதாக, நீங்கள் படாடோபமின்றி எளிய முறையில் வாழ்வதில்லை. கப்பல்துறை முடி ஒப்பனையாளர்களை இங்கே அலுவலக அறைக்கு வரச் சொல்லி சவரம் செய்துகொள்வது சரியா?''

“கப்பல் துறை மாநாட்டில் சொல்லப்பட்டதை எல்லாம் நீங்களும் திருப்பிச் சொல்வதென்று தீர்மானம் செய்து விட்டீர்களா, என்ன?'' கிழவரின் ஒளிவு மறைவற்ற பேச்சைக் கேட்டு இவான் ஸ்தெபானவிச் கோபமடையலானார்.

“மாநாட்டில் யாரும் முடி ஒப்பனையாளர்களைக் குறிப்பிடவில்லை. இது நான் சொந்தமாய்ச் சொல்லும் விவரம்'' என்று கிழவர் மத்வேய் பதிலளித்தார். “முன்பு ஒரு முறை லெனின் முடிதிருத்தகத்துக்குச் சென்றிருந்தபோது எல்லோரும் எழுந்து அவரை முதலில் போய் வேலையை முடித்துக் கொள்ளும்படிச் சொன்னார்கள்_இதை நாம் யாவரும் அறிவோம். ஒப்பனையாளர்களை இங்கே அலுவலகத்துக்குக் கூப்பிட்டனுப்பி வேலையை முடித்துக் கொள்ளும்படி யாரும் உங்களிடம் சொன்னோமா? அப்படிச் சொல்லாதவரை நீங்கள் இதைச் செய்யலாமா? பிறகு உங்களுக்குக் கப்பல் துறையின் கார்கள் இரண்டு எதற்காகவாம்? உங்களுடைய உபயோகத்துக்காக ஒன்று; உங்கள் மனைவி கடைகளுக்கும் சந்தைகளுக்கும் போய்ச் சுற்றி வருவதற்காக இன்னொன்று_இது சரியா? அரசாங்கத்துடைய பெட்ரோல்_அதை இப்படியா செலவிடுவது?''

“மத்வேய் தரோபியெவிச், போதும், நிறுத்துங்கள்!'' மேலும் மேலும் கடுப்புற்று வந்த இவான் ஸ்தெபானவிச், இடைமறித்துப் பேசினார். “இதனால் பெரிய அளவிலே பெட்ரோல் செலவாகிவிடுவதுபோல் பேசுகிறீர்களே, தீக்குச்சியை மிச்சப்படுத்திப் பெரிய காரியம் செய்துவிடுகிற மாதிரி. நம்மிடம் வேண்டிய அளவுக்குப் பெட்ரோல் இருக்கிறது.''

“நிறைய பெட்ரோல் இருந்தால், அதை வீணாக்கலாமென்றா அர்த்தம்? மறுபடியும் தவறான பாதையிலேதான் போகிறீர்கள். அரசின் கண்ணோட்டத்துடன் நீங்கள் இதை அணுகவேண்டும். கப்பல்துறையின் காரைக் கப்பல்துறையின் காரியங்களுக்கு உபயோகியுங்கள். மிச்சமாகும் பெட்ரோலைக் கிராமங்களுக்கு அனுப்புங்கள், அறுவடையை அதிகமாக்க அது உதவியாய் இருக்கும். கால்பந்தாட்டப் போட்டிகளுக்குப் போவதாய்ச்

சொந்தமாய்க் கார் வாங்கிக் கொள்ளுங்கள், சொந்த பணத்தைக் கொண்டு, யாரும் குறை சொல்லமாட்டார்கள்.''

கிழவர் மத்வேய் நெடுநேரம் பேசினார். நம்முடைய ஆசான்களிடமிருந்து நாம் கற்றறிய வேண்டும் _ சொற்கள் மூலமல்ல, செயல்கள் மூலம். நாம் கற்றறிவதை நமது நடத்தையின் வாயிலாய்க் காட்ட வேண்டும் என்று சொன்னார். சுவையான பல கதைகளைக் கூறினார். இவை உண்மையில் நடைபெறாதவையாய் இருக்கலாம், கிழவர் மத்வேயின் கற்பனையாக இருக்கலாம். ஆனால் மாபெரும் தலைவர்களின் வாழ்க்கை வழியையும் வேலை முறைகளையும் குணச்சிறப்புகளையும் அவை கண்கூடாக்குவதாய் இருந்தன. இவான் ஸ்தெபானவிச் இவற்றால் கவரப்பட்டுவிட்டார். அவருடைய கோபம் இருந்த இடம் தெரியாமல் மறைந்துவிட்டது.

"இவ்வளவையும் நீங்கள் எங்கிருந்து தெரிந்துகொண்டீர்கள்?'' என்று அவர் கேட்டார்.

"என் வாழ்க்கை எனக்கு இவற்றைத் தெரிவித்தது. மக்களுக்குத் தெரியாதது எதுவுமில்லை. உங்களைப் பற்றிக் குறைக்கூறினார்கள் என்று கட்சி உறுப்பினர்கள்மீது நீங்கள் கோபம் கொள்கிறீர்கள். ஆனால் இதைச் சொலுலுங்கள் : மாநாட்டில் உங்களை எத்தனை பேர் குற்ற விமர்சனம் செய்தார்கள்?''

"பேசியவர்கள் எல்லோருமேதான். சுமார் இருபது பேர் இருக்கும்.''

"நீங்களே பாருங்கள் _ இருபது பேர்தான்! கூட்ட மண்டபத்திலிருந்து "ஆம், அது மெய்தான்'' என்று குரல் கொடுத்தவர்களும் சிலர் இருக்கலாம்.''

"சிலர் இருந்தார்கள்தான்.''

"ஆனால் அவர்கள் இரகசிய வாக்கு எடுப்பு நடத்தியபோது, கிடைத்த முடிவு என்ன? ஒருமனதாய் உங்களைக் கட்சிக் குழுவுக்குத் தேர்ந்தெடுத்தார்கள்! உங்களைச் சுற்றிலும் இருப்பவர்கள் எத்தகையவர்கள் என்பதைக் கொஞ்சம் யோசித்துப் பாருங்கள். அவர்களை நீங்கள் போற்றுவீர்கள். உங்களைப் பற்றிக் குறை சொல்கிறார்கள் என்பதாய் முறையிட மாட்டீர்கள். கப்பல் துறையினர் தங்களுடைய டைரக்டரை மதிக்கிறார்கள், குறைபாடுகளை நீக்கிக் கொள்ள அவருக்கு உதவுகிறார்கள் என்பதே இதன் அர்த்தம். நீங்கள் அந்நியர்களிடையே

இருக்கவில்லை, எங்களில் ஒருவராய் இருக்கிறீர்கள்.''

இவான் ஸ்தெபானவிச் இளைஞர் இவானாய் இருந்து, தொழிற்கூடங்களில் அங்கும் இங்கும் ஓடி சனிக்கிழமைகளில் காம்சொமால் தொண்டர்களாய் உழைப்பதற்கு ஏற்பாடு செய்ததையும், கூட்டங்களில் பேசியதையும் கிழவர் மத்வேய் குறிப்பிட்டார். இருவரும் மனம் நெகிழ்ந்துவிட்டனர். நண்பர்களாய் விடை பெற்றுக் கொண்டனர். கதவருகே சென்றதும் இவான் ஸ்தெபானவிச் திரும்பி அறையின் மூலையிலிருந்த கடிகாரத்தைப் பார்த்தார்.

“ரொம்ப நேரமாகிவிட்டது. மழை வேறு பெய்கிறது. நான் என்ன செய்ய?''

தமாஷாய் அவர் குறிப்பிட்டதைக் கிழவர் மத்வேய் புரிந்து கொண்டார்.

“அதற்கென்ன? காரை உபயோகித்துக் கொள்ளுங்கள், வேலை முடிந்து வீட்டுக்குத் திரும்புகிறவருக்கு இதற்கு அனுமதி உண்டு.''

8

1

ஒளியிழந்து மந்தமாயிருந்த வானம் சன்னல் வழியே எட்டிப் பார்த்தது. கண்ணாடியிலே எஞ்சியிருந்த கோடைப் புழுதியை அடித்துக் கொண்டு மழைநீர் தாரைதாரையாய் வழிந்தோடியதை அலெக்சேய் பார்த்துக் கொண்டிருந்தான். படுக்கையை விட்டு எழ அவனுக்கு மனமில்லை.

ஆனால் எழுந்தாக வேண்டும் : பத்திரிகைப் புகைப்பட நிருபனான இளைஞன் ஒன்பது மணிக்கு வந்துவிடுவான். அலெக்சேயைப் போல் அதே வயதுள்ள அவன் ஜிப் வைத்த தோல் ஜாக்கெட் போட்டிருப்பான்; மார்பிலே 'லெய்க்கா' புகைப்படக் காமிரா தொங்கிக் கொண்டிருக்கும்.

போர்வைக்குள்ளிருந்து வெளியே வந்து கால்களில் சிலிப்பரை மாட்டிக் கொண்டான், அலெக்சேய். ரேடியோ சுவிட்சைப் போட்டான். பிறகு மின்சாரக் கெட்டிலின் விசையைத் தட்டிவிட்டான்.

ரேடியோவிலிருநது ஒலித்த பயிற்சியாளரின் ஆணைகளுக்கு இசைவாய் வழக்கம் போல் கைகால்களை ஆட்டி உடற்பயிற்சிகள் செய்தான். இவற்றை முடித்துவிட்டு, 'ஷவருக்கு' அடியில் நின்று குளித்ததும், கெட்டிலில் தண்ணீர் கொதிக்கத் தொடங்கிற்று.

கடிகாரத்தைப் பார்த்தான், ஒன்பதடிக்கப் பதினைந்து நிமிடம் இருந்தது. மேஜையில் யாவற்றையும் எடுத்துவைத்தாக வேண்டும். அவனுக்குப் பிடிக்காத வேலை, ஆனால் அவசியம் செய்தாக வேண்டிய ஒன்று. நேற்று அவன் வாங்கிவந்திருந்த சிற்றுண்டிகளை மேஜையின்மேல் பாங்காய் எடுத்துவைக்கப் பொறுமை இல்லாதவனாய் அலங்கோலமாய் வைத்தான். ஜாடியிலிருந்து கரண்டியால் ஒரு கிண்ணத்தில் கொஞ்சம் ஜாம் எடுத்து வைத்துக் கிண்ணத்தை மேஜைமீதிருந்த தட்டுகளிடையே கிடாசினான். ஆனால் மேஜையின் அலங்கோலத் தோற்றத்தைக் கண்டதும் அவனுக்கே சகிக்க முடியவில்லை. திரும்பவும் யாவற்றையும் எடுத்துச் சரியாய் வைத்தான். முடிவில் மேஜை கண்ணுக்கு இனிய தோற்றம் பெறலாயிற்று. இப்பொழுது வேறொன்று அவனைக் கலக்கமுறச் செய்தது. வோத்கா வடிப்பானை எடுத்து வைப்பதா, வேண்டாமா? அலெக்சேய்க்கு வோத்கா பிடிக்காது. எப்பொழுதாவது அவன் குடிக்க விரும்பினால், தித்திக்கும் சிவப்பு ஒயின்தான் குடிப்பது வழக்கம். இதைத் தன் தோழர்களுக்கும் தெரியாத இரகசியமாய் வைத்திருந்தான் _ “மாதா கோயில்” ஒயினைக் குடிக்கும் கப்பல்துறைத் தொழிலாளி என்று சொல்லி அவர்கள் ஏளனம் செய்வார்களோ என்று அவனுக்குப் பயம்.

ஆனால் இப்பொழுது நிலைமை வேறு. அந்தப் புகைப்பட நிருபனான இளைஞன், “பெயர் பெற்ற முன்னணித் தொழிலாளியின் விடுமுறை நாளைச்” சித்தரிக்கும் புகைப்படங்கள் பிடிக்க விரும்புவதாய்ச் சொல்லியிருந்தான். ஒயின் வளமான வாழ்வைக் குறிப்பதாய் இருக்கலாம், ஆனால் அது குறுகலான கண்ணோட்டத்தின் சின்னமாய்க் கருதப்பட்டால் என்ன செய்வது? சங்கடமான பிரச்சினை.

வேறு முடிவுக்கு வர இயலாமல், வோத்கா வடிப்பான் அலமாரியிலேயே இருக்கட்டுமென்று விட்டுவிட்டான்.

சன்னலருகே போய் வெளியே பார்த்தான். மணி ஒன்பதுக்கு மேலாகிவிட்டது. கெட்டிலில் தண்ணீர் தளபுளவெனக் கொதித்தது. ஆனால் யாரும் வருவதாய்க் காணோம். வெர்யாழ்க்கா ஆற்றின் பாலத்தில் மழையில் நனைந்தபடி மீன்பிடித்துக் கொண்டிருந்த சிறுவர்கள்தான் அவன் கண்ணில் பட்டனர்.

கப்பல்துறையின் மூன்று புகைக்கூண்டுகளிலிருந்தும் அதிகம் புகை வரவில்லை. கட்டுமான அரங்கைச் சுற்றிலும் சாம்பல் நிறக்

கொக்குகள் போல் அசையாது நின்ற பளுதூக்கிகள், தம் காலடியில் நீரிலே கப்பல்கள் இவ்வளவு பெரிதாய் வளர்ந்துவிட்டதை வியப்புற்றுப் பார்த்துக்கொண்டிருப்பது போலத் தோன்றின.

வெர்யாழ்க்கா ஆற்றுக்கு அப்பால் கரிய கூரைகளுக்குமேல் புறாக்கள் திரளாய் உயர்ந்தெழுந்து ஜுர்பின்களுடைய வீட்டின்மீது வட்டமிட்டன. முன் தினம்தான் அலெக்சேய் அவன் தாயிடம் சென்று இப்பொழுது அவனுடைய மேஜையில் அவன் எடுத்து வைத்த தேநீர்ப் பீங்கான்களையும் மற்றும் மேஜை விரிப்பையும் ஜாமையும் வாங்கி வந்திருந்தான். வரப்போவது யார் என்று அவன் தாய் கேட்டாள். பத்திரிகைப் புகைப்பட நிருபனையும் "பெயர் பெற்ற முன்னணித் தொழிலாளியின் விடுமுறை நாளையும்'' பற்றி அலெக்சேய் தன் தாயிடம் சொன்னான். இதை அப்பாவிடமே அண்ணன்களிடமோ சொல்ல வேண்டாம், பத்திரிகையில் வந்தபின் அவர்களே பார்த்துக் கொள்ளட்டும் என்றான். "மகனே, நான் மகிழ்ச்சியடைகிறேன், திரும்பவும் நீ சிறந்து விளங்க முற்பட்டிருக்கிறாய்'' என்று அகஃப்யா கார்ப்பவ்னா கூறினாள். "சரியான நேரத்திலே வந்திருக்கிறது இந்தச் சிறப்பு... ஏன், உன்னை நச்சரிக்கக்கூட ஆரம்பித்துவிட்டார்களே... மகனே, நீ நன்றாய் வேலை செய். இன்பம் தன்னாலே வரும். இன்னும் நீ இளைஞன்தான், உனக்கு யாவும் கிட்டும். மனம் தளராதே. உன் பெற்றோர்களை மறந்துவிடாதே.''

"பெற்றோர்களை மறந்துவிடாதே'' என்று தன் தாய் சொல்லக் காரணம் என்ன? அவன் அங்கே திரும்பிச் சென்று விட வேண்டுமென்றுதானே, தனது குடும்பத்துக்கு, பெற்றோர் வீட்டுக்குத் திரும்பிவிட வேண்டுமென்றுதானே விரும்புகிறாள்? இங்கே துறவிமாதிரி வசித்துவந்தான். அகஃப்யா கார்ப்பவ்னாவையும் தோன்யாவையும் தவிர்த்து வேறு யாரும் அவனைப் பார்க்க வருவதில்லை. தனது வீட்டை இழுத்துப் பூட்டிச் சாவிகளைக் குடியிருப்புப் பொறுப்பாளரிடம் கொண்டு போய்க் கொடுத்துவிட்டு நங்கூரத் தெருவுக்குத் திரும்பிவிடலாமென்று சில நேரங்களில் அவனுக்குத் தோன்றும். காத்யாவை மணந்து கொள்வதென்று அவன் நினைத்திருந்ததும் வருங்காலத்துக்கு அவன் தீட்டியிருந்த திட்டங்களும் குலைந்துவிட்டன. காத்யாவை இழந்துவிட்டான், பிறந்த வீட்டிலிருந்தும் பிரிந்து வந்துவிட்டான்.

அலெக்சேய்க்கு மனம் சரியாயில்லை. மப்பும் மந்தாரமுமான வானமா, புகைப்பட நிருபன் இன்னும் வராததா, வீட்டு

நினைப்பா_எது காரணம் என்று அவனால் தீர்மானிக்க முடியவில்லை. காத்யாவைப் பற்றிய நினைவுதான் காரணமாயிருக்கும் போலத் தெரிந்தது. அகஃப்யா கார்ப்பவ்னா அவ்வளவு கவனமாய்த் தைத்துச் சரி செய்து கொடுத்திருந்த அந்த மெத்தை நாற்காலியில் உட்கார்ந்து கண்களை மூடிக்கொண்டு சிந்தனையில் ஆழ்ந்துவிட்டான். அவனுடைய வாழ்க்கை முழுவதுமே அவன் மனத்திரையில் நிழலாடிற்று.

பள்ளிக்கூடத்தில் படித்ததையும், தங்கையுடன் விளையாடியதையும், வயது முதிர்ந்த ரிவெட் தொழிலாளர்களிடம் வேலை பயின்றதையும் நினைத்துப் பார்த்தான். முதன்முதல் சம்பளத்தைப் பெற்றுக் கொண்ட நாள் நினைவுக்கு வந்தது. அவன் தாய் புளகாங்கிதமடைந்து அவனுடைய சம்பளப் பணத்தை எண்ணிப் பார்த்ததையும், அவன் தந்தை பெருமிதமடைந்ததையும் நினைத்துப் பார்த்தான். அவனுடைய முதலாவது சூட்டை அவன் தந்தை வாங்கித் தந்தது நினைவிலே தெரிந்தது. பிறகு திரும்பவும் காத்யாவின் உருவம் கண் முன்னே எழுந்தது. அவள் அவனை ஏமாற்றிவிட்டாள். அத்தனை நாட்கள் அவன் கண்ணில் படாமல் ஒளிந்திருந்தாள்; பிறகு மன்ற நிர்வாகியை மணந்து கொண்டு விட்டாள்! இதைப் பற்றி முதலில் அவனுக்குத் தெரிய வந்த அந்நாளன்று சம்மட்டியைச் சரியாய் அழுத்திப் பிடிக்கமுடியாமல் திண்டாடினான். இரண்டாம் நாளன்று இயந்திரத் துப்பாக்கி விசையை அழுத்துவதுபோல அதனைப் பிடித்து இயக்கிப் படபடக்கச் செய்தான். அவள் வருந்துவாள், நிச்சயம் வருந்துவாள் என்று அப்பொழுது மனத்துள் நினைத்துக்கொண்டான். வலோத்கா பெத்துஹோவ் பின்னடைய வேண்டிவரும்படி அவ்வளவு மும்முரமாய் வேலையைச் செய்யலானான். காத்யாவுக்குக் காட்டிவிட விரும்பினான். அவள் நிராகரித்தவன் எப்படிப்பட்டவன் என்பதை அவள் உணர்ந்து கொள்ளும்படிச் செய்ய வேண்டுமென விரும்பினான். வாழ்வெல்லாம் அவள் இதை நினைத்து வருந்த வேண்டுமென நினைத்தான்.

புகைப்பட நிருபனுக்கு எல்லா விவரங்களையும் அளித்திடுவதற்கு அலெக்சேய் ஒரு திட்டத்தை வகுத்திருந்தான். காலையில் நிருபன் வந்ததும் சாப்பாட்டை முடித்துக் கொண்டு, விளையாட்டு மைதானத்துக்கு அவனை அழைத்துச் சென்று இணைவக பார்களில் பல வகையான வித்தைகளும் செய்து காட்டுவான். மாலை உணவுக்குப் பிறகு நூலகத்துக்குச் செல்வான் _ அங்கே மேஜைக்கு

முன்னால் புத்தகங்களிடையே புகைப்படம் பிடித்துக் கொண்டால் நன்றாயிருக்கும். பிற்பாடு நகரிலுள்ள கலாச்சார மாளிகைக்கும், வானொலிக்கும், நாடகமன்றத்துக்கும் செல்லவேண்டும். எல்லாக் கோணங்களிலிருந்தும் அவனுடைய வாழ்க்கையைக் காட்டும் புகைப்படங்களில் பத்திரிகையில் தோன்றி சோவியத் நாடெங்கும் பிரபலமடைந்து விடுவான். இந்தப் பத்திரிகையைத் தபால்மூலம் காத்யாவுக்கு அனுப்பிவைப்பான்.

நல்ல திட்டம்தான், ஆனால் மழை எல்லாவற்றையும் கெடுத்துவிடும் போலிருந்தது.

அலெக்சேய்க்கு ஆத்திரம் ஆத்திரமாய் வந்தது. புகைப்பட நிருபனை எதிர்பார்த்திருந்த அவன் இதுவரை எதுவுமே சாப்பிடவில்லை. இப்பொது கவியர் சாண்ட்விச் ஒன்றைக் கையில் எடுத்தான். உடனே முன்கதவின் மணி அடித்தது. டையைச் சரிப்படுத்தி ஜாக்கெட்டை இழுத்துவிட்டுக் கொண்டு கண்ணாடியில் பார்த்துவிட்டு அவசரமின்றி நடந்துசென்று கதவைத் திறந்தான்.

வந்தது புகைப்பட நிருபனல்ல, அவன் தந்தையும் அலெக்சாந்தர் அலெக்சாந்தரவிச்சும் தலைக் கவிகைகள் பின்னால் தொங்க, நீர் வழிந்தோடிய மழைக் கோட்டுகளுடன் அவன் எதிரே நின்றனர்.

கிழவர்கள் உள்ளே வந்து மழைக் கோட்டுகளைக் கழற்றித் தலைக் கவிகைகளைச் சாய்த்து நீரைக் கீழே கொட்டினர். யாவும் தயாராய் எடுத்துப் பாங்குடன் வைக்கப்பட்டிருந்த சாப்பாட்டு மேஜையைக் கண்டதும் இருவருக்கும் முகம் மலர்ந்துவிட்டது.

“அலெக்சாந்தர், இதைப் பாரேன்! விருந்துணவு தயாராய்க் காத்திருக்கிறது!'' என்றார் இலியா மத்வேயெவிச். “அப்பா வருவது எப்படியோ அவனுக்குத் தெரிந்துவிட்டது. உட்கார், ஒரு பிடி பிடிப்போம். குடித்தனப் பகுதி என்றால் இப்படியல்லவா இருக்கணும்! அலெக்சேயின் அரசை நீ பார்த்ததில்லையே?''

இலியா மத்வேயெவிச் மேஜையின்முன் உட்கார்ந்தார். அலெக்சாந்தர் அலெக்சாந்தரவிச் அவருக்கு எதிர்ப்பக்கத்தில் அமர்ந்துகொண்டார்.

“ஏதாவது சாப்பிட வேண்டும்தான்'' என்றார் அவர். “மத்தியானச் சாப்பாடு சாப்பிட வேண்டிய நேரம்தான். ஆனால், ஒன்றையுமே காணுமே?..'' அவர் குரலில் உற்சாகம் குன்றிவிட்டது.

“எதைக் காணோம்? இங்கே அலமாரியில் இருந்தாலும் இருக்கும்.”

அலெக்சாந்தர் அலெக்சாந்தரவிச் ஏதோ தமது வீட்டில் இருப்பது போல அலமாரியின் கதவுகளை விரியத் திறந்து விட்டார். உள்ளே வோத்கா வடிப்பான் இருந்தது. மூடியை எடுத்துவிட்டு முகர்ந்து பார்த்தார். உள்ளே இருந்த வோத்காவின் ரகத்தை உடனே தெரிந்துகொண்டார்.

“நல்ல சரக்கு. இதுபோதும்.”

கிழவர்கள் இருவரும் வீட்டின் சொந்தக்காரன் எதிரே நிற்பதைச் சிறிதும் பொருட்படுத்தாமல் சாப்பிடவும் குடிக்கவும் தொடங்கிவிட்டனர். தந்தை இப்படி வேண்டுமென்றே தன்னை அலட்சியம் செய்வதைக் கண்டு அலெக்சேய் துணுக்குற்றுவிட்டான். முற்றிலும் அப்பாதான் இதற்குப் பொறுப்பாளி, அலெக்சாந்தர் அலெக்சாந்தரவிச்சைக் குறை சொல்ல முடியாது. அப்பாதான் அவரை இங்கு அழைத்து வந்திருககக வேண்டும். எதற்காக அழைத்து வந்தார் _ யாருக்குத் தெரியும்? ஆனால் காரணமின்றி இதைச் செய்திருக்க மாட்டார். அதில் சந்தேகமில்லை _ அப்பா காரணமின்றி எதையும் செய்பவரல்ல.

அவன் வைத்திருந்த சாண்ட்விச்சுகள் வேகமாய் மறைவதைக் கோபமாய்ப் பார்த்தவண்ணம் நின்றுகொண்டிருந்தான். புகைப்பட நிருபன் வந்தால், இங்கு சாப்பிடுவதற்கு எதுவும் இருக்காது.

“அலெக்சாந்தர், குடியிருக்கப் புதிய வீடு வேண்டுமானால், உடனே மண உறுதி செய்து கொள்” என்றார் இலியா மத்வேயெவிச்.

“எனக்கு எதற்குப் புதிய வீடு? பழைய வீடுதான் எனக்கு வசதியானது.”

“உனக்கு இதெல்லாம் தெரியவில்லை” என்று பிடிவாதமாய் இலியா மத்வேயெவிச் தொடர்ந்து பேசினார் “மண உறுதி செய்துகொண்டு வேலையை ஆரம்பிக்க வேண்டும். கப்பல் துறையின் தொழிற்சங்கக் குழுவினர் உடனே மனம் உருகிவிடுவார்கள், உனக்கு வீடு கொடுப்பார்கள். பிற்பாடு மணமகளை வேண்டாமென்று ஒதுக்கித் தள்ளிவிடலாம்.”

“போதும் அப்பா, நிறுத்துங்கள்” என்று அலெக்சேய் இரைந்தான். “நடந்தது என்னவென்று தெரியாமலே பேசுகிறீர்களே.”

“நடந்தது எனக்கா தெரியாது?’’ இலியா மத்வேயெவிச் வெடுக்கென அலெக்சேயின் பக்கம் திரும்பினார். “நீ ரொம்பப் பெரிய கனவான் ஆகிவிட்டாய், அதனால் காத்யா இனி உனக்கு ஏற்றவளாய் இல்லை _ இதுவா எனக்குத் தெரியாது என்கிறாய்? நடிகையாகவோ பேராசிரியராகவோ இருந்தாலுங்கூட இப்பொழுது நீ கண்ணெடுத்தும் பார்க்க மாட்டாய் _ அப்படி நீ மெத்தப் பெரிய மனிதனாகிவிட்டாய். இல்லையா? மன்னாதி மன்னன் என்று நினைக்கிறாயாக்கும் : சரி, இந்த மன்னருடைய அரசு எங்கே காட்டு, பார்க்கலாம். உன்னுள் என்ன இருக்கிறது? _ பகட்டைத் தவிர வேறு என்ன இருக்கிறது?’’

“அப்பா, போதும்...’’

“பெயர் பெற்ற முன்னணித் தொழிலாளி ஓய்வு நாளை எப்படிக் கழிக்கிறார் என்று நாடகமாடிக் காட்டப் போவது பற்றி நேற்று நான் தொழிற்சங்கக் குழு அறையில் கேள்விப்பட்டேன். அதனால்தான் இங்கு வந்திருக்கிறேன். இந்தப் பிரமாதமான ஓய்வு நாளை நேரில் என் கண்ணால் பார்க்க விரும்பினேன். அலெக்சாந்தர், என்னை முறைத்துப் பார்க்க வேண்டாம்.’’ இலியா மத்வேயெவிச் எழுந்து நடந்தபடி அலெக்சாந்தர் அலெக்சாந்தரவிச்சின்மீதும் அலெக்சேயின் மீதும் கணைகள் தொடுக்க ஆரம்பித்தார். “வெற்றுவேட்டு இளைஞன், இவன் தகுதிக்கு ஏற்றதைத்தான் அளிக்கிறேன். உதவாக்கரைச் சிறுவன், அதுதான் உண்மை! அன்று வானொலியில் இவன் பேச்சைக் கேட்டேன் _ ‘அலெக்சேய் ஜுர்பின் ஆற்றும் உரை’ _ என்ன சொன்னான்? “நான் இதைச் செய்தேன்... அதைச் செய்தேன். சம்மட்டியில் மாற்றங்கள் செய்து நவீனமாக்கினேன்... அதிவேக ரிவெட்டுக்கு வழி வகுத்தேன்... எல்லாம் நான், நான், நான்தான்... ஆனால் அலெக்சேய், அந்தச் சம்மட்டி வேலையை உனக்குக் கற்றுத் தந்தது யார்? அதிவேக ரிவெட் வேலை குறித்து நீ யாரிடம் ஆலோசனைகள் கேட்டாய்? கொர்னேய் பாவ்லவிச்சை நீ மறக்கக் காரணம் என்ன? அலெக்சாந்தர் அலெக்சாந்தரவிச்சைப் பற்றி ஒரு வார்த்தையாவது சொல்ல வேண்டுமென்ற நினைப்பே ஏன் உனக்கு வரவில்லை?... அலெக்சாந்தர், இன்னும் கொஞ்சம் குடிப்போம், ஊற்று. இதைப் பற்றிப் பேச்சு எடுத்தாலே தொண்டை வறண்டுபோகிறது.’’

மேஜைமீது முழங்கைகளை ஊன்றிக்கொண்டு இலியா மத்வேயெவிச் மௌனமாகிவிட்டார். மெய்யாகவே அவர் இந்தப் பேச்சால் அயர்ந்து விட்டதாய்த் தோன்றினார்.

“ஆம் அலெக்சேய், அது மெய்தான்” என்று அலெக்சாந்தர அலெக்சாந்தரவிச் உடன்பாடு தெரிவித்தார். “தொழிலாளியினுடைய சிறப்பு ஓங்கி வளர்வது எப்படி என்பது உனக்குத் தெரிந்ததுதான். இதில் பங்கு கொள்வது தனியோர் ஆள் மட்டுமல்ல. எல்லோரும் பங்கு கொள்கிறார்கள். உன்னைச் சுற்றிலும் இருப்போர் மலைப் பருந்துகளாய் இருக்கையில் நீயும் வானுயர உயர்ந்து பறக்க முடிகிறது. அவக்ரள் சிறு குருவிகளாய் இருந்தால், உன்னாலும் அதிக உயரத்தில் பறக்க முடியாது. இன்னோர் உதாரணம் வேண்டுமானால், உன் தந்தையை எடுத்துக் கொள்... உன்னைப் போன்ற பலநூறு இளைஞர்களைத் திறமைசாலிகளாக்கியிருக்கிறார். ஆனால் நீ யாருக்காவது பயிற்சி அளித்திருக்கிறாயா? ஏன் வாய் மூடிய மௌனியாய் இருக்கிறாய்? சொல்லேன்.”

“என்னைப் பிய்த்தெறிவதற்காக இங்கு வந்திருக்கிறீர்களா, என்ன?” என்று அலெக்சேய் கேட்டான்.

“ஆம், உன்னைப் பிய்த்தெறியத்தான் வந்திருக்கிறோம்” என்று அலெக்சாந்தர் அலெக்சாந்தரவிச் சாவதானமாய்த் தலையை ஆட்டிக் கொண்டார். “எங்களைப் போல் வேறு யாராலும் எடை போட்டுச் சொல்ல முடியாது. தொழிற்சங்கம், காம்சொமால், நிர்வாகம் எதனாலும் முடியாது. இவர்கள் எல்லோரும் உன்னை உச்சியிலே தூக்கி வைக்கிறார்கள். இடையறாது உயர்ந்து செல்வது யார், கணப் பொழுதுக்கு வீசும் காற்றால் உந்திவிடப்படுவது யார் என்பதை எங்களால் தெரிந்துகொள்ள முடியும். வாண வேடிக்கை நடக்கும்வரை அது மிகவும் பிரகாசமாய்த்தான் இருக்கிறது. ஆனால் அது விரைவிலே அடங்கிவிடுகிறது. பிற்பாடு வரும் இருள் முன்னிலும் கடுமையானதாய்த் தெரிகிறது. ஆனால் பெரும் நெருப்புகள் மெல்லப் படிப்படியாய் மூளுகின்றன. அவை ஓங்கி எரிய முற்பட்டதும் தணிப்பது எளிதல்ல, பல மைல் தொலைவுக்குத் தெரியும்படிக் கொழுந்துவிட்டு எரிகின்றன.”

“இன்னும் ஓராண்டில் நீ இருக்கும் இடம் தெரியாமல் குறுகிச் சிறுத்து விடுவாயே!” என்று கடுமையான குரலில் இலியா மத்வேயெவிச் இடைமறித்துக் கூறினார். “உன் பெட்டியினுள் இருக்கும் பத்திரிகைகள்தான் எஞ்சியிருக்கும். அப்பொழுது நீ மெச்சிக் கொள்ள என்ன இருக்கப் போகிறது.”

“அலெக்சேய், தொழிலாளி வர்க்கத்துக்குத் தனிச் சிறப்புகள் உண்டு” என்று அலெக்சாந்தர் அலெக்சாந்தரவிச் திரும்பவும் பேசத்

தொடங்கினார். "உலகில் அது இணைந்து நின்று முன்னேறிச் செல்கிறது. அதற்குள்ள பொறுப்பு எவ்வளவு பெரியது! அதை நீ நினைத்துப் பார்த்திருக்கிறாயா, இல்லையா? தெரியும் என்கிறாயா? நல்லது. நாங்கள் இளைஞர்களாய் இருந்த காலத்தில் மன்றங்களில் ஒரு சுவரொட்டிப் படம் இருக்கும். புவிக்கோளம் அடிமைச் சங்கிலிகளால் கட்டுண்டிருப்பதையும், தொழிலாளி அவற்றைச் சம்மட்டி கொண்டு அடித்து நொறுக்கித் தீப்பொறிகள் பறக்கச் செய்வதையும் காட்டும் படம் அது. அதற்காகத்தான் நாம் வாழ்கிறோம், போராடுகிறோம் _ உலகிலிருந்து அடிமைத் தளைகளை உடைத்தெறிவதற்காக! இந்த வீடுகள், இசைப் பெட்டிகள், புகைப்படங்கள்... இவையெல்லாம் நமக்கு ஒரு பொருட்டல்ல. சம்மட்டிகளைக் கைகளில் ஏந்திப் பிடித்து அடிமைச் சங்கிலிகளை நொறுக்கித் தள்ளுகிறோம் _ இதுதான் நம்முடைய புகைப்படம்!.."

அலெக்சாந்தர் அலெக்சாந்தரவிச் திண்தோள்கள் உயர்த்தி வைராக்கியம் மிக்கவராய் எழுந்து கம்பீரமாய் நின்றார். அவர் கைகளில் ஒரு சம்மட்டி இருந்ததாகவும், அதனால் அவர் அந்த மேஜைமீது ஓங்கி அடித்துத் தட்டுகளையும் எஞ்சியிருந்தவற்றையும் நொறுக்கப் போகும் நிலையிலிருந்ததாகவும் அலெக்சேய் கண நேரம் நினைத்தான். பிரமிக்கத்தக்கப் பேருருவாய் நின்றார், கிழவர்! படுகாயமுற்றுவிட்ட இலியா மத்வேயெவிச்சை வெள்ளைப் படையினர் ஐவரிடமிருந்து மீட்டவர் அல்லவா? இவர்கள் ஐவரை மட்டுமின்றி இன்னும் எத்தனையோ பகைவர்களை உள்நாட்டுப் போர்களின்போது வீழ்த்தியவர் ஆயிற்றே!

ஆனால் அலெக்சாந்தர் அலெக்சாந்தரவிச் மேஜையிலிருந்த பீங்கான்களை நொறுக்க முற்படவில்லை.

"நாம் புறப்படுவோம், நேரமாகிறது" என்று முற்றிலும் மாறான சாதாரணக் குரலில் சொன்னார். "நமக்கு வரவேற்பு கிடைத்தது, இனி போகலாம்."

மழைக் கோட்டுகளையும் ரப்பர் காலுறைகளையும் போட்டுக் கொண்டு முன் கூடத்தில் தம்மிடையே ஏதோ முணுமுணுத்தபடி நடந்தனர். அலெக்சாந்தர் அலெக்சாந்தரவிச் கதவைத் திறந்தார். அப்பொழுது இலியா மத்வேயெவிச் சொன்னார் :

"அலெக்சேய்! உண்மையில், நாங்கள் உனக்கு வாழ்த்துக் கூறுவதற்காகத்தான் வந்தோம். உன்னுடைய அக்டோபர் மாத

இலக்கை 520 சதவீதம் பூர்த்தி செய்து வெற்றி வாகை சூடியுள்ளதாய்க் கப்பல் துறையின் வானொலி இன்று அறிவித்தது.''

கிழவர்கள் இருவரும் அலெக்சேயை விலாவில் வேடிக்கையால் விரலால் குத்திவிட்டு வெளியே சென்றனர். அவர்களுடைய பேச்சுக் குரலும் சிரிப்பும் படிக்கட்டிலிருந்து எதிரொலித்தன.

சன்னல் வழியே அலெக்சேய் அவர்களைப் பார்த்தபடி நெடுநேரம் நின்று கொண்டிருந்தான். "வாழ்த்துக் கூறுவதற்கு இது அதிசயமான முறைதான்!'' என்று அவன் கோபமாய் மனத்துள் நினைத்துக் கொண்டான். "சம்மட்டி கொண்டு ஆளைத் தாக்கித் தகர்த்துவிட்டுப் பெருமிதமாய்ச் செல்வதைப் பாரேன்.''

மழைநீரால் கழுவிச் சுத்தம் செய்யப்பட்ட சாலையில் இலியா மத்வேயெவிச்சும் அலெக்சாந்தர் அலெக்சாந்தரவிச்சும் நடந்து பாலத்தின்மீது சென்று அங்கே சற்றுநேரம் எதிரெதிரே நின்று ஒருவரையொருவர் மார்பிலே விரலால் குத்திக் கொண்டதை அவன் பார்த்துக் கொண்டிருந்தான். அப்பொழுது அவர்கள்மீது அவனுக்குப் பொறாமை ஏற்படவே செய்தது. மெய்ப் பாதையிலிருந்து ஒருபோதும் இவர்களைத் தடம் புரளச் செய்ய முடியாது. யாவும் இவர்களுக்குத் தெளிவாய்த் தெரிகின்றன. எந்தச் சிக்கலிலிருந்தும் வெளிவரக் கூடியவர்கள். அப்பாவும் சரி, அலெக்சாந்தர் மாமாவும் சரி எந்தச் சந்தர்ப்பத்திலும் மனத் தளர்வுக்கு இடம் தந்ததில்லை, அற்பமாகவோ நேர்மைக் குறைவாகவோ நடந்துகொண்டதில்லை, ஏனையோருக்கு முன்பு தங்களுடைய சிறப்புகளை விளம்பரப்படுத்திக்கொண்டதில்லை. அவர்களுடைய வருகை தன்னை இப்படிச் சங்கடப்படுத்தியதற்குக் காரணம் என்ன? ஏன் அவர்கள் தன்னுடன் நேச முறையில் பேசமுடியாமற் போயிற்று? ஏன் அவன் அப்படி வாய்பேசாமல் கோபங்கொண்டு முழு நேரமும் மௌனமாய் இருக்க நேர்ந்தது? அவனும் அவர்களும் வெவ்வேறு காரியங்களைப் பற்றி நினைத்துக் கொண்டிருந்ததுதானே காரணம்? அவன் புகைப்பட நிருபனைப் பற்றிக் கவலைப்பட்டுக் கொண்டிருந்தான்; அவர்கள் அக்டோபர் மாதத்தில் அவன் ஐந்து மாதத்துக்குரிய வேலைகளைச் செய்து முடித்தது குறித்துப் பரபரப்படைந்திருந்தனர். அவர்கள் வாய்ச் சொல் மூலம் இல்லாவிட்டாலும் மனத்தில் இருந்ததைத் தெளிவுபடுத்திவிடவில்லையா? ஒருவனுடைய செயல்கள் மாண்புமிக்கனவாய் இருப்பதும், அற்பத்தனமாய் இருப்பதும்

அவனை ஊக்குவிக்கும் இலட்சியத்தின் மாண்பினையும் அற்பத்தனத்தையும் பொறுத்திருக்கிறது.

இதை நினைத்ததும் அலெக்சேய்க்கு உடம்பெல்லாம் கொதிப்பதுபோல இருந்தது. இறுக்கியிருந்த உள்கோட்டின் பொத்தான்களை வேகமாய்க் கழற்றிவிட்டுக் கொண்டு கழுத்திலிருந்த டையை வெடுக்கென இழுத்தெடுத்தான். "நான் அற்பத்தனமாய் நடந்து கொள்கிறேன் என்றா நினைக்கிறீர்கள்?" என்று அவன் தன் தந்தையையும் அலெக்சாந்தர் அலெக்சாந்தரவிச்சையும் பார்த்துக் கூச்சல் போட விரும்பினான். ஆனால் அவர்கள் பாலத்தைக் கடந்து நங்கூரத் தெருவுக்குச் சென்ற ஒற்றையடிப் பாதையில் இறங்கிப் புதர்களிடையே மறைந்தனர். அந்தக் கணத்தில் அலெக்சேய்யும், சம்மட்டியை உயர்த்தியடித்த தொழிலாளியைச் சித்தரித்த அலெக்சாந்தர் அலெக்சாந்தரவிச்சைப் போல் பேருருவம் எடுத்து நின்றான். திடுமெனத் திண்தோள்கள் படைத்தவனாய், ஆவேசமும் வைராக்கியமும் கொண்டவனாகிவிட்டான். அவனும் தனது சம்மட்டியால் ஓங்கி அடித்து, நேற்றுதான் வீட்டுக்குக் கொண்டுவந்திருந்த பீங்கான் சாமான்களை உடைத்து நொறுக்கப் போகிறவன் மாதிரி நின்றான்.

ஜிப் வைத்த தோல் ஜாக்கெட் அணிந்த புகைப்பட நிருபனான இளைஞன் அலெக்சேயை இந்நிலையிலேதான் கண்ணுற வேண்டியதாயிற்று.

புகைப்படத் திட்டம் நடந்தேறவில்லை.

கதவைத் திறந்து புகைப்பட நிருபன் வந்து நிற்பதைப் பார்த்த அலெக்சேய் "வேண்டாம்" என்று தீர்மானமாய்ச் சொன்னான். பிறகு "மன்னிக்க வேண்டும்!" என்று சேர்த்துக்கொண்டான்.

2

நவம்பர் ஆறாம் நாள் இரவில் இலியா மத்வேயெவிச் தமது அலுவலறையில் உட்கார்ந்திருந்தார். இரவு உணவைச் சாப்பிட்டு முடித்ததும் நேரே இங்கு வந்துவிட்டார். கப்பலை மிதக்கவிட வேண்டிய நேரம் நெருங்கி வரவர உள்ளுக்குள் அவர் மேலும்மேலும் கலவரமடைந்து வந்தார். வீட்டிலே தங்கியிருந்ததால் அவரால் இதை வெளியே தெரியாமல் மறைத்திருக்க முடியாது.

"641ஆம் எண்" என்பதாகவே இந்தப் பெரிய கப்பல் தொழில் நுட்ப, அரசாங்கப் பத்திரங்களில் குறிக்கப்பட்டது. இலியா

மத்வேயெவிச் ஏற்கனவே இதைப் போலப் பல பெரிய கப்பல்களைக் கட்டியிருந்தார், அவருக்கு இது எட்டாவது கப்பலே ஆயினும், 15 ஆண்டுகளுக்கு முன்பு ஏற்பட்ட அதே கலவரத்தைத்தான் திரும்பவும் உண்டாக்கியது. கட்டிடக் கலைஞர்களும் கட்டுமான மேலாளர்களும் தாங்கள் கட்டிய கட்டிடங்கள் மேற்பார்வை செய்யப்படும் நாள் நெருங்கியதும் பல இரவுகளுக்குத் தூங்கமாட்டார்கள் என்று சொல்வதுண்டு. கட்டிடங்கள் அப்படியே அசையாது நிற்பவை, அவற்றின் அடித்தளங்களோ சுவர்களோ மச்சுக்களோ திடீர்த் தாக்குதல்களுக்கு உள்ளாவதில்லை. கப்பலுங்கூடப் பல அடுக்குக் கட்டிடங்களைப் போன்றதுதான்; அவற்றைப் போலவே அடித்தளங்களையும் சுவர்களையும் மச்சுக்களையும் பெற்றவைதான். ஆனால் கப்பலை நீரில் விட்டு மிதக்கவிடாத வரை அதைக் கட்டி முடித்ததாய்க் கருதுவதற்கில்லை. நீரிலே அது சிறுகச் சிறுகவோ, படிப்படியாகவோ அல்ல, திடுதிப்பென இறக்கிவிடப்படுகிறது. கட்டுமான அரங்கத்தில் ஆடாமல், அசையாமல் உயிரற்ற உலோகக் கட்டுமானமாய் நிற்கும் அது மறுகணத்தில் நீரிலே நழுவிச் சென்று உயிர் பெற்று அலைகளின் மீது இலாவகமாய் எழிலுருவாய்ச் செல்லும் கப்பலாகிவிடுகிறது.

அது நீரினுள் நழுவிச் செல்லும் கணங்கள் ஒவ்வொன்றும் ஒரு யுகமாய் அல்லவா கப்பலின் “கட்டிடக் கலைஞருக்கும்” “கட்டுமான மேலாளருக்கும்” தோன்றுகின்றன. அவர்கள் இளைஞர்களாய் இருந்தால் இக்கணங்களில் தலை நரைத்து விடுகிறார்கள்; ஏற்கனவே தலை நரைத்தவர்களாயிருந்தால் அவர்கள் தங்கள் இதய நிலையைக் கவனித்துக் கொள்வது நல்லது. கட்டுமான அரங்கிலிருந்து நீரை வந்தடைவதற்கான இந்தப் பயணத்தின்போது கப்பலை எத்தனை அபாயங்கள் எதிர்நோக்குகின்றன!

முதலாவது அபாயம், கப்பல் அதன் இருக்கையைவிட்டு நகர மறுத்துவிட நேரலாம். ஓடுபாதைகளில் தடவப்பெற்ற கிரீஸ் அளவு மீறி அதிகமாகிவிடலாம், அல்லது குளிர் காலமாயிருந்தால் இந்தக் கிரீஸ் இறுகிப் போய்விடலாம், அல்லது நீருக்குச் செலுத்தும் அடிக்கட்டில் கோளாறு ஏற்பட்டு விடலாம், அல்லது வழுக்குக் கட்டைகளுக்கு அடியில் ஏதேனும் சிறிய உலோகத் துண்டு போய்ச் சிக்கிக்கொண்டுவிடலாம்.

கப்பல் ஒழுங்காய் நீரை வந்தடைந்த பிறகுங்கூடக் கட்டுமானிகளின் கவலைகள் முடிவுற்றுவிடவில்லை : கணக்கீடுகளில் ஏதேனும் தவறு ஏற்பட்டுக் கப்பல் சாய்ந்து மிதக்க நேர்ந்தால் என்ன செய்வது? அல்லது எங்காவது ஓட்டை உண்டாகிவிட்டால் என்ன செய்வது?

கடந்த ஒரு வாரமாகவே இலியா மத்வேயெவிச் தூங்கவில்லை. தினமும் பதினான்கு மணி நேரம் கப்பலிலேயே தங்கியிருந்தார். அவரால் அதைவிட்டு விலகிவர முடியவில்லை, மனம் அதற்கு இடம் தரவில்லை. இலியா மத்வேயெவிச்சின் மேற்பார்வையில் ஓடுபாதைகளில் அடுக்கடுக்காய்க் கொழுப்பும் கொழகொழப்பான சோப்பும் தடவி வழவழப்பாக்கினர்; தடித் தடி பைன்மரத் துண்டுகளை வைத்துக் கப்பலுக்கடியில் அடிக்கட்டைகளை அமைத்தனர்; ஏனைய பல செலுத்தமைப்புகளையும் ஒழுங்காய்ப் பொருத்தி வைத்தனர்.

கப்பலின் புறக் கவசத்தின் ஒவ்வோர் இணைப்பையும் மூட்டையும் இலியா மத்வேயெவிச் பரிசோதனை செய்து பார்த்தார்; உள்ளே ஒவ்வோர் அறையினுள்ளும் தவழ்ந்து சென்று பார்வையிட்டார். பிறகு யாவரையும் அவரவருக்குரிய நிலையில் இருக்கச் செய்து ஒத்திகை நடத்தி, குறியறிவிப்பு ஏற்பாடும் கப்பலை நீரிலே செலுத்துவதற்கான எல்லாப் பொறியமைப்புகளும் சோதனை செய்து பார்க்கப்பட்டன.

இலியா மத்வேயெவிச் அலுவலறையிலிருந்து சன்னல் வழியே வெளியே பார்த்தார். அடிக்கப்பலுக்குக் கீழே பிரகாசமாய் எரிந்த பத்து விளக்குகளின் வெளிச்சத்தில் பலர் சாயம் பூசிக் கொண்டிருந்தனர். ஈயச் செந்தூரம் பூசப்பட்டிருந்த கப்பலின் அடிப்பகுதி விளக்கொளிபட்டு தீக்கொழுந்துகளைப் போன்ற சென்னிறப் பிம்பங்களை எதிரடித்துக் கொண்டிருந்தது. இவை இரவில் காட்டிலே உல்லாச விடுமுறையாளர்கள் மூட்டும் கணப்புத் தீக்களைப் போல இருந்தன. நீண்ட நிழல்கள் கணப்புத் தீக்களைச் சுற்றிலும் நடனமாடிக் கணப்பொழுதுக்குச் செந்தீயிலே மறைந்து திரும்பவும் கருநிழல்களாய் மாறின _ பாதாள உலகு பற்றிய கதையிலே நடப்பது போல.

இலியா மத்வேயெவிச் துணுக்குறும்படித் தொலைபேசி மணி திடுமெனக் கனவேகமாய் அடித்தது.

எதிர்முனையிலிருந்து அவருடைய தந்தையின் குரல் கணீரென

ஒலித்தது.

“இலியா? என்ன சேதி? முழு நேரமும் உட்கார்ந்திருக்கப் போகிறாயா?”

“ஆமாம், அப்பா.”

“நீர் மட்டம் உயர்ந்துவிடவில்லையே? கடுங்காற்று வீசுகிறது.”

“நீர் மட்டம் முன்பிருந்த நிலையிலேதான் இருக்கிறது.”

“சரி, நடக்கட்டும். அமைதியாய் இரு. டைரக்டரும் நானும் இங்கே பேசிக் கொண்டிருக்கிறோம். அவரும் உட்கார்ந்தே இரவைக் கழிப்பதாய் இருக்கிறார். உன்னுடன் பேச விரும்புகிறார்.”

இலியா மத்வேயெவிச் தொலைபேசியில் இவான் ஸ்தெபானவிச்சுடன் பேசினார். எக்காரணத்தாலோ, நீர்மட்டத்தைப் பற்றியே திரும்பவும் பேசினார். பேசுவதற்கு வேறு ஒன்றும் இல்லை, பேச வேண்டியதை எல்லாம் நெடுநேரத்துக்கு முன்பே பேசி முடித்தாகிவிட்டது. கப்பல் கட்டுமானிகளின் கலவர நிலை அன்று இரவு திரும்பத் திரும்ப அவர்களைத் தொலைபேசியை எடுத்துப் பேசச் செய்து வந்தது.

இலியா மத்வேயெவிச் ரிசீவரைக் கீழே வைத்த அதேநேரத்தில் ஸீனா அலுவலறைக்குள் வந்தாள்.

“மன்னிக்க வேண்டும், இந்நேரத்தில் வந்து தொந்தரவு செய்கிறேன். தூக்கம் வரவில்லை. படுத்துப் பார்த்தேன். ஆனால் புரளத்தான் முடிகிறதே ஒழிய தூங்க முடியவில்லை. ஆகவே எழுந்து கப்பல் துறைக்கு வந்தேன். வெளியே ஒரே குளிராய் இருக்கு.” ஸீனாவுக்கு உடல் சிலிர்த்தது. “கிரீஸ் கெட்டிப் பிடித்து விடாதே?”

“கெட்டிப் பிடிப்பதாவது!” இந்தப் பேச்சு இலியா மத்வேயெவிச்சுக்குப் பிடிக்கவில்லை என்பது அவர் குரலில் தெரிந்தது. “குளிர் காலத்தில் எத்தனையோ கப்பல்களை நீரிலே செலுத்துகிறோம், கெட்டிப்பிடிப்பதில்லையே.”

“ஏனென்று தெரியவில்லை, ஆனால் எனக்குக் கவலையாய்த்தான் இருக்கு. இதன்முன் நான் கப்பல் நீரிலே செலுத்தப்படுவதைக் கண்டதில்லை. கிரீசைப் பற்றிப் பேசியதற்கு இதுதான் காரணமாய் இருக்கவேண்டும். இலியா மத்வேயெவிச், நீங்கள் கோபித்துக் கொள்ளக் கூடாது.”

"எனக்கு ஒன்றும் கோபம் இல்லையே. நீ சொல்வது நியாயம்தானே.''

"இலியா மத்வேயெவிச்'' என்று தொடங்கி மேஜையருகே ஸீனா உட்கார்ந்து கொண்டாள். "புதிய கப்பலுக்கு அடிப்பகுதி அமைக்கத் தொடங்கும்போது, என்னையும் இவ்வேலையில் சேர்த்துக் கொள்ளுங்கள். ஆம், கட்டாயம் நீங்கள் என்னையும் எடுத்துக் கொள்ள வேண்டும். ஒருநாளும் நீங்கள் வருத்தப்படும்படி வராதென்று உறுதிமொழி தருகிறேன்.''

"நான் வருத்தப்பட நேருமோ என்று கவலைப்படவில்லை'' _ சிரித்த முகத்துடன் அவளைப் பார்த்தபடி இலியா மத்வேயெவிச் பதிலளித்தார். "நீ வருத்தப்பட வேண்டி வருமே என்றுதான் பயப்படுகிறேன். இங்கே உனக்குக் காய்ச்சல் வந்துவிடும்... இருமல், சளி என்று நீ கஷ்டப்பட நேரும்.''

"இலியா மத்வேயெவிச், நீங்கள் வேடிக்கைப் பேச்சு பேசுகிறீர்கள். ஆனால் நான் எங்கே வேலை செய்கிறேன் என்பது எனக்கு உயிருக்கு ஒப்பான பிரச்சினையாகும். காய்ச்சல், சளி இதெல்லாம் வீண் புரளி. என்மீது உங்களுக்கு நம்பிக்கை இல்லை, அவ்வளவுதான். என்னைத் தாஜா பண்ண வேண்டி வருமென்று பயப்படுகிறீர்கள்.''

"ஆம், மறுக்கவில்லை. அதைப் பற்றியும்தான் நினைக்கிறேன்.''

"பார்த்தீர்களா? நீங்களே ஒத்துக் கொண்டுவிட்டீர்கள்! இப்படி நீங்கள் எல்லோருமாய்ச் சேர்ந்து மெய்யான வேலை எதையும் எனக்கு கொடுக்க மறுத்தால் எப்படி நான் சிறந்த தொழிலாளி ஆவது? அக்காலத்தில் உங்களிடம் கக்குவான் இருமலையும் தொண்டை அழற்சியையும் பற்றியா பேசினார்கள்? ஏன் என்னிடம் மட்டும் இந்தப் போக்கை அனுசரிக்க வேண்டும்? கால் சட்டைக்குப் பதிலாய்ப் பாவாடை அணிந்திருக்கிறேன் என்பதால்தானே? நீங்கள் விரும்பினால், கால் சட்டை போட்டுக் கொண்டுவிடுகிறேன்.''

இலியா மத்வேயெவிச் சிரித்துவிட்டார்.

"ஸீனாயிதா பாவ்லவ்னா, நீ பாராட்டப்பட வேண்டிய பெண்தான். ஆனால் கால்சட்டை பயன் தருமென்று எனக்குத் தோன்றவில்லை. உண்மையை நீ புரிந்து கொள்ள வேண்டும்.'' அவர் கேலியை நிறுத்திவிட்டு காரிய முனைப்புடன் பேசினார்.

“பணிகளை முன்னிட்டு நான் பல்வேறு கப்பல் துறைகளுக்கும் போய் வந்திருக்கிறேன். கால் நூற்றாண்டுக் காலமாய் இங்கு வேலை செய்து வருகிறேன். கட்டுமான அரங்கத்தில் எந்தப் பெண்ணும் வேலை செய்து நான் பார்த்ததில்லை _ உலைகளில் வேலை செய்யலாம், அல்லது பளுதூக்கி இயந்திர இயக்கிகளாகவோ, ஆணையாளர் அல்லது கட்டிடப் பொறுப்பாளராகவோ வேண்டுமானால் வேலை செய்யலாம். ஏன் அப்படி? இது அகஸ்மாத்தாக ஏற்பட்டுவிட்ட நிலைமையா? இல்லை. இங்கு எங்கள் வேலைக்குச் சுயகட்டுப்பாடும் நெஞ்சு அழுத்தமும் உறுதியும் வேண்டும். பெண்களிடம் இவை அதிகம் இருப்பதில்லை. கிரீஸ் என்னமோ ஆகிவிடும் என்பதாய்ப் பேசினாய். நானும் அதைப் பற்றி நினைத்துக்கொண்டிருந்திருக்கலாம், கெட்டிப் பிடித்துவிடக் கூடாதே என்று கவலைப்பட்டிருக்கலாம். ஆனால் யாரிடமும் அதைச் சொல்ல முற்பட்டிருப்பேனா? ஏற்கனவே எல்லோரும் கலவரமுற்று இருக்கையில் மேலும் பதற்றம் உண்டாக்கும் முறையில் பேசலாமா? பேசாமல் நீயே போய் நேரில் திரும்பவும் ஒரு முறை சுற்றிப் பார்த்துவிட்டு வர வேண்டியதுதானே? அப்படி ஒரு கேள்வி கேட்க வேண்டுமென்றாலும், அதிக முக்கியத்துவம் அளிக்காமல் போகிற போக்கிலே கேட்பது போலல்லவா கேட்க வேண்டும்?’’

“என்னைக் கட்டுப்படுத்திக் கொள்ளக் கற்றுக் கொள்கிறேன். தேவையில்லாக் கேள்விகளை எழுப்ப மாட்டேன்.’’

“கேள்விகள் மட்டுமல்ல இங்குள்ள விவகாரம். அவசர முடிவு எடுக்கவும், நீயே பொறுப்பேற்றுச் செயல்படவும் தெரிந்திருக்க வேண்டாமா? ஸீனாயிதா பாவ்லவ்னா, நீ தகவல் பிரிவிலேயே வேலை செய். அந்த வேலையை நீ திறம்படச் செய்கிறாய், கப்பல்துறைக்கு அதனால் பெரும் பயன் உண்டாகிறது. எல்லோரும் உன்னைப் போற்றுகிறார்கள், குறை சொல்ல எதுவும் இல்லை.’’

ஸீனா எழுந்துநின்று தோள்களை நிமிர்த்திக் கொண்டாள். இலியா மத்வேயெவிச்சுக்குப் பதிலாய் வேறு யாராய் இருந்தாலும் அவள் நிச்சயம் கடுஞ் சொற்களை வீசிப் பொரிந்து தள்ளியிருப்பாள். ஆனால் ஸ்கோபெலெவின் இளக்காரமான முறையால் கோபங் கொண்டு அன்று அவள் சாரப் படிகளிலே ஓடி இலியா மத்வேயெவிச்சுடன் முட்டிக் கொண்டதும் “தத்துக்கிளி’’ என்பதாய்

அவளை அவர் அழைத்தாரே அது முதலாய் அவர்பால் ஆழ்ந்த நன்றி கொண்டவளாய் இருந்து வந்தாள்.

“போய்வருகிறேன், வணக்கம்'' என்று சொல்லிவிட்டு வேகமாய்க் கதவை நோக்கி நடந்தாள். வெளியே துறையிலே அவளுடைய பூட்சுப் பாதங்களின் படபடப்பு காதுக்கு எட்டிற்று.

யாராவது போர்மன் இரவுப் பொழுதை அலுவலக அறையிலே கழிக்க நேர்ந்தால், அதற்காக இரும்பு அலமாரிக்குப் பின்னால் ஒதுக்கு இடத்தில் தனிப் படுக்கை ஒன்று இருந்தது. இப்பொழுது அங்கே சலசலப்பு கேட்டது; படுக்கை கிரீச்சிட்டது; அதிலிருந்து அலெக்சாந்தர் அலெக்சாந்தரவிச் எழுந்தார்.

“அலெக்சாந்தர்! எங்கிருந்து வந்தாய்?'' என்று ஆச்சரியத்துடன் இலியா மத்வேயெவிச் கேட்டார். “எப்பொழுது இங்கு வந்தாய்?''

“இங்கேதானே இருக்கிறேன். கான்டீனில் இரவு உணவு அருந்திவிட்டு சற்றுநேரம் இங்கே படுக்கையில் படுத்தேன். புதுத் தெம்பு பெற்று எழுந்துள்ளேன்.''

“அப்படியா? தலையிலுள்ள இறகுகளைக் கொஞ்சம் தட்டிவிட்டுக் கொள்.''

“தலையணை பிரிந்து இறகுகள் வெளியே வந்துள்ளன. சரி, என்ன ஆயிற்று?'' இந்தக் கேள்விக்குப் பதில் தேவையில்லை. அலெக்சாந்தர் அலெக்சாந்தரவிச்சும் பதிலை எதிர்பார்க்கவில்லை. “அந்தப் பெண்ணின் மனம் புண்படும்படி ஏன் அப்படிப் பேசினாய்?'' என்று கேட்டார்.

“கேட்டுக் கொண்டுதான் இருந்தாயா?''

“ஆம், நான் இந்தப் பேச்சை ஆமோதிக்கவில்லை. நீங்கள் எல்லோரும் ஏன் இப்படி அசட்டுப் பிடிவாதம் பண்ணுகிறீர்கள்? கட்டுமான அரங்கத்துக்கு வந்து வேலை செய்ய விரும்புகிறாள், வரட்டுமே. அவளுக்கு இவ்வேலையில் ஊக்கம் இருக்கிறது, அவளைப் போல ஆர்வமுள்ளவர்களைக் காண்பது அரிது. உண்மை என்னவெனில் நான் அவளைப் போற்றுகிறேன்; தாய் தந்தை இல்லாமலேதான் பாடுபட்டு முன்னேறியிருக்கிறாள். நெஞ்சு உறுதி கொண்டவள்; தனது கருத்துக்காகத் திடமாய்ப் போராடுகிறாள். துப்பாக்கிக் குண்டு போல நேரே தன் இலக்கைநோக்கிச் செல்கிறாள். இலியா, ஏன் இந்தக் கல் நெஞ்சு? மக்களுடைய அகத்தினுள் பார்க்கவோ, அவர்களைப் புரிந்துகொள்ளவோ முயலமாட்டேன்கிறாயே.''

“அலெக்சாந்தர், வழக்கறிஞராய் வாதாடுவதில் உனக்கு ஈடு யாருமில்லை.”

“உனக்கு என்ன? நல்லாப் பேசு!”

இலியா மத்வேயெவிச்சின் பேச்சை நிறுத்தச் சொல்ல வேண்டுமென்று அலெக்சாந்தர் அலெக்சாந்தரவிச் இதைச் சொல்லவில்லை. ஏதோ பேச வேண்டுமென்று சொன்னதே அன்றி வேறொன்றுமில்லை. அன்று இரவு கப்பல் துறையில் பலரும் தங்கிவிட்டதும், தூக்கம் வராமல் விழித்திருந்ததும் அவருக்குத் தெரியும். வரப் போகும் போரைப் பற்றிப் படைவீரர்கள் விவாதிக்க மாட்டார்கள். அதேபோலக் கப்பல் துறையினர் எல்லோருமே கப்பலைப் பற்றிச் சிந்திக்காமல் தங்கள் மனத்தை வேறுவழியில் திருப்புவதற்காக ஏதேதோ பேசிக் கொண்டிருந்தனர் என்பதும் அவருக்குத் தெரிந்ததே.

சுவர்க் கடிகாரத்தின் முட்கள் ஏழரையை நெருங்கின. “கொஞ்சம் குடிக்கலாமா? விறுவிறுப்பாக்கிக் கொள்வோம், என்ன சொல்கிறாய்?” என்று இலியா மத்வேயெவிச் கேட்டார். “மனதைத் தைரியப்படுத்திக் கொள்வோம். அலமாரியில் ஒரு புட்டி வைத்திருக்கிறேன்.”

“எனக்கு வேண்டாம், சாப்பிடு” என்றார், அலெக்சாந்தர் அலெக்சாந்தரவிச். அவருடைய நினைவு இங்கில்லை. “நான் கொஞ்சம் வெளியே போய் நடந்துவிட்டு வருகிறேன். காற்றாடப் போய் வந்தால் நன்றாயிருக்கும்.”

இலியா மத்வேயெவிச்சும் குடிக்க விரும்பவில்லை. மேஜைமீதிருந்த குல்லாவை எடுத்துக்கொண்டு அவரும் புறப்பட்டார்.

௭

1

விழா நாளுக்குப் பிறகு இலியா மத்வேயெவிச் வேலைக்கு வந்தபோது, கட்டுமான அரங்கத்தின் கான்கிரீட் தளத்தின் ஓரங்களில் பிரித்தெடுக்கப்பட்ட அடிக் கட்டைகளும் முட்டுகளும் சாரக் குழாய்களும் இணைப்புகளும் பலகைகளும் கயிறுகளும் உருக்கு வடங்களும் சிதறிக் கிடந்தன. இலியா மத்வேயெவிச்சுக்கு இத்தளம் உயிரற்று வெறிச்சோடிப் போய் சோகமூட்டுவதாய் இருந்தது.

ஒவ்வொரு முறை கப்பல் கட்டி முடிக்கப் பெற்று நீருக்கு அனுப்பப்பட்டதும் அவருக்கு இப்படித்தான் இருக்கும். மாதக் கணக்கில், சில சமயங்களில் பல ஆண்டுகளுக்கு நாள் தவறாமல் கப்பலினுள் வந்து அதனுடன் பழக்கப்பட்டு இலியா மத்வேயெவிச் அதில் ஓர் உறுப்பாய் ஒன்றிவிடுவார். அடிக் கப்பல் கட்டப்படும் போதெல்லாம் தமது பொறுப்பிலுள்ள அதனிடமிருந்து பிரியவேண்டிய நாள் தவிர்க்கமுடியாதபடி வருமென்ற எண்ணமே இல்லாதபடி வேலை செய்து கொண்டிருப்பார். முடிவில் இந்நாள் வந்ததும் கப்பல் துறையிலும் வீட்டிலும் எவ்வளவுதான் கொண்டாட்டமும் கோலாகலமுமாய் இருந்த போதிலுங்கூட, அவருக்குப் பிரிவாற்றாமையாகவே இருக்கும். டிராக்டர்களும் கார்களும் தினசரி இருபது முப்பதென்றும் நூற்றுக்கணக்கிலும் தொழிலாளர்கள், ஊழியர்களின் கைகளைவிட்டுப் பிரிந்து,

நினைவைவிட்டே அகன்று விடுகின்றன. உங்கள் ஆலையில் முன்பு தயாரிக்கப்பட்ட காரின் இலக்கத்தைப் பார்க்கையில், எந்த ஆண்டில் உங்கள் ஆலையில் தயாரிக்கப்பட்டது என்று மனத்துள் நினைத்துக் கொள்வீர்கள்...ஆனால் கப்பலாய் இருந்தால்? பத்து, இருபது, முப்பது ஆண்டுகளுக்குப் பிற்பாடும் அதை உடனே அடையாளம் தெரிந்துகொண்டுவிடுவீர்களே_ பெயரோ இலக்கமோ தெரிய வேண்டும் என்பதில்லையே. பழைய நண்பனைச் சந்திப்பது போலல்லவா நினைத்து மகிழ்வீர்கள்? அந்தக் கப்பல், தன்னைப் பற்றி மட்டுமின்றி, யாருடன் எல்லாம் சேர்ந்து அதைக் கட்டினீர்களோ அவர்களைப் பற்றியும், அதை நீங்கள் கட்டிய அந்த நாட்களைப் பற்றியும், உற்றார் உறவினர்களைப் பற்றியும், அந்நாட்களில் நடைபெற்ற பெரிதும் சிறிதுமான பல நிகழ்ச்சிகளைப் பற்றியும் அல்லவா நினைவுபடுத்தும்?

கப்பல் நீரிலே செலுத்தப்பட்ட பிறகு இலியா மத்வேயெவிச்சுக்குச் சாதாரணமாய்ச் சிந்தித்துக்கொண்டு நிற்க நேரம் இருக்காது_ துயரமான சிந்தனைகளுக்கு நிச்சயம் நேரம் இருக்கவே இருக்காது. கட்டுமான அரங்கிலே அலங்கோலத்தை நீக்கி ஒழுங்குநிலையை உண்டாக்கி, புதிய கப்பலுக்கான அடிப்பகுதியை அமைத்திடுவதற்காக உடனே திட்டம் போடும் வேலை அவர் முன்னால் இருக்கும். புதிய அடிக்கப்பலின் நிலைகளை அளந்து குறிக்கத் தொடங்குவார்கள். அடிக்கட்டைகளையும் சரிவுப் பலகைகளையும் குத்துமட்டங்களையும் திரும்பவும் அமைப்பார்கள். மறுபடியும் தகடுகளை வைத்து அடிக்கப்பலின் தட்டைத் தளத்தை அமைப்பார்கள். முதலாவது தகட்டை எப்பொழுதும் இலியா மத்வேயெவிச் தாமே நேரில் வைத்திடுவார்.

அடிக் கப்பலுக்குத் தளமிடப்பட்டதும் யாவும் திரும்பவும் ஆரம்பமாகிவிடும்.... பளுதூக்கிகளின் கிரீச்சொலி, சம்மட்டிகளின் படபடப்பு, மின்சார வெல்டிங் பொறிகளின் சடபுடா சப்தம், சுமைகளை வைப்போருக்கும் எடுப்போருக்கும் பளுதூக்கி சிக்னலர்கள் எழுப்பும் கூச்சல்கள்_யாவுமாய்ச் சேர்ந்து திரும்பவும் காதைத் துளைக்கும். ஆனால் பளுதூக்கிகளை இயக்குவோருக்கு சிக்னலர்களுடைய கூச்சல்கள் காதில் விழுவதே இல்லை; கான்வாஸ் கையுறையணிந்த அவர்களுடைய கைகளின் அசைவைக் கொண்டுதான் தாம் செய்ய வேண்டியதைப் புரிந்துகொள்ள வேண்டியிருக்கும்.

பின்பகுதிக்கு வருமாறும் முன்பகுதிக்கு வருமாறும் இலியா மத்வேயெவிச்சுக்கு ஓயாமல் அழைப்புகள் வந்து கொண்டிருக்கும். பல பேருடைய கைப்பட்ட அமைப்புத் திட்டப் படங்கள் அவர் முன்னால் விரித்து வைக்கப்படும்... வேலை முறைத் திட்டப் படங்களைக் கொண்ட இந்த நீலக் காகிதத்தில் எத்தனை பேருடைய விரல்களின் தடம் பதிந்திருக்கும்! வேலைக் குழுத் தலைவர்கள், போர்மன்கள், கட்டுமானிகள், ஏன் டைரக்டரின் கைவிரல்களுங்கூடத்தான் இதில் தடம் பதித்திருக்கும். தகடு வேயும் வேலை முடியும் முன்பே அடுத்த வேலையைத் துவக்கும்படி டைரக்டர் வற்புறுத்தினார். ஆனால் டைரக்டரைப் போல அதே பரபரப்புடன் அலெக்சாந்தர் அலெக்சாந்தரவிச் கைகளை ஆட்டிக் கொண்டு "அதெப்படிச் செய்ய முடியும்? தொப்பியைத் தயாரிக்கும் முன்பே அதில் உச்ச முடியைத் தைக்க முற்படுவது சரியல்ல'' என்பார். இலியா மத்வேயெவிச் எல்லாக் கேள்விகளுக்கும் பதிலளிக்க வேண்டியிருக்கும்; தகராறுகளைத் தீர்த்து வைக்கும்படி ஆகும். புதிய வேலை உடுப்புகள் வேண்டும் என்று அவரிடம் கேட்பார்கள்; கட்சித் தலைமையகத்திடமிருந்து டைரக்டர் அறையிலிருந்தும் தளவாடக் கிடங்கிலிருந்தும் அடிக்கப்பல் தொழிற்கூடத்திலிருந்தும் அவரைக் கூப்பிடுவார்கள்; கப்பல் துறைத் தொழிற்சங்கக் குழுவிலிருந்து வேலை அளவுகள், ஊதிய விகிதங்கள் குறித்து அவரிடம் பேச வருவார்கள்; வெல்டர்கள் அவர் முன்னே வந்து மின்வாய்த் துண்டுகளை மேஜைமேல் போட்டு மின்வாய் ஆய்வகத்தைத் திட்டுவார்கள்; ரிவெட் தொழிலாளி ஒருவன் ரிவெட்டுகளைச் சூடாக்கும் பெண்ணை அழைத்துவந்து கோபமாய் முறையிடுவான்: "இவளை வைத்துக் கொண்டு நான் என்ன செய்வேன்? ரிவெட்டுகளைத் தொடர்ச்சியாய் அளவுமீறிச் சூடாக்கிவிடுகிறாள், என்ன சொன்னாலும் கேட்பதில்லை.'' புள்ளி முகமுடைய அந்தச் சப்பை மூக்குப் பெண் பரிதாபமாய்த் தனது வேலைக் குழுத் தலைவரின் பின்னால் நிற்பாள். என்ன நடந்திருக்குமென்பது கூறாமலே விளங்கிவிடும்: முந்திய நாள் மாலையையும் வாசியா அல்லது பெத்யா அல்லது வேறோர் இளைஞனையும் பற்றிய நினைவுகளிலே மூழ்கிப் போயிருந்தவள், விழித்துக் கொள்வதற்குள் ரிவெட்டுகள் அளவுமீறிச் சூடாகி விட்டன.

இலியா மத்வேயெவிச் இவை யாவற்றையும் கவனித்து ஆவன செய்தாக வேண்டும். கப்பலின் வளர்ச்சி ஒரு மணி நேரங்கூட,

ஏன் ஒரு நிமிட நேரங்கூடத் தடைபடாது நடந்தேறியாக வேண்டும். பொழுது போவதே தெரியாமல் மறைந்தோடிவிடும்....

ஆனால் இம்முறை யாவும் மாறிவிட்டன. முடித்த கப்பலை நீரிலே செலுத்தியபின் வழக்கம்போல் இப்பொழுதும் அடிக்கட்டைகளையும் சாரங்களையும் பிரித்துச் சரி செய்ய வேண்டியிருந்ததும், ஓடு பாதைகளிலிருந்த கிரீஸை வழக்கம்போல் இரும்பு ஸ்கிரேப்பர்களைக் கொண்டு சுரண்டி யெடுக்க வேண்டியிருந்ததும் மெய்தான். ஆனால் புதிய கப்பலுக்கு அடிப்பகுதி அமைத்திட அவர்களுக்கு வரைபடங்கள் வந்து சேரவில்லை. அவை வந்து சேரப் பல நாட்கள் ஆகும் போலத் தெரிந்தது. அடிப்பகுதியை அமைத்திடுவது எப்படி? எங்கே அமைத்திடுவது? இவ்வேலையை எப்பொழுது தொடங்குவது? திட்டத்தைப் பார்த்தால், ஆயிரக் கணக்கான உருக்குப் பகுதிகளுக்குப் பதிலாய், தொழிலகங்களில் தொகுதி தொகுதியாய்த் தயாரித்துக் கோத்து முடிக்கப்பட்ட நூற்று முப்பத்தெட்டு பெரிய கட்டுமானங்கள் இலியா மத்வேயெவிச்சுக்கு அனுப்பப்படும் என்று தெரிந்தது. இப்பெரும் பகுதிகளை வைத்துக் கொண்டு என்ன செய்வது என்று புலப்படாமல் மண்டையை உடைத்துக்கொள்ள வேண்டியதுதான்!

தணிந்து தொங்கிய மேகங்கள் மூடுபனி போலக் கடலிலிருந்து தவழ்ந்து வந்து ஓசையின்றி ஓயாத மழைத் தூறலைக் கொண்டு வந்தது. இலியா மத்வேயெவிச்சின் பொசுபொசுப்பான புருவங்களில் வெண்பனி போல் பளிச்சிடும் மழைத் துளிகள் திரண்டன, அவர் குல்லாயிலிருந்து விழுந்து சட்டைக்குள் உருண்டோடின. அலுவலறைக்குள் போய்விடலாமா? ஆனால் அங்கே போய் என்ன செய்வது? செய்ய வேண்டியதை எல்லாம் முன்பே செய்து முடித்தாகிவிட்டது. இலியா மத்வேயெவிச் எதிர்ப் பக்கம் திரும்பி ஒழுங்கமைவு நீர்நிலையின் திசையிலே பார்த்தார். அவருடைய கப்பல் அங்கே துறையோரத்தில் நின்று கொண்டிருந்தது. இப்பொழுது அது பிறர் கைக்குப் போய்விட்டது. பிரதானப் பாய்மரம் ஒன்றைத் தயாரித்து அவர்களுக்கு அனுப்பிவைப்பதைத் தவிர இலியா மத்வேயெவிச் இக்கப்பல் சம்பந்தமாய் இனி எதுவும் செய்யவேண்டியிருக்கவில்லை. பாய்மரத்தைத் தயாரிக்கையில் வெல்டர்கள் குளறுபடி செய்துவிட்டனர். வேறொன்றைத் தயாரித்து அனுப்புவார்கள். பாய்மரம் செய்வது பெரிய காரியமல்ல.

இலியா மத்வேயெவிச் சட்டைப் பைக்குள்ளிலிருந்து கைக்குட்டையை இழுத்து முகத்திலிருந்த மழைத் துளிகளைத் துடைத்தார். பிறகு, "நாய்க்கால்" சிகரெட் என்பார்களே அதைத் தயாரிக்க முற்பட்டார். பெருவாரி அளவில் ஆலையிலே தயாரிக்கப்பட்ட சிகரெட் அவருக்குத் திருப்தியளிக்காத தருணங்கள் அவ்வப்பொழுது வருவதுண்டு. இத்தருணங்களில் அவர் வீட்டுப் புகையிலையைத் துண்டுக் காகிதத்தில் வைத்துச் சுருட்டி வாய்முனையிலே வளைந்த "நாய்க்கால்" கைத்தயாரிப்பைப் புகைக்க முற்படுவார்.

"அப்பா, என்ன ஆயிற்று? ஏன் இந்தத் துயரத் தோற்றம்?" என்று கலகலப்பான குரல் அவருக்கு பின்னாலிருந்து ஒலித்தது.

அந்தோனும் ஸீனாவும் நீளமான தோல் கோட்டுகளை மாட்டிக் கொண்டு கட்டுமான அரங்கு ஓரமாய் நடந்து வந்தனர்.

சிகரெட்டுக் காகிதத்தின் முனையை நாக்கில் வைத்து இழுத்தபடி இலியா மத்வேயெவிச், "நான் துயரத் தோற்றமளிப்பதாய் ஏன் நினைக்கிறாய்?" என்று திருப்பிக் கேட்டார்.

"கப்பலைத்தான் வழியனுப்பி வைத்துவிட்டீர்களே, இனி அங்கே என்ன பார்வை..." தந்தை பார்த்துக் கொண்டு நின்ற திசையிலே தலையை ஆட்டிக் காட்டினான் அந்தோன்.

"உன்னையும்தான் முன்பு வழியனுப்பி வைத்தேன்" என்று இலியா மத்வேயெவிச் சற்றுநேரம் மௌனமாய் இருந்தபின் பதிலளித்தார். "வழியனுப்பி வைத்துவிட்டால் திரும்பவும் சந்திக்கப் போவதில்லை, அடியோடு மறந்துவிட வேண்டுமென்றா அர்த்தம்? சரி, அங்கே நிலைமை எப்படி இருக்கிறது? வேலைகள் வேகமாய் நடந்தேறுகின்றனவா?" என்று பேச்சை மாற்றினார்.

"இல்லை, மெதுவாகத்தான் நடந்தேறுகிறது. குளிர்காலத்தில் கட்டுமான வேலைகளைச் செய்வது கடினமாய் இருக்கும் போலத் தெரிகிறது."

"மெய்தான், குளிர்காலத்தில் கட்டுவது கடினமாய்த்தான் இருக்கும்." மீண்டும் அவர் சிறிது நேரம் மௌனமாய் இருந்துவிட்டு மெள்ளச் சிரித்துக் கொண்டார். "சோகத் தோற்றமளிப்பது நீதான், நானல்ல, குளிர்காலமாம்!... பீதியடையக் காரணம் ஒன்றைக் கண்டு கொண்டுவிட்டாய். ஏன், அந்தக் காலத்தில் உள்நாட்டுப் போருக்குப் பிற்பாடு, கப்பல்துறையை

நாங்கள் புனரமைத்தபோதும் குளிர்காலம்தான், பூஜ்ஜியத்துக்குக் கீழே 40 டிகிரி குளிர். மண்வெட்டிகள் கொண்டு தோண்டி வெறுங் கையால் மண்ணை வாரி அப்புறப்படுத்த வேண்டியிருந்தது. கற்களில் எங்கள் விரல்கள் உறைந்து ஒட்டிக் கொண்டன, இரத்தமும் சதையும் ஒட்டியிருந்த அந்தக் கற்களை வைத்துத்தான் அதோ அந்தச் சுவர்களைக் கட்டினோம்.''

''காலம் மாறிவிட்டது, அப்பா, வோல்கா_தோன் கால்வாயை வெறும் கைகளால் வெட்டியமைப்பது சாத்தியமல்ல.''

''வேறு வழியில்லை என்றால், அதையும் நம்மால் செய்ய முடியும்தான்.'' புகையைச் சுருள்சுருளாய் விட்டபடி இலியா மத்வேயெவிச் ஸீனாவைப் பார்த்தார். அவளும் வாதாடத் தொடங்கிவிடுவாளென எதிர்பார்த்தார். இளம் வயதினர் ஒருவருக்கொருவர் ஆதரவாய் வாதாடாமல் இருக்கமாட்டார்களே.

அவர் நினைத்தது போலவே ஸீனாவும் பேச முற்பட்டாள், ஆனால் அவள் சொன்னது சிறிதும் அவர் எதிர்பார்த்த மாதிரி இல்லை.

''இலியா மத்வேயெவிச், அந்தக் காலத்தைப் பற்றி நீங்கள் எங்களுக்கு ஒரு நாள் கூற வேண்டும்'' என்று அவள் நனைந்த முடிகளைத் தோல் கவிகைக்குள் தள்ளிவிட்டுக் கொண்டு சொன்னாள். ''மிகவும் சுவையான காலம் அது. நாங்கள் புத்தகங்களிலேதான் படித்துத் தெரிந்து கொள்ள வேண்டியிருக்கிறது. அந்தோன் இலியிச் கூறுவதை நான் ஒத்துக்கொள்ளவில்லை. காலம் மாறிவிட்டது மெய்தான்: ஆனால் மக்களுமா மாறிவிட்டார்கள்? இன்னல்களைக் கண்டு இன்றும் மக்கள் அஞ்சுவதில்லையே. அவசியம் ஏற்பட்டால் அன்று போலவே இன்றும் நாம்...''

''இல்லை, அந்தோன் சொன்னது சரிதான்!'' இலியா மத்வேயெவிச் சற்று பலமாகவே திடுமென இதைக் கூறினார். ''அந்தோன் சொன்னது சரிதான்! யாரும் இன்று விரல்களைப் பனி உறைந்த கற்களிலே வைத்து ஒட்டிக் கொள்ளச் செய்யப் போவதுமில்லை, விரல் நகங்களால் மண்ணைச் சுரண்டியெடுக்கப் போவதுமில்லை, ஸீனாயிதா பாவ்வல்னா, இயந்திரங்களைக் கொண்டு இவ்வேலைகளைச் செய்துவிடுவார்கள். இன்னல்களைக் கண்டு மக்கள் இன்றும் அஞ்சவில்லைதான். ஆனால் இன்றுள்ள இன்னல்கள் வேறு விதமானவை.''

அலெக்சாந்தர் அலெக்சாந்தரவிச் அப்பொழுது அங்கே வந்து இலியா மத்வேயெவிச்சின் பின்னால் நின்று கொண்டு நனைந்துவிட்ட மூக்குக் கண்ணாடியைத் துடைத்தபடிக் கேட்டார்:

"எப்படி வேறு விதமானவை, இலியா?...."

"எப்படியா? கொஞ்சம் காத்திரு, நீயே தெரிந்து கொள்வாய்."

இலியா மத்வேயெவிச் சிகரெட் துண்டைக் கான்கிரீட் தரையில் தேங்கி நின்ற நீரில் எறிந்துவிட்டுக் கட்டுமான அரங்கிலிருந்து வேகமாய் நடந்தார். இளம் பொறியியலாளர்களான தன் மகன் அந்தோனையும் ஸீனாயிதா பாவ்லவ்னாவையும் பற்றி அவர் சிந்திக்கலானார். அவர்கள் எவ்வளவு சுலபமாய் உடன்பாட்டுக்கு வந்துவிடுகிறார்கள், அவர்கள் ஒருவரையொருவர் புரிந்து கொள்வதற்கு ஒரு சிறு ஜாடையே போதுமானதாகிவிடுகிறது. இதை நினைத்தபோது அவருக்கு வியப்பாயிருந்தது. எல்லாமே அவர்களுக்கு எளிதாகவும் சுலபமாகவும் இருக்கின்றன. குளிர்காலம் இன்னல்களை உண்டாக்கும் என்பது மெய்தான், ஆனால் அவற்றைவிட மிகப் பெரிய இன்னல்கள் மனிதனுடைய அகத்திலே மறைந்திருக்கின்றன_இவற்றை அவர்கள் பார்ப்பதும் இல்லை. நினைப்பதும் இல்லை.

மனிதனுடைய அகத்தினுள் இருக்கும் இன்னல்களைப் பற்றி இவ்வாறு இலியா மத்வேயெவிச் சிந்தித்துக் கொண்டிருக்கையில், அவர் மனத்தில் கப்பல் நீரிலே செலுத்தப்பட்ட நாளின், முக்கியமாய் அன்றைய மாலைப் பொழுதின் சோக நினைவுகள் எழுந்தன. அன்று மாலைப் பொழுது சோபையற்றதாகிவிட்டது.

தொடக்கத்தில் யாவும் சிறப்பாகவே இருந்தன. சளிப் பிடித்திருந்த லிதியாவைத் தவிர்த்துக் குடும்பத்தின் ஏனைய எல்லோரும் கப்பல் துறைக்கு வந்திருந்தனர்._ இது நெடுநாளைய மரபு. அவர்கள் வீட்டுக்குத் திரும்பியதும் மேஜைமீது யாவும் தயாராயிருந்தன. அகஃப்யா கார்பவ்னா முன்னதாகவே வீட்டுக்குத் திரும்பி, சாப்பாட்டைச் சூடு செய்து, யாவற்றையும் மேஜைமீது தயாராய் எடுத்து வைத்திருந்தாள். மற்றவர்களும் வீட்டுக்குத் திரும்பி வந்ததும், கவலை தோய்ந்த குரலில் அவள் பேசினாள்.

"நமது லிதியாவுக்கு என்ன ஆயிற்று, தெரியவில்லையே" என்று வியப்புடன் சொன்னாள். "நான் வீட்டுக்குத் திரும்பிய போது படுக்கை காலியாய் இருந்தது. ஆனால் இது போன்ற விழா

நிகழ்ச்சி நடைபெறும் ஒரு நேரத்தில், அவள் மட்டும் படுக்கையிலே படுத்திருப்பாள் என்று நினைக்கலாமா? சளிப்பை மறந்துவிட்டு அவளும் வெளியே புறப்பட்டிருக்க வேண்டும்.''

இலியா மத்வேயெவிச்சும் கோஸ்த்யாவும் அலெக்சேயும் முகம் கழுவினர். அந்தோனும் துன்யாஷாவும் தோன்யாவும் விக்தரும் உலர்ந்த ஆடைகள் உடுத்திக் கொண்டனர். அப்பொழுது மேலும் சிலர் வீட்டுக்குள் வந்தனர். வசீலிய் மத்வேயெவிச்சும் மரியா கவ்ரீலவ்னாவும் உள்ளே நுழைந்தனர். அலெக்சாந்தர் அலெக்சாந்தரவிச் சன்னலுக்கு வெளியே இருந்தபடித் தட்டி, "எனக்கும் உள்ளே இடம் இருக்குமா?'' என்று கேட்டார். அவர் தனியே வரவில்லை. நத்தாலியா சின்னம்மாவும் வாயில் முகப்பிலே அவருடன் சேர்ந்து கொள்ளவே இருவருமாய் உள்ளே வந்தனர்.

"இப்படிப் போய்க் கொண்டிருந்தேன், பணியாரங்களின் வாசனை மூக்கைத் துளைத்தது. வாயில் எச்சி ஊறிற்று, வாய்க்கு ருசியாய் எதாவது கிடைக்கும், சாப்பிட்டுவிட்டுச் சிறிசுகளுடன் நடனமாடிவிட்டுப் போகலாமெனத் தோன்றிற்று'' என்று நத்தாலியா சின்னம்மா விளக்கினாள்.

"அப்படியா சேதி?'' என்றார் இலியா மத்வேயெவிச். "இன்று இங்கு ருசியான பணியாரம் எதுவும் இல்லை. சிறிசுகளுடன் நடனமாடலாமென்று, அலெக்சாந்தர் அலெக்சாந்தரவிச்சை நினைத்துக் கொண்டாய்_அப்படித்தானே? ஒரு கிளாஸ் கிடைக்குமென்றும் நினைத்திருப்பாய், எனக்குத் தெரியும்.

"நினைத்தால் என்னவாம், தவறில்லையே. குளிர் நடுங்கும் நேரத்தில் ஒரு கிளாஸ் ஒன்றும் தீங்கு செய்துவிடாது...''

"அப்படிச் சொல்லு'' என்று அலெக்சாந்தர் அலெக்சாந்தரவிச்சும் அவளுக்கு ஒத்து ஊதினார். "கொண்டாட வேண்டிய நேரமல்லவா?''

"ஆமாம், ஆமாம்!'' என்றாள், சமையலறையிலிருந்து ஒரு தட்டில் சாண்ட்விச்சுகளைக் கொண்டுவந்து வைத்த அகஃப்யா கார்ப்பவ்னா. "ஏற்கனவே ஒரு போடு போட்டு விட்டுத் தானே வந்திருக்கிறீர்கள், தெரிகிறதே எனக்கு.''

"அதெப்படி? வேலை செய்துவிட்டு வந்திருக்கிறேன். வேலையின்போது குடிக்கலாமா? கட்டுப்பாட்டுக்கு விரோதமல்லவா?''

"திருட்டுக் கிழவர் ஆயிற்றே, உங்கள் வாயிலிருந்து வீசும் மணம் கட்டுப்பாட்டை அறிவிப்பதாய் இல்லையே'' என்று அகஃப்யா கார்ப்பவ்னா அவரை மடக்கினாள்.

"எப்படியும் நான் தடம் புரள்வதற்குப் போதிய காரணங்கள் இருக்கின்றன. அகஃப்யா, அதற்கு உன்னைத்தான் குறை கூற வேண்டும்.'' அலெக்சாந்தர் அலெக்சாந்தரவிச் தலையை அசைத்து அந்தோனைச் சுட்டிக் காட்டினார். "இதுபோன்ற சூறாவளி மகனைப் பெற்றெடுத்த உன்னைத்தான் குறை கூற வேண்டும். யாவும் தலைகீழாகிவிட்டன. சரி, அந்தோன் இலியிச், நான் எங்கே போவது?_ சொல்லு நீ. உன்னைத்தான் கேட்கிறேன், பதில் சொல்லு!''

"அலெக்சாந்தர் மாமா, நீங்கள் எங்கும் போகவேண்டாம். கட்டுமான அரங்கிலேயே இருங்கள். எப்படியும் நாம் கட்டுமான அரங்கு இல்லாமலே கப்பல் கட்டத் தொடங்கப் போவதில்லை.''

"இல்லை, எல்லாவற்றையும் தலை முழுகிவிட்டு வேறு எங்காவது போய்விடப் போகிறேன்! வடதிசை அல்லது தென்திசையைப் பார்க்கப் போகப் போகிறேன்.''

"அங்கேயும் இதையேதான் காண்பீர்கள். பின்னோக்கி நடைபோடும் இடம் நாட்டில் எங்குமே இல்லை. எங்கும் நாம் முன்னேறித்தான் சென்று கொண்டிருக்கிறோம்.''

மேஜையைச் சுற்றிலும் அமர்ந்துகொண்டனர்.

"லிதியா என்ன ஆனாள்?'' என்று விக்தர் பக்கம் பார்த்து விட்டு அகஃப்யா கார்ப்பவ்னா கேட்டாள். அவளுடைய குரலில் கலவரம் தொனித்தது.

விக்தர் பதில் சொல்லவில்லை. உப்பிலிட்ட குடைக்காளானை முட்கரண்டியால் குத்தி எடுத்தவன், காளானைத் தட்டிலே விட்டுவிட்டு வெற்றுக் கரண்டியை வாயருகே கொண்டு வந்தான். அகஃப்யா கார்ப்பவ்னா பெருமூச்செறிந்து கொண்டாள். அதுமுதல் எதுவும் ஒழுங்காய் நடைபெறவில்லை.

"என்ன பெண் இவள்!'' என்று இலியா மத்வேயெவிச் கோபித்துக் கொண்டார். "கிடந்தால் ஒரே அடியாய் நாள் முழுதும் வீட்டிலேயே அடைந்து கிடைப்பாள். இல்லாவிட்டால் கட்டிலிருந்து விடுபட்டவள் மாதிரி எங்காவது பறந்தோடி

விடுவாள். இத்தகையோருக்குப் படிப்பினை அளிப்பது அவசியம், பழங்கால முறையில் படிப்பினை அளித்தாக வேண்டும்!''

"கிழட்டுப் பயங்கரவாதி பேசுவதைப் பாருங்களேன்!'' என்று நத்தாலியா வசீலியெவ்னா சிரித்தாள். "மனைவியின் உள்ளத்தை அடைய அன்பும் பரிவும்தான் உரிய வழி.''

அபாய நிலையிலிருந்து பேச்சை வேறு திசையிலே திருப்ப அந்தோன் முயன்று பார்த்தான். பலிக்கவில்லை. எல்லோருடைய உற்சாகமும் கரைந்துவிட்டதென்பது தெளிவாய்த் தெரிந்தது. காரணம் லிதியாதான். அவள் வீட்டுக்குத் திரும்பி வரவில்லை.

12 மணிக்கு விக்தர் அவளைத் தேடிக் கொண்டு புறப்பட்டான். கோஸ்த்யாவும் அலெக்சேயும் அவனுடன் சென்றனர். தோன்யா அக்கம் பக்கத்து வீடுகளுக்கு ஓடிச் சென்று பார்த்துவிட்டு வந்தாள். அதிகாரிகளுக்கு அறிவிக்கலாமென்று வசீலிய் மத்வேயெவிச் சொன்னார்.

"நடந்துள்ளது போதாதென்று அதிகாரிகளுக்கு வேறு அறிவிக்க வேண்டுமா?'' என்று இலியா மத்வேயெவிச் சீறி விழுந்தார். "ஜுர்பின் குடும்பத்தவளைக் காவல்துறையினரை விட்டுத் தேடச்சொன்னால் நன்றாய்த்தான் இருக்கும்!''

"ஏதாவது விபத்து நேர்ந்திருந்தால் என்னாவது? ஜுர்பின் குடும்பத்தவளுக்கும் ஏற்படக் கூடியதுதானே?''

லிதியா கிடைக்கவே இல்லை. யாருக்கும் அன்று இரவு தூக்கம் வரவில்லை. விழாநாள் பெரிய ஏமாற்றமாய் முடிவுற்றது. அவள் எப்பொழுது திரும்பி வருவாளென்று எல்லோரும் ஏக்கத்துடன் காத்திருந்தனர்... அவள் திரும்பி வரவே இல்லை. அவர்கள் விசாரித்தவர்கள் எல்லோருமே அவளை எங்கும் கண்டதாய்க் கூறவில்லை...

பிறகு, அவள் மருத்துவசாலையில் தனது மேஜையின் பின்னால், எதுவுமே நடைபெறாததுபோல உட்கார்ந்தாள். "நான் வீட்டுக்கு வரப் போவதில்லை. ஆகவே என்னைத் தொந்தரவு செய்ய வேண்டாம்'' என்று சொன்னாள். இது என்ன அவக்கேடு! அவளுக்கும் விக்தருக்குமிடையே என்ன நடைபெற்றது?..

வாழ்க்கை ஒரு புதிராய் அல்லவா இருக்கிறது என்று இலியா மத்வேயெவிச் நினைத்தார். வேலைதான் யாவற்றுக்கும் மருந்து!

வாழ்க்கையை இரு கைகளாலும் எட்டிப் பிடிக்கலாம், மலைகளையும் அசைத்துவிடலாம் _ யாராலும் நம்மைத் தடுத்திட முடியாது என்றல்லவா நினைத்திருந்தார். ஆனால் கொஞ்சம் பார்வையைத் திருப்பிச் சுற்றிப் பார்த்தால், எல்லோருக்கும் இவ்வாறு இருக்கவில்லை என்பது தெரிகிறது. யாரால் அல்லது எதனால் இவர்கள் தடுக்கப்படுகிறார்கள்? உதாரணமாய், லிதியாவுக்கும் விக்தருக்கும் ஏன் இந்தக் குளறுபடி? அவர்கள் வாழ்வாங்கு வாழ இது தடையாகிவிடவில்லையா? தடையாகத்தான் ஆகிவிடுகிறது. "மக்களின் அகத்தில்'' இருக்கும் இன்னல்களில் ஒன்றல்லவா இது? இதைப் போல் இன்னும் எத்தனையோ இருக்கவே செய்கின்றன. உதாரணமாய், எதற்கும் உதவாத சோம்பேறி ஒருவனை எடுத்துக்கொள்ளுங்களேன். அவன் இப்படி இருப்பதற்குக் காரணம் என்ன? மக்களுக்காக, தனக்காக உழைக்காமல் எஜமானுக்காக உழைக்க வேண்டியிருந்த அந்தப் பழங்காலத்தின் எச்சம் அவனிடம் இருப்பதே காரணம். அல்லது நன்றாய் வேலை செய்பவனாயினும் பொது இலட்சியத்தில் கருத்தில்லாதவனை எடுத்துக்கொள்ளுங்களேன். இவன் அதிக ஊதியம் ஒன்றுக்காக மட்டுமே வேலை செய்கிறான், அது கிடைத்ததும் கைகட்டிக் கொண்டு வீட்டில் இருந்துவிடுகிறான், கருத்தில்லாதவனாகி விடுகிறான். இன்னல்களிடையே அகப்பட்டதும், பொறுப்புக்களை எதிர்நோக்கியதும் சிலர் கோழையாகி விடுகின்றனரே, அது எதனால்... வரிந்து கட்டிக் கொண்டல்லவா வாழ்க்கையை எதிர்நோக்க வேண்டும்?

இலியா மத்வேயெவிச் துறையிலே இருந்த அவருடைய சிறிய அலுவலக அறையை வந்தடைந்தார். மழைக்கோட்டையும் குல்லாவையும் வெளியே பெஞ்சில் போட்டுவிட்டு தம்மை அறியாமலே தமது சொற்களுக்கு ஏற்ற செயல்களில் ஈடுபடுகிறவராய்ச் சட்டைக் கைகளைச் சுருட்டிவிட்டுக் கொண்டார். இன்னும் மழை பெய்து கொண்டுதான் இருந்தது. அவர் கைகளைக் கழுவத் தொடங்கினார்.

2

மெத்தை தைக்கப்பட்ட கதவு ஓசையின்றித் திறந்தது. பிராந்தியக் கட்சிக் குழுவின் செயலாளர் கொவல்யோவ் அலுவலகக் கதவடியில் நின்று கப்பல் துறையின் பிரதிநிதிகளை வரவேற்று உள்ளே அழைத்துச் சென்றார். ஆனால் அவர்

கைகுலுக்க முயலவில்லை. அதற்குப் பதில் விரல்கள் விரியத் திறந்திருந்த தமது கைகளைக் காட்டினார். கார் மெக்கானிக்கின் கைகளைப் போல அவை எண்ணெய்ப் பிசுக்காய் இருந்தன.

“வாங்க, தோழர்களே, வாங்க!'' என்று பன்முறை சொல்லி வரவேற்றார். “நாற்காலிகளில் உட்காருங்கள். இதோ வந்துவிட்டேன்'' என்று கூறி வெளியே சென்றார்.

பச்சை விரிப்பிடப்பட்ட நீளமான மாநாட்டு மேஜையின் அருகே சாய்மான நாற்காலி ஒன்றில் இவான் ஸ்தெபானவிச் உட்கார்ந்து கொண்டு தமது கைப்பெட்டியை முழங்கால்களின்மீது வைத்துக்கொண்டார். அந்த மேஜையில் மூன்று கரிய சிகரெட்டுச் சாம்பல் கிண்ணங்களும் இரண்டு தண்ணீர்க் கண்ணாடி ஜாடிகளும் இருந்தன. கோர்புனோவும் _ இவான் ஸ்தெபானவிச்சைப் போல அவ்வளவு சாவதானமாய் இல்லாவிட்டாலும்_உட்கார்ந்து கொண்டு தமக்கு ஒரு கிளாஸ் தண்ணீர் ஊற்றிக் கொண்டார். ஜுகோவ் ஒரு சன்னலிடம் சென்று அதிலிருந்த தெரிந்த நகரக் காட்சியைப் பார்த்துக் கொண்டு நின்றார். இங்கு முதன் முதலாய் இப்பொழுதுதான் வந்தவர்களான அந்தோனும் ஏனைய பொறியாளர்களும் அலுவலகத்தைப் பார்வையிட்டனர்.

பிராந்தியக் கட்சிக் குழுச் செயலாளர்களின் அலுவலகங்களில் அந்தப் பிராந்தியத்துத் தொழில் நிலையங்களில் உற்பத்தி செய்யப்படும் முக்கிய பண்டங்களின் மாதிரிகள் நிறைய இருப்பது வழக்கம். அந்தோன் தனது ஊரிலும் சுற்றுப்புறங்களிலும் இருக்கும் தொழில்களை நன்கு அறிந்தவன். நான்கு அச்சு ரயில் பெட்டிகள், டிப்_லாரிகள், எக்ஸ்கவேட்டர்கள், பளுதூக்கிகள், மோட்டார் டயர்கள், விவசாய இயந்திரங்கள், உயர் அழுத்த மின் காப்புறை வடங்கள், பல்வேறு கருவிகள் முதலானவற்றின் மாதிரிகள் கொவல்யோவின் அலுவலகத்தில் இருக்குமென்று எதிர்பார்த்தான். ஆனால் யுத்தத்துக்கு முன்பு கப்பல் துறையில் தயாரிக்கப்பட்ட சரக்கு_பிரயாணி மோட்டார் கப்பல் வகையைச் சேர்ந்த ஒன்றின் பளபளப்பான மாதிரிதான் கொவல்யோவின் மேஜையில் இருந்தது. சன்னலருகே இருந்த ஒரு சிறு மேஜையில் உடைக்க முடியாத தடிக் கண்ணாடியின்மேல் விசேஷவகை நுண்ணுணர் அளவைக் கருவியின் பகுதிகள் சிதறிக் கிடந்திருந்தன. அலுவலகம் பெரிதாகவும் நெரிசல் இன்றி ஓரளவு காலியாகவும் இருந்தது. அதனுள் எந்தச் சப்தமும் பலமாய்க் கேட்டது. பொறியாளர்கள் அனேகமாய்க் கிசுகிசுக்கும் குரலில்தான் பேசிக் கொண்டார்கள்.

தோளில் ஒரு டவலுடன் கொவல்யோவ் திரும்பி வந்தார். கருவியின் உறுப்புக்கள் இருந்த மேஜையருகே சென்று, கைகளை வேகமாய்த் துடைத்துக் கொண்டு ஆர்வமும் வியப்பும் தொனிக்கப் பேசினார்:

“நமது நாட்டின் தேர்ச்சி வாய்ந்த கைவினைஞர்கள் அதிசய மனிதர்களே ஆவர். இதோ இந்தச் சிறு கருவியைப் பாருங்களேன்... மிகவும் நுட்பமான எண்ணெய் அழுத்த அளவு மானி இது... உள்ளெரிவு இன்ஜின்களை அமைப்பதற்கு இன்றியமையாதது. நமது தொழில் வினைஞர்களால் இதைச் செய்ய முடியுமா? நிச்சயம் முடியும்_ஆனால் கைகளால்தான் செய்கிறார்கள். இன்னும் நம்மால் இதனைப் பெருவாரி அளவில் உற்பத்தி செய்ய முடியவில்லை.”

“இதில் என்ன அப்படிச் சிக்கல்?” என்று கேட்டுக்கொண்டு கொஃனேய் பாவ்லவிச் மேஜை அருகே வந்தார்.

“சிக்கலா? இதன் சிறிய பிஸ்டன் இந்த உருளையினுள் செலுத்தப்பட்டதும் வாயு மண்டலத்தைப் போலப் பத்து மடங்கு அழுத்தத்தில் சோதிக்கையில் எண்ணெய் மட்டுமின்றி மண் எண்ணெயும்கூட உள்ளே செல்ல முடியாதவாறு அந்த அளவுக்குச் சிறு இடுக்குகூட உண்டாகாதபடி பிஸ்டனை அவ்வளவு கறாராகவும் திருத்தமாகவும் செய்தாக வேண்டியிருக்கிறது.”

“ஹூம்! அது சிரமமான காரியம்தான்!” என்றார் கொர்னேய் பாவ்லவிச்.

“இதற்கு வேண்டிய நுட்பத்திறனுடையவர்கள் ஒரு கடிகார ஆலையில் இருக்கக் கண்டோம். இரண்டே இரண்டு பேர்தான் இருக்கிறார்கள். உருளை, பிஸ்டன் இவற்றின் மேற்பரப்புகள் கிஞ்சிற்றும் பிசகாமல் மிக நுட்பமாய்ப் பொருந்துவனவாய் இருக்கின்றனவா என்பதை எப்படி அவர்கள் கண்டுகொள்கிறார்கள் தெரியுமா?” சிரித்தபடி கொவல்யோவ் சுற்றிலுமிருந்தோரைப் பார்த்துக் கொண்டார். “நம்பமாட்டீர்கள். விரல்களால் தடவிப் பார்த்துக் கண்டு கொள்கிறார்கள்!”

டவலை அலமாரியில் தொங்கவிட்டுவிட்டு அவர் திரும்பவும் எல்லோரையும் பச்சை விரிப்பு விரித்த மேஜையைச் சுற்றிலும் அமரச் செய்தார். “நல்லது, தோழர்களே, சொல்லுங்கள்” என்றார். “உங்கள் பிரச்சினை என்ன?”

“திமீத்ரீ திமித்ரீயெவிச், நாங்கள் உங்களைப் பார்த்துப் பேச வந்த விவகாரம் இதுதான்'' என்று சொல்லி இவான் ஸ்தெபானவிச் தமது கைப்பெட்டியிலிருந்து சோவியத் நாட்டின் ஒரு பெரும் படத்தை வெளியே எடுத்து, மேஜைமீது பிரித்து விரித்தார். கெட்டியான துணியில் ஒட்டிய அந்தப் படத்தின் மடிப்புகளைச் சரிசெய்ய பொறியாளர்கள் அவருக்கு உதவி செய்தனர். “இங்கே குறிக்கப்பட்டிருக்கும் அம்புக் குறிகளையும் வட்டங்களையும் சதுரங்களையும் பாருங்கள்.... நடைபெறப் போகும் ஒரு போரின் திட்டத்தைப் போல் இருக்கிறதல்லவா? ஒரு மாதத்துக்கு முன்பு, இதே அலுவலகத்தில், பிராந்தியக் குழுவின் கூட்டம் ஒன்றில், எங்களுக்கு ஒரு பணி தரப்பட்டது. தொழிற் கூடங்களைத் திருத்தியமைத்து, திட்டவட்டமான கால வரையறைப்படி வரிசை முறை உற்பத்தி அமைப்புகளை நிறுவும்படி நாங்கள் பணிக்கப்பட்டோம். அத்துடன், வரிசை முறை உற்பத்தி அமைப்புகள் இயங்கத் தொடங்கும் நாளும் கப்பலின் அடிப்பகுதிக்கு வேலை தொடங்கும் நாளும் இணைந்துவிடும்படிக் கப்பல் துறை வேலைகளை ஒழுங்கு செய்து கொண்டு, முறையான கப்பல் உற்பத்தி வேலைகளை ஆரம்பிக்க வேண்டுமென்றும் தீர்மானிக்கப்பட்டது. பிராந்தியக் குழுவின் தீர்மானங்களைச் செயல்படுத்துவதற்கு வேண்டிய எல்லா நடவடிக்கைகளையும் நாங்கள் வகுத்துக் கொண்டு விட்டோம். இப்பணி குறித்து சிந்தனை செய்தோம், தொழிற்கூடங்களிலே விவாதித்தோம். இப்பொழுது நாங்கள் பிறிதொரு முனையிலே ஒரு போராட்டத்தை நடத்த வேண்டியிருக்கிறது. எங்களுக்குப் பண்டங்கள் வழங்கும் ஆலைகளுடன் இப்பொழுது நாங்கள் போர் நடத்த வேண்டியிருக்கிறது. திமீத்ரீ திமித்ரீயெவிச், இத்துறையில் நீங்கள் எங்களுக்குத் துணை புரிய வேண்டும்.''

“சொல்லுங்கள்.''

“எங்களுடைய உற்பத்தி பெருமளவுக்கு, மிகப் பெருமளவுக்கு, பண்டங்கள் வழங்குவோரைப் பொறுத்திருக்கிறது என்பது பிராந்தியக் குழுவுக்குத் தெரிந்ததுதான். ‘நோவோ_கிரமதோர்ஸ்க் ஆலை', ‘எலெக்திரஸ்தால்', ‘யூரல்மாஷ்...'' ஒவ்வோர் ஆலையின் பெயரைச் சொல்லியதும் அவர் படத்தின் குறுக்கே லாதாவிலிருந்து தோன்பசுக்கும், தாஷ்கண்டுக்கும், தினேப்ரோபெத்ரோவ்ஸ்கிற்கும், நாட்டின் மற்றும் பல நகர்களுக்கும் பிராந்தியங்களுக்கும் விரலால் கோடிட்டுக் காட்டி, “இங்கிருந்து பெரிய வார்ப்படங்கள்

பெறுகிறோம். அங்கே தனிவகை உருக்குவகைகள் கிடைக்கின்றன. இங்கிருந்து டர்பைன் பிளேடுகளைத் தருவிக்கிறோம்... மின்சார சாதனங்கள்.... தொலைபேசி இணைப்பகங்கள்.... சுரேலிய பிர்ச் மரங்கள்... இரும்பல்லாத உலோகங்கள்.... குழாய்கள்.... பீச் துண்டு மரங்கள்''.... என்று கூறிச் சென்றார்.

இவான் ஸ்தெபானவிச்சின் விளக்கங்களை வெளியிடத்தவர் யாராவது கேட்டிருந்தால் சோவியத் நாட்டின் எல்லா நகர்களும் சிறிதும் பெரிதுமான எல்லா சோவியத் ஆலைகளும் தொழில் நிலையங்களும் எங்கோ லாதாவில் கட்டப்பெற்று வரும் கப்பல்களுக்கு வேண்டிய பொருள்களைத் தயாரித்து அனுப்புவதில்தான் ஈடுபட்டிருப்பதாக நினைத்திருப்பார். அவருடைய நினைப்பு அப்படி ஒன்றும் தவறானதல்ல. லாதாவில் அவர்களுக்குக் கோலா தீபகற்பத்திலிருந்து நிக்கலும், பல்ஹாஷ் பிராந்தியத்திலிருந்து செம்பும், மத்திய ஆசியாவிலிருந்து சணலும், லெனின்கிராதிலிருந்து பல வகையான கருவிகளும் வந்து சேர்ந்தன. லாதாவில் கட்டப்பெற்ற கப்பல்களுக்காக ஏதேனும் ஒரு வகையான வேலை செய்து கொடுக்காத பகுதியே நாட்டில் இல்லை என்று சொல்லலாம்.

"சில பண்டங்கள் வந்து சேர்வதில் இரண்டொரு மாதம் தாமதம் ஏற்பட்டாலும், கடந்த காலத்தில் நம்மால் சமாளித்துக் கொள்ள முடிந்தது'' என்று இவான் ஸ்தெபானவிச் கூறினார். "ஆனால் இப்பொழுது முன்கூட்டியே இணைத்தமைத்து வரிசைமுறை உற்பத்திக்குக் கப்பல்துறை மாறிச் செல்லுகையில், ஒரு மாதம் அல்லது ஒரு வாரம், ஏன் ஒரு நாள் தாமதம் ஏற்படினும் எங்கள் வேலைகள் முடங்கி, கப்பல்துறை பூராவிலும் உற்பத்தி வேலைகளின் சந்தம் கெட்டுப் போய்விடும். நமது பிராந்தியக் குழு ஏனையப் பிராந்தியக் குழுக்களுடன் தொடர்பு கொண்டு இந்தப் பிரச்சினையில் ஆவன செய்ய வேண்டுமென்று விரும்புகிறோம்....''

"இவான் ஸ்தெபானவிச்'' என்று கொவல்யோவ் குறுக்கிட்டார். "நாம் நினைவுபடுத்தாமலே ஏனைய பிராந்தியக் குழுக்கள் இப்பிரச்சினையில் ஆவன செய்யுமென்று நினைக்கிறேன். நம்முடைய பிராந்தியத்திலுள்ள தொழில் நிலையங்கள் கண்டிப்பான முறையில் திட்டத்தை நிறைவேற்றும்படி நாம் கவனித்துக்கொள்கிறோமல்லவா? பிற இடங்களிலிருந்து இது பற்றித் தனிக் கடிதங்கள் வரும்வரை காத்திருப்பதில்லையே.

அரசாங்கத் திட்டங்கள் நிறைவேற்றப்பட வேண்டுமென்பதில் கருத்துடையது நம்முடைய கட்சி நிறுவனம் மட்டுமல்லவே_கட்சி நிறுவனங்கள் எல்லாவற்றுக்குமே இதில் கருத்துண்டு. கருத்து மட்டுமல்ல_அரசாங்கத் திட்டங்கள் நிறைவேற்றப்படும்படிக் கவனித்துக் கொள்வது கட்சி நிறுவனங்கள் யாவற்றுக்குமுள்ள பொறுப்புமாகும்.''

“அது உண்மைதான்...'' ஏராளமான குறிகளிடப்பட்ட அந்தப் படத்தை இவான் ஸ்தெபானவிச் பார்த்தபடிச் சற்று நேரம் தயங்கிவிட்டு, “இருந்தாலும், நீங்கள் இருப்பதை ஏனையோருக்கு நினைவுபடுத்துவதில் தவறு இல்லையே'' என்றார்.

“தோழர்களே, உங்களுக்குப் பண்டங்கள் தயாரித்து அனுப்புவோர் இருக்கும் எல்லாப் பிராந்தியங்களின் கட்சி நிறுவனங்களுக்கும் நாம் கடிதம் எழுதலாம் _ நிச்சயம் நாம் எழுதுவோம், அதில் சந்தேகமில்லை. ஆனால் பிரதான விவகாரம் அதுவல்ல. பிரதான விவகாரம் ஆயிரம் மைலுக்கு அப்பால் இல்லை, இங்கே நம்மருகே இருக்கிறது, நம்முடைய கப்பல் துறையிலேயே இருக்கிறது. முன்கூட்டியே இணைத்தமைத்து வரிசை முறை உற்பத்திக்கு நீங்கள் மாறிச் சென்றுவிட்டதாய் வைத்துக்கொள்வோம்... அப்பொழுது ரிவெட் வேலைகள் யாவும் அனேகமாய் முழு அளவுக்குக் கைவிடப்பட்டு அவற்றுக்குப் பதில் மின்சார வெல்டிங் மேற்கொள்ளப் பட்டுவிடும். இதற்கு உங்களுக்கு வேண்டிய மின்சார வெல்டர்களைத் தயார் செய்து கொண்டுவிட்டீர்களா? உங்களுடைய ரிவெட் தொழிலாளர்கள் வேலையின்றி, தக்க தொழிலின்றி விடப்படாதவாறு இருக்கும்படி நீங்கள் ஆவன செய்திருக்கிறீர்களா? உங்களுடைய மின்சார வெல்டர்கள் போதிய தகுதியுடைவர்களாகி விட்டனரா என்பதைக் கவனித்துக்கொண்டு விட்டீர்களா? தானியங்கி வெல்டிங் முறைகளில் அவர்கள் தக்க தேர்ச்சி பெற்றிருக்கிறார்களா? போர்மன்கள் தக்க தகுதி பெற்றிருக்கிறார்களா?''

வந்தவர்கள் எல்லோரையும் கொவல்யோவ் ஆவலுடன் பார்த்தார். யாரும் பேசவில்லை. கப்பல் துறை ஊழியர்களின் தகுதிகளை அவர்கள் எல்லோரும் தம் மனத்துள் எடை போட்டுப் பார்த்துக்கொண்டிருந்தனர்.

“கப்பல் துறையின் புனரமைப்பு குறித்த திட்டத்தை நான் பரிசீலித்த போது, என் மனதில் பட்டது என்ன தெரியுமா?'' என்று

கொவல்யோவ் தொடர்ந்து பேசினார். "திட்டமிடப்பட்டிருக்கும் மாற்றங்கள் வெளிப்பார்வைக்கு அவ்வளவாய் முக்கியத்துவம் வாய்ந்தவையாய்த் தோன்றவில்லை. இங்கொரு தொழிற்கூடம் விரிவாக்கப்படுகிறது அல்லது வேறொரு இடத்துக்கு மாற்றப்படுகிறது, மற்றொன்று புதிதாய்க் கட்டப்படுகிறது... அடிப்படையான மாற்றம் எதுவுமில்லை என்றே நினைக்கத் தோன்றுகிறது. ஆனால் இக்கருத்து சரியல்ல. பிரம்மாண்டமான மாற்றங்கள் ஏற்படப் போகின்றன, வெளிப்புறத்தில் அல்ல, கப்பல் துறையின் நடு மையத்திலேயே ஏற்படப் போகின்றன. எதிர்பாராதவை பலவும் நடைபெறும். இன்னல்களும் முட்டுக்கட்டைகளும் எழவே செய்யும். இவற்றை நீங்கள் முன்னறிந்து செயல்பட்டாக வேண்டும், தொழிலாளர்கள் இவற்றைச் சமாளிக்கும்படி அப்பொழுதுதான் உங்களால் அவர்களை வழிநடத்திச் செல்ல முடியும். வரப் போவதை நீங்கள் பார்த்துச் செயல்பட முடியும் என்பதில் பிராந்தியக் குழுவுக்கு ஐயப்பாடு சிறிதும் இல்லை. உங்களுக்குப் பண்டங்கள் வழங்குவோரின் தரப்பிலிருந்து சிக்கல் ஏற்படலாமென்பதை நீங்கள் முன்னறிந்து ஆவன செய்ய முற்படுகிறீர்கள் அல்லவா? இது முற்றிலும் நியாயமே, ஆனால் மின்சார வெல்டர்கள், ரிவெட் தொழிலாளர்கள் இவர்களைப் பற்றிய விவகாரங்கள், இன்னும் இவற்றையொத்த மிகப் பலவும், நாம் பரிசீலிக்க வேண்டியவை நமது இருப்பிடத்திலேயே நிறைய இருக்கின்றன என்பதைக் காட்டுகின்றன.''

கொவல்யோவ் பேசிக் கொண்டிருக்கையில், ஜுகோவ் தமது நோட்டுப் புத்தகத்தில் ஏதோ எழுதிக் கொண்டிருந்தார். கொவல்யோவ் பேசி முடித்ததும் அவர் சொன்னார்:

"நீங்கள் சொல்வது சரியே. என்ன செய்கிறோம் என்பது இன்று நமக்கு முக்கியம்தான். அதை எப்படிச் செய்கிறோம் என்பதும் அதே அளவுக்கு முக்கியம்தான். நாளைக்குத் தொழில் துறையில் இதுவே பிரதான தேவையாகப் போகிறது. மக்கள் மாபெரும் ஆக்கத் திட்டங்களைச் செய்து முடித்த காலங்கள் வரலாற்றில் பலவும் உள்ளன. சியோப்சின் பிரமிட்களை உதாரணமாய்க் குறிப்பிடலாம். அவற்றைக் கட்ட எத்தனைப் பத்தாண்டுகள் ஆயின? அவ்வளவு பழங்காலத்துக்குப் போகவேண்டாம். செயின்ட் பீட்டர்ஸ்பர்க்கில் செயின்ட் இஸாக் தேவாலயத்தைக் கட்டுவதற்கு 40 ஆண்டுகள் பிடித்தன. ஆனால் மாஸ்கோ

பல்கலைக்கழகக் கட்டிடங்களுக்கு எப்பொழுது அடித்தளங்கள் போடப்பட்டன. சுமார் மூன்று ஆண்டுகளுக்கு முன்புதான் நான் லெனின் குன்றுகளுக்குப் போய்ப் பார்த்தேன். அகழிகளையும் டிப்_லாரிகளையுமே அங்கே கண்டேன். செயின்ட் இஸாக் மாதாகோயிலைப் போல் இருமடங்கு உயரமான அந்தக் கட்டிடங்கள் இன்று பூர்த்தியாகிவிட்டன. அல்லது மாஸ்கோ மெட்ரோவின் நான்காவது பிரிவை எடுத்துக் கொள்ளுங்கள்...''

ஜுகோவ் ஒன்றின்பின் ஒன்றாய்ப் பல உதாரணங்களைக் குறிப்பிட்டார். புதிய வழியில், கம்யூனிச வழியில் செய்யப்படும் உழைப்புக்கு அவர் வரிசையாய் எத்தனையோ உதாரணங்களைச் சொல்ல முடிந்தது.

அந்தோன் ஆர்வமுடன் கேட்டுக்கொண்டு உட்கார்ந்திருந்தான். கப்பல் துறையின் புனரமைப்புத் திட்டம் கம்யூனிசத்தின் மாபெரும் ஆக்கத் திட்டங்களுக்குரிய காலத்துக்கு உகந்த புதிய உற்பத்தி ஆற்றலைக் கப்பல் துறையினரின் உழைப்புக்கு அளித்திட வேண்டுமென்ற ஆவலை நன்கு வெளிப்படுத்தியது என்று அவன் மனத்துள் நினைத்துக்கொண்டான். கொவல்யோவும் ஜுகோவும் கூறியது மெய்தான் _ உழைப்பின் ஒழுங்கமைப்புக்கும் உற்பத்தி ஆற்றலுக்குமான புதிய, உயர் நிலைக்கு மாறிச் செல்லத் தொழிலாளர்களும் போர்மன்களும் பொறியாளர்களும் முழுத் தேர்ச்சியுடன் தயாராயிருந்தாக வேண்டும்.

3

உற்ற தொழிலில் இறங்கித் தமது வாழ்வில் பல ஆண்டுகளை அதற்காகச் செலவிட்டுள்ளவர்கள் இயல்பாகவே இத்தொழிலின் கண்ணோட்டத்திலிருந்துதான் தம்மைச் சுற்றிலும் இருப்பவற்றைப் பார்க்கிறார்கள்.

குடாவின் கரை ஓரமாய் நீள் வரிசைகளில் நின்ற பண்டைய பைன் மரங்களின் கம்பீர அழகை வித்தர் ஜுர்பின் காணத் தவறினான் என்று சொல்ல முடியாது. வெர்யாழ்க்கா ஆற்றின் இரு மருங்கிலும் அமைந்த பூங்காவில் இளம் பிர்ச்சுகளும் ஓக்குகளும் ஓய்யாரமாய் எழுப்பும் சலசலப்பை அவன் கேட்கத் தவறினான் என்றோ, நகரின் தெருக்களில் இருந்த லார்ச், ஆஷ் மரங்களைக் கண்டு அவன் களிப்புறவில்லை என்றோ, வரலாற்றுப் பொருட்காட்சிச் சாலையின் பக்கத்திலிருந்த செடார்களின் முன்னால் நின்று அவற்றைப் பார்க்கவில்லை என்றோ கூற

முடியாது. தைகாவாசிகளான இவை 20 ஆண்டுகளுக்கு முன்பு லாதாவுக்குக் கொண்டுவரப்பட்டன. இவற்றையும் இவற்றின் செங்குத்தான அடியுடல்களையும் செடார்களின் கரிய உச்சிகளைக் கூர்முனைகளையுடைய பரட்டை முடிகளாய்த் தோன்றச் செய்த அவற்றின் குவிந்த நீள் ஊசிகளையும் பார்த்தபோது அவனுடைய தொழிலைச் சேராதவர்களின் கண்களில் படாத வேறு பலவற்றையும் அவன் கண்ணுற்றான். அடியுடல்களும், பளிங்கு போன்ற பிசின் துளிகள் முத்து முத்தாய்க் காட்சி தரும் கரடுமுரடான படையும் பின்னிப் பிணைந்த கிளைகளும் அவனுக்கு மரத்தின் புறக்கூறுகளே ஆகும். அவன் மரத்தின் "அகத்தில்" அதிக அக்கறை கொண்டிருந்தான். செடார் மரம் ஓங்கி வளர்ந்து பேருருவாய்க் கண்ணுக்கு இனிய காட்சி தருவதும், அது தைகாவின் அரசனாய் விளங்குவதும் மெய்தான். ஆனால் கண்ணைப் பறிக்கும் இவ்வேந்தனைக் காட்டிலும், "பணிவன்புமிக்க கிழவியான" பியர் மரமே சிறப்பானதென்று விக்தர் கருதினான். செடாரின் கண்ணைப் பறிக்கும் வெளித் தோற்றத்தையே நாம் காண்கிறோம். அதன் மஞ்சள் நிற அகம் லார்ச்சையும், ஏன் சாதாரண பையினையும்விடக்கூட மென்மையானதென்பதையும், அது பாலிஷ் பெற்று பளபளப்பாவதில்லை என்பதையும் நாம் கவனிப்பதில்லை. ஆனால் பியர் மரத்தின் வெளிர் சிவப்பு உள்ளகம் உறுதியில் ஓக்கையும் மிஞ்சுவதையும், கண்ணாடிபோல் மெருகு பெறுவதையும், ஈரநைப்பால் கோணாதிருப்பதையும், உலகிலேயே மிகவும் பலமும் திண்மையும் வாய்ந்த லிக்னம் விட்டேக்கு ஒத்த உறுதி கொண்டிருப்பதையும் நாம் நினைப்பதில்லை.

விக்தரின் பார்வை பிர்ச், ஹார்ன்பீம், அல்டர், பிளேன், பிர் மரங்களின் "அகங்களினுள்" ஊடுருவிச் சென்றுவிடும். இந்த "அகங்களில்" எத்தனைக் கறைகள் படிந்துள்ளன! கோட்டம், வீறல், தாறுமாறான இழைவரிகள், கோளாறுகள், கருநீலப் பூஞ்சைகள், முடிச்சுகள் முதலான பலவும் அவற்றுள் மறைந்திருக்கின்றன.

மாதிரிப் படிவம் தயாரிக்கத் தொடங்குமுன் விக்தர் தச்சுவேலைகள் செய்துவந்தான். யுத்தகாலத்தில் பழுது பார்க்கப்படுவதற்காகப் படைக் கப்பல்கள் துறைக்கு வந்துகொண்டிருந்தன. அப்பொழுதுதான் விக்தர் மாதிரிப் படிவத் தயாரிப்பாளனாகிறான். அந்நாட்களில் கப்பல் அறைகளின்

இறுதித் தோற்றம் முக்கியமாக் கருதப்படவில்லை. பழுது பார்க்கும் வேலைகளின் வேகமே முக்கியமாய் இருந்தது. துறையிலே கப்பல் இருக்க வேண்டிய காலத்தைக் குறைத்து விரைவில் திரும்பவும் அதைக் கடலுக்கு அனுப்புவதற்காக, வரைபடங்கள் வரையாமலே நேரே கப்பலினுள் சென்று வேண்டிய பொறியமைப்புகளின் மாதிரிப்படிவங்களைத் தயாரிக்க முற்பட்டனர். முன்பெல்லாம் விக்தர் கப்பலின் புறத் தோற்றத்தையும் அலங்காரத்தையுமே தெரிந்து வைத்திருந்தான். மாதிரிப் படிவத் தயாரிப்பாளனான பிறகு, கப்பலின் உள்ளமைப்பை, அல்லது விக்தர் கூறிவந்தது போல, செயல் உறுப்புக்களைத் தெரிந்து கொண்டான். திட்டம் புனையாளர் பிற்பாடு கறாரான அளவைகளை இடத்திலிருந்தே நிர்ணயித்துக் கொள்ளலாமென்று பொது வரையுருவில் வரைந்து தரும் படங்களை வைத்துக் கொண்டு சாதனங்கள், சூட்சுமங்கள் முதலானவற்றின் மாதிரிகளை அவன் தயாரிக்க வேண்டியிருக்கும். கட்டுமானிகளுடன் சேர்ந்து விக்தரும் கப்பலின் கிடங்குகளினுள்ளும் இஞ்சின் அறைக்குள்ளும் இறங்கிச் சென்றான்; புரொப்பெல்லர் ஷாப்டின் வழியே இருண்ட சந்துகளினுள்ளும், மாலுமிகளுக்கும்கூடத் தெரியாத பல பொந்துகளினுள்ளும் சென்று வேலை செய்தான். வரைபடங்களுக்குப் பதிலாய் நேரே விக்தரின் மாதிரிப் படிவங்களிலிருந்து கப்பல் துறையினர் பல முக்கிய கப்பல் இயந்திரப் பகுதிகளைத் தயாரிப்பது வழக்கமாகிவிட்டது.

அவன் கண்டுபிடித்து உருவாக்கிய இயந்திரம் மேலும் பன்மடங்கு திறம்பட அவன் வேலை செய்ய உதவிற்று. முன்புபோல் தினமும் பல தடவை கப்பலுக்கும் தொழிற்கூடத்துக்கும் ஓடிக்கொண்டிருக்க வேண்டியிராமல் இப்பொழுது கப்பலிலிருந்தபடியே வேலைகளைச் செய்து முடிக்க முடிந்தது. ஜுகோவ் கூறிய யோசனையின் பேரில் தனது இயந்திரத்தின் சில பகுதிகளை உருக்குக்குப் பதிலாய் அலுமினியக் கலப்புலோகத்தில் செய்ததன் விளைவாய், வேலைகள் அவன் நினைத்ததைக் காட்டிலும் சுலபமாயின; கடைசல் பொறியைத் தன்னுடன் எடுத்துச்சென்று விரும்பிய இடத்தில் அமைத்து அங்கிருந்தபடியே மாதிரிப் படிவத்தில் தேவையான மாறுதல்களைச் செய்து கொள்ள முடிந்தது.

ஆனால் வெற்றிவாகைக்குரிய இத்தருணத்தில், தனது முயற்சிகளுக்கு மிகப் பெரும் வெற்றி கிட்டியதென்று அவன்

மகிழ்ச்சிகொண்ட இந்நேரத்தில், லிதியா இப்படி விபரீதமான, வேதனைமிக்க முறையில் நடந்து கொண்டுவிட்டாள். லிதியா மறைந்ததின் காரணம் குறித்து வீட்டில் எப்படியெல்லாம் பேசிக் கொண்டார்கள்! கிழவர் மத்வேய் அவள் தங்கத்தைத் தேடி அல்டானுக்குப் போய்விட்டாள் என்பதாகக் கூடப் பேசத் தொடங்கினார். "போதும், வாயை மூடுங்கள்!" என்று அகஃபியா கார்ப்பவ்னா கோபமாய் இரைந்தாள். "இதுபோன்ற ஒரு விவகாரங் குறித்தா தமாஷ் செய்வார்கள்?" என்றாள். "எதற்காக அழுது புலம்ப வேண்டுமாம்?" என்று கிழவர் மத்வேய் பதிலளித்தார். "உலகில் வேறு பெண்கள் இல்லையா என்ன? அவள் ஓடிவிட்டதாகவே வைத்துக் கொள்வோமே, குடியா முழுகிவிட்டது? வித்தர் வேறு ஒருத்தியை மணந்து கொள்கிறான்." அவருடைய பேச்சை யாரும் காதில் போட்டுக் கொள்ளவில்லை. இதுபோன்ற சந்தர்ப்பங்களில் வழக்கமாகச் சொல்லப்படுகிறவற்றை அவர் சொன்னார் என்பதாகவே எல்லோரும் கருதினர். கிழவருங்கூட இதனை உண்மையில் நம்பவில்லை. உலகில் எத்தனையோ பெண்கள் இருந்தாலும் ஒரேயொரு பெண்தான் ஒருவனுடைய வாழ்வுக்கும் உள்ளத்துக்கும் உரியவளாக முடியுமென்பதாகத்தான் அவரும் நம்பினார். ஓடிவிட்ட லிதியாதான் அந்த ஒரேயொரு பெண்ணா என்பதே இங்குள்ள பிரச்சினை.

வீட்டில் விவாதம் நடைபெற்றபோது வித்தர் வாய் மூடிய மௌனியாய் உட்கார்ந்திருந்தான். தன் பேரிலும் குற்றம் உண்டு என்று அவன் நினைத்தான். ஆரம்பத்திலிருந்தே லிதியாவுக்கும் தனக்கும் உறவுகள் அவ்வளவு மகிழ்ச்சிகரமாய் இருக்கவில்லை என்பதை உணரலானான். தொடக்கத்தில் காதல் இருந்தது உண்மையே. ஆனால் நட்பு அதனைப் பின்தொடரவில்லை... பொதுவான ஈடுபாடுகளால் அவர்கள் இணைக்கப் படவில்லை. அவளுடைய மருத்துவசாலையிலும் பழைய குடியேற்றத்தையும் புதிய குடியேற்றத்தையும் சேர்ந்தவர்களது நோய்களை விவரிக்கும் பதிவுச் சீட்டுகளிலும் அவனுக்கு நாட்டமில்லை. அவனுடைய சட்டங்களிலும் மரத்துண்டுகளிலும் ஒட்டுப் பலகைகளிலும் அவளுக்கு நாட்டமில்லை.

இருப்பினும் வித்தருக்கு அவன் மனைவி பழக்கப்பட்டவளாய், நெருக்கமானவளாய் ஆகிவிட்டாள். ஒருவகையில் உயிருக்கு உயிரானவளாகவே இருந்துவந்தாள். அவள் இருந்ததை முன்பு அவன் அவ்வளவாய்க் கவனியாதவனாய் இருந்திருக்கலாம்,

ஆனால் இப்பொழுது அவள் இல்லாததை ஒவ்வொரு கணமும் உணர்ந்து வருத்தப்பட்டான்.

விழாநாள் முடிவடையும் வரை வித்தர் லிதியாவைப் பார்க்க முடியவில்லை. பிறகு மருத்துவசாலையில் வழக்கமான இடத்தில் அவள் இருக்கக் கண்டான்.

“என்னைத் தேடிவந்து பயனில்லை, இனி நான் வீட்டுக்கு வரப் போவதில்லை’’ என்று லிதியா யாரோ அந்நியனிடம் பேசுவது போல அவனிடம் சொன்னாள். “எனக்கு எந்நாளும் வீடு என்பதாய் ஒன்று இருந்ததுமில்லை, இப்பொழுது இருக்கவுமில்லை. உனக்கே தெரிந்ததுதான் இது.’’

லிதியாவுக்கு ஏழெட்டு வயதானபோதே அவள் பெற்றோர்கள் இறந்து விட்டனர் என்பது வித்தருக்குத் தெரியும். தூரத்து உறவினர்களுடன் இருந்து வந்தாள். அவனைச் சந்தித்ததும், அவள் விரும்பாத ஒரு குடும்பத்தைவிட்டு விலகிவரும் பொருட்டு உடனே மணம் முடித்துக்கொண்டு அவனுடன் வந்துவிட்டாள்.

“ஆனால் ஏன் இப்படி? லிதியா, ஏன் இதெல்லாம்?’’ பதிவுப் பிரிவின் சன்னல் எதிரே நின்றுகொண்டு ஒன்றும் புரியாதவனாய் அவன் கேட்டான்.

மருத்துவசாலையில், வேலை நேரத்தில் அவனுடன் பேச விரும்பவில்லை என்று அவள் பதிலளித்தாள். வித்தர் வெளியே சென்றபின், வேலையிடத்திலே அமர்ந்திருந்த அவளுக்கு முன்பு வித்தருக்கும் தனக்கும் நடைபெற்ற உரையாடல்கள் ஒவ்வொன்றாய் நினைவு வந்தன. நெடுங்காலத்துக்கு முன்பும் அண்மையிலும் நடைபெற்ற பலவும் அவள் கண்முன் தோன்றின. சில ஆண்டுகளுக்குமுன்பு அவள் குழந்தை இறந்ததும், பழைய குடியேற்றத்தைவிட்டுப் போக விரும்புவதாய் வித்தரிடம் கூறினாள். இங்கு அவளுக்குத் துயர நினைவாகவே இருப்பதாகவும், ஒவ்வோர் இரவும் குழந்தையைப் பற்றிய கனவு காண்பதாகவும் சொன்னாள். ஆனால் வித்தர் அதற்கு இணங்க மறுத்துவிட்டுக் கோபமாய்ப் பேசினான். கப்பல் துறைக்குப் போ, ஏதாவது ஒரு வேலைக்குத் தகுதியுடைவளாகு _ வேலை செய்தாயானால் இதையெல்லாம் மறந்துவிடுவாய் என்றான். அவன் அடியோடு மறந்துவிட்டான்; ஆனால் சிறுவனை அடக்கம் செய்தபோது எப்படி அவன் உள்ளங் குமுறினான் _ துயரம் தாங்காது ஒடுங்கிவிட்டானே.

இருவருக்குமிடையே அந்தக் காலத்தில்தானே முதன்முதலாய் மனத்தாங்கல் ஏற்பட்டது? முதலாவது பிணக்கு தோன்றியது? வீட்டில் எல்லோரும் செல்லம் கொடுத்து வந்த அக்காலத்தில் விக்தர் அப்படி வலியுறுத்தி வேலைக்குப் போகச் சொல்லியிராவிடில், அவள் துன்யாஷாவைப் போல் உருவரையாளராகவோ, நத்தாலியா சின்னம்மாளைப் போல் பளுதூக்கி இயக்கியாகவோ ஆகியிருந்தாலும் இருப்பாள். ஆனால் என்ன நடைபெற்றது? விக்தரின் வற்புறுத்தலுக்கு இணங்கி வேண்டாவெறுப்புடன் அவள் மருத்துவசாலையில் வேலைக்குச் சென்றாள், மனம் புழுங்கியவளாய் அங்கே வேலை ஏற்றுக் கொண்டாள். விக்தரின் பெற்றோர்கள் எப்படி திகைப்புற்றுவிட்டார்கள்! அகஃப்யா கார்ப்பவ்னா மனம் ஆற்றாமல் நினைத்துப் பெருமூச்சு விட்டுக் கொண்டாள். “இது என் விவகாரமல்ல. உன் சொந்த வாழ்க்கையில் நான் தலையிட விரும்பவில்லை, ஆனால் அங்கே போய் வேலை செய்ய உனக்கு எப்படி மனம் வந்தது? காகிதங்களை வைத்துக் கொண்டு உட்கார்ந்திருக்கும் வேலை _ என்ன வேலை இது? ஓர் இளம் பெண் இது போன்ற வேலையைச் செய்து கொண்டிருப்பதைப் பார்ப்பதற்கே வேதனையாய் அல்லவா இருக்கும்’’ என்று அவள் அங்கலாய்த்துக் கொண்டாள். இலியா மத்வேயெவிச் இழுத்து நீட்டாமல், “லிதியா, உன்னால் சகிக்க முடியாது. போதும் போதுமென்று நீயே ஓடி வந்துவிடப் போகிறாய், பாரேன்’’ என்றார்.

ஆனால் அவள் ஓடி வரவில்லை. காலம் செல்லச் செல்ல கப்பல் துறையிடம் அவளுக்கு இருந்த கடுப்பு கடுமையே ஆகிவந்தது. விக்தரின் கப்பல் துறை விவகாரங்கள் குறித்து எதையும் காதால் கேட்கப் பிடிவாதமாய் மறுத்து வந்தாள். அவன் அங்கே மரங்களுக்கும் சிராய்களுக்கும் மத்தியில் இருக்கும்வரை இன்பமாய் வாழ முடியாதென்று அவனுக்கு நிரூபித்துக் காட்ட விரும்பினாள். ஆனால் இதற்கு நேர் மாறான விளைவே ஏற்பட்டது. இலியா மத்வேயெவிச் மாலையில் வீட்டுக்குத் திரும்பியபின் அவர் அன்று கப்பல் துறையில் நடைபெற்றவற்றை எவ்வளவு உருக்கமாய் அகஃப்யா கார்ப்பவ்னாவிடம் சொல்வார் என்பதை பிள்ளைப் பருவம் முதலாய் விக்தர் கவனித்து வந்திருந்தான். தாம் சொல்வதில் பெரும்பகுதி கப்பல் துறையில் அனுபவமில்லாதவர்களுக்குப் புரியாதென்பது இலியா மத்வேயெவிச்சுக்குத் தெரியாததல்ல. அவர் சொன்னதில் அகஃப்யா

கார்ப்பவ்னாவுக்குப் பாதிக்குமேல் புரியவில்லைதான். இருந்தபோதிலும் அவர் சொல்லவே செய்தார்; அகஃப்யா கார்ப்பவ்னாவும் கவனமாய்க் காதுகொடுத்துக் கேட்கவே செய்தாள். குடும்பத்தில் ஈடுபாடுகள் வேலியிட்டுப் பிரித்துக் காட்டப்பட முடியாதவை _ உனக்கு ஒன்று எனக்கு வேறொன்று என்பதாய் இருக்க முடியாது. இதை இருவரும் புரிந்துகொண்டிருந்தனர். அவர்களுக்கு இதுவே பிரதானமாய் இருந்தது. ஆனால் லிதியா பிரித்துக்காட்டத் தொடங்கிவிட்டாள். வித்தருக்கு அவன் வேலையிலும் கப்பல்துறை விவகாரங்களிலும் இருந்த ஆர்வம் காரணமாகவே அவன் தன்னிடம் கவனமில்லாதவனாகி வருகிறான் என்று நினைத்து லிதியா எவ்வளவுக்கு எவ்வளவு அதிகமாய் அவனுடைய இந்த ஆர்வத்தை எதிர்த்தாளோ, அவ்வளவுக்கு அவ்வளவு அதிகமாய் அவன் இந்தக் விவகாரங்களில் நாட்டம் கொண்டு வந்தான்.

லிதியா இதனைக் கவனித்தாள். வித்தருடன் தன் வாழ்க்கை தவறான திசையிலே சென்றதைக் கண்டாள். துரதிர்ஷ்டவசமாய் மேற்கொண்டு அவர்களுக்குக் குழந்தை பிறக்கவில்லை.

அன்று மாலை வித்தர் மருத்துவசாலையின் வாயிலில் லிதியாவைச் சந்தித்தான். சுமார் மூன்று மணி நேரம் அவர்கள் தெருக்களிலே நடந்து கொண்டிருந்தனர். இதன்முன் அவன் கேட்டிராத பலவற்றையும் லிதியா அவனிடம் கூறினாள்.

“தன்னகங்காரம் படைத்தவர்கள் _ நீங்கள் எல்லோருமே அப்படித்தான். முக்கியமாய் நீ அப்படித்தான்'' வழக்கமில்லாத வேகமும் உணர்ச்சியும் அவள் குரலில் தொனிக்க ஆத்திரமாய்ப் பேசினாள். “கப்பல்களையும் கப்பல் துறையையும் நீங்கள் நாட்டம் கொண்டுள்ள வேறு இரண்டொன்றையும் தவிர்த்து வேறு எதைப் பற்றியும் நீங்கள் சிந்திப்பதுமில்லை, கவலைப்படுவதுமில்லை. இது தன்னகங்காரமே அன்றி வேறில்லை. நான் வேறு எதிலாவது கருத்துடையவளாய் இருந்துவிட்டால், என்னைக் கால் தூசியாய்ப் பாவித்துக் கேவலமாய் நடத்த வேண்டியதுதான்!.. ஆம், கால் தூசிதான்!''

“லிதியா, இது என்ன பேச்சு? யார் உன்னைக் கேவலமாய் நடத்துகிறார்கள்?''

“யாரா? நீதான் _ நீங்கள் எல்லோருமேதான்! நவம்பர் ஆறில் என்ன நடந்தது, நினைத்துப் பார்!''

நவம்பர் ஆறுக்கும் இதற்கும் என்ன சம்பந்தமென்று விக்தருக்கு முதலில் புரியவில்லை. ஆனால் திடீரென வெட்கத்தால் அவனுக்கு உள்ளுக்குள் குபீரென்றது. நவம்பர் ஆறு அவர்களது மண நாளல்லவா _ அதை எப்படி மறக்க முடிந்தது? பன்னிரண்டு ஆண்டுகளாய் வீட்டில் இந்நாளன்று ஒரு சிறு கொண்டாட்டம் நடைபெறுவது வழக்கமாயிற்றே. காலையில் லிதியாவுக்கு அன்பளிப்புகள் தருவார்கள், பணியாரங்கள் தயாரிப்பார்கள்; மாலையில் கொண்டாட்டமாயிருக்கும். எல்லோரையும்விட விக்தர்தான் சிறப்பான அன்பளிப்பு தருவான். பதின்மூன்றாவது ஆண்டு நிறைவை எப்படி அவர்கள் மறக்க நேர்ந்தது? பணியாரங்கள் தயாரித்தனர் _ ஆனால் ஜூர்பின் குடும்பத்தில் லிதியா சேர்ந்து கொண்டதன் நினைவில் அல்ல. அன்பளிப்புகள் போகட்டும் _ காலையில் அவளுக்கு வாழ்த்து கூறுவதற்குக்கூட மறந்துவிட்டார்களே... எல்லாம் அந்தக் கப்பல்தான் காரணம். லிதியா சொல்வது சரிதான். அவர்களுடைய கருத்தும் கவனமும் கப்பலில்தான். ஏனையவை யாவற்றையும் மறந்தேவிட்டார்கள்.

“ஓட்டப் பந்தய மைதானத்துக்கு அப்பால் என் பள்ளிக்கூட சினேகிதி ஒருத்தி இருக்கிறாள்.'' விக்தரை வியப்புறச் செய்த கொதிப்புடன் லிதியா இதைச் சொன்னாள். “நவம்பர் ஆறை நான் அவளுடன் கொண்டாடினேன். என் மண நாளாய் அல்லாமல் வேறொன்றாய்க் கொண்டாடினேன்.''

வீட்டுக்கு வரும்படி அவன் அவளிடம் மன்றாடினான்; தன்னை மாற்றிக் கொண்டுவிடுவதாய் வாக்களித்தான். ஆனால் அவனுடைய வாக்குறுதிகள் நம்பிக்கை தருவதாயில்லை, ஏனென்றால் தன்னை எவ்விதம் மாற்றிக் கொள்வது, எப்படி மாற்றிக் கொள்வது என்று அவனுக்குப் புலப்படவில்லை. அவன் எவ்வளவோ மன்றாடியும் லிதியா கேட்கவில்லை. இடையிடையே அவள் கண்களில் கண்ணீர் பளிச்சிட்டதென்றாலும் அவள் உறுதியாய் இருந்தாள். பிறகு ஒரு டிராலிபஸ்ஸில் ஏறிச் சென்றுவிட்டாள்.

வீட்டுக்குத் திரும்பியதும் விக்தர் தான் அவளைச் சந்தித்தது பற்றிக் கூறினான் :

“விக்தர், விக்தர்!'' இலியா மத்வேயெவிச் சற்று நேரத்துக்கு வாய் திறந்து பேச முடியாதவராய்த் தலையை மட்டும் ஆட்டிக் கொண்டார். “மகனே, உன்னைத்தான் குறை சொல்ல வேண்டும் என்று தோன்றுகிறது எனக்கு. கோஸ்த்யா எப்படி துன்யாஷாவிடம்

இருக்கிறானோ அப்படி நீ அவளிடம் இருந்திருந்தால் இப்படி ஆகியிருக்குமா? கோஸ்த்யாவும் துன்யாஷாவும் சேர்ந்தே திரைப்படம் பார்க்கப் போகிறார்கள், குடாவுக்குச் செல்கிறார்கள்... எந்நேரமும் சிரிப்பும் விளையாட்டுமாய் இருக்கிறார்கள், உன் தாயையும் என்னையும்தான் பாரேன். வயது முதிர்ந்தவர்கள்தான் என்றாலும், இருவருமாய்ச் சேர்ந்து வெளியே போய்விட்டு வருகிறோம். அன்று ஓபேராவுக்குக்கூடப் போய் வந்தோம். ஆனால் நீ முற்றும் துறந்த முனிவனைப் போல ஆகிவிட்டாய், அவளும் அம்மாதிரி ஆகிவிட வேண்டுமென எதிர்பார்க்கிறாய். ஆனால் இளம் வயதுள்ளவள், கண்ணுக்கு இனியவள் எவளாலும் இதுபோன்ற குரங்குச் சேஷ்டைகளைப் பொறுத்துக் கொண்டிருக்க முடியாது. அவளை நான் அதிகம் குறை சொல்லமாட்டேன். மகனே, உன்மீதுதான் அதிகம் குற்றம் என்பேன்.''

"இலியா, நீ முதலில் உன்னைத்தான் குறை சொல்லிக் கொள்ள வேண்டும், வேறு யாரையுமல்ல'' என்று அன்று மாலை நங்கூரத் தெருவுக்கு வந்திருந்த வசீலிய் மத்வேயெவிச் கூறினார்.

"என்னையே நான் ஏன் குறை சொல்லிக் கொள்ள வேண்டுமாம்?'' என்று இலியா மத்வேயெவிச் உடனே சண்டைக்குக் கிளம்பினார்.

"உன் வீட்டை நீ ஒழுங்காய்க் கவனித்துக் கொள்ளாததற்காக. குடும்பத்தின் ஓர் உறுப்பினரை வெளியாளாகும்படிச் செய்ததற்காக. வீட்டு விவகாரங்களில் நீ போதிய கவனம் செலுத்துவதில்லை. இங்கு என்ன நடைபெறுகிறது? முதலில் அலெக்சேய், இப்பொழுது விக்தர்... குடும்பம்தான் அரசின் கரு. குடும்பத்தைக் கவனியாது அசட்டையாய் இருக்க யாருக்கும் உரிமை இல்லை.''

இருவரும் வாதாடினர், கூச்சலிட்டனர்; மேஜைமீது கையால் குத்தினர். மிகவும் அதிகமாய்க் குத்தியது இலியா மத்வேயெவிச்சுதான்.

"யார் அவளை இம்சித்தார்கள்? அவள் இஷ்டப்படி இருக்கட்டும் என்றுதான் இருந்தோம்!'' என்று இலியா மத்வேயெவிச் கூச்சலிட்டார்.

"அவள் செய்ய விரும்பியதில் நீ கொஞ்சமாவது அக்கறை காட்டினாயா? காலையிலிருந்து இரவுவரை நீ உன் பாட்டைத்தானே பாடிக் கொண்டிருந்தாய்...''

“அவள் அவளுடையதைப் பாடட்டுமே, யார் அவளைத் தடுத்தார்கள்?”

இலியாவும் வசீலியும் _ சகோதரர்கள் இருவரும் _ மக்களையும் வாழ்க்கையையும் வெவ்வேறு வழிகளில் நோக்கினர். இலியா வலிவும் ஆற்றலும் வேண்டுமென்றார்; உறுதிபடைத்தோரையே, தங்களுக்கு வேண்டியதை வந்தடையத் தெரிந்தோரையே அவருக்குப் பிடித்திருந்தது. ஆனால் வசீலிய் பிறரைச் செயலூக்கமுடையோராக்க, வலிவையும் ஆற்றலையும் அவர்களிடம் உசுப்பிவிட உதவத் தயாராயிருந்தார். தன் பாதையைக் கண்டுகொள்ள இயலாதவனாய் விழித்து நிற்பனை இலியா பொருட்படுத்துவதில்லை. வசீலிய் இத்தகையவனிடம்தான் மிகவும் அதிக கவனம் செலுத்த வேண்டுமென்று கருதினார்; “அப்பொழுதுதான் இத்தகையோர் தவறான பாதையிலே சுற்றித் திரியாமல், நம்முடன் சேர்ந்து நடைபோடுவார்கள்” என்றார்.

4

“தோழர்களே, கப்பல் துறை தொழிற்சங்கக் குழு உறுப்பினர்களே” என்று முழங்கால்களைத் தேய்த்துக் கொண்டு கோர்புனோவ் பேசத் தொடங்கினார். “அதிகார பூர்வமான விவரங்களின்படி நம்முடைய மன்றம் நாட்டில் மிகச் சிறந்தவற்றில் ஒன்று. கட்டிடம், சாதனங்கள் இவற்றைப் பொறுத்தவரை இது பிரமாதமானதுதான்! ஆனால் வேலையைப் பொறுத்தவரை இதைக் காட்டிலும் மோசமானதைக் காண்பது அரிது! ஏன் இந்த நிலைமை? _ இது எனக்குத் தெரிய வேண்டும்!”

“ஏனென்று எளிதில் சொல்லிவிடலாமே” என்றார் ஜுகோவ். “இது மன்றமாயில்லை. மூன்றாம் தர திரைப்பட அரங்கும் நடனக்கூடமுமே ஆகும்.”

“நூலகத்தை மறந்துவிட்டீர்கள்” என்றார் வெனியாமின் செமியோனவிச். நன்றாய் முகச் சவரம் செய்து இராணுவ பாணி உடுப்புகளும் மஞ்சள் நிறத் தோல் காலுறைகளும் அணிந்து அலமாரிக்கு அருகே ஒரு மூலையில் திறந்த நோட்டுப் புத்தகத்தைக் கையில் பிடித்துக் கொண்டு அவர் உட்கார்ந்திருந்தார். “650 பேர் முறையாக இந்நூலகத்துக்கு வந்து படித்துச் செல்கிறார்கள்!” அட்டகாசமான எண்கோண மூக்குக்கண்ணாடியை வெனியாமின் செமியோனவிச் சரிசெய்து கொண்டார்.

“நூலகமும் நடனக்கூடமும் திரைப்பட அரங்கும் இருந்தால் போதாதே, இவை மன்றமாகிவிட முடியாதே” என்று ஜுகோவ் அவருக்குப் பதிலளித்தார். “கலைக் குழுக்களுக்கும் பொழுதுபோக்கு அறைகளுக்கும் முறையாக வந்து செல்வோர் எத்தனை பேர் என்று சொல்லுங்கள். கப்பல் துறையைப் புனரமைக்கவும், புதிய வேலைத்திட்டத்தை நிறைவேற்றவும் துணைபுரிய இம்மன்றம் எடுத்துள்ள நடவடிக்கைகள் என்ன சொல்லுங்கள், மக்களுக்குப் போதமளிக்க எப்படி அது உதவி வருகிறது? நாங்கள் தெரிந்துகொள்ள விரும்புவது இவையே!”

“குழுக்களைப் பொறுத்தவரை… 26 பேர் தையல்குழுவுக்கு வந்து செல்கிறார்கள்.” வெனியாமின் செமியோனவிச் அவருடைய நோட்டுப் புத்தகத்தின் பக்கத்தைத் திருப்பினார். “இசைக் குழுவில் முன்பு…”

“ ‘முன்பு’ இருந்தது வேண்டாம், இப்பொழுது இருப்பதைச் சொல்லுங்கள்.”

“இசைக் குழுவின் ஆசிரியர் போய்விட்டார். வேறொருவர் யாரும் கிடைக்கவில்லை. என்னைப் பொறுத்தவரை நான் இசைஞனல்ல.” தாம் சொல்வதில் தவறில்லை என்பதை அறிந்தவருக்குரிய புன்சிரிப்புடன் வெனியாமின் செமியோனவிச் பதிலளித்தார்.

“உங்களைப் பொறுத்தவரை, முன்பு நீங்கள் நாடகத் தயாரிப்பாளராய் இருந்தவரென நினைக்கிறேன்” என்ற ஜுகோவ். “உங்களைப் பொறுத்தவரை” என்பதைச் சற்று அழுத்தமாகவே உச்சரித்தார். “பிறகு ஏன் இசைக் குழு மட்டுமின்றி நாடகக் குழுவும் இயங்காமலிருக்கிறது.”

“தோழர் கோர்புனோவைக் கேளுங்கள், சொல்வார்.” மூக்குக் கண்ணாடிக்குள்ளிருந்து வெனியாமின் செமியோனவிச்சின் கண்கள் பளிச்சிட்டன.

“தோழர்களே, அவருடைய கோரிக்கைகளை என்னால் ஒத்துக் கொள்ள முடியவில்லை” என்று கோர்புனோவ் தாம் பார்த்துக்கொண்டிருந்த குறிப்புகளிலிருந்து தலையை உயர்த்தியவாறு சொன்னார். “நாடகக் குழுவுக்குத் தலைமை தாங்குவதற்கு வெனியாமின் செமியோனவிச் மாதம் 1,200 ரூபிள் தர வேண்டும் என்கிறார்! அதாவது, மன்றத்தை நடத்த 1000 நாடகக் குழுவை நடத்த மேலும் ஓர் 1,200…”

“கலைத் துறை ஆயிற்றே!'' வெனியாமின் செமியோனவிச் இடைமறித்துக் கூறினார். “கலைத் துறையில் முழு சக்தியை அளித்திட்டால்தான் செயல் புரிய முடியும். முழு சக்தியையும் அளிப்பதென்றால், ஆளுக்குப் போதிய...''

“நம் முன்னுள்ள விவகாரத்துக்குத் திரும்பி வருவோம்'' என்று இவான் ஸ்தெபானவிச் இடைமறித்தார். “மன்றம் இயங்கியாக வேண்டும்! இந்தக் கட்டிடத்தைப் பாருங்கள் _ பெரிய மாளிகை போலிருக்கிறது! இதைக் கட்ட நமக்கு எவ்வளவு செலவாயிற்று?'' இவான் ஸ்தெபனாவிச் கூறிய பெருந் தொகையைக் கேட்டு அவருக்கே கோபத்தால் முகம் சிவந்துவிட்டது. “இத்தனைப் பணத்தையும் விரயமாக்கியல்லவா வருகிறோம்? இது மன்றமல்ல, சவக்கிடங்கு! கண்டிப்பாய் உடனே திட்டவட்டமாய்ச் செயலில் இறங்க வேண்டுமென்று கோருகிறேன்.''

“என்னை வேலையிலிருந்து தள்ளிவிடலாமென்கிற உத்தேசம் போலிருக்கு _ இந்த மன்றம் ஆரம்பமான நாள் முதலாய் வேலை நீக்கம் செய்ததைத் தவிர வேறு திட்டவட்டமாய் எதுவும் செய்ததில்லை.'' வெனியாமின் செமியோனவிச் தோள்களை உலுக்கிக்கொண்டு, நோட்டுப் புத்தகத்தை மூடி, இதெல்லாம் எத்தனையோ முறை நான் கேட்டதுதான் என்கிற தோரணையில் அதைத் தமது ஜாக்கெட் பாக்கெட்டுக்குள் அழுத்தி வைத்தார். “இந்த மன்றம் 14 ஆண்டுகளாய் நடைபெற்று வருகிறது. நான் வருவதற்கு முன்பு இங்கு ஒவ்வொருவராய் 15 மானேஜர்கள் வந்து சென்றுவிட்டனர். இவர்களுடைய பெயர்கள் வேண்டுமானால் வரிசையாய்ச் சொல்கிறேன்.''

இதைக்கேட்டு எல்லோரும் அசந்துவிட்டனர். வந்துசென்ற மானேஜர்களை யாரும் இதுவரை எண்ணிக் கணக்கிட்டுப் பார்த்ததில்லை. மன்ற மானேஜர்கள் ஒருவர்பின் ஒருவராய் வந்து யார் நினைவிலும் இல்லாமலே சென்றுவிட்டனர். இவர்களில் மிகப் பலரும் தன்மையில் ஒரு மாதிரியே இருந்தனர்; கருத்தின்றி வேலை செய்தனர். கவனத்தில் படாமலே வந்து போய்விட்டனர். ஆனால் மொத்தம் 15 பேரா இருக்கும்? எந்த ஒருவரும் எப்பொழுது, எதற்காக வேலையிலிருந்து விலக்கப்பட்டார் என்று நினைவில் இல்லை. சிலர் இரண்டு மூன்று மாதங்கள் வேலையில் இருந்தவர்கள், வேறு சிலர் ஐந்தாறு நாட்களுக்கு மேல் இல்லாது சென்றவர்கள்.

வெனியாமின் செமியோனவிச் வேறு யாரையும்விட அதிக காலம் _ இரண்டரை ஆண்டுகள் _ இருந்துள்ளவர்.

பெயரும் புகழும் பெறவேண்டுமென்று அவருக்கு மோகம் நிறைய இருந்தது. 14 வயதிலேயே முதலாவது கவிதையை எழுதியிருந்தார். 17 வயதாகியதும் அவருடைய எண்ணற்ற கவிதைகளில் ஒன்று பிராந்திய இளைஞர் செய்தியேட்டில் வெளிவந்தது. எட்டு வரிகள் இருந்திருக்கும். பல்கலைக்கழகத்தில் அவருடன் இலக்கியம் படித்துவந்த பெண்ணின் இதயத்தைக் கவர வெனியாமின் செமியோனவிச்சுக்கு, அல்லது அந்நாட்களில் அவர் அழைக்கப்பட்டு வந்த பெயரில் சொல்வதெனில் வெனிக்கு இந்த வரிகள் போதியனவாய் இருந்தன. இவ்வாறு ஒரு மனைவியையும் பிறகு சிறிது காலத்துக்கெல்லாம் ஒரு மகளையும் பெறலானார். மகளுக்கு தைகினா என்னும் நூதனப் பெயர் சூட்டப்பட்டது. படிப்பது சிரமமாகி விட்டது; குடும்பம் நடைபெறச் சம்பாத்தியம் தேவையாயிற்று... ஓய்வு விடுதி ஒன்றில் பொழுதுபோக்கு நிகழ்ச்சிகளுக்கு ஏற்பாடு செய்பவராய் வேலை பெற்றார். சில மாதங்களுக்கு எல்லாம் பொழுதுபோக்குகளுக்கு ஏற்பாடு செய்வதைப் பற்றி ஒரு பிரசுரம் எழுதினார். அது வெளியிடப்பட்டது.

இந்தப் பிரசுரம் அவருக்குச் செய்தியேடுகளில் வேலை கிடைக்கச் செய்தது. பள்ளிக்கூடத்தில் படிக்கையில் ஏனைய சிறுவர்களிடம் அடிக்கடி அவர் உதைபடக் காரணமாயிருந்த பெருமையடித்துக் கொள்ளும் சுபாவத்துடன்கூட சண்டை மூட்டிவிடுவதிலும் தணியாத ஆர்வம் அவரிடம் வளர்ந்துவிட்டது. எந்தச் செய்தியேட்டிலும் அவரால் நிலைத்திருக்க முடியவில்லை. ஆனால் அவர் மனந் தளர்ந்துவிடவில்லை. அது மாபெரும் ஆக்கத் திட்டங்களுக்குரிய காலம் _ முதலாவது ஊதுலைகளும் உருக்காலைகளும் டிராக்டர் ஆலைகளும் கட்டப் பெற்று வந்தன.

ஸ்டாலின்கிராத் டிராக்டர் ஆலையின் மன்றத்தில் வேலை ஏற்றதும், அவரைக் காட்டிலும் இரண்டு வயதே இளையவனான ஒரு மகனின் தாயாயிருந்த நடிகையுடன் அவருக்குத் தொடர்பு ஏற்பட்டது. அந்த நடிகை வெனியாமின் செமியோனவிச்சைத் தனது உறுதியான பிடிக்குள் இருத்திக் கொண்டாள். அவர் திருமண ரத்து செய்து தன் மனைவியையும் சிறுமி தைகினாவையும் விட்டுப் பிரிந்தார். அவருடைய 'புதிய அந்தஸ்துக்கு' அவர்கள் உகந்தவர்களாயில்லை. நடிகை அவருக்கு உள்ளூர் நாடக மன்றத்தில் நாடக வசன மேலாளருக்கு உதவியாளராய் வேலை

வாங்கித் தந்தாள். பிறகு அவர் துணைத் தயாரிப்பாளராகவும் முடிவில் தயாரிப்பாளராகவும் உயர்வு பெற்றார். ஆனால் திரும்பவும் பழைய கதைதான் _ சண்டை மூட்டுவதில் அவருக்கிருந்த ஆர்வம் காரணமாய், எந்த நாடக மன்றத்திலும் அவரால் ஓராண்டுக்கு மேல் நீடிக்க முடியவில்லை. தனக்கு எதிராய் நடத்தப்படும் சூழ்ச்சியும், தன்மீதிருந்த பொறாமையும் தன் வேலைமுறையைப் புரிந்து கொள்ள முடியாமையும்தான் இதற்குக் காரணமென்று வெனியாமின் செமியோனவிச் கூறி வந்தார்.

காலம் உருண்டோடியது. நடிகைக்கு வயதாகிவிட்டது. தைகினாவும் பெரியவளாகிப் பள்ளிக்கூடம் சென்றுவந்தாள். யாவும் மாறின, ஆனால் வெனியாமின் செமியோனவிச் மட்டும் எப்பொழுதும் போலவே இருந்து வந்தார்.

தேசபக்த யுத்தமுங்கூட அவரிடம் எம்மாறுதலையும் உண்டாக்கவில்லை. யுத்த காலத்தில் பெரும் பகுதியை அவர் கிர்கீசியாவில் புரூன்சே நகரில் கழித்தார். யுத்தத்துக்குப் பிற்பாடு திரும்பவும் நாடக மன்றங்கள், பிரசங்க மண்டபங்கள், செய்தியேடுகள் இவ்வாறாக இடம் பெயர்ந்து செல்லத் தொடங்கினார். முடிவில் விதி அவரை லாதாவுக்குக் கொண்டு வந்து சேர்த்தது.

வந்ததும் ஆர்வமுடன்தான் வேலையில் இறங்கினார். மன்றத்தில் பல்வேறு குழுக்களும் இருந்தன. சுவையான உரைகள் நிகழ்த்தப்பட்டன. வெனியாமின் செமியோனவிச் சிம்பு கட்டிக்கொண்டு பறந்தார். கப்பல் துறையின் 75ஆவது ஆண்டுவிழா கொண்டாடப்பட்டபோது பதக்கங்களும் விருதுகளும் வழங்கப்படும் என்பதாய்ப் பேசப்பட்டது. வெனியாமின் செமியோனவிச் எப்படியாவது ஒரு விருதுபெற வேண்டுமென்று ஆசைப்பட்டார். யுத்த காலத்தில் எதுவும் பெறாதவர் ஆயிற்றே. ஆண்டு நிறைவு விழா நடந்தேறியது; யார் யாருக்கெல்லாமோ விருதுகள் வழங்கப்பட்டன; ரிவெட் தொழிலாளர்களுக்கும் மெக்கானிக்குகளுக்கும், ஏன் காவலாளர்களுக்கும், கூட்டிப் பெருக்கிச் சுத்தம் செய்யும் பெண்களுக்கும்கூட விருதுகள் கிடைத்தன _ ஆனால் வெனியாமின் செமியோனவிச்சுக்கு ஒன்றும் கிடைக்கவில்லை.

வெனியாமின் செமியோனவிச் தாம் அவமதிக்கப்பட்டு விட்டதாய்க் கருதினார். தமக்கு முன்பு மன்றத்தின் மானேஜர்களாய்

இருந்தவர்கள் பலரையும் போல அவரும் ஏனோதானோ என்று வேலை செய்ய ஆரம்பித்தார். எதற்காக இடுப்பொடியப் பாடுபட வேண்டும்? _ அதனால் பெயரும் கிடைக்கப் போவதில்லை, பணமும் வரப் போவதில்லை.

கப்பல் துறைத் தொழிற்சங்கக் குழுவினர் ஏற்கனவே பல தடவை அவரைக் கூப்பிட்டனுப்பி வேலையை உடனே மேம்படுத்திக் கொள்ள வேண்டுமென்று கூறியிருந்தனர். ஆனால் அவர் இதற்கெல்லாம் பணிந்துவிடுகிறவர் அல்ல, தன் வழியிலேயே போய்க் கொண்டிருந்தார். நாடோடி வாழ்க்கை அவருக்கு நன்கு பழக்கமானதே ஆதலால், அவர் மிரண்டு விடவில்லை. அவர்களால் என்ன செய்ய முடியும்? வேலையிலிருந்து நீக்குவார்கள், நீக்கட்டுமே! நாடு மிகப் பெரியது. ஆயிரம் ஆயிரமாய் மன்றங்களும் செய்தியேடுகளும் நாடகக் குழுக்களம் பிரசங்க மண்டபங்களும் இருக்கின்றன. எங்கேனும் அவர் தமக்கொரு வேலையைத் தேடிக் கொண்டுவிடலாம். தமது மதிப்பை உணர்ந்து பாராட்டக் கூடிய சிறப்பான ஓர் இடத்தைத் தேடிக் கொள்ள முடியும். புகழும் பாராட்டும் பணத்தைவிடச் சிறப்பானவை. அவற்றை விலை கொடுத்து வாங்க முடியுமானால் மகிழ்ச்சியுடன் அவர் எவ்வளவு வேண்டுமானாலும் பணம் கொடுக்கத் தயாராயிருந்தார். ஆனால் பணம்தான் அவரிடமில்லை. கருமிகள், காசைக் கெட்டியாய்ப் பிடித்துக்கொண்டு விடமாட்டேன்கிறார்கள். இந்த நிலையிலே கோரிக்கை வேறு போடுகிறார்கள்!

“உங்கள் வேலையைத் திருப்பி எடுத்துக் கொள்ளுங்கள். 17ஆவது ஆளைத் தேடிக் கொள்ளுங்கள்'' என்றார்.

“அதையேதான் செய்யப் போகிறோம்'' என்று ஜுகோவ் அமைதியாய்ப் பதிலளித்தார். “கலைக் குழுக்களில் ஒன்றுக்கு நீங்கள் பொறுப்பேற்று நடத்துங்கள்.''

“கலைக் குழுவுக்குத் தலைமை தாங்க நான் இளைஞனல்ல. எனக்கு நாற்பது வயதாகப் போகிறது.''

“தோழர் ஜுகோவ் சொல்வது சரிதான்'' என்றார் கோர்புனோவ். “ஏற்கனவே 16 பேர் இருந்தார்கள் என்றால், இப்பொழுது 17ஆவது மானேஜர் ஒருவரைத் தேடிக் கொள்ளலாம். வெனியாமின் செமியோனவிச்சால் எதையும் செய்ய முடியவில்லை.''

எல்லோரையும் போல கோர்புனோவுக்கும் வெனியாமின் செமியோனவிச்சைக் கொஞ்சமும் பிடிக்காதுதான். ஆனால் இப்பொழுது கூட்டத்தில் அதை வெளியிட்டால் அனல் பறக்கத்தொடங்கிவிடும், கூட்டத்தின் உண்மை நோக்கம் மறந்து போய்விடும் என்று அவருக்குத் தெரியும். இவ்வாறு நடந்துவிடக் கூடாதென்று அவர் "வேறு ஏதாவது ஆலோசனையை முன்வைக்கிறீர்களா? மானேஜரை வேலையிலிருந்து நீக்கிவிட வேண்டியதுதானா? நீக்கிவிட்டு என்ன செய்யப் போகிறோம்?''

"புதிதாய் ஒருவரை நியமிப்போம்.''

"யாரை?''

"நான் நினைப்பது என்னவெனில்...'' புரோப்பெல்லர் "மன்னரான'' மிஷா தராசொவ் எழுந்துநின்று மீசையைத் தடவிவிட்டுக் கொண்டு இருமினார். "என்னவெல்லாமோ செய்து பார்க்கிறோம், யாரை மானேஜராய் நியமித்தாலும் பயன் கிடைப்பதாய் இல்லை. நமது கப்பல் துறையிலிருந்தே சிறந்த தொழிலாளியாக ஒருவரைப் பார்த்து மானேஜராய் நியமிக்கலாம் என்று கூறுகிறேன்... அவர் நல்ல சமூக ஊழியராய் இருக்க வேண்டும்... அவரிடம் நாம் சொல்வோம் : "சோதரரே, இதைப் பாருங்கள், கப்பல் துறைத் தொழிலாளர்கள் எல்லோருமாய்ச் சேர்ந்து உங்களுக்கு இவ்வேலையை அளித்திடுகிறோம். எங்களுக்கு இதை நீங்கள் செய்துகொடுக்க வேண்டும் என்று சொல்வோம். இதற்குத் தக்கவர் ஒருவரை நான் அறிவேன்...''

''மன்னிக்கவும்'' என்று வெனியாமின் செமியோனவிச் பேச அனுமதி கேட்டுவிட்டு, அனுமதிக்காகக் காத்திராமலே "தொழிற்சங்கக் குழு நான் சொல்வதற்கு முக்கியத்துவம் அளிக்காது என்பது எனக்குத் தெரிந்ததுதான். இருந்தபோதிலும் இது போன்ற ஒவ்வாத கருத்து கூறப்படுவதைக் கேட்டுக் கொண்டு என்னால் பேசாமல் சும்மாவிருக்க முடியவில்லை. கலாச்சாரத் துறைப் பணி எதுவும், முக்கியமாய் மன்றப் பணி அதற்குரிய தனிவகைப் பிரச்சினைகளை எழுப்புகிறது. இந்தப் பிரச்சினைகளை அறியாதவர் ஒருவரிடம் இப்பணியை ஒப்படைத்தால் அதன் விளைவுகள் எப்படியிருக்கும்? மனம் போன போக்கிலே நடைபெறுவதாகிக் குழப்பம் மேலோங்கிவிடும்.''

"எங்களைக் குழப்பிவிட வேண்டாம். நீங்களும் ஆச்சு. உங்களுடைய தனிவகைப் பிரச்சினைகளும் ஆச்சு!'' தராசொவ்

பொறுமையிழந்துவிட்டார். "இந்தத் தனிவகைப் பிரச்சினைகள் என்னவாம்?''

"மிஷா, இப்பிரச்சினைகள் இருப்பது மெய்தான்'' என்றார் ஜுகோவ். "இந்தப் பணிக்கு நாம் நியமிக்கும் தோழர் இப்பிரச்சினைகளைக் கணக்கில் எடுத்துக்கொண்டாக வேண்டும்தான். ஆனால் இவற்றைச் சமாளிக்க அவர் அனுபவத்தின் வாயிலாய்த் தெரிந்து கொண்டுவிடுவார். எந்தத் தோழரை நியமிக்கலாம் என்கிறீர்கள்?''

"இவரைத்தான்!'' என்று தராசொவ், வசீலிய் மத்வேயெவிச்சைச் சுட்டிக் காட்டினார். "வசீலிய் ஜுர்பினை நியமிக்கலாம் என்கிறேன்.''

"என்னா?!'' விசையால் முடுக்கிவிடப்பட்டவரைப் போல நாற்காலியிலிருந்து வசீலிய் மத்வேயெவிச் துள்ளி எழுந்தார். "ஏதாவது ஆலோசனை சொல்ல விரும்பினால், தெளிவாய்ச் சொல்லுங்கள். வேடிக்கை செய்வதாய் நீங்கள் நினைத்துக் கொண்டிருக்கலாம். ஆனால் மெய்யாகவே சொல்கிறீர்கள் என்று மற்றவர்கள் நினைத்துவிடுவார்கள்.''

"மெய்யாகவேதான் சொல்கிறேன். மன்றத்தை நிர்வகிக்க உங்களைப் போல் ஒருவர் இருக்க முடியாது. கப்பல் துறையில் வேலை செய்கிறீர்கள், சமூக சேவையும் செய்து வருகிறீர்கள், தவிரவும் மார்க்சிய _ லெனினியப் பல்கலைக் கழகத்திலும் பயின்று வருகிறீர்கள்...''

"இந்த வேலை அவ்வளவு பிடித்திருந்தால் நீங்களே இதை எடுத்துக் கொள்வதுதானே!'' என்று வசீலிய் மத்வேயெவிச் ஆவேசமாய் எதிர்த்தார்.

வெனியாமின் செமியோனவிச் சிரித்துக் கொண்டு, "தெரிகிறதா? மன்றத்தை நிர்வகிப்பது அவ்வளவு சுலபமான வேலையல்ல'' என்றார்.

"வசீலிய் மத்வேயெவிச் என்ன சொல்கிறீர்கள்'' என்று கேட்டார் கோர்புனோவ். "முயற்சி செய்து பாருங்கள். தயக்கம் வேண்டாம். நாங்கள் உதவி செய்கிறோம். வேண்டிய அளவு உறுதியும் முயற்சியும் உடையவர் நீங்கள்... புதிய மன்ற நிர்வாகக் குழு ஒன்றைத் தேர்ந்தெடுப்போம். யாவற்றையும் தாமே செய்கிறேன் என்று சொல்லி வெனியாமின் செமியோனவிச் பழைய குழுவை

முற்றிலும் செயலற்றதாக்கி விட்டதாய்த் தெரிகிறது. பழைய குழுவினர் தூக்கத்தில் ஆழ்ந்துவிட்டனர்.''

“இத்தனை ஆண்டுகளாய் வேலை செய்தபின்...'' தராசொவ் கூறிய ஆலோசனையைக் கேட்டுத் துணுக்குற்று விட்ட வசீலிய் மத்வேயெவிச்சின் காதில் கோர்புனோவ் கூறியது விழவே இல்லை. “முடியாது'' என்று அவர் அடித்துச் சொன்னார். “நான் இதற்கு ஒத்துக் கொள்ள முடியாது!'' என்றார்.

மன்றத்துக்குப் புதிய மானேஜர் நியமிப்பதை ஒரு வாரத்துக்கு ஒத்தி வைக்கலாம் என்றார் ஜுகோவ். “யாரை நியமிக்கலாம் என்று ஒவ்வொருவரும் தீர ஆலோசனை செய்யட்டும்'' என்றார்.

அந்த வாரத்தில் அனேகமாய் ஒவ்வொரு நாளும் அவர் வசீலிய் மத்வேயெவிச்சுடன் பேசினார். வசீலிய் மத்வேயெவிச் சிறிதும் அசைந்து கொடுக்கவில்லை.

வசீலியின் மனைவியான மரியா கவ்ரீலவ்னா தன் கணவருக்கு ஆதரவாய்க் கிளர்ந்தெழுந்துவிட்டாள். நேரே கோர்புனோவிடம் சென்றாள்.

“என்ன, இதெல்லாம்?'' மேஜையிலிருந்த காலண்டர், மசிக்கூடு இவற்றையெல்லாம் கடந்து முன்னால் கவிந்தபடி உரத்த குரலில் பேசினாள். “அவர் முதிர்ந்த தொழிலாளி, திறமை படைத்த வினைஞர், அவரைப் போய் அலுவலராக்க விரும்புகிறீர்களே! ஆட்களுடைய வாழ்க்கையுடன் விளையாட யாருக்கும் உரிமை இல்லை.''

“யாரும் விளையாடவில்லை. அவருக்குப் பதவி உயர்வுதான் கொடுக்க விரும்புகிறோம்.''

''நீங்களும், உங்கள் பதவி உயர்வும்! வயதான கிழவரைப் போய் இளம் பெண்களுடனும் பையன்களுடனும் சேர்ந்துக் கூத்தாடச் சொல்கிறீர்களே. நரை முடிகளுக்கு இப்படித்தானா மதிப்பு அளிப்பார்கள்! எங்கள் குடும்பத்தவர் எல்லோரும் கப்பல் துறையில் வேலை செய்கிறார்கள். இவரை மட்டும் நடனங்களுக்கும் உல்லாசப் பயணங்களுக்கும் சிறுவர் நிகழ்ச்சிகளுக்கும் ஏற்பாடு செய்து கொண்டு உட்கார்ந்திருக்கச் சொல்கிறீர்களே. வசீலியிற்கு இந்த வேலை வேண்டாம். காதில் விழுகிறதா? _ வேண்டவே வேண்டாம்!''

மரியா கவ்ரீலவ்னா பிறகு ஜுகோவிடமும் டைரக்டரிடமும் சென்றிருந்தாள். இருவரிடமும் கூச்சல் போட்டாள். உழைப்பாளி ஒருவரை இவ்வாறு அவமானப்படுத்த இடந்தர முடியாது _ வேண்டாம் இதெல்லாம்! அவள் கொதித்தெழுந்ததைக் கண்டு கிழவர் மத்வேய் வியப்புற்றுவிட்டார். "மரியாவைப் பாரேன், தொழிலாளியின் மாண்புக்காகச் சிங்கமெனக் கர்ஜனை செய்கிறாள்! தொழிலாளியின் மாண்பு எவ்வளவு உன்னதமானதென்பதை அவள் புரிந்துவைத்திருக்கிறாள் _ வசீலிய் அவளுக்கு அவ்வளவு சிறப்பாய் போதமளித்திருக்கிறான்.''

நிலைமை திடீரென மாறிவிட்டது. வசீலிய் மத்வேயெவிச்சை நியமிக்கும் ஆலோசனையைக் கைவிட வேண்டியதுதான் என்று ஜுகோவ் முடிவு செய்த நேரத்தில் இந்த திடீர் மாற்றம் ஏற்பட்டது. அவர்களுடைய உரையாடல் ஒன்றின் முடிவில் ஜுகோவ் அவரிடம் கூறினார் :

"தோழர் ஜுர்பின், மன்றத்துக்குப் பொறுப்பேற்றுக் கொள்ளும்படி நாங்கள் உங்களைப் பலவந்தம் செய்ய முடியாது. இந்தப் பொறுப்பைக் கண்டு நீங்கள் அஞ்சுவதாய்த் தெரிகிறது; இதை வேறு யாருக்காவது தட்டிக் கழித்துவிட விரும்புகிறீர்கள்.''

வசீலிய் மத்வேயெவிச் முகத்தைச் சுளித்துக்கொண்டார். கட்சி அமைப்பாளரின் சொற்கள் ஈட்டிபோல அவர் நெஞ்சினுள் பாய்ந்தன.

"நானா அஞ்சுகிறேன்?'' என்றார் மெதுவாய். "வேறு யார் தலையிலாவது கட்டப் பார்க்கிறேனா? ஜுர்பின்கள் இதுபோன்ற காரியத்தை ஒரு நாளும் செய்வதில்லை! அந்தப் பாழாய்ப் போன மன்றத்தை நானே கவனித்துக் கொள்கிறேன்!''

கப்பல் துறையிலிருந்து நேரே மன்றத்துக்குப் புறப்பட்டார். அங்கே வந்து சேர்ந்ததும் அதன் கூடங்களிலும் மண்டபங்களிலும் படிப்பறைகளிலும் நடைவழிகளிலும் தடதடவென நடந்தார். வெறிச்சோடிக் கிடந்த அந்தக் கட்டிடத்தினுள் அடைந்திருந்த காற்றை நெஞ்சுக்குள் இழுத்து வெளியே விட்டார், வறண்டு காய்ந்திருந்த மீதொட்டியினுள் கோபமாய்த் துப்பினார்... படிக்கட்டில் ஏறிச் சென்றபோது கண்ணாடியில் மோதிக் கொள்ளப் பார்த்தார். அதைக் கதவெனத் தவறாய் நினைத்துவிட்டார். பிறகு தமது உருவம் அதில் தெரியக் கண்டார்; பரட்டைத் தலையும் விரிந்த கண்களுமுடைய அது மனித உருவமாயில்லை, புயல்மேகம் போலிருந்தது.

வெளியே உப்பரிகைக்குச் சென்றார். கப்பல்துறை அடர்ந்த அந்தி நிழல்களில் மூழ்கியிருந்தது. அதற்குமேல் பளுதூக்கிகளை அனேகமாய்த் தொட்டுக் கொண்டு புயல் மேகங்கள் கவிந்திருந்தன. ஜில் காற்று சுரீரென வீசிற்று.

இப்படியா ஆகணும்? கப்பல் துறை அங்கே, இவர் _ வசீலிய் மத்வேயெவிச் _ இங்கே! இடையில் என்றென்றுக்குமாய் வெர்யாழ்க்கா ஆறு! இதை நினைத்ததும் அவர் நெஞ்சுக்குள் பகீரென்றது. அவர் ஏன் இதற்குச் சம்மதித்தார்? ஜுகோவை ஏன் அவர் இறுதிவரை எதிர்த்து நிற்கவில்லை? ஆம், முடிவில் பணிந்துவிட்டார், இனி என்னதான் சீறிப் பாய்ந்தாலும் ஒன்றும் செய்வதற்கில்லை. வாக்களித்துவிட்டார், மீற முடியாது.

"உங்களுடைய புதிய அரசைப் பார்வையிடுகிறீர்களாக்கும்?" என்று அவருக்குப் பின்பக்கத்திலிருந்து ஒரு குரல் கேட்டது. திரும்பிப் பார்த்தார், வெனியாமின் செமியோனவிச் நிற்பது தெரிந்தது. "கவலைப்படாதீர்கள், நான் உங்களுக்குத் துணை புரிகிறேன்" என்று வெனியாமின் செமியோனவிச் பெரிய மனிதத் தோரணையில் கூறிக் கொண்டிருந்தார்.

வசீலிய் மத்வேயெவிச் மௌனமாய் நின்றார். தன்னந்தனியே வெண்பனிச் செதிள் ஒன்று மிதந்து கீழே வந்தது. கையை நீட்டி உள்ளங்கையில் அதைப் பிடித்தார். இரண்டாவது ஒன்று விழுந்தது, மூன்றாவது... வெண்பனியைக் கண்டு வசீலிய் மத்வேயெவிச் ஆனந்தமடைந்தார். நீண்ட இலையுதிர் காலம் முடிவுற்றுக் குளிர்காலம் வந்துவிட்டது. பூரிப்புற்ற அவர் குனிந்து காலடியில் பார்த்தார். உப்பரிகையின் கான்கிரீட் தளத்தில் வெண்பனிச் செதிள்கள் மிருதுவாய்ப் படிந்துகொண்டிருந்தன, அவை உருகவில்லை. தொடர்ந்து மேலும் விழுந்து கொண்டே இருந்தன. விரைவில் உப்பரிகை வெண்மையாகிவிட்டது. இந்த வெண்மை வீடுகளின் கூரைகள்மீதும் பூமியின் மீதும் விரிந்து பரவிற்று. கோடையின் கூச்சலுக்கும் படபடப்புக்கும் பிற்பாடு பூமி கண்ணயருகிறது _ வசந்தம் வரும் வரை, புதிய கோடை பிறக்கும்வரை அது ஓய்வெடுத்துக் கொள்ளும்.

மன்றத்தைவிட்டு வெளியே வருமுன் வசீலிய் மத்வேயெவிச் பழைய மானேஜரும் தற்போது அவருடைய உதவியாளருமான வெனியாமின் செமியோனவிச்சிடம் கூறினார் :

"நாளைக்கு மறுநாள் சரியாக ஒன்பது மணிக்கு இங்கு வருவேன்."

“இருபத்தொன்று, சுன்னம் சுன்னம் என்று சொல்லுங்கள்.” வெனியாமின் செமியோனவிச் தமாஷ் செய்ய முயற்சித்தார்.

“சரியாக ஒன்பது மணிக்கு _ சுன்னங்கள் இல்லாமல். எல்லோரும் வேலையிடத்தில் இருக்க வேண்டும்.”

வெனியாமின் செமியோனவிச்சிடமிருந்து கொஞ்சம் திரும்பி முன்னால் பார்த்தபடி வசீலிய் மத்வேயெவிச் நின்று கொண்டிருந்தார். பற்களை இறுக்கிக் கொண்டு, கண்களை நெறித்து முன்னால் எதையோ பார்ப்பது போல நின்று கொண்டிருந்தார். சென்ட் பீட்டர்ஸ்பர்க் துறைகள் அருகே ஒரு தெருவில் இருந்த அழுக்குப் பிடித்த சிறிய பீர் விடுதி அவர் மனக் கண்முன் தெரிந்தது. அதன் பின்புற வாயிலில் பதினைந்து வயதுச் சிறுவனான அவர் காவல் காத்து நிற்பது தெரிந்தது. அவை என்றும் மறக்க முடியாத நாட்கள்! அந்தக் காலத்தில் பிரபுக்களுக்குச் சொந்த மன்றம் இருந்தது, இராணுவ அதிகாரிகளுக்கும் இருந்தது, தகிடுதித்தத் தரகர்களுக்குங்கூடத் தங்களுக்கென மன்றங்கள் இருந்தன. எல்லோரும் சொந்த மன்றங்கள் நடத்திவந்தனர். ஆனால் தொழிலாளர்கள்? அவர்களுக்கு அந்தச் சிறு பீர் விடுதிதான். பீப்பாய்கள் அடைந்துகிடந்த அந்தச் சிறிய பின்புற அறையில் எப்பேர்ப்பட்டவர்கள் எல்லாம் வந்து கூடினர் தெரியுமா? இதுபோன்ற பொந்துகளில் கூடித்தான் அன்று துறைமுகத்தையே அதிரச் செய்த வேலைநிறுத்தங்களுக்கும், அரசியல் ஆர்ப்பாட்டங்களுக்கும் அவர்கள் திட்டமிட்டனர். தலைமறைவாய்ச் செயல்பட வேண்டியிருந்த புரட்சியாளர்களை இவ்விடங்களில்தான் துறைமுகத் தொழிலாளர்கள் சந்தித்துப் பேசினர். நினைக்க நினைக்க விந்தையாய் இருக்கிறது! உலகையே குலுக்கிய கருத்துக்கள் இந்த இருட்டுக் குகைகளில்தான் உதித்துப் பக்குவமடைந்தன. இங்கே இன்று ஒரு பெரிய மாளிகையே இருக்கிறதே! ஆனால் உள்ளே இருப்பது போன்ற மாளிகைகளுக்குரிய உரிமையை போராடியல்லவா, இரத்தம் சிந்தியல்லவா, உயிர்த் தியாகம் புரிந்தல்லவா, புரட்சிக்குப்பின் அந்த ஆரம்ப ஆண்டுகளில் அயராது உழைத்தல்லவா பெற வேண்டியிருந்தது?..

வசீலிய் மத்வேயெவிச் சீற்றத்துடன் கைவிரல்களை இறுக்கி மூடிக் கொண்டார்.

“ஆம், எல்லோரும் வேலையிடத்தில் இருக்க வேண்டும்!” என்று மறுபடியும் கூறினார்.

10

1

*அ*க்டோபர் புரட்சியின் ஆண்டு நிறைவுக்கு முன்னதாய் நீரில் செலுத்தப்பட்ட கப்பல்தான் பழைய முறைப்படிக் கடைசியாய்த் தயாரிக்கப்பட்ட பெரிய கப்பல். இப்போது கப்பல் துறை பெரிய குளிர்பதனச் சரக்குக் கப்பல்களை முற்றிலும் வெல்டிங் செய்தே கட்டியமைப்பதற்காகத் தயார் செய்துவந்தது. இவை விவர வரைபடங்களில் மட்டுமின்றி, ஏற்கனவே அச்சு வார்ப்படங்களிலும் மாதிரிப் படிவங்களிலும் தகட்டுத் துண்டுகளிலும் உருவாக்கப்பட்டுவிட்டன. கட்டுமானிகளும் தொழில்நுட்ப நிபுணர்களும் தொழில்நுட்ப விவரப் பத்திரங்களைத் தயாரித்திருந்தனர். மாதிரிப் படிவத் தயாரிப்பாளர்களும் தகட்டு வடிவரைத் தயாரிப்பாளர்களும் ஏற்கனவே இவ்வேலைகளில் ஈடுபட்டிருந்தனர். அடிக்கப்பல் கட்டுமான அரங்கில் மட்டும்தான் வேலைகள் நிறுத்திவைக்கப்பட்டிருந்தன. பழைய முறையில் கட்டுவதற்குப் பழைய கட்டுமானப் பிரிவுகளில் கப்பல்கள் இல்லை. நிர்மாணப் பிரிவினர் அண்மையில் கட்டி முடித்திருந்த புதிய கட்டுமானப் பிரிவுகளில் புதிய முறையில் கட்டுவதற்கு வேலைகள் துவக்கப்பட்டாகவில்லை.

இந்த இடைக் காலத்தில் பல டிராலர்களைக் கட்டும்படிக் கப்பல் துறைக்கு அமைச்சகம் கட்டளையிட்டிருந்தது. இவ்வகைக் கப்பல்கள் ஏற்கனவே இந்தக் கப்பல் துறையில் கட்டப்

பெற்றிருந்ததால், இவற்றுக்கு வேண்டிய எல்லா வரைபடங்களும் விவரப் பத்திரங்களும் மாதிரிப் படிவங்களும் அதனிடம் இருந்தன. ஆகவே இந்த வேலையைச் செய்வதில் அதிகச் சிக்கலுக்கு இடமில்லை. பழைய கட்டுமான அரங்கிலும் புதியதிலும் _ ஒவ்வொன்றிலும் மூன்று வீதம் _ ஆறு டிராலர்களுக்கான அடிப் பகுதிகளை அமைத்திட ஏககாலத்தில் வேலைகள் துவக்கினர்.

ரிப்பேர் வேலைகளுக்கும் புனரமைப்புக்கும் மாற்றப்பட்டிருந்த இலியா மத்வேயெவிச்சின் போர்மன்களும், தலைமையான பிட்டர் தொழிலாளிகளும், மின்சார வெல்டர்களும் திரும்பவும் கட்டுமான அரங்கிற்கு வந்து வேலைகளை ஆரம்பித்தனர். துளையிடுவோரும் ரிவெட் தொழிலாளர்களும் மூட்டிணைப்பாளர்களும் மட்டும்தான் தொழிலகங்களிலும் இறுதி வேலைத் துறையிலும் எஞ்சியிருந்தனர். வெற்றி முழக்கமிட்டு முன்னிலைக்கு வந்து கொண்டிருந்த மின்சார ஒளிவில் அவர்களைக் கப்பல் கட்டும் தொழிலின் முன்னணி நிலைகளிலிருந்து மேலும் பின்னுக்குத் தள்ளி வந்தது.

அலெக்சேய் இதற்குமுன் புகழுக்குரியவனாய் இருந்தது மெய்தான். ஆனால் இப்பொழுது சூடாக்கித் தந்த பெண்களுக்கு ரிவெட்டுகள் அளித்து வந்த பண்டகசாலை ஊழியனை விட தன் நிலை எவ்வகையிலும் சிறப்பானதல்ல என்பதை உணரலானான். பழங்கால ஓரக்கடல் கப்பலின் சேதமடைந்த அடிப்பகுதியில் புதிய தகடுகளை இணைத்து ரிவெட்டுகள் போட்டுக் கொண்டிருக்கையில், முன்பு தனக்குப் பெயரும் புகழும் பெற்றுத் தந்த அந்தச் சம்மட்டியை இடையிடையே திரும்பிப் பார்த்துக் கொண்டிருந்தான். இதில் மேம்பாடு செய்யப்படக்கூடிய வேறு சில பகுதிகளும் இருக்கலாம் அல்லவா? ஆனால் இனி இந்தச் சம்மட்டியில் மேம்பாடு செய்து என்ன பயன்? எக்ஸ்கவேட்டர் இயந்திரம் வந்த பிறகு எந்த அகழ்வுத் தொழிலாளியாவது தனது மண்வெட்டியில் மேம்பாடு செய்ய முற்படுவானா? அல்லது பல உழவு சால்களை விட்டுச் செல்லும் டிராக்டர் கலப்பை கிடைத்தபிறகு எந்த உழவனாவது சாதாரணப் பழங்காலக் கலப்பையை மேம்பாடு செய்வதில் சிந்தனையைச் செலவிடுவானா?

எவ்வளவோ பாடுபட்டான். வேலைக் குழுத் தலைவன் ஆனான், என்னென்னவோ கனவுகள் எல்லாம் கண்டுவந்தான் _ இவ்வளவுக்கும் பிறகு, இப்பொழுது அவன் வந்தடைந்த நிலை என்ன? தொடக்க நிலைக்கே அல்லவா திரும்பவும் வந்து சேர்ந்துவிட்டான். இனி அவன் எதைத் தொடங்குவது? வேறு

அவனுக்குத் தெரிந்த வேலை என்ன? கடைசல் வேலை கொஞ்சம் தெரியும். பழுது பார்க்கும் வேலையும் கொஞ்சம் தெரியும். கடைசல் தொழிலாளி அல்லது பிட்டர் தொழிலாளியாகி, கப்பல் கட்டுமானத்தை விட்டுப் பிரிந்துவிடுவதா? அது எப்படி? கப்பல் கட்டியவன் எவனும் வேறு எந்த வேலையிலும் ஈடுபட நினைப்பானா? கப்பல்கள் ஒரு மனிதனின் முழு வாழ்வையுமே அல்லவா கவர்ந்து கொண்டுவிடுகின்றன. கப்பல் துறைகளில் வேலை செய்வோர் வேறு எங்கும் மாற விரும்பாது அங்கேயே நிலைத்து இவ்வேலையிலே ஒன்றிவிடுகிறார்கள் என்றால், அதற்கு இதுதானே காரணம்.

அலெக்சேய் மின்சார வெல்டிங் கற்றுக் கொள்வதென்று தீர்மானம் செய்தான். கப்பல் கட்டும் தொழிலின் எதிர்காலம் வெல்டிங்குடனே இணைந்துள்ளதென்பது தெளிவாய் விளங்கிற்று. கோஸ்த்யா எப்படி வேலை செய்கிறான் என்பதை முதலில் தெரிந்து கொள்ள வேண்டுமென்ற அவனிடம் சென்றான். கோஸ்த்யாவும் அவனுடைய மாணவனான இகார் செர்வென்கோவும் வேலை செய்து கொண்டிருந்தனர். கையால் இயக்கப்படும் வெல்டர்களை வைத்துக்கொண்டு இருவரும் வேலை செய்தனர். இகாரின் கையசைவுகள் நினைத்துப்பார்த்துத் திட்டமிட்ட கறாராய் இருந்தன, கண்ணுக்குப் புலப்படாத வடிவமைப்பை அவை பின்தொடர்வதுபோலத் தோன்றிற்று. அயல்மொழி ஒன்றைக் கற்றுக் கொண்ட ஒருவன் இன்னமும் பாடப் புத்தக வரம்பைக் கடந்துசெல்ல முடியாத நிலையில் இருப்பதுபோல இருந்தது, இகாரின் நிலை. மின்சார வெல்டிங்கின் பிரதான கோட்பாடுகளை மட்டுமே தெரிந்து கொண்டிருந்த அவன் இவற்றின் வரம்புகளுக்கு உட்பட்டே வேலை செய்தான். முற்றிலும் பாடப் புத்தகத்தின் வாயிலாகவே ஒரு புதிய மொழியைக் கற்றறிந்து கொண்ட மாணவனின் பேச்சைப் போல இகாரின் வேலை வரம்புக்குட்பட்டதாய் இருந்தது. நுட்ப விவகாரங்களை அறியாதவனாகவே அவன் வேலை செய்தான்.

ஆனால் கோஸ்த்யாவின் வேலை அப்படி இல்லை _ பிடில் மேதைக்குரிய தனிப் பாணியைக் கோஸ்த்யா பெற்றிருந்தான். அவன் இசை வரிவடிவங்களைப் பார்க்கக்கூட வேண்டியிருக்கவில்லை. அவனுடைய கையசைவுகள் தட்டுத்தடங்கலின்றி இலாவகமாயிருந்தன. இசை மேதையின் “சொந்த கற்பிதங்களைப்'' போல இருந்ததாய் அலெக்சேய்

நினைத்தான். தனித்தனி அசைவுகள் கண்ணில் படாதபடி ஒருமித்த இசைவாய் இணைந்து செயல்பட்டன.

“நான் கற்றுக் கொள்வதென்றால் தேர்ந்த திறமைகொண்ட வினைஞனிடமிருந்தே கற்றுக்கொள்ள வேண்டும்'' என்று அலெக்சேய் தனக்குத்தானே கூறிக் கொண்டான். “அனுபவமில்லாத கற்றுக்குட்டிகளால் குறிப்பிட்ட வேலைகளை மட்டுமே சொல்லித் தர முடியுமே அல்லாது உண்மையில் இத்தொழிலைக் கற்றுத் தர முடியாது.''

கோஸ்த்யா பலத்த குரலில் “என்ன, பார்வையிட்டுக் கொண்டு நிற்கிறாய்? என்ன உத்தேசம்? எங்கள் சம்பாத்தியத்தைத் தட்டிக் கொண்டுவிடலாமென்றா பார்க்கிறாய்?''

“அப்படி நடந்தாலும் நடக்கும்தான். சரி, நீ எந்தெந்த நாட்களில் பயிற்சி அளிக்கிறாய் சொல்லு, நானும் சேர்ந்து கொள்கிறேன்.''

“வேண்டாம், நாங்கள் மேலே அந்தரத்தில் இருந்து தலைக்கு மேலுள்ள பிணைப்புகளை வெல்டிங் செய்யப் போகிறோம். உனக்கு அது மிகவும் கஷ்டமாயிருக்கும். தனிப்பட்ட முறையில் உனக்கு நான் சொல்லித் தந்தாக வேண்டும். நீ கால தாமதம் செய்துவிட்டாய். பேராசிரியர் ஒருவருக்குக் கொடுப்பது போல மணிக்கு 50 ரூபிள் கொடு, உனக்குக் கற்றுத் தருகிறேன். விரைவில் நீ தேர்ச்சி பெற்றுவிடலாம்.''

“இதென்ன, பகற் கொள்ளையாய் இருக்கிறதே!'' என்றான் அலெக்சேய்.

“இன்னும் குறைவான கட்டணத்துக்கு ஆசிரியர் வேறு யாரும் கிடைத்தால் வைத்துக் கொள்ளேன், பார்ப்போம்!''

சகோதரர்கள் தமாஷாய்ப் பேசிக் கொள்கிறார்களா, அல்லது மெய்யாகவே பேரம் செய்கிறார்களா என்று இகாரால் புரிந்துகொள்ள முடியவில்லை.

சில நாட்களுக்கெல்லாம் அலெக்சேய் நங்கூரத் தெருவுக்குச் சென்றிருந்தான். அவனும் கோஸ்த்யாவும் தோன்யாவின் அறைக்குள் சென்று உள்ளே தாளிட்டுக் கொண்டனர். மின்சார வெல்டிங்கைப் பற்றிய உரையாடல் திரும்பவும் தொடங்கிற்று.

“அலெக்சேய், நீ இந்த வேலையை நன்றாய்ச் செய்யக் கற்றுக் கொள்ள விரும்பினால், முதலில் நீ நினைவில் வைத்துக்கொள்ள

வேண்டியது என்னவெனில்...'' கோஸ்த்யா பழச் சாறு மிட்டாய் ஒன்றை வாய்க்குள் போட்டுக் கொண்டான். துன்யாஷா மருத்துவமனையிலிருந்து அவர்களுடைய குழந்தையை வீட்டுக்குக் கொண்டுவந்தது முதலாய், கோஸ்த்யா புகை பிடிக்காமலிருக்க முயன்று வந்தான். சிகரெட்டுப் புகை குழந்தை சாஷாவுக்கு நல்லதல்ல என்று துன்யாஷா அறிவித்துவிட்டாள். புகைபிடிக்க வேண்டுமென்ற ஆவலை அடக்கிக் கொள்ள முயற்சி செய்தான். ஆனால் பழச் சாறு மிட்டாயை மெல்லுவதால் சில நேரங்களில் இந்த ஆவல் மேலும் அதிகமாகிவிடுவதாகவே அவனுக்குத் தோன்றியது. மிட்டாயை வாய்க்குள் அடக்கிக்கொண்டு திரும்பவும் கூறினான் : "முதலில் நினைவில் வைத்துக் கொள்ள வேண்டியது என்னவெனில், முகக் காப்பு இல்லாமல் ஒளிவில்லைப் பார்க்கக்கூடாது.''

"கண்ணுக்குக் கெடுதல் _ அதெல்லாம் எனக்குத் தெரியும்'' என்றான் அலெக்சேய்.

"அவசரப்படாதே!'' என்று கோஸ்த்யா முகத்தைச் சுளித்துக் கொண்டான். "உனக்குத் தெரியும் என்றா சொல்கிறாய்! மின்சார ஒளிவில்லின் ஒளி நம்முடைய கண் கேடின்றித் தாங்கிக்கொள்ளக் கூடியதைக் காட்டிம் பத்தாயிரம் மடங்கு அதிக பிரகாசமுடையது என்பது தெரியுமா உனக்கு? சில நாட்களுக்குப் படுத்த படுக்கையாகி, தலையை உலுக்கிக் கொண்டு தவிக்க நேர்ந்தால், பிறகு தெரிந்து கொள்வாய். உனக்கு ஞாபகம் இருக்கும், எனக்கு ஆரம்பத்தில் இந்தக் கதிதான் ஏற்பட்டது. இரண்டாவது என்னவெனில் _ கவனம்.''

அலெக்சேய் இப்பொழுது இடையில் பேசாமல் அண்ணன் சொல்வதைக் கேட்டுக் கொண்டிருந்தான். பேராசிரியர் என்பதாய் நினைத்துக் கொள்ள விரும்புகிறான், சரி நினைத்துக் கொள்ளட்டுமே என்று பேசாமல் கேட்டுக் கொண்டிருந்தான். அவனிடமிருந்து ஏதேனும் தெரிந்துகொள்ள முடிந்தவரை பொறுமையுடன் அவனுடைய உபன்யாசத்தைக் கேட்டுக்கொண்டிருக்கத் தயாராயிருந்தான். கோஸ்த்யா வெல்டிங் இயந்திரங்களிலும், கருவிகளிலும் கையால் இயக்க வேண்டியவற்றையும், தானியங்கி வகைகளையும், மற்றும் மின்வாய்களையும் பற்றிச் சொன்னான்.

கோஸ்த்யாவுடன் ஒரு மணி நேரம் இருந்தபின் அலெக்சேய்க்குத் தலை சுற்றத் தொடங்கிற்று. "ரிவெட் வேலையைக் காட்டிலும்

இந்த வெல்டிங் ரொம்பச் சிக்கலாயிருக்கும் போலிருக்கிறதே'' என்று நினைத்துக் கொண்டான். "இந்த வேலை தனக்குப் பிடிபடுவதற்கு ஆறு மாதங்களுக் மேலாகிவிடும் போலத் தெரிகிறதே.''

"தற்போதைக்கு இவ்வளவு போதும், உனக்கு தலை கிறுகிறுக்க ஆரம்பித்துவிட்டது'' என்றான் கோஸ்த்யா. "நடைமுறை வேலை தொடங்கியதும் இதெல்லாம் தெளிவாகிவிடும். அதற்கிடையில் நீ இவற்றைக் கொண்டு போய்ப் படி.'' அலமாரியிலிருந்து சில புத்தகங்களையும் பிரசுரங்களையும் எடுத்து அலெக்சேயிடம் கொடுத்தான். "தொலைத்துவிடாதே! வெல்டிங்கைப் பற்றி _ மின்சார வெல்டிங், எரிவாயு வெல்டிங், தெர்மைட், உலை வெல்டிங் முதலான எல்லா வகைகளையும் பற்றி _ என்னிடம் ஒரு நூலகமே இருக்கிறது.''

வீட்டுக்குத் திரும்பியதும் அலெக்சேய் அதிக ஆர்வமின்றி கோஸ்த்யாவின் புத்தகங்களைப் பிரித்துப் பார்த்தான். ஆனால் விரைவில் அவன் வியக்கத்தக்கவாறு மெய்மறந்து அவற்றில் மூழ்கிவிட்டான்.

கோஸ்த்யா தவறாமல் தன் வாக்கை நிறைவேற்றினான். முன்பு கூறியிருந்தபடி அலெக்சேயைப் பயிற்சி பெறுவதற்காக வரும்படி அழைத்தான்.

"உன் திட்டங்கள் மாறிவிடவில்லையே?'' சாப்பாட்டு இடைநேரத்தின் போது அவன் அலெக்சேயைக் கேட்டான். "அப்படியானால், மாலை சங்கு ஊதியதும் வா, நான் அடிக்கப்பல் தொழிற்கூடத்தில் இருப்பேன்.''

அதேபோல் அலெக்சேய் அங்கு சென்றான். கையால் இயக்கப்படும் வெல்டிங் பொறியையும் தானியங்கிப் பொறியையும், மின்மாற்றியையும், மின்வாய்களையும் கோஸ்த்யா அவனுக்குக் காட்டி, அவை எப்படி இயங்குகின்றன என்பதை விளக்கினான். பிறகு தலைக் கவசத்தைப் போட்டுக் கொண்டு அலெக்சேயிடம் முகக் காப்பினை எடுத்துக் கொடுத்தான்.

"செய்து காட்டுகிறேன், கவனி'' என்று சொல்லிவிட்டு கோஸ்த்யா இரண்டு அடிக்கப்பல் தகடுகளை வெல்டு செய்ய முற்பட்டான்.

தகடுகள் வெல்டு செய்து பற்ற வைக்கப்பட்டபின், சகோதரர்கள் இருவரும் இணைக்கப்பட்ட தகட்டை இரும்புத் துண்டு ஒன்றின்மீது படீரெனப் போட்டனர். கனமான கம்பியால் அதை அடித்துப் பார்த்தனர். இரு தகடுகளும் என்றென்றுக்குமாய் உறுதியாக இணைக்கப்பட்டிருந்தன.

“இனி நீ ஒரு கை பார்!..”

அலெக்சேய் முயன்று பார்த்தான். மின்வாயின் முனையை அவனால் ஆடாமல் இடைவெளியில் நிற்கச் செய்ய முடியவில்லை. வெப்பம் அவன் கைகளை அதிரச் செய்தது. அவனுடைய சம்மட்டியைக் கொண்டு முன்பு ஸீனா ரிவெட் போடத் தொடங்கியதை நினைத்துக்கொண்டான். ரிவெட்டுகளின் தலை நழுவிச் சென்றதும், அவை அலங்கோல உருவம் பெற்றதும் நினைவுக்கு வந்தன... அப்பொழுது அவனுக்கு அது பெரிய வேடிக்கையாய் இருந்தது, ஸீனா குழப்பமுற்றுவிட்டாள். இப்பொழுது அவனே குழப்பமடைய நேர்ந்தது. ஆனால் கோஸ்த்யா அவனைப் பார்த்துச் சிரிக்கவில்லை.

“முதலில் எல்லோருக்கும் இப்படித்தான் ஆகும். இதை நீ பொருட்படுத்தக் கூடாது. இன்னும் கொஞ்சம் கடுமையாய் அதனிடம் நடந்துகொள்ள வேண்டும்.”

அலெக்சேய் “கடுமையாய்” நடந்து பார்த்தான். “மரியாதையாகவும்” நடந்து பார்த்தான். அவனுக்குக் களைப்புத்தான் உண்டாயிற்று. இருவரும் புகை பிடிக்கலாமென்று உட்கார்ந்தனர். அலெக்சேய் உடனே சிகரெட்டை எடுத்தான். கோஸ்த்யா முதலில் பழச் சாறு மிட்டாயை மென்று பார்த்து விட்டு பிறகுதான் அதைத் துப்பிவிட்டு, புகை பிடிக்க ஆரம்பித்தான்.

“தலைமை மெக்கானிக்கின் பிரிவைச் சேர்ந்த ஓர் ஆள் கீயெவில் ஒரு புதிய தானியங்கி வெல்டர் பொறியை அமைத்து வருவதாய்க் கூறினான். இந்தப் பொறி தானாகவே சுவர்கள்மீதும் மச்சுக் கூரையிலும் வேறு எங்கு வேண்டுமானாலும் போய் வேலை செய்யுமாம். தலைக்கு மேலுள்ள இந்த இணைப்புகளை வெல்டு செய்வதே இப்பொழுது நமக்குப் பெரும் பாடாயிருக்கிறது.”

“அவர்கள் எப்படி இதற்கு ஏற்பாடு செய்யப் போகிறார்கள்?”

“காந்தங்களைக் கொண்டு. காந்தங்கள் இப்பொறியை உயரத் தூக்கிப் பிடித்துக் கொண்டுவிடும்.”

சங்கு ஊதியதும் நாள் தவறாமல் சகோதரர்கள் இருவரும் அடிக்கப்பல் தொழிற்கூடத்துக்குச் சென்று, மாலை ஷிப்டில் வேலை செய்வோருக்கு இடைஞ்சலின்றி இருக்கும்பொருட்டு ஒரு மூலையில் இருந்து, சுற்றிலும் கிடக்கும் சேதார உலோகத் துண்டுகளை வெல்டு செய்வார்கள். ஒன்றைவிட ஒன்று விட்டத்தில் சிறியதான பல சிறு குழாய்களை வெல்டு செய்து தயாரிக்கப்பட்டிருந்த ஒரு நீண்ட குழாய் கிடந்ததைக் கண்ணுற்றனர்.

“அவர்கள் வீணாக்கிய பாய்மரம் இது'' என்று கோஸ்த்யா கூறினான். உனக்கு இது கண்கூடான ஓர் உதாரணம். கடந்த வசந்தத்தில் இதை அவர்கள் எப்படி உருப்படாமல் அடித்தார்கள் என்று நினைவு இருக்கிறதா? கட்டுமான அரங்கு முழுதும் அப்பா ஏகக் கூச்சல் எழுப்பினாரே. நிச்சயம் பெருத்த நஷ்டம் ஏற்பட்டிருக்க வேண்டும். யாருடைய தவறு அது? வெல்டு செய்த ஆளின் தவறுதான். இப்பொழுது நான் உனக்குப் பாடம் நடத்தப் போகிறேன். ரயில்பாதையில் தண்டவாளங்களுக்கு இடையே இடுக்கு இருப்பதைப் பார்த்திருக்கிறாயா நீ?''

“பார்த்திருக்கிறேன்.''

“அது எதற்காக?''

“எல்லோருக்கும் தெரிந்ததுதான். வெயிலில் தண்டவாளங்கள் சூடாகியதும், ஆணிகள் தளர்ந்துவிடாமலிருக்கும் பொருட்டும், இருப்புப் பாதை நெளிந்து தூக்கிக் கொண்டுவிடாதிருக்கும் பொருட்டும் இடுக்கு விட்டு வைக்கிறார்கள்.''

“ஆம், அதற்காகத்தான். வெப்பநிலை உயருகையில் உலோகம் விரிவடைகிறது. மின்சார ஒளிவில் வெப்பநிலையைப் பல ஆயிரம் டிகிரி உயர்த்திவிடுகிறது, வெல்டு செய்யும் இடத்தில் உலோகம் விரிவடைந்து விடுகிறது. நீ போய் அதை வெல்டு செய்கிறாய். உலோகம் சுருங்குவதற்குத் தக்கபடித் திருத்தம் செய்து கொள்ளாவிட்டால், வெல்டு செய்யப்பட்ட இடம் குளிர்ந்ததும் அது சுருங்கி, சுற்றிலுமுள்ள உலோகத்தை இழுத்துக் கோணல் மாணலாக்கிவிடுகிறது. இதைக் கணக்கில் எடுத்துக்கொள்ளாமல் இந்தப் பாய்மரம் வெல்டு செய்யப்பட்டதால் வீணாகிவிட்டது.

“இதைச் சரிசெய்துவிட முடியாதா? டாக்டர்கள் புதிய வயிறுகளைத் தைத்துப் பொருத்துகிறார்களே. அதைவிடவா இது கடினமாயிருக்கும்?''

“நீ செய்து பார் தெரியும்! அவ்வளவு கடினமாயிருக்காது என்றா நினைக்கிறாய்?'' பாய்மரத்தின் இணைப்புகளைச் சுத்தியலால் தட்டிச் சரிபார்த்தபடி கோஸ்த்யா அதன் முழு நீளத்துக்கும் நடந்தான். “இங்கே பார்; போதிய அளவு ஆழமாய்ப் பற்ற வைக்கப்படவில்லை. உடைந்த பீங்கானைப் போன்ற சப்தம் கேட்பதைப் பார். மணிநாதம் இல்லை! இங்கே உலோகம் அளவுமீறிச் சூடாக்கப்பட்டுவிட்டது... கோட்டத்தை வெல்டர் தானே சரி செய்துவிடலாமென்று முயன்று பார்த்த இடமாய் இருக்க வேண்டும் இது.''

வீட்டுக்குத் திரும்ப நெடுநேரமாகிய பிறகும் கோஸ்த்யா அந்தப் பாய்மரத்தைச் சுற்றி நடந்து அதை ஏன் பழுதுபார்த்துச் சரிசெய்ய முடியாது என்பதற்குரிய காரணங்களை விளக்கிக் கொண்டிருந்தான்.

2

வீட்டில் வேதனையாய் இருக்கிறதென்று வேலை நேரத்துக்குப் பிற்பாடும் விக்தர் தொழிற்கூடத்திலே எதாவது செய்து கொண்டு தங்கிவிடுவான். சங்கு ஊதியதும் வீட்டுக்குத் திரும்ப மனமில்லாமல் நின்று கொண்டிருப்பான். வேலை செய்துகொண்டிருந்தபோது வேறு எதுவும் அவன் நினைவில் இருக்கவில்லை _ மனைவி தன்னைவிட்டுச் சென்றுவிட்டாள், இப்பொழுது தான் பிரம்மச்சாரியுமல்ல கணவனுமல்ல. இந்நிலைமைக்குத் தானேதான் காரணம் என்பதையெல்லாம் அறவே மறந்திருந்தான். நாள்தோறும் எதாவது ஒரு காரணத்தைத் தேடிப் பிடித்துக் கொண்டு வேலை நேரத்துக்கும் பிறகு இரண்டொரு மணி நேரமாவது கப்பல் துறையிலே இருந்து வரலானான்.

எதாவது காரணத்தைத் தேடிக் கண்டுபிடிக்க வேண்டிய நிலைமை விரைவில் தானாகவே மறைந்துவிட்டது. ஒருநாள் மாலை படகுப் பிரிவிலிருந்து இளைஞர்கள் சிலர் விக்தரின் தொழிற்கூடத்துக்கு வந்தனர். “விக்தர் இலியிச்! உங்களுடைய புதிய இயந்திரத்தைப் பற்றி எங்களுக்கு விளக்கிச் சொல்லுங்களேன்!'' என்றனர். அன்று மாலை அவர்களுக்கு விளக்கிச் சொன்னான், பிறகு இரண்டாவது மாலை, மூன்றாவது மாலை என்று தொடர்ந்து பேசினான். மேலும் மேலும் அதிகமானோர் அவனிடம் வந்தனர். நாளடைவில் இளம் தச்சுத் தொழிலாளர்களும் முதியோர் சிலரும்கூட வாரம் இருமுறை விக்தரிடம் வந்து பாடம் பயின்று செல்வது வழக்கமாகிவிட்டது. அதிவேகத் தச்சு வேலைக்கான

பயிற்சிப் பள்ளி ஒன்றுக்கு ஏற்பாடாகியது. இந்த வேலை விக்தருக்கு மிகவும் பிடித்திருந்தது. இளைஞர்கள் தனது இயந்திரத்தை வைத்துக்கொண்டு திறம்பட வேலை செய்ததையும், இது அவர்களுக்கு மகிழ்ச்சியளித்ததையும் கண்ணுற்ற அவன், இன்னும் பலரையும் தனது பயிற்சி வகுப்புக்கு வரச் செய்தான்.

ஒருநாள் கப்பல் துறையின் தலைமைக் கட்டுமானி அவனைக் கூப்பட்டு அனுப்பினார்.

"தோழர் ஜூர்பின், உன்னுடைய இயந்திரத்தின் எல்லா விவரங்களையும் நாங்கள் குறித்துக் கொண்டுவிட்டோம்'' என்று அவர் கூறினார். "தயவு செய்து இதனைப் படித்துப் பார்த்துத் தவறு ஏதாவது இருக்குமானால் ஓரத்தில் குறிக்க வேண்டும். இருவருமாய்ச் சேர்ந்து திருத்திச் சரிசெய்வோம். மேலும் ஒன்று... இந்த இயந்திரத்துக்கு இன்னும் பெயர் சூட்டப் பெற்றாகவில்லை. நீ ஏதாவது பெயரைச் சிந்தித்து வைத்திருக்கிறாயா?''

" 'ஜூஸ்கிவ் _ ஒன்று' _ இதுவே இதற்கு நான் சிந்தித்து வைத்திருக்கும் பெயர்.''

"ஜூஸ்கிவா? அதற்கு என்ன அர்த்தம்?''

"இந்த இயந்திரத்தை அமைத்திட வேலை செய்தவர்களுடைய பெயர்களின் சுருக்கம் இது. இயந்திரத்தின் முழுப் பெயர் : 'ஜூர்பின், ஸ்கோபெலெவ், இவனோவா அமைத்த அனைத்து வேலைத் தச்சு இயந்திரம், மாதிரி ஒன்று.''

"ஆனால் ஸ்கோபெலெவுக்கும் இவனோவாவுக்கும் இந்த இயந்திரத்துடன் என்ன சம்பந்தம்? இயந்திரத்தை அமைத்தது யார்?''

"மூவருமாய்ச் சேர்ந்துதான் அமைத்தோம்.''

"அது எப்படி? இதுவரை நான் கேட்டறியாத தகவலாய் அல்லவா இருக்கிறது! இந்தத் தோழர்கள் இரண்டொரு விவகாரங்களில் உனக்கு உதவி செய்திருக்கலாம். ஆனால்...''

"எல்லாவற்றிலும் அவர்கள் எனக்கு உதவியவர்கள். மூவருமாய்ச் சேர்ந்துதான் வேலை செய்தோம்'' என்று விக்தர் தீர்மானமாய்ச் சொன்னான்.

அமைப்பு விவரங்களைப் படித்துப் பார்த்தான். தவறுகள் இல்லை - எப்படி இருக்கும், ஸீனா அல்லவா அவற்றைத்

தயாரித்திருந்தாள்? பிறகு அங்கிருந்து சென்றான். ஆனால் தனது தொழிற்கூடத்தின் கதவைத் திறந்துகொண்டு உள்ளே சென்றதுமே, டைரக்டர் கூப்பிட்டு அனுப்பியதாய் அவனிடம் சொன்னார்கள்.

“இதெல்லாம் என்ன? இவர்களை எப்படி உன்னுடைய சக கண்டுபிடிப்பாளர்களாகச் சொல்வது?'' இவான் ஸ்தெபானவிச் தமது அலுவலறையின் கதவருகே அவனை எதிர்கொண்டழைத்துப் பேசத் தொடங்கினார். “இவனோவா ஒரு சிறு பெண், கண்டுபிடிப்பாளராகும்முன் அவள் எவ்வளவோ தெரிந்துகொண்டாக வேண்டும். அல்லது ஸ்கோபெலெவைப் போய்க் கண்டுபிடிப்பாளராய்ச் சொல்லமுடியுமா?.. விக்தர் இலியிச், அபத்தப் பேச்சு வேண்டாம். அவர்கள் உனக்கு உதவினர், அது எனக்குத் தெரியும். புதுமுறை காண்போருக்கு உதவுவது ஒவ்வொரு பொறியாளருக்குமுரிய கடமையாகும். இது அவர்கள் பணி, இதற்காக அவர்களுக்குச் சம்பளம் தருகிறோம்.''

“இவான் ஸ்தெபானவிச், நீங்கள் சொல்வது சரியல்ல! இவர்கள் தாங்கள் செய்தவற்றுக்குச் சம்பளம் பெற்றுக் கொண்டதாகச் சொல்வது சரியல்ல. ஒவ்வொரு மாலையும் நாங்கள் மூவரும் சேர்ந்து வேலை செய்தோம். இதுதான் உண்மை. இந்த இயந்திரத்துக்கு ‘ஜுஸ்கிவ்' என்று பெயரிட வேண்டும், அல்லது உங்களுக்குப் பிடித்தமான எந்தப் பெயரையும் சூட்டலாம். முக்கியமானது பெயரல்ல, இதற்குத் திட்டம் புனைந்தவர் மூன்று பேர் என்பதுதான் முக்கியமானது. என்னைப் புரண்டு பேசச் செய்ய முயல வேண்டாம். அப்படிச் செய்தேனாகில் திரும்பவும் என்னால் இந்தத் தோழர்களின் கண்ணெதிரே போக முடியாது!''

“விக்தர் இலியிச், நான் சொல்வதைக் கொஞ்சம் கேள். உன்னை நாங்கள் அரசாங்கப் பரிசுக்காகச் சிபாரிசு செய்யப் போகிறோம். தொழிலாளி - கண்டுபிடிப்பாளரான உன்னைத் தான் இதற்கு சிபாரிசு செய்ய விரும்புகிறோம். ஸ்கோபெலெவை அல்ல _ இதுபோன்ற சிறப்பைப் பெற ஸ்கோபெலெவுக்கு எந்தத் தகுதியுமில்லை!''

“அரசாங்கப் பரிசுக்கா!'' சட்டைப் பைக்குள்ளிருந்து விக்தர் கைக்குட்டையை வெளியே இழுத்து, நனைந்த முகத்தைத் துடைப்பதுபோலத் துடைத்துக் கொண்டான். “இவான் ஸ்தெபானவிச், நீங்கள் இதைச் செய்யக்கூடாது.''

“அமைச்சகம் உன்னை ஆதரித்து நிற்கும். இது மதிப்பிடற்கரிய கண்டுபிடிப்பாகும்.”

“அது எனக்குத் தெரியும். ஆனால்...”

“ஆனால் என்ன?”

இவான் ஸ்தெபானவிச் தொலைபேசியிடம் சென்று, ஒரு நம்பரை டயல் செய்தார்.

“தோழர் ஜுகோவ்தானே? நேரம் இருந்தால், இங்கே என்னிடம் வாருங்கள். எனக்குப் பக்க பலம் வேண்டியிருக்கிறது.”

ஜுகோவ் வந்து சேர்ந்ததும், இவான் ஸ்தெபானவிச் விக்தரிடம் கூறினார்:

“சரி, நாங்கள் ஏன் இதைச் செய்யக் கூடாதென்று மத்தியக் குழுவின் கட்சி அமைப்பாளரிடம் விளக்கிச் சொல்.”

“விளக்கிச் சொல்ல ஒன்றுமில்லை. எங்களுடைய சிறு இயந்திரம் சோவியத் தொழில் துறையில் ஒரு சிறு திருகாணிக்கே ஒப்பானது, நுண்பெருக்காடி கொண்டே பார்த்திட வேண்டிய அளவுக்கு அவ்வளவு சிறியது.”

“தனது கண்டுபிடிப்பையே இப்படி ஒருவர் குறைத்துப் பேசுவதை இப்பொழுதுதான் முதல்முறை கேட்கிறேன். உன்னுடைய இயந்திரம் சிறப்புக்குரியதல்ல என்றா கூறுகிறாய்?”

“இல்லை, இது சிறந்த இயந்திரம்தான். ஆனால் பரிசு பெறுமளவுக்கு உயர்வானதல்ல.”

அவனுக்குப் பக்கத்தில் நின்ற இவான் ஸ்தெபானவிச் தோல்வியைக் குறிக்கும் பாவனையில் கையை விரித்துக் காட்டினார்.

“ஏராளமானோர் பலியாகிவிட வேண்டிவரும் ஒரு பயங்கர நோய்க்குச் சிகிச்சையைக் கண்டுபிடிப்பதாயிருந்தால், அது பெரிய காரியம்தான். அதற்கு பரிசளிப்பது நியாயம்தான்” என்று விக்தர் தொடர்ந்து பேசினான். “லட்சோப லட்சக் கணக்கானோருக்குப் புதிய உழைப்பு முறையைக் கண்டுபிடிப்பதானால், அது பரிசுக்கு ஏற்றதுதான். ஒரு புதுவகைக் கப்பல், புதுவகை ரயில் இஞ்சின் போன்றவற்றுக்குப் பரிசு அளிக்க வேண்டியதுதான். ஆனால் என் பாட்டனார் சொல்வது போல, ஒரு தோட்டக்காரன் வழக்கமான உழவுக் கொழுவைவிட கொஞ்சம் அதிக நீளமுள்ள அல்லது

இரட்டை முனையுள்ள கொழுவைக் கண்டுபிடித்துவிட்டதற்காக, பரிசு வேண்டுமென்று பல்வேறு நிறுவனங்களுக்கும் மனு எழுதிப் போட்டுக்கொண்டிருந்தால் எப்படி இருக்கும்?''

“ஆனால் நீ கண்டுபிடித்துள்ளது கொழு போன்றதல்லவே!''

“இரண்டுக்கும் அப்படி ஒன்றும் அதிக வித்தியாசம் இல்லை. தோழர் ஜுகோவ், நான் கட்சி உறுப்பினன். என் சொந்தக் கண்ணோட்டத்திலிருந்து மட்டும் பார்ப்பது சரியல்ல. என் இயந்திரம் எனக்கு மிகவும் பிடித்திருப்பது மெய்தான், ஆனால் அரசின் கண்ணோட்டத்தில் பார்க்கையில் _ அது வோல்கா_தோன் கால்வாயோ, மாஸ்கோ மெட்ரோவோ ஆகிவிடாது.''

“தோழர் ஜுர்பின், இந்த வாதம் சரியல்ல.'' ஜுகோவ் சன்னலுக்கு வெளியே பார்த்துக் கொண்டிருந்தார். வெண்பனி அடர்த்தியாய் விழுந்து கொண்டிருந்தது. பனிச் செதிள்கள் மெல்ல மிதந்து சன்னல் கண்ணாடியருகே வந்து வண்ணாத்திப் பூச்சிகளைப் போல மெல்ல கண்ணாடியிலே உராய்ந்துவிட்டுத் திடீரென விலகிச் சென்றன. “சிறிய திருகாணி சில சமயங்களில் நீப்பர் நீர்மின் நிலையத்தைக் காட்டிலும் முக்கியமானதாய் இருக்கலாம். எத்தகைய திருகாணி என்பதே இங்குள்ள பிரச்சினை. ஒரு கண்டுபிடிப்பின் சிறப்பு அதன் உருவளவையும் பருமனையும் பொறுத்ததல்ல. வருங்காலத்துக்குரிய வித்துக்கள் அதில் எந்த அளவுக்கு உள்ளதென்பதைப் பொறுத்தே அதன் சிறப்பு கணிக்கப்படுகிறது. விளக்கிச் சொல்கிறேன் கேள். நீராவி, காற்றியல், அல்லது அழுத்தி வகை உயர் ஆற்றல் சம்மட்டியைக் கண்டுபிடிப்பதாய் வைத்துக் கொள்வோம். நிச்சயம் அது ஒரு பெரிய முன்னேற்றப் படியாய் அமையுமெனச் சொல்வதற்கில்லை. தற்போதுள்ள சம்மட்டியின் ஆற்றல் அதிகமாக்கப்பட்டுள்ளது என்பதற்கு மேல் அது முக்கியத்துவம் இல்லாததாய் இருக்கலாம். ஆனால் லெனின்கிராடு கொல்லுப்பட்டறையாளன் ஒருவன் இருக்கிறான் _ அவனைப் பற்றி நீ பத்திரிகைகளில் படித்திருப்பாய் _ சம்மட்டியின் வேலையைச் செய்யும் கொல்லுப் பட்டறை இயந்திரம் ஒன்றை அமைத்தான். அது ஒரு பெரிய முன்னேற்றப் படிதான், சந்தேகமில்லை. இந்த இயந்திரம் _ அழுத்தி இயந்திரம் என்று சொல்லலாம் _ முற்றிலும் கறாரான வடிவத்தை வடித்துக் கொடுக்கிறது, சம்மட்டி அடிகளால் உலோகம் உருக் குலைந்துவிடுவதில்லை. தொழிற்கூடத்தின் சுவர்களும் சுற்றிலுமுள்ள இயந்திரங்களும் அதிருவதில்லை.''

“அந்த ஆளுக்குப் பரிசு கொடுக்க வேண்டியதுதான்.”

“ஏற்கனவே அவனுக்குப் பரிசு கொடுத்தாகிவிட்டது.”

“பார்த்தீர்களா? எப்பொழுது பரிசு கொடுக்க வேண்டும். எப்பொழுது கூடாது என்பது எனக்குத் தெரிகிறது, பாருங்கள்.”

“உன்னுடைய இயந்திரமும் இதேபோல ஒரு முன்னேற்றப் படியாக அமைகிறது. தற்போது அதிக அளவு இயந்திரமயமாக்கப்படாத வேலையை முழு அளவுக்கு இயந்திரமயமாக்குவதற்கு உதவும் முன்னேற்றப் படியாகும். கோத்திணைக்கும் வரிசைமுறை உற்பத்தி ஏற்பாட்டை நாம் அமைத்துக் கொள்ளும்போது நமக்கு மாதிரிப் படிவங்கள் மிக ஏராளமாய் வேண்டியிருக்கும்.”

“இதைப் போய் ஒரு பெரிய முன்னேற்றப் படி என்கிறீர்களே!” என்றான் விக்தர். “நடை பழகும் குழந்தையின் சிறு தத்தலுக்கு மேல் இதைச் சொல்ல முடியாது. இரண்டு மூன்று படிகள் நான் முன்னேறிச் சென்றபிறகு வேண்டுமானால் பரிசளிப்பது பற்றிப் பேசலாம்.”

“இதுபோன்ற விவகாரங்கள் குறித்து நாம் கண்டுபிடிப்பாளனைக் கலந்து கொண்டுதான் முடிவெடுக்க வேண்டுமா?” என்றார் ஜுகோவ்.

ஆனால் விக்தர் தனது கருத்தில் தனக்கிருந்த உறுதி சிறிதும் தளராதவனாய் அங்கிருந்து வெளியே சென்றான்.

3

புதிய வேலையை மேற்கொண்டபின் கிழவர் மத்வேயின் மனத்துள் அவரையும் மீறி ஓர் எண்ணம் குடி கொண்டுவிட்டது. உழைப்புக்குரிய ஆயுள் தமக்கு முடிவுற்றுவிட்டது. இனி தாம் செய்யக் கூடிய வேலை ஒன்றுமில்லை, இந்தப் புதிய வேலை “ஆறுதல் பரிசாகவே” தமக்கு அளிக்கப்பட்டிருக்கிறது என்பதே அந்த எண்ணம். டைரக்டர் அறைக்கு அவர் ஒரு தலையணையும் போர்வையும் விரிப்புகளும் கொண்டு வந்தார். புத்தக அலமாரியின் சாவியை இவான் ஸ்தெபானவிச்சிடம் கேட்டு வாங்கிக் கொண்டார். டைரக்டர் வேலைமுடிந்து மாலையில் வீட்டுக்குச் சென்றதும், மேஜை விளக்கை நகர்த்தி சோபாவுக்கு அருகே வைத்துக் கொண்டு _ ஏற்கனவே அவர் இந்த விளக்கிற்கு நீளமான

மின்விசைத் தொடர்புக் கம்பி பொருத்தியிருந்தார் _ சோபாவில் படுத்துப் படிக்கமுற்படுவார். கலைக்களஞ்சியம்தான் அவருக்கு மிகவும் பிடித்த புத்தகம். ஆரம்பத்தில் அவர் அகரத்திலிருந்து தொடங்கி ஒவ்வொரு பக்கமாய்ப் படிக்க முற்பட்டார். ஆனால் இதனால் குழப்பம்தான் அதிகரித்து தலைசுற்றத் தொடங்கியது. பிறகு மருத்துவக் கட்டுரைகளை மட்டுமே படிப்பதென்று தீர்மானித்துக் கொண்டார். ஆனால் சீக்கிரத்தில் இந்த முறையையும் அவர் கைவிட வேண்டியதாயிற்று. காரணம் என்னவென்றால், இதனால் அவர் தூக்கம் கெட ஆரம்பித்தது. தீய தசை வளர்ச்சிகள் நீண்ட வால்களும் கொம்புகளும் கொண்டவையாய் அவர் கனவுகளில் தோன்றித் தொல்லை செய்தன. இதன்பின் அவருக்கு வேறொரு உபாயம் தோன்றியது _ புத்தகத்தைப் பிரித்ததும் எந்தப் பக்கம் வந்ததோ அதைப் படிக்க முற்பட்டார்.

வேண்டியமட்டும் படித்ததும் தூங்கத் தொடங்குவார். காலையில் புத்தகங்களை அலமாரியில் வைத்துப் பூட்டிவிட்டு வீட்டுக்குத் திரும்புவார். ஓர் இரவு அவர் சுவாரசியமாய்ப் படித்துக் கொண்டிருக்கையில், தொலைபேசியின் மணி அடித்தது. இதன்முன் கிழவர் மத்வேய் படுத்தபின் சோபாவிலிருந்து எழ நேர்ந்ததே இல்லை. தொலைபேசியிடம் சென்று ரிசீவரை எடுத்தார்.

“ஹலோ, யார் அது _ இரவிலே கூப்பிடுவது?”

“தோழர் டைரக்டர்தானே?”

“டைரக்டர் இங்கே எங்கே இருக்கிறார்? இரவெல்லாம் இங்கேயே உட்கார்ந்திருக்கிறார் என்றா நினைக்கிறாய்? காலையில் போன் செய்.”

“தோழரே, காலை வரை காத்திருக்கக் கூடிய விவகாரமல்ல இது. போர்மன் செர்னோக்லுயேவ் பேசுகிறேன். குழாய்கள் வெடித்துவிட்டன, நீர் பீறிட்டு ஓடுகிறது. எங்கெங்கெல்லாமோ போன் செய்து பார்த்துவிட்டேன். பதில் ஒன்றும் கிடைக்கவில்லை.”

“எந்தக் குழாய்கள்?” என்று கேட்டார் கிழவர் மத்வேய்.

“கான்கிரீட் கலவைகளுக்குச் செல்லும் குழாய்கள்.”

“மகனே, குழாய் அடைப்பானை மூடி நீரை நிறுத்திவிடக் கூடாதா? பொறியியல் ஆலைக்கூடத்துக்கு அருகே இருக்கும் கான்கிரீட் கலவையைத்தானே சொல்கிறாய்? சரி, தொழிற்கூட

வாயிலிலிருந்து 15 தப்படி நடந்தால் போதுமே... குட்டைக் காலுள்ள ஆளல்லவோ நீ? சரி, 15 தப்படி சென்றதும் ஒரு கிணற்றை வந்தடைவாய்... உன்னிடம் குழாய் ரிப்பேர் ஆட்கள் இருக்கிறார்களா? அவர்களை இந்தக் கிணற்றினுள் இறங்கிக் குழாயின் அடைப்பானை மூடச் சொல். தெரிகிறதா?.. எனக்கு ஒன்றும் நன்றி கூற வேண்டாம்... பிற்பாடு குழாய்களை மாற்றிச் சரி செய்து கொள்ளலாம். அவற்றை ஏன் அப்படிக் குளிர்ந்து போகும்படி விட்டாய்? ஏன் கம்பளித் துணியைச் சுற்றிப் பாதுகாப்பாய் வைக்காமல் இருந்தாய்? கிடங்கில் கம்பளித் துணி நிறைய இருக்கிறதே. நாளைக்குத் தவறாமல் இதைச் செய்துவிடு. கோடை காலமல்ல, நினைவில் இருக்கட்டும்.''

மறுநாள் இரவு கிழவர் மத்வேய் கட்டுமானிகளுக்கு போன் செய்தார்.

“போர்மன் செர்னோக்லுயேவைக் கூப்பிடுங்கள்! செர்னோக்லுயேவா? டைரக்டர் அலுவலறையிலிருந்து ஜுர்பின் பேசுகிறேன். தண்ணீர்க் குழாய்கள் எப்படி இருக்கின்றன? குழாய்களுக்குக் கம்பளித் துணி சுற்றிவிட்டாயா? விபத்துக்கு இடமின்றிப் பார்த்துக் கொள்! மகனே, நம்முடைய திட்டங்கள் கெட்டுவிடாதபடிக் கவனித்துக் கொள்!''

மறுபடியும் தொலைபேசி மணி அடித்தது. இம்முறை போக்குவரத்துப் பிரிவிலிருந்து காவலாளர் கூப்பிட்டார். மரங்களை ஏற்றிக் கொண்டு ஏழு லாரிகள் வந்திருக்கின்றன, ரயில் அதிகாரி உடனே மரங்களை இறக்கிக் கொண்டு காலி லாரிகளை அனுப்புமாறு கோருகிறார். மரங்களை இறக்குவதா அல்லது காலைவரை காத்திருப்பதா என்று காவலாளர் கேட்டார்.

“காலைவரை காத்திருந்தால், வேலை முடங்குவதற்குக் காரணமாயிருந்தோமென்று புகார் செய்வார்கள்'' என்று கிழவர் மத்வேய் பதிலளித்தார். “மக்கள் பணம் விரயமாகக் கூடாது. உடனே மரங்களை இறக்கிவிட்டு, லாரிகளைத் திருப்பி அனுப்பிவிடுங்கள்'' என்றார்.

“ஏழு லாரி மரங்களை இறக்க என்னிடம் போதிய ஆட்கள் இல்லையே.''

“அப்படியா?'' என்று கிழவர் மத்வேய் தலையை சொறிந்துகொண்டார். சிக்கலான நிலைமைதான். டைரக்டரை

எழுப்பிக் கேட்கலாமா? ஏழு லாரிகள் வந்திருப்பதற்காக அவரை எழுப்புவதா? கப்பல் துறையிலே தீ பிடித்துக் கொண்டுவிட்ட மாதிரி! “சரி, திரும்பவும் என்னைக் கூப்பிடுங்கள்... உங்கள் பெயர் என்ன?. மார்த்தியனோவா? சரி மார்த்தியனோவ், இன்னும் பத்து நிமிடங்களில் திரும்பவும் என்னைக் கூப்பிடுங்கள். என்ன செய்வதென்று முடிவாய்ச் சொல்கிறேன்.”

கிழவர் மத்வேய் ரிசீவரைக் கீழே வைத்தார். கண நேரம் தொலைபேசியின் அருகே நின்றுவிட்டு, பிறகு டைரக்டருடைய நாற்காலியில் உட்கார்ந்தார். இரவில் கப்பல் துறையில் அதிகம் பேர் இருப்பதில்லை. பராமரிப்பு ஊழியர்கள், மெக்கானிக்குகள், பயர்மன்கள், காவலாளர்கள் மட்டும் தான் இருந்தனர். இவர்களைத் தங்களுடைய வேலைகளை விட்டுவிட்டு மரங்களை இறக்க வரும்படி அழைக்க முடியாது. கட்டுமானிகளைக் கூப்பிடலாமா? ஆம், அதுதான் சரி, அவர்களைத்தான் கூப்பிட வேண்டும்!

“செர்னோக்லுயேவ்!” ஒரு நிமிடத்துக்கெல்லாம் அவர் தொலைபேசியில் பலத்த குரலில் கூப்பிட்டார். “உங்கள் பிரிவின் மானேஜர் எங்கே? துணை மேனேஜர் மட்டும்தானா இருக்கிறார்? சரி, அவருடன் பேச வேண்டும், கூப்பிடுங்கள்... தோழர் துணை மானேஜர், உங்களுக்கு மரங்கள் வேண்டுமா? உடனே வேண்டுமா? ஏழு லாரிகள் நிறைய மரங்கள் வந்திருக்கின்றன. நல்லது. அவற்றை உடனே இறக்கியாக வேண்டும். உங்கள் பெயர் என்னவென்று சொன்னீர்கள்? இங்கே ஜூர்பின் பேசுகிறேன், ஜூர்பின். உங்கள் ஆட்களை அனுப்பிவையுங்கள். மூன்று மணி நேரம் கழித்துத் தொலைபேசியில் திரும்பவும் உங்களைக் கூப்பிடுகிறேன்.”

மார்த்தியானோவ் மறுபடியும் கூப்பிட்டபோது, கிழவர் மத்வேய் அவரிடம் சொன்னார்:

“கட்டுமானப் பிரிவின் துணைமானேஜரைக் கூப்பிட்டுப் பேசுங்கள். 39ஆம் எண்ணை டயல் செய்யுங்கள். அவர் உங்களுக்கு வேண்டிய ஆட்களை அனுப்பி வைப்பார். அனுப்பும்படி அவரிடம் சொல்லியிருக்கிறேன். வேலை எப்படி நடைபெறுகிறது என்று பிற்பாடு எனக்குத் தெரிவியுங்கள்.”

அன்று இரவு கிழவர் மத்வேய் புத்தக அலமாரியைத் திறக்கவில்லை, சோபாவில் படுக்கவும் இல்லை. தொலைபேசியில் கூப்பிட்டு, மரம் இறக்கும் வேலை எப்படி நடைபெறுகிறதென்று

விசாரித்துக் கொண்டிருந்தார். கைகளைப் பின்பக்கம் கட்டிக்கொண்டு, வெள்ளித் தாரைகளைப் பற்றிய தமது பழைய பாட்டை வாய்க்குள் பாடியபடி அறையில் நடந்து கொண்டிருந்தார்.

“கப்பல் துறையை நிர்வகிப்பது எளிய வேலையல்ல!'' என்று தமக்குத் தாமே கூறிக் கொண்டார். “விவரம் தெரியாதவர்கள் இதில் சிரமம் ஒன்றுமில்லை என்று நினைக்கிறார்கள். நீங்கள் செய்யாதவரை எந்த வேலையும் எளிதுதான். செய்து பார்த்தால் உடனே உண்மையைத் தெரிந்துகொள்வீர்கள்!''

அன்று காலை கிழவர் மத்வேய் வீட்டுக்குத் திரும்பியபோது, இரவில் நடைபெற்றவற்றைச் சுருக்கமாய்க் குறிப்பிட்டு, பொழுது விடிவதற்குள் அந்த லாரிகளிலிருந்து மரங்களை இறக்கிக் கொண்டு ரயில் நிலையத்துக்கு அவற்றைத் திருப்பியனுப்பியாகிவிட்டதென்றும், வீண் செலவு தவிர்க்கப்பட்டதென்றும் இவான் ஸ்தெபானவிச்சின் மேஜையில் குறிப்பு எழுதி வைத்தார்.

அன்று மாலை வீட்டில் அவர் கத்தரிக்கோலால் தாடியை ஒழுங்கு செய்துவிட்டு, கம்பளித் துணி பூட்சுகளைப் போட்டுக்கொள்ளத் தொடங்கினார்.

கார் டிரைவர் மித்யா அப்போது உள்ளே நுழைந்தான்.

“என்ன ஆயிற்று?'' செய்தி ஏட்டிலிருந்து நிமிர்ந்துபார்த்த இலியா மத்வேயெவிச் அவனைக் கேட்டார். “ஏதாவது அவசர நிலைமையா?''

“மத்வேய் தரோபியெவிச்சை அழைத்துச் செல்ல வந்திருக்கிறேன்'' என்றான் மித்யா.

“நீ ஏன் வரணும்?''

“ஆம் 'லிஸ்' காருடன் வந்திருக்கிறேன். டைரக்டர் அவரைப் பார்க்க விரும்புகிறார்.''

வீட்டில் எல்லோரும் ஒருவரையொருவர் பார்த்துக் கொண்டனர்: தாத்தா திட்டு வாங்கப் போகிறாரா? ஏதாவது செய்து சங்கடத்தில் மாட்டிக் கொண்டுவிட்டாரா? கிழவர் மத்வேய்க்கும் கொஞ்சம் திகிலாகவே இருந்தது; தவறுதலாய் ஏதாவது செய்துவிட்டோமா, டைரக்டர் அலுவலறையில் காவலாளராய் இருப்பதற்குப் பதில் அதிகப்படியான காரியங்களில் தலையிட்டுத் தவறிழைத்துவிட்டோமா என்றெல்லாம் நினைத்தார். கப்பல்துறைக்குப் போய்ச் சேரும் வழி

நெடுகிலும் காதுக்குப் பின்னால் சொறிந்துகொண்டு உட்கார்ந்திருந்தார். அங்கே அவருக்கு அரித்தது, முழங்காலிலும் அரித்தது, பாதத்திலும்கூட அரித்தது. மூக்கில் மட்டும்தான் எந்தத் தொந்தரவும் இல்லை. "அப்படியானால் எனக்குக் கிடைக்கப் போவது வாழ்த்து அல்ல, வசவாகவேதான் இருக்கும்'' என்று தமக்குத் தாமே கூறிக்கொண்டார்.

இவான் ஸ்தெபானவிச் ஆர்வமுடன் அவர் கையைப் பிடித்துக் குலுக்கி வரவேற்று, மத்வேய் தரோபியெவிச் ஜூர்பின் தாமதமின்றித் தக்க நடவடிக்கை எடுத்து முன்முயற்சியுடன் செயலாற்றியதற்காக நன்றிதெரிவிக்கும் "அலுவலகக் குறிப்பைப்'' படித்துக் காட்டினார்.

"சம்பிரதாயம் போதும், இப்பொழுது மெய்யாகவே என் சொந்த முறையில் உங்களுக்கு நன்றி கூறுகிறேன்'' என்று இவான் ஸ்தெபானவிச் அவரை வாழ்த்தினார்.

"நாம் இருவரும் ஒரே இலட்சியத்துக்காகத்தானே பாடுபடுகிறோம்'' என்றார் கிழவர்.

அன்று முதல் கிழவர் மத்வேயைத் தினமும் காரிலேயே கப்பல் துறைக்கு அழைத்து வந்து காரிலேயே வீட்டுக்குக் கொண்டு போய் விடும்படி இவான் ஸ்தெபானவிச் உத்தரவிட்டார்.

"தாத்தா! நீங்கள் டைரக்டருக்குச் சமமானவராகி விட்டீர்களே!'' என்று தோன்யா வியந்து கூறினாள்.

"அதற்கென்னவாம்? ஏன் ஆகக் கூடாதாம்?'' என்று கிழவர் மத்வேய் சிரித்துக்கொண்டார். "அன்று நான் குளிர்கால அரண்மனையில் எதிர்ப்புரட்சியாளர்களைப் படிக்கட்டிலிருந்து விரட்டியவன் ஆயிற்றே!.. தனது வேலையைச் சரிவரச் செய்பவருக்கு எந்தக் குறைவும் ஏற்படாது.''

இவான் ஸ்தெபானவிச் இப்போதெல்லாம் வீட்டுக்குப் புறப்படுகையில் கிழவர் மத்வேயிடம் எதாவது வேலையை ஒப்படைத்துவிட்டுச் செல்வது வழக்கமாகிவிட்டது. எதையாவது கவனித்துக் கொள்ளும்படிச் சொல்லிவிட்டுப் போவார், கட்டுமானிகள், அல்லது மெக்கானிக்குகளுக்கு எதையாவது நினைவுபடுத்துமாறு கூறுவார். டைரக்டர் இவ்வேலைகளை எழுதி வைத்துவிட்டுச் சென்றாலும் சரி, அல்லது வாய்மொழியாய்ச் சொல்லிவிட்டுச் சென்றாலும் சரி, கிழவர் மத்வேய் அவர்

கூறியதை இம்மியும் பிறழாது செய்து முடிப்பார்.

கப்பல் துறையில் இரவு நேர மேலாளர் ஒருவர் இருந்தார்தான். ஆனால் இவர் உற்பத்தி வேலைகளுடன் நேரடியாய்ச் சம்பந்தப்பட்டவற்றை மட்டுமே கவனித்துக்கொண்டார். தொழிற்கூடங்களில் இரவு நேர வேலைகளை ஒருமுகப்படுத்துவதுதான் இவர் பணியாய் இருந்தது. ஆனால் புதிய வேலைத் திட்டத்தின் விளைவாய் எதிர்பாராத பிரச்சினைகள் சில நேரங்களில் எழுந்து வந்தன. எந்த மேலாளரும் பதிலளிக்க முடியாத கேள்விகள் எழுந்துவிடும். அப்பொழுது கிழவர் மத்வேய்தான் இவற்றுக்குத் தீர்வு காண வேண்டியிருக்கும். கப்பல் துறையில் யாவும் _ தரைக்கு மேலும் சரி, தரைக்கடியிலும் சரி _ அவருக்கு அத்துப்படியானவை. விளக்கப் படங்கள், திட்டங்கள் இவற்றின் உதவியின்றியே _ தமது ஞாபகத்தைக் கொண்டே _ அவர் தரைக்கடியிலான மின்சார வடங்களும், காற்றோட்ட அமைப்பின் பழைய குழாய்களும் புதிய குழாய்களும் எவ்விடங்கள் சென்றனவென்றும், பல்வேறு வகையான தளவாடங்களும் எங்கெங்கே இருந்தனவென்றும் சொல்லிவிடுவார். பலரும் அவரைத் தொலைபேசியில் கூப்பிட்டுத் தகவலும் ஆலோசனையும் கேட்டு வந்தனர். யார் முதலில் அவருக்கு அந்தப் பட்டத்தைச் சூட்டினாரோ தெரியாது, ஆனால் எல்லோரும் கிழவர் மத்வேயை "இரவு நேர டைரக்டர்'' என்று அழைக்கலாயினர்.

இப்பொழுது தூங்க நேரமில்லை. வசதியாய்ப் படுத்துக்கொண்டு புத்தகத்தைப் பிரித்ததும், தொலைபேசியின் மணி அடிக்கும். "இரவு டைரக்டர்'' ஒவ்வொரு தரமும் தாமே நேரில் தொலைபேசியை எடுத்து ஆவன செய்தாக வேண்டும். செயலாளர் யாரும் இலை, யாவும் நேரே அவரிடம் வந்து சேரும். தடபுடலோ, அதிகார பந்தாவோ எதுவுமின்றி நேரடியாக யாவற்றையும் விசாரித்துச் செய்யவேண்டியதை உடனுக்குடன் செய்தார் _ உங்கள் பிரச்சினை என்ன? என்ன செய்ய வேண்டும்?

அன்று இரவு தொலைபேசியின் மணி நெடுநேரம் அடிக்காமலே இருந்தது. கிழவர் மத்வேய் சில புத்தகங்களை வைத்துக் கொண்டு மேஜையின் எதிரே உட்கார்ந்திருந்தவர், நாற்காலியில் அப்படியே தூங்கிவிட்டார். மணியோசை கேட்டு விழித்துக் கொண்டார். கப்பல் துறைத் தொலைபேசி ரிசீவரை எடுத்துக் காதுகொடுத்துக் கேட்டார் _ 'டயல் டோன்தான்' கேட்டது, யாரும் பேசவில்லை.

ஏதோ கோளாறு என்று நினைத்தார். மணி தொடர்ந்து அடித்துக் கொண்டே இருந்தது. நகர இணைப்பகத்து ரிசீவரை எடுத்துக் கேட்டார் _ அதிலும் "டயல் டோன்தான்" கேட்டது. பிறகுதான் அது மாஸ்கோ தொலைபேசியின் மணி என்பது அவருக்குத் தெரிந்தது. எப்பொழுதும் மௌன நிலையிலே மர்மமாய் ஒரு தனி மேஜைமீது இருந்து வந்த அது, இப்பொழுது திடுதிப்பென மணி அடித்தது. இதற்குப் பதிலளிப்பதா, இல்லையா? கிழவர் மத்வேய்க்கு என்ன செய்வதென்று புரியவில்லை, இவான் ஸ்தெபானவிச்சை வரச் சொல்லிப் பதிலளிக்கும்படிக் கூறுவதா? தொலைபேசியின் மணி ஓயாமல் அடித்துக்கொண்டே இருந்தது. இனியும் அவர் சும்மாவிருக்கக் கூடாது.

"ஹலோ!" என்று அடித்தொண்டையால் கிழவர் மத்வேய் குரல் கொடுத்தார்.

"கப்பல்துறைதானே? பேசுவது யார்," தொலைவிலிருந்து வந்த குரல் தெளிவாய் அவர¢காதில் விழுந்தது.

"மத்வேய் ஜுர்பின். இரவு அலுவலன்."

"நிக்கொலாய் வசீலியெவிச் உங்களுடன் பேச விரும்புகிறார்."

இந்த நிக்கொலாய் வசீலியெவிச் யார் என்பது கிழவர் மத்வேய்க்குத் தெரியாது. ஆயினும் இந்தச் சர்வசாதாரணமான பெயரைக் கேட்டதும் அவருடைய கலவரமும் குழப்பமும் மறையத் தொடங்கின.

"சரி, போகட்டும், கவனமாய்க் கேட்கிறோம்" என்று சற்று உற்சாகமாகவே கூறினார்.

"தோழர் ஜுர்பின், டைரக்டர் எங்கே இருக்கிறார்?" என்று எதிர் முனையிலிருந்து மற்றொரு குரல் கேட்டது.

"தோழர் நிக்கொலாய் வசீலியெவிச், டைரக்டர் வீட்டிலே தூங்கிக் கொண்டிருக்கிறார். நாள் முழுதும் ஓடியாடி வேலை செய்து கொண்டிருந்தார். பிறகு தூங்க வேண்டாமா? வீட்டுக்குப் போயிருக்கிறார். உங்களுக்கு என்ன தெரிய வேண்டும், நான் பதில் சொல்கிறேன். கட்டுமான வேலைகளைப் பற்றிதானோ தெரிய வேண்டும்?"

"டிராலர்கள் வேலை எந்த நிலையில் இருக்கிறது? இவற்றை மே முதல் நாளுக்குள் கட்டி முடித்துவிட வேண்டுமென இன்று

அமைச்சரவை நம்மைக் கேட்டிருக்கிறது.''

“ஆறு டிராலர்களையுமா?'' என்று விசாரித்தார் கிழவர் மத்வேய். “நீரில் செலுத்துவதற்குமுன்பு செய்யப்பட வேண்டிய எல்லா வேலைகளையுமே கட்டுமான அரங்கத்திலேயே முடித்துவிட வேண்டும் என்றுதானே சொல்கிறீர்கள்? இறுதி வேலைத் துறைக்கு அவற்றை மே மாதத்துக்கு முன்பே எடுத்துச் செல்ல முடியாது. ஏனெனில், எங்கள் லாதா ஆற்றில் பனிக்கட்டி காலம் தாழ்த்தித்தான் உடையத் தொடங்கும். இறுதி வேலைகள் யாவற்றையும் கட்டுமான அரங்கத்திலேயே செய்துவிடலாம் அல்லவா?''

“ஆம், கட்டுமான அரங்கத்திலேயே செய்துவிடுங்கள்.''

“அப்படியே செய்கிறோம். இது அப்படி ஒன்றும் பெரிய வேலையல்ல. எல்லாம் சிறிய கப்பல்கள்தான். நிக்கொலாய் வசீலியெவிச், எங்களால் இயன்றது அனைத்தையும் செய்வோம். இதை அமைச்சர்களிடம் சொல்லுங்கள். ஆம், எங்கள் கப்பல் துறையில் நாங்கள் சொன்ன சொல் தவறுவதில்லை. நீங்கள் இங்கு எப்பொழுதாவது வந்து பார்த்தது உண்டா? இன்னும் வந்ததில்லையா? வாருங்கள்! ஆர்வமுடன் அழைக்கிறோம், அவசியம் வருக! நான் யார் என்றா கேட்கிறீர்கள்.. இங்கு எல்லோரும் என்னை “இரவு டைரக்டர்'' என்று அழைக்கிறார்கள். உண்மை என்னவெனில், நான் வயது முதிர்ந்த தொழிலாளி, மத்வேய் ஜுர்பின் என்று பெயர். யாவற்றையும் ஒரு விவரம் விடாமல் டைரக்டரிடம் தெரிவிக்கிறேன். காலை அவர் வந்ததும் சொல்லிவிடுகிறேன். ஆம், முழு நலமுடன்தான் இருக்கிறேன்! நீங்களும் உடல் நலத்தைக் கவனித்துக்கொள்ளுங்கள்.''

தொலைபேசி ரிசீவர் மௌனமாகிவிட்டது. ஆனால் கிழவர் மத்வேய் அதை நெடுநேரம் கையிலே வைத்துக்கொண்டு உற்றுப்பார்த்தார். மாஸ்கோவுடன் நடைபெற்ற இந்த உரையாடல் அவருக்கு அளவிலா மகிழ்ச்சியளித்தது. இந்த நிக்கொலாய் வசீலியெவிச் சிந்தனை மிக்கவராய்த் தெரிகிறது. என் உடல்நலத்தைப் பற்றி விசாரித்தார். டைரக்டரை எழுப்ப வேண்டாமென்றார். ஆனால் டைரக்டரை உடனே எழுப்பி, அமைச்சரவை காத்துக்கொண்டிருந்த டிராலர்களைப் பற்றி அவரிடம் சொல்ல வேண்டும் போலிருந்தது, கிழவர் மத்வேய்க்கு.

அலுவலறையில் விரிக்கப்பட்டிருந்த பெரிய கம்பளத்தின்மீது அவர் தமது முடங்கிய காலை இழுத்துக்கொண்டு மேலும் கீழுமாய் நடை போட்டார். ஒவ்வொரு தரமும் திரும்புகையில் பொறுமையிழந்தவராய்க் காலால் தரையைத் தட்டிக் கொண்டார்.

சிந்தனைமிக்கவரான அந்த நிக்கொலாய் வசீலியெவிச் டைரக்டர் வீட்டுக்குப் போன் செய்து அவருடனும் பேசினார் என்று காலையில் இவான் ஸ்தெபானவிச்சிடமிருந்து கிழவர் மத்வேய் தெரிந்து கொண்டார்; அவர்தான் அமைச்சகத்தின் தலைவர் என்பதையும் தெரிந்துகொண்டார்.

11

1

ஒருநாள் இலியா மத்வேயெவிச் தமது அலுவலறையில் உட்கார்ந்திருக்கையில் கப்பல் துறை நிர்வாகத்திலிருந்து பணியாளன் ஒருவன் அவருக்குத் தபாலில் வந்த ஒரு பெரிய பொட்டலத்தைக் கொண்டுவந்து கொடுத்தான். வரிசையாய்த் தபால் தலைகளும் முத்திரைகளுமாய் இருந்த அது, கெட்டியான நூலால் இறுக்கிக் கட்டப்பட்டிருந்தது.

இலியா மத்வேயெவிச் அதை உள்ளங்கையால் ஏந்திப் பிடித்து எவ்வளவு எடை இருக்குமென்று பார்த்தார். ஒரு ராத்தலுக்கு மேலிருக்குமென்று தெரிந்தது. பிறகு மூக்குக் கண்ணாடியை எடுத்துப் போட்டுக்கொண்டு, பொட்டலத்தை அனுப்பியவரது முகவரியைப் படித்தார் : எம்.வி. பெலோவ், போத்திலிகா தெரு, மாஸ்கோ. அந்தோனின் தலைவரைக் காய்கறித் தோட்டத்தில் சந்தித்ததும, இருவரும் வாக்குவாதம் நடத்தியதும், முடிவுக்கு வர முடியாமல் நின்ற வாக்குவாதமாய்த் தோன்றினாலும் இலியா மத்வேயெவிச்சின் மனத்தில் ஐயப்பாட்டுக்கு வித்திட்டுவிட்டது. முதிர்ந்த அனுபவமுடையவரே ஆயினும், கட்டுமான அரங்கத்தில் அவருடைய நிலை மெய்யாகவே அசைக்க முடியாததுதானா? மாமூல் பாதையிலே சென்றவரல்ல இலியா மத்வேயெவிச். அடிக்கப்பலைக் கோத்திணைப்பதில் அவருடைய அரங்கத்தில்

புதுமுறைகள் கையாண்டு பார்க்கப்பட்டன. ஆனால் எவ்வகையான புதுமுறைகள்? பல பத்தாண்டுகளாகவும் நூற்றாண்டுகளாகவும் நடைமுறையிலிருந்த தொழில்நுட்பத்தின் கருத்தோட்டங்களுக்கு அப்பால் செல்லாதவை அவை. அந்தத் தொழில்நுட்பம் கப்பலைப் பிரதானமாய்க் கட்டுமான அரங்கத்தில்தான் கட்ட வேண்டுமென்று கருதிற்று, கட்டுமான அரங்கத்தில்தான் அவர்கள் கப்பலைக் கோத்திணைத்தனர், ரிவெட்டுகள் போட்டு, கூடுமான யாவற்றையும் பொருத்தி, பிறகு கப்பலை நீரிலே செலுத்தினர்.

இங்கே இத்தனை ஆண்டுகளாய் இலியா மத்வேயெவிச் நடைபெறக் கண்ட மாறுதல்கள் என்ன? பிட்டர்களுக்குத் தளவாடப் பொருள்களை அளித்திடும் வேலை மேலும்மேலும் இயந்திரங்களைக்கொண்டு செய்யப்படலாயிற்று. பளுதூக்கியின் இயக்கத்துக்கான ஏற்பாடு மேம்பாடு செய்யப்பட்டது. கையினால் ரிவெட் செய்யப்படுவது விட்டொழிக்கப்பட்டுக் காற்றியல் முறையிலான ரிவெட் வேலை நடைமுறைக்கு வந்தது. அண்மை ஆண்டுகளில் கப்பலின் இயந்திரங்களில் அனேகமாய் யாவற்றையும் கட்டுமான அரங்கத்தில் இருக்கையிலேயே கப்பலில் வைத்தமைக்கத் தொடங்கி, இறுதி வேலைகளுக்கான துறையில் செலவிடப்பட்ட நேரத்தை வெகுவாய்க் குறைக்கலாயினர்.

இந்தத் தொழில்நுட்பத்தின் வரம்புகளுக்குள் இலியா மத்வேயெவிச் எல்லா வேலைகளிலும் தேர்ந்த திறமை படைத்தவர்தான். அவர் போர்மன் மட்டுமல்ல, சிறந்த ஒழுங்கமைப்பாளருங்கூட. தளவாடப் பொருள்களுக்கோ பூர்த்தியான பகுதிகளுக்கோ அவருடைய அரங்கத்தில் தட்டுப்பாடு ஏற்பட்டதே இல்லை. தளவாடங்களை மட்டுமீறிய ஆடம்பர அளவில் இல்லாமல், தேவைக்கு உகந்த அளவில் சேகரித்து வைத்துக் கொள்ள இலியா மத்வேயெவிச்சுக்குத் தெரியும்.

“வேலைகள் எப்படி நடைபெறுகின்றன?’’ என்று டைரக்டர் அவரைக் கேட்பார்.

“நன்றாயில்லை, இவான் ஸ்தெபானவிச்.’’

“ஏன், காரணம் என்ன?’’

“சுமார் இரண்டு நாட்களுக்கு வேண்டிய தளவாடங்களே கைவசமுள்ளன. வெள்ளிக்கிழமைக்குப் பிற்பாடு நாங்கள் வேலையின்றி உட்கார்ந்திருக்க வேண்டியதாகிவிடும். அடிக்கப்பல்

தொழிற்கூடம் எங்களுடைய வேகத்தைத் தடுத்து வருகிறது.''

உண்மையில் இரு நாட்களுக்கல்ல, ஒரு வாரத்துக்கும், அதற்கு மேலுங்கூடப் போதுமான தளவாடப் பொருள்கள் கைவசமிருந்தன. ஆனால் டைரக்டரை அசட்டையின்றித் துடிப்புடன் இருக்கச் செய்வதும், தொழிற்கூடத் தலைவர்களை டைரக்டர் உசுப்பிவிடும்படிச் செய்வதும் தமது கடமையாகும் என்று இலியா மத்வேயெவிச் கருதினார். ஜுர்பினுக்கு வேண்டியவற்றைக் காலத்தில் செய்து தரவில்லையானால், தன் கதி அதோகதிதான் என்பது தொழிற்கூடத் தலைவர்களுக்குத் தெரியும். கப்பல் துறையிலிருந்து எங்காவது ஓடி விடலாம் என்று நினைக்கும்படி ரகளையாகிவிடும். காலத்தில் செய்து தராமல் இருக்க அவர் இடந் தருவதில்லையே. குறித்த காலத்துக்கு முன்னதாகவே இலியா மத்வேயெவிச்சும் அவருடைய போர்மன்கள் அல்லது வேலைக் குழுத் தலைவர்களில் ஒருவரும் தொழிற்கூடத்தைச் சுற்றிப் பார்த்துச் சிறு விவரத்தையும்கூட விடாமல் யாவற்றையும் பரிசீலித்துவிட்டுப் போவது வழக்கமாயிற்றே. கட்டுப்பாடு எந்நிலையில் இருக்கிறது, வேலை ஒழுங்கமைப்பு எப்படி இருக்கிறது, எல்லாவற்றையும்விட முக்கியமாய், வரிசையை மீறி வேறொருவருடைய தேவையைத் தொழிற்கூடத் தலைவர் முதலில் எடுத்துக் கொண்டுவிடவில்லையே என்பதைப் பார்த்துச் செல்வார்களே. ஒரு சிறு தவறு ஏற்பட்டுவிட்டாலும், ஜுர்பின் சார்பில் நின்று வாதாடுவதற்குத் திடீரென எத்தனை கூட்டாளிகள் தோன்றிவிடுவார்கள் தெரியுமா? நரகமே இங்கு வந்துவிட்டதென நினைக்கும்படி அப்படிக் கொதித்தெழுவார்கள்.

ஆனால் இப்பொழுது கப்பல்துறையில் மெய்யாகவே பெரிய மாற்றம் ஏற்பட்டுவிட்டது. இனி கப்பல்கள் தொழிற்கூடங்களிலேயே பகுதி பகுதியாகக் கட்டப்பெற்றுவிடும். கட்டுமான அரங்கம் செய்ய வேண்டியதெல்லாம் இப்பகுதிகளை ஒன்றிணைக்க வேண்டியதுதான் _ பிறகு கப்பல் நீரிலே ஓடத் தொடங்கிவிடும்! கட்டுமான அரங்கத்தின் பணியும், அதனுடன் இலியா மத்வேயெவிச்சின் பணியும் குறுகிவிட்டன.

கடைசி வரிசையிலோ, மைய வரிசையிலோ இருந்து திருப்தியடைபவரல்ல இலியா மத்வேயெவிச். முதல் வரிசை ஒன்றுதான் தமக்கு உரிய இடமென்று நினைப்பவர். முதல் வரிசையில் இருக்க வேண்டுமாயின், படித்துத்தான் ஆக வேண்டுமா? ஏறத்தாழ அறுபது வயதானவர் படிப்பதாவது!

இல்லை, இளையவர்கள் போய்ப் படிக்கட்டும்.

மறுபடியும் அந்தப் பொட்டலத்தை உள்ளங்கையில் வைத்து ஆட்டிப் பார்த்தார். அந்தப் பேராசிரியர் செய்ய விரும்புவது என்ன? மேல் உறையைக் கிழித்தெடுத்தார்.

உள்ளே ஒரு புத்தகம் இருந்தது. அதன் நீல அட்டையில் "பேரவை விஞ்ஞானி அ.நி. கிரிலோவ் : நினைவுக் குறிப்புகளும் கட்டுரைகளும்" என்னும் தலைப்பு காணப்பட்டது.

கிரிலோவ்! அவரைத் தெரியாதவரும் உண்டா? அலெக்சேய் நிக்கொலாயெவிச் கிரிலோவ், பேரவை விஞ்ஞானி! சஞ்சிகைகளிலும் புத்தகங்களிலும் அவருடைய கட்டுரைகளை இலியா மத்வேயெவிச் படித்திருந்தார்; அவரைப் பற்றியும் படித்திருந்தார். அவருடைய வாழ்க்கையையும் பணிகளையும் பற்றியும் உரைகளைக் கேட்டிருந்தார். இப்புத்தகத்தை இதன்முன் அவர் பார்த்ததில்லை என்றாலும் இதைப் பற்றிக் கேள்விப்பட்டிருந்தார். நூலகத்தில் ஐந்து பிரதிகள் இருந்தன, ஆனால் எப்பொழுதும் அவை வெளியே போய்ச் சுற்றிக் கொண்டிருந்தன. ஆனால் நினைவுக் குறிப்புகளிலும் கட்டுரைகளிலும் என்ன இருக்க முடியும்? நடைமுறை வேலைகளுக்கு அவற்றால் அதிகம் உதவ முடியுமா?..

இலியா மத்வேயெவிச் அந்தப் புத்தகத்தைப் பிரித்தார். அதன் காலிப் பக்கத்தில் கொட்டை எழுத்துக்களில் பெலோவ் எழுதியிருந்தார் :

"அருமை இலியா மத்வேயெவிச்! முன்பு நாம் இருவரும் உரையாடியபோது, நீங்கள் பி.அ. தித்தோவைக் குறிப்பிட்டீர்கள். ஆம், அவர் தலைசிறந்த செய்முறைப் பொறியாளர்தான். ஆனால் செய்முறைப் பொறியாளர் மட்டும்தானா? 106_113 ஆம் பக்கங்களைப் படித்துப் பாருங்கள். இப்பகுதி ஏற்கனவே உங்களுக்குத் தெரிந்ததாய் இருந்தால், என்னை மன்னிக்கவும். அன்புடன், பெலோவ்."

இப்பக்கங்களை மாலையில் படிக்கலாம் என்று நினைத்தார். ஆனால் 106ஆம் பக்கத்தைப் பார்க்க வேண்டுமென்ற அடங்காத ஆவல் அவரைத் தூண்டிற்று. என்னவென்றுதான் பார்க்கலாமே. இதோ இருக்கிறது... 12ஆவது வயது வரை அவர், பெத்ரோசவோத்ஸ்க் கப்பல் மார்க்கத்தில் இஞ்சின் டிரைவராய்

இருந்த தன் தந்தையின் துணையாளராய் வேலை செய்தார்; 16 ஆவது வயதில் பீட்டர்ஸ்பர்கில் நெவ்ஸ்கிய் கப்பல் துறையின் தொழிற்கூடத்தில் வேலை ஏற்றார். பிறகு உருவரையாளராகவும், தலைமை லாப்ட்ஸ்மனாகவும், துணை போர்மனாகவும்... முடிவில் கப்பல் கட்டுமானப் பொறியாளராகவும் உயர்ந்தார். பொறியாளர் பட்டம் போகட்டும், ஆரம்பப் பள்ளிச் சான்றிதழ்கூட இல்லாத ஒருவர் பொறியாளர் ஆயினார்!

“இஞ்சின் டிரைவரின் துணையாளராய்த்'' தொடங்கிய அவர் கப்பல் கட்டும் தொழிலில் புகுத்திய புதுமுறைகளை இலியா மத்வேயெவிச் அளவிலா ஆவலுடன் படித்தார். உருவரைதல், துளையிடுதல், கோத்திணைப்பு வேலை, ரிவெட்டு போடுதல், மூட்டிணைத்தல், திட்டம் புனைதல் முதலான பலவற்றிலும் எத்தனையோ புதுமுறைகள் புகுத்தியவர் அவர். பியோத்தர் அகிந்ததினவிச் தித்தோவ் கப்பல் கட்டும் தொழிலில் சிக்கலான, எண்ணிலடங்காத வேலைகள் அனைவற்றிலும் தேர்ந்த ஞானமுடையவராய் இருந்தார்.

வெறுங் கண்ணால் பார்வையிட்டு தித்தோவ் மதிப்பிட்டிருந்த சில அளவைகள் சரிதானா என்று அக்காலத்தில் மிக உயர்ந்த கல்விச் சிறப்புடையவராயிருந்த ருஷ்யக் கட்டுமானப் பொறியாளா நி.குத்தேய்னிகவ் சோதித்துப் பார்த்தது பற்றிப் படித்துவிட்டு இலியா மத்வேயெவிச் உள்ளுக்குள் சிரித்துக் கொண்டார்.... தித்தோவினுடைய மதிப்பீடுகளில் அந்தப் பொறியாளரால் எந்தப் பிழையும் கண்டுபிடிக்க முடியவில்லை. கண்ணால் பார்த்து தித்தோவ் மிகவும் துல்லியமாய் மதிப்பீடு செய்ய முடிந்தது என்பதை விஞ்ஞான விதிகளின்படிச் செய்யப்பட்ட கணக்கீடுகள் புலப்படுத்தின. வித்தகர் என்றால் இப்படியல்லவா இருக்க வேண்டும்! அனுபவம், நடைமுறை இவற்றின் முக்கியத்துவத்துக்கு இதைவிட வேறு என்ன நிரூபணம் வேண்டும்?

ஆனால் இது என்ன? பேரவை விஞ்ஞானி கிரிலோவ் இங்கு வேறு என்னமோ எழுதுகிறாரே! “என் வேலைக்குத் தேவையாயிருக்கக் கூடிய கணக்குகளை எனக்குச் சொல்லிக் கொடுங்கள்'' என்று தித்தோவ் கேட்டிருக்க முடியுமா?... ஏன் முடியாது?_ அவர் கேட்டிருக்கலாம், சத்தியம்தான். கப்பல் துறையிலிருந்து திரும்பியதும் பாடப் புத்தகத்தை வைத்துக்கொண்டு உட்கார்ந்துவிடுவார், இரவு நெடுநேரம் வரை கணக்குகள் போடுவார். இலியா மத்வேயெவிச் தொடர்ந்து மேலே படித்துச்

சென்றார்; “இவ்வாறு இரண்டு ஆண்டுகளில் ஆரம்ப அல்ஜிப்ரா, திரிகோயமிதி, பகுத்தாய்வு வடிவியலின் துவக்கப் பாடங்கள், வகையீட்டு_தொ¬யீட்டு நுண்கணிதம், நிலையமைவியல், பொருள்களின் எதிர்ப்புச் சக்தி பற்றிய தத்துவத்தின் ஆரம்பப் பாடங்கள், கப்பல் கட்டுமானத் தத்துவத்தின் அடிப்படைகள் முதலானவற்றைக் கற்றுக் கொண்டார். அப்பொழுது தித்தோவுக்கு 48_49 வயது.’’

வேலைநேரம் முன்பே முடிவடைந்துவிட்டது, அலுவலறையில் நிலவிய நிசப்தத்தைக் கடிகாரத்தின் ‘டிக்_டிக்’ ஓசையும், தரைக்கடியில் நீரின் சலசலப்பும்தான் கலைத்துக் கொண்டிருந்தன. இலியா மத்வேயெவிச்சின் சிந்தனை எதனாலும் தடைப்படாது ஓடிக் கொண்டிருந்தது. தன்னைவிட அப்படியொன்றும் இளையவரல்ல_அதிகம் போனால் சில ஆண்டுகள் குறைவாயிருக்கலாம்_அப்படிப்பட்டவர் கல்வி பயிலத் தொடங்கியது பற்றி அவர் சிந்தித்துக் கொண்டிருந்தார். அப்படியானால், பாடப் புத்தகங்களிலிருந்து தப்புவதற்கு வழி எதுவுமில்லையா? படிக்கத்தான் வேண்டுமோ? ஆனால் தாம் எங்கே போய்ப் படிப்பது? எப்படிப் படிப்பது? எதைப் படிப்பது? பள்ளியில் பத்து ஆண்டுகளும், கல்லூரிகளில் ஐந்தாறு ஆண்டுகளும் படிக்கிறார்கள்.... தொடக்கத்திலிருந்து படிப்பதெனில் இறக்கும்வரையில் தொடர்ந்து படிக்க வேண்டியிருக்குமே, அப்பொழுதுங்கூட விஞ்ஞானத்தைத் தக்கபடிக் கற்றுப் பாண்டித்தியம் பெற முடியாதே. இது பற்றி அவர் யாரிடம் போய் பேசுவது? அந்தோனிடமா? பயனுள்ளவை பலவற்றையும் அவன் சொல்லக் கூடியவன்தான், ஆனால் இலியா மத்வேயெவிச் குடும்பத்தில் தமக்குள்ள அதிகாரத்துக்குப் பங்கம் ஏற்படாதபடிப் பார்த்துக் கொள்ள வேண்டுமே, தமது நிலை சரிந்துவிட்டதாய்க் காட்டிக் கொள்ளக் கூடாதே. டைரக்டர் அல்லது கட்சி அமைப்பாளரிடம் போய்ப் பேசிப் பார்க்கலாமா? அவர்கள் தம்மைத் தவறாய்ப் புரிந்துகொண்டு, வயது முதிர்ந்துவிட்டதால் ஏதேதோ பேசுகிறார். எளிய வேலையாகப் பார்த்துக் கொடுக்க வேண்டும் என்று நினைப்பார்கள். வயதான பொறியாளர்களில் ஒருவரைப் பானமருந்த அழைத்துச்சென்று இதுபற்றி அவரிடம் கேட்டுப் பார்க்கலாமா? வயதான பொறியாளர்கள் பள்ளியில் தாங்கள் கற்றதை ஏனையோருக்குச் சொல்லித் தருவதற்கான முறையை நெடுங்காலத்துக்கு முன்பே மறந்துவிட்டவர்கள்

என்பதை இலியா மத்வேயெவிச் பன்முறை கண்டிருந்தார். ஆனால் இந்தப் பள்ளியில் கற்க வேண்டிய அறிவு இல்லாமல் போக்கிடம் உண்டா? தித்தோவுங்கூட ஆரம்ப அல்ஜிப்ராவும் வடிவயிலும் கற்க வேண்டியிருந்ததே.

இல்லை, வயதான பொறியாளர்களால் இந்த விவகாரத்தில் தமக்கு ஆலோசனை கூற முடியாது. பிறகு வேறு யாரால் முடியும்?

எல்லாப் பொறியாளர்களையும் இரண்டொரு முறை மனத்துள் நினைத்துப் பார்த்தார். அப்பொழுது அவர் ஸீனா இவானவ்னாவையும் நினைத்துக் கொண்டார். ஆனால் முதலில் அவர் இதில் அதிக கவனம் செலுத்தவில்லை. படப் புத்தகத்தைப் புரட்டி ஒன்றின்பின் ஒன்றாய்ப் பல முகங்களைப் பார்த்துச் செல்வது போல அவர் இந்தப் பொறியாளர்களைத் தமது மனக் கண்ணால் பார்த்துச் சென்றார். பொறியாளரான அந்த இளம் பெண் மறுபடியும் திடீரென அவருடைய சிந்தனைகளிலே தோன்றினாள். கட்டுமான அரங்கத்தில் முதன் முதல் அவள் தம் எதிரே தோன்றியதையும், அவளுடன் தாம் உரையாடியதையும் நினைத்துக்கொண்டார். பிறகு அவளுடன் நடத்திய இரண்டாவது உரையாடல்_கப்பல் நீரிலே செலுத்தப்படுவதற்கு முந்திய இரவிலே நடைபெற்றது_ அவர் நினைவுக்கு வந்தது. கோத்திணைப்பு வேலையில் தன்னைச் சேர்த்துக்கொள்ளும்படி அவள் தன்னிடம் மன்றாடினாளே. அலெக்சாந்தர் அலெக்சாந்தரவிச் சொன்னது சரிதான்_அவளுக்குள்ளது போன்ற ஊக்கத்தையும் ஆவலையும் மதிக்க வேண்டியது அவசியமாகும். அவை அருஞ்செயல்கள் ஆற்றவல்லவை. வித்தருங்கூட அவளைப் பற்றி சிறப்பாய்ச் சொன்னானே, தனது துறையை நன்கு அறிந்தவள் என்றல்லவா சொன்னான்? காரணமின்றி வித்தர் அப்படிச் சொல்லியிருக்க மாட்டான்.

முடிவில் இலியா மத்வேயெவிச் அவளிடம் சென்று பேசிப் பார்ப்பதென்று தீர்மானித்தார். எதையும் வெளிப்படையாய்க் குறிப்பிடாமல் ஏதோ போகிற போக்கில் கேட்பதுபோலக் கேட்க வேண்டும். கப்பல் கட்டுமான விஞ்ஞானத்தால் பின்னிலையிலே தள்ளப்பட்டு விடாதிருக்கும் பொருட்டு எதெல்லாம் கற்றுக் கொள்ள வேண்டும், எப்படிக் கற்றுக் கொள்ள வேண்டும் என்பதைத் தெரிந்துகொள்வதென முடிவு செய்தார்.

இலியா மத்வேயெவிச் இந்தத் தீர்மானத்தைச் செயல்படுத்த நீண்ட காலமாயிற்று. இறுதியில் ஒருநாள் திட முடிவுக்கு வந்து, புறப்பட்டுச் சென்றார். வழியில் அலெக்சேயைச் சந்திக்க நேரிடாதபடி நேரங் கழித்து இருட்டிலே கிளம்பினார். அலெக்சேய் இருந்த அதே வீட்டில்தான் ஸீனாவுக்கும் குடித்தனப் பகுதி கொடுத்திருந்தார்கள்; ஆனால் வேறொரு படிக்கட்டில் ஏறி அவளுடைய குடித்தனப் பகுதிக்குச் செல்ல வேண்டும். அப்பொழுது அலெக்சேய் எதிரே வர நேர்ந்தால், அந்தத் தடியன் உண்மையைத் தெரிந்து கொண்டுவிடுவான். தன்னைப் பார்க்க வந்திருப்பது யார் என்பதைக் கண்டதும் ஸீனாவுக்கு ஒன்றும் புரியவில்லை. இலியா மத்வேயெவிச், தான் தலை குனிந்து வணங்கி வழிபடத் தயாராயிருந்த புகழ் படைத்த அந்த ஜூர்பின் தன்னைப் பார்க்க வருவாரென்று அவள் சிறிதும் எதிர்பார்க்கவே இல்லை.

இலியா மத்வேயெவிச்சைச் சிறுவர்களுக்காகச் செய்யப்பட்டது போலத் தோன்றிய ஒரு சிறு சோபாவில் ஸீனா உட்கார வைத்தாள். ஸீனாவிடமிருந்த எல்லாச் சாமான்களும் ஆடம்பரமின்றி எளிதாயிருந்தன. அப்பழுக்கற்ற அந்த அறையை நோட்டமிட்ட அவர் கண்கள் தரையிலே ஈரத்திட்டு இருந்ததைக் கவனித்தன_ தமது பூட்சிலிருந்து வெண்பனி உருகியோடியதன் விளைவு அது. என்ன காரியம் செய்தோமென இலியா மத்வேயெவிச் தம்மைத் தாமே நொந்துகொண்டார்.

“அடடா, வீணாக்கிவிட்டேனே’’ என்று அசட்டுச் சிரிப்பு சிரித்துக் கொண்டார்.

“இதற்கென்ன? பரவாயில்லை, விடுங்கள்!’’ தேநீர்ப் பாத்திரங்களை மேஜைமீது எடுத்து வைத்துக் கொண்டிருந்த ஸீனா அவருக்குச் சமாதானம் கூறினாள்.

“தேநீர் வேண்டாம், உட்கார். எப்படி இருக்கிறாய் என்று ஒரு நிமிடம் எட்டிப் பார்த்துவிட்டுப் போகலாமென்று வந்தேன்.’’

அவர் கூறியதைக் கேட்ட அவள் மேலும் கலவரமே அடைந்தாள். இலியா மத்வேயெவிச் வந்ததன் காரணம் அவளுக்கு விளங்கவில்லை. எப்படி இருக்கிறேன் என்று பார்ப்பதற்காக வந்தவரல்ல என்பது வெளிப்படை.

ஸீனாவிடம் புத்தகங்கள் நிறைய இருந்தன. சிறு அலமாரியில் அவை அடுக்கி வைக்கப்பட்டிருந்தன. முகக் கண்ணாடி, சென்ட் புட்டிகள், மங்கிவிட்ட வெல்வெட் உறையிட்ட புகைப்பட ஆல்பம் ஆகியவையும் இந்த அலமாரியில் இருந்தன. இலியா மத்வேயெவிச் அலமாரியிடம் சென்றார். இவற்றில் மிகவும் தடியாயிருந்த புத்தகத்தை_ 'கப்பல் கட்டுமானத் தொழில்நுட்பம்'_ என்ற தலைப்புடையதை வெளியே எடுத்து நடுவில் திறந்து சில பக்கங்களைப் புரட்டிப் பார்த்தார். யாவும் அவர் நன்கறிந்தவையே. கட்டுமான அரங்கின் தயாரிப்பு, அடிக்கப்பல் அமைத்தல், கோத்திணைப்பு, துளையிடும் வேலைகள், ரிவெட் செய்தல், மூட்டிணைத்தல், வெல்டிங்... யாவும் அவருக்கு அத்துபடியானவையே.

பிறகு ஒரே எண்களும் குறிகளுமாயிருந்த ஒரு பக்கத்தை வந்தடைந்தார். மாதிரிப் படிவங்கள் இல்லாமலே விரிவிளக்க வடிவியலின் அடிப்படையிலான கணக்கீடுகளைக் கொண்டு அடிக்கப்பல் தகடுகளில் உருவரைவது பற்றி இந்தப் பக்கத்தில் எடுத்துரைக்கப்பட்டிருந்தது. இலியா மத்வேயெவிச் விளக்கக் குறிப்பைப் படித்துப் பார்த்தார். ஆம், இதோ இருக்கிறது! முன்பு அடிக்கப்பலில் கூடுதலாய்த் தகடுகள் பொருத்த வேண்டியிருந்தபோது இங்கேதான் சிக்கல் உண்டாயிற்று. இதற்கு வேண்டிய கணக்கீடுகள் இதோ இருக்கின்றன.... வேறு என்னவாய் இருக்க முடியும்?

ஸீனாவும் அருகே வந்து அந்தப் புத்தகத்தைப் பார்த்தாள்.

"பொறியாளர் செல்னகோவின் முறையைப் பற்றிப் படிக்கிறீர்களா?'' என்று கேட்டாள். ''இன்று இதெல்லாம் பத்தாம் பசலி முறையாகிவிட்டது, இல்லையா?''

இலியா மத்வேயெவிச்சுக்கு உருவரைதல் நன்றாய்த் தெரிந்த வேலைதான். முன்பு ஒரு காலத்தில் கிழவர் மத்வேயுடன் சேர்ந்து மாதிரிப் படிவங்களை வைத்துக் கொண்டு இவ்வேலையைச் செய்து வந்தார். ஆனால் பொறியாளர் செல்னகோவின் முறையைப் பற்றி அவர் அதிகம் கேள்விப்பட்டதில்லை.

"ஏன் பத்தாம் பசலி முறை என்கிறாய்? இது புதிய புத்தகமாயிற்றே, 1946ல் தானே வெளியிடப்பட்டிருக்கிறது.''

"1946க்குப் பிற்பாடு நாம் எவ்வளவோ முன்னேறிவிட்டோமே. இந்த முறையைக் கையாண்டால் எவ்வளவு ஏராளமாய்க்

கணக்குகள் போட வேண்டியிருக்கிறது, பாருங்கள். இன்று இவ்வேலையை இன்னும் எளிய முறையில் இதைக் காட்டிலும் கறாராய்ச் செய்துவிடலாம்.''

"அப்படியானால், அது எப்படி என்று எனக்கு சொல்லேன் பார்ப்போம்'' என்று இலியா மத்வேயெவிச் உற்சாகமாய்க் கேட்டார். "தேநீர் இருக்கட்டும், அப்புறம் குடிக்கலாம். நான் உருவரைந்து எத்தனையோ யுகங்களாகிவிட்டன. கோத்திணைப்பதே எனக்குரிய வேலை. உருவரையும் வேலையை நான் எப்பவோ மறந்துவிட்டேன்.''

அவர் தன்னுடைய ஞானத்தைப் பரீட்சிக்கவே இதைக் கேட்கிறார் என்று ஸீனா நினைத்தாள். நோட்டுப் புத்தகத்தையும் பென்சிலையும் எடுத்து வைத்துக் கொண்டு கல்லூரியில் பேராசிரியருக்குப் பதில் சொல்வது போல, உருவரைவதற்குரிய முறையை விளக்கிக் கூற முற்பட்டாள். அவள் குரல் கணீரென்றும் தெளிவாகவும் ஒலித்தது. விளக்கப் படங்கள் வரைந்து காட்டி எல்லா விவரங்களையும் எடுத்துரைத்தாள்.

"உன்னால் பாடம் சொல்லிக்கொடுக்க முடியுமா?'' என்று இலியா மத்வேயெவிச் திடுமெனக் கேட்டார்.

"தெரியவில்லையே. இதுவரை முயற்சி செய்து பார்த்ததில்லை. எனக்குப் பொறுமை கிடையாது. மாணவர்களைப் பார்த்துக் கோபமாய்க் கத்துவேன்.''

"மாணவர்கள் நல்லவர்களாவும் கடின உழைப்பாளர்களாவும் இருந்தால்?''

"இலியா மத்வேயெவிச், என்னால் சொல்ல முடியவில்லை. இதை ஏன் கேட்கிறீர்கள்? என்னை ஆசிரியையாகத் தொழிற் பள்ளிக்கு அனுப்பலாமென்றா பார்க்கிறார்கள்?''

அதெல்லாம் இல்லை, சும்மா கேட்டேன். இது என்ன, விரிவிளக்க வடிவியலா?'' என்று இலியா மத்வேயெவிச் இன்னொரு புத்தகத்தை எடுத்துப் பிரித்தார். "நீ எத்தனை வகைப் பாடங்கள் எல்லாம் படித்திருக்கிறாய்?''

கட்டுமான அரங்கத்தின் தலைவர் தன்னிடம் வரக் காரணமென்ன என்று ஆலோசித்தபடி ஸீனா அவருடன் பேசிக்கொண்டிருந்தாள். டைரக்டரும் இவரும் தன்னைப் பின்னணியிலேயே

வைத்திருப்பதென்ற முடிவை மாற்றிக் கொண்டு விட்டார்களா? கோத்திணைப்பு வேலையில் தன்னை அமர்த்த விரும்புகிறார்களா? தனது அறிவை சோதிப்பதென்று முடிவு செய்து இலியா மத்வேயெவிச் இங்கு வந்திருப்பாரோ? அப்படி இருந்தால் எவ்வளவு சிறப்பாய் இருக்கும்!

இலியா மத்வேயெவிச் காதுகொடுத்துக் கேட்டுக்கொண்டிருந்தார். அதேபோதில் முகத்தைச் சுளித்துக்கொண்டார். அவர் சிந்தித்துக் கொண்டுமிருந்தார். அவளுடைய தத்துவ ஞானத்தையும் தம்முடைய அனுபவத்தையும் இணைத்திட முடிந்தால் எப்பேர்பட்ட பொறியாளரை உருவாக்க முடியும்! ஒருவரிடம் அனுபவம் நிறைய இருக்கிறது, தத்துவ ஞானம் போதாது; மற்றொருவரிடம் தத்துவ ஞானம் வேண்டிய மட்டும் இருக்கிறது, அனுபவம் இல்லை. அந்தோனைப் பார்... அவன் அதிர்ஷ்டசாலி. அதனால்தான் இவ்வளவு வேகமாய் மேலே உயர்ந்து வருகிறான். சிறுவனாக இருக்கையிலேயே அனுபவமுடையவனாகிவிட்டான். பிறகு தக்க வயதிலேயே விஞ்ஞானம் பயின்று கொண்டுவிட்டான். திடச் சித்தத்துடன் அந்தோன் இதைச் செய்துமுடித்தான். ஆனால் அந்தோனைக் காட்டிலும் தமக்குக் கொஞ்சம் அதிக திடச் சித்தம் உண்டுதான். பதினைந்து ஆண்டுகளுக்கு முன்பே தமக்கு இப்படி ஒரு கருத்து ஏற்பட்டிருந்தால் எவ்வளவு நன்றாய் இருந்திருக்கும்! காலங்கடந்து இப்பொழுது இந்தக் கருத்து தம்மிடம் உருவாகியிருக்கிறதே! தோன்யா தமக்குத் தெரிந்ததெல்லாம் இருபது_இருபத்தைந்து புத்தகங்களில் அடங்கிவிடுமென்று சொன்னாள். ஆனால் இந்தப் புத்தகங்களைப் படித்துத் தெரிந்துகொள்ளப் பத்து ஆண்டுகளாகி விடும் போலிருக்கிறதே.

“உம்_ம்_ம்....'' அவர் புருவங்களை நெரித்துக்கொண்டார்.

ஸீனாவின் விழிகள் பீதியை வெளியிட்டன. அவருக்குத் திருப்தி இல்லையா? பரீட்சையில் தவறிவிட்டேனோ? இவ்வளவு அதிகமாய்த் தான் பேசியது சரியல்லவா? இன்னும் கொஞ்சம் தன் மதிப்புடன் நடந்துகொண்டிருந்தால் நன்றாய் இருந்திருக்குமென நினைத்தாள். அவளால் தன்மதிப்புடன் நடக்க முடியாதபடி இலியா மத்வேயெவிச்சின் சிறப்பும் செல்வாக்கும் அவளை நிலைகுலையச் செய்துவிட்டன. அவரிடம் பொறியாளர் பட்டம் இல்லைதான், ஆனால் இயற்கையான அறிவும் ஆற்றலும் நிறைந்த நடைமுறைச் செயல் திறன் கொண்டவர் என்பது அவள் அறிந்ததே. ஆனால் தனது நிலை என்ன? சாதாரண பொறியாளன்தான் என்று

அவள் தனக்குத்தானே கூறிக் கொண்டாள். உடனே அவளுடைய உற்சாகம் குன்றிவிட்டது.

இலியா மத்வேயெவிச் தேநீர் அருந்த விரும்பவில்லை. தேநீர் அவருக்குப் பிடிக்காது. அவருக்குப் பிடித்தது, அகஃப்யா கார்ப்பவ்னா தயாரிக்கும் முறையில் தயாரிக்கப்பட்ட காப்பிதான். ஸீனாவுடன் உட்கார்ந்து பாதி கப் அருந்தியதும், அவர் விடை பெற்றுக் கொண்டார். வாழ்நாள் முழுதும் படித்தாலும் தன்னால் விஞ்ஞானத்தைக் கற்றுப் பாண்டித்தியம் பெற முடியாதென்ற ஏக்கத்துடன் அவர் புறப்பட்டுச் சென்றார்.

2

இரவெல்லாம் கொடுங்குளிர். உறைபனியின் பளு தாங்காது வேலிகள் சடசடத்தன. ஆனால் சூரியன் தோன்றியதும் கூரைகளிலிருந்து வெண்பனி உருகி வழியத் தொடங்கிற்று; கூரை முனைகளில் கட்டிப்பனி நீள் ஊசிகளாய்த் தொங்கிப் பளபளத்தது. அவற்றுக்கு அடியில் வெண்பனியில் திட்டுத் திட்டாய் நின்ற நீரில் சிட்டுக் குருவிகள் தத்திக் குதித்தன.

காலை உணவு வைக்கப்பட்டிருந்த மேஜையருகே வந்து, அங்கிருந்த பெண்கள் எல்லோரையும் பார்த்து "தோழர்களே! சர்வதேசப் பெண்கள் தின வாழ்த்துக்கள்!" என்று வாழ்த்துரைத்தார், இலியா மத்வேயெவிச். அகஃப்யா கார்ப்பவ்னாவைக் கட்டியணைத்து நெற்றியிலே முத்தமிட்டார்.

மார்ச் எட்டாம் நாள் அது. உலகெங்கும் கோடானுகோடியான ஆடவர்கள் இந்த விழா நாளன்று தங்கள் பெண்டிருக்கு வாழ்த்துரைத்தார்கள். பள்ளிக்கூடங்களில் வகுப்பறைகளில் சிறுவர்கள் எழுந்து நின்று ஆசிரியைகளை வரவேற்றுக் குரல் எழுப்பினார்கள். தபால் நிலையங்களுக்கு ஓடிவந்த இளைஞர்கள் தந்திச் சீட்டுகளில் அவசரமாய் "அன்பு முத்தங்கள்" அல்லது "இன்பமும் வெற்றியும் தழைக்க நல்வாழ்த்துக்கள்" என்பதாய் எழுதினர்.

எப்பொழுதும் போல் கப்பல் துறைப் புகைபோக்கிகள் கம்பீரமாய் நின்று புகையை வெளியிட்டன. எப்பொழுதும்போலத் தொழிற்கூடங்களில் கூச்சலும் இரைச்சலுமாயிருந்தது; இறுதிவேலைத் தொழிற்கூடத்திலிருந்து சம்மட்டி அடிச் சப்தமும் கணீரொலியும் கிளர்ந்தெழுந்தன; வேலையளவு

நிறைவேற்றப்பட்டும் இலக்குக்கும் கூடுதலான சாதனைகள் காணப்பட்டும் வந்தன. வழக்கத்துக்கு மாறாய் இன்று நடைபெற்றது ஒன்றே ஒன்றுதான்_பெண்கள் எல்லோரும் சங்கு ஊதுவதற்கு இரண்டு மணி நேரம் முன்னதாகவே வேலையை விட்டுப் போய்விட்டனர். மாலை விழாவுக்காக உடைகள் உடுத்திக் கொள்வதற்காக ஆடவர்களைவிட முன்னதாகவே வீட்டுக்குச் சென்றனர்.

மன்றத்தின் நுழைவாயிலில் அறிவிப்பு அட்டை தொங்கிற்று:

பொருள் : நமது பெண்கள்

பேசுவோர்: நமது பெண்கள்

வசீலிய் மத்வேயெவிச் என்ன ஆகுமோ என்று கவலைப்பட்டுக் கொண்டிருந்தார். முறைப்படியான சொற்பொழிவுகள் இருக்கமாட்டா, இருக்கக்கூடாதென்று அவர் தீர்மானமாய்ச் சொல்லியிருந்தார். அவை எதற்காக? பெண்கள் தங்கள் உள்ளத்தில் உள்ளதைச் சொல்லட்டுமே. நிறைய பேசுவார்கள், சந்தேகமில்லை_ ஏராளமானோர் பேச முன்வந்தனர். ஆனால் விளைவு எப்படி இருக்கும்? திடீரென்று பல வகையான சொந்த விவகாரங்கள் குறித்து அல்லது கப்பல்துறையிலுள்ள குறைபாடுகள்குறித்து பேச முற்பட்டார்களானால் என்ன செய்வது? பெண்கள் எப்படிப்பட்டவர்களென்று எல்லோருக்கும் தெரியும்_எல்லாம் விமர்சனமாகவே இருக்கும். சுய_விமர்சனம் துளிக்கூட இருக்காது. தன்மனப் போக்கினர், பகுத்தறிவுக்குப் பதிலாய் தமது உணர்ச்சிகளால் வழி காட்டப்படுகிறவர்கள்.

மன்றத்தின் புதிய மானேஜர் வழக்கமாய்ச் செய்து கொள்வதைவிட நல்லபடியாய் உடுத்திக்கொண்டு பல ஆண்டுகள் இளையவராய்த் தோன்றினார். முன் மண்டபத்தில் நின்று விருந்தினர்களை வரவேற்றார். வாத்தியக் குழுவினர் இசை பொழிந்தனர். தம்மைச் சிறப்பிக்கவே இந்த இசை என்பதை உணர்ந்து பெண்கள் எல்லோரும் தமது கணவர்களையும் அண்ணன் தம்பிமார்களையும் நண்பர்களையும் அழைத்துக்கொண்டு கம்பீரமாய் உள்ளே நுழைந்தனர்.

அகஃப்யா கார்ப்பவ்னா இலியா மத்வேயெவிச்சுடன்கூட வந்தாள். தம் தம்பியைப் பார்த்ததும் இலியா மத்வேயெவிச் கையால் ஜாடை காட்டினார்: "என்னால் தடுக்க முடியவில்லை, நேரே இங்கு என்னை இழுத்து வந்துவிட்டாள்!" துன்யாஷாவும்

கோஸ்த்யாவும் திடுமென ஒரு தூணுக்குப் பின்னாலிருந்து முன்னே வந்தனர். துன்யாஷா சிரித்துக் கொண்டிருந்தாள்; கோஸ்த்யா எதற்காகவோ அவளைக் கடிந்து கொண்டான்.

“பிள்ளையை என்ன செய்தீர்கள்?'' என்று விசாரித்தார் வஸீலிய் மத்வேயெவிச்.

“அண்டைவீட்டார் தலையில் கட்டிவிட்டு வந்திருக்கிறோம்'' என்றாள் துன்யாஷா. பிறகு இருவரும் நடைபாதையிலே சென்று மறைந்துவிட்டனர்.

மன்றத்தினுள் மக்கள் குழுமிக் கொண்டிருந்தனர். மண்டபங்களிலும் ஓய்விடங்களிலும் நடந்தனர்; விளக்கொளியில் மூழ்கிய நடைபாதைகளிலே இருந்த கப்பல்துறை முன்னணித் தொழிலாளரின் உருவப் படங்களையும், சோவியத் ஆண்டுகளில் கப்பல்துறை கண்ட வளர்ச்சியைக் காட்டிய புகைப்படங்களையும் பார்வையிட்டனர். வஸீலிய் மத்வேயெவிச் கப்பல் துறையிலும், நகரச் சுவடிக் காப்பிடத்திலும் நூற்றுக்கணக்கான பைல்களை அலசி ஆராய்ந்து இந்தப் புகைப்படங்களையும் பத்திரங்களையும் தேடிப் பிடித்தார். இளம்வயதில் தாம் கப்பலின் கொதிகலனில் தகடுகளைப் பொருத்தி ரிவெட் போட்டதைக் காட்டிய ஒரு புகைப்படமுங்கூட அவருக்குக் கிடைத்தது. மன்றத்தில் ஏற்பாடு செய்யப்பட்டிருந்த புகைப்படக் காட்சியில் வஸீலிய் மத்வேயெவிச் மட்டுமின்றி மற்றும் பலரும் தமது இளமைப் பருவத்தின் சித்திரத்தைக் கண்டு களித்தனர். பொறியாளர்கள் முன்பு கப்பல் துறையில் வேலை பழகுவோராய் இருந்தோரிடையே தம்மை அடையாளம் கண்டு கொண்டனர். வயது முதிர்ந்த அன்னைமார்கள் சடை பின்னிய அல்லது முடி வெட்டிய நங்கையரையும், ரிவெட்டுகளைச் சூடாக்கித் தரும் பெண்களையும், நேரப் பதிவாளர்களையும் சுட்டிக் காட்டி “அதோ நான்!'' என்று வியந்து கொண்டனர்.

இருபது இருபத்தைந்து ஆண்டுகளுக்கு முன்பு எப்படி இருந்தோமென்று பார்க்க யாருக்குத்தான் உற்சாகமாய் இருக்காது? இந்த ஆண்டுகளில் நீங்கள் சாதித்தவற்றைக் காண இன்னும்கூடக் களிப்பாய் இருக்குமே! சிறிதும் பெரிதுமாய் எத்தனையோ கப்பல்கள் கட்டப் பெற்றுள்ளன:

‘தொழிலாளி,’ ‘போர்வீரன்,’ ‘உதயம்,’ ‘கடற் பருந்து,’ ‘மாமல்லன்,’...

ஒருவரோடொருவர் பேசிக் கொண்டும் நினைவுகளைப் பகிர்ந்து கொண்டும் சிரித்துக் கொண்டும் எல்லோரும் கண்ணாடிப் பெட்டிகளை மெல்லக் கடந்து சென்றனர். வருங்காலத்தில் கப்பல் துறையின் தோற்றம் எப்படியிருக்குமென்று இந்தப் பெட்டிகள் அவர்களுக்குக் காட்டின. புதிய தொழிற்கூடங்களுக்கும், பிற்பாடு கட்டுமான அரங்கத்துக்குப் பதிலாய்த் தோன்றிவிடப் போகும் நீரில்லாத துறைகளுக்குமான பெரும் பெரும் திட்டங்களுக்கும், குளிர் காற்று வீசும் நாட்களில் அலெக்சாந்தர் அலெக்சாந்தரவிச் கனவுகண்ட பிரம்மாண்டக் கண்ணாடிக் கவசத்தினுள் அமைந்த கப்பல்துறைப் பிரிவுகளின் வரைபடங்களுக்கும், தானியங்கிக் கோத்திணைப்பு வரிசைகளின் திட்டப் படங்களுக்கும் அவர்களை இப்பெட்டிகள் அழைத்துச் சென்றன.

நடைபாதைகளிலும் ஓய்விடங்களிலும் நெரிசலாகிவிட்டது. மேலும் மேலும் பலரும் உள்ளே வந்து கொண்டிருந்தனர். கிழவர்களும் இளைஞர்களுமாய், சுடு முகத்தினரும் சிரித்து மகிழ்வோருமாய் வரிசை வரிசையாய் வந்தனர். வசீலிய் மத்வேயெவிச்சின் மனைவியான மரியா கவ்ரீலவ்னா வந்து சேர்ந்தாள். வசீலிய் மத்வேயெவிச் தமது மனைவியை மானேஜருக்குரிய தனி இடத்துக்கு அழைத்துச் செல்வோமா என்று சிறிதுநேரம் தயங்கிவிட்டு, பிறகு அகஃப்யாவும் இலியாவும் அமர்ந்திருந்த ஏழாவது வரிசைக்கு அழைத்துச் சென்று உட்கார வைத்தார். அகஃப்யாவுக்கும் இலியாவுக்கும் பின்னால் வித்தரும் தோன்யாவும் ஸீனாவும் உட்கார்ந்திருந்தனர். வித்தர் மன்றத்துக்கு வர விரும்பவில்லை _ கப்பல் துறையில் மாதிரிப் படிவத் தொழிற்கூடத்திலோ, கப்பலிலோ இருக்கையில்தான் அவன் தன் நிலையை மறந்திருக்க முடிந்தது. ஆனால் வித்தர் தன்னுடன் வராவிடில் தானும் மன்றத்துக்குப் போகாமல் வீட்டிலேயே இருக்கப் போவதாய்த் தோன்யா கூறிவிட்டாள். தன் அண்ணனுக்கு நேர்ந்த சோகத்துக்குப் பிற்பாடு அவனைத் தனியே விட்டுச் செல்வது சரியல்ல என்று அவள் நினைத்தாள். அவனுடைய நிலைமைக்காக வருந்தினாள். லிதியா திரும்பி வரவே இல்லை. அதுமட்டுமல்ல. அவளுடைய சினேகிதி ஒருத்தியுடன் இருந்துகொண்டு மருத்துவ நிலையத்தில் மேலும் இரு வாரங்கள் வேலை செய்து வந்தாள்; பிறகு நகரைவிட்டே போய்விட்டாள். வித்தருக்கு அவளிடமிருந்து ஒரு கடிதம் வந்தது. அதில் அவள் எழுதியிருந்தாள்: “நாம் இருவரும் பிரிந்து வாழ்வதே மேல் என்பதில் இப்பொழுது எனக்கு ஐயப்பாடு சிறிதும் இல்லை.

ஆகவே என்னைத் தேடி வராதே. எப்படியும் நீ வரமாட்டாய், தெரியும் எனக்கு. என்னிடம் உனக்குப் பற்றுதல் துளியும் இல்லையே...'' இதன்பின் விக்தர் வாய் பேசாதவனாய்ச் சோகமே உருவெடுத்தாற்போல் ஆகிவிட்டான். அவனைத் தனியே வீட்டில் இருக்கச் சொல்லிவிட்டுப் போகக்கூடாது.

இருவரும் மன்றத்தில் ஸீனாவைச் சந்தித்தனர். மூவருமாய்ச் சேர்ந்து உட்கார்ந்து கொண்டனர். விக்தருக்கும் அவன் மனைவிக்குமிடையே நேர்ந்தது ஸீனாவுக்கும் தெரிந்ததுதான். அவனுக்காக அவளும் மிகவும் வருத்தப்பட்டாள். கப்பல் துறை விவகாரங்கள் குறித்தும் அவனுடைய இயந்திரத்தைப் பற்றியும் அவள் பேச முற்பட்டாள். இந்தப் பேச்சு எப்பொழுதும் விக்தருக்கு மகிழ்ச்சியளிக்கும் என்றும், அவனுடைய சோக சிந்தனைகளை அகற்றிவிடும் என்றும் அவளுக்குத் தெரியும்.

மணி அடித்ததும் அந்தப் பெரிய மண்டபம் நிரம்பிவிட்டது. கூடுதலாய் நாற்காலிகள் கொண்டுவந்து போட வேண்டியதாயிற்று.

மேடையில் அமர்வதற்குரிய தலைமைக் குழு தேர்ந்தெடுக்கப்பட்டது. சிவப்பு விரிப்பு விரிக்கப்பட்டிருந்த அந்த நீளமான மேஜைக்குப் பின்னால் ஆடவர் ஒருவர்கூட உட்காரவில்லை. முன்னொரு காலத்தில் மீன்பிடிக்கும் படகுகளுக்குப் பாய்கள் தைத்துக் கொடுதத பரட்டை முடி லியூபா பாட்டிக்குப் பக்கத்தில் பளுதூக்கி இயக்கியான மென்னிற முடி கிளாவா நமெத்கினா உட்கார்ந்திருந்தாள். தொழில்நுட்ப வல்லுனர் கலோமிய்த்சேவா தலைமைக் கட்டுமானியின் மனைவியும் சமூகநல ஊழியருமான சோபியா மிஹாய்லோவ்னாவின் பக்கத்தில் அமர்ந்ததும், உடனே தமது நெஞ்சையும் தோள்களையும் கைகளையும் தொட்டுக் காட்டிப் பேச முற்பட்டார் _ தமது புதிய ஆடையின் வெட்டுருவினை விளக்கிச் சொன்னார் என்பது தெரிந்தது. மின்சார சாதன கோத்திணைப்பாளர் எலிசவெத்தா செரெபிரியாக்கொவாவும் இவர்களிடையே இருந்தார். கூடியிருந்தோரை நன்றாய்ப் பார்ப்பதற்கு ஏற்றவாறு அவர் மேஜைமீதிருந்த விளக்கையும் தண்ணீர்ப் புட்டியையும் சாவதானமாய் நகர்த்தி வைத்துக் கொண்டார்.

“முறைப்படியான சொற்பொழிவுகளில் இன்று நமது விழாக் கூட்டம் நடைபெறப் போகிறது'' என்று லோகினாவா பேசிக் கொண்டிருந்தனர். “வீட்டிலே பேசுவது போல என்ன கப்பல்கள் கட்டுகிறோம், எந்த கால்வாய்கள் வெட்டி முடிக்கப்பட்டுள்ளன,

எந்த இயந்திரங்கள் உற்பத்தி செய்யப்படுகின்றன என்று பேசிக் கொள்ளப் போகிறோம். நம்மைப் பற்றிச் சில உண்மைக் கதைகள் சொல்லப் போகிறோம். என்னிடமுள்ள பேச்சாளர் பட்டியலில் முதலில் இருக்கும் பெயர் நஸ்த்யா செமியோனவா. நஸ்த்யா, வா அம்மா இப்படி!''

உயரமான மெலிந்த உருவமும் கரிய சடைகளுமுடைய ஒரு பெண் கூட்டத்தினரிடையிலிருந்து எழுந்து மேடையை நோக்கி விரைந்தாள். கூடியிருந்தோரை நோக்கி அவள் திரும்பி நின்றபோது அவள் நெஞ்சிலே இரு பதக்கங்கள் இருந்தது தெரிந்தது. யார் அவள்? படகுத் தொழிற்கூடத்தில் அவள் தணிக்கையாளராய் வேலை செய்ததாய்க் கூறப்பட்டது. கப்பல் துறை மூலப் பிரிவுகளிலே பலருக்கும் அவளைத் தெரியாது.

''யுத்தம் தொடங்கியபோது எனக்கு வயது பதினாறு'' என்று அமைதியான இனிய குரலில் அவள் ஆரம்பித்தாள். ''நான் போர் முனையிலே பணியாற்ற முன்வந்தேன்.''

அதற்குமேல் அவள் தன்னைப் பற்றி அதிகம் சொல்லவில்லை. போராடிய படைவீரர்களையும் படை அதிகாரிகளையும் அவர்களுடைய வீரதீரத்தையும் அஞ்சா நெஞ்சத்தையும் பற்றியே பேசினாள். ஆனால் அவள் பேச்சைக் கேட்டவர்களின் கண் முன்னே பலத்த குண்டு மழையினிடையே போர்க்களத்திலிருந்து காயமுற்ற படைவீரர்களைத் தூக்கிச் சென்று தன் தாயகத்துக்காகப் போராடிய இளம் பெண்ணின் உருவம் தோன்றியது.

''ஆம், தோழர்களே, யுத்தம் மிகப் பெரிய கேடாகும். இதை நான் நன்கு உணர்ந்தவள். உங்களைப்போலவே நானும் இன்னொரு யுத்தம் மூண்டு விடக் கூடாதென்றே விரும்புகிறேன். ஆனால் என் இராணுவத் தகுதிகளை நான் மறந்துவிடவில்லை. ஆடவத் தோழர்களே, நீங்களும் மறந்துவிடாதீர்கள். நான் 'முதல் உதவி' அளிப்பவள். எல்லோருடைய காயங்களுக்கும் கட்டு போடுகிறவள்.''

கையொலி முழக்கத்தில் மண்டபமே அதிர்ந்தது. போர் முனையில் ''முதல் உதவியாளர்கள்'' ஆற்றும் பணியின் சிறப்பைக் கூட்டத்திலே இருநத ஆடவர்கள் நன்கு அறிந்தவர்கள். சட்டையும் கோட்டையும் கழற்றினார்களானால், பெண்களின் பூ போன்ற விரல்களால் கட்டுப் போடப்பட்ட காயங்களின் தழும்புகள் பலரிடத்தும் இருப்பது தெரிந்திருக்கும்.

“அண்மையில் நடைபெற்ற சமாதான காங்கிரசிற்கு நான் சென்றிருந்தது உங்கள் எல்லோருக்கும் தெரியும்'' _ செமியோனவாவுக்கு அடுத்தபடியாகப் பேசிய கிசெனியா மிஹாய்லோவா கூறினாள். செம்பு தயாரிப்புக் கூடத்தில் அவள் வார்படத் தொழிலாளியாய் வேலை செய்தவள். “அருமைத் தோழர்களே, இது பற்றி உங்களுக்கு நான் சொல்லியிருக்கிறேன். ஆனால் ஐவரி கோஸ்டைச் சேர்ந்த ஆப்பிரிக்கப் பெண்ணை இந்தக் காங்கிரசில் சந்தித்தது பற்றி உங்களுக்கு நான் சொன்னதில்லை. மொழிபெயர்ப்பாளரின் துணை கொண்டு நாங்கள் நிறையப் பேசிக் கொண்டிருந்தோம். நான் என்ன வேலை செய்கிறேன் என்று அவள் கேட்டாள். கப்பல்கள் கட்டுகிறேன் என்றேன். “கப்பல்களா?'' என்றாள் அவள், மகிழ்ச்சிப் புன்னகையோடு. “செங்கொடி பறக்கும் உங்கள் கப்பல்களை நான் பார்த்திருக்கிறேன். பலமுறை அவற்றைப் பார்த்திருக்கிறேன்'' என்றாள். நம்முடைய கப்பல் துறையில் கட்டப்பெற்ற கப்பல் எதையாவது இவள் பார்த்திருப்பாளா என்று தெரிந்து கொள்ள ஆசைப்பட்டேன். இதை அவளிடம் சொல்லி, நமது கப்பல்கள் சிலவற்றின் பெயர்களைக் குறிப்பிட்டேன். அப்புறம் கேளுங்கள்! நம்முடைய ‘உதயம்’ அவர்களுடைய துறைமுகத்துக்குப் போயிருக்கிறது. அவ்வளவு தூரம் கடந்து ஆப்பிரிக்கா சென்றிருக்கிறது! நான் கூற விரும்புவது இதுதான்: நீங்களும் நானும் செய்பவை நெடுந் தொலைவுகளைத் தாண்டிச் செல்கிறது; உலகெங்குமுள்ள நம் நண்பர்கள் அவற்றைப் பார்க்கிறார்கள். அவர்களை அவை மனம் மகிழச் செய்கின்றன. ஊக்கமடையச் செய்கின்றன. இதை உணருவோமாயின், நம் வேலையை மேலும் சிறப்பாய்ச் செய்திடுவோம். நாம் கட்டும் புதிய கப்பல் ஒவ்வொன்றும், தானியமோ இயந்திரங்களோ எடுத்துச் செல்லும் கப்பல் மட்டுமல்ல _ எல்லா நிறத்தவர்களுமான நமது நண்பர்களுக்கு அது சுதந்திரத்தின் கட்டியக்காரனுமாகும்.''

“அவர் சொல்வது முற்றிலும் உண்மைதான், இல்லையா, விக்தர் இலியிச்?'' என்று கிசுகிசுக்கும் குரலில் கேட்டாள் ஸீனா.

விக்தர் அவள் பக்கம் திரும்பிப் புன்னகை புரிந்துவிட்டுப் பதிலளித்தான்:

“ஆம், அதில் என்ன சந்தேகம்? கப்பல் என்றால் அப்படித்தான்! நம்முடைய சிறு இயந்திரத்தைப் போன்றதல்லவே அது!''

“விக்தர் இலியிச், அந்த இயந்திரத்தைப் பற்றிக் குறைவாய்ப் பேசுவது சரியல்ல. எங்கள் தகவல் அலுவலகத்துக்கு அதைப் பற்றி நாட்டின் எல்லாப் பகுதிகளிலிருந்தும் நாள் தவறாமல் கடிதங்கள் வருகின்றன. மக்கள் அதைப்பற்றிப் பத்திரிகைகளில் படித்துவிட்டு நமக்கு எழுதுகிறார்கள்.’’

ஒவ்வொருவராய்ப் பல பெண்கள் மேடையில் ஏறிப் பேசினர். சப்தம் சிறிதுமின்றி எல்லோரும் உருக்கமாய்க் கேட்டனர். மார்ச் எட்டாம் நாளை அவர்கள் எத்தனையோ தரம் கொண்டாடியிருக்கிறார்கள். ஆனால் இன்று போல் என்றுமே இவ்வளவு உருக்கமான, இவ்வளவு ஊக்கம் தரும் உரைகளைக் கேட்டதில்லை; இன்று போல் என்றுமே இம்மண்டபத்தில் பெண்கள் தம் உள்ளத்து உணர்ச்சிகளை இவ்வளவு சிறப்பாய் எடுத்துரைத்ததில்லை.

“பெண்டிர் பேசுவதைக் கேட்டாயா?’’ என்று அலெக்சாந்தர் அலெக்சாந்தரவிச் மெல்ல இலியா மத்வேயெவிச் விலாவில் முழங் கையால் தட்டினார். “சால்வைகளும் மேலுடுப்புகளும் போட்டுக்கொண்டு சாது போலப் போகிறார்கள்; இவர்கள் எப்படிப்பட்ட வீராங்கனைகள் என்பது நமக்குத் தெரிவதில்லை...’’

கப்பல் துறையில் வேலை செய்த பெண்கள் எவ்வளவு அற்புதமானவர்கள், எவ்வளவு செழுமிய வாழ்க்கை அனுபவமுடையவர்கள் என்பதைக் கண்டு அலெக்சாந்தர் அலெக்சாந்தரவிச் மட்டுமின்றி எல்லோருமே வியப்புற்றுவிட்டனர். வியப்புறாமல் இருப்பது எப்படி? பத்துப் பன்னிரண்டு குழந்தைகளை வளர்த்தெடுத்த தாய் வீராங்கனைகளும், செமியோனவாவைப் போலப் போர்முனையிலே பணியாற்றியோரும், சைபீரியாவிலும் காகசஸிலும் மத்திய ஆசியாவிலும் சஹாலின் தீவிலும் வேலை செய்தோரும், தம் தந்தையருடன் கூடப் படகுகளிலே கடலில் சென்று மீன்பிடித்தோரும், உள் நாட்டு யுத்தத்தின்போது படைவீரர்களாய் போராடியோரும், நிலக்கரிச் சுரங்கங்களில் உழைத்தவர்களும், நீப்பர் நீர்மின் நிலையத்தை அமைக்க உதவியோருமல்லவா அவர்களிடையே இருந்தனர்!

கூட்டம் முடிவடையப் பத்து மணிக்கு மேலாகிவிட்டது. அளவிலா உற்சாகமடைந்துவிட்ட ஜுர்பின்கள் அதன்பின் ஒருங்கே வீட்டுக்குச் சென்றனர். வழியெல்லாம் குதூகலமாய்ப் பேசிக்

கொண்டு சென்றனர். வீட்டுக்கு வந்ததும் எல்லோருமாய் இனிப்பு ஒயின் அருந்தினர். பெண்களுக்கு அதுவே மிகவும் பிடித்த பானம். நங்கூரத் தெருவுக்கு அவர்கள் தம்முடன் அழைத்து வந்த ஸீனா துளியளவு குடித்ததும் வேண்டாமென்று வைத்துவிட்டாள்.

“இனிப்பு ஒயின் எனக்குப் பிடிக்காது!”

“வீட்டில் நிறைய வோத்கா இருக்கிறது. பெண்களுக்காக வேண்டி இன்று இந்த விறுவிறுப்பில்லாத சரக்கை அருந்துகிறோம்” என்றார் இலியா மத்வேயெவிச்.

“வோத்காவும் பிடிக்காது எனக்கு.”

“அப்படியானால் ஷாம்பெயின் வேண்டுமென்று சொல்லு.”

“ஆம், ஷாம்பெயின்தான் ஒயின்களிலே சிறந்தது.”

“வாங்கி வைக்கணுமென்று தோன்றவில்லை.”

“வாங்கியிருக்க வேண்டும். ஷாம்பெயின் குடித்தால் மகிழ்ச்சியும் உற்சாகமுமாய் இருக்குமே” என்றாள் துன்யாஷா.

“ஏற்கனவே நீ மகிழ்ச்சியும் உற்சாகமும் மிக்கவளாய்த் தானே இருக்கிறாய்” என்று இலியா மத்வேயெவிச் சிரித்துக் கொண்டார். “குழந்தையை எங்கோ விட்டுவிட்டுக் கூட்டங்களுக்குப் போய்விடுகிறாயே, அந்த நாட்களில் யாரும் இப்படிச் செய்திருக்க மாட்டார்கள்.”

“அந்த நாட்களில் மகிழ்ச்சிக்கு இடம் ஏது? எந்நேரமும் வீட்டிலே குழந்தைகளுடன் உட்கார்ந்திருக்கவேண்டும்” என்றாள் அகஃப்யா கார்ப்பவ்னா.

“ஆனால் எப்பேர்ப்பட்ட குழந்தைகளை வளர்த்தெடுத்திருக்கிறாய் பார்! மெய்யான தாய் வீராங்கனை நீ!”

மற்றவர்களுடன் சேர்ந்து ஸீனாவும் தமாஷாய்ப் பேசியிருப்பாள். ஆனால் வித்தர் வாய் திறக்காமலே இருந்தது அவளுக்கு மிகவும் சங்கடமாயிருந்தது. ஆம், வித்தரின் நிலைமை மிகக் கடினமாகவே இருக்கும். லிதியாவால் எப்படி வித்தரைப் பிரிந்துசெல்ல முடிந்ததென்பதை எவ்வளவு முயன்றாலும் ஸீனாவால் புரிந்துகொள்ள முடியவில்லை. நிச்சயம் வாழ்க்கை இங்கு அவளுக்குக் கசப்பாயிருந்திருக்க முடியாது. எவ்வளவு தங்கமானவன், கெட்டிக்காரன் _ இவனுடன் யாருக்கும் வாழ்க்கை

கசந்திருக்க முடியாதே. சற்று மெதுவாய்க் காரியங்களைச் செய்கிறான், சில நேரங்களில் மௌனமாகி விடுகிறான் என்பது மெய்தான். அதனால் என்ன? அவன் சிறு பையன் அல்லவே, அவளைக் காட்டிலும் எட்டு வயது மூத்தவன் ஆயிற்றே. சிட்டுக் குருவி போலக் குதித்துக் கொண்டிருப்பான் என்று எதிர்பார்க்கலாமா? விக்தர் அருமையான மனிதன், சந்தேகமில்லை.

“அந்த இயந்திரத்தைப் பற்றி என்ன எழுதுகிறார்கள்?'' என்று மன்றத்தில் துவக்கப்பட்ட உரையாடலுக்குத் திரும்பி வந்து திடீரென விக்தர் கேட்டான்.

“என்ன எழுதுகிறார்களா? உன்னுடைய இயந்திரம் எங்கே கிடைக்கும். அல்லது தாமே அதைத் தயாரித்துக் கொண்டுவிட முடியுமா என்று தெரிந்துகொள்ள விரும்புகிறார்கள். அவர்களுக்குக் கொடுத்து உதவ நம்மிடம் உபரியாக அதன் அமைப்புப் படங்கள் இருக்கின்றனவா என்று கேட்கிறார்கள்.''

“ஆம், இதை நாம் கவனித்து ஆவன செய்ய வேண்டும், ஸீனாயிதா பாவ்லவ்னா, நீயும் நானும் சேர்ந்து மற்றொரு வேலையில் இறங்கியாக வேண்டும். ஒரு புதிய இயந்திரத்தைப் பற்றிச் சிந்தித்துக் கொண்டிருக்கிறேன். மேலும் அதிக வீச்சில் இயங்கக்கூடிய, மாதிரிப் படிவத் தயாரிப்பிலுள்ள எல்லா வேலைகளையுமே செய்து தரக்கூடிய ஓர் இயந்திரத்தை நம்மால் அமைத்துவிட முடியுமென்று தோன்றுகிறது எனக்கு.''

ஸீனா விடைபெற்றுப் புறப்படத் தயாரானதும், தொப்பியும் கோட்டும் போட்டுக்கொண்டு விக்தரும் அவனுடன் கிளம்பினான்.

“ரொம்ப நேரமாகிவிட்டது. மூன்று மணி ஆகியிருக்கும் போலிருக்கிறது. உன்னை நான் வீட்டுக்கு அழைத்துக் கொண்டுபோய் விடுகிறேன்'' என்றான்.

தோன்யாவும் அவர்களுடன் சேர்ந்து கொண்டுவிட்டாள். குளிர் கடுமையாகவே இருந்தது, ஆனால் பகலில் பனி உருகித் திட்டுத் திட்டாய்த் தண்ணீர் தேங்கியிருந்த இடங்களிலிருந்து எழுந்த நெடி காற்றிலே கலந்து வீசிற்று; வசந்தத்தின் நெடி அது. அவர்களுடைய கால்களுக்கு அடியில் பனிக்கட்டி சடபுடவென்று நொறுங்கிற்று. ஸீனாவின் இரு மருங்கிலும் விக்தரும் தோன்யாவும் நடந்தனர். வெர்யாழ்க்கா பாலத்துக்கு அருகே அவர்களில் ஒருவருக்கு வழுக்கிவிட்டதும் எல்லோருமாய்ச் சேர்ந்து விழுந்தனர். எழுந்து

வாய்விட்டுச் சிரித்தபடி ஒருவர் கோட்டை ஒருவர் தட்டிவிட்டுக் கொண்டனர்.

ஸீனா மகிழ்ச்சியிலே திளைத்தாள். தானும் அந்தக் குடும்பத்தில் ஒருத்தியே என்பது போல மகிழ்ந்தாள்.

முன் கதவைத் திறந்தபோது, ஸீனா தலையை உயர்த்தி நான்காவது மாடியின் மூலை சன்னல்களைப் பார்த்தாள். அவை அலெக்சேயின் சன்னல்கள். அவற்றிலிருந்து வெளிச்சம் தெரிந்தது.

3

அலெக்சேய் தன் மேஜையின் எதிரே அமர்ந்து வேலை செய்து கொண்டிருந்தான். அவன் மன்றத்துக்குப் போகவில்லை. கடினமான திரிகோணமிதிக் கணக்குகள் போட்டுக் கொண்டிருந்தான். ஏனைய யாவற்றையும் மறந்து இவற்றில் மூழ்கிப் போய்விட்டான். அந்தப் பாடப்புத்தகத்தில் மறைந்திருந்த திரிகோணமிதி இரகசியங்களை வெளிப்படுத்தவல்ல

தகரடப்பி திறக்கும் கருவியாகத் தனது பென்சிலை நினைத்துக் கொண்டானோ என்னவோ, அதனால் அப்படிப் பேப்பரில் அழுத்திக் குத்திப் பார்த்தான். ஆனால் பள்ளியிலோ, கல்லூரியிலோ கிடைத்திருக்கக் கூடிய விளக்கங்கள் இங்கு கிடைக்கவில்லை. ஒவ்வொன்றுக்கும் அவன் மண்டையை உடைத்துக் கொண்டு தானே விளக்கம் கண்டுகொள்ள வேண்டியிருந்தது. இகார் செர்வென்கோவ் இங்கே இருந்தால் நன்றாயிருக்குமே என்று நினைத்தான். இகார் தன்னுடன் இருக்கையிலுங்கூட நிலைமை அப்படி ஒன்றும் எளிதாய் இல்லை. ஆனால் இகார் இருக்கையில் தெளிவாய்த் தெரிவதுபோல இருப்பவை, அவன் விலகிச் சென்றதும் ஒரே குழப்பமாகிவிடுகின்றனவே. விடை காண அவன் எடுத்த ஒவ்வொரு முயற்சியும் அதனை மேலும் சிக்கலாக்கி வந்தது. வேறு யாராய் இருந்தாலும் இது நடைபெறும் காரியமல்ல என்று நெடுநேரத்துக்கு முன்பே கைவிட்டிருப்பான். ஆனால் அலெக்சேய் அப்படிப்பட்ட ஆளல்ல. எவ்வளவு முயன்றும் பயனற்றுப் போனால், அவன் நிலைக் கண்ணாடி எதிரே சென்று, அதில் தெரியும் தனது வெளிறிய முகத்தையும் கனல் வீசும் கண்களையும் பரிசீலித்துவிட்டு, கடுமையாய்த் தன்னைத் தானே கேட்டுக் கொள்வான்:

“சரி, தோற்றுப் போய்விட்டாய் அல்லவா?”

“இல்லை, தோற்றுவிடவில்லை!” என்று அவனுள்ளிருந்து, மற்றோர் அலெக்சேயிடமிருந்து பதில் வரும். உடனே அங்கிருந்து திரும்பி மேஜையை வந்தடைவான்.

காலம் ஓடி மறைந்தது. மாதத்துக்குப்பின் மாதமாய்ப் பறந்தோடிற்று. ஆனால் அலெக்சேயால் காத்யாவை மறக்க முடியவில்லை. இடையில் சிறிது காலத்துக்கு அவளைப் பற்றி அதிகம் நினைக்காமல் இருக்க முடிந்தது _ அவனும் கோஸ்த்யாவும் சேர்ந்து பாய்மரத்தை வெல்டு செய்து கொண்டிருந்த காலம் அது.

கோஸ்த்யா அந்தப் பாய்மரத்தைச் சுற்றிச் சுற்றி நடந்து பார்த்து, அது எப்படி வீணாயிற்று என்று முறையிட்டுவிட்டு, முடிவில், “இதை என்னால் சரி செய்துவிட முடியும். இதற்கு நீ உதவி செய்வாயா?” என்று கேட்டான்.

“நிச்சயம் செய்வேன்” என்று அலெக்சேய் பதிலளித்தான்.

மறுதினம் கோஸ்த்யா ஆலைக்கூடத் தலைவரிடம் போய்ப் பேசினான். “நான் என் தம்பிக்கு வெல்டு செய்யக் கற்றுக்கொடுத்து வருகிறேன். உருளைகளுக்குப் பின்னால் கிடக்கிறதே அந்தப் பாய்மரத்தை நாங்கள் வீணாக்கினால் பரவாயில்லையே?” “எது வேண்டுமானாலும் செய், எப்படியும் நாங்கள் அதை உடைக்கத்தானே போகிறோம்” என்றார் தலைவர். மூட்டுகள் இருக்கும் இடங்களை ஊகித்துக் கொண்டான். கோஸ்த்யா பிறகு உலோகம் சுருங்குவதைத் தக்கபடிக் கணக்கில் எடுத்துக்கொண்டு மூட்டுகளைச் சரிவரத் திரும்பவும் வெல்டு செய்தான். அவன் வேலை செய்வதைப் பார்த்து அலெக்சேய் பொறாமை கொண்டான். எவ்வளவு இலாவகமாய், இலகுவாய் கோஸ்த்யா தனது வெல்டிங் பொறியை இயக்கினான்! கோஸ்த்யாவைப் போலவே தானும் தனது சம்மட்டியை இலாவகமாய் இயக்கி வந்ததை அலெக்சேய் மறந்துவிட்டான்.

சில நாட்களுக்குப் பிறகு கோஸ்த்யா தொழில்நுட்பத் தணிக்கை பிரிவின் போர்மனை அழைத்து வந்தான். தொழிலாளர்கள் பளுதூக்கியைக் கொண்டுவந்து பாய் மரத்தை மூலையிலிருந்து வெளியே இழுத்துப் போட்டு, அளவை கருவிகளை வைத்துக்கொண்டு அளந்து பரிசீலித்தனர், அது கோணாமல் எந்த அளவுக்கு நேராய் இருக்கிறதென்று சோதித்தனர், முடக்கக்கூடிய பெருஞ்சுமைக்கு அதை உட்படுத்திப் பார்த்தனர். எல்லாச் சோதனைகளையும் அந்தப் பாய்மரம் வெற்றிகரமாய்ச் சமாளித்துவிட்டது.

பாய்மரத்தில் இருவருமாய்ச் சேர்ந்து செய்த வேலைகள் முடிவுற்றுச் சிறிது காலத்துக்கெல்லாம், கோஸ்த்யாவிடம் அலெக்சேய் கற்றுவந்த பாடங்கள் முடிவடைந்தன.

"இனி நான் உனக்குச் சொல்லித் தர வேண்டியதில்லை'' என்று இரண்டு வாரங்களுக்குப் பிறகு கோஸ்த்யா அறிவித்தான். "இனி நீயே உன் தவறுகளிலிருந்து கற்றுக் கொண்டு விடுவாய். வெல்டிங் வேலைத்தரத்தில் நீ எந்தப் படிவத்துக்குரியவன் என்பதை நிர்ணயம் செய்யும்படிக் கேள். உன்னுடைய சம்மட்டியை விட்டுப் பிரிந்து வா. அதில் உனக்கு வருத்தம் இல்லையே?''

"வருத்தம் இல்லாமல் எப்படி? கொஞ்சம் உண்டுதான். இவ்வளவு காலமாய் எனக்கு நன்கு பழகிப்போனதாயிற்றே அது.''

இரு போர்மன்களும் கட்டுப்பாடுப் பொறியாளருமாய்ச் சேர்ந்து அலெக்சேயைப் பரீட்சித்துப் பார்த்தனர். பரீட்சை முடிவுற்றதும், அவன் கையைப் பிடித்துக் குலுக்கி அவனுக்கு வாழ்த்துக்கள் கூறினர்:

"நான்காவது படிவத்துக்குத் தகுதியுள்ளவனாகிவிட்டாய். ரிவெட் பிரிவில் எப்படித் திறம்பட வேலை செய்தாயோ அதேபோல இங்கும் வேலை செய். சிறப்பாளர் பலகையிலே உன் படத்தைப் பார்ப்போமென ஆவலுடன் எதிர்பார்க்கிறோம்!''

அன்று மாலை வலோத்கா பெதுஹோவ் அலெக்சேயைப் பார்ப்பதற்காக அவன் வீட்டுக்கு வந்திருந்தான்.

"நீ ரிவெட் வேலையை விட்டு விலகப் போவதாய்ச் செல்கிறார்களே, மெய்தானா?'' என்று கேட்டான் வலோத்கா. சாய்வு நாற்காலியிலே அமர்ந்து கைகளால் கன்னங்களைத் தேய்த்துவிட்டுக் கொண்டான். "வெளியே கொடுங் குளிர்! மருந்துக் கடையைத் தாண்டுகையில் வெப்பமானியைப் பார்த்தேன் _ சுன்னத்துக்குக் கீழே 27 இருந்தது. நீ ரிவெட் வேலையை விட்டு விலகப் போவது மெய்தானா?''

"மெய்தான்.''

"இது கண்ணியமான செயல்தானா?''

"நீ போட்டி போட யாரும் இருக்கமாட்டார்கள் என்பதற்காகவா கேட்கிறாய்?''

“அதற்கு நான் யாரையாவது தேடிக் கொள்வேன். ஆனால் பதில் சொல்லு: உன்னுடைய தொழிலை நீ விட்டு ஓடுவது கண்ணியமான செயல்தானா? இது ஒரு வகை துரோகமல்லவா? ஏனைய தொழிலாளர்கள் அப்படித்தான் நினைக்கிறார்கள்.”

“சரி. நீ என்ன நினைக்கிறாய்?”

“நானும் அப்படித்தான் நினைக்கிறேன். ரூபிளை ஆயிரக்கணக்கில் வாங்கிப் பழகிக் கொண்டுவிட்ட நீ, இப்பொழுது ரிவெட்டர்களாகிய நாம் நூற்றுக் கணக்கில்தான் பெற முடியுமென்ற நிலைக்குச் சரிந்ததும், ஓடிவிடப் பார்க்கிறாய் என்று சிலர் பேசுகிறார்கள்.”

தன் தந்தையின் பாணியில் வலோத்காவைப் பார்த்து முகத்தைச் சுளித்தபடி அலெக்சேய் மேலும் கீழுமாய் அறையில் நடந்தான்.

“இதைக் கேள்” என்றான். “நாம் பணத்தைப் பெரிதாய் நினைப்பவர்களல்ல என்பது உனக்குத் தெரிந்ததுதான்.”

வலோத்கா சிரித்துக் கொண்டான், அவன் உயர்வாய் மதித்த தங்கப் பல் ஒன்று வெளியே தெரிந்தது.

“பணம் சம்பாதிப்பதில் தவறு இல்லையே” என்றான். “நன்றாய் வாழ்ந்தோமானால் நன்றாய் வேலை செய்கிறோம், நன்றாய் வேலை செய்தோமானால் நன்றாய் வாழ்கிறோம்.”

“உன்னுடைய அரசியல் அறிவை என்னிடம் காட்டுகிறாயாக்கும்? சரி, இதோ பதில் சொல்கிறேன். இது குறித்துப் புத்தகங்கள் கூறுவது என்ன தெரியுமா? தவறு செய்ய விரும்பாதோர் முன்னால் பார்க்க வேண்டுமே ஒழிய, பின்னால் அல்ல என்று புத்தகங்கள் கூறுகின்றன. வளர்ந்து உயர்வதையே நாம் பார்க்க வேண்டும், செத்து மடிவதையல்ல. இன்னும் ஓராண்டிலே நீயும் நானும் கடைகோடி நிலையிலே விடப்பட்டு விடுவோம். டைரக்டரிடமும் தொழிற்சங்கக் குழுவிடமும் சென்று மன்றாட வேண்டியிருக்கும்; நாங்கள் முன்னிலைத் தொழிலாளர்களாய் இருப்பது வழக்கம், இப்பொழுது நிரந்திரமில்லாதோராய்விட்டோம், தயவு செய்து எதாவது வேலை கொடுங்கள் என்று கேட்க வேண்டியிருக்கும். அந்த நிலைமை ஏற்பட வேண்டுமென்றா விரும்புகிறாய்?”

“அலெக்சேய், இதோ பார், உன்னுடன் தத்துவார்த்தப் பிரச்சினைகள் குறித்து விவாதிக்க இங்கு நான் வரவில்லை. இப்பிரச்சினைகளில் எனக்கு ஆலோசனை கூற பொறியாளர்

முஷ்தகோவ் இருக்கிறார். நீ என் கேள்விக்கு நேரடியாய்ப் பதில் கூறு : எல்லோரையும் விட்டு இப்படி மெல்ல நழுவுவது காம்சொமால் உறுப்பினனுக்கு உகந்த செயலாகுமா? நான் எதைப் பற்றிச் சொல்கிறேன், தெரிகிறதா? ரிவெட் வேலை முக்கியத்துவம் இழந்துவிட்டதென்று எல்லோருக்கும் தெரிந்ததுதான். ஆனால் நீ ஏன் இப்படித் தனிப்பட்ட முறையில், தோழமைக்கு ஒவ்வாத வழியில் செயல்பட வேண்டும்? எல்லோருமாய்ச் சேர்ந்து பயிற்சிகள் பெறுவோம் என்று ஏன் நீ எங்களிடம் சொல்லவில்லை? உன்னைப் போல் ஒவ்வொருவருக்கும் ஓர் அண்ணன் இல்லையே.''

“பயிற்சி வகுப்புகள் இல்லையா? அவற்றைப் பற்றி அறிவிப்பு போடப்பட்டிருந்ததே.''

“நீ மட்டும் ஏன் அந்த வகுப்புகளில் சேரவில்லையாம்?''

“சேர்ந்திருப்பேன், ஆனால் அவை முன்பே தொடங்கிவிட்டன. காலங் கடந்து சேர்ந்தால், என்னால் பாடங்களைச் சமாளிக்க முடியாமற் போயிருந்திருக்கும்.''

“ஏனைய இளைஞர்களால் மட்டும் சமாளிக்க முடிந்திருக்கும் என்றா நினைக்கிறாய்? இது சரியல்ல. வேண்டுமென்றேதான் ஆயிரக் கணக்கிலும் நூற்றுக் கணக்கிலுமான ரூபிளைப் பற்றி நான் பேச்சைத் தொடங்கினேன். நமது இளைஞர்கள் வேறுவிதமாய் நினைக்கிறார்கள்; காம்சொமால் கூட்டத்தில் உன்னைச் சந்திக்கு இழுக்க வேண்டுமென நினைக்கிறார்கள்.''

“எதற்காக? வேலை செய்து கொண்டே புதிய தொழில் ஒன்றில் பயிற்சி பெற்றதற்காகவா?''

“தனிநபர்வாதப் போக்குக்காக! ஆனால் நீ தப்பிக்க ஒரு வழி இருக்கிறது.''

“அது போன்ற வழி எதுவும் எனக்கு வேண்டியதில்லை.''

“அவசியம் வேண்டியிருக்கும்'' என்று வலோத்கா அடித்துப் பேசினான். “செமியோனவும் லெபேதவும் நரிஷ்கினும் நானும் மின்சார வெல்டிங் கற்றுக் கொள்ள விரும்புகிறோம், நீ எங்களுக்குக் கற்றுத்தரப் போகிறாய்!''

“நானே இன்னும் நன்றாய்க் கற்றுக்கொண்டாகவில்லை, உங்களுக்கு எப்படிக் கற்றுத் தரப் போகிறேன்?''

“எல்லோருமாய்ச் சேர்ந்து நன்றாய்க் கற்றுக் கொள்வோம். வேண்டுமானால் உன் அண்ணனை அழைத்து வா. நீதான் இந்தச் சிக்கலிலிருந்து வெளிவர வழி கண்டாக வேண்டும். நீ ஏனையோருக்கும் கற்றுத் தர வேண்டுமென்று காம்சொமால் குழு தீர்மானம் செய்திருக்கிறது.''

“முதலில் நீங்கள் என்னைக் கேட்டிருக்கலாமே.''

“இப்பொழுது நான் கேட்கிறேன். வேண்டுமானால் கூட்டத்துக்கு வந்து பதில் சொல்லிக் கொள்.''

இதன்முன் அலெக்சேய் யாருக்கும் பாடம் கற்றுக்கொடுத்ததில்லை. ஏனையோருக்குப் பாடம் சொல்லித் தருவது அவனுக்குக் கொஞ்சம் அச்சம் தருவதாகவே இருந்தது; அதேபோதில் அதில் கவர்ச்சியும் இருக்கவே செய்தது. அந்த இளைஞர்களைக் கூட்டி வைத்துக் கொண்டு, தான் அவர்களுக்கு விளக்கிக் கூறுவதையும், அவர்கள் கவனமாய்க் கேட்பதையும், அவர்களுடைய கேள்விகளுக்குத் தான் தெளிவாகவும் சுருக்கமாகவும் பதிலளிப்பதையும் நினைத்துப் பார்த்தபோது அவனுக்கு உற்சாகமாய்த்தான் இருந்தது. இவர்களைப் பார்த்து எல்லோரும் “அலெக்சேய் ஜுர்பினது மாணவர்கள்'' என்பார்களே! அன்று அலெக்சாந்தர் அலெக்சாந்தரவிச் தன்னிடம் “உன் தந்தையைப் பார்! உன்னையொத்த நூற்றுக்கணக்கான இளைஞர்களை அவர் தக்க பாதையிலே செலுத்திவிட்டவர். மகனே, நீ யாருக்காவது ஏதாவது கற்றுக் கொடுத்திருக்கிறாயா?'' என்று கேட்டுக் குற்றம் கூறினாரே, இனி அதற்கு இடம் இருக்காது.

அலெக்சேய் ஒத்துக் கொண்டான். ஆனால் முதலாவது பாடம் அவன் கற்பனை செய்திருந்ததுபோல் இல்லாமல், முற்றிலும் வேறுவிதமாய் இருந்தது. இளம் ரிவெட்டர்கள் அவனுடைய குடித்தனப் பகுதிக்கு வந்து, நாற்காலிகளிலும் சோபாவிலும் அவனைச் சுற்றிலும் உட்கார்ந்துகொண்டு, சிகரெட்டைப் பற்ற வைத்தனர்.

“சரி, யாவற்றையும் பற்றி எங்களுக்குச் சொல்லு.''

அவன் என்ன சொல்வது? எங்கே தொடங்கலாம்? முன்பு கோஸ்த்யா கூறியதை நினைத்துக் கொண்டான்.

“முகத்தில் காப்புக் கவசமின்றி ஒளிவில்லைப் பார்க்கக்கூடாது. நீங்கள் நினைவில் வைத்திருக்க வேண்டிய முதல் விவரம் இது.''

“அதெல்லாம் எங்களுக்குத் தெரியும்! காப்புவிதிகளில் படித்திருக்கிறோம்.’’

“சரி, வேறு உங்களுக்கு என்ன தெரியும்? மின்சார ஒளிவில்லின் வெளிச்சம் பகலொளியைவிடப் பத்தாயிரம் மடங்கு கடுமையானது என்பது தெரியுமா? தெரியாதல்லவா? சரி, கூச்சல் போடாமல் நான் சொல்வதைக் கேளுங்கள்!’’

“ஓகோ, கண்டிப்பான ஆசிரியர்தானாக்கும்! சரி, சொல்லு.’’

அலெக்சேய் தான் கற்றறிந்து கொண்டவற்றைச் சுருக்கமாய் அவர்களுக்கு எடுத்துரைக்க முயன்றான். அவர்கள் புறப்பட்டபோது, ஒவ்வொருவருக்கும் ஒரு புத்தகம் கொடுத்தான்.

“தொலைத்துவிடாதீர்கள். இவை கோஸ்த்யாவினுடையவை. என்னைத் தொலைத்துவிடுவான்.’’

அலெக்சேய் எதிர்பார்க்காத பல கஷ்டங்கள் விரைவில் எழலாயின. அவனால் பதிலளிக்க முடியாத கேள்விகளையெல்லாம் இவ்விளைஞர்கள் எழுப்பத் தொடங்கினர். மின்சார ஜனனிகளுடைய அமைப்புத் திட்டம், ஒருதிசை மின்னோட்டம், இருதிசை மின்னோட்டம் இவற்றுக்குள்ள வித்தியாசம், ஒருதிசை மின்னோட்டத்தில் மின்மாற்றி இயங்காதிருப்பதன் காரணம், மின்னோட்டச் செறிவை மாற்றும் வழி முதலானவை குறித்தெல்லாம் அவர்கள் கேள்வி கேட்டனர்; பௌதிகவியல், உலோகவியல், இரசாயனவியல் ஆகிய யாவற்றிலும் மூழ்கியெழுந்தனர். பள்ளியிலும் தொழிற்பள்ளி மின் தொழிலகங்களிலும் முன்பு அவர்கள் கேட்டிருந்தவற்றையும், எங்கோ என்றோ படித்தும் தெளிவாய்ப் புரிந்து கொள்ளத் தவறிவிட்ட பலவற்றையும் பற்றிக் கேட்டனர்.

“நான் ஒரு பல்கலைக்கழகமல்ல’’ _ என்று அவர்களிடத்தும் தன்னிடத்தும் கோபங்கொண்டு அலெக்சேய் கடிந்துகொண்டான். “மின்சார வெல்டிங் செய்ய ஒரேயொரு வழிதான் இருக்கிறது; வேலையில் இறங்குவதே அந்த வழி! ஆனால் நீங்கள் அதைப் பல்கலைக்கழகப் பாடப் பயிற்சியாய் மாற்றப் பார்க்கிறீர்கள்.’’

ஒவ்வொரு முறையும் பாடம் தொடங்குவதற்கு முன்னால், தோன்யாவின் பள்ளிக்கூடப் பாடப் புத்தகங்களும் அடங்கலாய் எந்தப் புத்தகம் கிடைத்தாலும் படித்துத் தன்னைத் தயார் செய்து கொள்வான், அப்படியும் அவனுக்குக் குழப்பம்தான் ஏற்படும்.

அலெக்சேயின் தன்மதிப்புக்கு இது பலத்த அடியாகிவிடும். அரைகுறை அறிவு அவனுக்கு மனநிறைவு அளிக்கவில்லை.

தோன்யாவிடம் அவன் தனது சங்கட நிலைமையைச் சொன்னபோது, "நீ யாராவது நிபுணரிடம் போய்க் கேட்க வேண்டும்'' என்று அவள் ஆலோசனை கூறினாள். "உதாரணமாய், அந்தோனிடம் கேட்டுத் தெரிந்து கொள்ளலாமே. பிற்பாடு அதை நீ ஏனையோருக்குச் சொல்லித் தரலாம். இதில் அவமானப்பட ஒன்றும் இல்லை. 'கேட்டால் ஒரு நிமிடத்துக்கு அவமானமாய் இருக்கும், கேட்காவிடில் வாழ்வெல்லாம் அவமானமாய் இருக்கும்' என்று எங்கள் இரசாயன ஆசிரியர் சொல்வார்.''

ஆனால் அந்தோனிடம் சென்று அலெக்சேய் கேட்டதற்கு, "முதலில் ஒன்றையும் பிறகு மற்றொன்றையும் அதன்பின் இன்னொன்றையும் உனக்கு நான் விளக்கிச் சொல்வதாய் வைத்துக் கொள்வோம். இந்த வழியில் நீ அதிகம் முன்னேறிவிட முடியாது. உனக்குத் தேவையானது அடிப்படைப் பயிற்சி'' என்று அந்தோன் சொல்லிவிட்டான். அதாவது அவன் கைகழுவிவிட்டான்.

மீண்டும்மீண்டும் தொடர்ந்து ஏற்பட்ட இந்த முட்டுக்கட்டைகள் அலெக்சேயைக் கொதிப்படையச் செய்தன. முட்டுக்கட்டைகள் அதிகமாக ஆக, எப்படியாவது தனது குறிக்கோளை வந்தடைய வேண்டுமென்ற அவா மேலும்மேலும் கடுமையாகியது. கோஸ்த்யா மட்டும்தான் _ பொல்லாத நாக்குடையவனாயினும் அன்பு உள்ளம் கொண்ட கோஸ்த்யா மட்டும்தான் _ அலெக்சேய்க்கு ஆதரவாய் நின்றான். அலெக்சேயின் பயிற்சியாளர்களுக்குக் கோஸ்த்யா செய்முறைப் பயிற்சி அளிக்க முற்பட்டான் அலெக்சேய் டிராலர்களில் ஒன்றில் மிக எளிய இணைப்புகளை வெல்டிங் செய்து இப்பொழுதுதான் சுயமாய் வேலை செய்யத் தொடங்கியிருந்தான். ஆகவே அவனால் இவர்களுக்கு இந்தச் செய்முறை பயிற்சியை அளித்திட முடியவில்லை.

மெத்தக் கடினமான அந்நாட்களில் அவன் காத்யாவை நினைக்காத நாளே இல்லை. தனக்கு ஒரு துணை இல்லையே என்று எண்ணித் திரும்பவும் ஏங்கினான் _ காத்யாவை இத்தகைய துணையாக அல்லவா மனத்துள் நினைத்திருந்தான். அப்படி அவள் அவன் வாழ்வில் நிலையான இடம் பெற்றிருந்தாள். அவள் இல்லாமல் வாழ்வது இவ்வளவு கடினமாய் இருக்கிறதே! அவள் நிலை என்ன? கப்பல்துறையில் ஒரு முறை அவளை அவன்

சந்திக்க நேர்ந்தபோது, அவனைப் பார்க்காமலே கண்களைத் தரையில் பதித்துக்கொண்டு அச்சம்கொண்டவளாய் விரைந்தோடினாள். அவள் உள்ளம் எப்படி வருந்தியதோ?

இரண்டாம் முறை அவளைச் சந்தித்தபோது அவன் வழிமறித்துக் கொண்டான். “வேண்டாம். என்னைப் போக விடு...” என்று மன்றாடும் குரலில் முணுமுணுத்தாள். இம்முறையும் கண்களை உயர்த்தி அவனை அவள் பார்க்கவில்லை.

4

இரவு நெடுநேரமாகியும் கிழவர் மத்வேய் தூங்கவில்லை. டைரக்டர் அலுவலறையில் மேஜை முன்னால் உட்கார்ந்து பொறுமை இழந்தவராய்த் தொலைபேசி ரிசீவரின் தாங்கிகளைத் தட்டிக் கொண்டிருந்தார்.

“கார் ஷெட்டுக்கு இணைப்பு வேண்டும்! அங்கே பேசுவது யார்? தயவு செய்து அவர்களைக் காத்திருக்கச் சொல்லிவிட்டு எனக்கு இணைப்பு கொடுங்கள். எனக்கு அவசரமாய்க் கார் வேண்டும்.”

அப்பொழுதுதான் அமைச்சரிடமிருந்து வந்திருந்த தந்தி ஒன்று மேஜையில் அவர் முன்னே இருந்தது. “வானொலி கேளுங்கள். காற்புள்ளி. நாளைய பத்திரிகைகளைப் பாருங்கள் புள்ளி மாதிரிப் படிவத் தயாரிப்பாளர் ஜுர்பினுக்கு அரசாங்கப் பரிசு மூன்றாம் படிவம் அளிக்கப்படுகிறது. புள்ளி. உயர் சிறப்பு குறித்து ஜுர்பினுக்கும் கப்பல் துறை அனைத்துக்கும் வாழ்த்துக்கள்.”

“கார் ஷெட்டா?” என்று பரபரப்புடன் கத்தினார் கிழவர் மத்வேய். “உடனே கார் அனுப்பவும் காற்புள்ளி தெரியுதா? என் பேரனுக்கு அரசாங்கப் பரிசு கிடைத்திருக்கிறது! நான் வீட்டுக்குப் போகணும். சரி, உங்கள் வாழ்த்துக்களையும் தெரிவிக்கிறேன்.”

பதினைந்து நிமிடங்களுக்குப் பிற்பாடு கதவை அவர் படபடவெனத் தட்டினார். தோன்யாவும் துன்யாஷாவும் இலியா மத்வேயெவிச்சும் அகஃப்யா கார்ப்பவ்னாவும் விழித்தெழுந்தனர். படுக்கையிலிருந்து வெளியே வந்து உடுப்புகளை மாட்டிக் கொண்டனர். நெருப்புத்தான் பிடித்துவிட்டதென்று நினைத்தனர், வெளியே வீசிய முழு நிலாவின் மஞ்சள் ஒளி அறையிலும் நிரம்பி அவர்களுடைய இந்த நினைப்பைப் பலப்படுத்திற்று.

“எங்கே அவன்?” அவர்கள் கதவைத் திறந்ததும் கிழவர் மத்வேய் உச்சக் குரலில் கத்தினார். “தூங்குகிறானா? தான் யாரென்று இன்னும் அவனுக்குத் தெரியாதா, என்ன?”

தாத்தா நேரே விக்தரின் அறைக்குள் ஓடி அவனுடைய போர்வைகளை வேகமாய் இழுத்தார். எல்லோரும் திகைத்துப் போய்ப் பார்த்துக்கொண்டு நின்றனர். தாத்தாவுக்கு கிறுக்கா பிடித்துவிட்டது?

“சோம்பேறி எழுந்திரு! உடனே எழு! உன்னைக் கட்டியணைத்து வாழ்த்துரைக்க வேண்டும்!” இன்னும் தூக்கம் கலையாத விக்தரின் முகம் தாத்தாவின் தாடியிலே மறைந்துவிட்டது. “இந்தா _ இதைப் படி.”

விக்தர் தந்தியைப் படித்துப் பார்த்தான்.

“அம்மா!” என்று சிறு பிள்ளை போலக் கூவினான். “அம்மா! எனக்கு அரசாங்கப் பரிசு கொடுத்திருக்கிறார்கள்.”

“விக்தர்!” அகஃப்யா கார்ப்பவ்னா ஆனந்தமாய்க் கூவி, நிற்க முடியாமல் விக்தரின் கதகதப்பான படுக்கையிலே உட்கார்ந்துவிட்டாள்.

தோன்யா பாய்ந்து விக்தரின் கழுத்தைக் கட்டிக் கொண்டாள். ஆனால் இலியா மத்வேயெவிச் அவளை இழுத்து விலக்கிவிட்டு தாம் அவனைக் கட்டியணைத்துக்கொண்டார். விக்தரைப் படுக்கையிலிருந்து இழுத்து அவர்கள் ஒவ்வொருவராய்க் கட்டிப்பிடித்து விலாவிலே குத்தினர். இன்பப் புன்னகையோடு யாவற்றையும் அவன் பொறுத்துக் கொண்டான்.

“ஓ, விக்தர்!” என்று திரும்பத் திரும்ப அகஃப்யா கார்ப்பவ்னா வியந்து கூறியவாறு எழுந்து நிற்க முடியாமல் உட்கார்ந்திருந்தாள். “நாம் என்ன செய்யலாம்?” என்று கேட்டாள்.

“வோத்கா குடிக்கலாம்!” என்று கூறிவிட்டு இலியா மத்வேயெவிச் விக்தருடைய தோளில் ஒரு தட்டு தட்டினார். உடனே அவனும் ஓய்ந்து போய்ப் படுக்கையிலே சாய்ந்தான்.

“ஜாக்கிரதை! பரிசு பெற்றவனைக் காயப்படுத்திவிடாதீர்கள்!” என்று கிழவர் மத்வேய் எச்சரிக்கை செய்தார். இதைச் சொல்லிவிட்டு அவரும் விக்தருடைய தோளில் பலமாய்த் தட்டினார்.

“முரடர்கள், பையனுடைய எலும்பை முறித்துவிடாதீர்கள்.” அகஃப்யா கார்ப்பவ்னா தனது மகனை அவர்களிடமிருந்து பாதுகாத்துக் கொண்டாள். “வெறிபிடித்தவர்கள் மாதிரி இப்படி அவனைத் தட்டி வதைக்கிறீர்களே” என்றாள்.

இன்பக் களிப்பின் போதை அவர்கள் எல்லோருடைய தலைக்கும் ஏறிவிட்டது. அதிக காலமாய் அவர்கள் எதிர்பார்த்ததுதான் என்றாலும், இடியென அவர்களை அதிரச் செய்துவிட்டது. தனியே தான் மட்டும் பரிசுக்காக சிபாரிசு செய்யப்பட்டது வித்தருக்குத் தெரியும். வித்தர்தான் இந்த இயந்திரத்தின் அமைப்பாளன் என்பதை நிரூபிப்பதற்காக, ஸீனாவும் ஸ்கோபெலெவும் வாக்குமூலங்கள் எழுதிக் கொடுத்து, வித்தருடைய வரைபடங்களையும் கணக்குகளையும் காண்பித்தனர். பரிசு பெறுவதன் இன்பப்பூரிப்பு எப்படிப்பட்டதாய் இருக்கும் என்பது ஒன்றுதான் அவனுக்கு இதுவரை தெரியாததாய் இருந்தது.

“சும்மா தட்டுங்கள், எவ்வளவு வேண்டுமானாலும் தாங்கிக் கொள்வேன்” என்று அவன் தன் தந்தையிடமும் கோஸ்த்யாவிடமும் சொன்னான்.

12

1

கப்பல் துறையின் தலைமைப் பொறியாளருடனும் ஆதாரக் கட்டுமானப் பிரிவின் தலைமைப் பொறியாளருடனும் அந்தோன் மாஸ்கோ சென்றிருந்தான். அங்கு அவர்கள் கப்பல் துறையின் புனரமைப்பு பற்றிய திட்டம் குறித்து அமைச்சகத்தில் விவாதித்தனர். பிறகு தன்னுடன் வேராவையும் அழைத்துக் கொண்டு அந்தோன் மாஸ்கோவிலிருந்து திரும்பினான்.

லாதாவில் அந்தோனுடைய வேலைகள் முடிவடைந்து வரிசை உற்பத்தி அமைப்பு இயங்கத் தொடங்கும்வரை விடுமுறை எடுத்துக் கொள்வதென்று வேரா முடிவு செய்திருந்தாள்.

“தனியே இருப்பது எனக்குக் கஷ்டமாயிருந்தது'' என்று அகஃபியா கார்ப்பவ்னாவிடம் வேரா கூறினாள். “எனக்கும் அந்தோனுக்கும் அதிக காலம் பிரிந்திருக்க முடியாது. இணைபிரியாது எப்பொழுதும் சேர்ந்தே வாழ விரும்புகிறோம்.''

அவள் லாதாவில் ஜுர்பின்களுடன் வந்து தங்கியதற்கு, அந்தோனுடன்கூட இருக்க வேண்டுமென்ற விருப்பம் மட்டுமல்ல காரணம், அவளுக்குக் குழந்தை பிறக்கப் போவதும் காரணமாகுமென்பது தெளிவாய்த் தெரிந்தது. பிறகு ஏன் தன் மருமகள் இவ்வாறு சொல்கிறாள்? அகஃபியா கார்ப்பவ்னாவுக்கு

அளவிலா மகிழ்ச்சி. லிதியாவையும் விக்தரையும் போலவே வேராவுக்கும் அந்தோனுக்கும் குழந்தைகள் இல்லையே என்று நீண்டகாலமாகவே அவளுக்கு ஒரு வருத்தம் இருந்தது. இப்பொழுது மற்றொரு பேரப்பிள்ளை பிறக்கப் போகிறான்! பேத்தியாய்ப் பிறந்துவிட்டால்? அகஃப்யா கார்ப்பவ்னா பேத்தியே நல்லதென்று நினைத்தாள். இருந்தாலும் பேரனே பிறக்கட்டும் _ இலியாவும் ஆனந்தப்பட வேண்டுமல்லவா?.. ஆண் பிள்ளைகளே வேண்டுமென்று இலியா விரும்பினார் _ இதை அவர் ஒரு கோட்பாடாய்க் கொண்டு பிடிவாதமாய் வலியுறுத்தினார். சரி, பேரனாகவே இருக்கட்டும். ஆனால் பேத்தியாய் இருந்தால் இன்னும் நல்லதே...

விக்தருக்குப் பரிசு கிடைத்ததைக் கொண்டாடப் பாராட்டு விழாக் கூட்டங்கள் நடைபெற்றன. முதலில் கப்பல் துறையில் கூட்டம் நடைபெற்றது. பிறகு கப்பல்துறைத் தொழிற்சங்கக் குழுவின் சிறப்புக் கூட்டமும், தொழிற்சங்க ஊழியர்களது கூட்டமும் கூட்டப்பட்டன. விக்தரைப் பாராட்டிப் பலரும் பேசினர். விக்தர் இந்தப் பாராட்டு உரைகளுக்குப் பதிலளிக்க வேண்டியிருந்தது. கூச்சத்தால் முகம் சிவக்க அவன் தட்டுத் தடுமாறிக் கொண்டு பேசினான். மிகவும் முக்கியமானவற்றைச் சொல்ல மறந்துவிட்டான். ஆனால் தன் உள்ளத்து உணர்ச்சிகளைச் சொற்களிலே இருத்தி உருக்கமாய்ப் பேசினான்.

அரசாங்கப் பரிசு பெற்றவர்களுடைய புகைப்படங்களை முன்பெல்லாம் பத்தரிகைகளில் பார்க்கையில், இவர்கள் உயர்சிறப்புக்குரிய தனிரக மனிதர்களாய் அவனுக்குத் தோன்றினர். இவர்களுக்குக் கிட்டிய வெற்றி, இவர்களை தொலைவிலே யாருக்கும் எட்டாத உயர் நிலையிலே வைத்து விட்டதாய் நினைத்துக்கொள்வான். இவர்களை நினைத்து அவன் பொறாமைப்பட்டதில்லை _ தன்னால் ஒருபோதும் சாதிக்க முடியாததாய்த் தான் கருதும் ஒன்றைப் பற்றிப் பொறாமைப்படுவது எப்படி?

பத்திரிகைகளில் வந்த புகைப்படங்களில் இருந்த இவர்களை விக்தர் போற்றிப் பாராட்டினான். இவர்களுடைய அருந்திறலையும் ஆக்க ஆற்றலையும் நெஞ்சுறுதியையும் வியந்து கொள்வான். ஆனால் இப்பொழுது தன்னுடைய புகைப்படமும் பத்திரிகைகளில் வெளிவரக் கண்டான். மக்கள் கலைஞர், புதிய காருக்குத் திட்டம் புனைந்தவர், கொடிய நோயை எதிர்த்துப் போராடுவதற்கான ஒரு

புதிய வழியைக் கண்டுபிடித்த மருத்துவப் பேராசிரியர் ஆகியோரின் புகைப்படங்களுடன் அதே வரிசையில் அவனுடைய புகைப்படமும் அச்சிடப்பட்டிருந்தது. இது தவறா? ஏனைய எல்லோருமே தவறில்லை என்றனர்; வித்தருக்கு இந்தப் பரிசு கிடைத்தது முற்றிலும் நியாயமே என்றனர். அப்படியானால், இந்த விஞ்ஞானிகளும் கலைஞர்களும் கண்டுபிடிப்பாளர்களும் சாதாரண மனிதர்களாகத்தானே இருக்க வேண்டும்; முன்னொரு காலத்தில் சாதாரண பையன்களும் பெண்களுமாய்க் கவண் கல் அடித்தவர்களாகவும் ஏனையோர் தோட்டங்களில் ஏறிக் குதித்தவர்களாகவும்தானே இருக்க வேண்டும்.

அவன் அறியாதவர்களிடமிருந்து எல்லாம் வித்தருக்கு வாழ்த்துத் தந்திகள் வந்து குவிந்தன. நாள் தவறாமல் தபால் நிலையத்துக்குச் சென்று இவற்றுக்குப் பதில்கள் அனுப்பினான். ஒரேயொரு தந்திக்குத்தான் வித்தர் பதில் அனுப்பவில்லை _ லிதியாவிடமிருந்து வந்த தந்தி அது. "அருமை வித்தர், வாழ்த்துக்கள். உன்னைப் பார்க்க விரும்புகிறேன். இலையுதிர் காலத்தில் வந்தாலும் வருவேன். கோபப்படாதே. லிதியா." _ அவள் அனுப்பியிருந்த இந்த வாழ்த்துத் தந்தி அவனுக்கு மகிழ்ச்சியளிக்கவில்லை. வருவாளா? விரும்பினால் வரட்டுமே; வீடு பெரியதுதான்; அவளுக்கும் இடம் இருக்கும்.

தந்தியை மீண்டும் படித்தபோது அவன் லிதியாவைத் தன் மனைவியாய் நினைக்கவில்லை; ஜூர்பின் குடும்பத்தின் ஓர் உறுப்பினளாகவே நினைத்தான் _ அன்றாடம் சந்தித்துப் பழகிவிட்டவள் என்பதற்கு மேலாய் நினைக்கவில்லை. அவனுக்கு இந்த நிலை வியப்பளிப்பதாய் இருந்தது. சில நாட்களுக்கு முன்புதான் லிதியாவைப் பற்றி நினைத்தபோது எங்கோ நெடுந் தொலைவில் தன்னந் தனியே இருந்து வருந்துபவளாய் அவளை நினைத்துக் கொண்டான். ஆனால் "கோபப்படாதே" என்கிறாளே! இச்சொல்லை அவள் உபயோகிக்கக் காரணம் என்ன?

ஆனால் உண்மையில் ஒரேயொரு சொல்லால் உண்டாக்கிவிட்ட மாற்றமல்ல இது. அவனை அறியாமலே வித்தர் ஏற்கனவே லிதியாவின் பிரிவால் நேர்ந்த துயரத்தைச் சமாளித்து மனதைச் சரிப்படுத்திக் கொண்டுவிட்டான். அவர்களை இணைத்திருந்த மெல்லிய இழை அற்றுப் போய்விட்டது. லிதியா திரும்பி வராவிடில் இனி அவன் அதைப் பொருட்படுத்தப் போவதில்லை. பரிசு அளிக்கப்பட்ட செய்தி வானொலியில் அறிவிக்கப்பட்ட

அன்று காலை ஸீனா அவனிடம் கூறிய வாழ்த்துச் சொற்கள் லிதியாவின் தந்தியைக் காட்டிலும் அவனுக்கு மிகமிக அருமையாகவும் இனிமையாகவும் இருந்தன. ஸீனா அவனைப் பார்ப்பதற்காக மாதிரிப் படிவத் தொழிற்கூடத்துக்கு ஓடிவந்து, அங்கே வாழ்த்து கூறுவதற்காகக் குழுமியிருந்த கூட்டத்தில் முண்டியடித்துக் கொண்டு புகுந்து அவனிடம் சென்று கெட்டியாய் அவன் கையைப் பிடித்துக் குலுக்கி "விக்தர் இலியிச், உனக்குக் கிடைத்திருக்கும் இந்தச் சிறப்பு குறித்து என்னுடைய பூரிப்பைச் சொல்லி முடியாது!" என்று கூறி ஆனந்தப்பட்டுக் கொண்டாள். அவள் கண்களும் அவளுடைய முகத்தின் தோற்றம் அனைத்தும் விக்தர் கண்ட வெற்றிக்காக அவள் உள்ளத்தில் நிரம்பிவிட்ட மகிழ்ச்சியைக் காட்டின...

ஸீனாவின் உள்ளத்தில் அவளால் புரிந்துகொள்ள முடியாத ஏதோ ஒன்று நடைபெற்று வந்தது. விக்தர் இலியிச்சுக்கு வாழ்த்துக் கூற மாதிரிப் படிவத் தொழிற்கூடத்துக்கு அப்படி அவள் அடித்து மோதிக் கொண்டு ஓடிய அன்றுதான், அவள் உள்ளத்தில் நடைபெற்ற அது என்னவென்று ஆலோசிக்கத் தொடங்கினாள். அவளுடைய சிந்தனை அவளைப் பீதியுறச் செய்தது: என்ன செய்கிறோம்? இதன் விளைவு எப்படி இருக்கும்? ராஜிநாமா எழுதி டைரக்டரிடம் கொடுத்துவிட்டுப் பெட்டியைத் தூக்கிக்கொண்டு லாதாவிலிருந்தே போய்விடலாம் என்பதே உடனே அவள் மனத்தில் உதித்த எண்ணம்.

அன்று மாலை இந்த எண்ணத்தை மனத்துள் ஆராய்ந்த வண்ணம் அச்சமும் துயரமும் மிக்கவளாய்த் தன் அறைக்குச் சென்றாள். அங்கே தனது சிறிய சோபாவில் உட்கார்ந்தவள், இருட்டாகும் வரையில் அப்படியே இருந்தாள். நிலைகுலைந்து தான் குறுகிச் சிறுத்துவிட்டது போன்ற உணர்ச்சி அவளை அலைக்கழித்தது. தோள்களில் கதகதப்பான சால்வையை இழுத்துப் போட்டுக் கொண்டு, "போய்விட வேண்டும், ஓடி விட வேண்டும்!" என்று தன்னுள் முனகிக் கொண்டாள். "இவளை மணம் முடித்துக்கொள்ள முயல்கிறவன் ஓட்டப் பந்தய வீரனாய் இருந்தாலன்றி முடியாது" என்று அன்று ஏனைய மாணவ மாணவியர் கேலி செய்த பெண்ணின் நிலை இப்படியா ஆக வேண்டும்!

நடையிலே ஒலித்த மணியோசை அவளைத் துணுக்குற்று எழச் செய்தது. கதவைத் திறந்தாள். அவள் சிறிதும் எதிர்பாராத

வகையில் தோன்யாவும் அலெக்சேயும் எதிரே நின்றனர். அவர்களைப் பார்த்ததும் ஸீனா பேருவகையடைந்தாள். விக்தருடன் எவ்வகையிலும் சம்பந்தப்பட்ட எதையும் தன் உயிரனையதாய்க் கொண்ட அவள் பேருவகையடையாது இருப்பாளா?

“ஸீனா, எங்களைப் பார்த்து மகிழவேண்டாம். நாங்கள் உன்னை வேலை வாங்க வந்திருக்கிறோம்'' என்றாள் தோன்யா. “அலெக்சேய் வேண்டாம் என்றான். நான்தான் கட்டாயப்படுத்தி இழுத்து வந்தேன். உச்ச வகுப்பிலுங்கூட எங்களுக்குச் சொல்லித் தரப்படாத கணக்குகளுக்கு விடை காண முயல்கிறான். கல்லூரிப் பாடப் புத்தகத்திலிருந்து இந்தக் கணக்குகளைத் தேடி எடுத்திருக்கிறான். நீதான் உதவி செய்ய வேண்டும்.''

“ஓ, செய்கிறேன்! அலெக்சேய் இலியிச், அந்தப் புத்தகத்தை என்னிடம் கொடு. இப்படி உட்காருங்கள், கணக்கைப் பார்ப்போம்.'' ஸீனா அந்தப் புத்தகத்தைப் பிரித்தாள். “அடிக்கோடு இடப்பட்டிருக்கிறதே அதுதானே?''

“அதுதான்.''

“கோளத்தால் சுற்றி வட்டமிடப்பட்ட முண்டப் பிரமிடு... ஓ! எனக்கும் இது கடினமானதுதான்.''

அலெக்சேயின் பக்கத்தில் ஸீனா உட்கார்ந்து கொண்டாள்; தோன்யா அவள்மீது கவிழ்ந்து கொண்டு பார்த்தாள். நெருங்கிய இவ்விரு நண்பர்களால் சூழப்பட்டதும் ஸீனாவுக்கு இதமான இன்ப உணர்ச்சி உண்டாயிற்று. இல்லை, ராஜிநாமா எழுதி இவான் ஸ்தெபானவிச்சிடம் கொடுக்க வேண்டுமென இப்பொழுது அவள் நினைக்கவில்லை; அவளுடைய பெட்டி அது இருந்த இடத்தைவிட்டு, நடைபாதையைவிட்டு நகரப் போவதில்லை. லாதாவிலிருந்து அவள் ஓடிவிடப் போவதில்லை.

மூவருமாய்ச் சேர்ந்து அந்தக் கணக்கைப் போட்டனர்.

ஸீனாவுக்கு உடனே ஞாபகத்துக்கு வராத ஒரு சூத்திரத்தை அலெக்சேய் அவளுக்குச் சொல்லியதும், “கணிதப் பாடங்களை நீ நன்றாய்த் தெரிந்து வைத்திருக்கிறாயே. யாரிடமோ நீ கணிதம் பயின்று வருகிறாயென்று தெரிகிறது...'' என்றாள் ஸீனா.

“இகார் செர்வென்கோய் அவனுக்குச் சொல்லிக் கொடுக்கிறான்.'' அலெக்சேய்க்குப் பதிலாய்த் தோன்யா பதிலளித்தாள். “இகாருக்கு

உயர்நிலைப் பள்ளிக்கூடக் கணிதம் நன்றாய்த் தெரியும். ஆனால் அலெக்சேய் ஏற்கனவே அந்த எல்லையைக் கடந்து முன்னேறிச் சென்றுவிட்டான். தற்போது இகாரால் இவனுக்குச் சொல்லிக் கொடுக்கக்கூடியது அதிகமில்லை. அலெக்சேய் எப்படிப்பட்டவன் என்பதுதான் உனக்குத் தெரியுமே!''

“நல்லாய்த் தெரியும்!'' என்று ஸீனா சிரித்துக் கொண்டாள். “கல்லூரியில் சேரப் போகிறாயா?''

“அதெல்லாம் இல்லை! எந்தக் கல்லூரியிலும் நான் சேரப் போவதில்லை. ஏற்கனவே எனக்கு 23 வயதாகிறது. சிறு பிள்ளைகளுடன் வகுப்பறையிலே உட்கார்ந்து பாடம் பயில முற்பட மாட்டேன்!''

தோன்யாவும் அலெக்சேயும் விடைபெற்றுக் கொண்டபோது நெடுநேரமாகிவிட்டது.

ஸீனா சுருட்டி மடக்கிப் படுத்துக் கொண்டாள். அவர்கள் வந்துசென்றதன் பரபரப்பு மறைந்ததும் திரும்பவும் அவள் மனம் சோர்ந்துவிட்டாள். விக்தரின் தம்பியும் தங்கையும் சென்றுவிட்டனர்; இருவரும் குதூகலமாகவும் இன்பமாகவும் இருப்பவர்கள், ஒருவருக்கு ஒருவர் நெருங்கியவர்கள், துணைபுரிந்து கொள்கிறவர்கள். ஆனால் ஸீனாவுக்குத் துணைபுரிய யாரும் இல்லை.

வசந்தக் காற்று இருட்டாகிவிட்ட சன்னல்களில் மோதி மெல்லத் திருப்பியடிக்கப்பட்டுக் கூரைகள்மீது வீசிச் சென்றது. அரைகுறையாய் உருகிய பனிக்கட்டி ஊசிகள் நடைபாதைகளில் விழுந்து சடசடத்தன. நீர் சொட்டும் சப்தமும் சுரந்தோடும் சலசலப்பும் ஒன்றுசேர்ந்து தாலாட்டு போல ஒலித்து, தூக்கமூட்டி அறியா இடங்களுக்கு அழைத்துச் சென்றன...

சிறு வயதில், வசந்தத்தின் விறுவிறுப்பு நிறைந்தோராய் இருந்தபோது, சிறு நகர்களின் ரயில் நிலையத் தளங்களிலே சுற்றித் திரிந்து அச்சு மசை எண்ணெயின் வீச்சத்தை உள்ளுக்கு இழுத்து, வெயிலில் பளிச்சிடும் தண்டவாளங்களை உற்றுநோக்குவோம். வயல்வெளிகளிலும் காடுகளிலும் மலைகளிலும் ஆறுகளிலும் இந்தத் தண்டவாளப் பாதை ஓடி விந்தை மிகுந்த அரிய இடங்களுக்கு எல்லாம் செல்வதை மனக்கண்ணால் காண்போம். படபடத்து ஓடும் ரயில்களின் ஓசையைக் கேட்டுப் பிரமித்து

நிற்போம். உல்லாசமான படுக்கைப் பெட்டிகளும், இன்னும் அதிகமாய்க் கறுப்பு எழுத்துக்கள் எழுதப்பட்ட கள்ளிப் பெட்டிகளையும் கருமையாய்ப் பளபளக்கும் நிலக்கரிக் குவியல்களையும் பலகைக் கட்டுகளையும் எடுத்துச் செல்லும் சரக்குப் பெட்டிகளும் நம்மைக் கவர்ந்திழுக்கும். அந்தப் பலகைக்கட்டு ஒன்றின்மீது ஏறி _ அது கதகதப்பாகவும் மணமுடையதாகவுமே இருக்கும் _ படுத்துக் கொண்டுவிட்டால், ரயிலுடன் சேர்ந்து காற்றைக் கிழித்துக் கொண்டு செல்லலாமே!

அறியாத ரயிலில் எங்கோ அழைத்துச் செல்லப்படுவதுபோல ஸீனாவுக்குத் தோன்றிற்று. இந்த ரயில் அவளை எங்கே அழைத்துச் செல்கிறது?

2

ஏப்ரல் கடைசியில் லாதா ஆற்றில் பனிக் கவசம் உடைந்தது. பெரும் பச்சைப் பனிக்கட்டிப் பாளங்கள் மூன்று நாட்களுக்கு ஆற்று வெள்ளத்தில் புரண்டோடின; துறைகளில் மோதித் தாக்கின; கரைகளில் துள்ளி விழுந்தன. பனிக்கட்டி ஆற்றோடு ஓடிவிட்டது. பிறகு மே தினத்துக்கு முன்னால் ஆறு டிராலர்களையும் ஒரே நாளில் நீரில் செலுத்தினர்.

அலெக்சாந்தர் அலெக்சாந்தரவிச்சும் இலியா மத்வேயெச்சும் அவர்களுடைய அலுவலறையின் கணப்படுப்புக்குத் திரும்பி வந்தனர். "இலியா, நமக்கு இத்தோடு வேலை முடிவடைகிறது" என்றார் அலெக்சாந்தர் அலெக்சாந்தரவிச். அடிக்கப்பல் முட்டுகளும் சாரம் கட்டுவதற்கான பலகைகளும் இரும்புக் கம்பங்களும் இணைப்புகளும் சிதறிக்கிடந்த வெறிச்சோடிய உயிரற்ற கட்டுமான அரங்கம் சன்னல் வழியே அவர்களுடைய கண்களுக்குத் தெரிந்தது. "நமது வேலை முடிவடைகிறது" என்று அலெக்சாந்தர் அலெக்சாந்தரவிச் திரும்பவும் கூறினார்.

"யாருடைய வேலை முடிவடைகிறது? இன்னும் நாம் செய்ய வேண்டிய வேலை இல்லையா, என்ன?" என்றார் இலியா மத்வேயெவிச்.

"உனக்கு இருக்கலாம். ஆனால் எனக்கு முடிவடைந்துவிட்டது. இந்தப் புதுமுறைகளிலே உனக்கும் மோகம் பிறந்திருப்பதாய்த் தெரிகிறது. ஆனால் எனக்கு இவை ஒத்துவருமென நான் நினைக்கவில்லை. நான் உன்னை விட்டுப் பிரிந்து பழுதுபார்க்கும்

பிரிவுக்குப் போய்விடப் போகிறேன்...''

“உனக்கு என்ன, கிறுக்கா? அல்லது வெறும் பிடிவாதம்தானா? எனக்குப் பு,ரியவில்லையே.''

“கிறுக்கு, பிடிவாதம் _ இரண்டும்தான். இலியா, வயதில் நீ என்னைவிட இளையவன், அதனால் உனக்குப் புரியவில்லை. விரைவில் நான் உன் தந்தை கிழவர் மத்வேயைப் போலாகிவிடுவேன். புதிய முறைகள் செயலுக்கு வந்ததும் கட்டுமான அரங்கத்தில் ஓயாத போட்டி நடந்தேறும். அதில் கிழவனுக்கு என்ன வேலை?''

“உனக்குக் காய்ச்சல் இல்லையே, அலெக்சாந்தர்? ஒருவேளை உடம்பு சரியில்லையா?''

“ஆம், உடம்பு சரியில்லைதான். என்றுமே உடல் நலத்தில் அப்படி ஒன்றும் சிறந்தவனாய் இருந்ததில்லை. இதுவரை சமாளிக்க முடிந்தது, உடல்நலக் கேடு எதுவும் வரவில்லை. இப்பொழுது என் நரம்புகள் தளர்ச்சியுற்று வருகின்றன. கப்பல் துறையிலே தலைகால் புரியாத ஆட்டமும் பாட்டமும் இரைச்சலும் தொடங்கிவிட்டன. பார்க்கிறாய் அல்லவா? வயதான இந்த நிலையில் என்னால் இவற்றைத் தாங்க முடியுமென்றா நினைக்கிறாய்? இளைஞர்கள் நம்மை ஒதுக்கித் தள்ளிவிடுவார்கள். நீ வேண்டுமானால் துள்ளியோடிக் கொண்டிரு. ஆனால் உனக்கு அடியிலும் அவர்கள் தமது கோடரிகளைக் கொண்டு வேர்களைத் துண்டித்து வருகிறார்கள் என்பது நினைவில் இருக்கட்டும். பட்டுப்போன மரம் புழுக்கிரையாகிவிடும். அதைக் காட்டிலிருந்து அகற்றி மரக் கொட்டிலில் போட்டு வைப்பதுதான் நல்லது. நீயும் நானும் கணப்படுப்புப் பரணியிலே ஏறிக்கொள்ள வேண்டிய காலம் வந்துவிட்டது.''

“கணப்படுப்புப் பரணி எனக்கு இன்னும் கட்டப்பட்டாகவில்லை, அதற்கு வேண்டிய மண்ணும் கற்களும்கூட இன்னும் சேகரிக்கப்படவில்லை'' என்று இலியா மத்வேயெவிச் கேலிசெய்யும் முறையிலே பதிலளித்தார்.

“ஆனால் எனக்கு அவை யாவும் தயாராய்ச் சேகரித்து வைக்கப்பட்டிருக்கின்றன.''

அலெக்சாந்தர் அலெக்சாந்தரவிச் இந்தப் புதிய இயந்திரங்களும் புதிய தொழில்நுட்பமும் தன்னைக் கொன்றுவிடுமென நினைத்தார். கப்பல் துறையின் புகழ்மிக்க சிறப்புக்குரிய போர்மன்களில்

ஒருவராய் விளங்கியவரைச் சாதாரண ஆளாக, கடந்தகாலத்தில் செய்த சேவைகளையும் முதிய வயதையும் கருதி கட்டுமான அரங்கத்தில் விட்டுவைக்கப்பட்டவராய்ச் சிறுமைப்படுத்திவிடுமென நினைத்தார். சிறிது காலத்துக்கு விட்டு வைத்திருப்பார்கள் _ என்றென்றுக்குமாய் இது நீடிக்க முடியாதே! _ பிறகு பென்ஷன் கொடுத்து அனுப்பிவிடுவார்கள். அப்படி நடைபெறும் வரை காத்திருக்க வேண்டுமா? நல்ல நேரத்திலேயே விலகிச்சென்று பழைய கப்பல்கள் சரிசெய்யப்படும் பழுதுபார்க்கும் துறையிலே வேலை ஏற்றுக் கொள்வது நல்லதல்லவா? அங்கே ரிவெட் வேலைகள் நடைபெற்றன போலவே யாவும் நடந்தேறின. அங்கே யாரும் அவரைத் தொந்தரவு செய்யமாட்டார். ஆம், பழைய கப்பல்களுடன் இருப்பதுதான், முதுபெரும் பழைய போர்மனுக்கு உகந்தது.

“விரைவில் நீ உன் எண்ணத்தை மாற்றிக் கொள்வாய். இல்லையேல் பிற்பாடு உன் முடிகளைப் பிய்த்துக்கொள்ள வேண்டியிருக்கும்?'' என்றார் இலியா மத்வேயெவிச்.

“தலையில் முடிகள் அதிகம் இருந்தல்லவா, பிய்த்துக் கொள்வதற்கு?'' என்று சொல்லி நரைத்த முடியில் இரண்டு மூன்றை இழுத்தெடுத்தார்.

“நீ விலகிச் செல்ல நான் விடப்போவதில்லை!'' இலியா மத்வேயெவிச்சின் குரல் மாறிவிட்டது. “உன்னைப் போன்ற தொழில் வினைஞனைப் பழுது பார்க்கும் வேலையில் விட்டு வீணாக்குவதா? யாராலும் அனுமதிக்க முடியாது!''

“இவான் ஸ்தெபானவிச் அனுமதிப்பார். நிலைமையை அவரால் புரிந்து கொள்ள முடிகிறது.''

“என்ன பேச்சு பேசுகிறாய்? உழைப்பு முன்னணியை விட்டு ஓடிவிடவா விரும்புகிறாய்? நீ ஒரு கம்யூனிஸ்டு என்பது நினைவில் இருக்கட்டும்!''

“கம்யூனிஸ்டுகளுக்குங்கூட வயது ஆகிவிடுகிறதே, இலியா. எப்படியும் நான் ஒரு கம்யூனிஸ்டாகவேதான் பேசுகிறேன். புதியதுக்கு வழி விட்டுப் பழையது விலகிக் கொள்ளத்தான் வேண்டும்.''

“அதன் வாழ்வு முடிவுற்ற பிறகுதான், அது தடையாகி வழிமறித்து நின்றால்தான். உன்னுடைய வாழ்வு முடிவுற்று விட்டதா?''

“என் வாழ்வு முடிவுற்றுவிடவில்லை. ஆனால் என் நிலையை நான் புந்து கொள்கிறேன். உன்னால் புரிந்துகொள்ள முடியாததைக் காணும்போது ஆச்சரியமாகவே இருக்கிறது. கூர்மதி கொண்ட ஆளாயிற்றே நீ!''

இலியா மத்வேயெவிச் தம்மைப் பார்த்து “நீ சொல்வது சரிதான், அலெக்சாந்தர், நமக்கு வயதாகிவிட்டது. இருவரும் பழுதுபார்க்கும் துறைக்குப் போய்விடுவோம். இதுவரை நாம் பிரிந்திருக்கவில்லை. இப்பொழுதும் பிரிந்திருக்க வேண்டாம். நமக்குக் காலம் முடிவுற்றுவிடவில்லை _ இதை அவர்களுக்குக் காட்டுவோம்'' என்று சொல்வாரென எதிர்பார்ப்பவரைப் போல அலெக்சாந்தர் அலெக்சாந்தரவிச் காத்திருந்தார். ஆனால் அவருடைய பேச்சு முற்றிலும் மாறான விளைவையே உண்டாக்கிற்று. இலியாவும் கட்டுமான அரங்கத்தை விட்டு விலகுவதுதான் நல்லதென அலெக்சாந்தர் அலெக்சாந்தரவிச் கருதியதைக் கண்ட இலியா மத்வேயெவிச் கொதித்தெழுந்துவிட்டார்.

“மழைக்கு முன் கத்தும் தவளை மாதிரி ஏகமாய்க் கத்த ஆரம்பித்துவிட்டாயே!'' என்று சன்னலுக்கு வெளியே பார்த்தபடி இலியா மத்வேயெவிச் பதிலளித்தார். “கேட்க என் காதுக்கு சகிக்கவில்லை.''

அலெக்சாந்தர் அலெக்சாந்தரவிச் எழுந்து நின்று “இலியா, பிறகு வந்து பேசிக் கொள்கிறேன்'' என்று சொல்லிவிட்டு அலுவலறையிலிருந்து வெளியே சென்றார். இலியா மத்வேயெவிச் பழைய முறையின் கடைசி வேலைகள் சிலவற்றைப் பற்றிய குறிப்புக் கட்டுகளைத் தம் முன்னால் எடுத்து வைத்தார். இவ்வேலைகள் செய்து முடிக்கப்பட்டுவிட்டன. அவர் இந்தக் காகிதங்களில் கையொப்பமிட வேண்டியதுதான் பாக்கி. அதன் பிறகு? புதிய வேலை வரும், அந்தப் புதிய வேலையும் முன்பெல்லாம் போல இலியா ஜூர்பினாலேயே செய்யப்படும் என்று இலியா மத்வேயெவிச் முகத்தைச் சுளித்தபடித் தன்னுள் நினைத்துக் கொண்டார். ஆம், தவளை போலக் கத்திப் பயனில்லை, தோழர் பஸ்மானோவ்!

தமது மேஜை முன்னால் அவர் சிறிதுநேரம் உட்கார்ந்திருந்தார். பிறகு வெளியே சென்றார். கப்பல் நீரிலே செலுத்தப்பட்டபிறகு சிதறிக் கிடந்த பலவற்றுக்குமிடையே கட்டுமான அரங்கத்தில் அலெக்சாந்தர் அலெக்சாந்தரவிச் மேலும் கீழுமாய் நடந்து

கொண்டிருந்தார். இறுக்கிப் பிடித்திழுத்த மேல்கோட்டு போட்டுக்கொண்டு மெலிந்து உயரமாயிருந்த முதுபெரும் போர்மன், பேனாவின் கூர் முனையால் போடப்பட்ட ஆச்சரியக் குறி போலத் தோற்றமளித்தார்.

அங்கே அவரைப் பார்த்தபோது இலியா மத்வேயெவிச்சுக்கு இருவரிடையிலும் நட்பு தொடங்கிய நாள் நினைவுக்கு வந்தது... இலியா மத்வேயெவிச்சிடமிருந்த தளவாடங்கள் தீர்ந்துவிட்டன. அகழியின் உயர் விளிம்பைக் கோசக்குகள் தொடர்ந்து தாக்கிக் கொண்டிருந்தனர். இலியா மத்வேயெவிச் துப்பாக்கிக் குண்டுபட்டுக் காயமடைந்துவிட்டார். ஆனால் தொட ர்ந்து போராடினார். கத்தி அவர் தோளைக் கிழித்துச் சென்றது, அப்பொழுதும் போராடினார். அகழியின் உயர் விளிம்புமேல் தாவி ஏறித் துப்பாக்கிக் கட்டையாலும் சனியனாலும் வலப்பக்கமும் இடப்பக்கமும் வீசியடித்துப் போராடினார். அவர் தலையில் ஏதோ மோதிற்று, கீழே விழுந்து விட்டார். சூரியன் இருண்டுவிட்டான்; அவ்வளவுதான், தீர்ந்துவிட்டோம், ஒழித்துக் கட்டிவிடுவார்கள் என்று நினைத்தார்... ஆனால் திடீரென அவருக்கு மேலே அந்த ஆச்சரியக் குறி _ அந்நாட்களிலும் மெலிந்து உயரமாகவே இருந்தது _ வீறு கொண்டெழுந்தது. வெள்ளைப் படையாட்களை விரட்டியடித்தது.

மற்றொரு நினைவும் இலியா மத்வேயெவிச்சின் மனத்துள் எழுந்தது _ உள்நாட்டுப் போரைப் பற்றியதல்ல, மாபெரும் தேசபக்தப் போரைப் பற்றியது. இருவரும் பிட்டர் தொழிலாளர் குழுவுடன் லாதாவிலிருந்து சில நூறு கிலோமீட்டர் தொலைவிலிருந்த கடற்படை நங்கூரத் துறை ஒன்றுக்கு வந்து சேர்ந்தனர். ஒரு குரூயிசர் கப்பலில் நீர்வரைக்குக் கீழே அடிப்பகுதியில் ஜெர்மன் டார்பீடோவால் ஏற்பட்ட உடைசலை அவர்கள் சரிசெய்ய வேண்டியிருந்தது. குளிர்காலம் அனேகமாய் முடிவுற்றுவிட்டது. ஆயினும் கப்பலைச் சுற்றிலும் கனத்த பனிக்கட்டி பரவிப் படர்ந்திருந்தது. அவர்கள் பகைவனின் பெரிய பீரங்கிகளின் வீச்சுக்குள்ளேதான் இருந்தனர். முந்திய இலையுதிர் காலத்தில் கப்பல் மாலுமிகள் அந்த உடைசலின்மீது நீர்புகாப் பெரிய மரப் பேழையை வைத்துப் பொருத்தினர், ஆனால் பழுது பார்க்கும் வேலைகளை அவர்களால் செய்துமுடிக்க முடியவில்லை. இலியா மத்வேயெவிச்சும் அலெக்சாந்தர் அலெக்சாந்தரவிச்சும்

கீழே சென்று மரப்பேழை எந்நிலையில் இருக்கிறதென்று பார்வையிட்டனர். அது உறுதியாய் இல்லை; குளிர் நீர் கசிந்து கொண்டிருந்தது. கப்பல் கடுமையாகவே சேதமடைந்திருந்தது. டார்பீடோ வெடித்துக் கவசத் தகடுகள் கிழித்தெறியப்பட்டிருந்தன. இதைச் சரிசெய்வது சாதாரணமான வேலையல்ல, மிகவும் அபாயகரமானது. எளிதில் தகர்ந்துவிடும் நிலையிலிருந்த அந்தக் காப்புப் பேழையை உடைத்துக்கொண்டு நீர் புகுந்துவிட்டால் தொழிலாளர்களுக்கு ஆபத்தாகிவிடும். புதிதாய் ஒன்றைப் பொருத்துவதெனில் அதற்கு அதிக காலம் வேண்டும். கடற்படைத் தலைமைக் காரியாலயம் உடனே கப்பலைச் சரிசெய்து அனுப்புமாறு கேட்டிருந்தது.

“நான் நினைப்பது இதுதான்'' என்றார் இலியா மத்வேயெவிச். “அலெக்சாந்தர், நீயும் நானும் மட்டும் கீழே சென்று வேலை செய்வோம்... நாம் முதுபெரும் தலைமுறையினர். வேலையைச் செய்து முடித்தோமானால் நமது யுத்தகாலக் கடமையைச் செய்தவர்களாவோம். உயிரிழக்க நேர்ந்தால் _ யுத்தகாலம் அப்படித்தான்! என்ன சொல்கிறாய்?''

“சொல்வதற்கு என்ன இருக்கிறது? வா இலியா, கீழே செல்வோம்.''

பனிக்கட்டிக்கு அடியில் நீர்புகாப் பேழையில் இருவருமாய்ப் பல நாட்கள் வேலை செய்தனர். தகடுகள் பொருத்துவது, வாயு இயக்க வெட்டுக் கருவிகளால் வெட்டியெடுப்பது, வெல்டிங் செய்வது போன்ற எல்லா வேலைகளையும் அவர்களே செய்தனர். பகைவனது குண்டுகள் அருகாமையில் விழுந்து வெடித்தபோது காப்புப் பேழையினுள் நீர் பீறிட்டுப் பாய்ந்தது. நீர் வெளியே இறைத்தெடுக்கப்படும் வரை இடுப்பு ஆழத்துக்கு நீரிலே நின்று வேலை செய்தனர். ஒரு தரம் கப்பலுக்குப் பக்கத்திலே குண்டு விழுந்தபோது காப்புப் பேழையினுள் நீர் நிறைந்து இருவரையும் மூழ்கடித்துவிட்டது. மாலுமிகள் அவர்களை மேலே தூக்கியபோது இருவரும் நினைவிழந்து மூர்ச்சையுற்றுக் கிடந்தனர். மாலுமிகள் அவர்களுடைய வாய்க்குள் சாராயத்தை ஊற்றி, பூட்சு பிரஷ்களாலும் முரட்டுத் துணியாலும் உடம்பைத் தேய்த்துக் கதகதப்பூட்டினர்.

விழித்தெழுந்து நீரைத் துடைத்துக் கொண்டு குளிர் காய்ந்ததும் இருவரும் மறுபடியும் பனிக்கட்டிக்கு அடியில் சென்று வேலையைத் தொடங்கினர்.

அந்தக் காலத்தை நினைத்துப் பார்த்த இலியா மத்வேயெவிச் "என்ன வாக்குவாதம் வேண்டியிருக்கு!'' என்று தம்மைத் தாமே கடிந்து கொண்டு, மேலே கட்டுமான அரங்கத்தில் ஏறி நடந்தார். அவர் வருவதைக் கண்ட அலெக்சாந்தர் அலெக்சாந்தரவிச் சிதறிக் கிடந்த அடிக்கப்பல் முட்டுகளிடையே நடந்து சுற்றி வளைத்துச் சென்று மறைந்துவிட்டார். "அப்படியா சேதி! அவ்வளவு பிடிவாதமா, உனக்கு?'' என்று இலியா மத்வேயெவிச் ஆத்திரமாய்க் கூறிக் கொண்டார். என்ன நடைபெறும் என்று மனத்துள் நினைத்துப் பார்த்தார். கட்டுமான அரங்கத்தைச் சுத்தம் செய்து யாவற்றையும் ஒழுங்குபடுத்தி வைத்துவிட்டு, அலெக்சாந்தர் அலெக்சாந்தரவிச் டைரக்டரிடம் போவார். கிழவருடைய முறையீடுகளைக் கேட்டு இவான் ஸ்தெபானவிச் மனமுருகி இசைவு தெரிவித்துவிடுவார். அலெக்சாந்தர் அலெக்சாந்தரவிச் பழுதுபார்க்கும் பிரிவுக்கு மாற்றப்படுவார்; இலியா மத்வேயெவிச் தனிமையில் விடப்பட்டுவிடுவார் _ நேரடிப் பொருளில் அல்ல, ஏனெனில் கட்டுமான அரங்கத்தில் அவருக்கு வேறு மூன்று போர்மன்கள் இருந்தனர், இவர்களில் இருவர் பொறியாளர்கள்; நேசப் பக்க பலம் இல்லாமற் போக நேரும் என்கிற பொருளில் தனிமையில் விடப்பட்டுவிடுவார்.

ஒருவருக்கு நேசப் பக்க பலம் வேண்டியது வீட்டில் மட்டும்தானா? வேலையிடத்தில் அது இன்னுங்கூட அதிகமாய் வேண்டியிருக்குமே. எவரிடமும் போய் மனம்விட்டுப் பேசவோ, சந்தேகங்களைப் பகிர்ந்து கொள்ளவோ முடியாதே. நீங்கள் சொல்வதைச் சிலர் தவறாய்ப் புரிந்து கொண்டு விடுவார்கள், அல்லது உங்களுடைய சிந்தனையினுள் அவர்களால் ஊடுருவிப் பார்க்க முடியாது.

ஆனால் அலெக்சாந்தர் அலெக்சாந்தரவிச்சும் அவரும் வெற்றி _ தோல்வி, நல்லது _ கெட்டது ஆகிய யாவற்றையும் பகிர்ந்துகொண்டவர்கள், தங்களுடைய எல்லாப் பணிகளையும் ஒன்றுசேர்ந்தே நிறைவேற்றியவர்கள். இப்பொழுது என்னைத் தவிக்க விட்டுவிட்டு தனியே போய்விடலாமென்று பார்க்கிறார் இந்தக் கிழவர். இன்னல்களைக் கண்டு மிரண்டு, வேறு சுலபமான வேலைக்கு மாறிக் கொண்டுவிட விரும்புகிறார். தோழர் பஸ்மானோவ், இப்படி ஒரு பயங்கொள்ளியாய் நீ நடப்பாய் என்று இலியா மத்வேயெவிச் எந்நாளும் நினைத்ததில்லையே. சரி போய்வா! டைரக்டரிடம் போய்ப் பேசு, பழைய கப்பல்களைத்

தட்டிச் சரிசெய்து கொண்டிரு. ஆனால் உன்னுடன்கூடக் கணப்படுப்புப் பரணிலே ஏறிப் படுத்துக் கொள்ளும் உத்தேசம் இலியா மத்வேயெவிச்சுக்கு இல்லை. தேவைப்பட்டால், வேறொரு போர்மனைத் தேடிக் கொள்கிறேன். வேறொரு போர்மனைத் தேடிக் கொள்ளலாம் என்று நினைத்ததும் இலியா மத்வேயெவிச்சுக்கு நாடி தளர்ந்துவிட்டது. தாம் அறியாத ஒருவரை, புரியாத அந்நியரை வைத்துக் கொண்டல்லவா உயிரை விட வேண்டியிருக்கும்?.. அவர் தமக்குத் தெரிந்தவராய் இருந்தாலுங்கூட அலெக்சாந்தருக்கு நிகராக முடியுமா?

திரும்பவும் அவர் கண்கள் அலெக்சாந்தர் அலெக்சாந்தரவிச்சைத் தேடின. ஆனால் கட்டுமான அரங்கத்தில் அவர் இல்லை. இலியா மத்வேயெவிச் அறவே பொறுமை இழந்துவிட்டார்.

மறுநாள் வழக்கம்போல் அலெக்சாந்தர் அலெக்சாந்தரவிச் வீட்டின் வெளிவாயிலில் இருவரும் சந்தித்துக் கொண்டனர். ஆனால் அங்கிருந்து கப்பல் துறைக்கு வருகையில் வழி நெடுகிலும் மௌனமாகவே நடந்தனர். ஒவ்வொருவரும் ஏனையவரே முதலில் பேசிச் சமரசத்துக்கு வழி செய்யட்டுமெனக் காத்திருந்தார்.

வயதையும் புதிய தலைமுறையினருக்கு இடம் விட்டு விலக வேண்டிய அவசியத்தையும் பற்றிய வாக்குவாதம் திரும்பவும் துவக்கப்படாமலே நின்றுவிட்டது. அலெக்சாந்தர் அலெக்சாந்தரவிச் தமது வழியிலே சென்றார், பழுதுபார்க்கும் துறைக்குச் சென்றுவிட இவான் ஸ்தெபானவிச் தமக்கு அனுமதி தந்துவிட்டதாய்ச் சில நாட்களுக்கெல்லாம் அவர் அறிவித்தார்.

அடுத்த நாள் காலை இலியா மத்வேயெவிச் கப்பல் துறைக்கு வேலைக்கு வருகையில் நங்கூரத் தெருவிலிருந்து வடத்தெருவிலே திரும்பவில்லை. அலெக்சாந்தரவிச்சின் செயல் ஓடுகாலியின் செயலுக்கே ஒப்பானதெனக் கருதி அவர் கொடுங் கோபங் கொண்டிருந்தார். அலெக்சாந்தர் அலெக்சாந்தரவிச் பக்கத்திலே இருக்கிறார் என்னும் தெம்பு இனி அவருக்கு இருக்காது. ஒவ்வொன்றுக்கும் இனி தாமேதான் பதில் சொல்லியாக வேண்டும், தம் பொறுப்பிலேயே யாவற்றையும் செய்தாக வேண்டும். இலியா மத்வேயெவிச் திரும்பவும் தித்தோவை நினைத்துப் பார்த்தார். முன்பு நினைத்தது போல் ஆற்றல் வாய்ந்த பொறியாளராய், சொந்த முறையில் தாமாகவே யாவற்றையும் கற்றறிந்து கொண்டவராக அல்ல, பேராசிரியர் கிரிலோவின்

புத்தகத்தில் தாம் படித்த அந்த தித்தோவாக நினைத்துப் பார்த்தார். இதற்குப் பல நாட்கள் முன்பிருந்தே அவர் கிரிலோவின் தித்தோவை முன்னுதாரணமாய்ப் பின்பற்றி வந்தார். அகஃப்யா கார்ப்பவ்னாவுக்குத் தெரியாமலே இரவில் தோன்யாவின் பள்ளிக்கூடப் பாடப் புத்தகங்களை வைத்துக்கொண்டு ஒரு மாதத்துக்கு முன்பிருந்தே படித்து வந்தார். ஆனால் எல்லாவற்றிலுமே அவர் தித்தோவைப் பின்பற்றவில்லை. பொறியாளர்களுடைய உதவியை நாடத் தித்தோவ் தயங்கியதே இல்லை, ஆனால் இலியா மத்வேயெவிச் யாரையும் அணுகவில்லை. விளைவு என்ன? பூகோளம், வரலாறு, உயிரியல் இவையெல்லாம் படித்து ஞாபகத்தில் வைத்துக் கொள்ள வேண்டுமென்பதற்கு மேல் அதிக சிரமமில்லாதவை என்பது தெரிந்தது. ஆனால் கணிதமும் பௌதிகவியலும் அப்படியல்ல; சுயமாய் இவற்றைக் கற்றுக்கொள்வது மிகவும் சிரமம், பிறர் உதவி அவசியமென்பதைக் கண்டார். இந்நிலையில் தித்தோவ் என்ன செய்திருப்பார்? ஸீனாயிதா பாவ்லவ்னாவிடம் அவர் சென்றிருப்பாரா, இல்லையா? தாமும் சென்றால் என்ன? பாடங்களை முறையாய்க் கற்றுத் தேற அவள் சொல்லிக் கொடுப்பாள் அல்லவா? நல்ல பெண்ணாய் இருப்பாள் போலத் தெரிகிறது; கட்டுமான அரங்கத்தின் தலைவர் பள்ளி மாணவராகிவிட்டார் என்று தம்பட்டமடிக்க மாட்டாள்.

ஸீனாவைப் பார்ப்பதற்காகத் தொழில்நுட்பத் தகவல் பிரிவுக்குச் சென்றார். அப்பொழுதுதான் அங்கு கூட்டம் நடைபெற்று முடிந்திருந்தது. அறை முழுதும் ஒரே புகை. ஸீனா சன்னல்களைத் திறந்துவைத்துக் கொண்டிருந்தாள். இலியா மத்வேயெவிச் அங்கே மேஜை மீதிருந்த தாம் அறியாத புது வகை வெல்டிங் கருவியைப் பார்த்தார்.

“மிக நவீன வகைக் கருவி இது. இரண்டொரு நாட்களுக்கு முன்புதான் எங்களுக்கு வந்து சேர்ந்தது” என்றாள் ஸீனா. “போர்மன்களைக் கூட்டி ¬வ்தது அவர்களுக்கு இதைப் பற்றிச் சொன்னேன். அவர்களுக்கு ரொம்ப பிடித்திருக்கிறது, அற்புதமான கருவி என்றார்கள். இலியா மத்வேயெவிச், உட்காருங்கள்!”

“உட்கார நேரமில்லை. ஒரேயொரு நிமிடம் வேலையாய் வந்தேன்.” இந்த உரையாடல் இவ்வளவு கடினமாயிருக்குமென்று அவர் எதிர்பார்க்கவில்லை. “உன்னிடம் நான் பேச வந்த காரியம் என்னவெனில்... எப்படிச் சொல்லலாம்?.. விஞ்ஞானத்தின் கண்ணோட்டத்தில் என்னுடைய தகுதி என்ன?”

பொன்னிற இமைகளுக்கு அடியிலிருந்து ஸீனாவின் கண்கள் விரிந்து வியப்பை வெளிப்படுத்தின.

"ஆம், வினோதமான கேள்விதான்" என்று இலியா மத்வேயெவிச் தொடர்ந்து பேசினார். "விவரமாய்ச் சொல்கிறேன். கேள், பள்ளிக்கூடப் படிப்பு அதிகமில்லை எனக்கு. என் படிப்பு எல்லாம் கட்டுமான அரங்கத்திலேதான் நடைபெற்றது. அந்த அறிவு உறுதியானதுதான், ஆனால் ஒரு சார்பானது, முழுச் சித்திரத்தையும் கொடுப்பதல்ல. இப்பொழுது சொந்தமாய்ப் படித்து வருகிறேன்; ஆனால் எல்லாவற்றையும் புரிந்துகொள்ள முடியவில்லை; நிறைய இருக்கிறது..."

பிரதான விவரத்தை, தாம் அவளிடம் வந்ததன் காரணத்தை, இன்னமும்கூட அவரால் சொல்ல முடியவில்லை.

"நான் உங்களுக்கு உதவி செய்யட்டுமா?" என்று ஸீனா திகைப்புடன் கேட்டாள். அவளுடைய கண்கள் திரும்பவும் விரிந்துவிட்டன.

"உனக்கு இதற்கு நேரம் கிடைக்குமா?"

"நேரமில்லை என்பதல்ல... என்னால் முடியுமா என்பதே கேள்வி..." ஸீனாவுக்கு ஒன்றும் புரியவில்லை. "என்னால் முடியுமா? அதுவும் உங்களைப் போன்றவருக்கு!.."

"முயற்சி செய்து பார்ப்போமே. என்ன சொல்கிறாய்?"

"ஓ, நான் தயார். எனக்கு இது மகிழ்ச்சியாகவே இருக்கும். ஆனால் உங்களுக்குத் திருப்திகரமாய் இருக்கணுமே."

"நீ ஒத்துக் கொள்கிறாய் அல்லவா? நான் எப்பொழுது வர வேண்டும், சொல்லு?"

"நீங்கள் ஏன் வர வேண்டும்? நான் வருகிறேன் உங்களிடம்."

"வேண்டாம், அது சரியல்ல. கற்றுக் கொள்கிறவன் நான். ஆகவே நான்தான் உன்னிடம் வர வேண்டும். ஆம், ஸீனாயிதா பாவ்லவ்னா, அதுதான் நல்லது..." இலியா மத்வேயெவிச் சற்றுநேரம் தயங்கினார், பிறகு சங்கடப்பட்டுக் கொண்டே "ஒரேயொரு நிபந்தனை... நான் பாடம் படிப்பது யாருக்கும் தெரியக்கூடாது. என் குடும்பத்தாருக்கோ அல்லது வேறு யாருக்குமோ தெரியவே கூடாது. இந்த வயதில் படிப்பது எனக்கு வெட்கமாயிருக்கிறது."

“படிக்க வெட்கமாய் இருக்கிறதா? அது சரியல்ல, இலியா மத்வேயெவிச், சரியல்ல!”

“சரியோ, சரியல்லவோ, எனக்கு வெட்கமாய் இருக்கிறது _ அவ்வளவுதானே.”

வாரம் இரு மாலைகள் பாடம் பயிலுவதென்று முடிவு செய்தனர், நாட்களையும் நிர்ணயம் செய்து கொண்டனர். இலியா மத்வேயெவிச் புறப்பட்டுச் சென்றார். ஸீனாவுக்குக் கவலையாயிருந்தது. யாருக்குப் போய்ப் பாடம் சொல்லித்தர ஒத்துக்கொண்டுவிட்டேன்? இலியா மத்வேயெவிச்சுக்கு நான் தக்கதோர் ஆசிரியையாக முடியுமா? ஒத்துக் கொண்டிருக்கக் கூடாதா? அது எப்படி? அவர் கேட்கையில் இல்லையென எப்படிச் சொல்வது? முயற்சி செய்து பார்ப்போம். இலியா மத்வேயெவிச்சுக்காக முடிந்தது அனைத்தையும் செய்ய வேண்டும். லாதாவில் அதிசயங்கள் பலவும் நடைபெற்று வருகின்றன! நான் பட்டம் பெற்ற பொறியாளர், ஆனால் சுயமாய்ச் செய்வதற்கு முக்கிய வேலை எதையும் என்னிடம் ஒப்படைக்க மாட்டேன்கிறார்கள், அனுபவம் போதாது என்கிறார்கள். ஆனால் முதிர்ந்த அனுபவமுடைய முதுபெரும் இலியா மத்வேயெவிச் பள்ளிக்கூடங்களில் சொல்லித் தரப்படும் பாடங்களைக் கற்றுக்கொள்ள என்னிடம் வருகிறார். லாதாவில் மட்டுமின்றி எங்குமே வாழ்க்கையில் இப்படித்தான் இருக்குமோ? வாழ்க்கையைப் பற்றி நான் அதிகம் தெரியாதவளாகவே இருக்கிறேன்.

பாடங்கள் ஸீனா நினைத்ததுபோல நடைபெறவில்லை. கடினமாகவே இருந்தது. பௌதிகவியலை எடுத்துக்கொண்டார்கள். இலியா மத்வேயெவிச்சுக்கு வாயுக்களைப் பற்றி அனேகமாய் ஒன்றுமே தெரியவில்லை; மின்சாரத்தைப் பற்றிச் சொற்ப அளவே தெரிந்திருந்தது. யாவற்றையும் அவர்கள் தொடக்கத்திலிருந்து ஆரம்பிக்க வேண்டியிருந்தது. ஆனால் இயக்கியலில் அவருக்கிருந்த நடைமுறை ஞானம் எந்தப் பட்டப் படிப்பு மாணவனையும் மூக்கின்மேல் விரல் வைக்கச் செய்யக் கூடியதாய் இருநதது. கணிதத்தை எடுத்துக்கொண்டதும் இலியா மத்வேயெவிச் மிகவும் சிக்கலான திரிகோணமிதிக் கணக்குகளுக்கெல்லாம் தயக்கமின்றி விடை கண்டார். ஆனால் கல்லூரியில் யாரும் கேட்டறியாத தந்திரங்களையும் சூத்திரங்களையும் கையாண்டு அவர் இதைச் செய்தார். பலநூறு ஆண்டுகளின் அனுபவத்தின் அடிப்படையிலே

உருவான நாட்டு வைத்திய முறைகளையும், வானிலையை முன்னறிந்து கூறும் முறைகளையும் ஒத்த அனுபவ வழிகளை அவர் கையாண்டார்.

ஸீனாவுக்குக் கடினமாகவே, மிகவும் கடினமாகவே இருந்தது. ஆனால் இலியா மத்வேயெவிச்சுக்குப் பாடம் சொல்லித் தர ஏன் முன்வந்தோமென அவள் வருத்தப்பட நேரவே இல்லை. எல்லாவற்றிலும் போலவே படிப்பிலும் இலியா மத்வேயெவிச் பிடிவாதக்காரராய் இருந்தார். அவசரமின்றி விடாப்பிடியாகவும் வியக்கத்தக்க முனைப்புடனும் ஒன்றுவிடாமல் யாவற்றையும் கற்று அவர் தமது அறிவை விருத்தி செய்து வந்தார். இடுக்கு விடாமல் கற்களை வைத்துக் கெட்டியாய் அடுக்கி வீடு கட்டுவது போல அவர் இதைச் செய்தார். ஒரு வரிசை பூராவும் அடுக்கி முடிந்த பிறகே அதற்கு அடுத்த வரிசையை அமைக்க முற்பட்டார். "கப்பல்களையும் இவர் இதே போலத்தானே கட்டியமைக்கிறார்" என்று அவருடைய முயற்சிகளைக் கவனித்து வந்த ஸீனா நினைத்துக் கொண்டாள்.

மே மாதம் முழுதும் இலியா மத்வேயெவிச் ஸீனாவிடம் பாடங்கள் கற்று வந்தார். திங்களும் வியாழனும் அவளிடம் வந்து சென்றார். போர்மன் பயிற்சி வகுப்புக்குச் செல்வதாகவோ, குளிக்கச் செல்வதாகவோ, மீன்பிடிக்கப் போவதாகவோ வீட்டில் சொல்லிவிட்டுக் கிளம்புவார். குளிக்கச் செல்வதாய்ச் சொன்ன நாட்களில் கைப் பெட்டியில் ஒரு டவலை எடுத்து வைத்துக்கொண்டு புறப்படுவார். "மீன்பிடிக்கப்" புறப்படுகையில் தூண்டில்களையும் புழு டப்பியையும் எடுத்துக் கொள்வார். இவ்வளவு நேரமா குளிக்கிறார் என்று அகஃப்யா கார்ப்பவ்னாவுக்கு வியப்பாய் இருக்கும். அவர் திரும்பிவர நெடு நேரமாகிவிடும், ஏனெனில் பாடம் முடிந்ததும் மெய்யாகவே குளியல் இடத்துக்குச் சென்று குளித்துவிட்டுத் தான் திரும்புவார். குளிக்கச் செல்கிறவர் உள்ளுடுப்பை மாற்றிக் கொண்டு, வேஷத்துக்காவது தலையைக் கொஞ்சம் நனைத்துக் கொண்டுதானே வீட்டுக்குத் திரும்ப வேண்டும்? "நீராவிக் குளியலில் அப்படியே சற்றுநேரம் கண்ணயர்ந்து விட்டேன் _ சுகமாயிருந்தது!" என்று வீட்டுக்கு வந்ததும் சொல்லிக் கொள்வார்; "இப்படிச் செய்தாயானால், ஒருநாள் திரும்பவும் விழிக்காமலே கண்ணயர்ந்து விடுவாய்" என்று அகஃப்யா கார்ப்பவ்னா கவலைதொனிக்க எச்சரிக்கை செய்தாள். "சிறு பிள்ளையா, என்ன? இத்தனை நேரம் நீராவியிலே

குளித்தால் என்னாவது?'' என்றாள். மீன் அவருடைய தூண்டியிலே ஏன் அகப்படுவதே இல்லை என்று வீட்டிலிருந்தோர் ஆச்சரியப்பட்டனர். இலியா மத்வேயெவிச் மீன்பிடிக்க எங்கே சென்றாலும், அல்லது எங்கே போவதாய்ச் சொல்லிவிட்டுக் கிளம்பினாலும் _ லாதாவாயினும் சரி, வெர்யாழ்க்காவாயினும் சரி _ எப்பொழுதும் அவர் வெறுங்கையோடுதான் திரும்பினார், அல்லது வழியில் பாலத்தில் சிறுவர்களிடம் வாங்கிய பத்துப் பன்னிரண்டு சிறு மீன்களுடன் திரும்பினார்.

ஒரு வாரம் வியாழனில் இலியா மத்வேயெவிச் பாடம் படிக்கப் போக முடியவில்லை. கட்சிக் கூட்டம் இருநதது. இரவு பத்து மணிக்குப் பிற்பாடுதான் முடிவுற்றது. வெள்ளியன்று அவர் ஸீனாவிடம் சென்றார் _ போய்ப் பார்க்கலாமே, படிக்க முடிந்தால் நல்லதுதானே என்று சென்றார். பொன்னான காலத்தை வீணாக்கக் கூடாது, எப்படியும் சனியன்று போக முடியாது, வீட்டிலே விருந்தினர்களுடன் உட்கார்ந்திருக்க வேண்டியிருக்கும், ஞாயிறன்றும் வழக்கம்போல் வீட்டிலேதான் இருந்தாக வேண்டும் என்று நினைத்தார். திங்கள் வரை காத்திருப்பதா? முடியாது, பல நாட்கள் வீணாகிவிடும். ஆகவே தூண்டில்களை எடுத்துக்கொண்டு வந்து சேர்ந்தார்; ஸீனா வீட்டில்தான் இருந்தாள். ஆனால் ஏனோ தெரியவில்லை, கதவைத் திறந்து பார்த்ததும் அவள் துணுக்குற்றுவிட்டாள்; முகம் சிவந்துவிட்டது. ஸீனாவின் குழப்பத்தைக் கண்ணுற்ற இலியா மத்வேயெவிச் "அவளுடைய இளைஞன் இருக்கையில் வந்துவிட்டோமோ! இது என்ன சங்கடம்?'' என்று நினைத்து, நடையிலேயே சற்றுநேரம் தயங்கி நின்றுவிட்டு அறையினுள் எட்டிப் பார்த்தார். "சரிதான், காரியம் கெட்டுவிட்டது!'' என்று மனத்துள் கூறிக் கொண்டார். உள்ளே மேஜையின் எதிரே அலெக்சேய் உட்கார்ந்திருந்தான். இங்கே வந்துவிட்டாயா, மகனே? நீ சும்மாய் இருக்கிறவன் அல்லவே!

இருவரும் ஒருவரையொருவர் உற்றுப் பார்த்துக் கொண்டனர். அலெக்சேய் எதையோ மேஜையிலிருந்து வெடுக்கென எடுத்துக் கீழே முழங்கால்மீது வைத்துக் கொண்டான்.

"அப்பா!''

"ஆம், நான்தான்! நீ இங்கே என்ன செய்கிறாய்?'' என்று கேட்டுக்கொண்டு இலியா மத்வேயெவிச் அறையினுள் நுழைந்தார்.

"சும்மா வந்தேன்.''

"சும்மா வந்தாயா? சரி, இருவரும் சும்மாதான் வந்திருக்கிறோமா? தொழில்நுட்பத் தகவல் பணி குறித்து ஸீனாயிதா பாவ்லவ்னாவுடன் நான் பேசியாக வேண்டும். மேஜைக்கு அடியில் நீ மறைத்து வைத்திருப்பது என்ன? காட்டு பார்ப்போம்!''

ஸீனாவுக்கு என்ன செய்வதென்று புரியவில்லை. அவள் கலங்கிப் போய்விட்டாள். இலியா மத்வேயெவிச் அலெக்சேயிடம் சண்டை போட ஆரம்பித்தால் என்ன செய்வது? பெரிய சங்கடமாகிவிட்டதே!

"மேஜைக்கு அடியிலா? புத்தகம்! இதோ, பாருங்கள்!'' என்று சொல்லி, அலெக்சேய் பௌதிகவியல் புத்தகம் ஒன்றை மேஜைமீது போட்டான்.

அது தம்முடைய புத்தகமென்பதை இலியா மத்வேயெவிச் கண்டார். சுளித்த முகத்தோடு ஸீனாவைப் பார்த்தார். அவள் தமது இரகசியத்தை வெளியிட்டுவிட்டாளா _ அதுவும் அலெக்சேயிடம்! இனி அது எங்கும் பரவிவிடும்!

"அதை நீ ஏன் எடுத்தாய்?'' என்று அவர் அலெக்சேயை அதட்டினார்.

"சும்மா பார்க்கலாமென்று எடுத்தேன். ஏன், எடுக்கக் கூடாதா?''

"எடுத்து எவ்வளவு வேண்டுமானாலும் பாரேன், எனக்கென்ன? என்னுடைய புத்தகம் அல்ல.''

"அப்பா'' என்றான் அலெக்சேய், சிரித்துக்கொண்டே. "உங்களுடைய புத்தகம்தான்'' என்று சொல்லி அதைப் பிரித்துக் காட்டினான். உள்ளே முன்பக்கத்தில் "இ.ஜுர்பின்'' என்று எழுதப்பட்டிருந்தது.

யாருக்கும் புரியாமல் இலியா மத்வேயெவிச் வாய்க்குள் ஏதோ முணுமுணுத்துக் கொண்டார்.

"அப்பா, ஏன் இந்த மர்மம் எல்லாம்?'' என்றான் அலெக்சேய்.

"என்ன மர்மம்? நல்லா உன் தலையிலேதான் கிடைக்கும்!''

"கிடைக்கட்டும், பரவாயில்லை. ஆனால் இந்த மர்மம் எல்லாம் வேண்டாம். ஒவ்வொரு திங்களும் வியாழனும் நீங்கள் ஸீனாயிதா பாவ்லவ்னாவிடம் வருவதைத்தான் என் சன்னலிலிருந்து பார்க்கிறேனே, இன்று என்ன கொண்டு வந்தீர்கள் _ கைப் பெட்டியா, தூண்டிலா?''

திடுக்குற்றுவிட்ட இலியா மத்வேயெவிச் புருவமுடிகளை இழுத்து முகத்தைச் சுளித்துக்கொண்டார்.

“தூண்டில் கொண்டு வந்தேன்'' என்று பதிலளித்தபோது அவர் கண்களில் குறும்பு பளிச்சிட்டது. “நீ என்ன கொண்டு வந்தாய்?''

“ஒன்றும் கொண்டுவரவில்லை. நான் எதையும் மறைக்கத் தேவையில்லை. ஒரு வாயிலிலிருந்து அடுத்த வாயிலினுள் நுழைந்தால் போதும், இங்கே வந்துவிடுகிறேன். பாடம் படிக்கத்தானே வந்திருக்கிறீர்கள்? நான் போய் விடட்டுமா?''

மகன் நடந்துகொண்ட முறைகுறித்து இலியா மத்வேயெவிச் தம் மனத்துள் அவனைப் பாராட்டிக் கொண்டார். திருடன், யாவும் தெரிந்திருந்தும் யாரிடமும் சொல்லாமல் தானே இருந்தான்.

“அப்படியே உட்கார்ந்திரு'' என்று அவனிடம் கூறினார். “இருவருமாய்ச் சேர்ந்து வீட்டுக்குப் போவோம். சரி, ஸீனாயிதா பாவ்லவ்னா, ஆரம்பிப்போமா?''

“அப்பா, எந்தப் பாடத்தில் இருக்கிறீர்கள்?''

“என்னுடன்கூடப் படி, தெரிந்து கொள்வாய். உனக்கும் நல்லதுதான்.''

ஸீனாவுக்கு நிம்மதி உண்டாயிற்று, நெருக்கடி தீர்ந்துவிட்டது. ஜுர்பின்கள் சண்டை போட்டுக் கொள்ளவில்லை.

இலியா மத்வேயெவிச் பாடம் பயின்றதை அலெக்சேயும் கூட உட்கார்ந்து கேட்டுக்கொண்டிருந்தான். பாடம் முடிந்தபின், “நான் உங்களை மிஞ்சிவிட்டேன் அப்பா!'' என்றான்.

“எதிலே மிஞ்சிவிட்டாய்?''

“பாடத்தில்தான், உங்களைத் தாண்டி முன்னே சென்றுவிட்டேன்.''

“அப்படியா? எந்தப் பாடத்தில் இருக்கிறாய்?''

இலியா மத்வேயெவிச் தமது மகனைப் பரீட்சிக்கத் தொடங்கினார். மகனும் தந்தையைப் பரீட்சித்தான். “எங்கே, இந்தக் கணக்கை எப்படிப் போடுவது?'' என்று ஒரு கணக்கைக்

காட்டி ஒருவர் கேட்பார்; உடனே மற்றொருவர் அதைப் போட்டுக் காட்டிவிட்டு, "சரி, இது எப்படியாம்?'' என்பார். கண்டிப்பான ஆசிரியரைக் காட்டிலும் கண்டிப்பான முறையில் இருவரும் ஒருவரையொருவர் பரீட்சித்துக் கொண்டனர்.

"நீ எங்கே போய்ப் படிக்கிறாய்?'' என்று இலியா மத்வேயெவிச் கேட்டார்.

"மாலைநேரப் பள்ளியில், பத்தாவது வகுப்பில். அந்தோன் படித்த மாதிரி படிக்கிறேன். நீங்களும் அங்கே சேர்ந்து படிக்கலாமே. ஸீனாயிதா பாவ்லவ்னாவை வேலை வாங்கிச் சிரமம் தருகிறோம். எனக்குச் சொல்லிக் கொடுத்தாள், இப்பொழுது உங்களுக்குச் சொல்லித் தருகிறாள். இருவருமாய்ச் சேர்ந்து தொல்லை செய்கிறோம்!''

"இல்லை, இல்லை'' என்று ஸீனா மறுத்தாள்.

புறப்பட வேண்டிய நேரம் வந்தது. நடையிலே இருந்த தூண்டில்களைப் பார்த்ததும் அலெக்சேய் சிரித்துக் கொண்டான்.

"அப்பா, வேடிக்கையான தூண்டில்காரர்தான் நீங்கள்!'' என்றான்.

"நீயே இவற்றை வீட்டுக்கு எடுத்து வா.''

ஸீனாவிடம் விடைபெற்றுக் கொண்டு இருவரும் கிளம்பினர். சாலையிலே இலியா மத்வேயெவிச் விசாரித்தார். "பலவும் தெரிந்து கொள்ள வேண்டுமென்று படிக்கிறாயா? அல்லது வேறு எதாவது திட்டமா?''

"கல்லூரியில் புறநிலையாளனாய்ச் சொந்தத்தில் படித்துப் பட்டம் பெறத் திட்டமிட்டிருக்கிறேன்.''

"அதுதான் சரி, நல்ல முயற்சி! எங்கே சேரப் போகிறாய்?''

"அந்தோன் படித்த கல்லூரியில்தான். விசாரித்துப் பார்த்தேன். புறநிலையாளர்களுக்கான பயிற்சித்திட்டங்கள் அந்தக் கல்லூரியில் இருக்கின்றன.''

"மகனே, உன் முயற்சி வெற்றிபெறும், கைவிட்டுவிடாதே. கடினமாய் இருந்தால், வேலையை விட்டுவிட்டுப் படி.''

“வேண்டாம், வேலையை நான் விடப்போவதில்லை. வேலையின்றி என்னால் வாழ முடியாது.’’

“ஏன் வாழ முடியாது என்கிறாய். அப்பா இருக்கிறேன். என்னால் உனக்குச் சாப்பாடு போட முடியாதா, என்ன?’’

“சாப்பாட்டைப் பற்றிச் சொல்லவில்லை. உங்களுக்குத் தெரியாததல்லவே, உழைப்பு மனிதனின் இயற்கைத் தேவை ஆயிற்றே.’’

13

1

காத்யா புறக்கணிக்கப்பட்டுத் தனியே விடப்பட்டுவிட்டாள் என்று கேள்விப்பட்டதும் அவளைப் பார்த்துப் பேச வேண்டுமென்ற விருப்பம் அலெக்சேயிடம் பீறிட்டு எழுந்தது. ஆனால் காத்யா கப்பல் துறையையே விட்டுச் சென்று விட்டாள் என்று தெரிய வந்தது. அவள் வேறு எங்கோ வேலை செய்து வந்தாள், எங்கே என்று யாருக்கும் தெரியவில்லை. நகரைவிட்டே சென்றுவிட்டாள் என்றுகூடச் சிலர் கூறினர். பல்கலைக்கழகத்தில் சேர்ந்துவிட்டாள் என்பதாகவும் பேசினார்கள்.

எப்படியும் அவளைத் தேடிப் பிடிப்பதென அலெக்சேய் தீர்மானித்துக் கொண்டான். அவளுடைய தாய் மார்கரித்தா ஸ்தெபானவ்னாவிடம் போய் விசாரிக்க அவனுக்குத் துளியும் பிடிக்கவில்லை. திராவ்னிக்கோவா குடும்பம் வசித்த அதே மாடியில் இருந்த ஒரு பெண் கப்பல்துறையிலே மரப் பண்டகசாலையில் வேலை செய்து வந்தாள். காத்யாவைப் பற்றி அவளுக்குத் தெரிந்திருக்கலாம் அல்லவா? அலெக்சேய் இந்தப் பெண்ணைத் தேடிப் பிடித்துக் கேட்டான்.

“எனக்குத் தெரியும். எல்லாம் தெரியும்'' என்று காத்யாவின் பக்கத்து வீட்டவளான அவள் பதிலளித்தாள். “சண்டை சச்சரவு இன்றி காத்யா வீட்டிலிருந்து அமைதியாய் விலகிச்சென்றுவிட்டாள்.

கப்பல்துறையின் பண்ணையிலே வேலை செய்கிறாள். அங்கேயே வசிப்பதாகவும் கேள்வி. தன்மானம் மிக்க பெண் அவள்.''

அலெக்சேய் கப்பல் துறையின் பண்ணைக்குப் புறப்பட்டுச் சென்றான். பிரதான சாலையிலே நான்கு கிலோமீட்டர் தொலைவில் இருந்தது அது. மர வளைவு வாயிலுக்கு எதிரே பஸ் நின்றது. பண்ணையின் பெயர்ப் பலகை அந்த வளைவில் தொங்கிற்று.

அந்தி நேரம். திரள் திரளாய்க் கொசு மொய்த்தது; நாளைய பொழுது நன்றாயிருக்கும் என்பதன் அறிகுறி அது. வயல்களில் எங்கோ நெடுந் தொலைவிலிருந்து பாட்டு மிதந்து வந்தது. தாளம் தவறாமல் பாடினர். கிராமங்களில் இதுபோன்ற அந்தி நேரத்தில் வழக்கமாய்க் கேட்கக் கூடிய துயரத் தொனியிலே அது ஒலித்தது.

அலெக்சேய் அந்தப் பண்ணையின் அலுவலகத்திற்குள் சென்றான். வயதானவன் ஒருவன் கணக்குப் பார்க்கும் மணிச் சட்டத்தில் குச்சி போன்ற நீள் விரலால் காய்களைத் தள்ளிக் கணக்குப் போட்டுக் கொண்டிருந்தான்.

“திராவ்னிக்கோவாவா?'' என்று கேட்டான் அந்தக் கிழவன். “புதிதாய் வந்த பெண்தானே? அதோ அங்கே இருக்கிறாள்'' என்று அவன், நரம்புச் சிலந்தியை எதிர்த்துப் போராடும் வழிகளைக் கூறிய சுவரொட்டியின் பக்கம் காட்டினான். “அதோ வயல்களில் இருக்கிறாள். எல்லோரும் அங்கேதான் இருக்கிறார்கள். டர்னிப் கிழங்கு எடுக்க எல்லோரும் அழைக்கப்பட்டிருக்கிறார்கள்.''

வயல்களில் லாரிகள் ஓடி டயர்த் தடம் பதிந்திருந்த பாதையிலே அலெக்சேய் நடந்தான். பாட்டின் ஒலி அவனுக்கு வழி காட்டிற்று. டர்னிப்புக்கு ஊற்றுவதற்குத் தண்ணீர் கொண்டுவந்து கொடுத்த வண்டி அவன் கண்ணுக்குத் தெரிந்தது. ஆடவரும் பெண்டிரும் சிறு பிள்ளைகளும் உழவுச் சாயல்களின் ஓரத்திலே அங்குமிங்கும் நகர்வதைக் கண்டான். அலெக்சேய் அப்படியே நின்று இவர்களிடையே யார் காத்யா என்று தேடினான். அவளைக் கண்டு கொண்டுவிட்டான். பெட்டிகளும் கூடைகளும் குவித்துவைக்கப்பட்டிருந்த ஒரு வண்டியின் பக்கத்தில் காத்யா நின்றுகொண்டிருந்தாள். அவளைப் பார்த்தபின் அலெக்சேயால் மேலும் நடக்கமுடியவில்லை. காத்யாவுடன் பேசுவதென்ற உறுதியான எண்ணத்தோடுதான் புறப்பட்டு வந்தான். ஆனால் இப்பொழுது அவனுடைய உறுதி தளர்ந்துவிட்டது. அவளிடம்

என்ன சொல்வது? எதைப் பற்றிப் பேசுவது? அன்பைத் தெரிவிப்பதா? காத்யாவுக்கு எதற்கு அவனுடைய அன்பு? அனுதாபம் தெரிவிப்பதா? யார் கேட்டார்? ஆனால் காத்யாவைப் பார்க்கவேண்டுமென்ற ஆசையை அவனால் எதிர்த்து நிற்கமுடியவில்லை. பாதையிலிருந்து விலகிப் புதர்களுக்குள் சென்று வண்டிக்கு மிக அருகே வந்து சேர்ந்தான். காத்யா இப்பொழுது அவனிடமிருந்து பதினைந்து தப்படி தூரத்தில்தான் இருந்தாள். பெண்கள் அவளிடம் சென்று பிஞ்சு டர்னிப்புகள் நிரப்பப்பட்ட கூடைகளை எடுத்துச் சென்றனர். தலை குனிந்து நின்று காத்யா மிக வேகமாய் விரல்களால் இளங் கிழங்குகளைப் பிரித்தெடுத்தாள்.

அவளுடைய கண்கள் அலெக்சேய்க்குத் தெரியவில்லை. ஆனால் அவளுடைய முகத்தைப் பார்த்தான். முன்புபோல அது அவ்வளவு செவ்வொளியுடையதாயில்லை; சற்று மெலிந்தும் வழக்கமான புன்முறுவலின்றியும் இருந்தது. என்றாலும் அவளின்றித் தன்னால் உலகில் இன்பமாய் வாழ முடியாதென்று நினைத்திருந்தானே அந்த அருமைக் காத்யாவாகவே இன்னமும் அவள் அலெக்சேயின் கண்ணுக்குத் தெரிந்தாள்.

ஏறத்தாழ ஒரு மணி நேரத்துக்கு அலெக்சேய் அந்தப் புதர்களிடையே இருந்தான். சூரியன் அடிவானத்திலே பூரணமாய் மறைந்துவிட்டான், இருட்டாகி வந்தது. பண்ணைப் பெண்கள் மண்வெட்டிகளையும் கிளறிகளையும் தண்ணீர் குடங்களையும் எடுத்து வந்து வண்டிப் பாதையிலே குவித்தனர். வண்டிக்காரன் குதிரையை வண்டியிலிருந்து அவிழ்த்து அதன்மீது ஏறிக் கொண்டு பண்ணையை நோக்கிச் சென்றான். காத்யா இதுவரை தான் அணிந்திருந்த சாம்பல் நிற வேலை அங்கியைக் கழற்றிச் சுருட்டி மடித்து வைத்துக் கொண்டு, அலெக்சேய் நன்கு அறிந்த பட்டைக் கோட்டு உடுப்பிலே நின்றாள். இந்த உடுப்பு இப்பொழுது அவளுக்குப் பற்றாமல் கெட்டியாய் இருந்தது...

அலெக்சேய்க்கு மூச்சு நின்றுவிடும் போலிருந்தது. நெஞ்சுக்குள் பகீரென்றது. காத்யாவுடன் தன் உறவுகளைச் சரி செய்து கொள்ள முடியுமா முடியாதா என்று நினைத்துப் பார்ப்பதை அவன் அதிக காலத்துக்கு முன்பே நிறுத்திக் கொண்டு விட்டான் _ முடியாதென்பது அவனுக்குத் தெரிந்திருந்தது. சரிசெய்வதற்காக அவன் இங்கு வரவில்லை _ பார்த்துவிட்டுப் போகலாம் என்றுதான் வந்தான். ஆனால் திடீரென இப்படி அவன் உள்ளம் குமைந்து திக்கற்றவனாய்

ஓய்ந்துவிடக் காரணம் என்ன? அவனை அறியாமலே அவன் கண்டு வந்த இரகசியக் கனவுகள் இப்பொழுது காத்யா அவளுடைய தொளதொளப்பான வேலை அங்கியைக் கழற்றியதும் தகர்ந்துவிட்டதாய் நினைத்தானோ?

காத்யாவும் பண்ணையை நோக்கி நடந்தாள். வயல்கள் காலியாகிவிட்டன. தண்ணீர்த் தொட்டி, கிளறிகள், குடங்கள், கித்தான் போட்டு மூடப்பட்டிருந்த பிஞ்சுக் கிழங்குகள் இவை யாவும் இருந்த வண்டி மட்டும்தான் அங்கே காணப்பட்டது. அலெக்சேய் அந்த வண்டியிடம் சென்று, சற்று முன் காத்யா நின்ற அதே இடத்தில் நின்றான். கித்தானைத் தூக்கி, முன்பு காத்யாவின் கைகள் பட்ட அந்த இளங் குருத்துக்களைத் தொட்டுப் பார்த்தான். பிறகு, தரையிலே கிடந்த அழுக்குப் பிடித்த ஒரு பெட்டிமீது ஓய்ந்து போய் உட்கார்ந்தான்.

நன்றாய் இருட்டாகும் வரை அந்தப் பெட்டி மீது உட்கார்ந்திருந்துவிட்டு, வயலைவிட்டுப் புறப்பட்டான். பண்ணையைக் கடந்தபோது விரிப்புகள் இழுத்து ஒதுக்கப்பட்டு வெளிச்சம் தெரிந்த சன்னல்களை ஆவலோடு உற்றுப் பார்த்தான். அவற்றில் எது காத்யாவினுடையது? இப்பொழுது அவள் என்ன செய்கிறாள்?

அவனுடைய குடித்தனப் பகுதிக்குத் திரும்பியபோது தோன்யா அவனுடைய புத்தகங்களை வைத்துக் கொண்டு உட்கார்ந்திருக்கக் கண்டான். தானும் ஒரு புத்தகத்தை எடுத்து வைத்துக் கொண்டு சோபாவில் படுத்தான். ஆனால் அவன் படிக்கவில்லை. தன் தங்கையைப் பார்த்துவிட்டு, அம்மாவைத் தவிர்த்து இவள் ஒருத்திதான் தன்பால் மெய் அன்பு கொண்டவள் என்று நினைத்தான். இந்த அன்பை அவன் பாராட்டாமல் தானே இருந்தான்? ஏன், அதை ஏற்றுக்கொள்வதற்குக்கூட வெட்கப்பட்டானே.

“தோன்யா” என்று வருத்தம் தோய்ந்த குரலில் அவளைக் கூப்பிட்டாள். “எனக்கு என்ன நேருமென்று நினைக்கிறாய்?”

வியப்புற்றுவிட்ட தோன்யா “ஏன், இன்று ஒரு மாதிரியாய் இருக்கிறாய்?” என்று கேட்டாள். “ஏன் இப்படி விபரீதமான கேள்வி கேட்கிறாய்? உனக்கு ஏன் எதுவும் நேர வேண்டும்?”

கப்பல் துறைப் பண்ணையில் தான் கண்டதையும், அதைப் பற்றித் தான் நினைத்ததையும் அலெக்சேய் அவளிடம் சொன்னான்.

“இது எனக்கு ஏற்கனவே தெரிந்ததுதான். நீண்ட காலமாய் எனக்குத் தெரியும், உன்னிடம் சொல்ல விரும்பவில்லை.'' சோபாவில் தோன்யா அலெக்சேயிடம் நெருங்கி வந்து அமர்ந்து கொண்டாள். “இன்னமும் இது உன்னை வருத்தியா வருகிறது?''

“நீ என்ன நினைக்கிறாய்?''

“இப்படி நீ மனம் புழுங்கினாயானால் அது உன்னை வருத்திக் கொண்டுதான் இருக்க வேண்டும். இதையெல்லாம் நினைக்காமல் இருக்க முயற்சி செய். நீ ஏன் இதை நினைத்துப் பார்க்கிறாய்?''

“ஏன் நினைத்துப் பார்க்கிறேனா? - நீ வேடிக்கையான சிறுமிதான்.''

2

காத்யா தற்செயலாய் நகரப் பூங்காவில் முதன்முதல் வெனியாமின் செமியோனவிச்சையும் லிதியாவையும் சந்தித்தபோது, தான் ஒரு நாள் அவருடைய மனைவியாகிவிட நேருமென நினைத்தே இருக்கமாட்டாள். ஆனால் அப்பொழுதே அவளை அவர் வியப்புறச் செய்து அவளுடைய நாட்டத்தைக் கவர்ந்து கொண்டுவிட்டார். தான் அறிந்த பலரையும் பற்றி அவர் கூறிய கதைகளும், அவருடைய வருங்காலத் திட்டங்களும், மற்றும் அசாதாரணமான அவருடைய வாழ்க்கை அனைத்துமே காத்யாவைக் கவர்ந்து கற்பனை உலகிலே பறக்கச் செய்தன. வரலாற்றில் அடங்காத ஆர்வம் கொண்டிருந்த அவள் தனக்கென ஒரு புத்தார்வக் காவிய உலகைக் கற்பனை செய்து கொண்டு அதில் வாழ்ந்து வந்தாள். வரலாற்றிலே தலைசிறந்த பங்காற்றியவர்களை _ ஆவேசமான ரிலேயெவ்★ அல்லது எதையும் தாங்கும் இதயம் கொண்ட செர்னிஷேவ்ஸ்கிய்★★ போன்றோரை _ அவள் பள்ளியில் படிக்கையில் தனது இலட்சிய வீரர்களாய்க் கொண்டு போற்றினாள். தன்னைச் சுற்றிலுமிருந்தோரிடையே இத்தகையோர் யாராவது உண்டா என்று தேடினாள். அந்நாட்களில் அவள் தனது பௌதிகவியல் ஆசிரியரை இலட்சிய மனிதராய் மதித்து வந்தாள். பனிக்கட்டி கரைந்து உடைந்தபோது ஒரு தாயையும் பதினேழு வயதான மகளையும் நீரிலிருந்து காப்பாற்றியவர் அவர். பிள்ளைப் பருவத்தில் அவள் இவரைத் தனது இலட்சிய நாயகராய்க் கொண்டிருந்தாள்... வெனியாமின் செமியோனவிச்சை முதல் முறை சந்தித்த போதே, பல துறைகளில் ஒருங்கே ஆற்றல்

படைத்தவராய், அசைக்க முடியாத ஆழ்ந்த கருத்துக்களுக்குரியவராய், திடச் சித்தம் கொண்டு இடையறாது முன்னேறிச் செல்பவராய் அவளுடைய மனத்தில் அவர் பதிந்துவிட்டார். அவரால், இன்னும் துல்லியமாய்ச் சொல்வதெனில் அவர் வாழ்ந்த அவ்வுலகினாலும், அவர் வெளியிட்ட கலை இலக்கிய வேட்கையாலும் கவரப்பட்டாள். வெனியாமின் செமியோனவிச்சின் அழைப்பிற்கேற்பச் சில காலத்துக்கெல்லாம் காத்யா மன்றத்துக்குச் சென்றாள். அவருடைய அலுவலறையின் கதவைத் திறந்துகொண்டு உள்ளே போயிருக்கக்கூடியவள் அல்ல காத்யா. ஆனால் அவள் கதவைத் திறக்க வேண்டியிருக்கவில்லை, நடைபாதையில் அவள் வரும்போதே வெனியாமின் செமியோனவிச் அவளைப் பார்த்துவிட்டார். சில நிமிடங்களுக்கெல்லாம் அவள் "அருமை நண்பருக்கு என் உளமார்ந்த வாழ்த்துக்கள்" என்று குறிக்கப்பட்டிருந்த அந்தப் பிரபல வரலாற்று ஆசிரியரின் புத்தகத்தைப் பார்த்துக் கொண்டிருந்தாள். இந்தக் குறிப்பு யாருக்கும் தனிப்பட எழுதப்பட்டதில்லைதான். ஆனால் அடியிலிருந்த கையொப்பம்!.. அதை யாரும் அவருடையதல்ல என்று சந்தேகிக்க முடியாதே! ஏதோ ஒரு நடிகை வெனியாமின் செமியோனவிச்சின் நாடகத் தயாரிப்பு ஆற்றலை வானளாவ மெச்சி எழுதியிருந்த கடிதத்தைப் படித்துப் பார்த்தாள். நடிகை தன் கடிதத்தின் முடிவில் கூறியதாவது : "எல்லாம் பொச்சரிப்புதான் காரணம். உன்னைப் போய் உருவவாதி என்று குற்றம்கூற இவர்கள் முற்பட இதுவேதான் காரணம். இதற்கெல்லாம் நீ பணிந்துவிடாதே. இவை உன்னை எதிர்த்து நடைபெறும் சூழ்ச்சிகளே அன்றி வேறல்ல."

அவளை மதிமயங்க வைத்து நிலைகுலையச் செய்த ஒரு நாடகம் ஆரம்பமாயிற்று. காத்யா சிந்திப்பதற்கே வெனியாமின் செமியோனவிச் அவகாசம் அளிக்கவில்லை. அவளை நாடக மன்றத்துக்கு அழைத்துச் சென்றார்; புத்தகங்கள் வாங்கித் தந்தார். ஓயாமல் பேசிக்கொண்டே இருந்தார். கதை கதையாய்க் கூறிக் கொண்டிருந்தார். அவர் செய்த ஒவ்வொரு காரியமும் கூறிய ஒவ்வொரு சொல்லும் இந்த ஆள் எவ்வளவு சீரிய கருத்துக்களும் ஆவல்களும் கொண்டவர் என்பதை அவளுக்கு அறிவிப்பதாயிருந்தது. வெனியாமின் செமியோனவிச்சே தனது இலட்சிய நாயகர் என்பதில் காத்யாவுக்கு எள்ளவும் ஐயப்பாட்டுக்கு இடமில்லாமல் போய்விட்டது.

அந்தப் பிரபல வரலாற்று ஆசிரியரின் புத்தகம் மற்றொரு பிரபல ஆசிரியரிடமிருந்து பத்திரிகையாளர் என்ற முறையில் அவரைப் பேட்டி காணச் சென்றிருந்த வெனியாமின் செமியோனவிச்சால் திருடப்பட்டது என்பது அவளுக்கு எப்படித் தெரியும்? புகழ்ந்து போற்றிய அந்தக் கடிதத்தை எழுதிய நடிகை வெனியாமின் செமியோனவிச் தமது முதல் மனைவியைக் கைவிட்டு ஓடியபின் வந்துசேர்ந்த அதே நடிகைதான் என்பதும், மிகப் பல பிரபலஸ்தர்களுடனும் தனக்கு நேரடிப் பழக்கமுண்டு அவர் கூறிய கதைகள் யாவும் வெறும் கற்பனையே என்பதும் அவளுக்கு எப்படித் தெரியும்? புத்தகம் கண்ணெதிரே இருந்தது, கடிதமும் இருந்தது. அவர் விரிவாய்க் குறிப்பிட்ட பலரையும் புத்தகங்கள், செய்தியேடுகள் வாயிலாய் ஏற்கனவே காத்யா நன்கு அறிந்திருந்தாள். இவை யாவும் அவளுடைய கற்பனையைச் சிறகடித்துப் பறக்கச் செய்தன. அதோடு வெனியாமின் செமியோனவிச் சிறிதும் தயங்காமல் அவளுக்கு வாக்குறுதிகள் அளித்து வந்தார். இங்குப் பிரபலஸ்தர்களிடம் எல்லாம் அவளை அறிமுகம் செய்து வைப்பதாய்ச் சொன்னார். லெனின்கிராடு, மாஸ்கோ, கீவ் நகர்களுக்குச் சென்றதும் இவர்களை அவள் சந்திக்கலாம் என்றார். ஒருநாள் அவளிடம் அவர் ஒரு கவிதையைக் காண்பித்தார். பல ஆண்டுகளுக்கு முன்பு, தைகினாவின் தாயிடம் காட்டப் பெற்ற அதே கவிதைதான் இப்பொழுது தனக்காகப் புதிய காகிதத்தில் புதிய மசி கொண்டு திருப்பி எழுதப்பட்டிருந்தது என்று காத்யாவுக்கு எப்படித் தெரியும்? கவிதை கண்ணெதிரே இருந்தது, அவளுக்காகப் படைக்கப்பட்டதாய்க் குறிக்கப்பட்டிருந்தது. வெனியாமின் செமியோனவிச் முன்னொரு காலத்தில் தாம் எழுதிய வெளியீடுகளையும், புத்தகங்களையும், செய்தியேடுகளிலிருந்தும் பிற பத்திரிகைகளிலிருந்தும் கத்தரிக்கப்பட்ட அவருடைய கட்டுரைகளையும் காத்யாவிடம் காண்பித்தார்.

அலெக்சேயைப் பற்றி நினைக்கவே காத்யாவுக்கு நேரம் இல்லை. வெனியாமின் செமியோனவிச்சின் ஒப்பற்ற ஆற்றல்களின் கவர்ச்சியால், முன்பு தைகினாவின் தாய் மதி மயங்கியது போலவே இப்பொழுது காத்யாவும் மதி மயங்கினாள்.

ஆனால் காத்யாவின் தாய் மார்கரித்தா ஸ்தெபானவ்னாவை மட்டும் வெனியாமின் செமியோனவிச்சால் மயக்க முடியவில்லை. மன்றத்தின் மானேஜர் அவர்களுடைய வீட்டுக்குள் அடிவைத்த

முதல் நாள் முதலாகவே மார்கரித்தா ஸ்தெபானவ்னாவுக்கு அவரைப் பிடிக்கவே இல்லை. “உன்னுடைய இந்தப் புதிய நண்பராகியுள்ள இந்த ஆள் யார்? அலெக்சேய் எங்கே? ஏன் அவனிடம் பொய் சொன்னாய்?'' என்றெல்லாம் காத்யாவைக் கேட்டாள். இந்த நட்பு எத்திசையிலே செல்கிறது என்பது தெரிந்ததும் மார்கரித்தா ஸ்தெபானவ்னா பலமாய் ஆட்சேபித்தாள். அலெக்சேயிடம், அவன் பெற்றோர்களிடம் சென்று அவர்களைத் தலையிடும்படிக் கேட்டுக் கொள்ளவும் தயாராகிவிட்டாள். ஆனால் நிலைமை மிக வேகமாய் முற்றிச் சென்றது; மார்கரித்தா ஸ்தெபானவ்னாவால் எதையும் தடுக்க இயலவில்லை. வெனியாமின் செமியோனவிச் இப்பொழுது அவள் வீட்டில் விருந்தினராக அல்ல, மருமகப் பிள்ளையாகவே அமர்ந்துவிட்டார். யாருக்கும் தெரியாமல் தாய் கண்ணீர் வடிக்கலானாள்.

வெனியாமின் செமியோனவிச் மனைவியானதும் காத்யா, நாடெங்கிலும் தான் சென்றுவரப் போகும் பயணங்கள்குறித்துக் கனவு காணத் தொடங்கினாள். காகசஸ், மத்திய ஆசியா, விந்தைமிகு பண்டைய நகர்கள் ஆகிய பல்வேறு இடங்களுக்கும் போய் வரலாம், ஸ்டீமரில் வோல்காவில் சென்று ஆங்காங்கே பிரம்மாண்டக் கட்டுமானப் பணிகள் துவக்கப்படுவதைக் காணலாம் என்றெல்லாம் நினைத்தாள். மாஸ்கோவுக்கோ லெனின்கிராடுக்கோ தாம் குடிபெயர்ந்து சென்றதும் நிச்சயம் தான் பல்கலைக்கழகத்தில் சேர்ந்து படிக்கலாமென நினைத்து அகமகிழ்ந்தாள். அவளுடைய ஆசைத் திட்டங்களுக்கு வெனியாமின் செமியோனவிச் எல்லா வழிகளிலும் ஊக்கமூட்டி வந்தார். இவை எல்லாம் நடைபெறப் போகும் காலம் நெருங்கிவிட்டது என்பார்; சுவையான ஒரு வேலையை ஏற்கும்படி விரைவில் தமக்கு அழைப்பு வருமென எதிர்பார்ப்பதாய்ச் சொல்வார்.

வெனியாமின் செமியோனவிச் மன்றத்தின் மானேஜர் பதவியிலிருநது விலக்கப்பட்டபோது காத்யாவுக்குக் கட்டுக்கடங்காத கோபம் பொங்கிற்று. “இந்த இடமே வேண்டாம், உடனே எங்காவது சென்றுவிடுவோம்'' என்று கூச்சலிட்டாள்.

ஆனால் வெனியாமின் செமியோனவிச்சுக்கு இங்கிருந்து செல்லும் உத்தேசம் இல்லை, திராவ்னிக்கோவாவின் இல்லம் அவருக்குச் சுகமாய் இருந்தது. தாய் தம்மை அலட்சியமாய் நினைத்தது மெய்தான். அதனால் என்ன? எத்தனையோ பேர் அவரை அலட்சியமாய்த்தானே நினைத்தனர். இத்தனை

ஆண்டுகளாய் என்றுமே அவர் இவ்வளவு சுகமாய் வாழ்ந்ததில்லை; காத்யாவிடமிருந்து கிடைத்ததுபோன்ற மதிப்பையும் மரியாதையையும் அனுபவித்ததில்லை.

"வேண்டாம், அவசரப்பட வேண்டியதில்லை'' என்று காத்யாவுக்கு அவர் பதிலளித்தார். மாஸ்கோ பத்திரிகை ஒன்று அவரை ஒரு பெரிய இலக்கிய ஆய்வுரை எழுதித் தருமாறு கேட்டிருக்கிறது என்றார். காத்யாவின் தந்தைக்குச் சொந்தமாயிருந்த மேல் அங்கியையும் பூ வேலைப்பாடுகளுடன் கூடிய சிலிப்பர்களையும் போட்டுக் கொண்டு காலையிலிருந்து இரவு வரை படித்துக் கொண்டிருந்தார். நண்பகல் வரை படுக்கையில் இருந்தபடிப் படிப்பார், அதன்பின் சோபாவிலே காத்யாவின் சிறிய மேஜை எதிரே உட்கார்ந்து படிப்பார். எந்நேரமும் புத்தகமும் கையுமாகவே இருந்தார். அவருக்குப் பக்கத்தில் நோட்டுப் புத்தகமும் பென்சிலும் தயாராயிருக்கும், ஆனால் வெனியாமின் செமியோனவிச் குறிப்புகள் எழுதிக் கொள்ளவில்லை.

அவர் படித்த புத்தகங்கள் தடியானவை, பல பாகங்கள் கொண்டவை. பெட்டியிலே இவற்றைப் பத்திரமாய்ப் பூட்டி வைத்திருந்தார் _ கிடைத்தற்கரிய நூல்கள் ஆயிற்றே! இப்படி இவற்றை மூடி மறைத்து வைக்க அவர் செய்த முயற்சிகளையும் மீறி மார்கரித்தா ஸ்தெபானவ்னா இவற்றின் தலைப்புகளைப் பார்க்க நேர்ந்தது. 'சுற்றித் திரியும் யூதர்', 'கோமகன் மான்ட்டே கிரிஸ்டோ', 'கில் பிளாஸ்' _ ஆகிய தலைப்புகளைப் பார்த்தபோது அவளுக்குப் பெரிய ஏமாற்றமாயிருந்தது. வெனியாமின் செமியோனவிச் தமது சூறாவளி வாழ்க்கையிலிருந்து ஒதுங்கி நிம்மதியாய்க் களைப்பாறுகிறார் என்பது தெரிந்தது. வருங்காலம் குறித்து அவரிடம் திட்டம் எதுவும் இருப்பதாய்த் தோன்றவில்லை.

'கில் பிளா'சுக்குப் பிறகு அவர் 'அந்தோன் கிரெச்சத்'தின் அற்புதச் செயல்களைப் படிக்க முற்பட்டதும், மார்கரித்தா ஸ்தெபானவ்னா இனி தன் மகளிடம் பேச வேண்டியதுதான் என்று முடிவு செய்தாள். ஆனால் காத்யாவுக்கு உண்மையைப் புலப்படச் செய்வது சாத்தியமாயில்லை. வெனியாமின் செமியோனவிச் காரணமின்றி இத்தகைய புத்தகங்களைப் படிக்கவில்லை என்று காத்யா கூறினாள். அவர் பத்திரிகைக்கு எழுத வேண்டிய ஆய்வுரையின் பொருளே இத்தகைய புத்தகங்கள்தானே _ கடந்த காலத்துப் புதினங்கள்தானே. அம்மாவால் இதைப் புரிந்து கொள்ள முடியாமற் போனது ஏன்? மன்றத்திலிருந்து அவர் வேலை நீக்கம்

செய்யப்பட்டதைப் பொறுத்தவரை — அது அவருக்கு எதிரான சூழ்ச்சியே அன்றி வேறல்ல. கலைக்குத் தியாகங்கள் இன்றியமையாதவை. யாராலும் கலைத் துறையில் எளிதில் வெற்றிபெற முடிந்ததா? இன்று புரிந்துகொள்ளப்படாதவர் நாளைக்குப் புரிந்துகொள்ளப்படுவதையும், இன்று ஏற்கப்படாதவர் நாளைக்கு ஏற்கப்படுவதையும் எத்தனையோ முறை நாம் காணவில்லையா?

“காத்யா, கலையில் சாதனை பெறக் கடும் உழைப்பு அவசியம், உள்த்திலே உணர்ச்சித் தீ கொழுந்துவிட்டு எரிய வேண்டும், மக்களுக்குப் பணி புரிந்தாக வேண்டும்” என்றாள் மார்கரித்தா ஸ்தெபானவ்னா. “சும்மா உட்கார்ந்து கொண்டு நாளைக்கு ஏற்கப்பட்டுவிடுவோமெனக் காத்திருந்தால் சாதனை கிட்டிவிடாது ‘அந்தோன் கிரெச்சத்’தைப் படிப்பதற்கும் கலைக்கும் சம்பந்தம் இருப்பதாய் நீ நினைத்தால் அது மிகப் பெரிய தவறு.”

வீட்டிலே மனக் கசப்பும் நெருக்கடியும் மேலோங்கின. வெனியாமின் செமியோனவிச் மட்டும்தான் இந்த நெருக்கடியால் எவ்வகையிலும் பாதிக்கப்படாமல் நிம்மதியாய் இருந்தார். அவருக்குரிய அமைதி சிறிதும் கெடவே இலை. பயணம் புறப்படுமாறு காத்யா அவரைத் திரும்பத் திரும்ப வேண்டினாள். இங்கிருந்து எங்காவது போய்விட வேண்டுமென அவள் விரும்பியதற்கு மற்றொரு காரணமும் இருந்தது. அலெக்சேயைச் சந்திக்க நேருமோ என்று அவளுக்கே புரியாத அச்சம் அவளைப் பிடுங்கித் தின்றது. எந்தத் தருணத்திலும் அவனைச் சந்திக்க நேரிடலாமென பயந்து இதைத் தவிர்த்துக் கொள்ள முயன்று எந்நேரமும் அவள் வீட்டிலே அடைந்திருந்தாள். கப்பல் துறைக்குப் போகும்போதும் அங்கிருந்து திரும்பும்போதும் இடையில் எங்கும் நிற்காது வேகமாய் நடந்தாள். அப்படியும் அவ்வப்பொழுது அவனை எதிர்படத்தான் வேண்டியிருந்தது. இந்தச் சந்திப்புகள் அவளுக்குப் பயங்கரமாய் இருந்தன. அலெக்சேயைக் கண்ணெடுத்துப் பார்க்கவே அவளுக்கு அச்சமாயிருக்கும்; கூனிக் குறுகிப் போய் உள்ளம் பதைபதைக்க உடல் நடுநடுங்கச் சட்டென விலகி வேகமாய் நடப்பாள். இங்கிருந்து, லாதாவிலிருந்து, அலெக்சேயிடமிருந்து விலகி எங்காவது ஓடிவிட வேண்டுமென நினைப்பாள். அவன் அருகில் இருக்கும் வரை காத்யாவால் நிம்மதியாய் இருக்க முடியாது. ஏன் அப்படி? அவள்மீது அலெக்சேய்க்கு ஏதோ மந்திர சக்தி இருந்ததாய்த் தோன்றிற்று.

வெனியாமின் செமியோனவிச்சின் சுக வாழ்வு திடீரென ஒரு நாள் தகர்ந்துவிட்டது. தனக்குக் குழந்தை பிறக்கப்போவதாய்க் காத்யா அன்று சூசகமாய்க் குறிப்பிட்டாள். “வாழ்த்துக்கள்'' என்றார் வெனியாமின் செமியோனவிச். அறையில் மேலும் கீழுமாய் நடந்துவிட்டு அங்கலாய்ப்புடன் சிரித்துக்கொண்டார். “எப்பொழுதுமே இப்படித்தான். நெடுகிலும் மலர் தூவிய பாதையாய் வாழ்க்கை அமைவதில்லை'' என்றார். அவர் மகிழ்ச்சி தெரிவிக்காததைக் கண்டு காத்யா வியப்புற்றுவிட்டாள். அவர் பேச்சிலே சங்கடமும் அருவருப்பும்தான் தொனித்தன.

ஒரு வாரத்துக்குப் பிறகு அவர், அம்மாவுடன் பேசும்படி அவளிடம் சொன்னார் _ மருத்துவத் தாயைத் தேடிப் பிடித்து சில காரியங்கள் செய்தாக வேண்டும் என்றார். அவர் சொன்னது காத்யாவுக்குப் புரியவில்லை. பிறகு வெனியாமின் செமியோனவிச் ஒளிவு மறைவின்றி அப்பட்டமாய் விளக்கிச் சொன்னார். காத்யா கண்ணீர் விட்டுக் கதறினாள். இளம் பெண்ணாகவே இதுவரை தன்னைக் கருதியிருந்த அவள் இப்பொழுது மானக்கேடான ஒரு காரியத்தில், வயதான அன்னையரின் பேச்சில் அரசபுரசலாய்க் கேட்டிருந்த ஒன்றில், தான் இழுத்துவிடப்படக் கண்டாள். ஆனால் இதனிலும் பெரும் கொடுமை என்னவெனில், வெனியாமின் செமியோனவிச் அவள் கண்ணெதிரே திடீரென மாறத் தொடங்கினார். “தகாத செயல் என்றா நினைக்கிறாய்?'' என்று அவர் கேட்டார். சப்தம் போடாமல் பேச முயன்றார், இதனால் சொற்கள் பாம்பின் சீறலைப் போல அவர் வாயிலிருந்து உஸ்ஸிட்டன.

வெனியாமின் செமியோனவிச்சின் “சிந்தனைகள்'' நாளுக்கு நாள் இழிவுற்று வெறுக்கத் தக்கனவாயின. பிறக்கப் போகும் குழந்தை தந்தையான தம்முடன் காத்யாவைப் பிணைத்துவிடுமென அவர் கருதினார். இனி அவளுக்கு வேறு வழி இல்லை, ஆகவே இன்மொழியும் உள்ளங்கவர் நடிப்பும் இனி தேவையில்லை.

காத்யாவின் இலட்சிய நாயகன் இவ்வாறு இருந்த இடம் தெரியாமல் மறைந்து எண்சதுர மூக்குக் கண்ணாடி அணிந்து தலையோடு ஒட்டிய முடிகளையுடைய நாற்பது வயதான மெலிந்த ஆள்தான் எஞ்சியிருந்தார். இனி இந்த ஆளுடன் காத்யா வாழ முடியாது, அவரைப் பார்ப்பதற்கே வயிற்றைக் குமட்டிற்று. அவள் மார்கரித்தா ஸ்தெபானவ்னாவிடம் இதையெல்லாம்

சொல்வதற்கில்லை. இப்படித்தான் நடைபெறும் என்று அவளை எச்சரிக்கை செய்து வந்த தாயிடம் எப்படிச் சொல்வாள்?

அவளுடைய வயிற்றிலிருந்த சிசுவிடமிருந்து சிறிதும் எதிர்பாராத விதத்தில் அவளுக்கு ஆறுதல் கிடைத்தது. இந்தக் குழந்தையை அவள் வளர்த்தெடுப்பாள், படிக்க வைப்பாள். இருவரும் ஒருவருக்கொருவர் உயிரனையராய் வாழ்வர், யாரும் அவர்களுடைய வாழ்வில் தலையிட வேண்டியதில்லை. சில நாட்களுக்குள் அவள் பெரியவளாய் வளர்ந்துவிட்டாள், சிறு நங்கையாயிருந்தவள் பெரிய பெண்ணாகிவிட்டாள். அம்மா எந்நேரமும் கடுகடுப்பாய் இருப்பது ஏன்? வெனியாமின் செமியோனவிச் ஏன் இப்படி அற்பத்தனத்தின், கயமையின் உச்சி முடிக்குச் சென்றுவிட்டார்? ஆனால் இவையெல்லாம்குறித்து இனி காத்யா கவலைப்பட வேண்டியதில்லை. அலெக்சேயைச் சந்திக்க நேருமோ என்னும் அச்சமுங்கூட இப்பொழுது அவளை விட்டகன்றுவிட்டது. இனிமேல் தன்னால் இவ்வீட்டில் இருக்க முடியாதென்பதைக் காத்யா கண்டாள். ஆழ்ந்த ஆலோசனை செய்து திட முடிவுக்கு வந்தாள். வழங்கீடு துறைத் துணை டைரக்டரிடம் சென்று தன்னைக் கப்பல் துறைப் பண்ணைக்கு மாற்றிவிடும்படிக் கேட்டுக் கொண்டாள். பண்ணையில் ஒரு விடுதி இருந்தது. வெனியாமின் செமியோனவிச்சிடமிருந்தும் ஏனையோரது கண்களிலிருந்தும் விலகி அது நெடுந்தொலைவில் இருந்தது. துணை டைரக்டர் காத்யாவுக்கு வேண்டிய உதவியைச் செய்ய முன்வந்தார். காத்யா கப்பல்துறையை விட்டு விலகிச் செல்ல வேண்டியதில்லை; அவளுடைய தற்போதைய குடித்தனப் பகுதியில் இருக்க விருப்பமில்லையானால், கப்பல் துறை அவளுக்குத் தனி அறை கொடுக்கும் என்று சொன்னார். ஆனால் காத்யா தன்னைக் கப்பல் துறைப் பண்ணைக்கு மாற்றிவிடும்படி வற்புறுத்தினாள். துணை டைரக்டரும் ஒத்துக் கொண்டார். காத்யாவுக்குச் சரிபார்க்கும் குமாஸ்தா வேலை தரப்பட்டது. அவள் அங்கே ஒரு சிறு அறையில் வசிக்கலானாள்.

மார்கரித்தா ஸ்தெபானவ்னா அடிக்கடி அங்கே சென்று அவளைப் பார்த்துவிட்டு வந்தாள். தாய் அழுது புலம்புவாள், காத்யா அவளுக்கு ஆறுதல் சொல்வாள். “அம்மா நீ அழக்கூடாது, எல்லாம் சரியாகிவிடும்” என்பாள். வெனியாமின் செமியோனவிச் அவளிடம் ஒரு தரம் வந்திருந்தார், ஆனால் காத்யா அவருடன் பேசவே இல்லை. பிறகு சில காலத்துக்கெல்லாம் அவர் தமது

சாமான்களை எடுத்துக்கொண்டு ஊரைவிட்டே மறைந்துவிட்டாரென்று காத்யாவுக்குத் தெரியவந்தது. மார்கரித்தா ஸ்தெபானவ்னா இதைக் காத்யாவிடம் சொல்லி அவளை வீட்டுக்கு அழைத்துச் செல்வதற்காக வந்திருந்தார். ஆனால் இந்தப் பண்ணையில் இருப்பதே தனக்கு நல்லது, குழந்தை பிறக்கும் வரை தான் வேறு எங்கும் செல்ல விரும்பவில்லை என்று காத்யா கூறிவிட்டாள்.

சரிபார்க்கும் குமாஸ்தாவுக்குரிய எளிய வேலைகளைச் செய்துகொண்டு குழந்தை எப்பொழுது பிறக்குமென்று அவள் காத்திருந்தாள். சுற்றிலும் இருந்தோர் யாரும் அனுதாபம் தெரிவித்து அவளைத் தொல்லை செய்யவில்லை _ எல்லோரும் அவரவரது வேலைகளிலே மூழ்கியிருந்தனர். யாரும் அவளைக் கண்டனம் செய்யவில்லை, ஏளனம் பண்ணவில்லை. அவரவராலும் முடிந்த அளவுக்கு அவளுக்கு உதவி புரியவே விரும்பினர். தாய்மார்கள் அவளுக்கு வேண்டிய ஆலோசனைகளைக் கூறினர் _ "நீ சிறு பெண்... நான் சொல்வதைக் கேள்..." என்று உதவ முன்வந்தனர்.

வயது முதிர்ந்த கணக்கர் முந்திய நாளன்று ஓர் இளைஞன் அவளைச் சந்திக்க வந்திருந்ததை அவளிடம் சொன்னபோது, அது யாராய் இருக்குமென்று அவளால் ஊகிக்க முடியவில்லை.

"அவன் உன்னைப் பார்க்கவில்லையா?" என்று அந்தக் கிழவர் வருத்தப்பட்டுக் கொண்டார். "திராவ்னிக்கோவாவைப் பார்க்க விரும்புவதாய்ச் சொன்னான். அதோ வயலில் வேலை செய்கிறாள். போய்ப் பார் என்றேன். நேர் சாலை, எப்படி அவனால் உன்னைச் சந்திக்க முடியாமல் போயிற்று? முட்டாள்!"

காத்யா சிந்தித்துப் பார்த்தாள். வெனியாமின் செமியோனவிச்சாய் இருக்குமோ? திரும்பி வந்துவிட்டாரா? எதற்காகவாம்? லாதாவிலிருந்து நெடுந் தொலைவில் வோல்காவின் கரையிலே குய்பிஷேவிலோ, சாரத்தோவிலோ ஒரு நாடக மன்றத்தில் அவர் வேலை தேடிக் கொண்டதாய் மார்கரித்தா ஸ்தெபானவ்னாவுக்குத் தகவல் கிடைத்திருந்தது. வந்தது வெனியாமின் செமியோனவிச் இல்லையென்றால், வேறு யாராய் இருக்கும்? கணக்கர் அளித்த அரைகுறை விவரங்களிலிருந்து வந்தவன் அலெக்சேயாயிருக்கலாம் என்று காத்யாவுக்குத் தோன்றவே இல்லை. அதிக காலமாய் அவள்தான் அவனைப் பற்றி நினைக்காமலே இருந்து வந்தாளே, அவன் தன்னைப் பார்க்க வந்திருப்பான் என்ற எண்ணமே தோன்றவில்லை அவளுக்கு.

ஆனால் நாம் சிறிதும் எதிர்பார்க்காதவர்கள் நம்மைச் சந்திக்க வருவதை அடிக்கடி பார்க்கிறோம் அலெக்சேயின் தங்கை தோன்யா ஜுர்பினா தன்னைப் பார்க்க வருவாளெனக் காத்யா எதிர்பார்த்திருக்க முடியுமா? அவளும் தோன்யாவும் சினேகிதிகளாய் இருந்ததில்லையே. ஒரே பள்ளியில் வெவ்வேறு வகுப்புகளில் படித்தனர். தோன்யாவைவிடக் காத்யா இரு வகுப்புகள் மேலே இருந்தாள். பாடங்களுக்கு இடைநேரத்தில் இருவரும் ஒருவரையொருவர் பார்த்துக் கொண்டது உண்டு. பள்ளிக்கூட நாடகத்தில் இருவரும் சேர்ந்து நடித்திருந்தனர். அத்தோடு அவர்களிடையே பழக்கம் விட்டுப் போய்விட்டது.

கடந்த கோடையில் தோன்யாவுக்குக் காத்யாமேல் வெறுப்பு ஏற்பட்டது. அவள் தன் அண்ணனைப் பிடித்துக் கொண்டுவிட்டாளே என்று சிறுமியான தோன்யாவுக்கு அவள்மீது பொறாமை. திட்டப்படம் வரையும் இந்தச் சிறு பெண்ணுக்குத் தன் அண்ணன் இப்படி உள்ளத்தைப் பறி கொடுத்துவிட்டானே என்று அவளுக்குக் கோபம். பிற்பாடு அவளுடைய பொறாமையும் வெறுப்பும் மறையலாயின. காத்யா மணம் முடித்துக் கொண்டபின் தோன்யா திரும்பவும் அவளை மறந்தேவிட்டாள்.

ஆனால் இப்பொழுது அலெக்சேய் மறுபடியும் காத்யாவைப் பற்றிப் பேசத் தொடங்கிவிட்டான். "அவனுக்கு ஏன்தான் காத்யாவிடம் இந்த ஆசையோ தெரியவில்லை. அசடு, புத்தி கெட்டவள் _ அவள்தானா கிடைத்தாள்?'' தோன்யா இப்படித்தான் மனத்துள் நினைத்துக் கொண்டாள். ஆயினும் அவளுடைய உணர்ச்சிகள் வேறு விதமாய் இருந்தன. காத்யாவுக்கு ஏற்பட்ட துர்பாக்கியம் அவளுக்குத் தெரிந்ததுதான், இதுகுறித்து அவள் வெற்றிச் சிரிப்பு சிரித்திருக்கலாம் _ ஆனால் அவள் குடும்பத்தில் யாருக்கும் இன்னொருவருடைய துர்பாக்கியத்தைக் கண்டு மகிழும் அற்பப் புத்தி இருந்ததில்லை. ஜுர்பின்களுக்கு இந்தக் கெட்ட புத்தி கிடையாது, அவர்கள் தங்கள் குழந்தைகளிடத்தும் இந்தப் புத்தியை வளர்க்கவில்லை. அலெக்சேயுடன் பேசிக் கொண்டிருந்த பிற்பாடு, காத்யாவின் நிலையைப் பற்றித் தோன்யா சிந்திக்க முற்பட்டாள். ஆம், அவள் மிகப் பெரிய துர்பாக்கியசாலி. அவள் கல்லூரியில் சேர்ந்து படிக்க வேண்டியவள்; பள்ளியில் வரலாற்றுக் கட்டுரைகள் எழுதிச் சிறப்பு பெற்றிருந்தவள் ஆயிற்றே! ஏன் அவள் உதவாக்கரை ஆளைப் போய் மணந்து கொண்டாள்? குழந்தை வேறு பிறக்கப் போகிறது... பாவம் காத்யா! அண்ணனும்

பரிதாபத்துக்கு உரியவன்தான். காத்யா தனக்கும் அவனுக்கும் எப்படிப்பட்ட சிக்கலை உண்டாக்கிக் கொண்டுவிட்டாள்.

தோன்யா பள்ளி இறுதித் தேர்வுகளில் வெற்றியடைந்து சான்றிதழ் பெற்றுக் கொண்டாள். அவளும் இகாருமாய்ச் சேர்ந்து மனுக்கள் எழுதினர் _ அவள் பல்கலைக்கழகத்திலும் அவன் கல்லூரியிலும் சேர மனுக்கள் எழுதிப் பதிவு அஞ்சலில் அனுப்பி வைத்தனர். அதியற்புதமான ஓர் உணர்வு அவளைப் பூரிப்படையச் செய்தது. கடல் ஓரத்தில் உயர்ந்து நிற்கும் பாறை உச்சியிலே நின்று புத்துணர்வு தரும் தூய காற்றை உள்ளுக்கு இழுப்பவனுக்கு ஏற்படும் உணர்வு அது. நெடுந் தொலைவு அரும் பாடுபட்டு நடந்து கடலை வந்தடைந்தவன் அவன். இப்பொழுது கப்பல் எப்பொழுது வரும் ஏறிக் கொள்ளலாம் என்று காத்து நிற்கிறான் _ வெண்ணிறப் பாய்கள் விரித்து எழிலுருவாய் வரும் சுயேச்சை வாழ்வுக் கப்பலின் வருகைக்காகக் காத்து நிற்கிறான்.

இன்பக் களிப்பு நிரம்பிவிடும்போது அதை ஏனையோரிடத்தும் பகிர்ந்து கொள்ள விரும்புகிறோம் அல்லவா? தோன்யாவைப் பொறுத்தவரை காத்யா எப்படி இருக்கிறாள் என்று தெரிந்துகொள்ள வேண்டுமென்ற ஆவலும் அவளைத் தூண்டிற்று. காத்யாவைப் பார்த்துவிட்டு வருவதென்று அவள் தீர்மானித்தாள். பண்ணைக்கு வந்து சேர்ந்தாள். அவளைப் பார்த்ததும் காத்யாவுக்கு ஒன்றும் புரியவில்லை. தோன்யாவுக்கு கொஞ்சம் குழப்பமாய்த்தான் இருந்தது _ எதைப் பற்றி என்ன பேசுவது?

“காத்யா, எப்படி இருக்கிறாய்?'' என்று கேட்டாள் தோன்யா.

“எதோ நடக்கிறது, இருக்கிறேன்.'' வேறு ஒருத்தியாய் இருந்தால், வேண்டுமென்றே அகம்பாவமாய் ஓ, நன்றாய்த்தான் இருக்கிறேன் என்று சொல்லியிருப்பாள். துன்பமிழைக்கப்பட்ட பலரும் அளவு மீறி முறையிடுவார்கள், அல்லது அளவு மீறி ஆணவமுடையோராகி விடுவார்கள். ஆனால் காத்யா எப்பொழுதும் போல, காத்யாவாகவே இருந்தாள்.

“வேலைகள் அதிகமா?'' என்று விசாரித்து, தோன்யா அந்தச் சிறு அறையை நோட்டமிட்டாள். காத்யாவின் அறையில் நோட்டமிடுவதற்கு அதிகம் ஒன்றுமில்லை _ ஒரு படுக்கை, அதனருகே கண்ணாடியும் ஒதிகுலோன் பாட்டில் ஒன்றும் இருந்த சிறிய அலமாரி, ஒரு சதுர மேஜை, இரண்டு எளிய நாற்காலிகள் _ இவ்வளவுதான் இருந்தன.

“வேலை ஒன்றும் அதிகமில்லை. எஞ்சிய நேரத்தில் வயல்களுக்குப் போய் உதவியாய் வேலை செய்கிறேன்.”

“ஆனால் நீ இருக்கிற நிலையில் வயல் வேலை நல்லதுதானா?” தோன்யா கவலை தோய்ந்த பார்வையால் காத்யாவை உற்றுப் பார்த்தாள். இயற்கையின் மாபெரும் விந்தை ஒன்று காத்யாவிடம் ஒப்படைக்கப்பட்டிருப்பதாய்த் தோன்யா கருதினாள்.

“நல்லது இல்லாமல் என்ன? நல்லதுதான். நீ எப்படி இருக்கிறாய்?”

“நானா? பல்கலைக்கழகத்தில் சேர மனு அனுப்பியிருக்கிறேன். நுழைவுப் பரீட்சைக்கு எனக்கு அனுமதி தருவார்களோ என்னமோ தெரியவில்லை. கவலையாய் இருக்கிறது.”

“அதெல்லாம் கவலை வேண்டாம். நிச்சயம் அனுமதி தருவார்கள்!” காத்யா சற்று நேரம் சிந்தித்துவிட்டு, “உன்னைப் பார்த்தால் எனக்குப் பொறாமையாய் இருக்கிறது. நானும் பல்கலைக்கழகத்தில் சேர விரும்பினேன், ரொம்ப விரும்பினேன்” என்றாள்.

“காத்யா, நீயும் வா, இருவருமாய்ப் பல்கலைக்கழகத்தில் சேர்ந்து படிப்போம்.”

“அதெப்படி முடியும்? யோசிக்காமலே பேசுகிறாய். இனி நான் படிப்பது எங்கே? இல்லை, தோன்யா, இனி எனக்கு இந்த நினைப்பு உதவாது. நான் தாயாகப் போகிறவள். குழந்தைத் துணிகளைச் சுத்தம் செய்து என் குழந்தையைக் கவனித்துக் கொள்வதுதான் இனி எனக்குரிய வேலை. தாயின் வாழ்க்கை அப்படித்தான் என்று சொல்கிறார்கள். இது உண்மைதானா? _ நீ என்ன நினைக்கிறாய்?”

“காத்யா, எனக்குத் தெரியவில்லையே.” அவளைத் தன் கைகளால் அணைத்துப் பிடித்து முத்தமிட்டு ஆறுதல் சொல்ல வேண்டும் போலிருந்தது தோன்யாவுக்கு.

“காத்யா” என்று திடுதிப்பென மறுபடியும் பேசத் தொடங்கினாள். “அலெக்சேய் உன்னைப்பற்றி அடிக்கடி பேசுகிறான்.”

காத்யா பார்வையைக் கவிழ்த்துக்கொண்டு பேசாமலிருந்தாள்.

“சில நாட்களுக்கு முன்பு உன்னைப் பார்ப்பதற்காக இங்கே வந்திருந்தான்” என்றாள் தோன்யா, திரும்பவும்.

“என்னைப் பார்ப்பதற்காக வந்திருந்தானா? ஏன்?”

“சும்மா உன்னைப் பார்ப்பதற்காகத்தான். உன்மீது உயிரையே வைத்திருக்கிறான்.”

“தோன்யா, வேண்டாம். அதையெல்லாம் என்னிடம் சொல்லாதே. நான் கேட்க விரும்பவில்லை.” காத்யா கைகளால் கண நேரத்துக்குக் காதுகளைப் பொத்திக் கொண்டாள். ஆனால் மறுகணமே “உன்னிடம் எல்லாவற்றையும் சொல்லி வருகிறானா?” என்று கேட்டாள்.

“ஆம், எல்லாவற்றையும்தான் சொல்கிறான். ரொம்ப நல்லவன்.”

கடந்த காலம் திடுமெனக் காத்யாவின் கண்ணெதிரே தெரிந்தது _ நடனங்களைத் தவற விட்டுவிட்டு அவளும் அலெக்சேயும் “குளிர்காலத் தோட்டத்திலே” அமர்ந்திருந்தது, மழை பெய்தபின் இருவருமாய் லாதா ஆற்றங்கரையிலே பைன் மரங்களிடையே சுற்றித் திரிந்தது, வருங்காலங் குறித்து இருவருமாய்ச் சிந்தித்தது _ இவை யாவும் அவள் மனத் திரையிலே தெரிந்தன. மேஜையின்மேல் தலையைச் சாய்த்து குளிர்ந்திருந்த அதன் விரிப்பிலே முகத்தைப் பதித்துக் கொண்டு அழுதாள்.

பயந்து போய்விட்ட தோன்யா அவளிடம் ஓடி, காத்யாவின் தோள்களை அணைத்துக்கொண்டு அவள் கன்னத்தை தன் தலையுடன் வைத்து அழுத்தினாள்.

“காத்யா, காத்யா, என்னை மன்னித்துவிடு! தெரியாமல் சொல்லி விட்டேன், உன்னைக் கலங்கச் செய்து விட்டேன்!”

“நீ சொன்னதில் தவறு ஒன்றுமில்லை! தோன்யா, நீ எல்லாவற்றையும் சொல்லு!” காத்யாவும் இப்பொழுது தோன்யாவைக் கட்டியணைத்துக் கொண்டாள். “எனக்கு நல்லா வேண்டும், இதுவும் வேண்டும், இதற்கு மேலும் வேண்டும்! இவ்வளவுக்கும் நான்தானே காரணம், குற்றம் பூராவும் என் பேரில்தான்!”

ஓ, காரணம் இதுதான்! அதனால்தான் அலெக்சேயைச் சந்திக்க நேர்ந்துவிடுமோ என்று அப்படி அவளுக்குப் பயமாய் இருந்தது. யாவற்றுக்கும் தானேதான் காரணம், அலெக்சேயின் உள்ளத்து உணர்ச்சிகளை மதிக்காமல் ஒதுக்கியதற்கு. தனது சொந்த உணர்ச்சிகளையும் புரிந்துகொள்ளாமல் தவறிழைத்ததற்குத்

தானேதான் பொறுப்பாளி என்பது தெரிந்திருந்ததால்தான் அப்படி அவள் பயப்பட்டாள். முதன்முதலாய் இப்பொழுதுதான் அவள் தான் இழைத்த தவறு எவ்வளவு கொடுமையானது என்பதைப் புரிந்து கொண்டாள். யார் அந்த வெனியாமின் செமியோனவிச்? எங்கிருந்து வந்தார்? அவரை அவள் காதலித்தாளா? இல்லவே இல்லை! அது காதல் இல்லை _ பொய்த் தோற்றம்! அவளைக் கவர்ந்தது அவரல்ல, அவருடன் இணைந்ததாய்த் தோன்றிய அந்த அரிய வாழ்வுதான் அப்படி அவளைக் கவர்ந்துவிட்டது. வெனியாமின் செமியோனவிச் புகழ் படைத்த நண்பர்கள்தான், கையொப்பமிட்டு அவருக்குப் புத்தகங்கள் தந்திருந்த அந்தப் பிரபலஸ்தர்கள்தான் அவள் உள்ளதைக் கவர்ந்துகொண்டு விட்டனர். அவருடன் சேர்ந்து பயணம் போய் வரலாமென்று அவள் நினைத்திருந்த காகசஸும் வோல்கா ஆற்றின் அணைக்கட்டுகளும் நீல மலைகளும் சூடான மணற்கரைகளும் மாஸ்கோவும் லெனின்கிராடும் நாடக மன்றங்களும்தான் அப்படி அவளை மதிமயங்கச் செய்துவிட்டன... இந்த எண்ணங்கள் எல்லாம் தகர்ந்து விழுந்துவிட்டன. அந்த ஆள் எங்கே? _ அந்தக் கற்பனைக் கோட்டைகளின் இடிபாடுகளுக்கு அடியில் புதைந்துவிட்டார்.

காத்யாவின் விம்மல்கள் அதிகமாயின. தன்னையும் அறியாமலே தோன்யாவும் அவளுடன் சேர்ந்து அழுதாள். பக்கத்து அறையில் இருந்தவள் இவர்களுடைய அழுகுரல் கேட்டு ஓடி வந்தாள்.

"என்ன ஆயிற்று? இதெல்லாம் என்ன?'' என்று அந்த அன்னை கேட்டாள்.

தோன்யா பதில் சொல்லாமல் அவளைப் போகும்படிக் கையை ஆட்டிக் காட்டினாள். குறுக்கே நிற்க வேண்டிவருமே அன்றி, தன்னால் இவர்களுக்கு உதவி இல்லை என்பதைக் கண்டதும் அவள் திரும்பிப் போய்விட்டாள்.

"காத்யா, நீ எங்கள் வீட்டுக்கு வந்துவிடு, எங்களுடன் வசிக்கலாம்.'' அழுகை கொஞ்சம் அடங்கியதும் தோன்யா அவளிடம் உருக்கமாய்ச் சொன்னாள். "நீ இப்படித் தனியே வசிக்கக் கூடாது. தனியே இருப்பதைப் போன்ற வேதனை வேறு எதுவும் இல்லை. காத்யா, எங்களுடன் வந்து இரு. என் அம்மாவுக்கு மகிழ்ச்சியாய் இருக்கும், எங்கள் எல்லோருக்குமே மகிழ்ச்சியாய் இருக்கும்.''

காத்யாவைத் தன்னுடன் வீட்டுக்கு அழைத்து வந்தால் அகஃப்யா கார்ப்பவ்னாவுக்கு மகிழ்ச்சியாய்த்தான் இருக்குமா என்று தோன்யாவால் நிச்சயமாய்ச் சொல்ல முடியவில்லை. ஆனால் காத்யாவுக்கு உதவ வேண்டுமென்று அவள் ஆசைப்பட்டாள்.

“தோன்யா, உன்னுடைய அன்புக்கு நான் கடமைப்பட்டிருக்கிறேன். ஆனால் இங்கிருந்து வர எனக்கு விருப்பமில்லை. நான் என் அம்மாவுடன் போய் இருக்கலாம், ஆனால் நான் விரும்பவில்லை. தனியே விடப்பட்டவள் நான், தனியே வாழ்வதென்று இருக்கிறேன்.”

“இல்லை, நீ தனியே விடப்பட்டவள் அல்ல!” என்று ஆவேசமாய்க் கூறினாள் தோன்யா. “இல்லை, நீ தனியே வாழ நாங்கள் விட மாட்டோம்!”

14

1

தோன்யா சொன்ன சொல் தவறவில்லை. காத்யா இனி தனியே விடப்பட்டவளாய் வாழவில்லை. மிகப் பெரும்பாலான மாலைகளிலும் ஞாயிறு தவறாமலும் தோன்யாவோ, அவளுடைய சினேகிதிகளில் ஒருத்தியோ அவளிடம் வந்து செல்வது வழக்கமாகிவிட்டது. காத்யாவுக்கு இவர்கள் வந்து சென்றது மகிழ்ச்சியாய்த்தான் இருந்தது, அதேபோதில் ஒரு விதத்தில் சங்கடமாகவும் இருந்தது. இந்தப் பெண்கள் எல்லோரும் சிறிசுகள், இப்பொழுதுதான் பள்ளிப் படிப்பை முடித்தவர்கள். தங்களுடைய பழைய சக மாணவியின் நிலை குறித்து தங்களுக்கிருந்த மட்டுமீறிய கவலையையும் அச்சத்தையும் இவர்களால் மறைக்க முடியவில்லை. அவளை உடல்நலமின்றிப் படுத்துவிட்டவளாய்ப் பாவித்து அக்கறையாய்க் கவனித்துக்கொண்டனர். ஓடி வந்து நாற்காலியை இழுத்துப் போட்டு அவளை உட்கார வைப்பார்கள். அவள் உலாவச் செல்கையில் தனியே விடாமல் அவள் கையைப் பிடித்துக் கொள்வார்கள்; "குனியாதே! அதை நீ தூக்கக்கூடாது! உனக்கு நல்லதல்ல!'' என்று கூறிக்கொண்டிருப்பார்கள். அவர்கள் கூட இருக்கையில் காத்யா சாலையிலிருந்து விலகி வயல்களுக்குச் சென்று சோளப் பூ பறிப்பதற்குக்கூட அனுமதிக்கமாட்டார்கள். அந்தப் பெண்கள் சொன்னபடி எல்லாம் நடந்திருந்தால் காத்யா நாள் முழுதும் உட்கார்ந்துகொண்டோ, படுத்துக் கொண்டோதான்

இருந்திருக்க வேண்டும். ஆனால் காத்யா அங்குமிங்கும் போய்வரவும், சோளப்பூ பறிக்கவும், பெண்களுடன் சேர்ந்து பந்தாடவும் விரும்பினாள். காத்யாவுக்குத் தான் எந்தக் குறையுமின்றி முழு நலமுடன் இருப்பதாகவே தோன்றியது, விரைவில் தனக்கு என்ன நடைபெறப் போகிறது என்பது பற்றி அதிகம் தெரியாதவளாகவே இருந்துவந்தாள்.

நல்ல இரவிலே அது நடந்தது. பெண்கள் முன்பே விடைபெற்றுக் கொண்டு போய்விட்டனர். அமைதியான பெரிய சந்திரன் சன்னல் வழியே உற்றுப் பார்த்துக் குளிர் ஒளிபரப்பினான். ஆனால் காத்யா சந்திரனைப் பற்றி நினைக்கவில்லை. அவள் உடலெங்கும் அச்சம் தரும் உணர்ச்சிகள் பாய்ந்துகொண்டிருந்தன. அவள் மிரண்டுபோய்விட்டாள். வீட்டில் இல்லாமல் இங்கு தனியே வந்தேனே, அம்மா தன்னிடம் இல்லையே என்று வருந்தினாள். அம்மாவை ஏன் இங்கேயே இருக்கச்சொல்லாமல் விட்டேன்? இரண்டு நாட்களுக்கு முன்பு மார்கரித்தா ஸ்தெபானவ்னா வந்திருந்தாள். ஆசிரியர்களுடைய மாநாடு நடைபெறப் போகிறது என்றும், ஆனால் காத்யாவுடன் இருக்க வேண்டுமானால் மாநாட்டுக்கு போகாமல் இருந்துவிடுவதாகவும் அவள் சொன்னாள். காத்யாதான் வேண்டவே வேண்டாம் என்றாள். நகர ஆசிரியர்களது மாநாடுகள் ஒவ்வொரு கோடையிலும் நடைபெறும்; மார்க்கரித்தா ஸ்தெபானவ்னா அவற்றில் உரை நிகழ்த்துவது வழக்கம். இதெல்லாம் அவளுக்குத் தெரியும், கடந்த கோடையில் நடைபெற்ற மாநாடுதான் அவள் போகத் தவறிய ஒரேயொரு மாநாடு. உடல்நலமின்றிப் படுத்து விட்டதால் அவளால் போக முடியவில்லை. “அம்மா, நீ கவலைப்படாதே. நான் நன்றாய் இருக்கிறேன், ஒன்றும் நடைபெறாது. இன்னும் காலம் இருக்கிறது. யாவும் நன்கே நடைபெறும்'' என்று காத்யா அவளிடம் கூறிவிட்டாள். “சரி, நீ கவனமாய் இரு. எதாவது நடந்தால் உடனே தகவல் அனுப்பு. நீ வீட்டிலே இல்லாமல் இங்கே வந்து இருக்க நேர்ந்திருக்கிறதே!..''

இப்பொழுது திடுதிப்பென இரவு நேரத்தில் இப்படித் திகிலடைய நேர்ந்துவிட்டதே... என்ன செய்யலாம்?

சுரீரென வலித்ததும் காத்யா தீர்மானத்துக்கு வந்தவளாய், வண்ணக் காகிதம் ஒட்டிய அறைச் சுவரில் தட்டினாள்.

பக்கத்து அறையில் இருந்தவள் வந்து விளக்கைப் போட்டாள். காத்யாவின் திகிலடைந்த கண்களைப் பார்த்துவிட்டுக் கூறினாள்:

“நேரம் வந்துவிட்டது. இதில் பயப்பட ஒன்றும் இல்லை. பெண்ணாய்ப் பிறந்தால் இப்படித்தான். நீ உடுத்திக்கொள், நான் போய்க் காவலாளரைப் பார்த்து காரோ வண்டியோ கொண்டு வரச் சொல்கிறேன்.’’

காவலாளரான மித்யா மாமா அலுவலறைப் பெஞ்சில் தமது பெரிய கம்பளித் தோல் மேல்கோட்டின்மீது கம்பளி பூட்சுகளைத் தலையணையாய் வைத்துக் கொண்டு தூங்கிக் கொண்டிருந்தார்.

“நல்ல வேலைதான்!’’ தூக்கம் ஏன் கலைக்கப்பட்டதெனத் தெரிந்ததும் அவர் முனகிக் கொண்டார். “எங்கே போய் வண்டி கொண்டு வருவது? பண்ணை நிர்வாகிகளை எழுப்பிக் கேட்பதா? குதிரை லாயக்காரர்களைக் கிளப்பிவிடுவதா? வண்டி ஓட்ட ஆள் கிடைக்குமா என்று பார்ப்பதா?’’

“அப்படியெல்லாம் செய்தால் நேரமாகிவிடும். மருத்துவமனைக்கோ கப்பல் துறைக்கோ போன் செய்யுங்கள்.’’

மித்யா மாமா கப்பல் துறையைத் தொலைபேசியில் கூப்பிட்டார்.

“பொறுப்பாளருடன் இணைப்பு கொடுங்கள். இப்பொழுது யார் அங்கே பொறுப்பாளர்? அவசர காரியம். உடனே ஒருவரை மருத்துவமனைக்கு எடுத்துச் சென்றாக வேண்டும்.’’

இரவு நேரத்தில் அங்கே பொறுப்பாளர் கிழவர் மத்வேய்தான்.

“ஜுர்பின் பேசுகிறேன்’’ என்று கரகரப்பான அடித் தொண்டைக் குரல் மித்யா மாமாவின் காதில் விழுந்தது.

“மத்வேய் தரோபியெவிச்சா? ஹலோ, மத்வேய் தரோபியெவிச், இங்கே ஓர் இளம் பெண்ணுக்குக் குழந்தை பிறக்கப் போகிறது.’’

“சரி, எனக்கு என்னவாம்? _ நான் மருத்துவத் தாயல்லவே. தொழில் துறையைச் சேர்ந்தவன் ஆயிற்றே.’’

“மத்வேய் தரோபியெவிச், இதைக் கேளுங்கள். வண்டி ஓட்ட நாங்கள் ஆளைத் தேடிப் பிடிப்பதற்குள் பொழுது விடிந்துவிடும்... மனிதன் ஒருவன் உலகிலே பிறப்பதற்குத் துடித்துக் கொண்டிருக்கிறான். காத்திருக்க முடியாது அவனால்.’’

“அப்படியா, சரி! உங்கள் பெயர் என்ன?’’

“லகுத்கீன்.’’

“சரி லகுத்கீன், என்ன செய்ய வேண்டுமென்று நீங்கள் எனக்குச் சொல்ல வேண்டியதில்லை. போய் அவளிடம் கொஞ்சம் காத்திருக்கச் சொல்லுங்கள். போய்ச் சொல்லுங்கள். காதில் விழுந்ததா? அவளுடைய பெயர் என்ன?’’

“திராவ்னிக்கோவா. உங்களிடத்திலிருந்து, கப்பல் துறையிலிருந்து வந்தவள்தான். சரிபார்க்கும் குமாஸ்தா.’’

“சரி, போய் வேலையைப் பாருங்கள். பிறகு வெளியே வாங்க, கார் நின்று கொண்டிருக்கும்.’’

மறுநாள் காலை எட்டு மணிக்கெல்லாம் முடிந்துவிட்டது. ஓய்ந்து ஒடுங்கிவிட்ட காத்யா தூங்க ஆரம்பித்தாள், மாலை நெடுநேரம் வரை தூங்கிக் கொண்டே இருந்தாள். அவள் விழித்துக் கொண்டதும், படுக்கைக்கு அருகே அலமாரியில் இருந்த பெரிய டாலியா மலர்க் கொத்துதான் முதலில் அவள் கண்ணில் பட்டது. இளந் தாய்களுக்கு மலர்கள் அளிப்பார்கள் என்று அவள் கேட்டிருந்தாள். ஆனால் அவளுக்கு மலர்கள் கொண்டு வந்து கொடுத்தது யார்? தோன்யாவா? அந்தப் பெண்களா? ஆம், அவர்களாய்த்தான் இருக்கும். தங்கமானவர்கள், நன்றி, நன்றி!

ஆனால் காத்யாவுக்கு மலர்கள் அனுப்ப ஏற்பாடு செய்தது, அந்தப் பெண்களல்ல; கிழவர் மத்வேய்தான் ஏற்பாடு செய்தார். பண்ணைக்குக் கார் அனுப்பியதோடு நின்றுவிடவில்லை அவர், காலையில் தொலைபேசியில் மருத்துவமனையைக் கூப்பிட்டு, இளந் தாய் எப்படி இருக்கிறாள் என்று விசாரித்தார். பிறகு வீட்டுக்கு வந்து சேர்ந்ததும் அகஃப்யா கார்ப்பவ்னாவிடம் சொன்னார் :

“திராவ்னிக்கோவா மகளுக்கு… உம்… மகள் பிறந்திருக்கிறாள். துன்யாஷா வீட்டுக்கு வந்ததும் மலர்கள் பறித்து அனுப்பச் சொல். பெரிய கொத்தாய் இருக்கட்டும். அகஃப்யா, உலகுக்கு மற்றுமொரு மனிதன் கிடைத்திருக்கிறான். இது கொண்டாடப்பட வேண்டிய நிகழ்ச்சி.’’

காத்யா, சன்னலுக்கு அருகிலுள்ள படுக்கையில் இருந்த பெண்ணைப் போலவே தனக்கும் மலர்கள் வந்ததை நினைத்து மனம் மகிழ்ந்தாள். காத்யாவின் மலர்க்கொத்து அவளுடையதைவிட இன்னும் கொஞ்சம் நன்றாகவே இருந்தது. ஆனால் மலர்கள் அதிக நேரம் அவள் சிந்தனையில் இல்லை. சில வினாடிகளுக்குமேல்

அவற்றால் அவள் நினைவுகளைக் குழந்தையிடமிருந்து திருப்பிவிட முடியவில்லை. மகனாகவோ மகளாகவோ அவள் அதைப் பார்க்கவில்லை _ குழந்தையாகவே பார்த்தாள். குழந்தை அழகாய் இருக்க வேண்டும், மகனாய் இருந்தால் என்ன, மகளாய் இருந்தால் என்ன?

மறுநாள் காலை வரை காத்யா தன் குழந்தையைப் பார்க்க முடியவில்லை. சின்னஞ்சிறு வெண்ணிற மூட்டைக்குள்ளிருந்து சிவப்பு முகத்தைக் காட்டிய அது, பெண் குழந்தை. அப்படி ஓர் அழகு என்று சொல்வதற்கில்லை _ சப்பை மூக்கு, கோடு போன்ற குறுகிய இடுக்குகளுக்குள்ளிருந்து தெரிந்த கண்கள், சொற்ப முடிகள்.

பத்து நாட்களுக்குப் பிறகு காத்யா இந்தச் சிறு மூட்டையைக் கையில் தூக்கிக் கொண்டு படிக்கட்டிலே ஜாக்கிரதையாய் இறங்கி மருத்துவமனையின் முன்னறைக்கு வந்து சேர்ந்தாள். அவளுக்காக அங்கே பெண்கள் காத்திருந்தனர். அவர்களிடையே அகஃப்யா கார்ப்பவ்னாவும் இருந்தாள். தோன்யா அவளை வருமாறு சொல்லி அழைத்து வந்திருந்தாள். “அம்மா, நீயும் வர வேண்டும். என்ன செய்ய வேண்டும் என்று நீ விளக்கிச் சொல்வாய். அவசியம் வர வேண்டும்'' என்றாள். “அவளுக்கு ஒரு தாய் இருக்கையில் நான் எதற்காக வர வேண்டும்?'' “காத்யா இன்று மருத்துவமனையை விட்டு வெளியே வருவது மார்கரித்தா ஸ்தெபானவ்னாவுக்குத் தெரியாது; நாளைக்கு வரப் போவதாய் நினைத்துக் கொண்டிருக்கிறார். காத்யா அவளிடம் சொல்லவில்லை. காத்யா பிடிவாதக்காரி. எல்லாம் தாயாரான பிறகுதான் மார்கரித்தா ஸ்தெபானவ்னாவைக் கூப்பிடப் போவதாய்ச் சொல்லிக் கொண்டிருக்கிறாள். தாயின் உதவியின்றித் தானே எல்லாவற்றையும் செய்து கொள்ள வேண்டுமென விரும்புகிறாள், புரிகிறதா உனக்கு?''

“எனக்கு ஒன்றும் புரியவில்லை'' என்று சொல்லியபடி அகஃப்யா கார்ப்பவ்னா மங்கிய கோடைக் கோட்டை எடுத்துப் போட்டுக் கொண்டு புறப்பட்டாள்.

திரும்பவும் மலர்கள், கப்பல் துறையின் காரில் திரும்பவும் பயணம். காத்யா தனது சிறு அறைக்கு வந்து சேர்ந்தாள். பண்ணையைவிட்டுச் செல்ல இப்பொழுதும் அவளுக்கு விருப்பமில்லை.

"உனக்கு ஒரு ஸ்டவ்வாவது, மின்சார அடுப்பாவது அவசியம் வேண்டும்'' என்று காத்யாவின் அறையில் இருந்தவற்றைப் பார்த்தபிறகு அகஃப்யா கார்ப்பவ்னா அவளிடம் சொன்னாள். "தண்ணீர் காய்ச்சப் பாத்திரங்கள் வேண்டும்.'' குழந்தைமீது சுற்றியிருந்த துணிகளை அவிழ்த்தெடுத்துவிட்டு "இவளை எப்படி அழைக்கப் போகிறாய்? ஏற்கனவே பெயர் வைத்துவிட்டாயா?'' என்று கேட்டாள்.

"பெயர் வைத்துவிட்டேன், அகஃப்யா கார்ப்பவ்னா'' என்று காத்யா பதிலளித்தாள். "அவளுடைய பெயர் மரீனா.''

அந்தப் பெண்களில் ஒருத்தி "மரீனா வெனியாமினோவ்னா'' என்று சொல்லி காத்யாவின் மகளுடன் கொஞ்சினாள்.

"இல்லை, இல்லை, மரீனா அலெக்சேயெவ்னா'' என்று காத்யா திருத்திச் சொன்னாள். அப்பொழுது அவள் முகம் செக்கச் சிவந்துவிட்டது.

"அது எப்படி?'' அகஃப்யா கார்ப்பவ்னாவுக்கும் முகம் சிவந்துவிட்டது. "அது சரியல்ல, வேண்டாம்!'' அதற்கு மேல் பேச அவளுக்கு வார்த்தைகள் வரவில்லை _ அந்த அளவுக்குக் கலக்கமுற்றுவிட்டாள்.

"ஏன் கூடாது என்கிறீர்கள்?'' என்று முணுமுணுக்கும் குரலில் காத்யா கேட்டாள். அவளும் கலக்கமுற்றுத் தோன்றினாள். "ஏன் கூடாது? நாங்கள் மணமுடித்துக் கொண்டவர்களாய்ப் பதிவுசெய்யப்படவில்லையே. அவர் வேண்டாம் என்றார். அவர் நினைவே எனக்கு வேண்டாம்! வேண்டவே வேண்டாம்!''

"நீ இப்படிச் செய்யக் கூடாது. தந்தைவழிப் பெயராய் அன்னியரின் பெயரை ஏற்கலாகாது.''

"அன்னியர் பெயரல்லவே, அகஃப்யா கார்ப்பவ்னா. அது என் தந்தையின் பெயர் அல்லவா?'' காத்யாவின் கன்னங்களில் கண்ணீர் வழிந்தோடிற்று.

அந்தப் பெண்களும் வருத்தப்பட்டனர். தோன்யாவின் தாய்க்கும் காத்யாவுக்கும் நடந்த வாக்குவாதத்தின் பொருள் அவர்களுக்கு விளங்கவில்லை. ஆனால் அவர்கள் இயல்பாகவே காத்யாவையே ஆதரித்துப் பேசினர். காத்யா விரும்பினால் "மரீனா அலெக்சேயெவ்னா'' என்றே குழந்தையை அழைக்கட்டுமே _

கேட்பதற்கு இந்தப் பெயர் இன்னும் கொஞ்சம் நன்றாய்த்தானே இருக்கிறது.

“அசடுகள்! அவள் விரும்புகிறாளாமே!'' என்றாள் அகஃப்யா கார்ப்பவ்னா. “விரும்பினால் போதுமா?'' குழந்தைக்குப் பெயர் சூட்டியதில் காத்யா தன் தந்தையையே மனதில் கொண்டிருந்தாள் என்று தெரிந்ததும் அவளுக்குக் கொஞ்சம் ஆறுதலாகத்தான் இருந்தது. காத்யாவின் தந்தையை அகஃப்யா கார்ப்பவ்னாவுக்கு நன்றாய்த் தெரியும். திரும்பவும் காத்யாவின் மகளை ஒரு முறை கவனித்துப் பார்த்துவிட்டு, காத்யாவிடம் திரும்பி, “அப்படியே உன் மாதிரியே இருக்கிறாள்'' என்றாள். பிறகு கலக்கமுற்றவளாகவே வீட்டுக்குத் திரும்பினாள்.

2

ஞாயிறு தோறும் மார்கரித்தா ஸ்தெபானவ்னா கப்பல் துறைப் பண்ணைக்கு வந்து பகற்பொழுது முழுதும் காத்யாவுடன் தங்கியிருந்தாள். காத்யா நகருக்கு வர விரும்பாததைக் கண்டு அவளுக்குக் கவலையாய் இருந்தது. வார நாட்களிலும் அவகாசம் கிடைத்த போது மாலையில் வந்து சென்றாள். தோன்யாவின் சினேகிதிகளும் அடிக்கடி வந்து காத்யாவைப் பார்த்துவிட்டுச் சென்றனர். ஆனால் தோன்யா இப்போது வருவதில்லை. காத்யாவுக்குக் குழந்தை பிறந்து சில நாட்களுக்கெல்லாம், பல்கலைக்கழக நுழைவுத் தேர்வுக்காக அவள் லெனின்கிராத் போய்விட்டாள். அடிக்கடி கடிதம் எழுதுவதாய்க் கூறிவிட்டுச் சென்றாள். “காத்யா, நீ கட்டாயம் பதில் எழுத வேண்டும்!'' என்று சொல்லியிருந்தாள்.

காத்யாவை இவர்கள் யாரும் மறந்துவிடவில்லை; அவள் தனியே விடப்பட்டு விடவுமில்லை.

ஆனால் குழந்தை மரீனாவுக்கு மட்டும்தான் தான் அவசியம் வேண்டியிருந்ததென்று காத்யா நினைத்தாள். அவளின்றி மரீனாவால் வாழ முடியாதென்பதைக் கண்டாள். மரீனா காலையில் கண் விழித்தவுடனே அம்மா வேண்டுமென்று அழுவாள். அகஃப்யா கார்ப்பவ்னா சொன்னது மெய்தான்; மரீனா யாரைப் போலிருந்தாள் என்பது இப்பொழுது தெளிவாய்த் தெரிந்தது. அப்படியே காத்யாவை உரித்து வைத்தாற்போல இருந்தாள். காத்யா குழந்தையாய் இருந்தபோது எடுக்கப்பட்ட புகைப்படங்களைப் போலவே இருந்தாள். “உனக்கும் எனக்கும்

வேறு யாரும் வேண்டியதில்லை.'' மரீனாவை ஆட்டித் தூங்க வைக்கும்போது காத்யா வாய்க்குள் அடிக்கடி இதைக் கூறிக் கொள்வாள். "நாம் தனியே வாழ்வதுதான் நல்லது. இருவருமாய்ச் சேர்ந்து இன்பமாய் வாழ்வோம். ஆனால் நீ சீக்கிரமாய் வளர வேண்டும்.''

தனக்கு வேறு யாரும் வேண்டியதில்லை என்று தொடர்ந்து அவள் உறுதி கூறிக் கொண்ட போதிலும், அவள் நினைவில் அலெக்சேய் பளிச்செனத் தோன்றிய வண்ணமே இருந்தான். அவள் அவனை அவமானப்படுத்தியவள், அப்படியும் அவன் அவளைப் பற்றி விசாரித்துக்கொண்டிருந்தான். அலெக்சேயைப் போன்ற ஒருவனைக் காண்பது அரிது. "மரீனா, உன் அம்மா ஒரு பெரிய அசடு, அவள் என்ன காரியம் செய்தாள் பார்.''

எழுந்து நடமாட முடிந்ததும் காத்யா பண்ணையில் வேலை செய்யத் தொடங்கினாள். காலையில் மரீனாவைப் பகல் நேரக் குழந்தை இல்லத்தில் கொண்டுபோய் விட்டுவிட்டு வேலைக்குச் சென்றாள். பிறகு குறித்த நேரங்களில் திரும்பி வந்து அவளுக்குப் பாலூட்டினாள். மாலையில் அவளைத் தூக்கிக் கொண்டு அறைக்கு வந்துவிடுவாள். மார்கரித்தா ஸ்தெபானவ்னா சொன்னது சரிதான் _ காத்யாவுக்கு இது மிகவும் கடினமாகவே இருந்தது, ஒரு நிமிடங்கூட அவளால் உட்கார முடியவில்லை, அவ்வளவு வேலை இருந்தது.

ஆனால் காத்யா மனம் தளரவில்லை. தன்னுடைய உறுதியையும் பொறுமையையயும் கண்டு அவளுக்கே ஆச்சரியமாய் இருந்தது. அவளுக்கு எடை குறைந்து சென்றது. முகம் மெலிந்துவிட்டது, ஆயினும் யாரும் அவள் உற்சாகம் இழந்து வாடியிருக்கக் காணவில்லை.

ஒருநாள் காத்யா பக்கத்து அறையில் இருந்தவளிடம் மரீனாவை விட்டுவிட்டுக் கடைகளுக்குப் போய் வருவதற்காக நகருக்குப் புறப்பட்டாள். புதிய குடியேற்றத்தில் முதல் இடத்திலேயே பஸ்ஸிலிருந்து இறங்கித் தனக்கு வேண்டியவற்றை அவசரமாய் வாங்கிக் கொண்டு பஸ் நிற்குமிடத்துக்குத் திரும்பியதும் வழியில் அலெக்சேய் குறுக்கே நிற்பதைக் கண்டாள்.

"நல்லதாய்ப் போச்சு, இங்கேயே சந்தித்தோம்! உன்னுடைய இடத்துக்குத்தான் நானும் போய்க் கொண்டிருக்கிறேன். பஸ் நிற்கும் இடத்துக்குத்தான் செல்கிறேன்'' என்று அவன் கூறினான்.

“எதற்காக?'' என்று மெல்ல கேட்டாள் காத்யா.

“உன்னைப் பார்ப்பதற்காகத்தான். நீ எப்படி இருக்கிறாய் என்று தெரிந்து கொள்வதற்காகத்தான்.''

அறையிலே கிடந்த குழந்தைத் துணிகளையும் பாத்திரங்களையும் குளியல் தொட்டியையும் மரீனாவையும் காத்யா நினைத்துப் பார்த்தாள்.

“என்னுடைய இடம் நன்றாய் இல்லை, என்னைப் பார்க்க வர வேண்டாம்.'' காத்யாவின் குரல் முன்னிலும் தளர்ந்து கரகரத்தது. “நானுங்கூட... நல்லவள் அல்ல.''

“அது உண்மையல்ல, நீ நல்லவள்தான்'' என்றான் அலெக்சேய், அவனுடைய குரலும் கிசுகிசுத்தது.

“நான் போகவேண்டும்.''

“இருவருமாய்ச் சேர்ந்து போவோம். உன் அறைக்குக் கொண்டு போய்விடுகிறேன்.''

“வேண்டாம், வேண்டாம்!''

“இல்லை, நானும் உன்னுடன் வரத்தான் போகிறேன்.''

பஸ்ஸில் அலெக்சேய் காத்யாவின் பக்கத்தில் உட்கார்ந்து கொண்டான். அவள் பக்கம் திரும்பாமலே அவளுடைய ஒவ்வோர் அசைவையும் கவனித்துக் கொண்டுதான் இருந்தான். வாய் திறந்து ஒரு வார்த்தை பேசாமலே இருவரும் கப்பல் துறைப் பண்ணைக்குப் போய்ச் சேர்ந்தனர்.

“இனி நான் தனியே போய்விடுவேன்'' என்று வாயில் வளைவில் நின்றபடி காத்யா கூறினாள்.

“நானும் வருகிறேன். நீ வசிக்கும் இடம் எப்படி இருக்கிறதென்று பார்க்க விரும்புகிறேன்.''

காத்யா எவ்வளவோ ஆட்சேபித்தும் மன்றாடிக் கேட்டும் பயனில்லை, அலெக்சேய் அவளுடைய அறைக்குள் வந்து சுற்றிலும் பார்த்தான். கையை உயர்த்திக் கூரைத் தளத்தைத் தொட்டான்.

“இடம் போதாது, காத்யா. நெரிசலாய் இருக்கிறது.''

காத்யாவும் அங்கேயே நின்று, அவள் நன்கு அறிந்த நாற்புறத்தையும் ஏனோ தெரியவில்லை, உற்றுப் பார்த்தாள். பக்கத்து அறையில் மரீனா அழும் சப்தம் கேட்டது _ காத்யா அவளிடம் ஓடியிருக்க வேண்டும். ஆனால் அவள் கால்கள் அசைய மறுத்துவிட்டன. அலெக்சேயின் கண்ணில் படாமல் மரீனாவை மறைக்க வேண்டுமென்று நினைத்தாள். அவளைப் பார்ப்பது அலெக்சேய்க்கு நல்லதல்ல என்று நினைத்தாள். அலெக்சேய் எப்பொழுது விடைபெற்றுக் கொண்டு புறப்படுவான் என்று காத்திருந்தாள். அவன் போக மாட்டானா? ஏன் இந்தச் சித்திரவதை? ஏன் அவன் இங்கே வந்தான்? அவர்கள் சந்திக்காமல் இருந்திருக்கக் கூடாதா? அதேபோதில் உள்ளுக்குள் அலெக்சேய் போய்விடக்கூடாது, சற்றுநேரம் தன்னுடன் இருக்க வேண்டுமென விரும்பினாள். மரீனா கத்திக்கொண்டே இருந்தாள். பிறகு காத்யா தன்னை மன்னிக்கும்படிச் சொல்லிவிட்டு வெளியே ஓடினாள்.

அவள் திரும்பி வந்தபோது அலெக்சேய் அங்கே இல்லை. நோட்டுப் புத்தகத்திலிருந்து கிழிக்கப்பட்ட காகிதம் மேஜையின்மேல் இருந்தது. "காத்யா, உன்னைக் காதலிக்கிறேன். என்னையும் விட அதிகமாய். அலெக்சேய்'' என்று அதில் அவள் படித்தாள். படிக்கும்போதே நிற்க முடியாமல் தள்ளாடினாள்.

அலெக்சேய் அவனுடைய காலி அறைகளுக்குத் திரும்பிச் சென்று தன்மீதே கோபம் கொண்டவனாய் அங்கும் இங்கும் நடந்தான். தான் ஒரு முடிவுக்கு வந்தாக வேண்டுமென்பதை உணர்ந்தான். முடிவாய்த் தெரியாத இந்நிலையிலே அவனால் தொடர்ந்து வாழ முடியாது. "இரண்டில் ஒன்று தீர்மானித்துவிட வேண்டும்'' என்று தனக்குத்தானே மீண்டும் மீண்டும் சொல்லிக் கொண்டான். ஆனால் அந்த இரண்டும் என்ன என்பது அவனுக்கே தெரியவில்லை.

நள்ளிரவில் அவன் டைரக்டரின் அலுவலறைக்குப் போய்ச் சேர்ந்தான். கிழவர் மத்வேய் வழக்கம் போல் அங்கே மேஜையருகே அமர்ந்து படித்துக் கொண்டிருந்தார்.

"தாத்தா, கடினமான பிரச்சினை என் முன்னே எழுந்துள்ளது'' என்றான்.

"கடினப் பிரச்சினையானால் உடனே தீர்வு காண்பது மிக மிக அவசியம். ஆனால் ஒன்று. அதற்குத் தீர்வு காணும்போது நீ முன்னோக்கிப் பார்வை செலுத்த வேண்டும்; இன்றல்ல, நாளைக்கு

நடைபெறப் போவதைச் சிந்தித்துப் பார்க்க வேண்டும். நாளை நடக்கப் போவது குறித்து ஐயப்பாடு இல்லை என்றால் நீ உடனே முடிவு செய்து செயலில் இறங்கலாம். இன்றுதான் தோன்றிய கருத்தானால், முடிவுசெய்ய நாளைவரை காத்திருப்பதே நல்லது. நமது கட்டிடத் தொழிலாளர்களில் ஒருவன் _ தாஷ்கண்டுக்காரனா, அஷ்ஹாபாத்காரனா என்னால் நிச்சயமாய்ச் சொல்ல முடியவில்லை _ இப்பொழுது நாம் பேசும் விவகாரத்துக்கு மிகவும் பொருத்தமான ஒன்றைக் கூறினான். இரவில் இருந்ததைக் காட்டிலும் பொழுது விடியும்போது அதிகத் தெளிவு ஏற்படுமென்று நான் அவனிடம் சொன்னேன். இது குறித்து கிழக்குலகில் வழக்கிலுள்ள முதுமொழி ஒன்றை அவன் கூறினான்: 'இரவில் செய்ததை பொழுதுவிடிந்ததும் நினைக்கையில் சிரிப்பு வரும்.' அது முற்றிலும் உண்மை. ஆகவே காலைவரை காத்திரு. காத்திருக்க முடியாதெனில், நாளைக்கு _ அதாவது வருங்காலத்தில் _ நீ உன்னைப் பார்த்தே சிரிக்க வேண்டி வருமா என்று ஆலோசித்துப் பார். சரி, உன் பிரச்சினை என்ன? சொல்லு.''

"தாத்தா, உங்களுக்கு நன்றி. எனக்கு வேண்டியதை எல்லாம் ஏற்கனவே நீங்கள் சொல்லிவிட்டீர்கள்.''

வந்த காரணத்தை விளக்கிச் சொல்லாமலே அலெக்சேய் போய்விட்டான். ஆனால் கிழவர் மத்வேய் வியப்புறவில்லை. பேரன் இரவிலே அலைக்கழிக்கப்படுவதன் காரணத்தை அவர் ஊகித்துக் கொண்டுவிட்டார். அதனால்தான் அவர் நேரடியாய்ப் பிரச்சினையில் இறங்காமல் பொதுப்படையாய்ப் பேசத் தொடங்கினார். பேரனுடைய பிரச்சினைக்குப் பேரனைத் தவிர வேறு யாராலும் தீர்வு காண முடியாது _ இது அவருக்குத் தெரியும். ஆனால் எப்படித் தீர்வு காண வேண்டும் என்பது குறித்துச் சில அடிப்படைக் கருத்துக்களைச் சொன்னால் அவனுக்கு உதவியாய் இருக்கும் அல்லவா?

காத்யாவின் அறையில் மேஜைமீது தான் வைத்துவிட்டு வந்த குறிப்புக்குப் பதில் கிடைக்குமென அலெக்சேய் எதிர்பார்க்கவில்லை. பிறகு காத்யாவுக்கு அவன் ஒரு கடிதம் எழுதி அனுப்பினான். அதற்கும் பதில் வரவில்லை...

இப்பொழுது அலெக்சேய்க்கு அவனால் சமாளிக்கக்கூடிய அளவுக்கும் கூடுதலான வேலைகள் இருந்தன, என்றுமில்லாதபடி அதிகமாய் இருந்தன. பிரதான கோத்திணைப்பு வரிசை அமைப்புகள் அனேகமாய்ப் பூர்த்தியாகிவிட்டன. ஆனால்

இவற்றை இயங்கச் செய்வதற்கு இன்னும் ஆயிரம் ஆயிரம் சிறு வேலைகள் பாக்கி இருந்தன. நகர்கள் கட்டப்படுவது போலக் கப்பல் துறைகளையும் மெல்லத்தான் கட்டியாக வேண்டியிருக்கிறது. அவற்றைப் புனரமைப்பதும் கடினமான வேலைதான். பிரதான கோத்திணைப்பு வரிசை அமைப்பு, மூன்று ஆண்டுகளில் முடிக்கப்பட வேண்டியதாய்த் திட்டமிடப்பட்ட புனரமைப்புப் பணிகளின் துவக்கமே ஆகும். ஆனால் இந்தத் துவக்கம் நடந்தேறியதும், இயல்பாகவே அது எஞ்சிய வேலைகளைத் துரிதப்படுத்திற்று. பிரதான கோத்திணைப்பு வரிசை அமைப்பு, எல்லாத் தொழிற்கூடங்களிலும் துணை வரிசை அமைப்புகளின் கட்டுமானத்தை மும்முரமாக்கியது. இதற்குப் பொருள்களும் முற்றுப்பெற்ற உறுப்புகளும் இயந்திர சாதனங்களும் தேவைப்பட்டன. வறண்ட தரை நீரைக் குடிப்பதுபோல இது இவற்றை அதிவேகமாய் விழுங்கிச் சென்றது. கப்பல் துறை முன்பின் காணாத வேகத்திலே வேலை செய்தது. இந்த வேகம் அலெக்சேயையும் பற்றிக் கொண்டுவிட்டது. இது அலெக்சேய்க்கு மிகவும் பிடித்திருந்தது. முன்பு கோஸ்த்யாவும் அவனும் ஒரு பாய்மரப் படகை ஆழ்கடலில் விட்டுச் சென்றபோது அவனுக்கு ஏற்பட்ட கட்டுக்கடங்காத அந்த இன்பப் பூரிப்பைத் திரும்பவும் இப்பொழுது அனுபவித்தான்.

விறுவிறுப்பு மிக்க இந்த வேகம் அலெக்சேயைத் தக்க முடிவுக்கு வரச் செய்தது. இரண்டரை நாட்களுக்குரிய வேலையளவை முதன்முதலாய் அவன் ஒரே நாளில் செய்து முடித்த போது, கோஸ்த்யா தன்னைவிடக் கால் நாள் வேலையளவு பின்னிலையிலே இருந்ததை ஸீனாவிடமிருந்து அவன் தெரிந்துகொண்டான்... கோஸ்த்யா தனக்குப் பின்னிலையிலா! ஜூர்பின்கள் ஓயாமல் எப்பொழுதும் முந்திக்கொண்டு முன்னே செல்ல வேண்டுமென அவன் தந்தை பெருமிதத்துடன் பேசிவந்ததின் பொருள் இப்பொழுது அவனுக்கு விளங்கிற்று.

இருட்டியதும் அலெக்சேய் துடிப்பும் பரபரப்பும் மிக்கவனாய் அலெக்சாந்தர் அலெக்சாந்தரவிச்சின் வீட்டுக்கு வந்தான்.

“அலெக்சாந்தர் மாமா, உங்கள் கார் ஓடுகிற நிலையில் இருக்கிறதா?”

“புத்தம்புதிய கார், ஓடுகிற நிலையில் இல்லாமல் வேறு எப்படி இருக்கும்?”

“அலெக்சாந்தர் மாமா, எனக்கு அதை இரவல் தர வேண்டும். அவசரமாய் வேண்டும். அரை மணி நேரத்துக்குத் தர வேண்டும்.”

“நான் தூங்கப் போகிறேன். இரவிலே இந்த நேரத்தில் அப்படி என்ன அவசரம் உனக்கு?”

“நீங்கள் தூங்குங்கள். எனக்கு ஓட்டத் தெரியும்.”

“அப்படியா? ஓட்டத் தெரியுமா, உனக்கு! சரி வா, எங்கே போக வேண்டும், சொல்லு!”

காரிலே இருவரும் நகரைவிட்டு வெளியே சென்று கப்பல் துறைப் பண்ணையின் வளைவு வாயினுள் திரும்பினர். காரின் முன்விளக்குகளின் ஒளி காத்யா வசித்த அந்தச் சிறு கட்டிடத்தின்மீது பாய்ந்தது. அலெக்சாந்தர் அலெக்சாந்தரவிச் விளக்குகளை நிறுத்தினார். காத்யாவின் சன்னலில் வெளிச்சம் இல்லை. “அதற்குள் தூங்கியிருக்க மாட்டாள். களைப்புற்றுப் படுத்திருக்கிறாள் போலிருக்கிறது” என்று நினைத்தான் அலெக்சேய். உள்ளே சென்று காத்யாவின் அறைக் கதவை மெல்லத் தட்டினான்.

“மரியா இவானவ்னாவா? இதோ வந்துவிட்டேன்” என்றாள் காத்யா.

குட்டையான மேலங்கியை மாட்டிக்கொண்டு அவள் கதவருகே வந்தாள்.

பக்கத்து அறையிலிருந்து மரியா இவானவ்னாதான் வந்திருப்பதாய் நினைத்துக் கதவைத் திறந்து “களைப்பாய் இருந்தது, படுத்திருந்தேன்” என்று காத்யா கூறினாள். பிறகு எதிரே அலெக்சேயைப் பார்த்ததும், “இங்கு ஏன் வந்தாய்?” என்று வியப்புடன் கூவினாள்.

“காத்யா, சாமான்களைக் கட்டிக் கொண்டு உடனே புறப்படு. இவ்விடத்தை விட்டு போகப் போகிறாயா நீ” என்று அறைக்குள் நுழைந்த அலெக்சேய் உறுதியான குரலில் கூறினான்.

“எங்கே? நான் எங்கும் போகப் போவதில்லை.”

“இல்லை, போகப் போகிறாய். நகருக்குத் திரும்பிப் போகப் போகிறாய்.” அவளுடைய மெத்தை, கம்பளிகள், விரிப்புகள், தலையணைகள் எல்லாவற்றையும் அள்ளிச் சுருட்டிக்கொண்டு அலெக்சேய் அவற்றைக் கீழே காருக்கு எடுத்துச் சென்றான். பிறகு பெட்டிகளைக் கொண்டுபோவதற்காகத் திரும்பி வந்தான்.

“அலெக்சேய், அலெக்சேய்!” காத்யா அவனைக் கூப்பிட்டுக்கொண்டே அவன் பின்னால் நடந்தாள். “என்ன செய்கிறாய்? என்ன வேலை இதெல்லாம்? எனக்கு ஒன்றும் புரியவில்லை.”

“எல்லாம் புரியும் பாரேன்! குழந்தையைத் தயார்ப்படுத்து.” பிறகு சமையல் பாத்திரங்களைப் பார்த்துவிட்டு, “இவை எல்லாம் வேண்டாம், இங்கேயே கிடக்கட்டும்” என்றான்.

“நான் எங்கும் வரப் போவதில்லை. உனக்குப் பைத்தியமா பிடித்துவிட்டது? நாளைக்கு காலை நான் வேலைக்குச் சென்றாக வேண்டும்.”

“வேலையைப் பற்றி நாங்கள் தக்கபடி ஏற்பாடு செய்திருக்கிறோம். நீ கவலைப்படாதே.”

யாரும் எந்த ஏற்பாடும் செய்யவில்லை. ஆனால் அலெக்சேய்க்கு ஏற்பட்டிருந்த தெம்பிலும் ஆர்வத்திலும் பரபரப்பிலும் எதுவும் அவனுக்கு ஒரு பெரிய காரியமாய்ப் படவில்லை. தயக்கம் வேண்டியதில்லை. யாவற்றுக்கும் ஏற்பாடு செய்துவிடலாம். வேண்டுமானால் பண்ணையின் டைரக்டரைத் தூக்கத்திலிருந்து எழுப்பவும் அவன் தயாராயிருந்தான். கப்பல் துறையில் ஊழியர் பிரிவுக்குக் காலையில் சென்று பேசினால், எல்லாம் சரியாகிவிடும்.

“காத்யா, குழந்தையைத் தூக்கிக் கொண்டு கிளம்பு!”

காத்யாவின்மீது ஒரு கோட்டைப் போட்டு அவளைக் கதவுக்கு வெளியே அழைத்துச் சென்றான்.

“வா போகலாம்!”

திகைப்புறும் வண்ணம் புயல் வேகத்தில் யாவும் நடைபெற்று முடிந்தன. மரீனாவைத் தூக்கிக் கொண்டு காரில் வந்து உட்காரும் வரை காத்யா என்ன நடைபெறுகிறதென்று புரிந்து கொள்ளவில்லை.

“என்னை எங்கே அழைத்துச் செல்கிறாய்?” என்று கார் நகரை நோக்கி விரைந்ததும் காத்யா கூச்சலிட்டுக் கேட்டாள்.

“அலெக்சேய், உனக்குக் கிறுக்குப் பிடித்துவிட்டது” என்றார், அலெக்சாந்தர் அலெக்சாந்தரவிச்.

“காத்யா, நீ கவலைப்படக் கூடாது. எல்லாம் சரியாகிவிடும்” என்று அலெக்சேய் அவளுக்கு ஆறுதல் கூறினான்.

அவனுடைய வீடு வந்ததும் திரும்பவும் அலெக்சேய் காத்யாவின் படுக்கையையும் பெட்டிகளையும் எடுத்து வெளியே நடைபாதையில் வைத்தான்.

“நான் கீழே இறங்கப்போவதில்லை, மாட்டவே மாட்டேன்” என்று சொல்லிக் கொண்டே காத்யா கீழே இறங்கினாள்.

“அலெக்சாந்தர் மாமா, உங்களுக்கு என் நன்றி. உங்களுக்குச் சந்தேகம் வேண்டாம். என்னை நீங்கள் அறிவீர்கள். அலெக்சாந்தர் மாமா, நீங்கள் போய்வாங்க. பிற வேலைகளை நாங்களே செய்துகொண்டுவிடுவோம்.”

அலெக்சாந்தர் அலெக்சாந்தரவிச் தோள்களை உலுக்கிக்கொண்டார். இதில் தலையிடுவதா, கூடாதா என்று அவருக்குப் புரியவில்லை. காத்யாவின் சம்மதத்தைப் பெற்றுத்தான் அவளை இங்கு அழைத்து வந்திருக்கிறானா என்று அவருக்குப் புரியவில்லை. சில சமயங்களில், வேண்டாத இடத்திலே தலையிட்டு முட்டாள் பட்டம் வாங்கிக் கொள்ள நேர்கிறது.

“காத்யா, வந்து சேர்ந்துவிட்டோம்.” பெட்டிகளைத் தூக்கிக்கொண்டு அலெக்சேய் உள்ளே சென்றான். காத்யா என்ன செய்வதென்று புரியாமல் நின்றுகொண்டிருந்தாள். இதற்கிடையில் மரீனா தொண்டை கிழியக் கத்தினாள். சன்னல்களிலிருந்து பலரும் எட்டிப் பார்த்து, “புதிதாய் யாரும் குடி வருகிறார்களா?” என்று கேட்டுக் கொண்டனர்.

அலெக்சேய் தனது குடித்தனப் பகுதியின் கதவைத் திறந்து, காத்யாவை உள்ளே அழைத்துச் சென்று எல்லா விளக்குகளையும் போட்டான். பிறகு ஏனைய சாமான்களையும் எடுத்து வருவதற்காகக் கீழே சென்றான்.

திரும்பி வந்ததும், “காத்யா, நீ இங்கேதான் வசிக்கப்போகிறாய்” என்றான்.

“முடியாது. என்னால் முடியாது.”

காத்யா தன்னுள் போராடிக்கொண்டிருந்தாள். அலெக்சேய் எழுதிச் சென்ற குறிப்பும் பிறகு அவன் எழுதிய கடிதமும் அவளுடைய ஜாக்கெட் பையில் இருந்தன. தினமும் அவற்றை அவள் பல தடவை படித்திருந்தாள். படித்துப் படித்து ஆனந்தமடைந்தாள், அதேபோதில் கண்ணீரும் விட்டாள். ஆனால்

இப்படித் திடுதிப்பென முடிவு செய்துவிடக்கூடாது! ஒருவேளை அலெக்சேய் தன்னைத்தானே புரிந்துகொள்ளாமலே இதைச் செய்தால் என்ன ஆவது? கணப் பொழுதுக்குரிய துடிப்பால் இப்படிச் செய்து, பிற்பாடு அவசரப்பட்டு விட்டோமே என்று அவன் வருந்தினால் என்ன செய்வது? திரும்பவும் அவள் கொடுந் துயரத்துக்கும் துன்பத்துக்கும் ஆளாகி, முன்னிலும் கடுமையாய் வதைக்கப்பட அல்லவா நேரிடும்?

“என்னால் முடியாது, முடியவே முடியாது'' என்று மரீனாவைக் கையிலே ஆட்டியபடி அவள் திரும்பவும் கூறினாள். “புரிந்து கொள்ளாமலே நீ ஏதேதோ செய்கிறாய்.''

“புரிந்து கொண்டுதான் செய்கிறேன். அவளுக்குப் பசிக்கிறது போலிருக்கிறது'' என்று தலையை ஆட்டி மரீனாவைக் காட்டிவிட்டு “நான் சற்றுநேரம் வெளியே போய்க் காத்திருக்கிறேன்'' என்றான். சமையல் அறைக்குச் சென்று ஒரு ஸ்டூலில் உட்கார்ந்துகொண்டான். மரீனாவைத் தூங்க வைத்துவிட்டு காத்யா அவனிடம் வந்தாள்.

“நீ இதைப் புரிந்துகொள்ள வேண்டும் _ என்னால் இங்கு இருக்க முடியாது'' என்று மறுபடியும் சொன்னாள். கண்ணீரை அவளால் அடக்கிக் கொள்ள முடியவில்லை.

“இருக்கமுடியாதா, இருக்க விரும்பவில்லையா?'' என்று அவன் கேட்டான்.

காத்யா மௌனமாய் நின்றாள். கூனிக் குறுகிச் சோகமே உருவெடுத்தாற் போல அவன் எதிரே நின்றாள். விரிந்துவிட்ட அவள் கண்களிலே ஒருங்கே துயரமும் அச்சமும் ஆசையும் துடிதுடித்தன.

“இது என்னுடைய இடமென்று நினைக்காதே. இப்பொழுது இது உன்னுடையது'' என்றான் அலெக்சேய். “காத்யா, நான் சொல்வது காதில் விழுகிறதா? இது உன்னுடைய இடம். இன்னும் சிறிதுநேரத்தில் நான் நங்கூரத் தெருவுக்கு என் பெற்றோர் வீட்டுக்குப் போய்விடுவேன். நீ இங்கேயே இரு. இந்த இடம் உனக்கும் நல்லது, குழந்தைக்கும் நல்லது. விசாலமாய் இருக்கிறது, வசதியாய் இருக்கும்.''

அவன் பேசிக் கொண்டிருந்தபோது காத்யாவின் முகம் வெளிறிட்டுவிட்டது. இப்பொழுது அவள் கண்களில் துயரமோ

அச்சமோ ததும்பவில்லை. அவள் மூர்ச்சித்துவிடுவாளோ என்று அலெக்சேய் நினைத்தான். அவளைத் தாங்கிப் பிடித்துக்கொள்ள அருகே வந்தான். ஆனால் காத்யா அவனிடமிருந்து வெடுக்கென விலகினாள்.

“அப்படியா? இப்பொழுது எனக்குப் புரிகிறது. எனக்காக நீ தியாகமா செய்ய விரும்புகிறாய்? தியாகம் எனக்கு வேண்டாம். என்னைப் பார்த்தால் உனக்குப் பரிதாபமாய் இருக்கிறது. பரிதாபம் எனக்கு வேண்டாம்.”

முற்றிலும் வேறு விதமான பெண் இப்பொழுது அலெக்சேயின் எதிரே நின்றாள். இப்பொழுது அவள் கூனிக் குறுகி சோகத் தோற்றமளிக்கவில்லை; வெகுண்டெழுந்து முறைப்பாய் நின்றாள்.

“உடனே என்னை என் அறைக்கு அழைத்துச் செல், இல்லையேல் நடந்தே நான் அங்கே போய்ச் சேர்வேன்.”

“சரி, இதோ அழைத்துச் செல்கிறேன். ஆனால் நீ ஏன் என் கடிதத்துக்குப் பதில் எழுதவில்லை?”

“பரிதாபப்பட்டு நீ அதை எழுதியிருப்பாயோ என்று நினைத்துச் சும்மாவிருந்தேன். நான் நினைத்தது சரியாகிவிட்டது.”

“அதுதானா காரணம்?”

“ஆம், அதுதான் காரணம்.”

“அப்படியானால், நான் உன்னிடம் சொன்னது பொய். உன்னை இங்கே விட்டுவிட்டு நான் போய்விடலாம் என்று நினைத்து உன்னை இங்கே அழைத்து வரவில்லை. நீ என்னுடன் இருக்க விரும்புவாய் என்றே நினைத்தேன். நான் உன்னுடன் வாழ விரும்புகிறேன், காத்யா. நீ இல்லாமல் என்னால் வாழ முடியாது...”

“அதை நம்ப எனக்குப் பயமாயிருக்கிறது...” கப்பல் துறை அருகே அன்று சதுக்கத்தில் கூறினாளே அதே கிசுகிசுக்கும் குரலில் காத்யா இதைச் சொன்னாள். “எனக்குப் பயமாயிருக்கிறது” என்றாள்.

அலெக்சேய் அவளை நோக்கி ஓரடி எடுத்து வைத்தான், காத்யா விலகிச் செல்லவில்லை. இன்னோர் அடி எடுத்து வைத்தான். காத்யாவின் கண்களில் ததும்பிய உணர்ச்சிகள் மூன்றாம் முறையாக மாறின. இப்பொழுது அவற்றில் ஆவலும் உள்ளூற அவளை

மகிழ்வித்த இன்ப உணர்ச்சியும் துடித்தன. ஆனால் அலெக்சேய் அவளுடைய இன்பத் துடுப்பைக் காண முடியவில்லை. அவன் அதைக் கவனிக்கும் முன்பே திடுமென காத்யா தன் முகத்தை அவன் மார்பிலே புதைத்துக்கொண்டு கைகளால் அவள் தோள்களை அணைத்துக் கொண்டாள்.

3

இன்னிசை நாதத்தைக் கேட்டு நெக்குருகிறவனைப் போல அந்தோன், பிரம்மாண்டமான முதலாவது உருக்குத் தொகுதி அந்தரத்தில் மெல்ல நகர்ந்து வருவதை உணர்ச்சிவயப்பட்டுக் கவனித்துக்கொண்டிருந்தான். உருண்டோடும் மேடை ஒன்று அதை விரியத் திறந்த தொழிற்கூடக் கதவு வழியே வெளியே கொண்டுவர, பளுதூக்கிகள் அதை மேலே தூக்கிக் கட்டுமான அரங்கத்துக்குக் கொண்டுவந்து சேர்த்தன. இன்னும் சற்று நேரத்தில் பளுதூக்கிகள் திரும்பி வந்து உருண்டோடும் மேடையிலே நிற்கும் நூறு டன் எடையுள்ள இரண்டாவது பெரிய தொகுதியைத் தூக்கியெடுத்துச் செல்லும்... தொழிற்கூடங்களில் உறுப்பு உறுப்பாய்ச் செய்து முடிக்கப்பெற்றுக் கோத்திணைக்கப்பட்ட நூற்று இருபது அல்லது நூற்று முப்பது தொகுதிகள் இவ்வாறு கட்டுமான அரங்கத்துக்குத் தூக்கி வரப்படும். புனரமைப்பு வேலைகளும் தொடர்ந்து நடந்தேறின. அடிக்கப்பல் தொழிற்கூடம் கப்பலின் பகுதிகளைப் பூர்த்தி செய்து கொடுத்தது. பிரிவுகளும் தொகுதிகளும் விசேஷ சாதனங்களையுடைய மேடைகளில் வைத்து வெல்டு செய்யப்பட்டன. டிராலர்கள் நீரிலே செலுத்தப்பட்டதும் இத்தொகுதிகளைக் கொண்டு வந்து இறக்குவதற்கானக் கட்டுமான அரங்கத்தில் நான்கு ஓடுபாதைகள் தயார் செய்யப்பட்டன.

அந்தோன் கப்பல்துறைக்கு வந்திருந்த விருந்தினர்களிடையே நின்று கொண்டிருந்தான். அமைச்சகத்தின் தலைவரும் அங்கே இருந்தார். பிரதான கோத்திணைப்புக் கூடத்தின் வாயிலின் குறுக்கே கட்டப்பட்டிருந்த சிவப்பு ரிப்பனைக் கத்தரித்த கத்தரிக்கோலைக் கையில் வாங்கிக் கொண்டு அவர் அங்கே நின்றார். கப்பல் துறையின் புனரமைப்புத் திட்டம் குறித்து முன்பு அந்தோனுடன் விவாதித்த கட்சி மத்தியக் கமிட்டியின் பிரதிநிதி அவர் பக்கத்திலே இருந்தார். அப்பகுதியின் கட்சி அமைப்பாளரும் இருந்தார். விஞ்ஞானப் பேரவை உறுப்பினர்களும் பேராசிரியர்களும் அவருக்குப் பின்னால் நின்றனர். அந்தோனுடைய வழிகாட்டியும்

ஆசிரியருமான மிஹாயீல் வசீலியெவிச் பெலோவும் இந்தப் பேராசிரியர்களில் ஒருவர். அவர்கள் எல்லோரும் தங்களுடைய கைக்குட்டைகளால் மூக்குக் கண்ணாடிகளைத் துடைத்துக்கொண்டிருந்தனர். ஏனைய கப்பல் துறைகளின் பிரதிநிதிகளும் வந்திருந்தனர். லாதாவின் கரையிலிருந்த பழம் பெரும் கப்பல் துறை மிகப் பலரையும் கவர்ந்திழுத்திருந்தது. ஏனெனில், இது பழைய கப்பல்துறையாக இருந்த நிலை மாறி முற்றிலும் புதிய வாழ்வை உருவாக்க அயராது இத்தனை காலமாய்ப் பாடுபட்டவன் அவன்.

கல்லூரியில் கப்பல் கட்டும் தொழில் நுட்பம் பயின்று வந்தபோது அவன் கற்றுக் கொண்டவை யாவற்றையும் தனது சொந்தக் கப்பல் துறையிலே எப்படிக் கையாளலாம் என்றுதான் எந்நேரமும் சிந்தித்துக் கொண்டிருந்தான். பனிபடிந்த அடர்ந்த புருவங்களுடைய அவன் தந்தையும், குளிர்காற்றைச் சபித்துக் கொண்டிருந்த அலெக்சாந்தர் அலெக்சாந்தரவிச்சும் எந்நேரமும் அவன் நினைவிலே இருந்தனர். இந்தக் கொடுங் குளிர்க் காற்றிலே தானும் தன் நண்பர்களும் சேர்ந்து வேலை செய்தது அவன் மனக்கண் முன்னே எந்நேரமும் இருந்துகொண்டிருந்தது. கட்டுமான அரங்கத்திலே கப்பல் ஓராண்டும் அதற்கு மேலும் இருக்கவேண்டியிருப்பது ஏன் என்று நினைத்தான். முன்னேறிய கப்பல் துறைகளில் புதிய தொழில்நுட்ப முறைப்படியே யாவும் நடைபெற்றன. ஆனால் தன்னுடைய கப்பல் துறையில், கட்டுமான அரங்கில் கப்பல் மாதக் கணக்கில் நிற்க வேண்டியிருப்பது ஏன்?

பட்ட ஆய்வுரைக்குரிய பொருளைத் தேர்ந்தெடுக்க வேண்டிய காலம் வந்ததும் அந்தோன் நீண்ட காலத்துக் கு முன்பே முடிவு செய்து வைத்திருந்த பொருளை_ அதாவது, லாதாவிலுள்ள கப்பல் துறையைப் புனரமைப்பதற்கான திட்டத்தை_எடுத்துக் கொண்டான். அவன் தனது திட்டத்தில் கப்பல் கட்டும் தொழிலில் மிக அண்மைக் காலத்தில் புகுத்தப்பட்டிருந்த புதுமுறைகளை எல்லாம் சேர்த்துக் கொண்டான். நடைமுறையில் சிறந்தவையே என்பதாய் ஏற்கனவே தெரியவந்தவற்றை மட்டுமின்றி, விஞ்ஞான ஆராய்ச்சி நிலையங்களில் இன்னும் கரு வடிவிலே இருந்தவற்றையுங்கூடச் சேர்த்துக் கொண்டான். அளவு கடந்த ஆர்வத்தோடும் பிரயாசையோடும் திட்ட உறுதியோடும் பாடுபட்டு அவன் தனது புனரமைப்புத் திட்டத்தை உருவாக்கினான். அவனுடைய ஆய்வுரை ‘‘மிகச் சிறந்ததாய்’’ மதிப்பிடப்பட்டது. தொழில்நுட்ப விஞ்ஞானக்

காண்டிடேட் பட்டத்துக்குரிய ஆய்வுரையின் சிறப்புகள் காணப்படுவதாய் அதில் குறிப்பெழுதப்பட்டது. விஞ்ஞான ஆராய்ச்சிக் கழகத்தில் அந்தோன் வேலைக்கு எடுத்துக் கொள்ளப்பட்டான். லாதாவின் கப்பல் துறையைப் புனரமைப்பது குறித்து அரசாங்கத்துக்கு உரை சமர்ப்பிக்கும்படி அமைச்சகம் இக்கழகத்தைக் கேட்டபோது, பேராசிரியர் பெலோவ் "அந்தோன் இலியிச், உன்னுடைய ஆய்வுரைத் திட்டம் இப்பொழுது நமக்கு மிகவும் உதவியாய் இருக்கும். அதை எடுத்து வா, பரிசீலித்துப் பார்ப்போம்!'' என்றார்.

வாத்தியக் குழுவின் இசை வெற்றிமுழக்கமிட்டது. இராட்சத உருக்குத் தொகுதி காற்றிலே மிதந்துவரும் காட்சியைப் பார்த்துக்கொண்டே நின்ற அந்தோனுக்கு அந்த இசை தன் காதுக்குள் "நீ வந்த வேலை முடிவடைந்துவிட்டது, இனி போகலாம்'' என்று ஒலிப்பதுபோலத் தோன்றியது. போகலாம் என்ன, போயாகவே வேண்டும். அந்தோன் ஜூர்பினுக்கு பால்டிக்கில் புதிய வேலை இருப்பதாய் இதற்கு முன்தினம் தான் அமைச்சர் அவனிடம் சொல்லியிருந்தார். பால்டிக்கில் மற்றொரு பழைய கப்பல் துறை புதுப்பிக்கப்பட்டதாக வேண்டும் என்றார். கோத்திணைப்பு வரிசை அமைப்பு நாடெங்கிலும் கப்பல் கட்டும் தொழிலில் நிறுவப்பட்டாக வேண்டும்.

புதிய கப்பலின் முதலாவது தொகுதி ஓடுபாதையில் இறக்கிவிடப்பட்டபோது, சிறிது நேரத்தில் இரண்டாவது தொகுதியும் வந்திறங்கிவிடும், முன்பு போலக் கட்டுமான அரங்கத்தில் நடந்து பலவும் குறித்து விவாதிக்க இனி நேரமிருக்காது என்று நினைத்தபடி இலியா மத்வேயெவிச் நின்றுகொண்டிருந்தார். கூடுதலாய்த் தகடுகள் பொருத்துவது சம்பந்தமாய் முன்பு அலெக்சாந்தர் அலெக்சாந்தரவிச்சுக்கும் தனக்கும் ஏற்பட்ட வேலைச் சுணக்கத்தை ஒத்த சுணக்கங்களுக்கு இப்பொழுது சிறிதும் இடமில்லை. முன்பெல்லாம் கப்பல் கூடுதலாய் இரண்டொரு மாதம் கட்டுமான அரங்கத்தில் இருக்க நேர்ந்தாலும் அதனால் நஷ்டம் ஏற்பட்டுவிடாது; தொழிற்கூடங்கள் தொடர்ந்து முழு அளவுக்கு வேலைசெய்து ஏனைய கப்பல்களுக்கு வேண்டிய பொருள்களையும் இயந்திரங்களையும் சாதனங்களையும் தயாரித்துக்கொண்டிருக்கும். ஆனால் இப்பொழுது கட்டுமான அரங்கில் கோத்திணைப்பு வேலையில் சுணக்கம் ஏற்பட்டுவிட்டால், கப்பல்துறையின் பிரதான உயிர்நாடியான கோத்திணைப்பு வரிசை

அமைப்பு ஸ்தம்பிக்க நேர்ந்துவிடும். அலெக்சாந்தர், அலெக்சாந்தர்! நீ சொன்னது சரிதானோ? இந்நிலைமையில் இலியா மத்வேயெவிச் விலகிக் கொள்வதுதான் நல்லதா? பழைய தொழில் வினைஞனுக்குரிய பழக்கங்களிலிருந்து தம்மால் விடுபட்டுவிட முடியுமா? கப்பல் துறை அனைத்தின் வேகத்துக்கு இசைவானபடி இயங்கும் சாதுர்யத்தைத் தாம் பெற முடியுமா?

நேரம் போவதே தெரியாமல் அன்றைய பொழுது ஓடி விட்டது. இரவு சாப்பாட்டுக்காக ஜூர்பின்கள் வீட்டிலே ஒன்று கூடினர்.

உரையாடல் சற்று நேரம் ஓய்ந்ததும் "அந்தோன், மகனே, நீ திரும்பவும் போய் விடுவாய், இல்லையா?'' என்று கேட்டாள் அகஃப்யா கார்ப்பவ்னா.

"ஆமாம் அம்மா.''

"இந்த வேலைகள் சிறிது காலத்தில் முடிகிறவை அல்லவே!'' என்றார் இலியா மத்வேயெவிச். "ஜூர்பின்கள் எல்லா இடங்களிலும் தேவைப்படுகிறார்கள்.''

"அப்பா, ஏற்கனவே அவர்கள் எல்லா இடங்களிலும் இருக்கிறார்களே'' என்று சிரித்தவாறு அந்தோன் கூறினான். "ஆனால் வெவ்வேறு இடங்களில் வெவ்வேறு பெயர்களில் அழைக்கப்படுகிறார்கள். அலெக்சேயெவ் என்றும், வசீலியெவ் என்றும், ஸ்தெபானவ் என்றும் பலவாறாய் அழைக்கப்படுகிறார்கள்.''

"இவர்களை நீ சந்தித்திருக்கிறாயா?''

"சந்தித்திருக்கிறேனே.''

"மகனே, நம் குடும்பம் என்கிற பெருமை உன்னிடம் இல்லை.''

"நம் குடும்பமென்று எனக்குள்ள பெருமை உணர்ச்சி கொஞ்சம் விரிவானது. ஒருங்கே எல்லா ஜூர்பின்களையும் நினைத்து நான் பெருமை கொள்கிறேன். ஸ்தெபானவ் என்றும், வசீலியெவ் என்றும், மற்றும் பலவாறாகவும் அழைக்கப்படும் ஜூர்பின்கள் குறித்தும் பெருமைப்படுகிறேன்.''

"ராஜதந்திரியாகப் பேசுகிறாய். பிரதான உண்மையிலிருந்து நழுவிச் செல்லப் பார்க்கிறாய். இளவரசர்களும் கோமான்களும் தங்கள் குடும்பப் பெயர்கள் குறித்துப் பெருமைப்படலாம், ஆனால் நாம்மட்டும் பெருமைப்படக் கூடாதா?''

“இளவரசர்களையும் கோமான்களையும்தான் விரட்டியடித்து விட்டோமே.’’

“அதைத்தானே நானும் சொல்கிறேன். பெயர்கள் முக்கியமல்லவே.’’

“நீ ராஜதந்திரிதான், சந்தேகமில்லை. உன் அப்பாவை மடக்கிவிட்டாய். சரி, உன் இஷ்டம் போல உன்னைக் கூப்பிட்டுக் கொள். உன்னை எப்படிச் சொல்ல வேண்டும்_வசீலியெவ் என்பதா, ஸ்தெபானவ் என்பதா?’’

“நான் ஜூர்பினாகவே இருக்க விரும்புகிறேன்.’’

“இந்தப் பெயர் உனக்குப் பிடிக்கிறதா?’’

“ரொம்பப் பிடிக்கிறது.’’

“இவ்வளவுதானா உன் ராஜதந்திரம்? எனக்குப் பணிந்துவிட்டாயே!’’

இப்படிப் பாதி வேடிக்கையாகவும் பாதி உண்மையாகவும் இலியா மத்வேயெவிச்சும் அந்தோனும் பேசிக் கொண்டிருக்கையில், ஸீனாவுக்குக் கப்பல்துறை நிர்வாகத்திடமிருந்து அவசர அழைப்பு வந்தது. டைரக்டர் உடனே அவளைப் பார்க்க விரும்புவதாய் அவள் வீட்டுக்குத் தகவல் வந்தது. "எதற்காக இருக்கும்?' என்று நினைத்தபடி ஸீனா கண்ணாடி முன்னே நின்று அவசரமாய் உடுத்திக் கொண்டாள். அமைச்சகத்தார் எதாவது குறையாய்ச் சொல்லியிருப்பார்களோ? தனது தொழில்நுட்பத் தகவல் பிரிவு குறித்து எதாவது தெரிந்துகொள்ள விரும்புகிறார்களோ?

தெருவில் அவள் அலெக்சேயைக் சந்தித்தாள்.

“ஸீனாயிதா பாவ்லவ்னா, எங்கே கிளம்பிவிட்டாய்?’’ என்று அலெக்சேய் கேட்டான்.

“டைரக்டர் கூப்பிட்டு அனுப்பியிருக்கிறார். என்ன தவறோ தெரியவில்லை, மாட்டிக் கொண்டுவிட்டேன் என்று நினைக்கிறேன்.’’

“அதெல்லாம் ஒன்றும் இருக்காது, இன்று கொண்டாட்ட நாள், தெரியுமா? இன்று நல்லதே நடக்கும், உன்னுடன் நானும் வருகிறேன், கதவுக்கு வெளியே காத்திருக்கிறேன். உதவி வேண்டுமானால், என்னை உள்ளே கூப்பிடு.’’

போகிற வழியில் அவர்கள் கோத்திணைப்பு வரிசை அமைப்பு இயங்கத் தொடங்கியது பற்றிப் பேசிச் சென்றார். கப்பல் துறை, குடியேற்றங்கள், நகர் ஆகிய எல்லா இடங்களிலுமே அன்று அதைப் பற்றித்தான் பேசினார்கள்.

"எனக்குச் சகிக்கமுடியாத வேதனையாய் இருக்கிறது'' என்றாள் ஸீனா. "கப்பல் துறை அனைத்துமே புதிய வழியில் வேலை செய்யத் தொடங்கிவிட்டது. பாழாய்ப் போன எங்கள் தொழில்நுட்பத் தகவல் பிரிவு ஒன்றில் மட்டும் எந்த மாற்றமும் இல்லை.''

"என்னுடைய வேலை மாறிவிட்டது. எனக்குத் தானியங்கி வெல்டர் கொடுத்திருக்கிறார்கள். இனி நான் தொகுதிகளை வெல்ட் செய்யத் தொடங்குவேன்.''

"கட்டுமான அரங்கத்திலா?''

"ஆம், வேறெங்கே? தொழிற்கூடங்களில் என்னால் அதிக காலம் இருக்க முடியாது. கட்டுமான அரங்கம்தான் எனக்கு உரிய இடம்.''

"நீ அதிர்ஷ்டசாலி!''

டைரக்டர் அலுவலறையில் ஸீனா நினைத்ததுபோல் அமைச்சரோ, கட்சியின் மத்தியக் கமிட்டிப் பிரதிநிதியோ இருக்கவில்லை, இவான் ஸ்தெபானவிச் மட்டும்தான் இருந்தார்.

"ஸீனாயிதா பாவ்லவ்னா, இப்படி உட்கார்'' என்றார் அவர். "உன்னிடம் நான் பேச வேண்டியது அதிகமில்லை, இரண்டொரு வார்த்தைகள்தான்.''

"இவான் ஸ்தெபானவிச், நாம் மிக அரிதாகவே சந்திக்கிறோம், இரண்டொரு வார்த்தைகள் பேசினால் போதாது.'' ஸீனா வேடிக்கையாய்ப் பேச முயற்சி செய்தாள். ஆனால் என்னவோ எதுவுவோ என்றுதான் அவள் நெஞ்சு பதைபதைத்துக் கொண்டிருந்தது.

"இன்னமும் என்மீது உனக்குக் கோபம்தானா?''

"கோபம்தான்.''

"தொழில்நுட்பத் தகவல் பிரிவு வேலை உனக்குப் பிடிக்கவில்லையா?''

“கொஞ்சமும் பிடிக்கவில்லை.”

இவான் ஸ்தெபானவிச் எழுந்து சென்று இரும்பு அலமாரியைத் திறந்தார். கறுப்புப் பட்டு ரிப்பனைக் கையில் எடுத்துக் கொண்டு அவளிடம் வந்தார்.

“ஸீனாயிதா பாவ்லவ்னா, இதோ இருக்கிறது உன்னுடைய ரிப்பன், தலையில் சூட்டிக்கொள்” என்று சிரித்தவாறு அவளிடம் சொன்னார். “அதன் பிறகுதான் மிகவும் முக்கியமான ஒரு தகவலை உன்னிடம் சொல்வேன்”

“ரிப்பனைச் சூட்டிக்கொள்ளாமலே அதைத் தெரிந்துகொள்ளக் கூடாதா? நான் ரிப்பன் வைத்துக்கொள்வதை விட்டு எவ்வளவோ காலமாகிவிட்டதே.”

“இல்லை, சூட்டிக்கொண்டால்தான் அதை உன்னிடம் சொல்வேன்.”

ஸீனா தோள்களை உலுக்கிக்கொண்டு அறையைவிட்டு வெளியே சென்றாள். சில நிமிடங்களில் திரும்பிவந்தாள். கறுப்பு ரிப்பனைத் தலைமுடியிலே சூட்டியிருந்தாள் _ முதன்முதல் அவள் கப்பல்துறைக்கு வந்தபோது அணிந்திருந்தாளே அதேபோல அணிந்திருந்தாள்.

“சரி, இனி நான் சொல்லவேண்டியதைச் சொல்லிவிடுகிறேன்” என்று ஆரம்பித்தார் இவான் ஸ்தெபானவிச். பென்சில் குறிப்புகள் காணப்பட்ட ஒரு காகிதம் அவர் முன்னால் இருந்தது. “அன்று நீ இருந்த ரிப்பனை அவிழ்த்து நாற்காலியில் போட்டுவிட்டுச் சென்றாய். அனுபவமில்லாத உன்னுடைய மாணவ வாழ்க்கைக்கு இதன்மூலம் விடை கொடுத்து அனுப்பி விட்டதாய் நீ நினைத்தாய். ஆனால் நாங்கள் வேறு விதமாய் நினைத்தோம். தொழில் நுட்பத் தகவல் பிரிவிலே வேலை செய்து கப்பல் துறையையும் இங்கு நடைபெறும் வேலைகளையும் நேரடியாய்த் தெரிந்து கொண்டு, கப்பல் துறை வாழ்க்கையில் பங்கு கொள்வதன் மூலமும், உன்னுடைய தத்துவார்த்த அறிவின் வாயிலாய் எங்களுடைய நடைமுறை ஊழியர்களுக்கு உதவி செய்வதன் மூலமும்தான் நீ அனுபவம் பெற முடியுமென்று நாங்கள் நினைத்தோம். இப்பொழுது தக்க நேரம் வந்துவிட்டது. கட்டுமான அரங்கத்துக்கு உன்னைப் போக விடாமல் தடுத்து நின்ற அருவருக்கத்தக்க அதிகாரியான நான் கேட்கிறேன் : தோழர் இவானோவா, ஜூர்பின்

தலைமையிலுள்ள முதலாவது எண் கட்டுமான அரங்கத்தில் போர்மனாய் வேலை செய்ய உனக்குச் சம்மதம்தானா?''

"இவான் ஸ்தெபானவிச்!'' இரு கைகளையும் மார்பிலே அழுத்திக் கொண்டு நாற்காலியிலிருந்து ஸீனா தாவி எழுந்தாள். "வேடிக்கையா, அல்லது உண்மையாகவே கேட்கிறீர்களா? வேடிக்கை என்றால் நான் செத்தே போய்விடுவேன்.''

"அதெல்லாம் வேண்டாம். இதுபோன்ற விவகாரங்கள் குறித்து நாங்கள் வேடிக்கை செய்வதில்லை.''

"நன்றி, நன்றி! இவான் ஸ்தெபானவிச், நன்றி! என் மகிழ்ச்சியை எப்படிச் சொல்வேன்!''

"எனக்கு நன்றி கூறவேண்டாம், ஜுர்பினிடம் போய்ச் சொல்லு.''

''இலியா மத்வேயெவிச்சிடமா?''

"ஆம், இன்று அவர் என்னைக் கட்டுமான அரங்கத்தில் பிடித்து வைத்துக் கொண்டு, அமைச்சருக்கு முன்னாலும், மத்தியக் கமிட்டித் தோழருக்கு முன்னாலும் வாங்கு வாங்கென்று வாங்கிவிட்டார். கட்டுமான அரங்கத்தில் அவருக்கு நான் ஏன் இளம் பொறியாளர் யாரையும் கொடுத்து உதவ மறுக்கிறேன் என்று கேட்டார். இவானோவா இருக்கிறாள், ரொம்ப நல்லவள், ஆர்வமாய்ப் பாடுபட்டு உழைக்கும் பொறியாளர், கட்டுமான அரங்கத்திலே வேலை செய்ய வேண்டுமென்று துடியாய் நிற்கிறாள், டைரக்டர் அவளை அங்கே அனுப்ப முடியாதென்கிறாரென முறையிட்டார்.''

ஆனால் தமக்கும் அதுவேதான் எண்ணம், இலியா மத்வேயெவிச் தம்மை முந்திக் கொண்டுவிட்டார் என்பதை இவான ஸ்தெபானவிச் அவளிடம் சொல்லவில்லை. ஸீனாவுக்கு இனி கட்டுமான அரங்கத்திலே வேலை தரலாமே, இவ்வேலையை அவள் வெகுவாய் விரும்புவதோடு இதற்குரிய முழுத் தகுதியும் அவளிடம் இருக்கிறதே என்பதாகத்தான் இவான் ஸ்தெபானவிச்சும் நினைத்துக்கொண்டிருந்தார்.

"அப்படியென்றால், உனக்குச் சம்மதம்தானே? அச்சம் ஏதும் இல்லையே?'' என்று கேட்டார். "நிதானம் இழந்துவிடமாட்டாயே? நாளைக்கே நீ வந்துவிட வேண்டுமென்று ஜுர்பின் சொன்னார்.''

அச்சமா? அச்சம் அறியாதவள் ஆயிற்றே அவள். இலியா மத்வேயெவிச் அவளை நிதானம் இழக்க இடம் தரமாட்டார், அவளுக்கு முழு ஆதரவு அளிப்பார். அருமையானவர் அவர்! ஒரு வார்த்தைகூடச் சொல்லாமல் யாவற்றையும் மனத்துள்ளே கெட்டியாய் வைத்திருந்துவிட்டாரே. பிறகு திடுதிப்பென்று, எவ்வளவு பெரிய ஆனந்தம் வியக்கத்தக்கவாறு கிடைத்திருக்கிறது!

"இவான் ஸ்தெபானவிச்! நிச்சயம் நாளைக்கே கட்டுமான அரங்கத்துக்குப் போய்விடுகிறேன்!"

4

காய்கறித் தோட்டத்தில் அகஃப்யா கார்ப்பவ்னா வெள்ளரிப் பிஞ்சுகள் பறித்துக் கொண்டிருந்தாள். அவ்வாண்டில் முன்னதாகவே ஆரம்பமாகிவிட்ட குளிரில் இலைகள் கருகிச் சுருங்கிப் போய், நெருப்பிலே பொசுக்கப்பட்டது போலாகிவிட்டன. அவற்றினிடையே வெள்ளரிக் காய்கள் மறைவின்றித் தெளிவாய்த் தெரிந்தன. சில நன்கு பெருத்து மஞ்சளாகி அளவுக்கு மீறி முற்றியிருந்தன. ஏனையவை சிறியவை, முட் புடைப்புகளுடன் கொக்கி போல வளைந்து சுருண்டிருந்தன. இவற்றைப் பறித்துக் கூடையில் நிரப்பிக் கொண்டிருந்த அகஃப்யா கார்ப்பவ்னா வாழ்க்கையைப் பற்றிச் சிந்தித்துக் கொண்டிருந்தாள். சிந்திக்க நிறைய விஷயங்கள் இருந்தன. அண்மையில் குடும்பத்தில் நடைபெற்றிருந்த நிகழ்ச்சிகளுக்கு அளவு இல்லையே! அந்தோன் போய்விட்டான். வீட்டிலே அவன் இருக்கையில் வாழ்க்கை ஆனந்தமாய், விறுவிறுப்பாய் இருந்தது. காலம் போவது தெரியாமலே ஓடிச் சென்றுவிட்டது. இப்பொழுதுதான் அவன் வந்தது மாதிரி இருந்தது, அதற்குள் திரும்பவும் புறப்பட்டுவிட்டான். இனி அவன் திரும்பிவர நெடு நாட்கள் ஆகும் _ நினைக்கவே மனம் பொறுக்காதபடி அவ்வளவு நெடுநாட்கள்ஆகிவிடும். அவன் போனபின் வேராயும் குழந்தை மத்வேயும் புறப்பட்டுச் சென்றனர். பிறகு தோன்யா விடைபெற்றுக் கொண்டு கிளம்பினாள். அவள் பல்கலைக்கழகத்தில் சேர்ந்துவிட்டாள். இகார் செர்வென்கோவுடன் கூடப் புறப்பட்டுச் சென்றாள். அவனும் படிப்பதெனத் தீர்மானித்துவிட்டான். தொடர்ந்து படிக்க முதலில் அவனுக்கு விருப்பமில்லாதிருந்தபோது எல்லோரும் அவனைத் திட்டினார்கள். பிற்பாடு அவன் கணிதமின்றித் தொழில் துறையில் ஒரு படிகூட முன்னேற வழியில்லை என்பதைத் தானே கண்டுகொண்டான். அலெக்சேய் அவனைத் தலைகுனியச் செய்துவிட்டான். அலெக்சேய்க்கு நேர்ந்தவற்றை நினைக்க நினைக்கத் திகைப்பாய்

இருக்கிறதே! காத்யாவைத்தான் அவன் மணந்து கொண்டான். கிழவர் மத்வேய் அவனை மெச்சிப் புகழ்ந்துகொண்டார்: "நல்ல காரியம் செய்தான்! அவனல்லவா மனிதன்! கிடைத்தற்கு அரியதைப் பெற்று மகிழ்வதல்லவா பெருமைக்குரியது. கிடைப்பது சுலபமாய் இருந்தால் பிரிவதும் சுலபம்தானே. இருவரும் இன்பமாய் வாழ்வார்கள் என்று நான் திடமாய்ச் சொல்வேன்.'' ஆம், புகார் சொல்ல இடமே இல்லை _ இருவரும் ஒருவர்மீது ஒருவர் உயிரையே வைத்திருந்தனர். அலெக்சேயும் படித்துக் கொண்டிருந்தான். கல்லூரியில் புறநிலைத் துறையிலே அவனைச் சேர்த்துக் கொண்டுவிட்டனர். நகரில் பரீட்சைக்குச் சென்றிருந்தான். முடிவுகளை அந்தோன் படித்த லெனின்கிராத் கல்லூரிக்கு அனுப்பியிருந்தனர். ஐந்தாண்டுப் படிப்பை மூன்றே ஆண்டுகளில் படிக்கப்போவதாய் அலெக்சேய் அறிவித்தான். தன்னுடன் சேர்ந்து வீட்டில் காத்யாவும் படிக்கப்போவதாய்ச் சொன்னான் _ கப்பல் கட்டுமானமல்ல, வரலாறு படிக்கப்போகிறாள் அவள். வரலாறு தானே அவளை நெடுங்காலமாய்க் கவர்ந்து வந்த துறை. இதற்கிடையில் சிறிதுகாலத்துக்கு அவள் கப்பல்துறையிலே வேலை செய்வதென்று முடிவு செய்திருந்தாள்.

எல்லோருக்கும் வாழ்க்கை குழப்படி இன்றி நன்றாகவே இருந்தது. விக்தர் ஒருவனுடைய நிலை மட்டும்தான் புரியாததாய் இருந்தது. அவனுக்குப் பல வகையான சிறப்புக்களும் கிடைத்து வந்தன, ஆனால் அவனுடைய இல்லற வாழ்க்கைதான் நன்றாயில்லை. அந்தப் பெண் பொறியாளர் ஸீனா... ஆம் இருவரும் ஒருவருக்கொருவர் மிக்க பொருத்தமானவர்கள், ஆர்வமிக்கவர்கள்... கொஞ்சகாலம் முன்னதாகவே இவர்கள் சந்தித்திருக்கக் கூடாதா?.. இப்பொழுது என்ன செய்வது? லிதியா இருக்கிறாள் _ அவளை என்ன செய்வது? அவள் நகரைவிட்டு எங்கோ மறைந்துவிட்டாள்தான், ஆனால் இன்னமும் அவனுடைய மனைவியாயிற்றே.

காய்கறித் தோட்டத்தில் வேலைசெய்வது அமைதியான நல்ல பொழுதுபோக்குதான். பலவற்றையும் தீர ஆலோசித்துத் தெளிவு பெற முடிகிறது. ஆனால் வாழ்க்கை சில நேரங்களில் வேறு விதமாய்த் திரும்பிவிடுகிறதே.

இரண்டாவது கூடையையும் அகஃப்யா கார்ப்பவ்னா நிரப்பிக் கொண்டுவிட்டாள். அப்பொழுது திடுமென யாரோ அவள் கழுத்தைக் கட்டிக்கொண்டு கன்னத்திலே முத்தமிடவே, நிமிர்ந்துபார்த்தாள். வெயிலில் பழுப்பேறிய மேனியுடைய ஒரு

பெண் காவி நிறத் தோல் கோட்டு அணிந்துகொண்டு தன் எதிரே நிற்பதைக் கண்டாள்.

“லிதியா!” என்று வியந்து கூவிவிட்டு அகஃப்யா கார்ப்பவ்னா கையிலிருந்த கூடையைக் கீழே போட்டுவிட்டாள்.

லிதியா திரும்பவும் அகஃப்யா கார்ப்பவ்னாவைக் கட்டியணைத்துக் கொண்டாள். வெள்ளரிப் பிஞ்சுகள் அவள் காலில் மிதிபட்டு நரநரத்தன.

“லிதியா!” என்று திரும்பவும் அகஃப்யா கார்ப்பவ்னா கூவினாள். “என்ன இது? எங்கிருந்து வந்தாய்?”

“எத்தனையோ மைல்களுக்கு அப்பாலிருந்து வந்திருக்கிறேன்!” கீழ்த் திசையை நோக்கிக் கையை விரித்துக் காட்டினாள் லிதியா. “நான் வந்தது குறித்து நீங்கள் மகிழ்வதாய்த் தெரியவில்லையே.”

“வா உள்ளே. உன்னைப் பார்த்து மட்டற்ற மகிழ்ச்சியடைகிறேன், மகிழவில்லை என்று சொல்லாதே. எங்களில் ஒருத்தியல்லவா நீ! வேலை முடிந்து வித்தர் இதோ வந்துவிடுவான்... எல்லோரும் வந்துவிடுவார்கள்... எல்லோருக்கும் மகிழ்ச்சியாகவே இருக்கும்.”

ரயிலில் கசங்கிவிட்ட உடுப்புகளைக் களைந்துவிட்டு லிதியா முகம் கழுவிக் கொண்டாள்; நீலமும் வெண்மையுமான பின்னல் ஆடை ஒன்றை அணிந்து கொண்டாள். எப்பொழுதுமே அவள் கண்ணுக்கு இனியவள்; இப்பொழுது கண்ணைப் பறிப்பவளாய்த் தோற்றமளித்தாள். கடைந்த பதுமை போன்ற உருவம், மெல்லிய கால்கள், அழகு தவழும் கழுத்து, முத்து முத்தான தூய வெள்ளைப் பற்கள். அவளுடைய மேனிமட்டும் அளவுமீறிப் பழுப்பேறி ஆண்மகனுடையது போலத் தோன்றியது.

“சரி, எல்லா விவரங்களையும் சொல்!” லிதியாவுக்குச் சாப்பிட ஏதாவது தர வேண்டுமென்று அகஃப்யா கார்ப்பவ்னா அவளைக் கேட்டாள். “உன்னைப் பார்த்து ஏறத்தாழ ஓராண்டு ஆகிறது. லிதியா, அப்படி ஓடிப் போய்விட்டாயே, எங்களைக் கலங்கச் செய்துவிட்டாயே. நாங்கள் எல்லோரும் எப்படி வருந்தினோம் தெரியுமா?”

“இல்லை அம்மா, யாரையும் நான் கலங்கச் செய்ததாய் நினைக்கவில்லை. வித்தருக்கும் எனக்கும் நம் எல்லோருக்குமே நல்லது செய்தேன் என்றே நினைக்கிறேன். ஆனால் இதைப் பற்றி பிற்பாடு, வித்தர் வந்த பிற்பாடு பேசுவோம்.”

லிதியா ஒரு புதிய தன்னம்பிக்கையுடனும் மிடுக்குடனும் நடந்து கொண்டாள். தாத்தாவினுடைய சாய்வு நாற்காலியில் சாய்ந்து கொண்டு, தாம் பிறந்து வளர்ந்த பகுதிகளிலிருந்து அதிக காலம் விலகி இருந்துவிட்டு திரும்பி வருவோரிடம் காணக்கூடிய புன்னகை பூத்த முகத்துடன் அவள் அகஃப்யா கார்ப்பவ்னாவைப் பார்த்தாள். அதிககாலம் பிரிந்திருந்த அப்பகுதிகள் இன்னமும் நெஞ்சை அள்ளுவனவாகவே இருந்தன என்றாலும், எப்பவோ அவை நினைவை விட்டகன்று பழங் காலத்திலே மறைந்துவிட்டவை, வந்தவர் இவற்றைப் பார்க்கும் பார்வையிலே மகிழ்ச்சி, துயரம், மேன்மை உணர்ச்சி ஆகிய யாவும் கலந்திருக்கக் காணலாம்.

"அம்மா, நான் சொல்வதற்கு என்ன இருக்கிறது?'' என்றாள் லிதியா. "நான் புவியியலாளரின் ஆணையாள். என் வேலை மிகவும் சுவையானது. குளிர் காலத்தில் பயிற்சித் திட்டத்தில் சேர்ந்து படித்தேன். பிறகு ஆராய்ச்சிப் பயணக் குழு ஒன்றில் சேர்ந்து கோடை முழுதும் சுற்றியலைந்தேன். வீட்டிலே அடைந்து கிடப்பவள், கோடைப் பந்தலிலோ தோட்டத்திலோ எந்நேரமும் உட்கார்ந்திருப்பவள் என்றுதானே என்னை நீங்கள் கருதிவந்தீர்கள். அப்படிப்பட்டவள் தினசரி எத்தனையோ கிலோ மீட்டர் நடந்தேன்; ஆறுகளைக் கடந்துசென்றேன்; கிட்டத்தட்ட கழுத்துவரை இருந்த நீரிலே இறங்கிக்கடந்தேன். கனத்த மூட்டையை முதுகிலே சுமந்துகொண்டு இவ்வளவையும் செய்தேன்.''

"அடே அப்பா!''

"குதிரையிலே சவாரி செய்தேன். மலைகள்மீது ஏறினேன், சதுப்பு நிலங்களில் படாத பாடுபட்டு நடந்தேன், வெறுந்தரையிலே படுத்து உறங்கினேன், கொசுக்கடியைப் பொறுத்துக் கொண்டேன்.''

"உடல் நலம் கெட்டுப் படுக்கவே இல்லையா?''

"இல்லவே இல்லை. ஒரு தும்மல்கூட தும்மியதில்லை.''

"பெரிய வீராங்கனை ஆகிவிட்டேன் என்று சொல்.''

"அதெல்லாம் இல்லை. புவியியலாளர்கள் எல்லோருமே இப்படித்தான் வேலை செய்கிறார்கள். சில ஆராய்ச்சிப் பயணக் குழுவினர் இதனிலும் பெரிய இன்னல்களுக்கு ஆளாக நேர்வதுண்டு.''

பிறகு அகஃப்யா கார்ப்பவ்னா வீட்டில் நடைபெற்றவை யாவற்றையும் அவளுக்குக் கூறினாள். அலெக்சேய், தோன்யா, அந்தோன், வேரா எல்லோரையும் பற்றிச் சொன்னாள். காய்கறித் தோட்டத்தில் அவள் சிந்தித்துக் கொண்டிருந்தவை யாவற்றையும் கூறினாள். ஆனால் விக்தரைப் பற்றி அவள் ஒரு வார்த்தைகூடச் சொல்லவில்லை. லிதியாவும் அவனைப்பற்றிக் கேட்கவில்லை. லிதியாவின் வருங்காலத் திட்டங்கள் என்னவென்று அகஃப்யா கார்ப்பவ்னா தெரிந்துகொள்ள விரும்பினாள். ஆனால் இதுபற்றிக் கேட்க அவளுக்கு அச்சமாயிருந்தது. லிதியா அத்தனை தன்னம்பிக்கையும் உறுதியும் மிக்கவளாய்த் தோன்றினாள். லிதியாவும் விக்தரும் சந்திக்கையில் எப்படி இருக்குமோ என்று நினைத்தபோது அகஃப்யா கார்ப்பவ்னாவுக்குக் கலக்கமாயிருந்தது. அவர்களுடைய சந்திப்பின் பலன் எப்படி இருக்கும்? தமது மனத்தாங்கலை விட்டுவிட்டு ஒன்று சேர்வார்களா? அப்படி ஒன்று சேர்ந்தால் _ அது அதிக காலம் நீடிக்குமா?''

மரக் கொட்டிலில் ஒரு பீப்பாயைப் பழுது பார்த்துக்கொண்டிருந்த கிழவர் மத்வேய் அப்பொழுதுதான் வீட்டுக்குள் வந்தார். லிதியாவைப் பார்த்ததும் தாத்தா கண் புருவங்களை நெளித்துக் கொண்டு, "திரும்பி வந்துவிட்டாயா?'' என்று சர்வசாதாரணமான குரலில் கேட்டார். ஓராண்டுவரை கண் காணாமல் எங்கோ போயிருந்துவிட்டுத் திரும்பியளாகக் கருதாமல், ஏதோ இரண்டொரு மணி நேரத்துக்கு நகர்க் கடைகளுக்குப் போய்வந்தவளாக நினைப்பவரைப் போல் அவர் விசாரித்தார்.

"வணக்கம் தாத்தா!'' என்று சொல்லி லிதியா வெடுக்கெனச் சாய்வு நாற்காலியிலிருந்து எழுந்தாள். அகஃப்யா கார்ப்பவ்னா தனது மருமகளிடம் திடீரென வினோத மாற்றங்கள் ஏற்படக் கண்டாள். தாத்தாவைக் கண்டதும் லிதியா குறுகிச் சிறுத்துவிட்டவளைப் போலத் தோன்றினாள்; வெயிலில் பழுப்பேறியிருந்த அவள் முகம் கொஞ்சம் வெளுத்துவிட்ட மாதிரித் தெரிந்தது; சற்று முன்பு புத்தம் புதியதாய்த் தோன்றிய அவளுடைய பின்னல் ஆடையில் இப்பொழுது கிழிசல் தைத்திருந்த இடம் கண்ணுக்குத் தெரிந்தது. பெருமையும் சிரிப்பும் மறைந்து உள்ளுக்குள் அடக்கப்பட்டுவிட்ட கிலேசமும் களைப்புமே அவளிடம் எடுப்பாய்ப் புலப்பட்டன.

"வணக்கம்'' என்றார் கிழவர் மத்வேய். அவர் அவளைக் கட்டித் தழுவிக் கொள்ளவில்லை. கையிலிருந்த கருவிகளைப் பெட்டியிலே வைத்துவிட்டுத் தாடியைச் சீவிக் கொண்டார். "என்ன சேதி?

வாழ்க்கை எப்படி இருக்கிறது? எதைத் தேடிச் சென்றிருந்தாய் _ தங்கத்தையா, தீ உமிழும் பருந்தையா?''

“இரும்பைத் தேடிச் சென்றிருந்தேன் தாத்தா''

“கிடைத்ததா?''

“ஓ, நிறையக் கண்டுபிடித்தோம். வளமான படிவங்கள் கிடைத்தன, முன்னூறு ஆண்டுகளுக்குப் போதுமானவை.'' பள்ளிக்கூடச் சிறுமியைப் போல லிதியா கிழவர் மத்வேயின் முன்னால் நின்று, கைகளை என்ன செய்வதென்று புரியாமல் பின்னல் ஆடையின் இடுப்பு வார் முனையை முறுக்கிக்கொண்டிருந்தாள்.

“இப்பொழுது நீ செய்யும் வேலை என்ன?''

“புவியியலாளர்களின் இயற்கை வள ஆராய்ச்சிகளுக்குத் துணை புரிகிறேன்.''

“அது நல்ல வேலை ஆயிற்றே. நான் வேறு ஏதோ மோசமாயல்லவா நினைத்தேன். நீ நாட்டுக்கு உதவுகிறாய் என்று சொல். ஆனால் வீட்டிலிருந்து அப்படி அலங்கோலமாய் ஓடித்தானா இதைச் செய்ய வேண்டும்? நல்ல முறையில் போயிருக்கக் கூடாதா? பழங்காலமல்லவே இது. நீ போகத்தான் வேண்டுமென்று சொல்லியிருந்தால் நாங்கள் உன்னைத் தடுத்து நிறுத்தியிருக்க மாட்டோமே. எதற்கும் தக்க வழி ஒன்று இருக்கிறது அல்லவா? பழங்காலத்தில் கொள்ளைக்காரர்கள்தான் போலீசிடமிருந்து அப்படி ஓடுவார்கள். சிறுவர்கள் வீட்டிலிருந்து அப்படி ஓடிவிடுவதும் உண்டு.''

“தாத்தா, நான் வருத்தப்படுகிறேன். நான் செய்தது தப்புதான். அதனால் தான் திரும்பி வந்திருக்கிறேன் _ மன்னிப்பு கேட்க.''

“மன்னிப்பா? நீதான் இரும்பு கண்டுபிடித்திருக்கிறாயே, ஏற்கனவே உனக்கு மன்னிப்பு கிடைத்துவிட்டதே! அது நாட்டின் கண்ணோட்டத்திலிருந்து, குடும்பத்தின் கண்ணோட்டத்திலிருந்து அப்படிச் சொல்லிவிட முடியாது _ எங்களைப் பற்றி நினைத்துப் பார்க்கவே இல்லை நீ. ஓடிவிடத் தீர்மானித்தபோது நீ எங்களைப் பற்றி நினைத்தாயா? இல்லை. தோழர்களே, உங்கள் வாழ்க்கை எனக்கு ஒத்துவரவில்லை, எனக்குப் பெரும் பரப்பு வேண்டும், சுதந்திரம் வேண்டும்; ஆனால் நீங்கள் இங்கே எறும்புகளைப் போல நெருக்கியடித்துக் கொண்டு வாழ்கிறீர்கள் என்று எங்களிடம் சொல்லியிருக்க வேண்டாமா?''

"அதைச் சொல்ல முடியவில்லையே, தாத்தா.''

"அப்படியானால் வேறு விதமாய்ச் சொல்லியிருக்கலாமே. 'நான் நினைத்தது தவறாகிவிட்டது. என் கணவன் நான் நினைத்தமாதிரி இல்லை' என்று சொல்லியிருக்கலாம். சில சமயங்களில் இம்மாதிரி தவறுகள் உண்டுதான். மனத்தில் உள்ளதைச் சொல்லித் தீர்த்துவிட வேண்டாமா? உள்ளுக்குள் வைத்துக் கொண்டு வளர்த்துப் பெரிதாக்கக் கூடாது. உண்மை எவ்வளவுதான் கொடுமையாய் இருப்பினும் சகித்துக் கொண்டுவிடலாம், ஆனால் ஏமாற்றலைச் சகிப்பது கடினம்.''

விக்தர் வீட்டுக்கு வந்ததும் என்ன ஆகுமோ என்று அகஃப்யா கார்ப்பவ்னா அச்சத்துடன் காத்திருந்தாள். அவன் வந்ததை முதலில் அவள்தான் கவனித்தாள். கோஸ்த்யாவுடனும் துன்யாஷாவுடனும் வந்து சேர்ந்தான். வந்து தோட்டத்திலே நின்று மூவரும் ஏதோ பேசிக் கொண்டிருந்தனர்.

கிழவர் மத்வேயிடம் லிதியாவுக்குப் பயமாயிருந்தது. அவருடைய ஒளிவு மறைவற்ற பேச்சுகள் அவளுக்குத் திகிலூட்டின. அவர் முன்னால் விக்தரைச் சந்தித்துப் பேச அவள் விரும்பவில்லை. அவர் என்ன சொல்வாரோ, யாருக்குத் தெரியும்? ஆகவே அவள் வாயில் முகப்புக்குச் சென்று மெல்ல "விக்தர்!'' என்று அழைத்தாள்.

விக்தர் திரும்பியதை அகஃப்யா கார்ப்பவ்னா சன்னல் வழியே பார்த்தாள். முன்பு தான் வியந்து கூவியதைப்போல அவனும் கூவுவான், அல்லது துணுக்குறவாவது செய்வான் என்று எதிர்பார்த்தாள். ஆனால் விக்தர் கண்களிலே வியப்பு தோன்ற வாயில் முகப்பைப் பார்த்துவிட்டு லிதியாவிடம் சென்றான். முன்பு கிழவர் மத்வேய் கேட்டது போல, "திரும்பி வந்துவிட்டாயா?'' என்று கேட்காமல், "வந்துவிட்டாயா?'' என்றான்.

விக்தரும் லிதியாவும் கைகுலுக்கிக் கொண்டனர் _ கணவனும் மனைவியுமாக அல்ல, அறிமுகமான இருவர் குலுக்கிக் கொள்வதைப் போல. அகஃப்யா கார்ப்பவ்னா பெருமூச்செறிந்துவிட்டு, சன்னலை விட்டு விலகி உள்ளே சென்றாள். அவள் இரவு சாப்பாட்டை எடுத்து வைத்து மேஜையைத் தயார் செய்தாக வேண்டும் _ இலியா வீட்டுக்குத் திரும்பும் நேரம் நெருங்கிவிட்டது.

15

1

கட்டுமான அரங்கத்தில் கப்பலின் கோத்திணைப்பு வேலை மும்முரமாய் நடந்து கொண்டிருந்தது. ஸீனாவுக்கு இதுவே முதலாவது கப்பல். வெகு காலமாய் அவள் தவங் கிடந்த வேலை கிடைத்து விட்டதால், அவளுக்குத் திரும்பவும் கட்டுக்கடங்காத உற்சாகம் பிறந்துவிட்டது, யாவற்றையும் துரிதப்படுத்த வேண்டுமென்ற துடிப்போடு வேலை செய்தாள். தனது அரங்கத்தில் அவளைப் போர்மாகும்படி அழைத்தது தவறாகிவிடவில்லை என்பதை இலியா மத்வேயெவிச் மேலும் மேலும் தெளிவாய்க் கண்ணுற்றார்.

சிறிதுகாலமாய் இலியா மத்வேயெவிச் தம்முள் பரிசீலித்து வந்த காரணங்களின் அடிப்படையில்தான் அவளைத் தமது அரங்கத்துக்கு அழைத்துக் கொள்வதென்று முடிவு செய்தார். ஸீனாவிடம் அவர் பாடம் பயின்று வந்தபோது, தமது இளம் ஆசிரியை தத்துவத்தில் நல்ல புலமையுடையவளாய் இருந்ததையும், ஏற்கனவே கப்பல்துறையில் அவள் செய்த வேலைகளின் மூலம் நடைமுறை ஞானத்தை நிறையப் பெற்றிருந்ததையும் தெளிவாய் உணரலானார். கப்பல்களை அவள் உயிருக்கு உயிராய் நேசித்ததையும், தான் தன்னை முழுமையாய்ப் பணித்துக் கொண்டிருந்த அதே வேலையில் அவளும் அளவிலா ஈடுபாடு கொண்டிருந்ததையும் கண்ணுற்றார். தன்னுடைய அனுபவத்தையும் முன்னறிவையும்

அவளுடைய தத்துவார்த்த ஞானத்துடன் இணைத்திட்டால் விளைவுகள் எவ்வளவு சிறப்பாய் இருக்கும்! அவளுக்கும் அதனால் பெரும் பயன் உண்டாகுமே. தனது தலைமையில் அவள் வேலை செய்வாள், சீக்கிரமே மெய்யான வித்தகராகிவிடுவாள்.

கட்டுமான அரங்கத்தில் ஸீனா வேலைக்கு வந்த ஆரம்பத்தில் அவளை அவர் சிறு பெண்ணாக, மாணவியாக நடத்திவந்தார். யாவற்றையும் அவளுக்கு விளக்கிக் கூறி, அவளுடைய ஒவ்வொரு முயற்சியையும் கவனித்து வந்தார். அலெக்சாந்தர் அலெக்சாந்தரவிச் இல்லையே என்பதில் அவருக்குக் கொஞ்சம் வருத்தம்தான். அவரைப் போன்ற போர்மன் கிடைப்பது அரிதிலும் அரிது. இதோ இந்தச் சிறு பெண் கட்டுமான அரங்கத்தில் வந்து நின்றுகொண்டு தான் அவருக்குப் பிரதியாகிவிடலாமென்று நினைக்கிறாளே. அலெக்சாந்தர் அலெக்சாந்தரவிச்சின் தேர்ச்சியையும் வினைத் திறனையும் பெறுவது எளிதல்லவே - எத்தனையோ ஆண்டுகள் அரும்பாடுபட்டாலன்றி முடியாதே.

ஆனால் சில வாரங்களுக்குள் இலியா மத்வேயெவிச் தமது புதிய போர்மனைப் பற்றி தமக்கிருந்த அபிப்பிராயம் மாறத் தொடங்குவதைக் கண்டார். ஏன், அலெக்சாந்தர்அலெக்சாந்தரவிச் சும்கூட ஸீனாவைப் போல இவ்வளவு தொலைநோக்குடன் இருந்ததில்லையே என்று நினைத்தார். கப்பலை ஒரு முழுமையாகவும், அதன் தனித்தனி உறுப்பாய்ப் பிரித்தும் பார்க்கும் திறன் அவளிடம் இருந்தது. தொகுதிகளை அதிவேகமாய்க் கோத்திணைப்பதற்கு யாவற்றையும் முன்கூட்டியே எப்படி ஒழுங்கு செய்து வைக்க வேண்டுமென்று அவளுக்குத் தெரிந்திருந்தது. கோத்திணைப்பு வேலை தடங்கலின்றி நடைபெற யாவற்றையும் முன்கூட்டியே தயார் செய்ய வேண்டியது இன்றியமையாததாகும். வரிசை முறை உற்பத்திக்குக் கட்டுமான அரங்கத்தில் வேலைகள் சந்தம் தவறாமல் முறையாக நடந்தேறியாக வேண்டும். “என்னதான் இருநதாலும் கல்வி ஒரு பெரிய சக்திதான்'' என்று இலியா மத்வேயெவிச் தம்முள் கூறிக்கொண்டார். “சிறு பெண் _ இவளுக்குக் கப்பல் கட்டச் சொல்லிக் கொடுத்துவிட்டார்களே!'' நாளுக்கு நாள் தமது பிடியைத் தளர்த்தி ஸீனாவுக்கு மேலும்மேலும் சுயேச்சைப் பொறுப்பு அளித்து வந்தார், அவளிடத்து மேலும் மேலும் நம்பிக்கை தெரிவித்து வந்தார். “தத்துக்கிளி'' மோசம் பண்ணிவிடாது, நம்பலாம். இரண்டொரு கப்பல்கள் கட்டி முடித்தாளாயின் யாவும் இவளுக்குத் தலைகீழ்ப் பாடமாகிவிடும்.

இலியா மத்வேயெவிச்சுடன் வேலை செய்ய ஸீனாவுக்கு மிகவும் பிடித்திருந்தது. அவரைத் தன் மனத்துள் அவள் "தாத்தா'' என்றே அழைத்துக் கொண்டாள். "தாத்தா'' சொன்னார், "தாத்தா'' உத்தரவு அளித்தார்... ஆனால் "தாத்தா'' சொன்னதை எல்லாம் ஸீனா ஒத்துக்கொண்டு விடவில்லை. அவருடன் அவள் வாதாடுவதில்லைதான் _ வாதாடும் அளவுக்கு அவளுக்குத் துணிவு ஏற்பட்டுவிடவில்லை. அதற்குப் பதில் வேலையைத் தான் நினைத்த வழியிலே செய்து முடித்தாள். வேலை செய்து முடிக்கப்பட்டதும், அவள் செய்த வழிதான் சரியான வழியென்று ஏற்றுக் கொள்வதைத் தவிர இலியா மத்வேயெவிச் வேறு எதுவும் செய்ய முடியாது. ஒருமுறை மட்டுமே இலியா மத்வேயெவிச்சுக்கு ஸீனாவின்மீது கோபம் பொத்துக்கொண்டு வந்தது. உள் இணைப்புகளில் ஒன்றை வெல்டு செய்வதை அலெக்சேய் துரிதப்படுத்த அவள் அனுமதித்துவிட்டாள். அதனால் வெல்டிங்கில் குறைபாடு உண்டாகிவிட்டது.

"துரிதப்படுத்த உத்தரவு அளித்தது யார்?'' என்று இலியா மத்வேயெவிச் கேட்டார்.

"நான்தான்'' என்றாள் ஸீனா.

"ஸீனாயிதா பாவ்லவ்னா, உனக்குத் தெரியவில்லை என்றால் என்னைக் கேட்கவேண்டும். கப்பலுக்கு நான்தான் பொறுப்பாளி. என்னையே அவர்கள் பதில் கூறச் சொல்வார்கள், உன்னையல்ல'' என்று அவர் இரைந்தார்.

"உங்களை மட்டும்தானா கேட்பார்கள்?'' என்று ஸீனா சீறியெழுந்தாள் "நானும்தான் கப்பலுக்குப் பொறுப்பாளி.''

அவளுடைய குரலில் தொனித்த உறுதியையும் திட நம்பிக்கையையும் கண்டு இலியா மத்வேயெவிச் தமது கோபத்தை அடக்கிக் கொண்டுவிட்டார். அவளுடைய பிரமையைக் கலைக்காதிருப்பதே நல்லதென முடிவு செய்து கொண்டார். தனக்கும் பொறுப்பு உண்டென்று நினைக்கிறாள், அப்படியே நினைக்கட்டும். பொறுப்பு உணர்ச்சி அதிகரிக்கையில் பணித்திறனும் உயருகிறது. பொறுப்பு கூற வேண்டியது தானல்ல, வேறோர் ஆள்தான் என்றதும், இயல்பாகவே ஒருவர் அந்த வேறொருவரிடமே யாவற்றையும் விட்டுவிட்டுக் கவலையின்றி வேலை செய்ய முற்படுகிறார்.

முடிவில் ஸீனா சொல்லியதுதான் சரி என்று தெரிய வந்தது. வெல்டிங் வேலையைத் துரிதமாக்க வேண்டும் என்பதோடு, அது முடியும் என்பதும் தெரியலாயிற்று. ஆனால் இதற்கு மற்றொரு வகை வெல்டிங் கருவியை உபயோகித்து, மேலும் சிறப்பான மற்றொரு வெல்டிங் முறையைக் கையாள வேண்டியிருந்தது.

கட்டுமான அரங்கத்தில் ஸீனா நாளுக்குநாள் மேலும்மேலும் தன்னம்பிக்கை பெற்றுவந்தாள், கப்பல் கட்டும் தொழிலாளர்களின் கூட்டில் இரண்டறக் கலந்து வந்தாள். பன்னிரண்டு மாதங்களுக்கு முன்பு, ஏன்; ஆறு மாதங்களுக்கு முன்புகூட அவளுக்கு இது இன்பத்தின் உச்சி முடியாய்த் தோன்றியிருக்கும். ஆனால் இன்பத்தைப் பற்றிய அவளுடைய கண்ணோட்டமும் இம்மாதங்களில் மாறிவிட்டது. விக்தரிடம் அவளுக்கிருந்த காதல் மேலும் மேலும் வலுவடைந்து வந்தது. முன்னிலும் பலமாய் அவனால் கவரப்பட்டு வந்தாள். மீண்டும் அவள் நங்கூரத் தெருவுக்கு அடிக்கடி போக ஆரம்பித்தாள். சில சமயங்களில் மாதிரிப் படிவத் தொழிற்கூடத்துக்கும் சென்று அவனைச் சந்திப்பாள். அங்கே விக்தர் ஒரு புதிய மாதிரிப் படிவத் தயாரிப்பு இயந்திரத்தை உருவாக்குவதில் ஈடுபட்டிருந்தான். அது அவ்வளவு சிறப்பாய் நடந்தேறவில்லை. நம்புவதற்கு ஸீனாவுக்கு அச்சமாய்த்தான் இருந்தது. இருப்பினும் அவள் மேலும் மேலும் நம்பவே செய்தாள்... ஒருநாள்... ஒரு நாள்... முதலில் லிதியா அவள் மனதில் இருந்து கொண்டுதான் இருந்தாள். லிதியா இங்கு இல்லை என்றாலும் அவள் ஸீனாவுக்கும் விக்தருக்கும் இடையே தாண்டிச் செல்ல முடியாத தடைமதிலாகத்தான் நின்றாள். அந்நாட்களில் ஸீனா தனது உள்ளத்து உணர்ச்சிகளை விக்தருக்கு எந்நிலைமையிலும் காட்டிக்கொள்ளாமலே இருப்பதென முடிவு செய்திருந்தாள். ஆனால் சிறிது சிறிதாய் அவள் லிதியாவை மறந்து வந்தாள். பிறகு திடீரென லிதியா திரும்பி வந்துவிட்டாள். லிதியா இருந்து கொண்டுதான் இருக்கிறாள் என்பது தெரிந்தது.

அவள் திரும்பி வந்துவிட்டாளென்று அலெக்சேய்தான் ஸீனாவிடம் கூறினான்.

“ஸீனாயிதா பாவ்லவ்னா, எங்கள் குடும்பத்தில் ஒரு பெரிய நிகழ்ச்சி நடைபெற்றிருக்கிறது. விக்தரின் மனைவி திரும்பி வந்துவிட்டாள்'' என்று வார்த்தைகளை அளந்து நிதானமாய்ச் சொன்னான். நம்பியிருந்து பயனில்லை என்பதை அவள் புரிந்து கொள்ளட்டும். ஸீனாவுக்கு இது பலத்த அடியாய் விழுந்து

விடாமல் இருக்கும் பொருட்டு, வேடிக்கையாய்ச் சொல்வது போலச் சொன்னான். ஸீனாவின் நிலை குறித்து அலெக்சேய் வருந்தினான். அவளை அவன் நன்கு புரிந்து வைத்திருந்தான்.

“யார்? லிதியாவா?”

இந்தச் செய்தியை ஸீனா பெரிதாய் நினைத்ததாய்க் காட்டிக் கொள்ளவில்லை. “அவள் எங்கே போயிருந்தாளாம்?” என்று கேட்டாள். ஆனால் அலெக்சேய் சொன்ன பதில் அவள் காதில் விழவில்லை. அவள் கப்பலின் பின்பகுதிக்கு அடியில் சென்றுவிட்டாள். சற்றுநேரம் தனித்து இருப்பதற்கு அதுவே ஏற்ற இடம். அங்கே போய் பையின் மரக் கட்டையிலே ஓய்ந்து உட்கார்ந்து விட்டாள். கதை முடிந்துவிட்டதா? தன் மனதில் எழுந்த எண்ணங்களுக்குப் பதிலளிக்கும் முறையில் தலையை அசைத்துக்கொண்டாள். பிறகு தாங்க முடியாத வலியால் துடிப்பவளைப்போல ஆடினாள். கூதிர் பருவக் கதிவரனது ஒளியிலே பளிச்சிட்ட பசுமையான ஆற்று வெள்ளம் அவளைக் கடந்து ஓடிற்று. குளிர்காற்று வீசி அவளை நடுங்கச் செய்தது. ஆனால் அவள் அந்தக் கட்டையைவிட்டு எழவில்லை. எங்கும் செல்ல அவளுக்கு விருப்பமில்லை. இலியா மத்வேயெவிச்சோ, வேலைக் குழு தலைவர்களோ அவளைத் தேடினால்? போர்மன் உடனே அவர்களுக்கு வேண்டியிருந்தால்? தேடட்டுமே. அவள் போர்மனல்ல! பெண்ணாய்ப் பிறந்தவள், சோகங்களில் எல்லாம் கொடுமையான சோகத்திலே மூழ்கிப் பதறிக் கொண்டிருந்தாள்.

“தோழர் இவானோவா!”

கைகளால் முகத்தை அழுத்திப் பிடித்துக் கொண்டு ஸீனா மேலே நிமிர்ந்து பார்த்தாள். பக்கத்தில் பிட்டர் வேலைக் குழுவின் தலைவனான மத்யூஷின் நின்று கொண்டிருந்தான்.

“பல்வலியா?” என்று அவன் அனுதாபத்துடன் விசாரித்தான்.

“என்ன? ஆமாம், பல்வலிதான்” என்று பதிலளித்தாள் ஸீனா. “நான் வேண்டுமா?”

“ஆம். 46ஆம் எண் மேற்கட்டுமானப் பிரிவு வந்து சேர்ந்துவிட்டது. நாம் அதைப் பொருத்தியாக வேண்டும்.”

“அப்படியா, இதோ வந்துவிட்டேன்!”

வழக்கமான விறுவிறுப்போடு ஸீனா சாய்வுப் பலகைமீது ஏறி வேகமாய் நடந்தாள்.

“தோழர் மத்யூஷின், எப்பொழுது அது வந்து சேர்ந்தது?'' என்று கேட்டாள்.

“அரை மணி நேரமாகிறது.''

“என்னை ஏன் உடனே கூப்பிடவில்லை.''

“நீ இருக்கும் இடம் தெரியவில்லை. எங்கெல்லாமோ போய்த் தேடினோம்!''

“தோழர் மத்யூஷின், சரியாய்த் தேடவில்லை!''

மேல்தளத்தை வந்தடைந்தபோது அவள் சீற்றம் கொண்டவளாய்த் தோன்றினாள், வலோத்கா பெத்துஹோவ் அவள் பாதையிலிருந்து துள்ளிக் குதித்து ஒதுங்கி நின்றான். வழக்கமான முறையில் தெளிவாகவும் திட்டவட்டமாகவும் தன் உத்தரவுகளை அளித்தாள். இப்பொழுது அவள் பெண்ணாய் நடந்துகொள்ளவில்லை. பொறியாளர் ஸீனாயிதா பாவ்லவ்னாவாக, கட்டுமான அரங்கத்தின் போர்மனாக, இலியா மத்வேயெவிச்சின் துணையாளராய் நடந்து கொண்டாள். “எங்கள் வேலையில் சகிப்புத்தன்மையும் மன உறுதியும் நிறைய வேண்டும்'' என்று கூறிய இலியா மத்வேயெவிச்சிடம் “தன் உணர்ச்சிகளை அடக்கிக்கொள்வேன்'' என்று வாக்களித்தவள் அல்லவா அவள்?

2

கிழவர் மத்வேய் கையிலிருந்த புத்தகத்திலிருந்து இடையிடையே நிமிர்ந்து சன்னலுக்கு வெளியே காற்று ஊளையிட்டதைக் கேட்டார். காற்று சன்னல்களிலே புகுந்தது; திரைச்சீலைகளை ஆட்டியது; மேலே மச்சுத்தளத்துக்கு அருகே விசிலடித்தது; கூரைகளிலே மோதித் தடதடத்தது.

பச்சை அட்டை போட்ட அந்தச் சிறிய புத்தகத்தை வைத்துக்கொண்டு கிழவர் மத்வேய் நீண்ட பல இரவுகளாய் உட்கார்ந்திருந்தார். ஒரு பக்கத்தைப் புரட்டி வைத்துக் கொண்டு சிந்தனையிலே ஆழ்ந்துவிடுவார்... அவருடைய வாழ்க்கை பூராவுமே அதன் பக்கங்களில் இருந்தது. அவர் வாழ்க்கை மிக நெடியது - ஒரு நூற்றாண்டுக்கு இருபதே ஆண்டுகள் குறைவானது. அவர் எத்தனையோ புத்தகங்கள் எல்லாம் படித்திருந்தார். ஆடுமாடுகளைப் போல மனிதர்களும் விலைக்கு விற்கப்பட்ட காலங்களையும், ரோமானிய விளையாட்டு அரங்குகளில்

மனிதர்கள் சிங்கங்களிடம் தள்ளிவிடப்பட்ட காலங்களையும், விஞ்ஞான அறிவை வளர்க்கத் துணிந்தவர்கள் தீயிலே இடப்பட்ட காலங்களையும் பற்றி அவர் படித்திருந்தார். ஆனால் கிழவர் மத்வேய் வாழ்ந்த நூற்றாண்டுடன் ஒப்பிடத்தக்க நூற்றாண்டினை மனித வரலாற்றிலே காண முடியாது. உலகம் தோன்றிய காலம் முதலாய்ச் சாதாரண மனிதனுக்கு மெய்யான தாயகம் இதன்முன் இருந்ததில்லை. உழைப்பாளனை ஏரிலே பூட்டி அடித்தும், நாக்கைத் துண்டித்தும், சித்திரவதைச் சக்கரத்திலே மாட்டி எலும்பை முறித்தும், அப்படி முறிக்கவில்லையென்றால் வாழ்நாள் முழுதும் பொதிமாடாக அவனை வேலை வாங்கியும் வந்த ஒரு நாடு அவனுக்கு எப்படிப்பட்ட தாயகமாயிருந்திருக்க முடியும்? செல்வந்தருக்கு ஒரு சட்டம், ஏழைக்கு ஒரு சட்டம் _ எங்குமே அப்படித்தானே இருந்தது. ஆம், ஆயிரம் ஆயிரம் ஆண்டுகளாய் மனிதன் மனிதனுக்கு ஒவ்வாத வாழ்க்கையால் இருத்தப்பட்டிருந்தான் என்று இப்புத்தகம் கூறிற்று. தாத்தாவின் நூற்றாண்டிலேதான் இந்தப் பழைய அமைப்பு எங்கும் தகர்ந்து நொறுங்கிற்று. இதுபோன்ற ஒரு சகாப்தத்திலே பிறந்தது அவருடைய அதிர்ஷ்டம்தான். தாம் வாழ்ந்த வாழ்க்கை குறித்து அவர் வருத்தப்பட வேண்டியதில்லை. தன்னைப் போன்றவர்கள் புத்தகங்களில் விவரிக்கப்பட்டவர்கள் ஆயிற்றே; தன்னைப் பற்றி ஏனைய பலரும் படித்துப் பார்த்துவிட்டுப் பெருமைப்படுவார்களே.

புத்தகத்தை வைத்துக்கொண்டு கிழவர் மத்வேய் வாய்க்குள் பேசிக் கொண்டார். மூக்குக் கண்ணாடியைக் கழற்றித் திரும்பவும் போட்டுக் கொண்டார்.

ஜுகோவ் அலுவலறைக்குள் வந்தார்.

“டைரக்டர் வீட்டுக்குப் போய்விட்டாரா?'' என்று அவர் கேட்டார். “தோழர் ஜுர்பின், காற்று பயங்கரமாய் இருக்கிறதே. இதனால் தொல்லை ஏற்படுமா?''

“ஏற்பட்டாலும் ஏற்படலாம். இங்கே கொஞ்சம் லெனின்கிராதைப் போன்ற நிலைமை ஏற்படுவது உண்டு. குடாவிலிருந்து வெள்ளம் ஆற்றுக்குள் புகுந்து பிறகு திருப்பியடித்துக் கொண்டு ஓடும். லாதா விம்மிப் பெருகிவிடும், நீர் மட்டம் உயர்ந்துவிடும். 1908ல் கப்பல் துறை கொதிகலன் கூடத்தில் வெள்ளம் புகுந்துவிட்டது. உலைகளை நேரத்தில் அணைக்கத் தவறிவிட்டனர். நீர் உள்ளே புகுந்து வெள்ளக்காடாகியதும் கொதிகலன்கள் சுக்குநூறாய்

வெடித்துவிட்டன. அது ரொம்பக் காலத்துக்கு முன்பு நடந்தது. இப்பொழுது கரைகள் உயர்த்தப்பட்டுவிட்டன, கொதிகலன் கூடம் தொலைவிலே எடுத்து வரப்பட்டுவிட்டது. வெள்ளம் சில நேரங்களில் துறைகளிலே அடித்து மோதுகிறது, ஆனால் விரைவில் அடங்கிவிடுகிறது.''

“கப்பல்களுக்குச் சேதம் உண்டாக்கிவிடாதே?''

“எந்நாளும் அப்படி நடந்ததில்லை.''

“என்ன படிக்கிறீர்கள்?'' கிழவர் மத்வேயின் புத்தகத்தை ஜுகோவ் எடுத்து அதன் அட்டையைப் பார்த்தார். “கட்சி வரலாறா? படித்துத் தேர்ச்சி பெறுகிறீர்களா?''

“பொறியாளர்களில் ஒருவர் இப்பொழுதுதான் இதை முதன்முதல் படிக்கிறீர்களா என்று என்னைக் கேட்டார். தொட்டில் பருவத்திலேயே இதைப் படிக்கத் தொடங்கினேன், ஆரம்பத்திலிருந்து கடைசி வரைப் படித்துத் தேர்ச்சி பெற்றேனென அவரிடம் சொன்னேன்'' என்று கிழவர் மத்வேய் பதிலளித்தார். “தோழர் ஜுகோவ், நான் இதைப் படித்துத் தேர்ச்சி பெறாது இருப்பது எப்படி? என்னைப் பற்றி இல்லாத பக்கமே இதில் இல்லையே.''

கூரைகளுக்கு மேல் காற்று புதிய மூர்க்கத்துடன் வீசிற்று. இருவரும் அதன் உறுமலைக் கேட்டனர். வெளியே சற்று நேரம் சப்தம் ஓய்ந்ததும், ஜுகோவ் கேட்டார் :

“தோழர் ஜுர்பின், நீங்கள் ஏன் கட்சியில் சேராமலே இருந்தீர்கள். உங்களைப் போன்ற வாழ்க்கைக்குரிய ஒருவர் கட்சி உறுப்பினராகாமல் இருந்தது விபரீதமல்லவா?''

“விபரீதம் என்ன? ஒன்றுமில்லை. புரட்சிக்குமுன்பு அறியாமை இருளில் மூழ்கியிருந்தேன். புரட்சியின்போது எனக்கு ஏறத்தாழ ஐம்பது வயது. என் பிள்ளைகள் கட்சியிலே சேர்வதைக் கண்டேன். கட்சியின் ஏனைய உறுப்பினர்களும் இளைஞர்களாயிருந்தனர். வயதான கிழவன் தலையிடுவது நன்றாயிராதே என்று நினைத்தேன். இப்படி வாய்ப்பைத் தவறவிட்டு விட்டு மேலும் கிழமாகி வந்தேன். “சரி, இதோ சேரலாம், எழுதிக் கொடுக்கலாம்'' என்று இருந்தேன், செய்யாமலே இருந்துவிட்டேன். எத்தகைய கட்சி உறுப்பினனாய் இருக்க முடியும் என்னால்? ஆண்டுக்காண்டு பலம் குன்றி வந்தது. கட்சி எங்காவது அனுப்பினால், முன்பு போல

குதித்து ஓட முடியாத நிலை. முதல் அறைகூவலுக்கே ஆர்த்தெழுந்து முன்வர முடியாத ஒருவர் கட்சியினுள் சென்று பயன் என்ன? நம்முடைய இயலாமை கட்சியில் ஏனையோருக்கு இடையூறாகிவிடக் கூடாதல்லவா? முன்னேறிச் செல்லும் சேனை போன்றது கட்சி, அது ஈட்டி முனை போன்றது. எந்த அடியும் முதலில் அதன்மீதே விழும். இந்த முனையிலே இருக்கவேண்டுமாயின் திடகாத்திரமான ஆளாய் இருப்பது அவசியம்.''

''எழுத்தாளர் நிக்கொலாய் ஆஸ்திரோவ்ஸ்கியைப் பற்றி நீங்கள் கேள்விப்பட்டிருப்பீர்களே?''

''உருக்கு பதப்படுவது பற்றி எழுதினாரே அவர்தானே? அந்தப் புத்தகத்தைப் படித்திருக்கிறேன். நீங்கள் என்னிடம் என்ன சொல்ல விரும்புகிறீர்கள் என்பது தெரிகிறது. அவர் படுத்த படுக்கையாகிவிட நேர்ந்தது, அப்பொழுதும் அவர் கட்சிக்கு அருந்தொண்டு ஆற்றினார் என்று சொல்ல விரும்புகிறீர்கள். இளைஞர்கள் எல்லோரும் அவருடைய புத்தகத்தின் வாயிலாய்ப் போதம் பெற்றனர். ஆனால் அவருடைய உதாரணம் எனக்குப் பொருந்தாது. நான் யார்? தொழிலாளி. இயலாதவனாய்ப் படுத்துக் கொண்டு என்னால் அடிக்கப்பலுக்குத் தகடுகளில் உருவரை வரைய முடியாது. கப்பல் துறையிலே வேலை செய்பவன் வேலையில் முன்னிலையிலே இருந்தாகவேண்டும்; கட்சி உறுப்பினனான தொழிலாளி முன்னணித் தொழிலாளியாய் வேலை செய்தாக வேண்டும். ஈட்டி முனை போல் இருந்தாக வேண்டும்! முன்னணித் தொழிலாளி எப்படிப்பட்டவன்? பழைய தரங்களை மிஞ்சி முன்னே சென்று புதிய முறையிலே வேலை செய்கிறவன்; இயந்திரத்தை அது அளிக்கக் கூடியது அனைத்தையும் அளிக்கும்படிச் செய்கிறவன். ஏன் -_ எனக்கு அறுபது வயதான அந்தக் காலத்திலேயே என்னால் இளந் தொழிலாளர்களின் வேகத்தைச் சமாளிக்க முடியவில்லையே. ஆகவே எந்நாளும் நான் முன்னணித் தொழிலாளியாக முடியாதவன். முன்னணித் தொழிலாளியாக இல்லாதவன் கம்யூனிஸ்டாகவும் இருக்க முடியாது. முன்னணித் தொழிலாளி என்பவன் யார்? கம்யூனிசத்துக்குப் பாதையைச் செப்பனிடும் உழைப்புமுறையைச் சாதிக்க முயலுகிறவன். அப்படியானால் அவன் ஒரு கம்யூனிஸ்டாகவே இருக்கவேண்டும். ஆனால் நான்... அதைப் பற்றிப் பேசிப் பயனில்லை! முன்னணித் தொழிலாளியாய் ஆவதற்குரிய வயதைக் கடந்துவிட்டவன்.

ஆகவே கம்யூனிஸ்டு ஆவதற்குரிய வயதையும் கடந்தவனே ஆவேன்.''

''உங்களுடைய வாதம் சுவையானதுதான். ஒரு விதத்தில் அது சரிதான், ஆனால் இன்னொரு விதத்தில் அது சரியல்ல. கம்யூனிஸ்டாக இருக்கும் தொழிலாளி முன்னணித் தொழிலாளியாகவும் இருக்கவேண்டும்தான். ஆனால் யுத்தத்துக்கு முன்பு நீங்கள் முதிய வயதையும் மீறி, கப்பல் துறையின் சிறந்த தகடு உருவரையாளராய் இருந்தவர் ஆயிற்றே.''

''இருந்தேன், இருந்தேன்'' என்று கிழவர் மத்வேய் இடைமறித்தார். ''ஆனால் தரத்தில்தான் சிறந்தவனாய் இருந்தேன் வேலை அளவிலே பின்னிலையிலேதான் இருந்தேன். மேலும் மேலும் அந்தக் காலத்திலேயே பின்னடைந்து வந்தேன். பிரதான குறைபாடு என்னவெனில், இன்று இவர்கள் செய்கிறார்களே இந்தப் புதிய முறையில் என்னால் வேலை செய்ய முடியவில்லை. பழைய வழியிலேதான் தொடர்ந்து வேலை செய்து வந்தேன் _ எல்லோரும் சொல்வது போலத் தாத்தா வழியிலேதான் செய்து வந்தேன்'' என்று சிரித்துவிட்டு அவர் பேச்சை நிறுத்திக்கொண்டார்.

நேரமாகிவிட்டது. பன்னிரண்டு மணி அடித்தது. ஜுகோவ் எழுந்துவிட்டார்.

''அப்போ அபாயம் இல்லை என்று சொல்கிறீர்கள், இல்லையா?'' என்று கேட்டார்.

''வெள்ளத்தாலா? சொல்வதற்கில்லை. 1908ல் ஓர் உலுக்கு உலுக்கிவிட்டது.''

ஜுகோவ் விடைபெற்றுக் கொண்டு வெளியே சென்றார். கிழவர் மத்வேய் புத்தகத்தை மூடிவைத்துவிட்டு சோபாவிலே படுத்தார், அவருக்கு முதுகு வலித்தது. கண்ணயர்ந்துவிட்டார். அமைச்சகத்திலிருந்து தொலைபேசியில் பேசுவதாய்க் கனவு கண்டார். கப்பல்துறை விவகாரங்கள் குறித்துப் பேசிக்கொண்டனர், பிறகு உடல்நலம் பற்றி விசாரித்துவிட்டு வாழ்த்துக் கூறிக் கொண்டனர். ஆனால் அவர்களுடைய உரையாடல் மணியோசையால் தடைப்பட்டுக் கொண்டிருந்தது. தொலைபேசிக்குக் கிறுக்குப் பிடித்துவிட்டதா என்ன? பேசிக்கொண்டிருக்கையில் இப்படி மணியடிக்கிறதே. ரிப்பேர் செய்பவரைக் கூப்பிட்டு இதைச் சரிசெய்யச் சொல்ல வேண்டுமென்று

கிழவர் முடிவு செய்தார். அதற்குள் அவர் விழித்துக் கொண்டுவிட்டார். தொலைபேசி மணி ஒலித்துக் கொண்டுதான் இருந்தது.

“மத்வேய் தரோபியெவிச்!” என்று துறையிலிருந்து காவலாளர் தொலைபேசியில் கூப்பிட்டார். “நூற்றுப் பத்து.”

“என்ன நூற்றுப் பத்து?” கிழவர் மத்வேய்க்கு விளங்கவில்லை.

“முறைக் குறிக்குமேல் நூற்றுப் பத்து.”

நூற்றுப் பத்தா? ஜுகோவ் காரணமின்றிக் கவலைப்படவில்லை! நீர்மட்டம் உயர்ந்துசெல்கிறது! நீர்மட்டக் கோலின் கறுப்பு, சிவப்பு சென்டிமீட்டர் குறிகள் கிழவர் மத்வேயின் மனக் கண் முன்னே தெரிந்தன. இலியாவின் அலுவலறைக்கு வெளியே துறையின் தூண் ஒன்றில் அந்தக் கோல் பொருத்தப்பட்டிருந்தது. கப்பல்துறை வெள்ளத் தடுப்பு விதிகளின்படி முறைக் குறிக்கு மேல் 185 வந்துவிட்டால் அபாய நிலையாகும், உடனே அபாய அறிவிப்பை ஒலித்தாக வேண்டும். ஆனால் நீர்மட்டம் 185க்கு வர இன்னும் நெடுந்தூரம் உயர்ந்தாக வேண்டுமே.

“இதைக் கேள்” என்றார் கிழவர். “நீர்மட்டம் உயர்ந்துகொண்டே சென்றால் பத்து சென்டிமீட்டருக்கு ஒருதரம் தவறாமல் என்னைக் கூப்பிட்டுச் சொல், தெரிகிறதா?”

அதற்குள் டைரக்டரைக் கூப்பிட வேண்டியதில்லை என்று கிழவர் மத்வேய் முடிவு செய்து கொண்டார். இதன்முன் நீர்மட்டம் 115க்கும் 140க்கும் உயர்ந்ததுண்டு, அபாய அறிவிப்பு ஒலிக்கப்படவில்லை. சற்று நேரத்தில் இறங்கிவிடும். அபாய அறிவிப்பு ஒலிக்கப்பட வேண்டிய நீர்மட்ட வரம்பு கூடப் பழங் காலத்தியதாகவே இருக்கும். கரைகள் உயர்த்தப்பட்டு கான்கிரீட் இடப்பட்டுவிட்டன _ யுத்தத்துக்கு முன்பெல்லாம் ஆண்டு தோறும் மண்வாரி இயந்திரம் வேலை செய்ய வேண்டியிருந்தது. ஆனால் கட்டுமான அரங்கத்தில் சேதம் ஏற்பட்டால்? கப்பல்களுக்கு அடியில் வெள்ளம் புகுந்து அடிக்கப்பல் முட்டுகளை அடித்துச் சென்றுவிட்டால்? இலியாவின் கப்பல் அனேகமாய்த் தயாராகிவிட்டது. இரண்டாவது கப்பல் ஒன்றும் கட்டுமானத்தின் இறுதிக் கட்டங்களில் இருந்தது. விரைவில் மூன்றாவது கப்பலும் நீரில் செலுத்தப்பட வேண்டிய நிலைக்கு வந்துவிடும். இப்பொழுது வசந்தம் வரை காத்திருக்க வேண்டியதில்லை. கப்பல்கள் நீரில்

செலுத்தப்படுவதற்கு முன் ஆற்றிலிருந்து பனிக் கவசத்தை அகற்றப் பனிக்கட்டி உடைக்கும் கப்பல் வந்து சேரும். பிப்ரவரியில் நான்காம் எண் கட்டுமான அரங்கம் காலியாகிவிடும். அதற்குள் முதல் அரங்கத்தில் மற்றொரு கப்பல் பாதி அளவு தயாராகிவிடும். கப்பல் துறையில் கட்டி முடிக்கப்படும் கப்பல்களை எண்ணிக் கணக்கிடுவது கடினமாகிவிடும் அளவுக்குக் கோத்திணைப்பு வேலைகளின் வேகம் மும்முரமாகிவிட்டது. இந்த நேரத்தில் வெள்ளம் குறுக்கிடுகிறதே! ஒரே இரவில் அது பெருங்கேடு விளைவித்துவிடுமே. பிறகு கப்பல் துறையை ஒழுங்கு செய்ய ஒரு முழு ஆண்டு தேவைப்படும் அளவுக்குச் சேதம் ஏற்பட்டுவிடுமே. 1924ல் லெனின்கிராதில் நடைபெற்றது எல்லோருக்கும் தெரியுமே. பிரளயம் போலல்லவா இருந்தது!

சில நிமிடங்களில் துறையிலிருந்து காவலாளர் திரும்பவும் கிழவர் மத்வேயைக் கூப்பிட்டு "121 ஆகிவிட்டது. பயங்கரமாய் உயர்ந்து செல்கிறது. ஆறு ஒரு பெருங்கடல்போல் தோற்றமளிக்கிறது" என்றார்.

"பெருங்கடலா? பெருங்கடல் எப்படி இருக்கும் பார்த்திருக்கிறாயா, நீ? திரும்பவும் கூப்பிடு!"

அடுத்த முறை மணி அடித்ததும் கிழவர் மத்வேய் வெடுக்கென எழுந்தார். காவலாளர் கூச்சலிட்டுச் சொன்னார். துறையில் காற்று முன்னிலும் பேரிரைச்சல் எழுப்பியதுபோலும், கிழவர் மத்வேயின் காதில் விழாது என்று காவலாளர் பலமாய்க் கத்தினார் :

"140!"

நீர்மட்டம் பயங்கர வேகத்தில் உயர்ந்துசென்றது. குடாவிலிருந்து வீசிய காற்றும் லாதாவின் வெள்ளமும் ஒன்றுக்கொன்று எதிராய் வேலை செய்தன. விளைவு என்னவெனில் நீர் "குவிந்து பெருகி"ச் சென்றது. ஒரு மணி நேரத்துக்குள் காவலாளர் திரும்பவும் தொலைபேசியினுள் கத்தினார் :

"183!"

கிழவர் மத்வேய் இதைக் கேட்டதும் டைரக்டருடைய குடித்தனப் பகுதிக்கு 'போன்' செய்தார். இவான் ஸ்தெபானவிச் வீட்டில் இல்லை; கப்பல் துறைக்குச் சென்றுவிட்டாரென அவர் மனைவி கூறினாள். கிழவர் மத்வேய் ஜூகோவைக் கூப்பிட்டார், அதே பதில்தான் கிடைத்தது. அதற்குள் காவலாளர் அறிவித்தார்:

"*187!*"

கிழவர் மத்வேய் மேஜையை விட்டு எழுந்தார். கைகளைப் பின்னால் கட்டிக் கொண்டு தோள்களை உயர்த்திக் கொண்டார். அவருடைய தாடி மேல் நோக்கி எழுந்தது, கடிகாரத்தைப் பார்த்தார். இரண்டரை மணி, நள்ளிரவு! எல்லோரும் தூங்கிக் கொண்டிருக்கும் நேரம். இனி நடக்கப் போவதற்கு அவரேதான் பொறுப்பேற்றாக வேண்டும், தூங்குவோரை எழுப்புவதா இல்லையா என்று அவரேதான் முடிவு செய்தாக வேண்டும். நீர் வடியத் தொடங்கி அபாயம் நீங்கி விடாதா? தூங்குவோரை எழுப்பிக் கப்பல் துறைக்கு வீணில் ஓடி வரச் செய்யக்கூடாது. மறுநாள் அவர்கள் நன்றாய் வேலை செய்ய முடியாமல் போய்விடும். இரவில் தூக்கம் கெட்டுவிட்டால் மறுநாள் அவர்களால் முழு வேகத்தில் வேலை செய்ய இயலாது. தவறான அபாய அறிவிப்பால் தீங்கே உண்டாகும். ஆனால் தக்க நேரத்தில் அவர் அபாய அறிவிப்பு அளிக்காமல் இருந்துவிட்டால், காலம் தாழ்த்திவிட்டால் _ அது இன்னும் பெரிய தீங்காகிவிடும், ஆயிரம் மடங்கு கடுமையான சேதம் ஏற்படும். இதற்குக் காரணமான தம்மைத் தம் தோழர்கள், கப்பல் துறையில் வேலை செய்வோர் மன்னிக்க மாட்டார்கள். அதோடு விதிகள் உடனே அவர் செயலை மேற்கொள்ள வேண்டுமெனக் கூறுகின்றன.

கிழவர் மத்வேய் தொலைபேசி ரிசீவரை எடுத்தார்.

"கொதிகலன் கூடத்துக்கு இணைப்புக் கொடுங்கள்" என்றார் தொலைபேசி இணைப்பாளரிடம். "கொதிகலன் கூடமா? ஜூர்பின் பேசுகிறேன். அபாய அறிவிப்பை..." என்று ஆரம்பித்தவர் நிறுத்திவிட்டு, ரிசீவரின்மேல் கையை வைத்து மூடிக்கொண்டார்.

அலுவலறையின் கதவை வேகமாய்த் திறந்து கொண்டு, மழையிலே நனைந்த கறுப்புத் தோல் கோட்டுடன் இவான் ஸ்தெபானவிச் உள்ளே வந்தார்.

"மத்வேய் தரோபியெவிச்! கொதிகலன் கூடத்தைக் கூப்பிடுங்கள். அபாய அறிவிப்பை ஒலித்தாக வேண்டும்" என்றார் அவர்.

ரிசீவரை மூடியிருந்த கையை அகற்றி, "அபாய அறிவிப்பு ஒலிக்கட்டும்!" என்று கிழவர் மத்வேய் உத்தரவிட்டார். "இது டைரக்டருடைய உத்தரவு..."

“முக்கூட்டின் முடிவு”★ என்று இவான் ஸ்தெபானவிச் இடைமறித்துக் கூறினார்.

மூன்று நிமிடங்களில் டைரக்டருடைய அலுவலறையில் சுமார் பதினைந்து பேர் கூடிவிட்டனர். ஜுகோவ் வந்து சேர்ந்தார். அவருக்குப் பின்னால் கோர்புனோவும் தலைமை மெக்கானிக்கும், பிறகு ஏனைய பொறியாளர்களும் தலைவர்களும் மேலாளர்களும் வந்தனர். எல்லோரும் நனைந்து போயிருந்தனர். நீர்மட்ட அளவை இடங்கள், துறைகள், தொழிற்கூடங்கள் ஆகியவற்றைச் சுற்றிப் பார்த்துவிட்டு இங்கு வந்தனர்.

அபாய அறிவிப்புச் சங்கு ஓலமிட்டுக் கொண்டிருந்தது. தொலைபேசிகள் மணியடித்தன. போர்மன்கள், தொழிலாளர்கள், கட்சிக் குழுவின் உறுப்பினர்கள், அலுவலக ஊழியர்கள் ஆகிய எல்லோரும் கிழவர் மத்வேய் டைரக்டர் அலுவலறையில் தனியே இருப்பதாய் நினைத்து அவரைத் தொலைபேசியில் கூப்பிட்டுக் கொண்டிருந்தனர். எல்லோருக்கும் ஒரே பரபரப்பு _ என்ன ஆயிற்று? அபாய அறிவிப்புச் சங்கு ஏன் ஒலிக்கிறது? “இதோ வந்துவிட்டோம்”, “ஓடி வருகிறோம்” என்று தொலைபேசியில் கூவினர். ஏனையோர் மௌனமாய் ரிசீவரைத் திருப்பி வைத்தனர்.

காவலாளர் திரும்பவும் தொலைபேசியில் அறிவித்தார் : நீர்மட்டக் குறி 200க்கு மேலாகிவிட்டது. பேய்க் காற்றில் அந்தப் பெரிய பழைய கட்டிடத்தின் சுவர்கள் அதிர்ந்தன. சன்னல்களில் மழை சடசடத்து வழிந்தோடிற்று. கிழவர் மத்வேய் வெளியே துறைக்குச் சென்று கட்டுமான அரங்கங்களில் செய்யவேண்டியதைச் செய்ய விரும்பினார். ஆனால் அவரால் இவ்விடத்தை விட்டுச் செல்லமுடியவில்லை. பொறுப்பான எல்லாத் தொழிலாளர்களுடனும் தொடர்புகொள்ளும்படி இவான் ஸ்தெபானவிச் அவருக்கு உத்தரவிட்டிருந்தார். தொலைபேசிகளின் முன்னால் பலரும் உட்கார்ந்துகொண்டு பேசினர். கிழவர் மத்வேயும் பலரையும் கூப்பிட்டுத் தகவல் கொடுத்தார். அந்நேரத்தில் அவருக்குக் கடும் புயலில் சிக்கிக்கொண்டுவிட்ட கப்பலின் காப்டனாய் வேலை செய்வது போன்ற படபடப்பு ஏற்பட்டது. தீயணைக்கும் படை, மருத்துவக்கூடம், ஊர்க் காவலர் அகம் முதலான பல இடங்களையும் கூப்பிட்டுப் பேசினார். நீர்மட்டக் கோல்களை

★ ஆலைகளிலும் அலுவலகங்களிலும் கட்சி அமைப்பாளர், டைரக்டர், தொழிற் சங்கக் குழுவின் தலைவர் இம் மூவரது கூட்டு “முக்கூட்டு” என்பதாய் அழைக்கப்படுகிறது.

மூழ்கடித்து அலைகள் வீசியடிக்க ஆரம்பித்துவிட்டன. வெர்யாழ்க்காவினுடைய முகத்துவாரத்தின் திசையிலிருந்து சீறிப் பாய்ந்த வெள்ளம், கான்கிரீட் கரையின் முனையைச் சுற்றிக்கொண்டு உள்ளே தொழிற்கூடங்களின் பக்கம் பெருகி ஓடிக் கொண்டிருந்தது. அவசர நிலைமை பிரகடனம் செய்யப்பட்டது.

கப்பல்துறையில் மட்டுமின்றிப் பிற இடங்களிலும் அபாய அறிவிப்பு அளிக்கப்பட்டுவிட்டது. நகரில் பல ஆலைகளில் "முக்கூட்டுகள்" மும்முரமாய்ச் செயல்பட ஆரம்பித்தன. கட்சித் தலைமையகத்திலும் பிராந்திய, நகர நிர்வாகக் கட்டிடங்களிலும் சன்னல்கள் திரும்பவும் விளக்கொளியில் பிரகாசிக்கத் தொடங்கின. தீயணைக்கும் கார்களும் மருத்துவக் கார்களும் தெருக்களிலே விரைந்தோடின. அவற்றைத் தொடர்ந்து லாரிகள் ஓடி வந்தன. மக்கள் கூட்டமாய் ஓடி வந்தனர். குழப்படியாய் இருந்தது _ ஆனால் வெளித் தோற்றத்துக்குத்தான். மக்கள் வெள்ளம் குறிப்பிட்ட திசைகளிலேதான் சென்றது. கப்பல் கட்டும் தொழிலாளர்கள் நகரின் நாற்புறத்திருந்தும் லாதாவை ஒட்டினாற்போல் சென்ற சாலையிலே குவிந்து கப்பல் துறையை நோக்கிச் சென்றனர்.

ஜுர்பின்களுடைய வீட்டில் விக்தர்தான் அபாய அறிவிப்பு ஒலிப்பதைக் கேட்டு முதலில் விழித்தெழுந்தான். நேரே தந்தையின்

அறைக்குச் சென்றான்.

இலியா மத்வேயெவிச் தோளைத் தொட்டு உசுப்பி, "அப்பா, அபாயச் சங்கு ஒலமிடுகிறது" என்றான்.

"அங்கே என்ன ஆயிற்று?" போர்வைகளை விலக்கிக் கொண்டு எழுந்த இலியா மத்வேயெவிச் தமது பூட்சுகளை அருகே இழுத்தவாறு "ஏன் நீ முன்பே என்னை எழுப்பவில்லை" என்று கேட்டார்.

அவர் உடுத்திக் கொண்டிருக்கையில் துன்யாஷா வெளியே ஓடி, காவலர் தலைமையகத்துக்கு அழைக்கப்பட்டு அங்கே விரைந்துகொண்டிருந்த எகோரவைச் சந்தித்து முழு விவரத்தையும் தெரிந்துகொண்டு திரும்பி வந்தாள்.

"நீர்மட்டம் அபாய நிலைக்குமேல் இரண்டு மீட்டர் உயர்ந்துவிட்டது!"

"சீக்கிரம் கிளம்புங்கள், சீக்கிரம்! அபாயம் வந்திருக்கிறது!" என்று இலியா மத்வேயெவிச் அவசரப்படுத்தினார்.

அவருடைய கப்பல் அவர் கண்முன்னே தெரிந்தது. கட்டுமான அரங்கத்தில் உயரத்திலே அது உறுதியாய்த்தான் நின்றது. ஆனால் நீரின் பலத்தை அவர் நன்கு அறிந்தவர். கப்பலின் பின்புற முட்டுகளுக்கு அடியில் வெள்ளம் புகுந்துவிட்டால், முட்டுகள் ஆட்டங்கண்டு, கப்பலின் கடைகோடி சரிந்துவிடும். முன்பு ஒரு கப்பல்துறையில் நீரல்ல, பனிக்கட்டிகள் மோதி முட்டுகளைத் தள்ளிவிடவே கப்பல் விலாப்பக்கமாய் கவிழ்ந்துவிட்டது. நல்லவேளை அது ஆற்றிலே செல்லும் கப்பல், எடை குறைவானது. பளுதூக்கிகளைக் கொண்டு தூக்கி அதை நிமிர்த்தி வைக்க முடிநத்து. ஆனால் அவர் கட்டி வந்த கப்பலின் எடை 12,000 டன். பளுதூக்கிகளால் ஒன்றும் செய்ய முடியாது!

ஜூர்பின்கள் வெளிவாயிலைக் கடந்து தெருவுக்குச் சென்றனர். அகஃப்யா கார்ப்பவ்னாவும் நெடுந்தூரம் அவர்களுடன்கூட நடந்தாள். வடத் தெருவரை சென்றபின் அவள் நின்று கொண்டாள். ஏனையோர் தொடர்ந்து நடந்து சென்றனர். அச்சமுற்றுக் கலவர நிலையில் அகஃப்யா கார்ப்பவ்னா மழையிலே நின்றுகொண்டிருந்தாள். பலர் அவளைக் கடந்து விரைந்து சென்றனர், கூச்சலிட்டுக் கொண்டு ஓடினர். ஜூர்பின்கள் நெடுந் தொலைவு சென்று கண்ணுக்குத் தெரியாமல் மறைந்துவிட்டனர். ஆனால் அகஃப்யா கார்ப்பவ்னாவுக்குத் தானும் அவர்களுடன் கூட செல்வதாய்த் தோன்றிற்று. அவர்கள் ஓடவில்லை, ஒரே குழுவாய்ச் சேர்ந்து படைக் குழு போல முன்னோக்கி நடைபோட்டனர் _ இலியா, விக்தர், கோஸ்த்யா, துன்யாஷா, அலெக்சேயும் இதற்குள் அங்கே போய்ச் சேர்ந்திருப்பான்...

அகஃப்யா கார்ப்பவ்னா வீட்டுக்குத் திரும்பி வந்தாள். குழந்தை சாஷ்கா தூங்கிக் கொண்டிருந்தான். சங்கின் அலறலோ மக்களின் ஆரவாரமோ அவனை விழிக்கச் செய்யவில்லை. அவனும் அகஃப்யா கார்ப்பவ்னாவும் மட்டுமே இப்பொழுது வீட்டில் இருந்தனர். இரண்டு வாரங்களுக்கு முன்பு லிதியா விடைபெற்றுக் கொண்டு நாட்டின் கீழ்த்திசைப் பகுதிகளுக்குத் திரும்பிச் செல்லாமலே வீட்டிலே இருந்திருந்தால், இப்பொழுது என்ன செய்திருப்பாள்? லிதியாவும் விக்தரும் என்றென்றுக்குமாய்ப் பிரிந்துவிட்டனர், வாழ்த்திக்கொண்டு நண்பர்களாய்ப் பிரிந்துவிட்டனர்.

வெளியே முற்றத்தில் இருவரும் மகிழ்ச்சிப் பூரிப்பின்றி, உணர்ச்சித் துடிப்பின்றிச் சந்தித்துப் பேசிக் கொண்டதும், பிறகு அவர்கள் திராட்சைக் கொடிகளின் கூதிர் பருவப் பழுப்பு நிற இலைகளிடையே புதைந்திருந்த கோடைப் பந்தலுக்குச் சென்றதும் அவளுடைய நினைவிலே பளிச்சிட்டன. அங்கே போய் என்ன பேசினார்கள்?

வட்ட மேஜையின் பக்கத்தில் எதிரெதிரே அமர்ந்துகொண்டனர். பேசுவதற்குச் சங்கடமாயிருந்தது, நெடுநேரம் மௌனமாகவே உட்கார்ந்திருந்தனர். கூதிர் பருவத்தில் வருவதாய்ச் சொல்லி லிதியா அனுப்பியிருந்த தந்தியை விக்தர் நினைத்துக் கொண்டான். அவள் வருவாள் என்று அவன் எதிர்பார்க்கவில்லை. அவன் இதயம் அவளை நாடவில்லை, தான் நன்கு அறிந்தவள் என்பதற்குமேல் அவளிடம் அவனுக்கு அதிக நெருக்கம் இருக்கவில்லை. மறைந்து போய்த் தற்போது பொருளற்றதாகிவிட்ட கடந்தகாலத்தைப் பற்றித் திரும்பவும் பேச வேண்டியிருக்கிறதே என்று நினைத்து வேதனையுடன் அவன் உட்கார்ந்திருந்தான்.

ஒரு மணி, இரண்டு மணி, ஏன் அன்று மாலைப் பொழுது பூராவுமே அவன் வாய் திறக்காமல் இப்படியேதான் உட்கார்ந்திருப்பான் என்பதை அறிந்த லிதியா, தானே பேச்சைத் தொடங்குவதெனத் தீர்மானித்து, “விக்தர், நீ என்னைப் புரிந்து கொள்ள வேண்டும், என்னால் வேறு விதமாய் நடந்து கொள்ள முடியவில்லை. விக்தர், நாம் இருவரும் சேர்ந்து நடத்திய வாழ்க்கை தோல்வியுற்றுவிட்டது.’’

“அதற்கு யார் காரணம்? நானா?’’

“விக்தர், என்னால் சொல்ல முடியவில்லை. திரும்பவும் அந்தப் பேச்சை எடுத்து என்ன பயன்? காரணம் நீயாக இருக்கலாம், அல்லது நானாக இருக்கலாம் _ குற்றம் யாருடையது என்று பரிசீலிப்பது முக்கியமானதல்ல. நீ என்னைக் காதலிக்கவில்லை _ இது எனக்குத் தெரிகிறது _ இதுதான் இப்பொழுது முக்கியமானது. நீயும் நானும் முன்புபோல ஒரு காலத்தில் அனுபவித்ததைத் திரும்பவும் உயிர்பெறச் செய்யலாமென்று நினைத்து இங்கே நான் வந்தேன். ஆனால் உன் கண்கள் எனக்கு நிலைமையைத் தெளிவுபடுத்தின. சரி, அப்படியே இருக்கட்டும், இருவருக்கும் இதுவே நலமாய் அமைவதாய் இருக்கலாம். சிந்தனையிலும் உணர்ச்சிகளிலும் நெடுங்காலமாகவே இருவரும் விலகி இருந்துள்ளோம். நான் வீட்டை விட்டுச் சென்றதால் நமது

உறவுகளில் பெரிய மாற்றம் ஏற்பட்டுவிடவில்லை. ஆனால் எனக்கு இது மிகப் பெரிய மாற்றத்தை ஏற்படுத்தியது. என்னிடம் வலிவு உண்டென்றுதான் எப்பொழுதுமே நினைத்து வந்தேன், இப்பொழுது இது சந்தேகத்துக்கு இடமின்றித் தெளிவாகிவிட்டது. எனக்குக் கிடைத்துள்ள சிபாரிசுகளையும் நான் செய்த வேலைகள்குறித்து ஏனையோர் கூறும் அபிப்பிராயங்களையும் வேண்டுமானால் உனக்குக் காட்டுகிறேன்?''

“வேண்டாம், சொன்னால் சரிதான்.''

அதற்குமேல் பேச லிதியாவிடம் ஒன்றுமில்லை. அவள் எதை நினைத்து இங்கு வந்தாளோ அது நடைபெறக் கூடியதல்ல என்பது தெரிந்துவிட்டது. ஆகவே கடந்த காலத்தை இனி அவள் தொடர்ந்து கிளறிவிட வேண்டியதில்லை, அதனால் அவளுக்கும் பயனில்லை, விக்தருக்கும் பயனில்லை. லிதியாவுக்கு வருத்தமாய் இருந்தது, அவ்வளவுதான், அதற்குமேல் பேச ஒன்றுமில்லை.

“விக்தர், இன்றே நான் விடைபெற்றுக் கொண்டு புறப்படட்டுமா?'' என்று கேட்டாள். “இன்றே புறப்பட்டால் உன் வீட்டார் கோபித்துக் கொள்வார்கள் என்று நினைக்கிறாயா?''

“ஏன் இன்றே புறப்பட வேண்டும்? களைத்துப் போயிருக்கிறாய். இருந்துவிட்டு மெல்லப் போகலாமே.''

இந்தச் சாதாரண கேள்விகளுக்கும் பதில்களுக்கும் பிறகு, இருவருக்கும் நிலைமை எளிதாகிவிட்டது. அவர்களது கடந்த கால இல்வாழ்க்கையையும் அவர்கள் இழக்க நேர்ந்ததையும் பற்றி லிதியா பேசியபோது விக்தருக்கு மிகவும் சங்கடமாய் இருந்தது. ஆனால் புறப்பட்டுப் போவதாய் அவள் பேசத் தொடங்கியதும் இந்தச் சங்கட நிலை மறைந்து, அவளுடைய புதிய வாழ்க்கை பற்றித் தெரிந்துகொள்ள வேண்டுமென்ற ஆவல் அவனிடம் தோன்றியது. தைகா வெளிகளையும், புவியியல் சுற்றாய்வுகளையும் பற்றி அவன் கேள்விகள் கேட்டான். இயற்கை வள ஆராய்ச்சிக் குழுவில் லிதியா ஆற்றும் பணி என்னவென்று விசாரித்தான். லிதியா அவனிடம் சொன்னதிலிருந்து, அங்கே தைகா வெளிகளில் அவள் செய்யும் வேலைகள் மிகவும் கடுமையானவையே என்பது தெரிந்தது. ஆனால் லிதியா இந்த வேலைகளில் அளவுகடந்த ஆர்வம் கொண்டிருந்தாள், பல சிரமங்களையும் சகித்துக்கொள்ளத் தயாராயிருந்தாள் என்பதைக் கண்டான். தான் அறியாத முற்றிலும் புதிய ஆளாய் மாறிவிட்டாள் என்று நினைத்தான்.

அகஃப்யா கார்ப்பவ்னா வாயில் முகப்புக்கு வந்தபோது வித்தர் சொல்லிக் கொண்டிருந்தது அவள் காதில் விழுந்தது:

“என்னால் இதைப் புரிந்துகொள்ள முடியவில்லை! இத்தனை சிறந்த சாதனங்கள் வைத்திருக்கிறார்கள், ஆகாய விமானங்கள்கூட அவர்களிடம் உள்ளன. ஆனால் சம்மட்டிகள் கொண்டு தட்டிக் கொண்டிருக்கிறார்களே! ஏன் அப்படி?”

கணவனும் மனைவியுமாவோம் என்பதை மறந்து, நண்பர்களாய் இருவரும் பேசிக் கொண்டிருந்தனர். இனி அவர்கள் கணவன் மனைவி அல்ல என்பது தெளிவாகிவிடும், அவர்களிடையே நிலவிய மனக் கசப்பு இயல்பாகவே மறைந்துவிட்டது. நண்பர்களாய் உறவாட அவர்களிடையே தடை எதுவுமில்லாமற் போய்விட்டது...

அகஃப்யா கார்ப்பவ்னாவால் படுக்கவும் முடியவில்லை உட்காரவும் முடியவில்லை. வெளியே நடப்பது நன்றாய்த் தெரியும் பொருட்டு அறையில் விளக்கை நிறுத்திவிட்டு சன்னல் எதிரே நின்று இருட்டிலே வெளிவாயிலின் திசையில் உற்றுநோக்கினாள். காற்று கூர் நகங்கள் கொண்டு கூரைகளைப் பிறாண்டுவது போலிருந்தது. மரங்களிலிருந்து கொம்புகள் முறிந்து விழுந்தன. இலைகளின்றி நின்ற லிலாச் செடிகளின் குச்சிகள் சன்னல் கண்ணாடிகளில் பட்டுச் சலசலத்தன. தெருவிலே ஒரு கார் விரைந்தோடிற்று; அதன் முன்விளக்குகளின் வெளிச்சத்தில் தெருவுக்குப் பதிலாய் வெள்ளக் காடு போல நீர் நிற்பது தெரிந்தது. மருத்துவமனைக் காராய் இருந்தாலும் இருக்கும்... நினைக்கவே உள்ளம் நடுங்கிற்று. வேண்டாம், இதைப் பற்றி நினைக்க வேண்டாம். ஆயினும் அகஃப்யா கார்ப்பவ்னாவால் நினைக்காமல் இருக்க முடியவில்லை. புயலோ வெள்ளமோ இல்லாத அமைதியான கோடை இரவிலே குழந்தைகள் வீட்டுக்குத் திரும்பிவர நேரமாகிவிடும் போது எல்லாத் தாய்களும் பல நூறு ஆண்டுகளாய் நினைத்தது போலவே அவளும் நினைத்து கவலைப்பட்டாள்.

சங்கின் அலறல் திடுமென நின்றது. அதைத் தொடர்ந்து ஏற்பட்ட நிசப்தம் முன்பு காதைத் துளைத்த இரைச்சலைக் காட்டிலும் அச்சம் தருவதாய் இருந்தது.

3

நிர்வாகக் கட்டிடத்தைத் தாண்டிச் செல்வதற்குள் பெரும் பாடாகிவிட்டது. மூலையைக் கடந்து ஓரடி முன்னால் எடுத்து வைத்ததும் காற்று பலமாய்ப் பின்னால் தள்ளிவிட்டது. நிற்க முடியாமல் தடுமாற வேண்டியதாயிற்று. ஒரு தோளை முன்னால் துருத்திக் கொண்டு, உடல் அனைத்தையும் வைத்துக் கெட்டியான கதவையோ, சேற்றிலே சிக்கிய வண்டியையோ தள்ளுவது போலக் காற்றைத் தள்ளிக்கொண்டு பெருமுயற்சி செய்து அலெக்சேய் அடிமேல் அடிவைத்துச் சென்றுகொண்டிருந்தான்.

கப்பல்துறை வாயில்கள் வழியே நூற்றுக்கணக்கான தொழிலாளர்கள் சாரைசாரையாய் உள்ளே வந்துகொண்டிருந்தனர். ஒரே குழப்படியாகி யாருக்கும் என்ன செய்வதென்று தெரியாமல் போய்விடுமோ என நினைக்கத் தோன்றியது. ஆனால் ஒவ்வொருவரும் தயக்கமோ குழப்பமோ இன்றி நேரே அவருக்குரிய இடத்துக்குப் போய்ச் சேர்ந்தார். பகற் பொழுதில் வேலை செய்த பிரிவுக்குச் சென்று, அவரவரது வேலை மேஜை அல்லது மேடை அல்லது கருவிகளை வந்தடைந்தார். அங்கே தத்தமது தொழிற்கூடத் தலைவரும் போர்மன்களும் கட்சி அமைப்பாளரும் தொழிற் சங்கக் குழுவினரும் வேலைக்குழுத் தலைவர்களும் இருக்கக் கண்டார்.

அலெக்சேய் தயக்கம் சிறிதுமின்றி யாவற்றிலும் மிகவும் அபாயகரமான நிலையில் இருந்த கட்டுமான அரங்கத்தை நோக்கிச் சென்று கொண்டிருந்தான்.

கப்பல் துறையிலிருந்த மின்சார வில் விளக்குகள் யாவும் எரிந்து பிணைப்பு வடம், பொருத்தும் கிணறு, கட்டுமான அரங்குகள், கப்பல்கள் முதலானவற்றை ஒளிமயமாக்கின. கொட்டும் மழை ஒளிக் கதிர்களைக் கிழித்துக் கொண்டு பெய்தது. கான்கிரீட் கரையின்மீது அலைகள் அடித்து மோதின; கடலோரச் சாலையிலே அலை நீர் சிதறி விழுந்தது. கப்பல்களின் மேலோடு கிரீச்சிட்டுச் சப்தமிட்டது. சாரக் கட்டுகளிலிருந்து பலகைகள் காற்றினால் பிய்த்தெடுக்கப்பட்டுத் தீக்குச்சிகளைப் போல வீசியெறியப்பட்டன. அவை கீழே விழுந்த சப்தம் சூறாவளிக் காற்றின் பேரிரைச்சலால் மூழ்கடிக்கப்பட்டது.

இலியா மத்வேயெவிச் அவருடைய கப்பலின் அடிக்கட்டுக்குக் கீழே நின்றுகொண்டு தகரத்தாலான வாய் முரசத்தினுள் கத்தினார்:

“ஆப்புகள் கொண்டு வாங்க!”

கட்டுமான அரங்கத்தில் வெள்ளம் மேலும் மேலும் உயர்ந்து சென்றது. அடிக்கப்பல் முட்டுகளிலும் கப்பலின் பின்பகுதிக்கு அடியிலிருந்த கூடுகளிலும் நீர் மோதி நுரைத்து ஓடிற்று. தன் தந்தை இரும்பு ஆப்புகள் அடித்து அவற்றை உறுதிப்படுத்த விரும்புகிறாரென்று அலெக்சேய் புரிந்து கொண்டான். மின்சார வில் விளக்கின் ஒளியில், கப்பலின் பின்பகுதிக்கு அடியில் விக்தர் முழங்கால் அளவு தண்ணீரில் நின்று கொண்டு மும்முரமாய் வேலை செய்வதைக் கண்டான். கை நிறைய கனத்த ஆப்புகளைத் தூக்கிக்கொண்டு கோஸ்த்யா அவனிடம் ஓடிக் கொண்டிருந்தான்.

கப்பல் கட்டும் பளுதூக்கியின் கூண்டில் கரிய வானத்திலே தனித்து நின்று பளிச்சிடும் விண்மீனைப் போலப் பிரகாச விளக்கு எரிந்தது. நத்தாலியா அத்தை அங்கே போய் உட்கார்ந்து வேலை செய்கிறாளா, என்ன?

“அப்பா, நான் என்ன செய்ய வேண்டும்!” என்று கேட்டான் அலெக்சேய்.

“கப்பலின் பின்பகுதி சரிந்துவிடாது பாதுகாத்தாக வேண்டும். நீயும் அங்கே போய் அவர்களுக்கு உதவி செய்” என்று இலியா மத்வேயெவிச் பதிலளித்தார்.

அவன் காலுக்கடியில் நீர் நொங்கும் நுரையுமாய் ஓடிற்று. சேறும் கரைகளிலிருந்து அடித்துவரப்பட்ட புல்லும் குப்பையும் அதில் கலந்திருந்தன. விக்தரும் கோஸ்த்யாவும் செந்நிற நுரை ஓதத்தில் இடையிடையே மறைந்துவிட்டனர். அலெக்சேயும் கையில் ஒரு கனத்த சம்மட்டியைத் தூக்கிக் கொண்டு கப்பலின் பின்பகுதி நோக்கிப் பாய்ந்தோடினான்.

துறை நெடுக இணைப்புக் கம்பங்களில் கயிறுகள் கட்டி வேலை செய்வோர் ஆற்றினுள் அடித்துச் சென்றுவிடாதபடிப் பிடித்துக் கொள்வதற்கான காப்புத் தடுப்பு அமைத்திருந்தனர்.

எல்லோரும் மும்முரமாய் வேலை செய்தனர். கம்பிகள் கொண்டு கெட்டியாய்க் கட்டிப் பலப்படுத்தினர்; அவசர இணைப்புகளை வெல்டு செய்தனர்; உதைகால்கள் அடித்து அண்டை கொடுத்தனர்; கப்பிகளில் கயிற்றை இழுத்து இறுக்கினர். ஒவ்வொருவரும் அவர் செய்ய வேண்டியதை அறிந்திருந்தார்; ஒவ்வொருவருக்கும் வேலை இருந்தது.

காற்று தணியவில்லை. ஓர் இரும்புப் புகைக் கூண்டை அது சாய்த்துத் தள்ளிற்று. புகைக்கூண்டு விழுந்து படகுக் கட்டுமான களத்தை இரு கூறுகளாய்த் துண்டித்துவிட்டது. பெட்ரோல் தெப்பக் கலம் ஒன்று வடங்களைப் பிய்த்துக் கொண்டு ஆற்றிலே ஓடிற்று. இரண்டு நீராவிப் படகுகள் லாதாவில் அதை விரட்டிக் கொண்டு சென்றன. அந்தத் தெப்பம் அவற்றை எதிர்த்து மோதித் தள்ள விரும்புவதுபோலக் கடல் பூதமெனக் குறுக்கே பாய்ந்தது. படகுகள் இரண்டும் பீதியுற்றதுபோலக் கிரீச்சிட்டு விசில் ஊதியவாறு விலகி ஓடின.

முதலாவது கட்டுமான அரங்கில் ஒளி பரப்பிய மின்சார வில் விளக்கு திடுமென நின்று கப்பலைக் காரிருளில் அமுழ்த்திவிட்டது. சாரங்களில் உருக்குப் பட்டைகள் வைத்துக் கட்டிப் பலப்படுத்தும் வேலைக்குத் தலைமை தாங்கிய ஸீனா திடுமெனக் குருடாகிவிட்டது போலத் திணறினாள்.

தனக்கு என்ன ஆகுமோ என்று அவள் சிறிதும் அச்சப்படவில்லை. சாரங்கட்டுவோருடன் சேர்ந்து தொடர்ந்து அவளும் வேலை செய்தாள். அவர்களுடைய வேலைக் குழுத் தலைவன் "தோழர் பொறியாளர், கம்பி போதாது. கிடங்குக்குச் சொல்லி அனுப்பு. இங்கு இன்னும் ஆட்கள் வேண்டும். இங்கு இருப்போர் போதாது'' என்று ஸீனாவின் காதுக்குள் பலக்கக் கூறினான்.

ஸீனா உடனே கிடங்குக்குத் தகவல் அனுப்பினாள். மேலும் ஆட்களை இங்கு வருமாறு கூப்பிட்டாள். இலியா மத்வேயெவிச்சைப் போலவே அவளும் வாய் முரசத்துக்குள் கூச்சலிட்டு உத்தரவிட்டுக் கொண்டிருந்தாள். அந்த முரசம் அவளுடைய உதடுகளில் ஒட்டிக் கொண்டு ஜில்லிட்டது. உக்கிரமான இந்தக் கடினத் தொழிலுக்கு ஏன் வந்தோம் என்று ஒரு நிமிடமாவது, ஒரு வினாடியாவது நினைத்திருப்பாளா? இல்லவே இல்லை! எது குறித்தும் அவள் வருத்தப்படவில்லை, கப்பலைக் காப்பாற்ற வேண்டும், அலைகளால் சேதம் ஏதும் ஏற்பட்டுவிடக் கூடாது என்ற ஒரே எண்ணம்தான் அவள் மனதில் இருந்தது. அது ஸீனாவின் முதலாவது கப்பல் ஆயிற்றே.

ஏதோ முறிந்துவிழும் பலத்த சப்தம் கேட்டது. வீரிட்டுப் பாய்ந்து தரையிலே அருகாமையில் விழுந்தது. "கம்பி அறுந்துவிட்டது!'' என்று வேலைக் குழுத் தலைவனின் குரல் அவள் காதில் ஒலித்தது. மறுபடியும் வாய் முரசத்தின் வழியே

உத்தரவுகள் ஒலித்தன. கிடங்குக்கு 'போன்' செய்ய ஓராள் ஓடினான். பளுதூக்கியின் இராட்சதக் கரம் தலைக்கு மேலே நகர்ந்து சென்றது _ கப்பலின் பின்பக்கத்தில் விக்தர் வேலை செய்து கொண்டிருந்த இடத்துக்கு அது அணைப்புகள் கொடுக்க மரங்களைத் தூக்கிச் சென்றது. குடாவிலிருந்து கிளர்ந்தெழுந்து மோதிய அலைகளும், பொங்கிப் புடைத்துக் கிளம்பிய லாதாவும் சேர்ந்து தொடுத்த தாக்குதலிலிருந்து கப்பலைக் காப்பாற்ற நடைபெற்ற போரின் மையத் தளத்தில் விக்தர் வேலை செய்து கொண்டிருந்தான். இலியா மத்வேயெவிச் கூச்சலிட்டது எங்கோ நெடுந்தொலைவிலிருந்து ஒலிப்பதுபோல மெல்லக் கேட்டது : ''விக்தர், விக்தர்! இடப் புறத்துக் கூண்டுக்கு அடியில் ஆப்பு அடித்து உயர்த்து!'' அந்தக் கூண்டு ஆற்றுக்கு மிக அருகாமையில் இருந்தது _ ஸீனாவுக்கு இது தெரியும். விக்தர் அங்கே போகிறானே என்று அவளுக்கு நெஞ்சு படபடத்தது.

முடிவில் மின்சார வில்விளக்கு திரும்பவும் ஒளி வீசிற்று. இடுப்பளவு நீரிலே காப்புக் கயிறுகளையும் பலகைகளையும் மரத் துண்டுகளையும் பிடித்துக் கொண்டு கப்பலின் பின்பகுதியில் பலரும் படாத பாடுபட்டு அங்குமிங்கும் சென்று வேலைசெய்வதை ஸீனா கண்ணுற்றாள். கைகளை உயர்த்தி ஆட்டினர்; வாய்களைத் திறந்துதிறந்து மூடினர்; ஆனால் அவர்களிடம் வாய் முரசங்கள் இல்லாததால், அவர்கள் கத்திக் கூறியது என்னவென்று ஸீனாவுக்கு விளங்கவில்லை.

லாதாவின் பக்கம் அவர்கள் திரும்பிப் பார்ப்பது தெரிந்தது. அலைகளுக்கு எதிராய் சிலர் மரப் பலகைகளைத் தள்ளிக் கொண்டிருந்தனர். கோஸ்த்யா அங்கே நிற்பது ஸீனாவின் கண்ணுக்குத் தெரிந்தது _ தடிக் கயிற்றை எதையோ நோக்கிச் சுற்றி வீசினான். ஆனால் காற்று அந்தக் கயிற்றைக் கோஸ்த்யாவின் முகத்தின் மீதே திருப்பி அடித்தது.

இலியா மத்வேயெவிச்சையும் ஸீனா பார்த்தாள். நீருக்குமேல் ஒரு கூண்டின்மீது அவர் நின்றுகொண்டிருந்தார். அவருடைய பார்வையும் லாதாவில்தான் பதிந்திருந்தது. அவருக்குப் பக்கத்தில் அலெக்சேய் குனிந்து நிற்பது தெரிந்தது. அவன் அவசரமாய்க் கோட்டு, சட்டை, கால்சட்டையைக் கழற்றி எறிந்தான். வெறும் பனியனிலும் நிஜாரிலும் வில் விளக்கின் கண்கூசும் ஒளியிலே நின்றான். ஜில் காற்று வீசிற்று. விளையாட்டு அரங்கும் உடற்பயிற்சி இணைகர 'பார்'களும் ஸீனாவின் நினைவுக்கு

வந்தன. அதற்குமேல் அவள் நினைத்துப் பார்க்க நேரமில்லை_ அலெக்சேய் கால்களை மடக்கி, உடனே நேரே நிமிர்ந்து உயர்ந்துவிட்டு நீருக்குள் பாய்ந்தான்.

தொலைவில் அலைகளுக்கு இடையே அவன் தலை வெளியே தோன்றியது. அதன் பிறகுதான் ஸீனா அங்கே ஏதோ விபத்து என்று உணர முடிந்தது. கப்பலின் பின்பகுதியில் இருந்தவர்கள் முன்பு நீரினுள் தள்ளிவிட முயன்ற மரப் பலகையை அலெக்சேய் தன் முன்னால் தள்ளிக் கொண்டு ஒரு கையால் நீந்திச் சென்றான். அலைகள் அந்தப் பலகையைக் கரைப் பக்கம் திருப்பிவிட்டன. அலெக்சேய் பக்கவாட்டில் திரும்பிப் பலகையைத் தள்ளி முன்னோக்கி ஓடச் செய்து இருளை நோக்கி நீந்திச் சென்றான்.

இலியா மத்வேயெவிச் கூண்டிலிருந்து கீழே குதித்து நீரிலே விரைந்து நடந்து கட்டுமான அரங்கத்தின் மேல் ஏறினார்.

அவரை இடைமறித்து அவருடைய ஜாக்கெட்டின் கையைக் கெட்டியாகப் பிடித்துக்கொண்டு, "இலியா மத்வேயெவிச், என்ன நடந்தது? என்ன நடந்தது?'' என்று ஸீனா கேட்டாள்.

"ஆட்கள் நீரிலே மூழ்குகிறார்கள்'' என்று நடந்தபடியே அவர் பதில் கூறினார்.

"யார்? இலியா மத்வேயெவிச், யார்?'' அவருடைய நனைந்த ஜாக்கெட் துணி தன் பிடியிலே கிழிவதைக் கவனிக்காமல் ஸீனா அவர் கையைப் பற்றிக் கொண்டு ஓடினாள்.

"தச்சுத் தொழிலாளி ஜுபரேவ் நீரிலே அடித்துச் செல்லப்பட்டு விட்டான்.''

"ஐயோ! விக்தர் இலியிச் எங்கே காணோம்?''

"அவனும் அங்கேதான் இருக்கிறான். உடனே நாம் மோட்டார் படகை வரச் சொல்ல வேண்டும்.''

ஸீனாவின் கால்கள் அதிர்ந்தாடின. தொலைபேசி இருந்த காவலாளர் குடிசைக்குள் இலியா மத்வேயெவிச் மறைந்துவிட்டார். ஸீனா உடனே விக்தரைத் தேடிக் கொண்டு ஓட வேண்டுமென்று நினைத்தாள். ஆனால் அவள் தோளில் யாரோ தட்டுவதை உணர்ந்து திரும்பினாள். வேலைக் குழுத் தலைவன் அவள் பின்னால் நின்று கூறினான் :

"தோழர் பொறியாளர், அணைப்புகள் வைத்துப் பொருத்திவிட்டோம். 'க்டடியாய் இருக்கின்றன. இப்பொழுது கப்பலின் இடப் பக்கம் அபாய நிலையில் இருக்கிறது. 40ஆவது விலா வில்லுக்கு இன்னோர் அணைப்பு கொடுக்கலாமா?''

4

மழை சிறிதுசிறிதாய் ஓய்ந்தது. ஐந்து நிமிடங்களுக்கு ஒருமுறை கப்பல்துறையில் எங்கும் ஒலிபெருக்கிகள் நீர்மட்டத்தை அறிவித்துக் கொண்டிருந்தன : "191... 179... 165...'' வேலை செய்து கொண்டிருந்தவர்கள் கூண்டு அணையிலிருந்தும் துறை மேடைகளிலிருந்தும் விலகிவந்தனர், கப்பல்களுக்கு அடியிலிருந்து மேலே ஏறினர். அவர்களுக்கு வெப்பம் தேவைப்பட்டது. குளிரையும் தங்களுக்குக் கிடைத்த அடிகளையும் சிராய்ப்புகளையும் இப்பொழுதுதான் அவர்கள் உணர முடிந்தது.

ரிப்பேர் துறையிலிருந்து அலெக்சாந்தர் அலெக்சாந்தரவிச்சும் வசீலிய் மத்வேயெவிச்சும் வெளியே வந்தனர். அலெக்சாந்தர் அலெக்சாந்தரவிச்சுக்குக் கண்ணுக்கடியில் அகலமான கறுப்புக் காயம் பட்டிருந்தது _ வயதான போர்மன் இரும்புக் கம்பத்தில் முகத்தை மோதிக் கொண்டுவிட்டார். வசீலிய் மத்வேயெவிச்சின் கோட்டு பின்புறத்தில் காலரிலிருந்து கீழே அடிமடிப்பு வரை கிழிந்திருந்தது. பாரஞ்சாம்பியின் கொக்கியில் மாட்டிக் கோட்டை இப்படிக் கிழித்துக் கொண்டுவிட்டார். காற்று அந்தக் கிழிசலை விரியத் திறந்து கொண்டு உள்ளே புகுந்து வசீலிய் மத்வேயெவிச்சைக் குளிரால் நடுங்கச் செய்தது.

"ஒரு பீப்பாய் சாராயம் அனுப்பப்பட்டால் ரொம்பப் பேருக்கு ரொம்ப நல்லாயிருக்கும்.''

"வசீலிய்!'' என்று கூப்பிட்டார் கிழவர் மத்வேய். "உன்னுடன் வருவது யார்? அலெக்சாந்தர் அலெக்சாந்தரவிச்சா? இருவரும் இங்கே வாங்க. ஆளுக்கு ஒரு வாய் குடியுங்கள்.''

"வசீலிய், இதைப் பாரேன்!'' என்று வியந்து கூவினார் அலெக்சாந்தர் அலெக்சாந்தரவிச். "நாம் நினைத்ததை அப்படியே செய்கிறார்களே! இதோ வந்திருக்கிறது பார்! உடல்நலக் காப்புத் துறை செயல்படுவதைப் பார்! யார் செய்த ஏற்பாடு இது? தொழிற் சங்கக் குழுவா?''

“முக்கூட்டு உத்தரவிட்டுள்ளது. எல்லோரும் சொட்டச் சொட்ட நனைந்து போய்விட்டார்களே. வலோத்கா, இப்படி வா அப்பா! இந்தா உன் குளிருக்கு மருந்து. மருத்துவப் பணியிடத்துக்குப் போனால் இன்னொரு தரம் சாப்பிடலாம்.’’

மருத்துவப் பணியிடத்தில் வேலைகள் முழு மூச்சில் நடந்து கொண்டிருந்தன. நர்சுகள் காயங்களுக்குக் கட்டுப் போட்டனர், அயோடின் தடவினர், சிலாம்புகளை எடுத்தனர், கண்களில் துளிகள் விட்டனர். சில தொழிலாளர்கள் தூக்குப் படுக்கைகளில் கொண்டுவரப்பட்டனர். காத்துக்கொண்டிருந்த மருத்துவக் கார்கள் நேரே அவர்களை நகரின் மத்திய மருத்துவமனைக்கு எடுத்துச் சென்றன. உடனடியாய் அறுவைசிகிச்சை செய்யவேண்டும், உயிர்வாயு அளிக்கவேண்டும் என்பதாய்ப் பேசிப்பட்டது. வெள்ளம் எளிதில் பின்வாங்கிச் சென்றுவிடவில்லை, ஜீவ மரணப் போர் நடத்த வேண்டியிருந்தது...

மோட்டார் படகு வந்து நீரிலே மூழ்கியோரை ஏற்றிச் சென்றது ஸீனாவுக்குத் தெரியாது. அவள் அணைப்புகள் கொடுத்துக் கூண்டுகளைப் பலப்படுத்துவதில் ஈடுபட்டிருந்துவிட்டாள். அலெக்சேயும் விக்தரும் ஏனையோரும் என்ன ஆயினர் என்று அவளுக்குத் தெரியாது. விக்தருக்கு ஏதாவது காயம்பட்டிருந்தால்? அபாய நீக்க அறிவிப்பு அளிக்கப்பட்ட பிறகும் அவள் நெடுநேரம் கட்டுமான அரங்கத்தில் இருந்து சாரங்களையும் அணைப்புகளையும் முட்டுகளையும் சரிபார்க்க வேண்டியிருந்தது. ஒரு மணி நேரத்துக்குப் பிற்பாடுதான் அலுவலறையின் பக்கம் வர முடிந்தது. அதற்கு அருகே துறை மேடையில் ஒரு வகை தற்காலிக சலவைசாலை அமைக்கப்பட்டிருந்தது _ இருவர் இருவராய்ச் சேர்ந்து தமது ஜாக்கெட்டுகளையும் கோட்டுகளையும் சட்டைகளையும் பிழிந்து உலர்த்திக் கொண்டும், மேடையின் கைப்பிடிக் கம்பிகளில் குல்லாய்களைத் தட்டிக் கொண்டும், பூட்சுகளைக் கழற்றி அவற்றினுள்ளிருந்த நீரை வெளியே கொட்டிக் கொண்டும் நின்றனர். அலுவலறையினுள் கணப்படுப்பு பற்ற வைக்கப்பட்டிருந்தது. யாரோ ஒருவன் எஞ்சியிருந்த நீரைக் கூட்டி வெளியே தள்ளிக் கொண்டிருந்தான். அங்கே இருந்த தொழிலாளர்களிடையே இலியா மத்வேயெவிச்சும் நின்றுகொண்டிருந்தார். அவருடைய கால் சட்டைத் தோள்வார்களின் நீலச் சாயம் கரைந்து அவருடைய சட்டையில் வழிந்திருந்தது.

“எல்லோரும் நல்லபடியாய் இருக்கிறார்கள் அல்லவா?’’ என்று ஸீனா கேட்டாள்.

“எல்லாம் முடிவுற்றுவிட்டது. ஜுபரேவ் நீரில் இரண்டு மூன்று வாய் குடிக்க நேர்ந்தது. அலெக்சேய்க்குக் காயம் எதுவும் இல்லை. விக்தர் மட்டும்தான் கொஞ்சம் சிக்கிக் கொண்டான். கை சுளுக்கிக் கொண்டுவிட்டது, தலையிலே அடி. நீரில் அடித்துச்செல்லப்பட்ட ஜுபரேவைக் காப்பாற்றக் குதித்தவன் உத்தரத்திலே மோதிக்கொண்டு விட்டான். ஒன்றுமில்லை, நன்றாய்த்தான் இருக்கிறான்.’’

இலியா மத்வேயெவிச் ஒன்றுமில்லை என்று சொல்லக் காரணம் என்ன? உடனே ஓடிச் சென்று விக்தரைப் பார்க்க வேண்டுமென விரும்பினாள் ஸீனா. ஆனால் போர்மனுக்கு எங்கும் ஓட உரிமை இல்லை. கட்டுமான அரங்கத்தில் அவளுக்கு வேலை இருந்தது. யாரும் இன்னும் கப்பல் துறையை விட்டு வெளியே செல்லவில்லை. அபாயமும் போராட்டத்தின் அமளியும் எல்லோரையும் ஒருவராய் இணைத்து விட்டன. இப்பொழுது வெப்பவீசிகளையும் மின்சார அடுப்புகளையும் சுற்றிச் சிறு குழுக்களாய் நின்று, தாம் கண்டதையும் கேட்டதையும் செய்ததையும்பற்றிப் பேசிக்கொண்டிருந்தனர். நீருடன் நடைபெற்ற போராட்டம் முடிவுற்று விட்டதென்று பலராலும் இன்னும் நம்ப முடியவில்லை. எதற்காகவோ காத்து நிற்பதாகவும், தமக்கு இன்னும் வேலை இருந்ததாகவும் நினைத்தனர். ஒவ்வொருவரும் அவரது வேலை இடத்தைச் சரி செய்ய முற்பட்டனர். தனது பொறுப்பிலிருந்த இயந்திரங்களும் கருவிகளும் ஒழுங்காய் உள்ளனவா என்று பார்த்துக் கொண்டார். அடித்தளங்களிலிருந்து உயர்த்தப்பட்ட இயந்திரங்களைத் திரும்பவும் இணைத்து ஒழுங்கு செய்து வைத்தார். வெள்ளத்தால் கப்பல் துறைக்குள் கொண்டுவரப்பட்ட குப்பைக் கூளங்களை அகற்றிச் சுத்தம் செய்தார். இல்லை, ஸீனா இப்பொழுது விக்தரைத் தேடிச் செல்ல முடியாது.

அவள் வெளியே சென்று ஏதேனும் ஒரு மருத்துவப் பணியிடத்தில் அவனைத் தேடிப் பிடிப்பதாகவே வைத்துக் கொள்வோமே _ என்ன நடக்கும்? அவனிடம் அவள் என்ன சொல்வாள்?

உள்ளுக்குள் பதறியபடி மௌனமாய் நின்ற அவளை இலியா மத்வேயெவிச் உற்றுப் பார்த்துவிட்டு, அவளிடம் சென்று அவள் கையைக் கெட்டியாய்ப் பிடித்துக் குலுக்கினார்.

“ஸீனாயிதா பாவ்லவ்னா, உனக்கு என் வாழ்த்துக்கள்! இந்த

நெருப்புச் சோதனையில் நீ வெற்றி கண்டதற்காக என் வாழ்த்துக்கள்! நீ சிறந்த கப்பல் கட்டுமானி ஆகி விடுவாய் என்பதில் இனி எனக்கு எந்தச் சந்தேகமும் இல்லை.''

ஸீனாவுக்குப் பாராட்டு _ பாராட்டுவது யார்? _ இலியா மத்வேயெவிச்!

கப்பல்துறையின் வாயில்களை நோக்கி கடலோரச் சாலையிலே ஸீனா நடந்து சென்றபோது பொழுது புலர்ந்து கொண்டிருந்தது. குளிர்ந்து ஜில்லிட்ட காற்று அவளுடைய கோட்டின் முனைகளைப் பறக்கச் செய்தது, தலையில் அவள் கட்டியிருந்த குட்டையைப் பிய்த்துச் செல்லப் பார்த்தது. குளிர் தாங்காமல் உடல் நடுங்கிற்று. பற்கள் அடித்துக் கொண்டன. ஆனால் திடீரெனக் குளிரை அவள் மறந்துவிட்டாள். வாயில் கொட்டிலின் அருகே வசீலிய் மத்வேயெவிச்சும் அலெக்சேயும் வித்தரும் நிற்பதைக் கண்டாள். புதிய மெத்தை ஜாக்கெட்டுகளில் மூவரும் பார்ப்பதற்கு வினோதமாய் இருந்தனர். வித்தரின் தலையில் கட்டு போடப்பட்டிருந்தது, அவன் கை கழுத்துத் தொங்கலுக்குள் இருந்தது. அவளைப் பார்த்துச் சிரித்தபடி அவன் பேசினான்:

“ஸீனாயிதா பாவ்லவ்னா, உனக்காகத்தான் நாங்கள் காத்துக் கொண்டிருக்கிறோம். நங்கூரத் தெருவுக்கு வா, காலை உணவு அருந்தலாம். குளிர்கிறது இல்லையா? உன் கோட்டு நனைந்துவிட்டது, கழற்றிவிடு...''

கதகதப்பான ஒரு மெத்தைக் கோட்டு அவள் தோள்களின்மேல் மாட்டிவிடப்பட்டதை ஸீனா உணர்ந்தாள்.

5

உள்நாட்டுப் போருக்குப் பிற்பாடு கப்பல்துறை சீரமைக்கப்பட்டபின் இங்கு முதன்முதலாய்க் கடல் செல்லும் கப்பல் கட்டி முடிக்கப் பெற்று நீரிலே செலுத்தப்பட்டது வயதான தொழிலாளர்களின் நினைவில் இன்னமும் பசுமையாகவே இருந்தது. பழைய குடியேற்றத்தில் வசித்தோர் அனைவருமே அந்த விழாவில் கலந்துகொண்டனர். கப்பல் கட்டுவோரும் அவர்களது குடும்பத்தாரும் மட்டுமின்றி, உள்ளூர் குழந்தை மருத்துவர்களும் மருந்துக் கடைக்காரர்களும் முடியலங்கார ஊழியர்களும் கூட்டுறவுக் கடையின் சிப்பந்திகளும் மற்றும் நகர மக்களும் கப்பல் துறைக்கு வந்திருந்தனர்.

இரண்டாவது கப்பல் நீரிலே செலுத்தப்பட்டபோது கடைச் சிப்பந்திகளும் முடியலங்கார ஊழியர்களும் கட்டுமான அரங்கத்தினுள் விடப்படவில்லை. ஆனால் கப்பல் கட்டுவோரின் உறவினர்களையும் வெளியே நிறுத்தி வைக்க முடியவில்லை. இவர்கள் வேலிகளைத் தாண்டிக் குதித்து கப்பல் துறைக்குள் வந்துவிட்டனர்; லாதாவின் கரைகளிலுள்ள பாதைகளைக் கடந்து படகுகளிலே துறைகளில் வந்திறங்கிவிட்டனர். ஒரு சிலர் _ பெரும்பாலும் வயதான தாய்மார்களும் சிறுவர்களும் _ கப்பல்துறைக் காவலர்களால் தடுக்கப்பட்டனர்; ஆனால் உழைக்கும் தாய்மார்களுக்குரிய பெருமையுடன் இவ்வன்னையர் எந்த விதியையும் மதிக்க மறுத்துப் பகிரங்கமாகவே கட்டுமான அரங்கத்தில் சிறப்பான முக்கிய இடங்களில் வந்து அமர்ந்து கொண்டுவிட்டனர். சிறுவர்கள் சிறு பிள்ளைகளுக்குரிய கவனக்குறைவால்தான் காவலர்களின் கைகளில் சிக்கிக்கொண்டனர்.

அவர்களைக் காவலர்கள் பிடித்துச்சென்று மறுகணமே உள்ளே போக அனுமதியளித்துவிட்டனர்.

ஒரு சிறந்த மரபு உருவாவதைக் கப்பல்துறை நிர்வாகம் உணர்ந்து கொண்டது. கப்பல் நீரிலே செலுத்தப்படும் நாட்கள் கப்பல்துறைக்கு மட்டுமின்றி, குடியேற்றம் பூராவிலுமே விழா நாளாய்க் கொண்டாடப்படுவது மரபாகி வந்தது தெரிந்தது. கப்பல் கட்டி முடிக்கப்படுவதானது, கப்பல் கட்டுவோர் வாழ்விலும், அதன்மூலம் அவர்களுடைய குடும்பத்தார் அனைவரின் வாழ்விலும் ஒரு புதிய அத்தியாயத்தின் தொடக்கமாய் அமையலாயிற்று. கணவன் அல்லது மகன் அல்லது தந்தையின் படைப்பான ஒவ்வொரு கப்பலும் குடும்பத்தின் வாழ்வை வளமாக்குகிறது அது சிறப்புக்குரிய எழிலார்ந்த படைப்பாகும். ஆகவே இந்தப் படைப்பு அலைகளிடையே செலுத்தப்படுகையில் மனைவியாலோ, தாயாலோ, மகளாலோ இதைக் கண்டு மகிழாமல் வீட்டிலே உட்கார்ந்திருக்க முடியுமா?

தேசபக்த யுத்தக் காலத்தில் போர்க் கப்பல்கள் ரிப்பேர் வேலைகளுக்காகக் கப்பல் துறைக்கு வந்து சென்றபோது மட்டும்தான் இந்த மரபு பின்பற்றப்படவில்லை. நாட்டின் பாதுகாப்பை உத்தேசித்து இம்மரபு கைவிடப்படுகிறது என்பதை எல்லோரும் புரிந்து கொண்டனர். யுத்தத்துக்குப் பிற்பாடு குடும்பத்தார் எல்லோரும் திரும்பவும் நீரிலே கப்பல் செலுத்தப்படும் நாட்களன்று கப்பல் துறைக்கு வரத் தொடங்கினர். இப்பொழுது

அவர்களுக்கு அழைப்பு இதழ்கள் அனுப்பப்பட்டன. இதை அனுமதிச் சீட்டுகளாய்க் காட்டிவிட்டு உள்ளே வந்தனர். "அருமை மரீயா கவ்ரீலவ்னா..." அல்லது "அருமை அகஃபியா கார்ப்பவ்னா, கப்பல் துறை நிர்வாகமும் கட்சிக் குழுவும் கப்பல் கட்டுவோரின் தொழிற்சங்கத்தின் குழுவும் உங்களை அழைக்கிறது..." என்பதாய் இந்த அழைப்பு இதழ்கள் கூறின. மேதினக் கொண்டாட்டத்தில் பங்கு கொள்ளச் செய்வதுபோல எல்லோரும் புத்தாடைகள் உடுத்திக் கொண்டு விழாவுக்கு வந்தனர்.

காவலாளர் கோல்யா கொரஹோவ் விழாவுக்காகத் தமது சீருடுப்புகளை அணிந்துகொண்டு வாயிலில் நின்றார். அகஃபியா கார்ப்பவ்னா இதன்முன் எத்தனையோ முறை செய்ததுபோலவே இப்பொழுதும் காவலாளரிடம் தமது அழைப்பிதழைக் காட்டிவிட்டுக் கப்பல் துறைக்குள் சென்றாள். நவம்பர் மாத இறுதியில் வழக்கமாய் இருப்பதுபோலவே இப்பொழுதும் வானிலை நன்றாயில்லை. சலிப்படையச் செய்யும் மழைத் தூறல் நிற்கவில்லை. அகஃபியா கார்ப்பவ்னா தமது சிறந்த கோட்டை அணிந்துகொண்டு வெண்ணிற ஓரென்பூர்க் சால்வையைத் தலையில் போர்த்திக்கொண்டு வந்திருந்தாள். அவள் தனியாகவே வந்திருந்தாள். குடும்பத்தினர் எல்லோரும் முன்பே வந்துவிட்டனர். இலியா மத்வேயெவிச் வீட்டுக்கு வராமலே முதல் நாள் மாலையிலிருந்தே கப்பல் துறையில் இருந்து வந்தார். கிழவர் மத்வேயும் இரவிலிருந்தே கப்பல் துறையில் இருந்துவிட்டார். அலெக்சேய், காத்யா, விக்தர், கோஸ்த்யாவும் துன்யாஷாவும் (குழந்தை சாஷ்காவையும் தூக்கிக் கொண்டு இருவரும் வந்திருந்தனர்), வசீலிய் மரீயாவும், தங்கை நத்தாலியா _ எல்லோருமே இங்குதான் இருந்தனர். அந்தோனால்தான் வரமுடியவில்லை. ஆனால் அவன் தொலைபேசியில் அவர்களைக் கூப்பிட்டுக் கப்பல் நீரிலே செலுத்தப்பட்ட முழு விவரத்தையும் தனக்கு எழுதும்படிச் சொல்லியிருந்தான். இக்கப்பலின் கட்டுமானத்தைப் பற்றிய விஞ்ஞான விரிவுரை ஒன்றை எழுத வேண்டுமென்று நினைத்திருந்தான். ஆனால் அவனில்லாமலே இவர்கள் இந்தக் கப்பலைக் கட்டி முடித்துவிட்டனர். அவன் வேறொரு கப்பல் துறையில் வரிசை முறைக் கப்பல் கட்டுமானத்துக்கு ஏற்பாடு செய்யப் போக வேண்டியதாகிவிட்டது. அதனால் என்ன, பொதுவில் வரிசை முறை கப்பல் கட்டுமானத்தைப் பற்றி விரிவுரை எழுதிவிடுகிறேன் என்று அம்மாவுக்கும்

அப்பாவுக்கும் ஆறுதல் கூறியிருந்தான்.

வெள்ளத்தால் ஏற்பட்ட சேதத்தைப் பார்க்கலாமென்று சுற்றிலும் திரும்பியபடி அகஃப்யா கார்ப்பவ்னா நடந்தாள். ஆனால் சேதம் எதுவும் தென்படவில்லை. ஒன்றும் நடைபெறாதுபோல யாவும் இருந்தன. கூடங்களுக்கு இடைப்பட்ட சந்துகள் அப்பழுக்கின்றிச் சுத்தமாயிருந்தன. எங்கும் சன்னல் கண்ணாடிகள் பளிச்சென இருந்தன _ உடைந்தவை புதுப்பிக்கப்பட்டும் ஏனையவை கழுவப்பெற்றும் இருந்தன.

வெள்ளம் வந்ததன் அறிகுறி கிஞ்சிற்றும் இல்லை. அதற்குப் பதில் கடந்த ஓராண்டில் கப்பல்துறையில் செய்யப்பட்டிருந்த மாற்றங்களை அடிக்கு அடி கண்டு வியந்தவாறு அகஃப்யா கார்ப்பவ்னா நடந்தாள். மேலும் பல தொழிற்கூடங்கள் கட்டப்பட்டிருந்தன. எவ்வளவு நீளமான நெடிய சுவர்களை எழுப்பியிருந்தனர்! எத்தனை பெரிய நுழைவாயில்களைக் கட்டியிருந்தனர்! பளுதூக்கிகளின் எண்ணிக்கையும் மிகுதியாகிவிட்டது; எத்திசையில் பார்க்கினும் பளுதூக்கிகளாய் இருந்தன. சிறிய கட்டிடங்கள் பலவும் என்னவாயின _ எங்கே போயின? அகஃப்யா கார்ப்பவ்னாவின் சிந்தனையில் மீண்டும் அந்தோன் தோன்றினான்; ஆனால் உடனே அவள் தன்னைத் தானே கட்டுப்படுத்திக் கொண்டுவிட்டாள் _ தனது எண்ணங்களிலும்கூட எந்த விதமான தற்பெருமைக்கும் இடந் தராதவள் அவள்.

கப்பல்துறையின் பழைய தொழிலாளர்கள், பொறியாளர்கள் எல்லோருக்கும் அகஃப்யா கார்ப்பவ்னாவை நன்றாய்த் தெரியும். அவர்கள் அவளுக்கு வணக்கம் கூறி ஒதுங்கிநின்று இடந் தந்தனர். கொல்லுப் பட்டறைத் தொழிலாளியான பாபஷ்கின் அவள் கையைப் பிடித்துக் குலுக்கிவிட்டு "அகஃப்யா! உயரத்தில் முன்புபோலத்தானே இருக்கிறாய், வளர்ந்துவிடவில்லை. இந்தக் கூட்டத்தில் நீ இருக்கிற இடம் தெரியாமல் மறைந்துபோய் விடுவாய், மேடைக்குச் சென்று விடுவதுதான் நல்லது'' என்றார். ஆனால் அகஃப்யா கார்ப்பவ்னாவுக்கு மிகவும் பிடித்தமான ஓர் இடம் இருந்தது. கோபுரப் பளுதூக்கியின் பீடம்தான் அவ்விடம். நேரே அங்கே சென்று கான்கிரீட் பீடத்தின்மேல் ஏறிக்கொண்டாள். இவ்வளவு தொல்லை கொடுத்து இத்தனை கவலைக்கும் கலக்கத்துக்கும் காரணமாயிருந்த அந்தக் கப்பல் அங்கே நிற்பதைக் கண்டாள். தனது முழு எழிலுருவையும் காட்டிக் கொண்டு நின்றது. அதன் அடிப்பகுதி சிவப்பு வர்ணம் பளபளக்கக் கீழே

நீரைநோக்கிச் சாய்ந்து சரிந்து சென்றது. கப்பலின் பக்கத்தில் ஒரு சிறு உருவம் நிற்பதைக் கண்டாள். ஆயிரம் ஆயிரமாய்க் கூட்டமாய் அங்கே நின்றோரிடையே அந்தச் சிறு உருவத்தை உடனே அடையாளம் கண்டு கொண்டுவிட்டாள். இலியா மத்வேயெவிச் கைகளை வீசிக் கொண்டு நின்றார். எப்படியெல்லாம் கவலைப்பட்டார்; இரவு தூங்காமலே கண் விழித்திருந்தாரே. அப்படியும் எப்பொழுதும் போலவேதான் இப்பொழுது அங்கே நின்று கொண்டு உத்தரவுகளை அளித்துக் கொண்டிருந்தார். சற்று நேரத்துக்கு அவர் அகஃப்யா கார்ப்பவ்னாவின் கண்ணுக்குத் தெரியாமல் மறைந்து விட்டார்; ஆனால் உடனே திரும்பவும் தெரிந்தார். இப்பொழுது அவர் காப்டனுடைய மேடையிலே நின்றுகொண்டிருந்தார். அவரால் தன்னைப் பார்க்க முடியாது, தன் பக்கம் திரும்புவதற்கே நேரமில்லாமல் அவருக்கு அவ்வளவு வேலைகள் இருந்தன. அலெக்சேய் அதோ இருக்கிறான், கப்பலின் மேல்தளத்தில் அங்குமிங்கும் போகிறான். கோஸ்த்யாவும் இருக்கிறான், ஏதோ பெட்டியை நகர்த்தி வைக்கிறான்.

தன் பிள்ளைகள் அங்கே வேடிக்கை பார்ப்பதற்காகப் போய் நிற்கவில்லை என்று அகஃப்யா கார்ப்பவ்னாவுக்குத் தெரியும். கப்பல் நீரிலே சென்றதும் ஓட்டை அல்லது வேறு எதாவது குறைபாடு தெரிய வருமானால், சரி செய்வதற்காகப் பக்கத்திலே தயாராய் இருக்கும் பொருட்டே அவர்கள் அங்கே நின்றார்கள். ஒவ்வொருவருக்கும் உரிய இடம் ஒன்று இருந்தது. எல்லோரும் படைவீரர்களைப் போல் தமக்குரிய செயல் இடங்களிலே தயாராய் இருந்தனர்.

மழை சற்று ஓய்ந்தது. கடலிலிருந்து காற்று முன்னிலும் பலமாய் வீசிற்று. பளுதூக்கிக் கோபுரங்களில் பறந்த நனைந்து போன வண்ணக் கொடிகள் இந்தக் காற்றிலே சாட்டை போலச் சொடுக்கிட்டன. மக்கள் பேசிக் கொண்டும் தொலைவிலிருந்து ஒருவருக்கொருவர் கூச்சலிட்டுக் கத்திக் கொண்டுமிருந்தனர். திடுமென நிசப்தமாகிவிட்டது. கட்டுமான அரங்குக்கு அருகே அமைக்கப்பட்டிருந்த மர மேடையிலிருந்து இவான் ஸ்தெபானவிச் தமது கைக்குட்டையை ஆட்டிக் காட்டினார், பிறகு கீழே குனிந்து சாம்பல் நிற அஸ்திரகான் தொப்பி அணிந்த ஒருவரிடம் ஏதோ சொன்னார். உடனே அந்த ஆள் காப்டனுடைய மேடைக்கு ஏறிச் சென்றார். ஒலி பெருக்கிகள் முழக்கமிட்டு அறிவித்தன:

“அடிக் கப்பல் கட்டைகளை அகற்றுங்கள்!”

கப்பலுக்கடியில் பரபரப்பும் துடிப்பும் ஏற்பட்டன. மரக் கட்டைகள் இழுத்துப் போடப்பட்டன. வர்ணப் பூச்சாளர்கள் ஏணிகளில் ஏறி, முன்பு தாங்குக் கட்டைகள் இருந்த கரிய உலோகத் திட்டுகளில் சிவப்பு வர்ணம் பூசினர்.

பிறகு முன்னிலும் அமைதியாகிவிட்டது. கப்பல்துறையின் சங்கு கூச்சலிட்டு எக்காளமிட்டது : பன்னிரண்டு மணி. எதையும் காணத் தவறுவிடக் கூடாதென்று அகஃப்யா கார்ப்பவ்னா நுனிவிரல்களிலே எம்பி நின்றாள்.

ஒவ்வொருவராகவும் இரண்டு பேராகவும் சிறு தொகுதிகளாகவும் தொழிலாளர்கள் கப்பலுக்கு அடியிலிருந்து வெளியே தோன்றி கப்பலின் முன்பகுதிக்கு வந்தனர். அஸ்திரகான் தொப்பி அணிந்தவர் தமக்குரிய இடத்திலே வந்து நின்றார். அவர் தலைமைப் பொறியாளராகவே இருக்க வேண்டும் _ ஆள் அடையாளம் தெரியவில்லை, புதிய தொப்பி வாங்கி வைத்துக் கொண்டுவிட்டதாலோ என்னவோ உருமாறித் தோன்றினார். தொழிலாளர்கள் அவரிடம் போய்த் தெரிவித்த தகவல்களைக் கேட்டு அவர் தலையை ஆட்டிக் கொண்டார்.

“பின்பக்கக் கம்பங்களை அகற்றுங்கள்!” என்று ஒலிபெருக்கிகள் முழங்கின. “ஏ... ஏ...” இதன் எதிரொலி லாதாவில் நெடுந்தொலைவுக்குச் சென்றது. நீர் விளிம்புக்கு அருகே கட்டுமான அரங்கத்தின் அடிப் பகுதியில் சம்மட்டிகள் கிடுகிடுத்தன.

“முன்பக்கக் கம்பங்களை அகற்றுங்கள்!”

மீண்டும் சம்மட்டி அடிகளின் கிடுகிடுப்பு.

நுனி விரலில் எம்பி நின்று பார்த்துக்கொண்டிருந்த அகஃப்யா கார்ப்பவ்னா சம்மட்டி அடிகளின் ஒலி கேட்டதும் ஒடுங்கிப் போய்விட்டாள். அவளுடைய சிறு உருவம் வழக்கத்தைவிடச் சிறிதாய்த் தோன்றியது. அந்தக் கணத்தில் கப்பல் நகருமா, இல்லையா என்று நினைத்துக் கலங்கியது இலியா மத்வேயெவிச் மட்டும்தானா? போர்மன்களும், கட்டுமான அரங்கப் பொறியாளர்களும் மட்டும்தானா அக்கணத்தில் இப்படிக் கலங்கினர்? அகஃப்யா கார்ப்பவ்னாவைச் சுற்றிலுமிருந்த ஒவ்வொருவரும் ஏதோ குண்டு வெடிக்கப் போவதாய் எதிர்பார்த்ததுச் சற்றுக் கூனி குறுகிவிட்டதாகவே தோன்றினார். பிறகு குண்டு வெடித்தது:

“கம்பிகளை வெட்டுங்கள்!”

வடங்களும் கம்பிகளும் வெட்டிவிடப்பட்டன. இப்பொழுது கப்பலைக் கட்டுமான அரங்கிலே எதுவும் இழுத்துப் பிடித்து இருத்தி வைத்திருக்கவில்லை. ஆயினும் கப்பல் அசையவில்லை. நேரம் ஓடுவதாய்த் தோன்றியது. பத்து நிமிடங்கள், பதினைந்து நிமிடங்கள்... உண்மையில் ஒரு சிறு வினாடிகளே கழிந்தன. கப்பலும் உண்மையில் அசையாது நிற்கவில்லை. அதன் தொட்டிலில் அது நீரை நோக்கிச் சரிந்து கொண்டுதான் இருந்தது _ நில உலகில் அதன் வாழ்வு முடிவடைந்துவிட்டது.

இந்த அசைவை ஸீனாதான் எல்லோருக்கும் முதலாய்க் கவனித்தாள். குறி உத்திரத்துக்கு அருகே போர்மனுக்குரிய இடத்திலே நின்று அவள் வேலைகளைக் கவனித்துக் கொண்டிருந்தாள். தொட்டிலின் ஓடு மட்டத்தில் ஒன்றும், ஓடுபாதையில் ஒன்றுமாய் இரு சென்னிறக் குறிகளை அவள் பார்த்துக் கொண்டு நின்றாள். இரு குறிகளும் ஒன்றைவிட்டு ஒன்று பிரிந்ததும் ஸீனா கையை உயர்த்திக் காட்டினாள். அவள் இப்படிக் குறி அறிவிப்பு செய்து காட்டியது யாருக்காக? எல்லோருக்கும்தான் என்பதாகவே தோன்றியது. அகஃப்யா கார்ப்பவ்னா உள்ளுக்குள் சிரித்துக் கொண்டாள். ஸீனா நின்ற இடத்தில் முன்பெல்லாம் அலெக்சாந்தர் அலெக்சாந்தரவிச் நிற்பது வழக்கம். நகரும் கப்பலின் அடிப்பகுதியில் அவர் பழைய ருஷ்யப் பழக்கத்தின்படி யாருக்கும் தெரியாமல் வோத்கா பாட்டில் ஒன்றை விட்டெறிவார். அதை யாருக்கும் தெரியாமல் செய்வதாகவே நினைத்தார். ஆனால் எல்லோரும் அதைப் பார்த்துக் கொண்டுதான் இருந்தனர். கப்பலுடன் அவர் கண்ணாடிக் கோப்பையைத் தட்டிக் கிணுகிணுக்கச் செய்வதை யாரும் கவனியாமல் இல்லை. இனி அதுபோன்ற “கண்ணாடிக் கோப்பைக் கிணுகிணுப்பு” இருக்காது...

இவ்வாறு அகஃப்யா கார்ப்பவ்னா நினைத்த அதே கணத்தில் ஸீனா கையை வேகமாய் வீசினாள். அங்கே நிலவிய நிசப்தத்தில் கண்ணாடி உடைந்து கிணுகிணுக்கும் சப்தம் எல்லோருக்கும் கேட்டது.

“அட கடவுளே!” என்று அகஃப்யா கார்ப்பவ்னா தன்னுள் வியந்து மகிழந்துகொண்டாள். “இவளும் எல்லா போர்மன்களையும் போலவே ஆகிவிட்டாளே!”

இதற்கிடையில் பளுதூக்கிகளின் இரு வரிசைகளுக்கு நடுவில் கப்பல் வழுக்கி மேலும் மேலும் வேகமாய் நகர்ந்து சென்று கொண்டிருந்தது. பின்பகுதி நீரினுள் பாய்ந்ததும் பச்சையும் வெள்ளையுமாய் நுரைத்துக் கொண்டு எழுந்த அலைகள் இரு புறங்களிலும் உருண்டோடி வந்தன. வாழ்த்தொலி முழக்கம் கிளர்ந்தெழுந்தது. சோவியத் தேசிய கீதம் இசைத்துக் கொண்டிருந்த வாத்தியக் குழுவின் இசை இந்த முழக்கத்திலே மூழ்கிவிடும்படி ஆயிற்று.

ஓடுபாதையைக் கப்பல் கடந்து சென்றது. பின்பகுதி மெல்லவே நீரினுள் சென்றது, அதனிலும் மெதுவாய் முன்பகுதி நீருக்குள் சென்றது. தனக்கு உயிரளித்தவர்களுக்குத் தலை வணங்குவது போலக் குனிந்துவிட்டுக் கம்பீரமாகவும் அமைதியாகவும் லாதாவினுள் மிதந்து சென்றது. இலியா மத்வேயெவிச்சும் அவர் மகன்களும் இப்பொழுது மேல்தளத்தில் இல்லை, அடிக் கப்பலின் அறைகளினுள் தவழ்ந்து சென்று கொண்டிருந்தனர்.

நங்கூரங்கள் இறக்கிவிடப்பட்டன. கப்பல் ஒரு குலுக்கு குலுக்கிவிட்டு நின்றது. செப்புப் புகைபோக்கி கொண்ட இழுப்புக் கப்பல் ஒன்று அதிகாரத்துடன் கூவியபடி அதனை நெருங்கி வந்தது. இறுதி வேலைத் துறைக்கு அது இதனை இழுத்துச் செல்லும். கப்பல் அதற்குப் பணிந்து அதன் பின்னால் செல்லும். ஏனெனில் கொதிகலன்களும், டர்பைன்களும், மின்சார ஜனனிகளும், இயக்கு சக்தியைப் புரொபல்லர்களுக்கு எடுத்துச் செல்லும் சுழல் உருளைகளும் கப்பலில் இன்னும் சரிவர அமைக்கப்பட்டாகவில்லை. விரைவில் இவை யாவும் தக்கடி பொருத்தப்பட்டதும் கப்பல் பெருமைக்குரிய தன் ஆற்றலையும் வலுவையும் பிரயாசைமிக்க செப்புப் புகை போக்கிகளைக் கொண்ட இழுவைக் கப்பல்களின் முன்னால் காட்டி மகிழும், ஜூர்பின்கள், பஸ்மானோவ்கள், தரசோவ்கள், குஸ்னெத்சோவ்கள் முதலானோரின் உழைப்பிலே பிறந்த அது, சமாதான வாழ்வுக்குரிய பலவற்றையும் சுமந்து கொண்டு நெடுந்தொலைவிலுள்ள கடல்களுக்கும் நாடுகளுக்கும் சென்று வரும். சமாதானம் தழைக்கவே இவர்கள் எல்லோரும் வாழ்கிறார்கள், போராடுகிறார்கள், உழைக்கிறார்கள். சமாதானம் மனித குலத்தின் வருங்கால இன்ப வாழ்வைக் குறிக்கிறது. ஜூர்பின்கள் மனித குலத்துக்காக வாழ்கிறவர்கள். நேர்மை உள்ளமும் அன்பு இதயமும் கொண்டு அயராது உழைக்கும் இவர்கள், தங்கள் திறன் அனைத்தையும் மனித குலத்துக்குப் பணித்துள்ளவர்கள்.

ஜுகோவின் பேச்சைக் கேட்டுக் கொண்டிருந்த அகஃப்யா கார்ப்பவ்னா தன்னுடைய இலியாவையும் தன்னுடைய புதல்வர்களையும் நினைத்துக் கொண்டாள். இவர்கள்மட்டுமின்றி ஏனைய கணவன்மார்களையும் பிள்ளைகளையும் பற்றியும் ஜுகோவ் பேசிக் கொண்டிருந்தார். ஆனால் அகஃப்யா கார்ப்பவ்னா அவருடைய சொற்களைத் தனக்குரிய தனி முறையிலே அர்த்தப்படுத்திக் கொண்டாள். அவளுடைய கணவனும், பிள்ளைகளும், அவளுடைய இதயத்துக்குரிய இவர்கள், அவ்வளவாய்க் கருத்துடன் நடந்து கொள்ளாமலிருக்கலாம்; சிலநேரங்களில் முரட்டுத்தனமாய் இருக்கலாம்; முரடுகளாகப் பேசலாம்; ஒவ்வொருவர் தலையிலும் ஒரு விதமான எண்ணம் இருக்கலாம்_ ஆனால் இவர்கள் எவ்வளவு மகத்தான பணியைச் செய்கிறார்கள்! இவர்கள் ஆற்றும் இந்தப் பணிக்காக வேண்டி, வீட்டில் நடைபெறும் களேபரங்களையும் சச்சரவுகளையும் பொறுத்துக் கொள்ள முடியாதா, என்ன? மக்களுக்கு அவசியமான இவர்களுடைய இந்த உழைப்பை உத்தேசித்து யாவற்றையும் சகித்துக் கொண்டும், எப்படியோ சமாளித்துக் கொண்டும் இருக்க முடியாதா, என்ன?

ஆனால் அவர் என்ன சொல்கிறார்?

“.... வேறு பலருக்கும் நமது நன்றி உரியதாகும்'' என்று ஜுகோவ் தம் கையிலிருந்த குல்லாயைக் கசக்கியவாறு கூறிக்கொண்டிருந்தார். “தாய்மார்களுக்கும், மனைவிமார்களுக்கும்_ நமது நண்பர்களும் ஆலோசகர்களுமான இவர்களுக்கும்_நமது நன்றி உரியதாகும். இவர்களுடைய நட்புக்காக, அன்புக்காக, இவர்கள் நமது இல்லங்களைச் சோபிக்கச் செய்து கதகதப்பும் சுகமும் பெறச் செய்வதற்காக, இடுக்கண் வருகையில் கிடைக்கும் இவர்களுடைய அரவணைப்புக்காக, ஆதரவுக்காக, நாம் இவர்களுக்குக் கடமைப்பட்டிருக்கிறோம்.''

வானத்தின் விளிம்பிலே மேகங்களைக் கிழித்துக் கொண்டு கதிரவன் வெளியே தோன்றினான். லாதாவில் இழுவைக் கப்பலின் செப்புப் புகைபோக்கி கதிரவன் ஒளியிலே கண் கூசும்படிப் பளபளத்தது. கப்பல் நீருக்குப் போய்ச் சேர்ந்த ஓடு பாதையில் இடப்பட்டிருந்த கிரீஸிலிருந்தும் கதிரவன் ஒளி பளிச்சிட்டது. பளுதூக்கிகளின் உச்சியிலிருந்த வண்ணக் கொடிகள் குதூகலமாய்ப் படபடத்தன. வாத்தியக் குழு வெற்றிக் களிப்போடு முழங்கியது.

அகஃபியா கார்ப்பவ்னாவுக்குத் தனக்குப் பின்னாலிருந்து இருவர் பேசிக் கொண்டது காதில் விழுந்தது.

"கப்பல்கள் கட்டுமான அரங்கிலிருந்து நீரில் செலுத்தப்படாமல், நீரில்லாத் துறையிலே நீரை விட்டு மேலே உயர்த்தப்பட்டு அனுப்பப்படுகையில், இந்த அழகைக் காண இயலாமற் போய்விடும்."

"அதனாலென்ன? மேலும் கூடுதலான எண்ணிக்கையில் கப்பல்கள் கட்டப்படுமே."

முடிவு

ஜூன் மாதத்தில் ஒரு மாலையில் இலியா மத்வேயெவிச்சும் அலெக்சாந்தர் அலெக்சாந்தரவிச்சும் வெர்யாழ்க்கா பாலத்தைக் கடந்து அலெக்சேயின் வீட்டுக்குச் சென்று கொண்டிருந்தனர். கல்லூரியில் முதல் ஆண்டுப் பரீட்சைகள் முடிவுற்று அலெக்சேய் அன்றுதான் திரும்பினான். லெனின்கிராதில் அவன் ஏறத்தாழ ஒரு மாதம் இருந்துவிட்டு வந்திருந்தான். இலியா மத்வேயெவிச் தமது மகனைப் பார்ப்பதற்கும், அவனுடைய படிப்பையும் அவனுக்குக் கிடைத்த மதிப்பெண்களையும் பற்றி விசாரிப்பதற்கும் ஆவலாயிருந்தார். தமது பழம் பெரும் நண்பர் அலெக்சாந்தரையும் கூட வரும்படி அழைத்திருந்தார்.

இதற்குச் சில மாதங்களுக்கு முன்பு குளிர்காலத்தின் கடைப் பகுதியில் இரு நண்பர்களும் தங்களுடைய "பிணக்குக்கு" முடிவு கட்டியிருந்தனர். இலியா மத்வேயெவிச் இரண்டாவது கப்பலின் கோத்திணைப்பு வேலைகளை முடித்துக்கொண்டிருந்த சமயத்தில் அலெக்சாந்தர் அலெக்சாந்தரவிச் கட்டுமான அரங்கு அலுவலறைக்குள் வந்தார். மீசையிலோ பனி உறைந்து ஊசி ஊசியாய் நின்றதைத் தட்டிவிட்டுக் கொண்டு உட்கார்ந்து, முகவாயைத் துருத்திக் கொண்டு மேஜையிலே விரல்களால் மெல்ல தாளம் போட்டார்.

"உனக்கு ஏன் இந்த அசட்டுப் பிடிவாதம்?" என்று கோபாவேசமாய்க் கேட்டார்.

"தோழர் பஸ்மானோவ்!" என்று கூறி இலியா மத்வேயெவிச் எழுந்து அறையின் மையத்துக்கு வந்தார்.

"தோழர் ஜுர்பின்!" அலெக்சாந்தர் அலெக்சாந்தரவிச்சும் எழுந்துவிட்டார்.

மார்போடு மார்பு தொடும்படி இருவரும் நெருங்கி வந்து எதிரும் புதிருமாய் நின்று ஒருவரையொருவர் பார்த்து முறைத்துக் கொண்டனர். இலியா மத்வேயெவிச் நிலை கொள்ளாமல் சாய்ந்தாடினார். பிறகு முதுகுப் புறம் திரும்பி விலகிச் சென்று எதிரெதிரே இருந்த சன்னல்களிடம் போய் நின்றனர். சிறிது நேரம் வரை ஒருவரும் பேசவில்லை.

“ஒன்றுமில்லை, பார்த்துவிட்டுப் போகலாமென்று வந்தேன். எப்படி இருக்கிறாய்?''

“உனக்குத் தெரிந்ததுதானே. நீ எப்படி இருக்கிறாய்?''

“நானா? ஒன்றும் நன்றாய் இல்லை, இலியா.''

“ஏன் அப்படி?''

மேஜைக்குத் திரும்பிவந்து உட்கார்ந்துகொண்டனர். அலெக்சாந்தர் அலெக்சாந்தரவிச் ஒரு சிகரெட்டை எடுத்து அதை விரல்களால் உருட்டிச் சரிப்படுத்தினார்.

“பழுது பார்க்கும் வேலை எனக்குப் பிடிக்கவில்லை.''

“நீ அங்கே போயிருக்கக் கூடாது. ஏன் போனாய்?''

“இதைக் கேள், இலியா. ஒவ்வோர் ஆளும் தனது நிலையிலிருந்துதானே பார்க்கிறான்? என்னுடைய நிலை என்ன? பழைய முறையில் வேலை செய்து பழகிவிட்டவன் நான்... ரிவெட் செய்து கப்பல் கட்டுவது எனது நெடுங்காலப் பழக்கமாகி விட்டது... இரத்தத்திலே ஊறிய பழக்கமாகிவிட்டது. பழக்கம் என்பது என்ன? கூடப் பிறந்த இயல்பு என்று சொல்வார்கள். யாராலும் தன் இயற்கை இயல்பை எதிர்த்து நிற்க முடியுமா? இந்த இயல்பு எங்கிருந்து வந்தது? அனுபவத்திலிருந்து, வாழ்க்கையிலிருந்து. உன்னையே எடுத்துக் கொள்வோமே, வாழ்நாள் முழுதும் புகைபிடித்துப் பழகிவிட்டாய். இனி புகைபிடிப்பதை நிறுத்தமுடிகிறதா? முயற்சி செய்து பாரேன், நிறுத்த முடியாது. மனம் மயங்கி மானசீக உறக்கத்தில் ஆழ்ந்தாலன்றி உன்னால் இப்பழக்கத்தை விட முடியாது.''

“அலெக்சாந்தர், சுயக்கட்டுப்பாடு இருக்கவேண்டும். சுயக்கட்டுப்பாடு இருந்தால் நீ உன் இயற்கை இயல்பையையும் மாற்றிக் கொண்டுவிடலாம்.'' இலியா மத்வேயெவிச் தம்மைக் கட்டுப்படுத்திக் கொண்டு அமைதியாகவும் நிதானமாகவும் பேச முயன்றார்.

“உனக்கு அவ்வளவு சுயக்கட்டுப்பாடு இருந்தால் உன்னுடைய இயற்கை இயல்பை மாற்றிக் கொள்ள முயன்று பாரேன் பார்ப்போம்.

“கட்டாயம் மாற்றிக் கொள்வேன். புகை பிடிக்கும் பழக்கத்தை விட்டொழித்துக் காட்டட்டுமா?”

“காட்டேன் பார்ப்போம்!”

“சரி, இதோ பார்!” இலியா மத்வேயெவிச் சன்னல் கதவைத் திறந்து, கலேலிய பிர்ச் மரத்தில் செய்யப்பட்ட பளபளப்பான தமது சிகரெட் டப்பாவை வெளியே எறிந்தார். அது பனிக்கட்டி மீது விழுந்து வழுக்கிச் சென்று, பனிக்கட்டி உடைக்கும் கப்பல் வெட்டிச் சென்றிருந்த நீர் வழியிலே மூழ்கி மறைந்ததை அலெக்சாந்தர் அலெக்சாந்தரவிச் கண்டார்.

“விட்டெறிந்து விட்டாயா?” என்று அவர் சிரித்துக்கொண்டார். “அது வெறும் மர டப்பா, இரத்தத்திலே ஊறிவிட்ட பழக்கமல்ல, சுலபமாய் விட்டெறிந்து விடலாம். ஆனால் நெடுங் காலப் பழக்கத்தை விட்டெறியேன் பார்ப்போம். இன்னும் இரண்டொரு மணி நேரத்தில் இங்கு யாரிடமாவது ஓடி ‘ஓசி’ சிகரெட் வாங்கிப் புகை பிடிக்கத்தானே போகிறாய்.”

“அலெக்சாந்தர், அதெல்லாம் ஒன்றும் நடக்காது; என்னைப் பற்றி நீ கவலைப்பட வேண்டாம்” என்றார் இலியா மத்வேயெவிச். ஆனால் மறுகணமே ஒரு சிகரெட் பிடிக்காவிடில் அவருக்கு உயிரே போய்விடும்போல இருந்தது. அவசரப்பட்டு இந்த வீறாப்பிலே இறங்கியதற்காகத் தம்மீதும், தம்மை முடுக்கிவிட்டு இதில் இறங்கச் செய்ததற்காக அலெக்சாந்தர் அலெக்சாந்தரவிச்சின் மீதும் அவருக்கு அடங்காத கோபம் வந்தது. கட்டுமான அரங்கை விட்டு ஓடியதற்காகக் கிழவரை ஆத்திரம் தீரத் திட்டினார்.

“அதனால் உனக்கு என்ன லாபம் கிடைத்தது?” என்று கத்தினார்.

“எந்த லாபமும் கிடைக்கவில்லை” என்று அமைதியாய்ப் பதிலளித்தார் அலெக்சாந்தர் அலெக்சாந்தரவிச். “இங்கிருந்து அங்கே சென்றபோது ‘அங்கே ரிவெட் வேலைகள் கைவிடப்பட மாட்டா’ என்று நினைத்தேன். ஆனால் நான் நினைத்தது தவறாகிவிட்டது. அங்கேயும் வெல்டிங் முறைக்கு மாறிச் செல்லப் போகிறோம். ஆகவே பழைய கப்பல்களிலே ஒட்டுப் போட்டுக்

கொண்டிருப்பதைத் காட்டிலும் புதிய கப்பல் கட்டுவது எவ்வளவோ நன்றாயிருக்குமென்று இப்பொழுது நினைக்கிறேன். இங்கே நிலைமை எப்படி இருக்கிறது_வேலைக்கு ஆள் வேண்டியிருக்கிறதா?''

“வேண்டாம், வேண்டாம்! ஓடிச் சென்றவர்கள் எங்களுக்கு வேண்டாம்!'' இலியா மத்வேயெவிச்சுக்கு உற்சாகம் பிறந்துவிட்டது. “ஓட்டம் பிடித்தவர்கள் வேண்டியதில்லை!''

“இங்கு வேண்டியதில்லை என்றால் பரவாயில்லை. எப்படியும் நான் இங்கு வரப் போவதில்லை. நீ என்ன சொல்கிறாய் என்று பார்க்கலாமென்றுதான் இப்படிக் கேட்டேன். இலியா, மூன்றாம் எண் கட்டுமான அரங்கத்தில் என்னைக் கூப்பிடுகிறார்கள். நான் அப்படி ஒன்றும் தெருவிலே விடப்பட்டு விடவில்லை, தெரிந்து கொள்!''

அலெக்சாந்தர் அலெக்சாந்தரவிச் மூன்றாம் எண் கட்டுமான அரங்கத்துக்கு வேலைக்குச் சென்றார். ஆனால் இலியா மத்வேயெவிச்சின் அலுவலறைக்கு அவ்வப்பொழுது வந்து “இன்னும் ஒரு தரம்கூடப் புகைபிடிக்கவில்லையா?'' என்று அவரைக் கேட்டுச் சென்றார்.

அலெக்சாந்தர் அலெக்சாந்தரவிச் எதிர்பார்த்தது நடைபெறவில்லை. இரண்டொரு மணியில் மட்டுமல்ல, அதற்கு அடுத்த நாளிலும், அடுத்த மாதத்திலும் கூட இலியா மத்வேயெவிச் சிகரெட்டைத் தொடுவதாய்க் காணோம். “இலியா, ஏன் இப்படி வீணில் உன்னை வதைத்துக் கொள்கிறாய். ஏதோ பேச்சோடு பேச்சாய்ச் சொன்னதை இப்படி நீ பெரிதாக்கிக் கொள்ளக் கூடாது'' என்று மனம் பொறுக்காது அலெக்சாந்தர் அலெக்சாந்தரவிச் அவரைத் தாஜா பண்ண முற்பட்டார். “வீணில் உன்னையே நீ வருத்திக் கொள்ளாதே. இந்தா, ஒரு சிகரெட் எடுத்துக் கொள்!...''

“இனி என்னைத் திருப்பிவிட முயன்று பயனில்லை. அலெக்சாந்தர். சொன்ன சொல் தவறுகிறவனல்ல நான்.''

இருவரும் தனித் தனியே கப்பல் துறையிலிருந்து வீட்டுக்குத் திரும்பினர். ஆனால் திரும்பவும் அலெக்சாந்தர் அலெக்சாந்தரவிச் வீட்டின் வெளிவாயிலில் இருவரும் சந்தித்துக்கொண்டு, ஒன்று சேர்ந்தே கப்பல் துறைக்கு வரத் தொடங்கினர். வழி நெடுகிலும் முன்புபோலவே உலக விவகாரங்களையும் கப்பல்துறை விவகாரங்களையும் விவாதித்துக் கொண்டு வந்தனர்.

ஆனால் இன்று இருவரும் வேலை முடிந்ததும் கப்பல் துறையிலிருந்து ஒன்றாகவே வெளியே வந்தனர். அலெக்சாந்தர் அலெக்சாந்தரவிச் தமது கையில் ஒரு காகிதச் சுருளை எடுத்து வந்தார். இதற்கு முன்தினம் இலியா மத்வேயெவிச் அவரிடம் கூறியிருந்தார்:

"அலெக்சேய் லெனின்கிராதிலிருந்து திரும்பி வரப் போகிறான். நாளைக்கு நாமிருவரும் அவனைப் போய்ப் பார்த்துவிட்டு வரலாம். பிடிவாதக்காரன், பல்கலைக்கழக மாணவனாகி விட்டான்! அவன் பாடங்களைப் படிப்பதைப் பார்க்கவேண்டுமே_ நெற்றியிலே வியர்த்துப் போய் ஆவிபறக்கப் படிப்பான்!"

அகஃப்யா கார்ப்பவ்னா, துன்யாஷா, ஸீனா, விக்தர் எல்லோரும் ஏற்கனவே அலெக்சேயின் வீட்டிலே கூடிவிட்டனர். காத்யா மேஜையில் யாவற்றையும் எடுத்து வைத்துத் தயார் செய்து கொண்டிருந்தாள். அவளுக்கு அலெக்சேய் வாங்கி வந்திருந்த தங்கக் கடிகாரத்தைக் கையிலே கட்டியிருந்தாள். ஆனால் இந்தக் கடிகாரத்தைக் காட்டிலும் அலெக்சேய் பெட்டியைத் திறந்து சாமான்களை வெளியே எடுக்கையில் முதலில் அவள் கையில் எடுத்துக் கொடுத்த ஒரு சிறு புத்தகம்தான் அவளுக்கு அளவிலா ஆனந்தம் அளித்தது. லெனின்கிராத் அரசாங்கப் பல்கலைக்கழகத்தில் சேர விரும்புவோருக்கான நுழைவுத் தேர்வுகளின் திட்டப் புத்தகம் அது.

"உனக்குக் கிடைத்த மதிப்பெண்கள் என்ன, சொல்லு!" என்று அலெக்சேயின் முதுகில் தட்டியவாறு இலியா மத்வேயெவிச் கேட்டார். "சிறப்பு நிலையில் தேறினாயா? அடிநிலையிலா?"

"அப்பா, தேர்வு பெற்று விட்டேன்_அவ்வளவுதான். முதல் ஆண்டுப் படிப்பு ரொம்ப சுலபம், இனிப்பு தின்பது போலிருந்தது. இப்பொழுது இரண்டாம் ஆண்டுப் படிப்பில் முக்கால்வாசி முடித்திருக்கிறேன். இதோ இது உங்களுக்கு!" என்று சொல்லி அலெக்சேய், கணக்கு லெட்ஜர் புத்தகத்தைப் போன்ற ஒரு பெரிய டப்பாவை இலியா மத்வேயெவிச்சிடம் கொடுத்தான். ஸப்பரோழியே கோசக்குகள் துருக்கி சுல்தானுக்குக் கடிதம் எழுதும் ஓவியம் அதன் மூடியிலே அச்சிடப்பட்டிருந்தது. இலியா மத்வேயெவிச் அந்த அன்பளிப்பை வாங்கிப் பார்த்துவிட்டு ஆவலோடு அதன் மூடியைத் திறக்கப் போகிற சமயத்தில், அலெக்சேய் வாய்விட்டுச் சிரித்துவிட்டு "அப்பா, என்னை நீங்கள்

மன்னிக்க வேண்டும். நீங்கள் புகை பிடிப்பதை நிறுத்திவிட்டதை அடியோடு மறந்துபோய் இதை வாங்கி வந்துவிட்டேன்'' என்றான்.

இலியா மத்வேயெவிச் அதன் மூடியைத் திறந்தார். உள்ளே வரிசை வரிசையாய் சிகரெட்டுகள் இருந்தன.

"இது என்ன அநியாயம்! ஒன்றை எடுத்துக் குடித்துப் பார்க்கட்டுமா?''

"உடனே எடுத்துப் பற்ற வை! என்ன கேள்வி இது!'' என்றார் அலெக்சாந்தர் அலெக்சாந்தரவிச்.

"எனக்கு வேண்டாம், அலெக்சாந்தர்! நீயே குடி! இந்தா வாங்கிக் கொள்.'' இலியா மத்வேயெவிச் அந்த டப்பாவை அவரிடம் கொடுத்தார். "நீ எல்லாவற்றையும் குடித்து மகிழு. எனக்கு ஆசை காட்டலாம் என்று நினைக்க வேண்டாம்.''

மேஜையைச் சுற்றிலும் எல்லோரும் உட்கார்ந்துகொண்டனர். அலெக்சேய் தான் லெனின்கிராதில இருந்ததுபற்றியும், கல்லூரியைப் பற்றியும் சொன்னான். கல்லூரியில் எல்லா ஆசிரியர்களுக்கும் அந்தோனைத் தெரிந்திருந்தது என்றான். தோன்யாவையும் இகாரையும் பற்றிச் சொல்லிவிட்டு, விடுமுறைக்காகச் சீக்கிரத்தில் இங்கே வருவார்கள் என்றான். பிறகு தனக்குத் தரப்பட்ட மதிப்புரை பற்றிக் கூறினான். அவனுடைய மதிப்புரைப் புத்தகம் ஒவ்வொருவர் கைக்கும் சென்றது.

இலியா மத்வேயெவிச் அதைப் புரட்டிப் பார்த்துவிட்டு " 'நன்று' , 'சிறப்பு' என்பதாகவே கடைசிவரைக் குறிக்கப்பட்டிருக்கிறது!'' என்று மகிழ்ந்து கொண்டார்.

"மகனே, அன்று உன்னுடைய 'புகைப்படப் புகழ் நாளன்று' உன்னை வந்து பார்த்துச் சென்றோமே நினைவிருக்கிறதா?'' என்று அலெக்சாந்தர் அலெக்சாந்தரவிச் கேட்டார்.

"அலெக்சாந்தர் மாமா, எந்நாளும் அதை நான் மறக்கமுடியுமா?'' என்று சொல்லி அலெக்சேய் கூச்சத்தோடு காத்யாவின் பக்கம் திரும்பிப் பார்த்தான்.

"மகனே, பத்திரிக்கைகளிலே உன் புகைப்படம் வெளி வர வேண்டுமென்று அன்று நீ ஆவல் கொண்டிருந்தாய். ஆனால் இந்த மதிப்புரைப் புத்தகம் எந்தப் புகைப்படத்தையும்விட உனக்குச் சிறப்பளிப்பதாகும்.''

இப்படி இவர்கள் பேசிக்கொண்டிருக்கையில் கிழவர் மத்வேயும் தோஸ்த்யாவும் வந்து சேர்ந்தனர்.

“உன்னுடைய பல்கலைக்கழகம் எப்படி இருந்தது சொல்லு'' என்று ஆரம்பித்தார் கிழவர் மத்வேய். “என்னையும் அங்கே புறநிலை மாணவனாய் சேர்த்துக் கொள்வார்களா?''

“உங்களைப் பற்றி எனக்குத் தெரியாது'' என்று பதில் சொல்லிய அலெக்சேய், கண் சிமிட்டியபடி “ஆனால் இன்னொருவர் இருக்கிறார்....'' என்று இழுத்தான்.

அவன் தன் தந்தையின் பக்கம் திரும்பினான். இலியா மத்வேயெவிச் இந்தத் தமாஷை ருசிப்பதாய்த் தெரியவில்லை. உடனே அவன் வாக்கியத்தை முடிக்காமலே நிறுத்திக் கொண்டான்.

மௌனமாய் இந்த உரையாடலைக் கேட்டுக்கொண்டிருந்த ஸீனா, ஜூர்பின் குடும்பத்தார் ஒவ்வொருவரையும் கவனமாய் உற்றுப் பார்த்தாள். அவர்கள் வேடிக்கையாய்ப் பேசிச் சிரித்து மகிழ்ந்து கொண்டிருந்தனர். இந்த வேடிக்கைப் பேச்சினால், இவர்களுடைய உறுதியான நடை எவ்விதத்திலும் தளர்ந்ததா? ஜூர்பின்கள் தாம் தேர்ந்தெடுத்துக்கொண்ட பாதைகளிலே வைராக்கியத்துடன் முன்னேறிச் சென்றனர். இதோ அலெக்சேய்... கல்லூரியில் முதல் ஆண்டுப் படிப்பை முடித்துவிட்டான். கோஸ்த்யா இருக்கிறான்... மாலைநேரத் தொழிற்பள்ளியில் வாரம் மூன்று நாட்கள் வகுப்புகளுக்குப் போய் வருகிறான்.... அவனுடைய துன்யாஷா போர்மன் பயிற்சித் திட்டத்தில் சேர்ந்து படிக்கிறாள். இலியா மத்வேயெவிச் தொடர்ந்து ஸீனாவிடம் பாடங்கள் பயின்று வந்தார். பட்டங்கள் பெற வேண்டுமென்று படிக்கவில்லை அவர். “தமக்காக'', வாழ்க்கைக்குப் பின்தங்கிவிடக் கூடாதென்று, தொழில்நுட்ப முன்னேற்றத்துக்கும் இளைஞர்களுக்கும் பின்னால் விடப்படாது இணைந்து இளந் தலைமுறையினருடன் சேர்ந்து, தள்ளாத கிழவராகும் வரை தொடர்ந்து முன்னே செல்லும் பொருட்டு அவர் படித்து வந்தார். அவளுடைய விக்தர் அதோ இருக்கிறான். அவனும் பட்டங்கள் பெறத் திட்டமிடவில்லை. ஆனால் எத்தனை புத்தகங்கள் படித்திருந்தான்! உயர்நிலைப் பள்ளியிலும் கல்லூரியிலும் படித்திருந்த ஸீனாவைவிட அவன் வரலாற்றிலும் இலக்கியத்திலும் தேர்ந்த அறிவு பெற்றிருந்தான். அவன் தன்னைப் பற்றிப் பெருமையடித்துக் கொண்டதில்லை, தனது அறிவைக் காட்டிக் கொள்ள முயன்றதில்லை. மக்களையும் வாழ்க்கையையும் நிகழ்ச்சிகளையும் புரிந்து கொள்வதற்காக அவன்

தன் அறிவை வளர்த்து வந்தான். விக்தரிடம் தினமும் ஸீனா புதுப் புதுச் சிறப்புகளைக் கண்டு வியந்தாள். அவனிடம் அவளுக்கிருந்த காதல் நாளொரு மேனியாய் வளர்ந்துவந்தது. காதல் இருக்கையில் வாழ்வும் வேலைகளும் எவ்வளவு இன்பமாகிவிடுகின்றன. இதயத்தில் காதல் மலர்ந்திருக்கையில் நம் பாதையிலே நம்மை எதிர்படும் இடர்ப்பாடுகளைச் சமாளித்து முன்னே நடப்பது எவ்வளவு எளிதாகிவிடுகிறது!

“அலெக்சேய் இலியிச்!'' என்றாள் ஸீனா. “நம்முடைய கப்பல் துறையின் தலைமைப் பொறியாளராகவோ டைரக்டராகவோ நீ உயர்வு பெறுவதை இப்பொழுது என்னால் தெளிவாய்க் காண முடிகிறது.''

“வருங்காலத்தில் அவன் பெறப்போகும் உயர்வை காலம் நமக்குக் காட்டும்'' என்று அலெக்சாந்தர் அலெக்சாந்தரவிச் கூறினார். “அதன்முன் அவனுடைய மதிப்பெண்களையும், ‘நன்று’ என்றும் ‘சிறப்பு’ என்றும் அவனுக்குக் கிடைத்திருக்கும் இந்த மதிப்புகளையும் போற்றிப் பானம் அருந்துவோம்'' என்றார். வயது முதிர்ந்த போர்மன் தமது பைக்குள்ளிருந்து இரு பாட்டில்களை வெளியே எடுத்தார். “வலுவுள்ளவர்களுக்கு _ அதாவது இலியாவுக்கும் எனக்கும் _ வோத்கா; வலுக் குறைவான பெண்பாலருக்கும் மாணவர்களுக்கும் ஒயின்...''

“பானம் அருந்துவது இருக்கட்டும்! முதலில் முக்கிய விவரங்களைப் பற்றிப் பேசி முடிப்போம்!'' என்று அகஃப்யா கார்ப்பவ்னா இடைமறித்தாள்.

“முக்கிய விவரங்களா?'' அலெக்சாந்தர் அலெக்சாந்தரவிச்சின் புன்சிரிப்பு மறைந்துவிட்டது. “ஆம், முக்கிய விவரங்களை முதலில் முடிப்போம்'' என்று சொல்லி அவர் தாம் கொண்டுவந்திருந்த காகிதச் சுருளை எடுத்தார். “இந்தக் கொண்டாட்டத்திற்காக இவனுக்கு ஒரு சித்திரம் கொண்டு வந்திருக்கிறேன். படிப்பிலே இவன் கண்டுள்ள வெற்றிக்காக இவனுக்கு நான் அளிக்கும் சன்மானம் இது. வீட்டிலே ஆணிகள் இருக்கா?''

காத்யா அவருக்குச் சில ஆணிகளும் சுத்தியலும் கொண்டுவந்து கொடுத்தாள். அலெக்சாந்தர் அலெக்சாந்தரவிச் மஞ்சள் ஏறி முனைகள் கிழிந்த ஒரு பெரிய காகிதத்தைப் பிரித்து அதைச் சுவரில் வைத்து மூலைகளில் ஆணி அடித்தார்.

"அலெக்சேய், உன்னுடைய புகைப்படம் இதோ இருக்கிறது பார்!'' அங்கே நிலவிய உணர்ச்சி வயப்பட்ட நிசப்தத்தைக் கலைத்துக் கொண்டு அலெக்சாந்தர் அலெக்சாந்தரவிச் பேசினார். "இதை நீ கண்ணின் கருமணியெனப் போற்றிப் பாதுகாத்து வா. கால் நூற்றாண்டுக்கும் மேலாய் இதை நான் போற்றிப் பாதுகாத்து வைத்திருந்தேன்.''

புரட்சியின் ஆரம்ப ஆண்டுகளைச் சேர்ந்த ஒரு பழைய சுவரொட்டிச் சித்திரம் அது. அந்தச் சித்திரத்திலிருந்த தொழிலாளி ஆண்மை இயல்புகளிலும் சக்திமிக்க உருவிலும் கரங்களின் ஆவேச வீச்சிலும் அலெக்சேயையும், விக்தரையும், அந்தோனையும், கோஸ்த்யாவையும், இலியா மத்வேயெவிச்சையும், கோடானு கோடியான சாதாரண உழைப்பாளர்களையும் ஒத்திருந்தான். கனமான சம்மட்டியை உயர்த்தி அந்தத் தொழிலாளி உலகக் கோளத்தைச் சுற்றிக் கட்டப்பட்ட சங்கிலியை அடிக்கிறான். தன் பலம் அனைத்தையும் கொண்டு ஓங்கி அடிக்கிறான். பின்வாங்காது மேலும் மேலும் முன்னேறிச் செல்கிறான். ஓங்கி அவன் அடிக்கையில் சங்கிலியின் இரும்புக் கரணைகள் பிளந்து தகர்ந்து விழுகின்றன. அவனுடைய சம்மட்டி அடிகள் அனைத்துக் கண்டங்களிலும் எதிரொலிக்கின்றன.

1950 - 52.

■

www.ingramcontent.com/pod-product-compliance
Lightning Source LLC
LaVergne TN
LVHW060320051026
849517LV00004B/1171